Sự Quán T

AF758650

HOANG PHONG
Biên soạn và Phiên dịch

SỰ QUÁN THẤY CỦA ĐỨC PHẬT VỀ THẾ GIỚI

Quyển 1

Viên Giác Tùng Thư
2025

SỰ QUÁN THẤY CỦA ĐỨC PHẬT VỀ THẾ GIỚI - Quyển 1

Biên soạn và Phiên dịch: HOANG PHONG
Viên Giác Tùng Thư ấn hành lần thứ nhất, quý III/2025
Trách nhiệm xuất bản: Nguyên Đạo
Sửa bản in: Hoang Phong, Lương Hiền Sanh
Kỹ thuật: Quảng Hạnh Tuệ
Bìa: Đình Khải
ISBN: 979-8-3493-1943-3

Viên Giác Tùng Thư
2025

Mục lục

[Lời Đức Phật]

Này các tỳ-kheo *(các đệ tử của Đức Phật),* có hai thể loại người vu khống Tathāgata *('Như Lai' / một trong các danh hiệu của Đức Phật).* Họ là những ai? [Trước hết] họ là những người giải thích những điều mà Tathāgata không hề nói, hoặc chưa bao giờ nói, như là những điều do chính Tathāgata nói, hoặc từng nói. Và [sau đó] là những người giải thích những điều mà Tathāgata nói hoặc từng nói, như là những điều mà Tathāgata không hề nói hoặc chưa bao giờ nói. Cả hai thể loại người ấy là những kẻ vu khống Tathāgata *(Như Lai).*

(*Abhāsita Sutta / Bài thuyết giảng về những điều không nói* - AN 2.23)
(Aṅguttara Nikāya – Duka Nipāta – Bāla Vagga)

Lời mở đầu

Những lời trích dẫn thật đanh thép và minh bạch, chữ vu khống trong câu trích dẫn ở trang trước trong bản gốc bằng tiếng Pali là chữ abbhācikkhanti (abhi + ā + cikkh + a), các tự điển tiếng Anh dịch chữ này là accusation, calumny, slander..., có nghĩa là kết án, phỉ báng, vu khống.... Thế nhưng trong khi viết lách hay thuyết giảng đôi khi chúng ta không nghĩ đến những lời cảnh giác trên đây của Đức Phật. Sau hơn hai mươi lăm thế kỷ quảng bá, xuyên qua nhiều vùng địa lý, hòa mình với nhiều nền văn minh và văn hóa khác nhau, nền Tư tưởng và Giáo huấn của Đức Phật đã phải trải qua nhiều thử thách, thích ứng với nhiều dân tộc, do đó thật khó tránh khỏi ít nhiều biến dạng và thêm thắt. Thế nhưng thực tế cho thấy trong suốt cuộc hành trình kỳ thú và vĩ đại đó – nếu có thể nói như vậy – nền Tư tưởng và Giáo huấn của Đức Phật vẫn đứng vững và đã góp phần không nhỏ trong công trình cải thiện xã hội, nâng cao trình độ văn hóa, tư tưởng và mang lại ít nhất là một chút gì đó lý tưởng hơn, cao đẹp và sâu xa hơn trong lòng của rất nhiều dân tộc.

Trên dòng lịch sử phát triển lâu dài đó, nền Tư tưởng và Giáo huấn của Đức Phật đã dần dần biến thành một tôn giáo, và theo như người ta thường nói, có đến 84.000 phương tiện thiện xảo, có nghĩa là rất nhiều các khía cạnh phụ thuộc nhằm chủ đích nâng đỡ, khích lệ và dìu dắt chúng ta trên con đường do Đức Phật vạch ra. Thế nhưng đôi khi các khía cạnh phụ thuộc đó cũng có thể che khuất cả 'Con đường', khiến chúng ta không trông thấy được các dấu chân của Đức Phật trên 'Con đường' đó để bước theo, giúp mình trông thấy bản chất của thế giới và vị trí của mình trong thế giới, hầu tìm cách giải thoát mình ra khỏi thế giới, một thế giới mang đầy hung bạo, trói buộc và khổ đau.

Một loạt sách – và đây là quyển thứ nhất – được đề nghị nhằm cố gắng tìm lại các dấu chân của Đấng Giác Ngộ trên 'Con đường' mà Ngài đã vạch ra cho chúng ta hôm nay.

Những lời cảnh giác trên đây thật ra là những lời mà Đức Phật dành cho các đệ tử của Ngài vào thời đại xa xưa của Ngài, thế nhưng biết đâu cũng là những lời nhắc nhở chúng ta hôm nay? Các công trình dịch thuật, trước tác, bình giải, thuyết giảng... về Phật giáo vô cùng phong phú và đa dạng. Đức Phật cho biết những lời thuyết giảng của Ngài chỉ là một 'nắm lá trong lòng bàn tay', thế nhưng khu rừng ngày càng trở nên rậm rạp. Phật giáo Việt Nam cũng có một bộ 'Đại Tạng Kinh' khá đầy đủ về các bài thuyết giảng của Đức Phật, dịch lại từ kinh điển bằng tiếng Pali, tức là các kinh điển được xem là nòng cốt và trung thực nhất của giáo lý Phật giáo. Ngoài ra trong Phật giáo Việt Nam cũng còn có thêm một số lẻ tẻ các bài giảng của Đức Phật – các bài 'kinh' – được một vài vị đại sư dịch sang tiếng Việt. Thế nhưng, thật hết sức lạ lùng, tất cả các bản dịch trong 'Đại Tạng Kinh' cũng như các bản dịch lẻ tẻ và hiếm hoi khác, đều chịu ảnh hưởng thật nặng nề từ kinh điển Hán ngữ, từ thuật ngữ đến ngữ pháp và cả văn phạm. Dấu vết của một nền văn hóa và tín ngưỡng lệ thuộc dường như vẫn còn đậm nét. Chuyển tải nền Tư tưởng và Giáo huấn của Đức Phật bằng tiếng Việt giúp cho người Việt Nam ngày nay có thể hiểu là cả một sự thách đố lớn lao. Loạt sách này không những là một cố gắng mà còn là một sự liều lĩnh.

Phật giáo Việt Nam – kể cả Phật giáo Hàn Quốc và Nhật Bản – thừa hưởng gia tài của nền Phật giáo Hán ngữ đã từ ngàn năm, và gia tài đó ngày nay đã lỗi thời. Phật giáo trong châu thổ sông Hằng biến thành 'Phật giáo Hán ngữ', và sau hàng ngàn năm biến dạng và thêm thắt đã biến thành 'Phật giáo Trung Quốc', mang nặng cá tính, thói tục và cả văn hóa của dân tộc Hán. Nền Phật giáo đó được truyền bá sang các nước lân bang là Việt Nam, Hàn Quốc và Nhật Bản, và người ta thường gọi chung Phật giáo trong các nơi này là 'Phật giáo Bắc tông'. Một tổ chức tư vấn về thống kê của nước Đức là Statista gần đây có đưa ra một kết quả thống kê khá bất ngờ: Trung Quốc và Nhật Bản nằm trong số các nước mà số người tin vào tín ngưỡng nói chung – gồm tất cả các tôn giáo – thấp nhất trên thế giới. Tại Trung Quốc số người tin vào tín ngưỡng là 21% và Nhật Bản là 34%[1]. Trung Quốc từng được xem là một nước Phật giáo, nay trở thành một quốc gia có số người tin vào tín ngưỡng thấp nhất thế giới. Khi một xã hội chủ xướng các giá trị vật chất và sử dụng sức mạnh của sự hung bạo tinh thần, thì tôn giáo sẽ mất đi chỗ đứng của mình.

Bộ 'Đại Tạng Kinh Tiếng Việt' – nhưng thật ra hoặc ít nhất cũng mang nặng ảnh hưởng từ tiếng Hán – được dịch cách nay đã trên dưới nửa thế kỷ, đã trở nên 'khó hiểu' đối với thế hệ ngày nay, mà không mấy người am hiểu tiếng Hán. Nền Phật giáo Hán ngữ ngày càng trở nên xa lạ và khó hiểu đối với họ. Trong khoảng thời gian nửa thế kỷ đó của hậu bán thế kỷ XX, Phật giáo bắt đầu lan rộng trong các quốc gia Tây phương, người ta thấy xuất hiện trong các quốc gia này các nhà dịch thuật, các học giả cũng như các nhà sư vô cùng uyên bác và lỗi lạc. Kinh điển Pali được dịch ra hàng chục ngôn ngữ Tây phương, một bài giảng – một bài 'kinh' – duy nhất đôi khi cũng có nhiều bản dịch khác nhau do nhiều dịch giả khác nhau, trong cùng một thứ tiếng. Trong trường hợp của một nước Bắc Âu chẳng hạn, dân số thì chỉ vài triệu người, thế nhưng cũng có một bộ 'Đại Tạng Kinh' trong đó không có gì gọi là tiếng Hán cả.

Khi người Anh khám phá ra kinh điển Pali tại Tích Lan vào cuối thế kỷ XIX, thì ngay sau đó họ dịch sang tiếng Anh và 'Hiệp Hội Văn Bản Pali' (Pali Text Society) đã được thành lập để dịch thuật và nghiên cứu về các tư liệu này. Thế nhưng các bản dịch vào thời bấy giờ cho thấy một vài lúng túng trên phương diện thuật ngữ, lý do là vì các dịch giả không tìm được các thuật ngữ tiếng Anh tương đương với các thuật ngữ Phật giáo trong kinh điển Pali. Ngoài ra tiếng Anh vào thời bấy giờ ngày nay đã biến đổi khá nhiều, vì thế Hiệp Hội Văn Bản Pali đã phải dịch lại hoặc hiệu đính lại các công trình trước tác và dịch thuật trước đây vào cuối thế kỷ XIX và đầu thế kỷ XX.

Xin đơn cử một thí dụ khác là trên đất Mỹ có một nhà sư dịch giả rất uyên bác là Thanissaro Bhikkhu, trước hết ông đưa các bản dịch kinh điển Pali của mình lên trang mạng accesstoinsigh.org, sau đó thì ông tự lập một trang mạng riêng là Dhammatalks.org, và nhân dịp này

1 https://fr.statista.com/infographie/4202/pourcentage-de-personnes-se-declarant-croyantes-par-pays/.

ông đã hiệu đính lại các bản dịch cũ trước khi đưa vào trang mạng mới. Ngoài ra cũng có một trang mạng tiếng Pháp chuyên dịch kinh điển Pali là buddha-vacana.org, mỗi khi có một thuật ngữ nào, một câu nào hay một bài giảng – bài 'kinh' – nào được hiệu đính hay dịch lại, thì trang mạng thông báo ngay trên trang đầu để độc giả được biết. Những gì trên đây cho thấy tính cách sinh động và cập nhật của nền Giáo huấn của Đức Phật trong thế giới Tây phương. Trong khi đó trên đất nước Việt Nam chiến tranh đã chấm dứt gần nửa thế kỷ, và chính thức có đến bốn 'trung tâm nghiên cứu' Phật giáo, thế nhưng nền Phật giáo đó vẫn tiếp tục là một nền Phật giáo Hán ngữ, một nền Phật giáo 'cổ truyền' và 'đại chúng', thừa hưởng từ hàng ngàn năm trước, mang nặng các nghi thức và tập tục màu mè của một tôn giáo đơn thuần.

Chủ đích trước nhất của loạt sách này là đề nghị các bản chuyển ngữ các bài giảng của Đức Phật sang tiếng Việt, không pha lẫn quá nhiều tiếng Hán, với hy vọng mang nền Tư tưởng và Giáo huấn của Đấng Thế Tôn đến gần hơn với thế hệ ngày nay. Chủ đích sau đó là sắp xếp các bài thuyết giảng theo từng chủ để, khác hơn với cách sắp xếp thường thấy, chủ yếu dựa vào chiều dài của các bài giảng, hoặc gộp chung các câu và các bài giảng ngắn theo từng tập hoặc từng thể loại. Cách sắp xếp đó có thể khiến người đọc khó nắm bắt được nền tảng, nội dung và sự mạch lạc trong nền Tư tưởng và Giáo huấn siêu việt của Đấng Thế Tôn. Cách sắp xếp theo từng chủ đề và tiết mục hy vọng có thể giúp độc giả tìm hiểu dễ dàng hơn chăng giáo lý và chủ đích của Con đường Phật giáo nói chung ? Một số bài thuyết giảng tiêu biểu của Đấng Thế Tôn sẽ được chọn lựa và gộp chung trong năm quyển sách mang năm chủ đề như sau:

Quyển I: Sự quán thấy của Đức Phật về Thế giới.

Quyển II: Sự quán thấy của Đức Phật về sự vận hành của Thế giới.

Quyển III: Sự quán thấy của Đức Phật về các khía cạnh chủ yếu trong sự vận hành của Thế giới.

Quyển IV: Sự quán thấy của Đức Phật về các đặc tính chủ yếu trong sự vận hành của Thế giới.

Quyển V: Sự quán thấy của Đức Phật về Con Đường giúp chúng

sinh thoát ra khỏi Thế giới.

Quyển thứ nhất – tức là quyển sách này – gồm hai phần. Phần thứ Nhất là phần mở đầu, chung cho toàn bộ năm quyển sách, và phần này sẽ gồm năm chương tất cả. Phần thứ Hai gồm một số các bài thuyết giảng của Đức Phật về Thế giới và liên quan đến Thế giới:

Phần I

Chương 1 : Đức Phật là ai ?

Chương 2 : Phật giáo là gì ?

Chương 3 : Hiến chương Phật giáo.

Chương 4 : Đại cương về kinh điển Phật giáo.

Chương 5 : Phật giáo Hīnayāna và Phật giáo Mahāyāna.

Phần II

Các bài giảng liên quan đến Thế giới.

Cách sắp xếp các bài giảng của Đức Phật theo từng chủ đề trên đây thật ra chỉ là một cố gắng nêu lên một mô hình bao quát nhằm nêu lên sự liên tục và mạch lạc trong nền tư tưởng vô cùng phong phú của Đấng Thế Tôn. Thật vậy, các bài thuyết giảng của Đức Phật dù đa dạng, sâu sắc, thích ứng với các trình độ hiểu biết và các xu hướng đa dạng của người nghe, thế nhưng tất cả đều hướng thẳng vào một mục đích thiết thực trong việc tu tập. Tuy nhiên, dù mang tính cách trực tiếp và thực dụng, thế nhưng trong từng mỗi bài giảng luôn hàm chứa một sự hiểu biết mênh mông trong các lãnh vực triết học, khoa học và cả tâm linh.

Ngoài ra cũng xin mạn phép nêu lên một sự lưu ý sau cùng là việc thực hiện loạt sách này chỉ là một dự án, một ước vọng của người viết, do vậy ngoài ý chí và lòng quyết tâm còn phải nghĩ đến các điều kiện khác: Sự hiện hữu nhỏ nhoi của một con người. Khi nào còn ngồi vào bàn để học hỏi thì người viết sẽ còn tiếp tục cố gắng và đeo đuổi ước vọng đó của mình. Quyển sách này là quyển thứ nhất, và vào một ngày nào đó, nếu may mắn toàn bộ loạt sách này được hoàn tất, thì người viết sẽ còn tiếp tục chuyển ngữ và bình giải thêm các bài giảng khác để ghép thêm vào năm quyển sách này theo từng chủ đề đã được nêu lên. Nói một cách khác thì năm quyển sách này sẽ là các quyển sách sinh động, liên tục được hiệu đính, sửa chữa và bổ túc thêm. Thật thế, hơn mười ngàn bài thuyết giảng của Đấng Thế Tôn là cả một khung trời to rộng, một đại dương hiểu biết, một sức sống không bao giờ khô cạn. Sự hiện hữu của mỗi con người trong chúng ta rất mong manh, may lắm cũng chỉ phát động được một chút cố gắng nhỏ nhoi, giúp mình bước vào khung trời to rộng đó, cùng rạt rào với các ngọn sóng dâng lên từ đại dương hiểu biết đó, và cùng hòa mình với hơi ấm của sức sống không bao giờ khô cạn đó, một sức sống hừng hực đã kéo dài hơn hai-mươi-lăm thế kỷ trên hành tinh này.

Người viết cũng xin minh định là từ trước đến nay không hề giữ bản quyền tất cả các trước tác và dịch thuật của mình, mọi người đều có thể in ấn hoặc phổ biến – kể cả các bài ngắn đã được đăng tải và các sách đã được xuất bản – bằng bất cứ phương tiện nào, với điều kiện duy nhất là ghi rõ nguồn gốc, và nhất là không nhằm mục đích thủ lợi mà là vì một chút gì đó lý tưởng và cao đẹp hơn chăng?

Sau hết xin trích dẫn thêm các câu sau đây thuộc chung trong cùng một tiết mục với câu đã được trích dẫn trên trang đầu của quyển sách. Tiết mục này mang tựa là Bala vagga, chữ bala có nghĩa là sức mạnh, chữ vagga có nghĩa là tiết mục hay ca khúc, do đó cũng có thể dịch tựa của tiết mục này là 'Những lời ngợi ca một Sức mạnh'. Vậy sức mạnh ấy là gì:

«Này các tỳ-kheo, có hai thứ góp phần mang lại sự hiểu biết đúng đắn.

Vậy hai thứ ấy là gì? Sự thanh thản *(sự bình lặng, sự an bình)* và sự quán thấy minh bạch *(trí tuệ)*.

Phát huy được sự thanh thản sẽ mang lại lợi ích gì? Một tâm thức cởi mở.

Cởi mở được tâm thức sẽ mang lại lợi ích gì? Buông bỏ sự thèm khát.

Phát huy được sự quán thấy minh bạch sẽ mang lại lợi ích gì? Sự nhận định sáng suốt.

Phát huy được sự nhận định sáng suốt sẽ mang lại lợi ích gì? Loại bỏ được sự u mê *(vô minh)*.

Khi nào còn bị sự thèm khát làm cho ô uế thì tâm thức sẽ không sao tìm được sự giải thoát.

Khi nào còn bị sự u mê làm cho ô uế thì tâm thức không sao phát huy được sự hiểu biết sáng suốt.

Do vậy, khi nào sự thèm khát được loại bỏ thì tâm thức sẽ được giải thoát.

Khi nào sự u mê được loại bỏ thì sự hiểu biết sáng suốt *(trí tuệ)* sẽ được giải thoát».

(Trích dẫn tù Aṅguttara Nikāya – Duka Nipāta – Bāla Vagga / Các câu thuyết giảng đánh số từ AN 2.21 đến AN 2.31)

Vậy chúng ta hãy cùng nhau cố gắng tìm hiểu Giáo huấn của Đấng Thế Tôn theo tinh thần và đường hướng của Sức mạnh đó.

PHẦN I:
ĐẠI CƯƠNG
VỀ
PHẬT GIÁO

Chương 1: Đức Phật là ai?

[Lời Đức Phật:]

Này Subhadda, thuở ấy mới vừa hai-mươi-chín tuổi,
Ta đã tách ra khỏi thế giới để mưu cầu sự Tốt đẹp.
Thế rồi năm-mươi-mốt-năm trôi qua, này Subhadda,
Trong suốt thời gian ấy, ta từng là một kẻ lữ hành,
Ngao du trong thế giới của Đạo đức và Sự thật.

(Mahā-Parinibbāna Sutta / Bài giảng dài về sự hòa nhập với Nibbāna – DN 16)

Trên đây là lời của Đức Phật nói với một người trọng tuổi là Subhadda, và cũng là người đệ tử sau cùng được Ngài thụ phong trước khi tịch diệt. Câu này được trích dẫn từ bài thuyết giảng *Mahā Parinibbāna Sutta / Bài giảng dài về sự hòa nhập với 'Nibbāna'*, còn gọi là *Kinh Đại-bát Niết-bàn* (Dīgha Nikāya - DN 16 - Phân đoạn 5, tiết 62).

Đức Phật là một nhân vật lịch sử, điều đó không có gì để phải nghi ngờ. Ngài sinh ra trên miền Bắc Ấn tại một ngôi làng mang tên là Lumbini (Lâm-tì-ni) trong lãnh thổ của một vương quốc nhỏ. Ngày nay ngôi làng mang tên là Rummindei thuộc lãnh thổ của xứ Népal, nhưng nằm sát với biên giới nước Ấn. Theo các khảo cứu hiện đại nhất dựa vào các tư liệu sử học, thì năm sinh của Đức Phật là khoảng năm -566 và năm tịch diệt là khoảng năm -486, trước Tây lịch. Cách định tuổi bằng phương pháp khoa học thực hiện năm 2013, căn cứ vào các kết quả phân tích bằng phương pháp C14 trên các di vật khảo cổ tìm thấy tại Lumbini, cho biết tuổi của các di vật này là vào giữa thế kỷ thứ VI trước Tây lịch. Kết quả đó phù hợp với sự ước tính dựa vào sử liệu đã được nói đến trên đây. Theo kinh điển thì Đức Phật tịch diệt năm tám-mươi tuổi, một vài học giả và sử gia Tây phương nghĩ rằng có thể là sớm hơn đôi chút, nhưng không có một sử liệu nào chứng minh điều đó.

Ngài là con một vị vua của một vương quốc nhỏ tên là Kapilavatthu (Ca-tỳ-la-vệ). Tên của Ngài là Siddhattha Gotama (là tiếng Pali, tiếng Phạn là Siddharta Gotama / Tất-đạt-đa Cồ-đàm) và Ngài cũng được gọi bằng một tên khác là Śākyamuni (Thích-ca Mâu-ni), có nghĩa là 'Vị thông thái của gia tộc Shakya', hoặc cũng còn được gọi là Buddha (Đức Phật), chữ này xuất phát từ chữ Bodhi trong tiếng Pali, có nghĩa là sự Hiểu biết rộng lớn và tối thượng. Trong tiếng Phạn thì ngoài ý nghĩa trên đây chữ Buddha còn có nghĩa là sự Tỉnh thức hay sự Giác ngộ. Tóm lại Đức Phật là một con người rất thật, thật như chính chúng ta hôm nay, sự khác biệt duy nhất là Đức Phật là một Con người Hiểu biết, một Con người Thức tỉnh, chúng ta là những kẻ u mê, những con người quờ quạng trong một giấc mơ. Ngài du hành trên con đường của Đạo đức và sự Thật suốt trong năm-mươi-mốt năm, chúng ta thì vật lộn triền miên với khổ đau trong thế giới hiện tượng. Dù phải trải qua hơn hai-mươi-lăm thế kỷ, xuyên qua khắp các vùng lục địa trên hành tinh này, thế nhưng cuộc hành trình xa xôi và lâu dài đó của vị Giác Ngộ vẫn bảo toàn được một nền Đạo đức hữu ích trong cuộc sống và một nền Tư tưởng siêu việt trên phương diện tâm linh, hướng dẫn chúng ta từng bước một trên Con đường rất thật đó.

Thế nhưng thật hết sức lạ lùng, vô số các huyền thoại thật kỳ diệu đã được ghép thêm vào Con người rất thật đó, nâng Con người Thức tỉnh đó lên một cấp bậc siêu việt hơn con người. Thế nhưng cũng thật hết sức lạ lùng, trái ngược với các huyền thoại đó, khi đạt được sự Hiểu biết siêu việt và tối thượng, thì Con người rất thật đó lại hướng bàn tay phải của mình xuống phía dưới, các đầu ngón tay chạm vào mặt đất của hành tinh này để chứng minh cho sự Giác ngộ của mình trên địa cầu này, sự Tỉnh thức của mình trong thế giới này, một sự Giác ngộ vì con người, một sự Tỉnh thức vì tất cả chúng sinh trên hành tinh này.

Dưới đây xin trích dẫn một câu chuyện ngắn thuật lại cuộc đàm thoại giữa hai vị Bà-la-môn là Ārāmadaṇḍa và Mahākaccāna, nói lên sự tỏa rộng của nền Đạo đức và Tư tưởng của Đức Phật trong khung cảnh của thời bấy giờ:

Bài giảng về sự tranh cãi

Vivadanta Sutta - AN 2.37

(Dựa theo các bản dịch tiếng Anh của Thanissaro Bhikkhu và Bhikkhu Sujato, và bản dịch tiếng Pháp của Rémy)

Tôi từng được nghe như vầy:

«Một hôm, khi vị Mahākaccāna *(một vị thầy Bà-la-môn)* đang ngụ tại Varaṇā, [một ngôi làng] bên bờ hồ Kaddama, thì có một vị Bà-la-môn khác là Ārāmadaṇḍa tìm gặp vị này. Sau khi trao đổi vài lời xã giao với vị này thì ngồi sang một bên. Sau khi an tọa thì vị Bà-la-môn Ārāmadaṇḍa cất lời hỏi vị Mahāccāna như sau:

– Thưa Thầy Kaccāna, vì nguyên nhân nào, vì lý do nào đã khiến những người quý tộc *(các vua chúa và những người trong hoàng tộc)* tranh cãi với những người quý tộc, những người Bà-la-môn *(những người thuộc đẳng cấp cao nhất trong xã hội, các giáo sĩ thuộc tín ngưỡng Bà-la-môn)* tranh cãi với những người Bà-la-môn, những người chủ gia đình *(những người thế tục)* tranh cãi với những người chủ gia đình?

– Này ngài Bà-la-môn Ārāmadaṇḍa, vì nguyên nhân gây ra bởi các sự bám víu, các định kiến, các sự ám ảnh, các sự lệ thuộc cùng các sự trói buộc tạo ra bởi sự thèm khát *(say mê)* [các sự thích thú] dục tính, đã khiến những người quý tộc tranh cãi với những người quý tộc, những người Bà-la-môn tranh cãi với những người Bà-la-môn, những người chủ gia đình tranh cãi với những người chủ gia đình.

– Thưa Thầy Kaccāna, vì nguyên nhân nào, vì lý do nào đã khiến những người rời bỏ gia đình *(những người tu hành)* tranh cãi với những người rời bỏ gia đình?

– Này ngài Bà-la-môn, vì các sự bám víu, các định kiến, các sự ám ảnh, các sự lệ thuộc cùng các sự trói buộc tạo ra bởi sự say mê các quan điểm đã khiến những người từ bỏ gia đình tranh cãi với những người từ bỏ gia đình? *(quan điểm trong trường hợp này là các chủ thuyết triết học, các đường hướng tôn giáo, các nền tảng tín ngưỡng...).*

– Thưa Thầy Kaccāna, vậy thì có một vị nào trong thế giới này vượt được lên trên các sự bám víu, các định kiến, các sự ám ảnh, các sự lệ thuộc cùng các sự trói buộc tạo ra bởi sự thèm khát dục tính, và [đồng thời] cũng vượt được lên trên cả các sự bám víu, các định kiến, các sự lệ thuộc cùng các hình thức trói buộc tạo ra bởi sự say mê các quan điểm hay không?

– Này ngài Bà-la-môn, trong thế giới này có Một Vị vượt được lên trên các sự bám víu, các định kiến, các sự ám ảnh, các sự lệ thuộc cùng các sự trói buộc tạo ra bởi sự thèm khát dục tính, và [đồng thời] cũng vượt được lên trên cả các sự bám víu, các định kiến, các sự lệ thuộc cùng các sự trói buộc tạo ra bởi sự say mê các quan điểm.

– Thưa Thầy Kaccāna, vậy thì Vị ấy là ai trong thế giới này đã vượt được lên trên các sự bám víu, các định kiến, các sự ám ảnh, các sự lệ thuộc cùng các sự trói buộc tạo ra bởi sự say mê các quan điểm?

– Này ngài Bà-la-môn, nơi vùng phía Tây của một kinh thành mang tên là Sāvatthī *(Xá-vệ)* có Đấng Thế Tôn, một vị Arahant *(A-la-hán)* đã thực sự thực hiện được sự Giác ngộ và đang ngụ tại nơi ấy. Này ngài Bà-la-môn, vị Thế Tôn ấy, đã vượt lên trên các sự bám víu, các định kiến, các sự ám ảnh, các sự lệ thuộc cùng các sự trói buộc tạo ra bởi sự thèm khát dục tính, và đồng thời cũng đã vượt lên trên cả các sự bám víu, các định kiến, các sự ám ảnh, các sự lệ thuộc cùng các hình thức trói buộc tạo ra bởi sự say mê các quan điểm».

Sau khi được nghe những lời nói ấy, thì vị Bà-la-môn Ārāmadaṇḍa, rời khỏi ghế, kéo vai áo ngay ngắn, quỳ đầu gối phải lên mặt đất, chắp hai tay đưa lên cao, hướng về phía kinh thành [Sāvatthī] vái lạy thật kính cẩn, đồng thời thốt lên ba lần câu sau đây:

«Vinh hạnh thay Đấng Thế Tôn, vị Arahant, một vị đã đạt được sự Giác ngộ đích thật ! Vinh hạnh thay Đấng Thế Tôn, vị Arahant, một vị đã đạt được sự Giác ngộ đích thật! Vinh hạnh thay Đấng Thế Tôn, vị Arahant, một vị đã đạt được sự Giác ngộ đích thật! Vị ấy, Đấng Thế Tôn ấy đã vượt được lên trên mọi sự bám víu, mọi định kiến, mọi sự ám ảnh, mọi sự lệ thuộc cùng các hình thức trói buộc tạo ra bởi sự thèm khát dục tính, đồng thời cũng vượt được lên trên cả mọi sự bám víu, mọi định kiến, mọi sự ám ảnh, mọi sự lệ thuộc cùng các sự trói buộc tạo ra bởi sự say mê các quan điểm».

Mẫu đối thoại trên đây giữa hai vị Bà-la-môn cho thấy Đức Phật đã khắc phục được bản năng truyền giống mà còn khắc phục được cả sự bảo vệ các quan điểm của mình, phản ảnh 'cái tôi' của mình. Sự sống còn của con người luôn bị chi phối bởi ba thứ bản năng: sinh tồn, truyền giống và sợ chết. Bản năng sinh tồn là bản năng quan trọng hơn cả, tạo ra bản tính ích kỷ, tham lam của cải, đưa đến các hành động vơ vét, lừa đảo, cướp giật, mở rộng hơn là các hình thức chiến tranh xâm lược. Hai bản năng khác gây ra các ảnh hưởng tương đối thu hẹp hơn: bản năng truyền giống tạo ra sự thèm khát dục tính, và bản năng sợ chết tạo ra các hành vi kín đáo bảo vệ sự hiện hữu của mình, 'cái tôi' của mình, các quan điểm của mình. Ba thứ bản năng đó kết hợp với nhau tạo ra một sức mạnh thật khủng khiếp đưa đến các sự xung đột và chiến tranh trong gia đình và xã hội, giữa các quốc gia, trong khung cảnh của một dân tộc và cả trong các lãnh vực chính trị và tín ngưỡng. Chiến tranh chưa bao giờ chấm dứt trên hành tinh này. Thế nhưng nơi phía Tây của một kinh thành mang tên là Sāvatthī, có một Vị đã vượt được lên trên cả ba thứ bản năng ấy. Vị ấy từ bỏ sự sung túc để sống bằng khất thực, từ bỏ sự đam mê dục tính trong khung cảnh gia đình dù vừa sinh ra một đứa con, từ bỏ sự độc đoán của vương quyền để tránh mọi xung đột và tranh cãi với bất cứ ai về bất cứ một quan điểm nào.

Ngoài các phẩm tính và cung cách hành xử trên đây, Đức Phật còn được xem là một con người thật yên lặng, luôn lắng sâu vào sự yên lặng, nhất là trước các vấn đề viễn vông và vô ích. Ngài là một con người vô cùng thiết thực, trực tiếp và cụ thể. Bài giảng dưới đây dành cho một người đệ tử thường hay thắc mắc, có thể nói lên sự yên lặng sâu xa đó của vị Giác Ngộ, một sự yên lặng vượt lên trên cả sự hiểu biết:

Bài giảng ngắn về các thắc mắc của Māluṅkya

Cūḷa Māluṅkyovāda Sutta – MN 63

(Dựa theo các bản dịch tiếng Anh của Thanissaro Bhikkhu, Bhikkhu Sujato, Bhikkhu Bodhi, I.B. Horner, và bản dịch tiếng Pháp của Christian Maës)

Tôi từng được nghe như vầy, hôm đó Đấng Thế Tôn đang ngụ cạnh thị trấn Sāvatthī *(Xá-vệ)*, nơi khu rừng thưa Jeta *(Kỳ thọ, Kỳ viên)*, trong tu viện của vị Anāthapiṇḍika *(Cấp-cô-độc, một vị phú hộ đứng ra mua đất và xây dựng một tu viện to lớn để cúng dường Đức Phật và Tăng đoàn)*. Vào lúc đó cũng có một người tu hành đơn độc đang ẩn cư [trong khu rừng này] tên là Māluṅkyaputta *(Maluṅkya là họ, putta là con trai trưởng, Māluṅkyaputta có nghĩa là con trai trưởng của một người chủ gia đình tên là Maluṅkya. Cách gọi này là có ý nêu lên một người tu hành còn trẻ)*, và dòng tư tưởng sau đây đã hiện lên trong tâm trí của người ấy: 'Các quan điểm mà Đấng Thế Tôn giữ yên lặng *(không giải thích, không nêu lên)*, đặt sang một bên và bác bỏ là:

'Vũ trụ trường tồn', 'Vũ trụ không trường tồn',

'Vũ trụ có giới hạn', 'Vũ trụ vô biên',

'Linh hồn (1) và thân thể là một thứ',

'Linh hồn là một thứ và thân thể là một thứ khác',

'Sau khi chết một vị Tathāgata *(Như Lai)* tiếp tục hiện hữu',

'Sau khi chết một vị Tathāgata không còn hiện hữu',

'Sau khi chết một vị Tathāgata tiếp tục hiện hữu, nhưng cũng không hiện hữu',

'Sau khi chết một vị Tathāgata không còn hiện hữu, nhưng cũng không phải là không còn hiện hữu'.

(1) Chữ 'linh hồn' nêu lên trên đây là chữ jīva trong bản gốc bằng tiếng Pali, chữ này có nghĩa là sự sống nói chung, nhưng cũng có nghĩa là nguyên lý của sự sống hay linh hồn của một cá thể (life, vital principle, individual soul), là một ý niệm trong Ấn giáo. Hầu hết các bản dịch tiếng Anh và tiếng Pháp đều dịch chữ jīva là 'soul' hay 'âme', và các chữ này

thì có nghĩa là 'linh hồn' trong các tín ngưỡng Tây phương.

Tôi không thể đồng tình [trước các quan điểm đó], tôi không thể chấp nhận [các quan điểm đó trong trường hợp] nếu Đấng Thế Tôn không lột trần được ý nghĩa [của các quan điểm đó]. Vậy tôi phải tìm gặp Đấng Thế Tôn để hỏi cho ra lẽ về việc này. Nếu Đấng Thế Tôn lột trần được ý nghĩa [của các quan điểm]...

'Vũ trụ trường tồn', 'Vũ trụ không trường tồn',

'Vũ trụ có giới hạn', 'Vũ trụ vô biên',

'Linh hồn và thân thể là cùng một thứ', 'Linh hồn là một thứ và thân thể là một thứ khác',

'Sau khi chết một vị Tathāgata còn hiện hữu', 'Sau khi chết một vị Tathāgata không còn hiện hữu',

'Sau khi chết một vị Tathāgata còn hiện hữu nhưng cũng không hiện hữu',

'Sau khi chết một vị Tathāgata không còn hiện hữu, nhưng cũng không phải là không còn hiện hữu',

..., thì khi đó tôi sẽ sống cuộc sống thánh thiện *(cuộc sống của một người tu hành)* dưới sự hướng dẫn của Đấng Thế Tôn.

[Ngược lại], nếu Đấng Thế Tôn không lột trần được ý nghĩa của các quan điểm 'Vũ trụ trường tồn..., 'Sau khi chết một vị Tathāgata không còn hiện hữu nhưng cũng không phải là không còn hiện hữu', thì tôi sẽ từ bỏ việc tu tập để quay lại với cuộc sống thấp kém *(tầm thường)* [của người thế tục]» .

Vì vậy, khi chiều vừa xuống, ngài Māluṅkyaputta rời khỏi nơi ẩn cư để tìm gặp Đấng Thế Tôn. Khi đến nơi thì cúi đầu vái chào [Đấng Thế Tôn] và ngồi sang một bên *(ngồi sang một bên là một công thức nói lên sự tôn kính)*. Sau khi an tọa thì cất lời hỏi Đấng Thế Tôn như sau: «Thưa Ngài, vừa mới đây trong khi đang ngồi một mình tại nơi ẩn cư, thì dòng tư tưởng sau đây hiện lên trong tâm trí tôi, 'Vũ trụ trường tồn..., 'Sau khi chết thì một vị Tathāgata không còn hiện hữu, thế nhưng cũng không phải là không còn hiện hữu'. Đối với các quan điểm đó, Đấng Thế Tôn luôn giữ yên lặng, gạt sang một bên và bác bỏ, [thế nhưng] nếu Đấng Thế Tôn lột trần được ý nghĩa [của các quan điểm đó] thì tôi sẽ sống cuộc sống thánh thiện dưới sự hướng dẫn của Đấng Thế Tôn. [Hoặc ngược lại], nếu Đấng Thế Tôn không lột trần được ý nghĩa [trong các quan điểm đó] thì tôi sẽ xin từ bỏ việc tu tập để quay lại cuộc sống thấp kém [của người thế tục].

«Thưa Ngài, là một vị Thế Tôn, nếu Ngài biết được 'Vũ trụ là trường tồn' thì xin Ngài cứ tiết lộ với tôi là 'Vũ trụ trường tồn'. Nếu Ngài biết được 'Vũ trụ không trường tồn' thì xin Ngài cũng cứ tiết lộ với tôi là 'Vũ trụ không trường tồn'. Thế nhưng nếu Thế Tôn không biết cũng không trông thấy được vũ trụ trường tồn hay không trường tồn, thì đối với một người mê lầm và mù quáng như tôi, thì Thế Tôn cũng chỉ cần đơn giản chấp nhận [nói lên] là 'Tôi không biết. Tôi không trông thấy'... Nếu Thế Tôn không biết cũng không trông thấy 'Sau khi chết một vị Tathāgata còn hiện hữu... không còn hiện hữu..., không còn hiện hữu... nhưng cũng không phải là không còn hiện hữu', thì đối với một người mê lầm và mù quáng như tôi, thì Thế Tôn cũng chỉ cần đơn giản chấp nhận [nói lên] là 'Tôi không biết. Tôi không trông thấy'» .

«Này Māluṅkyaputta, ta chưa bao giờ nói với bạn, 'Này Māluṅkyaputta, hãy sống cuộc sống thánh thiện *(bước theo con đường tu tập)* dưới sự hướng dẫn của ta thì ta sẽ tiết lộ *(tuyên bố, khẳng định)* với bạn là 'Vũ trụ trường tồn' hay 'Vũ trụ không trường tồn', hoặc 'Vũ trụ có giới hạn' hay 'Vũ trụ vô biên', hoặc 'Linh hồn và thân thể là một thứ', hoặc 'Linh hồn là một thứ và thân thể là một thứ khác', hoặc 'Sau khi chết một vị Tathāgata còn hiện hữu', hoặc 'Sau khi chết một vị Tathāgata không còn hiện hữu, hoặc 'Sau khi chết một vị Tathāgata không còn hiện hữu nhưng cũng không phải là không còn hiện hữu'» .

«Không, thưa Ngài» *(Ngài chưa hề trực tiếp khẳng định với tôi về các điều ấy)*

«Và trước đây chính bạn cũng chưa hề nói lên với ta, 'Thưa Ngài, tôi sẽ sống cuộc sống thánh thiện dưới sự hướng dẫn của Thế Tôn, nếu Thế Tôn tiết lộ với tôi [nhắc lại các câu trên đây] 'Vũ trụ trường tồn', 'Vũ trụ không trường tồn', hoặc 'Vũ trụ có giới hạn', 'Vũ trụ vô biên', hoặc 'Linh hồn và thân xác là một thứ', 'Thân xác là một thứ', 'Linh hồn là một thứ khác', hoặc 'Sau khi chết một vị Tathāgata còn hiện hữu', 'Sau khi chết một vị Tathāgata không còn hiện hữu', hoặc 'Sau khi chết một vị Tathāgata còn hiện hữu nhưng cũng không còn hiện hữu', hoặc 'Sau khi chết một vị Tathāgata không còn hiện hữu nhưng cũng không phải là không còn hiện hữu' *(cách Đức Phật nêu lên là để đánh đổ mọi sự khẳng định – tức là con đường 'trung đạo', trái lại người tu hành trẻ tuổi Māluṅkyaputta thì lại bám víu vào tính cách khẳng định của từng trường hợp một, xuyên qua các sự tạo dựng của tâm trí mình)*.

«Không, thưa Ngài » *(Trước đây, tôi chưa từng đòi hỏi Ngài phải giải thích về các thắc mắc ấy như là một điều kiện tiên quyết đối với việc tu tập của tôi)* ».

«Nếu là như vậy, thì bạn quả là một người mê muội, bạn là ai *(là người thế nào)* mà lại nêu lên sự phiền trách đó đối với người khác *(trách cứ Đức Phật giữ yên lặng trước các thắc mắc của mình)*?».

«Này Māluṅkyaputta, nếu như có một người nào đó nói lên 'Nếu Thế Tôn không tiết lộ 'Vũ trụ trường tồn'... 'Sau khi chết một vị Tathāgata không còn hiện hữu nhưng cũng không phải là không còn hiện hữu', thì tôi sẽ không sống cuộc sống thánh thiện dưới sự hướng dẫn của Thế Tôn', và [trong trường hợp đó] người ấy sẽ chết và các điều ấy *(các quan điểm ấy)* sẽ tiếp tục còn là những gì mà vị Tathāgata không nêu lên *(giữ yên lặng, không nói đến)* ».

«Chuyện đó cũng chẳng khác gì như một người bị trúng một mũi tên tẩm thật nhiều thuốc độc. Bạn bè, đồng nghiệp, họ hàng và thân quyến đổ đi tìm một vị lương y giải phẩu, thế nhưng người ấy cứ khăng khăng: 'Tôi không muốn nhổ bỏ mũi tên khi tôi chưa biết được là kẻ bắn tôi là một chiến binh thuộc dòng dõi quý tộc, một vị Bà-la-môn, một con buôn hay một người làm công'. Người ấy cứ khăng khăng, 'Tôi không muốn nhổ bỏ mũi tên khi tôi chưa biết được đích danh tên họ của người bắn tôi,... khi tôi chưa biết đến người bắn tôi mang tầm vóc to lớn, trung bình hay bé nhỏ,... khi tôi chưa biết được người bắn tôi da dẻ đen đúa, nâu sậm hay ánh vàng,... khi tôi chưa biết được người bắn tôi gốc gác từ làng nào, thị trấn nào hay tỉnh lỵ nào,...

khi tôi chưa biết được chiếc cung mà người bắn tôi sử dụng thuộc loại to lớn hay chỉ là một chiếc nỏ,... khi tôi chưa biết được là dây cung làm bằng thớ cây, sợi tre, gân thú vật, sợi gai hay vỏ cây,... khi tôi chưa biết được mũi tên bắn trúng tôi được làm từ một loại cây thiên nhiên hay do người trồng,... khi tôi chưa biết được chiếc lông ở đuôi mũi tên dùng để bắn tôi là lông chim kên kên, lông cò, lông chim ưng, lông chim công hoặc là một loại chim nào khác,... khi tôi chưa biết được mũi tên dùng để bắn tôi được cột [vào lông chim] bằng gân bò, gân trâu nước, gân khỉ langur *(một loài khỉ châu Á, khỉ lọ nồi)* hoặc loại khỉ thông thường. Người này cứ khăng khăng, 'Tôi không muốn nhổ bỏ mũi tên khi tôi chưa biết được mũi tên bắn trúng tôi thuộc loại thông thường, thuộc loại cong, thuộc loại có khía *(có ngạnh)*, tương tự như răng bò con, hoặc như lá trúc đào *(lá của loại cây này có hình thon dài và nhọn)*'. [Trong trường hợp đó] thì người ấy sẽ chết và những điều trên đây vẫn còn là những điều mà người ấy chưa hề biết được *(tương tự như vị tu hành trẻ tuổi Māluṅkyaputta cứ muốn biết là 'Vũ trụ có giới hạn hay vô biên..., 'Sau khi chết một vị Như Lai còn hiện hữu hay không còn hiện hữu...', và ra điều kiện với Đức Phật là phải khẳng định về các điều ấy, nếu không thì mình sẽ từ bỏ việc tu tập. Trong trường hợp đó thì vị Māluṅkyaputta sẽ chết trước khi có thể hiểu được 'Vũ trụ có giới hạn hay vô tận'..., 'Sau khi chết một vị Như Lai còn hiện hữu hay không còn hiện hữu'...)* ».

«Cũng vậy, khi một người nào đó nói lên 'Suốt đời, tôi sẽ không sống cuộc sống thánh thánh thiện dưới sự hướng dẫn của Đấng Thế Tôn cho đến khi nào vị ấy không tiết lộ *(khẳng định)* với tôi là 'Vũ trụ trường tồn...', hoặc 'Sau khi chết thì một vị Tathāgata không còn hiện hữu nhưng cũng không phải là không còn hiện hữu', thì người ấy sẽ chết và các điều ấy vẫn tiếp tục còn là những gì mà Tathāgata không nói *(vẫn giữ sự yên lặng, nói một cách khác và qua một góc nhìn khác, thì sau khi đạt được một cấp bậc tu tập và hiểu biết nào đó thì người ấy tất nhiên sẽ hiểu được các thắc mắc đó của mình. Vị Như Lai chưa có thể nêu lên với người ấy với trình độ hiểu biết của người ấy trong hiện tại)*.

«Này Māluṅkyaputta, quả không đúng khi chủ trương quan điểm 'Vũ trụ trường tồn' là cách sống cuộc sống thánh thiện. Cũng không đúng khi chủ trương quan điểm 'Vũ trụ không trường tồn' là cách sống cuộc sống thánh thiện. Khi chủ trương quan điểm: 'Vũ trụ trường tồn', hoặc chủ trương quan điểm 'Vũ trụ không trường tồn', thì [theo đó] sẽ có sự sinh, có sự già nua, có cái chết, có đau buồn, phiền muộn, đớn đau, tuyệt vọng và âu lo *(distress / lo lắng, căng thẳng, hốt hoảng)*, và đấy là những điều mà ta nêu lên để cho thấy sự tàn phá của các thứ ấy đang xảy ra tại nơi này và ngay trong giây phút này *(đối với trường hợp của Māluṅkyaputta thì Đức Phật không nói lên là 'Vũ trụ trường tồn hay không trường tồn...', mà chỉ cho biết là các thắc mắc đó chỉ đơn giản là các hình thức bám víu đưa đến mọi sự tàn phá 'tại nơi này và ngay trong lúc này' mà thôi, và đó cũng là cách kéo Māluṅkyaputta trở về với thực tại. 'Vũ trụ có giới hạn hay vô tận' chỉ là các chuyện viễn vông, bám víu vào các thắc mắc đó là cách tự trói mình vào sự chuyển động của thế giới hiện tượng mà thôi)*».

«Quả không đúng khi cho rằng 'Vũ trụ có giới hạn' và xem đấy là cách sống cuộc sống thánh thiện. Và cũng không đúng khi cho rằng 'Vũ trụ vô tận' và xem đấy là cách sống cuộc sống thánh thiện. Khi cho rằng 'Vũ trụ có giới hạn', hoặc khi cho rằng 'Vũ trụ vô tận', thì [theo đó] sẽ có sự sinh, có sự già nua, có cái chết, có đau buồn, phiền muộn, đớn đau, tuyệt vọng và âu lo, và đấy là những điều mà ta nêu lên để cho thấy sự tàn phá của các thứ ấy đang xảy ra tại nơi này và trong giây phút này *(Như Lai chỉ nêu lên bản chất khổ đau của thực tại nhưng không nêu lên các phóng tưởng viễn vông của tâm thức về một 'vũ trụ có giới hạn hay vô tận')*.

«Quả không đúng khi chủ trương quan điểm 'Linh hồn và thân thể là một thứ', và xem đấy là cách sống cuộc sống thánh thiện. Và cũng không đúng khi chủ trương quan điểm 'Linh hồn là một thứ và thân thể là một thứ khác' và xem đấy là cách sống cuộc sống thánh thiện. Khi chủ trương quan điểm 'Linh hồn và thân thể là một thứ' hoặc khi cho rằng 'Linh hồn là một thứ và thân thể là một thứ khác', thì [theo đó] sẽ có sự sinh, có sự già nua, có cái chết, có đau buồn, phiền muộn, đớn đau, tuyệt vọng và âu lo, và đấy là những điều mà ta nêu lên để cho thấy sự tàn phá của các thứ ấy đang xảy ra tại nơi này và trong giây phút này.

«Quả không đúng khi chủ trương quan điểm 'Sau khi chết một

vị Tathāgata còn hiện hữu', và xem đấy là cách sống cuộc sống thánh thiện. Và cũng không đúng khi cho rằng 'Sau khi chết một vị Tathāgata không còn hiện hữu', và xem đấy là cách sống cuộc sống thánh thiện. Và cũng không đúng khi cho rằng 'Sau khi chết một vị Tathāgata còn hiện hữu nhưng cũng không còn hiện hữu', và xem đấy là cách sống cuộc sống thánh thiện. Và cũng không đúng khi cho rằng 'Sau khi chết một vị Tathāgata không còn hiện hữu nhưng cũng không phải là không còn hiện hữu', và xem đấy là cách sống cuộc sống thánh thiện. Khi cho rằng 'Sau khi chết một vị Tathāgata còn hiện hữu'..., 'Sau khi chết một vị Tathāgata không còn hiện hữu'..., 'Sau khi chết một vị Tathāgata còn hiện hữu nhưng cũng không còn hiện hữu'..., 'Sau khi chết một vị Tathāgata không còn hiện hữu nhưng cũng không phải là không còn hiện hữu', thì [theo đó] sẽ có sự sinh, có sự già nua, có cái chết, có đau buồn, phiền muộn, đớn đau, tuyệt vọng và âu lo, và đấy là những điều mà ta nêu lên để cho thấy sự tàn phá của các thứ ấy đang xảy ra tại nơi này và trong giây phút này.

«Vì vậy, này Māluṅkyaputta, hãy ghi nhớ những gì mà ta không nêu lên *(giữ yên lặng, không nói ra, không vạch trần)* đúng như ta không nêu lên, và những gì ta nêu lên đúng với những gì mà ta nêu lên. Vậy những gì mà ta không nêu lên? 'Vũ trụ trường tồn' là những gì mà ta không nêu lên. 'Vũ trụ không trường tồn' là những gì mà ta không nêu lên. 'Vũ trụ có giới hạn' là những gì mà ta không nêu lên... 'Vũ trụ vô biên' là những gì mà ta không nêu lên... 'Linh hồn và thân thể là một thứ'... 'Linh hồn là một thứ, thân thể là một thứ khác'...'Sau cái chết một vị Tathāgata còn hiện hữu'...'Sau cái chết một vị Tathāgata không còn hiện hữu'... 'Sau cái chết một vị Tathāgata còn hiện hữu nhưng cũng không còn hiện hữu'... 'Sau cái chết một vị Tathāgata không còn hiện hữu nhưng cũng không phải là không còn hiện hữu', là những gì mà ta không nêu lên *(giữ yên lặng, không tiết lộ, không giải thích)*.

«Vậy, tại sao các điều ấy ta lại không nêu lên? Bởi vì các điều ấy không liên hệ gì đến chủ đích [tu tập], không phải là nền tảng của một cuộc sống thánh thiện. Các điều ấy không mang lại sự tỉnh ngộ, sự thanh thản *(dispassion / không đam mê)*, sự chấm dứt, sự an bình, sự hiểu biết trực giác, sự tỉnh thức, sự Giải thoát.

«Vậy, những điều mà ta nêu lên là gì? 'Sự âu lo' *(stress / lo lắng, căng thẳng, hoảng hốt, sợ hãi, bất an, khổ đau)* là điều mà ta nêu lên. 'Sự chấm dứt của sự âu lo' là điều mà ta nêu lên. 'Con đường tu tập mang lại sự chấm dứt của sự âu lo' là điều mà ta nêu lên. Và tại sao ta lại nêu lên các điều ấy? Bởi vì các điều ấy liên hệ đến chủ đích, liên hệ đến nền tảng của cuộc sống thánh thiện *(cuộc sống của người tu tập)*. Các điều ấy mang lại sự tỉnh ngộ, sự thanh thản, sự chấm dứt, sự an bình, sự hiểu biết trực giác, sự Thức tỉnh, sự Giải thoát. Đấy là lý do tại sao ta lại nêu lên các điều ấy» .

Đấy là những lời thuyết giảng của Đấng Thế Tôn. Ngài Māluṅkyaputta rất hả dạ và cảm thấy vui sướng trước những lời thuyết giảng đó.

Tiếp theo dưới đây là một bài giảng khác rất nổi tiếng, thuật lại câu chuyện Đức Phật đến thăm một người tỳ-kheo đang đau ốm. Người tỳ-kheo này rất tôn kính và quý mến Đức Phật, lúc nào cũng cứ muốn được ở bên cạnh Đức Phật và trông thấy tận mắt Đức Phật. Bài giảng nêu lên sự ân cần của Đức Phật khi đến thăm và khuyên người đệ tử này nên nhìn vào Ngài, vào con người của Ngài, như thế nào:

Bài giảng cho người tỳ-kheo Vakkali

Vakkali Sutta – SN 22.87

(Dựa theo bản dịch tiếng Pháp của Rémy và các bản dịch tiếng Anh của Maurice O'Connell Walshe, Bhikkhu Sujato và Bhikkhu Bodhi)

[...]

Ngài Vakkali trông thấy Đấng Thế Tôn từ xa đến, vội gượng dậy và định rời khỏi giường. Thấy thế Đấng Thế Tôn bèn bảo với người tỳ-kheo Vakkali:

«Này Vakkali, không cần phải gượng dậy [cứ nằm ở giường]. Sẵn có chiếc ghế bên cạnh, ta sẽ ngồi vào đấy».

Đấng Thế Tôn ngồi vào một chiếc ghế có sẵn [bên cạnh giường], sau khi ngồi thì Ngài nói với người tỳ-kheo Vakkali như sau:

«Này Vakkali, có kham nổi không, có đủ sức chịu đựng không ?

Các cơn đau giảm dần hay gia tăng, Vakkali nhận thấy thế nào, các cơn đau giảm xuống hay ngày càng gia tăng?».

«Thưa Thế Tôn, quả không sao kham nổi, tôi không còn chịu đựng được nữa. Các cơn đau chẳng những không thuyên giảm mà cứ gia tăng thêm, tôi nhận thấy các cơn đau ngày càng gia tăng nhưng không hề giảm xuống».

«Này Vakkali, vậy thì có điều gì khiến Vakkali phải ân hận *(remorse / ăn năn, hối hận)* hoặc có điều gì khiến Vakkali phải hối tiếc *(regret / luyến tiếc, ray rứt) hay không (không làm được vì đau ốm)* ?».

«Thưa Thế Tôn, hẳn nhiên là tôi có rất nhiều điều ân hận và hối tiếc».

«Nếu là như thế, này Vakkali, thì có điều gì đáng trách khiến Vakkali phải ân hận *(hối hận)* trên phương diện đạo đức hay không ?».

«Không, thưa Thế Tôn, không có điều gì khiến tôi phải ân hận trên phương diện đạo đức cả».

«Vậy thì, này Vakkali, nếu không có điều gì đáng trách trên phương diện đạo đức, thì tại sao Vakkali lại ân hận và hối tiếc ?».

«Từ lâu nay, thưa Thế Tôn, tôi vẫn cứ mong ước được [tận mắt] trông thấy Thế Tôn, thế nhưng vì thân xác suy yếu không cho phép tôi tìm đến bên cạnh Thế Tôn để được [tận mắt] trông thấy Thế Tôn».

«Nói thế cũng là đủ ! Này Vakkali, tại sao lại cứ muốn trông thấy cái thân xác ghê tởm *(repugnant / gớm ghiếc)* này [của ta] ? Này Vakkali, bất cứ ai trông thấy Dhamma *(Giáo huấn của Đức Phật)* thì sẽ trông thấy ta ; và bất cứ ai trông thấy ta thì sẽ trông thấy Dhamma. Bởi vì trông thấy Dhamma tức là trông thấy ta; và trông thấy ta tức là trông thấy Dhamma».

Vài lời ghi chú

Bài giảng khá dài, mẩu đối thoại trên đây chỉ là một phần của bài giảng, nhưng nêu lên một ý niệm rất quan trọng: Đức Phật đồng hóa mình với Dhamma, điều đó có nghĩa là Giáo huấn của Ngài chính là

Ngài, toàn thân của Ngài, sự hiện hữu của Ngài cũng chính là Giáo huấn của Ngài.

Trước khi tịch diệt Đức Phật không hề đề cử bất cứ một người đệ tử nào trong Tăng đoàn thay Ngài hướng dẫn Tăng đoàn và bảo vệ Dhamma, mà khuyên tất cả các tỳ-kheo hãy xem Dhamma là Thầy mình, tương tự như một hòn đảo làm nơi an trú cho mình. Giả sử nếu Đức Phật giao phó Dhamma cho một vị trong Tăng đoàn thì Dhamma đó sẽ không còn là Dhamma của Ngài nữa, và biết đâu Dhamma đó cũng có thể sẽ không còn tồn tại đến ngày nay.

Thế nhưng ngày nay, đôi khi chúng ta lại có xu hướng nhìn vào Dhamma đó của Đức Phật qua các khía cạnh đơn thuần của một tín ngưỡng với ý nghĩa của chữ Phật giáo / Buddhism theo cách hiểu của người Tây phương. Điều đó cũng tương tự như người đệ tử nhìn vào vị Thầy của mình với tất cả lòng thành kính, nhưng không trông thấy những gì mà vị Thầy của mình thuyết giảng, và đấy cũng là trường hợp của người tỳ-kheo Vakkali chỉ nhìn vào hình tướng của Đức Phật, và cứ muốn tiếp tục được nhìn thấy tận mắt hình tướng của Ngài, nhưng không nhìn thấy Dhamma. Một người bước theo Dhamma của Đức Phật không nhất thiết là phải nhìn vào Đức Phật như là một Vị siêu nhiên, hàm chứa một quyền năng tối thượng, hoặc đại diện cho một sức mạnh thiêng liêng và siêu phàm, mà phải nhìn vào chính mình để tìm hiểu sự vận hành của tâm thức mình, nhìn vào thế giới để tìm hiểu sự vận hành của thế giới, hầu mang lại sự Hiểu biết đích thật và hữu ích cho mình, và đấy mới thật sự là cách phải nhìn vào Đức Phật để trông thấy Đức Phật xuyên qua Dhamma của Ngài. Dhamma là Đức Phật, là Hiện thực, là Con đường đưa đến sự Tỉnh thức, là như vậy. Thế nhưng người tỳ-kheo Vakkali thì lúc nào cũng cứ muốn trông thấy tận mắt Đức Phật, nhưng quên mất Đức Phật cũng là Dhamma và Dhamma cũng là những gì đang vận hành trong môi trường bên ngoài là thế giới và cả bên trong tâm thức mình.

Dưới đây là một bài giảng khác nêu lên bản chất của thế giới, các hiện tượng trong thế giới, và sự Tỉnh thức của Đức Phật đối với sự vận hành của các hiện tượng tức là các dhamma trong thế giới:

Bài giảng về một đóa hoa sen

Puppha Sutta - SN 22.94

(Dựa theo các bản dịch tiếng Anh của Thanissaro Bhikkhu, Bhikkhu Sujato và Bikkhu Bhodi)

Tại một nơi gần kinh thành Sāvatthī, tôi từng được nghe Đấng Thế Tôn thuyết giảng như sau: «Này các tỳ-kheo, không phải là ta tranh cãi *(dispute / tranh biện, tranh luận)* với thế giới *(chữ thế giới ở đây có nghĩa là mọi người trong thế giới)*, mà là thế giới tranh cãi với ta. Một môn đệ của Dhamma *(một người bước theo Giáo lý của Đức Phật)* không tranh cãi với bất cứ ai về những gì liên quan đến thế giới. Bất cứ thứ gì mà các vị thông thái *(the wises / các vị sáng suốt, các vị hiền triết, và cũng là cách gọi những người Bà-la-môn, là những người thuộc đẳng cấp cao nhất trong xã hội Ấn thời bấy giờ)* cho rằng không hiện hữu trong thế giới, [thì đối với ta cũng vậy] ta bảo rằng: 'Thứ ấy không hề hiện hữu'. Bất cứ thứ gì mà các vị thông thái cho rằng hiện hữu trong thế giới, [thì đối với ta cũng vậy] ta bảo rằng: 'Thứ ấy hiện hữu'.

Vậy thì thứ gì mà các vị thông thái cho rằng không hề hiện hữu trong thế giới, và ta cũng vậy, cũng cho rằng thứ ấy không hề hiện hữu [trong thế giới]?

«Hình tướng *(form / có nghĩa là các hình tướng vật chất, chẳng hạn như thân xác)* mang tính cách bất biến, trường tồn, vô tận, không biến đổi, mà các vị thông thái cho rằng không hề hiện hữu trong thế giới, [thì đối với ta cũng vậy], ta bảo rằng : '[Thể loại] hình tướng ấy không hề hiện hữu [trong thế giới]'.

«Sự cảm nhận *(feeling / các sự cảm nhận của lục giác)* mang tính cách bất biến, trường tồn, vô tận, không gánh chịu sự biến đổi, mà các vị thông thái cho rằng không hề hiện hữu trong thế giới, [thì đối với ta cũng vậy], ta bảo rằng : '[Thể loại] cảm nhận ấy không hề hiện hữu [trong thế giới]'.

«Sự nhận thức *(perception / sự nhận biết)* mang tính cách bất biến, trường tồn, vô tận, không biến đổi, mà các vị thông thái cho rằng không hề hiện hữu trong thế giới, [thì đối với ta cũng vậy], ta bảo rằng: 'Sự nhận thức ấy không hề hiện hữu'.

«Các sự tạo tác [tâm thần] *(fabrications / các sự hình dung, tưởng tượng, các sự tạo dựng trong tâm thức...)* mang tính cách bất biến, trường tồn, vô tận, không biến đổi, mà các vị thông thái cho rằng không hề hiện hữu trong thế giới, [thì đối với ta cũng vậy], ta bảo rằng: 'Các sự tạo tác ấy không hề hiện hữu'.

«Tri thức *(consciousness / tâm thần)* mang tính cách bất biến, trường tồn, vô tận, không biến đổi, mà các vị thông thái cho rằng không hề hiện hữu trong thế giới, [thì đối với ta cũng vậy], ta bảo rằng: 'Tri thức ấy không hề hiện hữu'.

«Vậy thì những gì mà các vị thông thái cho rằng hiện hữu trong thế giới?

«Hình tướng *(form / thân thể, thân xác)* luôn biến đổi, mang tính cách khổ đau *(stressful / suffering / lo buồn, đớn đau),* phải gánh chịu sự đổi thay, mà các vị thông thái cho rằng hiện hữu trong thế giới, [thì đối với ta cũng vậy], ta bảo rằng : 'Hình tướng ấy hiện hữu [trong thế giới]'.

«Sự cảm nhận (feeling) luôn biến đổi, mang tính cách khổ đau, phải gánh chịu sự đổi thay, mà các vị thông thái cho rằng hiện hữu trong thế giới, [thì đối với ta cũng vậy], ta bảo rằng : 'Sự cảm nhận ấy hiện hữu [trong thế giới]'.

«Sự nhận thức (perception) luôn biến đổi, mang tính cách khổ đau, phải gánh chịu sự đổi thay, mà các vị thông thái cho rằng hiện hữu trong thế giới, [thì đối với ta cũng vậy], ta bảo rằng : 'Sự nhận thức ấy hiện hữu [trong thế giới]'.

«Các sự tạo tác [tâm thần] (fabrications) luôn biến đổi, mang tính cách khổ đau, phải gánh chịu sự đổi thay, mà các vị thông thái cho rằng hiện hữu trong thế giới, [thì đối với ta cũng vậy], ta bảo rằng: 'Các thứ tạo tác ấy hiện hữu [trong thế giới]'.

«Tri thức (consciousness) luôn biến đổi, mang tính cách khổ đau, phải gánh chịu sự đổi thay, mà các vị thông thái cho rằng hiện hữu trong thế giới, [thì đối với ta cũng vậy], ta bảo rằng: 'Tri thức ấy hiện hữu [trong thế giới]'.

«Này các tỳ-kheo, có một thứ hiện tượng mang tính cách toàn cầu (world-phenomenon) mà Tathāgata *(Như Lai)* trực tiếp tỉnh ngộ *(awake / thức tỉnh)* đối với nó, thấu triệt được nó. Và sau khi tỉnh ngộ đối với nó, thấu triệt được nó, thì ta nêu nó lên, thuyết giảng về nó, mô tả nó, phơi bày nó. Ta vạch trần nó, giải thích nó, làm cho nó trở nên sáng tỏ. Vậy trong thế giới hiện tượng mang tính các toàn cầu ấy là gì mà Tathāgata trực tiếp tỉnh ngộ đối với nó, thấu triệt được nó – và sau khi đã trực tiếp tỉnh ngộ đối với nó, thấu triệt được nó – thì ta nói lên, giảng dạy, mô tả, trình bày, vạch trần, giải thích về nó và làm cho nó trở nên sáng tỏ?

«Hình tướng (form) là một thứ hiện tượng mang tính cách toàn cầu (world-phenomenon) trong thế giới mà Tathāgata trực tiếp tỉnh ngộ *(awake / thức tỉnh)* đối với nó, thấu triệt được nó. Và sau khi trực tiếp tỉnh ngộ đối với nó, thấu triệt được nó, thì Tathāgata nêu nó lên, thuyết giảng về nó, mô tả nó, trình bày nó. Tathāgata vạch trần nó, giải thích nó, làm cho nó trở nên sáng tỏ. [Thế nhưng] nếu bất cứ ai – sau khi được nghe Tathāgata nói lên, thuyết giảng, mô tả, trình bày, vạch trần, giải thích về nó và làm cho nó trở nên sáng tỏ – nhưng vẫn không hiểu được nó, không trông thấy được nó, thì nào ta có làm gì được cho kẻ điên rồ *(fool / đần độn)* ấy, con người bình dị *(run of the mill / tầm thường)* ấy: một con người mù lòa, không có mắt, không hiểu biết cũng không trông thấy?

(Câu trên đây được lặp lại với các trường hợp liên quan đến sự cảm nhận (feeling), sự nhận thức (perception), các sự tạo tác tâm thần] (fabrications) thế nhưng đã được rút ngắn nhằm tránh bớt sự dài dòng)

«Sự cảm nhận (feeling) là một thứ hiện tượng toàn cầu… [luôn biến đổi] trong thế giới… mà Tathāgata trực tiếp tỉnh ngộ đối với nó…

«Sự nhận thức (perception) là một hiện tượng toàn cầu …[luôn biến đổi] trong thế giới… mà Tathāgata trực tiếp tỉnh ngộ đối với nó…

«Các sự tạo tác [tâm thần] (fabrications) là các hiện tượng toàn cầu…[luôn biến đổi] trong thế giới… mà Tathāgata trực tiếp tỉnh ngộ đối với nó… *(xin lưu ý : ba chấm liên tiếp (…) là cách biểu trưng cho các đoạn đã được cắt bớt)*.

«Tri thức (consciousness) là một hiện tượng toàn cầu trong thế giới mà Tathāgata tỉnh ngộ đối với nó, thấu triệt được nó. Và sau khi tỉnh ngộ đối với nó, thấu triệt được nó, thì Tathāgata nói lên về nó, thuyết giảng nó, mô tả nó, trình bày nó. Tathāgata vạch trần nó, giải thích nó, làm cho nó trở nên sáng tỏ. Bất cứ ai – sau khi được nghe Tathāgata nói lên, giảng dạy, mô tả, trình bày, vạch trần, giải thích về nó và làm cho nó trở nên sáng tỏ – nhưng vẫn không hiểu, không trông thấy, thì nào ta có làm gì được cho kẻ điên rồ *(fool / đần độn)* ấy: một con người mù lòa, không có mắt, không hiểu biết cũng không trông thấy?

«Này các tỳ-kheo, tương tự như một đóa hoa sen màu tía , màu đỏ hay màu trắng – mọc trong nước, vươn lên trong nước – vượt khỏi mặt nước, nhưng không hề thấm nước ; Tathāgata cũng vậy – sinh ra trong thế giới, lớn lên trong thế giới – chinh phục được thế giới, nhưng không hề bị thế giới làm cho ô uế».

Vài lời ghi chú

Bài giảng nêu lên hai điểm nổi bật, trước hết là sự chuyển động và tình trạng luôn biến đổi của mọi hiện tượng trong thế giới, kể cả thân xác và cả những gì hiển hiện bên trong tâm thức của mỗi cá thể con người: từ thân xác vật chất, các sự cảm nhận, các sự nhận thức, các sự tạo tác tâm thần cho đến toàn bộ tri thức, tất cả và hoàn toàn tất cả đều chuyển động và thường xuyên biến đổi. Từ trên thân xác cho đến bên trong tâm thức của mỗi con người, từ vũ trụ cho đến không gian và cả thời gian, không có một hiện tượng nào – một dhamma nào – là trường tồn, bất biến, vô tận, không gánh chịu sự đổi thay. Bám víu vào các hiện tượng đó – có nghĩa là bám víu vào vô thường, bám víu vào các dhamma – thì chỉ là cách mang lại khổ đau cho mình mà thôi. Đối với những người mượn bản chất vô thường của mình để bám víu vào bản chất vô thường của chính mình và của cả của thế giới – nhưng không hề ý thức được điều đó – dù đã được nghe Đức Phật 'nói lên, giảng dạy, mô tả, trình bày, vạch trần, giải thích về điều đó và làm cho điều đó trở nên sáng tỏ, thì những người ấy chỉ là những người đần độn, không hiểu gì cả, không trông thấy gì cả'. Câu trách cứ đó quả là nghiêm khắc, thế nhưng tiếc thay chẳng có một lời nào khác hơn: con người vô thường lăn xả vào vô thường của chính mình và của cả thế giới, và xem đấy là cội nguồn của hạnh phúc, là mục đích của đời mình. Tuy nghiêm khắc thế nhưng thiết nghĩ chúng ta cũng nên nhìn vào những lời trách cứ ấy của Đấng Thế Tôn để ngẫm nghĩ về cuộc sống của chính mình.

Điểm nổi bật thứ hai là lời kết luận của toàn bộ bài giảng, và đấy cũng là tấm gương cho chúng ta nhìn vào : Đức Phật sinh ra trong thế giới hiện tượng, lớn lên trong thế giới hiện tượng, thế nhưng Ngài đã thoát ra khỏi mọi hiện tượng trong thế giới và vượt lên trên thế giới, tương tự như một đóa hoa sen mọc trong nước, lớn lên trong nước và vượt lên trên mặt nước.

Sau hết, xin trích dẫn hai câu 351 và 352 trong một tập gộp chung 423 câu thuyết giảng của Đức Phật, mang tựa là *Dhammapada / Những lời thuyết giảng chủ yếu về Dhamma* (Khuddaka Nikāya / Tiểu Bộ Kinh, phẩm Buddha Vagga / Con đường của Đức Phật). Chữ pada trong chữ Dhammapada có nghĩa là chủ yếu, căn bản hay quan điểm (foot, base, root, position), kinh sách Hán ngữ thì lại gọi những lời thuyết giảng này là 'cú', chữ cú có nghĩa là câu văn hay câu thơ, và toàn bộ 425 câu thuyết giảng thì gọi là Kinh Pháp cú. Hai câu trích dẫn này như sau:

351. Vị ấy (tức là Đức Phật) đã đi trọn con đường,
Vượt thoát mọi sự thèm khát,
Bẻ gẫy được các mũi tên của sự hình thành.
Loại bỏ được mọi sự sợ hãi và mọi thứ ô nhiễm,
Thân xác [hiện tại] này của vị ấy là thân xác cuối cùng.

352. Loại bỏ được mọi sự thèm khát và mọi sự bám víu,
Vị ấy nắm vững được những lời thuyết giảng [của mình],
Chủ động được những lời do mình nêu lên,
Thấu triệt được những lời do kẻ khác nói ra,
Vị ấy là một vị Hiền triết, một Vĩ nhân.

Dưới đây là phần tóm lược ý nghĩa chủ yếu trong các bài thuyết giảng đã được trích dẫn trên đây:

Bài giảng nêu lên *Câu chuyện về sự tranh cãi* (*Vivadanda Sutta*

- AN 2.37) cho thấy Đấng Thế Tôn là một vị đã thoát ra khỏi mọi sự thèm khát dục tính, vượt lên trên mọi quan điểm và các định kiến.

Bài giảng ngắn về các thắc mắc của Māluṅkya (*Cūḷa Māluṅkyovāda Sutta* - MN 63) cho thấy Đấng Thế Tôn rất thiết thực, trông thấy được sự xao lãng của chúng sinh. Ngài khuyên chúng sinh không nên thắc mắc về những gì viển vông và vô ích mà phải trực tiếp nhìn vào những gì ích lợi và khẩn thiết hơn đối với họ, tương tự như trường hợp một người bị trúng một mũi tên tẩm thuốc độc thì phải tức khắc nhổ bỏ mũi tên ấy đi.

Bài giảng cho người tỳ-kheo Vakkali (*Vakkali Sutta* - SN 22.87) nêu lên lời khuyên của Đức Phật là phải nhìn vào Dhamma, nhưng không nên chỉ biết nhìn vào con người của Ngài. Đức Phật nói với người tỳ-kheo Vakkali một câu như sau: «Này Vakkali, tại sao lại cứ muốn trông thấy cái thân xác ghê tởm này [của ta]? Này Vakkali, bất cứ ai trông thấy Dhamma thì sẽ trông thấy ta; và bất cứ ai trông thấy ta thì sẽ trông thấy Dhamma». Đức Phật hóa thành Giáo huấn của Ngài, bước theo Giáo huấn của Ngài tức là trông thấy được con người của chính Ngài.

Bài giảng về đóa hoa sen (*Puppha Sutta* - SN 22.94) nêu lên một câu nói của Đấng thế Tôn như sau: «Này các tỳ-kheo, tương tự như một đóa hoa sen màu tía, màu đỏ hay màu trắng – mọc trong nước, vươn lên trong nước – vượt khỏi mặt nước, nhưng không hề thấm nước; Tathāgata / Như Lai cũng vậy – sinh ra trong thế giới, lớn lên trong thế giới – chinh phục được thế giới, nhưng không hề bị thế giới làm cho ô uế».

Trong tập sách góp nhặt *Các câu giảng chủ yếu về Dhamma* (*Dhammapada / Kinh Pháp cú* – Khuddaka Nikāya) có một câu như sau: 'Đức Phật là một Vị Thầy nắm vững được những lời thuyết giảng của mình, chủ động được những lời do mình nêu lên, thấu triệt được những lời do kẻ khác nói ra. Vị Thầy ấy là một vị Hiền triết, một Vĩ nhân'.

Các trích dẫn trên đây thiết nghĩ có thể giải đáp được phần nào thắc mắc: 'Đức Phật là ai?'. Trong chương tiếp theo dưới đây, chúng ta sẽ nêu lên một thắc mắc khác: 'Phật giáo là gì ?'.

Chương 2: Phật giáo là gì?

Câu hỏi khá bất ngờ này biết đâu cũng có thể khiến chúng ta hoang mang, bởi vì chúng ta nhìn vào sự sinh hoạt nơi chùa chiền, đọc sách, hoặc nghe các vị thầy thuyết giảng..., và cứ nghĩ rằng đấy là Phật giáo. Thế nhưng nếu có ai yêu cầu chúng ta giải thích Phật giáo là gì, giáo lý và chủ đích trong việc tu tập Phật giáo là gì, thì đôi khi có thể khiến chúng ta lúng túng.

Đối với người Tây phương cũng vậy, với tinh thần duy lý trong trong truyền thống văn hóa và khoa học của họ, thì họ cũng thắc mắc không kém, tuy nhiên cũng có đôi chút khác biệt là họ cố gắng tìm hiểu sâu xa hơn để cố tìm câu giải đáp cho thắc mắc đó của họ: Phật giáo là gì? Khi họ nhìn vào các hình thức tu tập màu mè mà họ trông thấy khắp nơi tại các nước Á châu, thì họ nghĩ rằng Giáo huấn của Đức Phật là một 'tôn giáo', tương tự như các 'tôn giáo' của họ. Vì vậy họ đã ghép thêm chữ isme vào chữ Bodhi để tạo ra chữ Buddhisme trong tiếng Pháp và chữ Buddhism trong tiếng Anh, và các chữ này thì có nghĩa là 'Phật giáo'. Một học giả Phật giáo người Pháp rất uyên bác là Philippe Cornu, trong một quyển sách của ông (Manuel de bouddhisme, philosophie, pratique et histoire / Quyển sách Giáo khoa về Phật giáo, triết học, tu tập và lịch sử, Tome I, Éd. Randgdöl, 2019, tr. 15), có cho biết chữ Bouddhisme là do một sử gia người Pháp là Michel-Jean-François Ozeray nêu lên lần đầu tiên năm 1817.

Thế nhưng chữ Bodhi trong tiếng Pali và tiếng Phạn thì chỉ có nghĩa là sự Hiểu biết, sự Giác ngộ hay sự Tỉnh thức, không có gì trong đó để có thể gọi đấy là một tôn giáo, ít nhất là theo cách hiểu của người Tây phương. Bất cứ ai đạt được sự Hiểu biết ấy thì gọi là một vị Phật /

Buddha. Vị đầu tiên thực hiện được thành quả đó, bởi chính mình và bằng sự cố gắng của riêng mình, là vị Gotama (Cồ Đàm). Sự Hiểu biết / Bodhi vô cùng rộng lớn đó (parijānāti) mà Vị Phật Gotama đã thực hiện được thì gọi là Dhamma, nói lên sự Tỉnh thức và sự Giác ngộ tối thượng và trực tiếp của Vị ấy trước hiện thực của thế giới và sự vận hành của thế giới. Chữ Dhamma do đó không mang cùng một ý nghĩa với chữ Bouddhism với tư cách là một 'tôn giáo' mà người Tây phương đặt ra. Vậy chúng ta hãy thử tìm hiểu xem Dhamma có nghĩa là gì.

Ý nghĩa của chữ Dhamma

Khi người Tây phương khám phá ra kinh điển bằng tiếng Pali trên đảo Tích Lan vào cuối thế kỷ XIX, thì các dịch giả đầu tiên vào thời đó và cả vào đầu thế kỷ XX dịch chữ Dhamma sang tiếng Anh là 'Law', với nghĩa từ chương là Luật pháp. Thế nhưng rất sớm sau đó khi người Tây phương nhận thấy cách dịch đó không thích nghi. Chữ Dhamma trong Giáo lý của Đức Phật có nghĩa là sự vận hành của thế giới, sự chuyển động của các hiện tượng trong thế giới, và cả những gì hiển hiện bên trong tâm thức của một cá thể. Sự vận hành này tùy thuộc vào một trật tự (order) nào đó, một quy luật tự nhiên nào đó, chi phối tất cả mọi hiện tượng trong tâm thức con người và cả bên ngoài vũ trụ, phản ảnh sự tương liên, tương kết và tương tạo (interdependence, conditioned co-production) giữa tất cả các hiện tượng ấy. Sự vận hành tương liên và tương tạo đó chuyển động theo một nguyên lý thật hiển nhiên, đó là sự níu kéo giữa 'nguyên nhân-và-hậu quả', nhưng không tùy thuộc vào một sự lèo lái, chỉ huy hay một quyền lực thiêng liêng nào cả. Ý nghĩa trên đây của chữ Dhamma thuộc lãnh vực Triết học và Khoa học, và khi đã ý thức được điều đó thì người Tây phương không còn dịch chữ Dhamma là Luật Pháp (Law trong tiếng Anh và Loi trong tiếng Pháp), mà dùng thẳng chữ này trong tiếng Pali là Dhamma.

Câu phát biểu sau đây của Đức Phật: 'Trông thấy ta tức là trông thấy Dhamma, trông thấy Dhamma tức là trông thấy ta' có thể giúp chúng ta hiểu thêm một ý nghĩa khác cũng sâu sắc không kém: Dhamma là Đức Phật và Đức Phật cũng chính là Dhamma. Đức Phật mang 'Thân xác Dhamma' (Dhamma-kāya / chữ kāya có nghĩa là thân thể hay thân xác vật chất) nhưng sau đó đã hóa thành 'Dhamma' (Dhamma-bhūta /

chữ bhūta có nghĩa là sự trở thành, sự chuyển hóa) là sự 'Vận hành của Hiện thực', một thể dạng tỏa rộng phi-vật-chất vượt lên trên sự chuyển động của thế giới và cả vũ trụ. Tóm lại Đức Phật là Dhamma và Giáo huấn của Ngài thì cũng gọi là Dhamma, đồng thời Dhamma cũng biểu trưng cho Hiện thực, và Hiện thực cũng 'Chỉ là như thế'. Chữ Buddhism / Phật giáo do người Tây phương đặt ra năm 1817 không có cùng một ý nghĩa với chữ Dhamma do Đức Phật nêu lên từ hơn hai mươi lăm thế kỷ trước đó. Chữ Dhamma được Đức Phật nói đến trong hàng ngàn bài giảng của Ngài, xin độc giả hãy lưu ý đến ý nghĩa trên đây của chữ Dhamma trong khi tìm hiểu các bài thuyết giảng của Ngài. Khi Dhamma của Đức Phật được đưa vào Trung Quốc vào thế kỷ thứ I, thì tại đế quốc này chữ Dhamma được dịch là 'Pháp' (法), tương tự như vào đầu thế kỷ XX người Tây phương dịch chữ này là Law (Luật Pháp). Kinh sách tiếng Việt vay mượn cách dịch này trong kinh sách Hán ngữ, và ngày nay kinh sách tiếng Hán và cả tiếng Việt vẫn tiếp tục gọi Dhamma của Đức Phật là 'Pháp'. Đức Phật không phải là một 'quan tòa' cũng không biểu trưng cho một 'bộ luật' nào cả, mà chỉ là 'Dhamma'. Không thấu triệt được ý nghĩa của thuật ngữ này sẽ khó nhận thấy được sự sâu sắc trong các bài giảng của Đấng Thế Tôn.

Chữ Dhamma bắt nguồn từ động từ Dhr, có nghĩa là: chống đỡ, bảo vệ (to hold, to carry, to maintain, to place, to destine, to fix in...) một nguyên lý, một trật tự, một phương thức vận hành của hiện thực, và cũng là một trong hai ý nghĩa chủ yếu đã được nói đến trên đây. Thế nhưng chữ Dhamma cũng còn có thêm một ý nghĩa khác: đó là các hiện tượng (phenomenon / tiếng Pali là dhammo). Chữ hiện tượng ở đây có thể là hữu hình hay vô hình, hiển hiện trong tâm thức con người dưới hình thức tư duy và xúc cảm, hoặc vận hành trong môi trường vũ trụ qua các hiện tượng vật lý. Trong trường hợp này – tức là các hiện tượng – thì chữ Dhamma được người Tây phương viết không hoa – dhamma – nhằm phân biệt với chữ Dhamma viết hoa, mang các ý nghĩa đã được giải thích trên đây.

Nếu hiểu chữ Dhamma là phương cách Vận hành của mọi hiện tượng (dhamma) bên trong tâm thức con người và bên ngoài thế giới thì chữ Dhamma – viết hoa mang ý nghĩ là Giáo huấn hay Giáo lý của Đấng Thế Tôn – cũng có thể phản ảnh hay đồng hóa với sự 'Hiểu biết' hay 'Quán thấy Hiện thực', và sự Hiểu biết siêu việt đó thuộc vào lãnh vực của trí năng (cognition), một sự nhận thức, một sự khám phá của tâm thức, nhưng không phải là một ân huệ, một sự ưu đãi hay ban tặng từ một quyền lực thiêng liêng nào cả từ bên ngoài. Nói một cách khác thì Đức Phật không thể ban cho chúng ta sự hiểu biết mà chúng ta phải tự phát huy sự hiểu biết cho mình và bởi chính mình. Đức Phật chỉ có thể chỉ bảo chúng ta phương cách phải làm như thế nào để mang lại cho mình sự Hiểu biết đó thế thôi. Qua một góc nhìn khác, thuộc một cấp bậc khác, thì một người tu hành, một nhà sư chẳng hạn, không đại diện cho một quyền lực nào cả, không có khả năng xá tội hay ban phúc cho người khác, mà chỉ có thể giúp họ tự mình thực hiện các việc ấy cho mình. Người xuất gia và những người thế tục là những người đồng hành, sự khác biệt duy nhất là người tu hành tạo được nhiều điều kiện thuận lợi hơn so với người thế tục, nhờ đó họ phát động được một sự hiểu biết – trên nguyên tắc – được xem là cao hơn. Một nhà sư có thể thay mặt chúng ta để dâng sớ cầu an cầu siêu cho chúng ta, thế nhưng chúng ta cũng có thể tự cầu an cầu siêu cho chính mình và cho tất cả chúng sinh. Đấy là một trong số đặc tính chủ yếu và quan trọng mà người bước theo con đường Phật giáo ở một cấp bậc nào đó phải luôn nhắc nhở mình.

Chữ Dhamma, thêm một lần nữa qua ý nghĩa trên đây, cho thấy Phật giáo không phải là một 'tín ngưỡng' dựa vào những lời thần khải, các huyền thoại, các truyền thuyết, hay một sức mạnh thiêng liêng cao hơn cấp bậc con người, mà là dựa vào các kinh nghiệm cảm nhận sâu sắc và một sự hiểu biết siêu việt của một Con Người, nhưng cũng không hoàn toàn giống như là những con người chúng ta, mà là một Con người Giác ngộ, một Con người Tỉnh thức, một vị Buddha, một vị Phật. Chúng ta là những con người u mê, lầm lẫn, nhiều lắm thì cũng chỉ là những con người đang tìm cách phát động sự Giác ngộ ấy, sự Tỉnh thức ấy của một vị Phật. Do đó chúng ta chỉ là các bodhisatta [bodhi+satta], chữ satta có nghĩa là chúng sinh, và chữ ghép bodhisatta có nghĩa là các chúng sinh mang xu hướng hay tiềm năng trở thành một vị Phật. Sự bình đẳng đó là một đặc tính quan trọng khác của Phật giáo: người tu tập không phải chỉ đơn giản là một tín đồ (faithful, believer) tin vào kẻ khác, quyền năng của kẻ khác, hay một sức mạnh thiêng liêng, mà là một con người tự chủ, tự mình nắm giữ số phận và tương lai của chính mình. Thế nhưng trên thực tế thì 'tự mình nắm giữ số phận và tương lai của chính mình' không phải là chuyện dễ. Xin trích dẫn câu sau đây trong một bài giảng của Đấng Thế Tôn mang tựa là Bodhirājakumāra Sutta / Bài giảng cho vị hoàng thân Bodhi (Majjhima Nikāya / Trung Bộ Kinh – MN 85): «Dhamma do ta khám phá ra thật sâu sắc, khó quán thấy, khó thấu triệt, an bình, tuyệt vời, vượt lên trên phạm vi lý luận, chỉ có thể hiểu được bởi các vị cao thâm bằng sự hiểu biết trực tiếp». Sự hiểu biết trực tiếp là một sự hiểu biết trực giác hiện lên từ bên trong tâm thức và con tim của mình, không nhờ vào một hình thức trung gian nào cả. Thế nhưng sự hiểu biết trực tiếp đó chỉ có thể hiện lên với chúng ta qua những sự cố gắng, suy tư và luyện tập lâu dài.

Sự hình thành của Phật giáo

Ý nghĩa trên đây của chữ Dhamma là nền tảng độc đáo của toàn bộ Phật giáo, thế nhưng Phật giáo không phải là một một trào lưu triết học, một nền giáo huấn phát sinh đột ngột và vô cớ, mà được hình thành trong một khung cảnh tín ngưỡng thật lâu đời, chi phối bởi ba bộ kinh Veda (Vệ-đà) của đạo Bà-la-môn (Bramahnism) hay Ấn giáo (Hinduism) nói chung. Dù chủ trương một căn bản giáo lý khác hẳn, thế nhưng Phật giáo cũng đã phải vay mượn các thuật ngữ quen thuộc trong khung cảnh tín ngưỡng thời bấy giờ để phổ biến và đưa giáo lý ấy vào xã hội. Các thuật ngữ Dhamma, nibbāna (niết-bàn, tiếng Phạn là nirvāna), saṃsāra (cõi luân hồi), kamma (nghiệp, tiếng Phạn là karma)... là các thuật ngữ đã có từ trước thế nhưng trong Giáo huấn của Phật giáo thì mang ý nghĩa khác hẳn. Hãy nêu lên một thí dụ nhỏ, chẳng hạn như trường hợp nêu lên sự xoay vần của sự sống hay 'cõi luân hồi', thì đạo Bà-la-môn chủ trương mỗi cá thể con người hàm chứa một linh hồn, và linh hồn mang tính cách cá nhân – phản ảnh vốn liếng của một cá thể – sẽ tiếp tục đeo đuổi cá thể ấy hết kiếp sống này sang kiếp sống khác. Trong khi đó thì Dhamma của Đức Phật chủ trương linh hồn chỉ là ảo giác, một sự giả tưởng mà thôi, sự sống này tiếp nối với một sự sống khác, tùy thuộc vào các tác động do mỗi kiếp sống tự gây ra trong suốt quá trình diễn tiến của kiếp sống đó của mình. Hoặc trường hợp khi đạo Bà-la-môn cho rằng karma (nghiệp) là một định mệnh thì Dhamma của Đức Phật giải thích kamma là kết quả mang lại bởi cung cách hành xử của từng mỗi cá thể xuyên qua từng mỗi ý nghĩ, ngôn từ và hành động của cá thể ấy.

Dhamma của Đức Phật trong các lãnh vực tín ngưỡng, đạo đức và triết học là cả một cuộc cách mạng triệt để, kể cả đối với các xã hội tiến bộ ngày nay. Một bài thuyết giảng của Đức Phật mang tựa là *Saṅgārava Sutta / Bài thuyết giảng cho Saṅgārava* (Majjhima Nikāya / Trung Bộ Kinh – MN 100) có thể nêu lên sự hình thành và các đặc tính của nền Tư tưởng và Giáo huấn độc đáo đó. Thế nhưng trước khi tìm hiểu về bài thuyết giảng này, thiết nghĩ chúng ta cũng nên nêu lên thắc mắc 'Phật giáo là gì', một thắc mắc mà người Tây phương, với tinh thần duy lý của họ, luôn tự hỏi. Thật vậy, khi Phật giáo chủ trương một sự hiểu biết dựa vào các sự cảm nhận sâu xa của tâm thức, du nhập vào nền văn hóa Tây phương chủ trương một sự hiểu biết duy lý, đã mở ra một bầu không gian hoàn toàn mới lạ. Trong khi Phật giáo tìm hiểu nguyên nhân đưa đến sự chuyển động của mọi hiện tượng trong tâm thức và cả trong thế giới bên ngoài, thì văn hóa và khoa học Tây phương lại nhìn vào sự chuyển động của các hiện tượng (dhamma) bên ngoài tâm thức thuộc vào sự chuyển động chung của thế giới để tìm hiểu và suy tư. Tình trạng đó là nguyên nhân sâu xa nhất khiến người Tây phương phải thắc mắc trước Giáo lý Phật giáo.

Giải đáp cho các thắc mắc trên đây là cả một vấn đề rất lớn. Trong một quyển sách nhỏ của một học giả 'rất lớn' là Philippe Cornu, các thắc mắc và hiểu lầm của người Tây phương về Phật giáo đã được nêu lên. Quyển sách mang tựa là 'Le Bouddhisme, une philosophie du bonheur ?' / Phật giáo phải chăng là một triết thuyết về hạnh phúc ? (Nhà xuất bản Seuil, 2013). Trong quyển sách này tác giả cho biết Phật giáo là đầu đề của vô số các sự hiểu lầm, chẳng hạn như xem Phật giáo là một nền triết học nhưng không xem là một tôn giáo, đồng hóa phép thiền định với sự chú tâm thăng bằng của tâm thức gọi là 'chánh niệm', xem cái tôi / 'cái ngã' chỉ là một hình thức xúc cảm theo cách định nghĩa của khoa tâm lý học, hiểu khái niệm về kamma / nghiệp như là một thứ định mệnh, xem lòng từ bi của Phật giáo đơn giản là một sự xúc động của con tim, v.v... Thế nhưng cũng thật lạ lùng, các thắc mắc của người Tây phương cùng các cố gắng tìm hiểu của họ đã đưa Phật giáo bước một bước thật dài trong một thế giới duy lý. Trái lại tại Đông phương, một số người nhất là những người bước theo Phật giáo Hán ngữ, lại chỉ nhìn vào Giáo huấn của Đấng Thế Tôn qua các hình thức lễ lạc màu mè của một tôn giáo đơn thuần.

Dưới đây là bài thuyết giảng mang tựa là *Saṅgārava Sutta / Bài thuyết giảng cho Saṅgārava* (Majjhima Nikāya / Trung Bộ Kinh - MN 100), và trong bài thuyết giảng này Đức Phật nêu lên thật cụ thể và thiết thực ý nghĩa của Dhamma do chính Ngài thực hiện. Ngài thuật lại cuộc hành trình của mình từ lúc rời bỏ gia đình, tìm các vị tu hành cao thâm để học hỏi, thế nhưng Ngài đều thất vọng vì giáo lý của họ không đáp ứng được chủ đích mà Ngài mong đợi. Sau đó thì Ngài tự tìm kiếm một con đường mới lạ hơn, và sau những thử thách gay go thì Ngài đạt được một sự 'Hiểu biết trực tiếp', một sự hiểu biết phát sinh từ sự tập trung, cô đọng, thăng bằng và hợp nhất của tâm thức, một sự hiểu biết chưa hề có ai nói đến và cũng chưa hề có ai thực hiện được. Sự 'Hiểu biết trực tiếp' đó là do Ngài tự thực hiện được cho Ngài và bởi chính Ngài. Sự hiểu biết đó là một sự 'Bừng tỉnh', một sự 'Tỉnh ngộ' trước bản chất của sự sống và trước hiện thực của toàn thể vũ trụ. Sự 'Bừng tỉnh' hay 'Tỉnh ngộ' đó còn được gọi sự 'Giác Ngộ' hay Dhamma, và Đức Phật đã nói lên sự Giác Ngộ đó hay Dhamma đó với những con người trong châu thổ sông Hằng trên miền bắc Ấn cách nay đã hơn hai-mươi-lăm thế kỷ, và dường như cho cả chúng ta hôm nay. Vậy sự Giác ngộ ấy là gì?

> *Ta đã đạt được sự hiểu biết trực tiếp: 'Đây là khổ đau'.*
> *Ta đã đạt được sự hiểu biết trực tiếp : 'Đây là nguyên nhân đưa đến khổ đau'.*
> *Ta đã đạt được sự hiểu biết trực tiếp : 'Đây là sự chấm dứt khổ đau'.*
> *Ta đã đạt được sự hiểu biết trực tiếp : 'Đây là con đường đưa đến sự chấm dứt khổ đau'.*
> *Ta đã đạt được sự hiểu biết trực tiếp : 'Đây là những thứ ô nhiễm [tâm thần].*
> *Ta đã đạt được sự hiểu biết trực tiếp : 'Đây là nguyên nhân làm phát sinh ra các thứ ô nhiễm [tâm thần]'.*
> *Ta đã đạt được sự hiểu biết trực tiếp : 'Đây là sự chấm dứt của các thứ ô nhiễm [tâm thần]'.*

Ta đã đạt được sự hiểu biết trực tiếp : 'Đây là con đường đưa đến sự chấm dứt của các thứ ô nhiễm [tâm thần]'

Sự 'Giác Ngộ' hay Dhamma qua các câu tóm lược ngắn gọn trên đây là cốt lõi của cả Phật giáo. Cốt lõi đó chỉ là một nắm lá, thế nhưng nắm lá trong lòng bàn tay của một Đấng Giác Ngộ cũng đủ giúp chúng ta bước vào một khu rừng của những sự hiểu biết mênh mông: Khi nào các sự ô nhiễm vẫn còn làm cho tâm thần bị ô uế, thì chúng ta sẽ vẫn còn phải vật lộn với khổ đau. Dưới đây là bản chuyển ngữ *Bài thuyết giảng cho Saṅgārava* (*Saṅgārava sutta* - MN 100) của Đấng Thế Tôn:

Bài thuyết giảng cho Saṅgārava

Saṅgārava Sutta - MN 100

(Dựa theo các bản dịch tiếng Anh của Bhikkhu Sujato, Nyanamoli Théra và Piya Tan)

Tôi từng được nghe như vầy. Lúc đó Đấng Thế Tôn cùng với đoàn tùy tùng đông đảo đang du hành trong xứ sở của người dân Kosala. Lúc bấy giờ cũng có một phụ nữ thuộc đẳng cấp Bà-la-môn *(đẳng cấp cao nhất trong số bốn đẳng cấp trong xã hội Ấn vào các thời kỳ cổ đại)* tên là Dhanañjānī ngụ tại Caṇḍalakappa *(một địa danh trong xứ Kosala)*. Bà này rất ngưỡng mộ Đấng Thế Tôn, cả Giáo huấn và cả Tăng đoàn của Ngài. Một hôm, bà bị trượt chân suýt ngã nhưng gượng lại được, tức khắc bà thốt lên ba lần một câu thật thành kính phát xuất từ con tim mình *(một phản ứng tự động nói lên sự may mắn của mình là dù bị vấp nhưng gượng lại được, không bị ngã)*:

«Xin tôn vinh Đấng Thế Tôn, vị Toàn năng, vị Giác ngộ hoàn toàn tỉnh thức!»

«Xin tôn vinh Đấng Thế Tôn, vị Toàn năng, vị Giác ngộ hoàn toàn tỉnh thức!»

«Xin tôn vinh Đấng Thế Tôn, vị Toàn năng, vị Giác ngộ hoàn toàn tỉnh thức!»

Đồng thời vào đúng lúc đó cũng có một người sa-di Bà-la-môn *(một người thanh niên còn trẻ mới bước vào cuộc đời tu tập để sau này sẽ trở thành một giáo sĩ Bà-la-môn) mang tên là Saṅgārava (là em chồng của bà Dhanañjānī)* nghe thấy. Người thanh niên Bà-la-môn Saṅgārava này cũng ngụ tại Caṇḍalakappa, và tuy là một cậu thanh niên còn trẻ, mới mười-sáu tuổi *(theo các bản dịch của nhà sư Nyanamoli Thera và nhà sư Bhikkhu Sujato thì người sa-di Saṅgārava mới mười-sáu tuổi, các bản dịch khác thì chỉ cho biết là một thanh niên trẻ tuổi)*, vừa mới xuống tóc *(mới bước vào cuộc sống của người tu hành)*, thế nhưng thông suốt cả ba bộ kinh Veda *(Vệ-đà / các Kinh điển lâu đời của đạo Bà-la-môn và Ấn giáo nói chung)* cùng các thuật ngữ chuyên biệt, các nghi thức lễ lạc, các cách tụng niệm và cả từ nguyên của các thuật ngữ [trong kinh điển], và sau hết là nắm vững được các lời khuyến dạy thiêng liêng *(testament / các lời khuyên bảo, các lời sấm truyền trong các kinh Veda)* thuộc vào cấp bậc thứ năm [trong việc tu tập], ngoài ra người thanh niên này cũng thông hiểu cả thiên văn và nhận biết được cả các tướng tốt của các vị đại nhân.

(Theo tư liệu của Wisdom Library và Tự điển của Hiệp hội Văn bản Pali (Pali Text Society's Dictionary) thì Tạng Luận / Abhidhamma Piṭaka cho biết là người thanh niên Saṅgārava là em chồng của bà Dhanañjānī. Trong bài giảng này, lúc đầu Đức Phật gọi người thanh niên sa-di bằng tên gọi là Saṅgārava, sau đó thì gọi người sa-di này bằng tên gia tộc là Bhāradvāja. Sở dĩ dài dòng là vì các bản dịch sang các ngôn ngữ Tây phương cũng như các bản dịch Hán ngữ nói chung thường bị lúng túng trong cách gọi tên cũng như cách xưng hô giữa các nhân vật. Chẳng qua là vì trong các ngôn ngữ này cách xưng hô giữa các nhân vật trong khi đàm thoại khá đơn giản, chẳng hạn như I và You, Toi và Moi, Je và Vous, 我 và 你..., trong khi đó thì cách xưng hô trong tiếng Pali rất phức tạp, phân biệt nam và nữ, thứ bậc trong gia đình, tuổi tác, thuộc bên mẹ hay bên cha, lớn tuổi hơn hay nhỏ hơn cha hay mẹ mình..., tương tự như cách xưng hô của người Việt Nam. Hãy nêu lên một thí dụ : pitu có nghĩa là cha, mahāpitu là bác tức là anh của cha, cūlapitu có nghĩa là chú tức là em của cha, chú và bác phía họ mẹ thì lại được gọi bằng các tên gọi khác nữa, v.v...).

Sau khi nghe bà Dhanañjānī thốt lên những lời như thế *(những lời tôn vinh Đức Phật khi bị vấp nhưng không ngã)* thì người thanh niên Saṅgārava cất lời với bà này như sau:

«Này bà chị Dhanañjānī, quả là một sự hổ thẹn cho bà chị đấy! Là người Bà-la-môn *(thuộc đẳng cấp quý phái nhất trong xã hội và tu tập theo đạo Bà-la-môn)* thì tất phải thấu triệt được cả ba bộ kinh Veda, [thế nhưng] bà chị lại tôn vinh người tu hành khổ hạnh giả dối, râu ria cạo sạch đó.

«Này cậu em của ta *(trong các bản dịch tiếng Anh là 'my little dear'. Trong bản dịch bài giảng này trong Đại Tạng Kinh tiếng Việt thì gọi là 'Hiền giả (?) thân mến')*, cậu chẳng hiểu gì cả về đức độ và trí tuệ của vị Giác Ngộ *(tức là Đức Phật)*. Nếu hiểu được các phẩm tính của Vị ấy, thì cậu sẽ chẳng bao giờ có thái độ cư xử tồi tệ và miệt thị Vị ấy đến như vậy».

«Vậy thì, thưa bà chị *(ma'am trong các bản dịch tiếng Anh)*, khi nào vị Giác ngộ đến Caṇḍalakappa thì xin bà chị cho em biết nhé!

«Này cậu em thân quý, tôi sẽ cho cậu biết *(cách ăn nói của người chị là Dhanañjānī vẫn giữ được sự từ tốn và lịch sự, gọi người em chồng Saṅgārava là cậu em thân quý, trong các bản dịch tiếng Anh là các chữ: my dear, my little dear, blessed you my dear..., các cách gọi này dễ đưa đến hiểu lầm)* ».

Trong khi đó thì Đấng Thế Tôn du hành hết chặng đường này đến chặng đường khác trong xứ sở của người dân Kosala, sau cùng thì đến [thị trấn] Caṇḍalakappa, và ngụ trong khu vườn xoài của một gia tộc Bà-la-môn mang tên là Todeyya *(câu chuyện cho thấy trong khung cảnh tín ngưỡng thời bấy giờ dường như không có sự kình chống hay kỳ thị nào đáng kể trên phương diện tín ngưỡng, các học phái các tông phái cùng sinh hoạt hài hòa với nhau, các phương pháp tu tập đều mang ít nhiều nét tương tự nhau, ít nhất là trên phương diện hình thức)*.

Được tin Đấng Thế Tôn vừa đến Caṇḍalakappa, bà Dhanañjānī bèn tìm gặp người thanh niên Bà-la-môn Saṅgārava để thông báo và sau đó còn bảo thêm: «Này cậu em thân quý, phúc đức thay cho cậu, vậy cậu cứ tùy nghi tìm gặp vị ấy nhé!».

Người sa-di Bà-la-môn Saṅgārava đáp lại: «Vâng, thưa bà chị». Sau đó thì người sa-di tìm gặp Đấng Thế Tôn, khi gặp được Ngài thì trao đổi với Ngài vài lời xã giao, sau khi trao đổi vài lời xã giao và lễ phép thì ngồi sang một bên và cất lời với Đấng Thế Tôn như sau:

«Thưa Thầy Gotama *(người sa-di Saṅgārava gọi Đức Phật là Thầy Gotama / Thầy Cồ Đàm, nhưng không gọi một cách kính cẩn hơn là Thế Tôn / Bante hay Bhagavā chẳng hạn)*, có một số các vị tu hành khổ hạnh và các vị thánh thiện *(thánh thiện /divine là cách gọi các vị thông thái, các vị tu sĩ Bà-la-môn chẳng hạn)* tự cho rằng mình đã thực hiện được và thấu triệt được thật hoàn hảo sự hiểu biết trực tiếp *(có nghĩa là các sự hiểu biết phát sinh từ các cảm nhận sâu xa của chính mình, không phải là các sự hiểu biết học hỏi được từ người khác)* tại nơi này và trong hiện tại này *(những sự hiểu biết do mình tự khám phá ra trong hiện tại, không phải là các truyền thống lâu đời hoặc là do người khác thuật lại)* thì sau đó đứng ra giảng dạy các nguyên tắc [căn bản] của một cuộc sống thánh thiện. Vậy thì Thầy Gotama có phải là một trong số các vị ấy hay không?».

(Dưới đây là những lời của Đức Phật nêu lên với người sa-di Saṅgārava về ba thể loại Thầy tâm linh khác nhau và sau đó thì cho biết mình là một vị Thầy như thế nào trong số ba thể loại của các vị thầy đó)

«Có một số vị tu hành và một số vị thánh thiện *(các vị Bà-la-môn)* tự cho rằng mình đã thực hiện được và thấu triệt được một sự hiểu biết trực tiếp *(do chính mình thực hiện được cho mình vả bởi chính mình)* thật hoàn hảo tại nơi này và trong hiện tại này bằng cách duy nhất dựa vào các huyền thoại truyền khẩu, và sau đó thì đứng ra giảng dạy các nguyên tắc của một cuộc sống thánh thiện *(tức là các vị thầy đứng ra thành lập các tín ngưỡng dựa vào các truyền thuyết)*. Đấy là trường hợp của các vị Thầy Bà-la-môn trong truyền thống của Ba bộ kinh Veda *(Ba bộ kinh Vệ-đà / Three Vedas / Ba bộ kinh truyền khẩu trường thiên và lâu đời nhất trong nền tư tưởng và tín ngưỡng của nước Ấn, đưa đến sự hình thành toàn bộ các tông phái và học phái trong Ấn giáo).*

«Có một số vị tu hành và một số vị thánh thiện cho rằng mình đã thực hiện được và thấu triệt được sự hiểu biết trực tiếp thật hoàn hảo tại nơi này và trong hiện tại này, bằng cách duy nhất dựa vào đức tin, và sau đó thì đứng ra giảng dạy các nguyên tắc của một cuộc sống thánh thiện. Đấy là trường hợp của các vị siêu phàm, các vị Thầy chủ trương chủ nghĩa Duy lý Bất khả tri *(Rationalist Sceptics / Rationalistic*

Metaphysicists) / những người chủ trương giáo lý cho rằng những gì vượt lên trên các cảm nhận cụ thể thì không thể nào hiểu được, trông thấy được và chứng minh được, nói một cách khác là phải dựa vào đức tin để chấp nhận những sự hợp lý không thể nào giải thích được hay hiểu được – bất khả tri – chẳng hạn như sự hiện hữu của Trời và ý chí của Trời là những gì 'hợp lý' nhưng 'không thể hiểu' được).

«Có một số vị tu hành và một số các vị thánh thiện tự mình và bởi chính mình thực hiện được sự thấu triệt, sự hoàn hảo về một sự hiểu biết trực tiếp tại nơi này và trong hiện tại này về Dhamma *(chữ Dhamma trong trường hợp này có thể hiểu là 'Nguyên lý hay Nguyên tắc' vận hành của hiện thực', kinh sách tiếng Hán dịch là 'Pháp')* liên quan đến các dhamma *(trái lại chữ dhamma trong trường hợp thứ hai này thì chỉ có nghĩa các 'hiện tượng' trong vũ trụ, cùng các xúc cảm, ý nghĩ, các sự tạo tác và các sự hình dung, phát sinh từ bên trong tâm thức con người)*, một sự hiểu biết chưa hề có ai nói đến, và sau đó thì đứng ra giảng dạy các nguyên tắc của một cuộc sống thánh thiện.

«Này Bhāradvāja *(trên đây Đức Phật gọi người thanh niên sa-di bằng tên gọi là Saṅgārava, bắt đầu từ đây đến cuối bài giảng thì Đức Phật gọi người thanh niên này bằng tên gia tộc là Bhāradvāja, và chữ này cũng có nghĩa là các vị 'thông thái', các vị 'thánh thiện' theo truyền thống trong các bộ kinh Vệ-đà / Veda)*, ta thuộc vào nhóm [các vị Thầy] thứ ba trên đây. Đấy là cách [mà Bhāradvāja] phải hiểu về các điều ấy *(về ba thể loại thầy sáng lập tôn giáo ấy. Đồng thời Đức Phật cho người thanh niên Saṅgārava biết mình là một vị Thầy thuộc vào nhóm thứ ba, tức là một vị Thầy thấu triệt được Nguyên lý vận hành của Vũ trụ (Dhamma) và sự chuyển động của mọi hiện tượng trong thế giới và cả trong tâm thức con người (dhamma) và đứng ra giảng dạy các nguyên tắc của một cuộc sống thánh thiện).*

«Này Bhāradvāja, trước đây khi ta chưa đạt được sự Tỉnh thức *(Enlightenment / sự Giác ngộ)* thì ta cũng chỉ đơn giản là một vị Bồ-tát (Bodhisatta / tiếng phạn là Bodhisattva), và ta nghĩ rằng: 'Cuộc sống trong gia đình quả là chật hẹp và dơ bẩn *(dirty / đầy bụi bặm)*. Cuộc sống thoát ly là một sự mở rộng. Sống trong khung cảnh gia đình sẽ không thể nào tạo được cho mình một cuộc sống thánh thiện, hoàn hảo và tinh khiết, mà chỉ tương tự như một vỏ ốc được mài bóng *(cuộc sống trong gia đình tuy tiện nghi nhưng chật hẹp và gò bó, tương tự như tự giam mình trong một vỏ ốc)*. Hãy hình dung ta cắt bỏ râu tóc, khoác lên người chiếc áo màu nghệ, rời bỏ gia đình, chọn cho mình một cuộc sống không nhà, thì đấy có phải là [một giải pháp] tốt hơn không ?

«Trước đó, khi còn là một thiếu niên tóc đen, thừa hưởng tuổi thanh xuân trong giai đoạn đầu của cuộc sống – dù thuở đó mẹ ta *(mẹ nuôi và cũng là em gái của người mẹ sinh ra mình, bởi vì người mẹ sinh ra mình đã qua đời sau khi sinh nở. Phải chăng sự mất mát đó cũng là một niềm đau, một động cơ sâu kín trong lòng người thanh niên Gotama từ thuở bé, thúc giục mình tìm một con đường khác hơn cho cuộc sống của mình)* và cả cha ta đều rất đau buồn, nước mắt ràn rụa, mong ta chọn một quyết định khác hơn – thế nhưng ta vẫn cứ cắt bỏ râu tóc, khoác lên người chiếc áo màu nghệ, thoát ly gia đình để bước vào cuộc sống không nhà.

«Ta ra đi là để tìm một cái gì đó ích lợi, mong cầu một sự an bình tối thượng và tuyệt vời, vì thế ta đã tìm gặp vị Ālāra Kālāma *(một vị Thầy tâm linh)* và nói với vị ấy: 'Này bạn Kālāma, tôi mong cầu được bước theo một cuộc sống thánh thiện trong Dhamma *(Giáo lý)* ấy và Giới luật ấy *(tức là một cuộc sống ích lợi, tối thượng và tuyệt vời mà người thanh niên Gotama hằng mong cầu)*'.

«Sau khi nghe ta nói lên những lời ấy thì vị Ālāra Kālāma trả lời ta như sau: '[Vậy thì] Ngài hãy cứ lưu lại nơi này *(vị thầy Ālāra Kālāma xem người thanh niên Gotama là một vị hoàng thân, một người tu hành và gọi người này là Ngài)*. Đối với Dhamma ấy thì một người thông thái *(a wise man / một người sáng suốt, thông minh, một người Bà-la-môn nói chung)* chỉ cần một thời gian ngắn là có thể hòa nhập và an trú bên trong Dhamma ấy để tự mình thực hiện sự hiểu biết trực tiếp cho mình, nhờ vào giáo lý của người thầy mình'.

«Ta bắt đầu học hỏi ngay Dhamma đó. Thế rồi ta có thể tụng niệm trên đầu môi, lặp lại từng lời giáo huấn của vị ấy và thuyết giảng trở lại với tất cả sự hiểu biết và tự tin, [đồng thời] ta cũng hiểu được và trông thấy được nhiều người khác [ngoài ta ra] cũng đã từng làm được như thế *(điều đó cho thấy Dhamma của vị thầy Ālāra Kālāma không có gì là siêu việt và nhất là quá khó đối với người thanh niên Gotama).*

«Ta suy nghĩ như thế này: 'Vị Ālāra Kālāma ấy khi nêu lên Dhamma của mình thì không nhất thiết là chỉ đơn giản dựa vào đức tin *(tin tưởng vào một cái gì đó cao siêu hơn mình)*, mà vị ấy đã từng hòa nhập được và an trú được bên trong Dhamma ấy, do chính mình thực hiện được nó bằng sự hiểu biết trực tiếp [của mình]. Thật hiển nhiên là vị Ālāra Kālāma đã từng hòa nhập và an trú bên trong sự hiểu biết và quán thấy của Dhamma ấy'.

«Thế rồi [sau khi suy nghĩ như thế], ta tìm gặp vị Ālāra Kālāma và nói với vị ấy: 'Này bạn Kālāma, bằng phương cách nào *(qua khía cạnh nào, dựa vào đâu)* mà bạn tuyên bố là mình đã hòa nhập được với Dhamma đó, do mình thực hiện được nó bởi chính mình bằng sự hiểu biết trực tiếp [của mình]?'

«Sau khi những lời đó được nêu lên, thì vị ấy cho biết đấy là [cách dựa vào] nền tảng của sự trống không (nothingness)' *(Giáo lý / Dhamma của vị Thầy Ālāra Kālāma được thiết lập xoay quanh ý niệm về bản chất trống không / vô ngã / vô thực thể của mọi hiện tượng. Trái lại, dưới đây chúng ta sẽ thấy Dhamma của Đức Phật được dựa vào các kinh nghiệm cảm nhận sâu xa hiển hiện từ một thể dạng tâm thức hợp nhất, cô đọng, thăng bằng và vững chắc của mình, do mình tự thực hiện được nó từ bên trong chính mình).*

«Ta lại suy nghĩ như thế này: 'Không phải chỉ có vị Ālāra Kālāma là có đức tin; ta cũng có đức tin. Không phải chỉ có vị Ālāra Kālāma hội đủ nghị lực; ta cũng hội đủ nghị lực. Không phải chỉ có vị Ālāra Kālāma là thực hiện được sự chú tâm đúng đắn (mindfulness / chánh niệm); ta cũng thực hiện được sự chú tâm đúng đắn. Không phải chỉ có vị Ālāra là thực hiện được sự tập trung tâm thần (concentration); ta cũng thực hiện được sự tập trung tâm thần. Không phải chỉ có vị Ālāra là tạo được sự hiểu biết; ta cũng tạo được sự hiểu biết. [Vì thế] phải chăng ta cũng tạo được sự chủ động [cần thiết] giúp mình thực hiện được Dhamma do chính vị ấy nêu lên và tuyên bố rằng mình đã hòa nhập được với nó, do chính mình đã thực hiện được nó, bằng sự hiểu biết trực tiếp [của mình]?

«Ta nhanh chóng hòa nhập được và an trú được bên trong Dhamma ấy, do chính ta thực hiện được nó bởi chính ta bằng sự hiểu biết trực tiếp [của ta]. Sau đó thì ta tìm vị Ālāra Kālāma và nói với vị ấy : 'Này bạn Kālāma, đấy có phải là cách mà bạn đã hòa nhập được vào bên trong Dhamma đó, do chính bạn thực hiện được nó, bằng sự hiểu biết trực tiếp [của bạn] hay không *(cách xưng hô cho thấy là người thầy và người đệ tử đã trở thành những người đồng tu ngang hàng nhau)*?

«Này bạn *(cách gọi này cho thấy vị thầy Ālāra Kālāma xem người đệ tử Gotama ngang hàng với mình, một người đồng đạo và đồng tu với mình, không còn là một vị hoàng thân như trước nữa)*, [đúng vậy] chính đấy là cách giúp ta hòa nhập với Dhamma đó, do ta thực hiện được nó bởi chính ta bằng sự hiểu biết trực tiếp [của ta].

«Này bạn, đối với ta cũng vậy, đấy cũng là cách mà ta hòa nhập và thường trú được trong Dhamma đó, do ta thực hiện được nó bởi chính ta, bằng sự hiểu biết trực tiếp [của ta]' *(người đệ tử cũng thực hiện được Dhamma của người thầy)*.

«Này bạn, quả là một thắng lợi *(một sự tích cực)* cho [cả hai] chúng ta, quả là cả một sự thắng lợi thật to lớn khi có một người đáng kính như thế cùng đồng hành với mình trong cuộc sống thánh thiện. Thật vậy, Dhamma mà ta cho biết là đã hòa nhập được với nó, là do ta thực hiện được nó, bằng sự hiểu biết trực tiếp [của ta], và ta cũng cho biết thêm là cùng với Dhamma đó bạn đã hòa nhập được và an trú được bên trong nó, [thế nhưng] Dhamma ấy là do chính bạn thực hiện được nó, bằng sự hiểu biết trực tiếp [của bạn]. Và [ngược lại] Dhamma mà bạn hòa nhập được với nó và an trú được bên trong nó, là do chính bạn thực hiện được nó bằng sự hiểu biết trực tiếp [của bạn], thì ta cũng cho biết là cùng với Dhamma đó ta đã hòa nhập được với nó và an trú được bên trong nó, và Dhamma đó thì lại là do chính ta thực hiện được nó, bằng sự hiểu biết trực tiếp [của ta] *(nói một cách ngắn gọn hơn thì người Thầy và người đệ tử cả hai cùng cảm nhận được một thứ Giáo lý duy nhất, một thứ Dhamma như nhau, thế nhưng Dhamma ấy, dù là một thứ, nhưng là do mỗi người tự thực hiện được cho mình từ bên trong chính mình, bằng sự hiểu biết trực tiếp của riêng mình. Nói một cách khác nữa thì người trò và người thầy cả hai đã thực hiện được cùng một sự quán thấy và hiểu biết như nhau, và cũng có nghĩa là người trò đã đạt được một sự hiểu biết và quán thấy ngang hàng với người thầy).*

Đấy là cách mà vị Thầy ta là Ālāra Kālāma đặt ta, là người học trò *(người đệ tử)*, ngang hàng với mình *(tức là người Thầy)*, và đấy cũng là cách mà vị ấy ban cho ta một vinh dự to lớn nhất.

«[Thế nhưng] ta cho rằng: 'Dhamma ấy không mang lại sự thanh thản *(dispassion / sự an nhiên, sự bình lặng, sự buông xả)*, sự xa lánh các thứ xa hoa *(lust / sự ham muốn, sự đam mê)*, sự dừng lại *(cessation / sự chấm dứt)*, sự an bình, sự hiểu biết trực tiếp *(direct knowledge / sự quán thấy, sự trực nhận do mình tạo được bởi chính mình)*, sự thức tỉnh *(enlightenment / sự giác ngộ)* hoàn hảo và Nibbāna *(Niết-bàn / nguyên nghĩa của chữ này là sự tắt nghỉ, nói lên một thể dạng không có gì hiển hiện cũng chẳng có gì biến mất, duy nhất chỉ là một thể dạng phẳng lặng và an bình tuyệt đối)*, mà đấy chỉ là căn bản *(base / cấp bậc)* sơ đẳng của thể dạng trống không *(the base consisting of nothingness / một khía cạnh sơ đẳng của hiện thực, phản ảnh bản chất trống không của mọi sự hiện hữu, tóm lại là một sự nhận thức về bản chất của hiện thực, nhưng không phải và cũng chưa phải là một sự tỉnh thức và giác ngộ đúng nghĩa của nó)*'.

«Ta không thỏa mãn với Dhamma đó *(không thừa nhận nhận giáo lý đó là lợi ích, có thể mang lại một sự an bình tối thượng và tuyệt vời. Dù thấu triệt được và hòa nhập được với sự trống không của mọi hiện tượng cũng không mang lại một sự lợi ích thiết thực nào, không loại bỏ được khổ đau)*. Ta buông bỏ nó và ra đi.

(Trong phân đoạn trên đây Đức Phật thuật lại giai đoạn học hỏi của mình với vị thầy thứ nhất là Ālāra Kālāma, trong phân đoạn dưới đây Đức Phật tiếp tục thuật lại với người sa-di Bà-la-môn Saṅgārava về một giai đoạn học hỏi khác với vị thầy thứ hai)

«Ta ra đi là để tìm một cái gì đó ích lợi, mong cầu một sự an bình tối thượng và tuyệt vời, vì thế ta tìm gặp vị Uddaka Rāmaputta *(vị thầy thứ hai)* và nói với vị ấy: 'Này bạn, tôi mong cầu được bước theo một cuộc sống thánh thiện bên trong Dhamma ấy và Giới luật ấy' *(những gì lợi ích và một thể dạng an bình tối thượng và tuyệt vời)*.

«Sau khi nghe ta nói lên như thế thì vị Uddhaka Rāmaputta đáp lại như sau: 'Ngài có thể lưu lại nơi này. Đối với Dhamma ấy *(tức là những gì ích lợi và một sự an bình tối thượng và tuyệt vời)* thì một người thông thái [như Ngài] chỉ cần một thời gian ngắn là có thể hòa nhập và an trú được bên trong Dhamma ấy, do chính mình thực hiện được nó, bằng sự hiểu biết trực tiếp của mình, nhờ vào giáo lý của người thầy mình'.

«Ta bắt đầu học hỏi ngay về Dhamma ấy *(Dhamma của vị thầy thứ hai)*. Ta khẳng định rằng ta có thể tụng niệm trên đầu môi và lặp lại từng lời trong giáo lý của vị ấy, ta có thể thuyết giảng trở lại Dhamma ấy một cách rành rọt và tự tin, [đồng thời] ta cũng hiểu được và trông thấy được là có nhiều người khác [ngoài ta ra] cũng đã từng làm được như thế *(tóm lại Dhamma / Giáo lý của vị thầy thứ hai cũng chẳng có gì là khó khăn và mới lạ, không mang lại những điều mà người thanh niên Gotama hằng mong cầu)*.

«Ta suy nghĩ như thế này: 'Vị Rāma ấy *(tức là vị thầy thứ hai là Rāmaputta)* khi nêu lên Dhamma của mình, thì không nhất thiết là chỉ căn cứ vào đức tin của mình mà đã từng hòa nhập được và an trú được bên trong Dhamma ấy của mình, do chính mình thực hiện được nó, bằng sự hiểu biết trực tiếp [của mình]. Thật rõ ràng là vị Rāma ấy đã từng an trú bên trong Dhamma ấy với tất cả sự hiểu biết *(sự chủ động, sự ý thức)* và quán thấy [của mình]'.

«Thế rồi, ta tìm vị Uddaka Rāmaputta, và nói với vị ấy như sau: 'Này bạn Rāma, bằng phương cách nào mà bạn cho rằng mình đã hòa nhập được với Dhamma đó, do chính bạn thực hiện được nó, bởi chính bạn và bằng sự hiểu biết trực tiếp [của bạn]?'.

«Sau khi ta nói lên như thế, thì vị ấy cho biết đấy là cách dựa vào nền tảng của thể dạng không-cảm-nhận cũng không-phải-là-không-cảm-nhận' *(tức là sự quán thấy hiện thực cũng chỉ là như thế, nói một cách khác là cảm nhận nhưng đứng ra ngoài sự cảm nhận ấy của mình)*.

«Ta suy nghĩ như thế này: 'vị Rāma không phải là người duy nhất có đức tin; ta cũng có đức tin. Không phải chỉ có vị Rāma là hội đủ nghị lực; ta cũng hội đủ nghị lực. Không phải chỉ có vị Rāma là thực hiện được sự chú tâm đúng đắn *(mindfulness / chánh niệm)*; ta cũng thực hiện được sự chú tâm đúng đắn. Không phải chỉ có vị Rāma là phát động được sự tập trung tâm thần; ta cũng phát động được sự tập trung tâm thần. Không phải chỉ có vị Rāma là tạo được sự hiểu biết; ta cũng tạo được sự hiểu biết. [Vì thế] phải chăng ta cũng phát huy được sự chủ động giúp mình thực hiện được Dhamma ấy, mà vị ấy cho rằng mình đã hòa nhập được với nó, và do chính mình thực hiện được nó bằng sự hiểu biết trực tiếp [của mình] *(tóm lại người thanh niên Gotama cũng nhận thấy Dhamma của vị thầy thứ hai là một cái gì đó có thể thực hiện được khá dễ dàng, thế nhưng chẳng có gì là thiết thực và hữu ích, và Dhamma đó cũng không mang lại được một sự an bình tối thượng và tuyệt vời)*?

«Và ta cũng đã nhanh chóng hòa nhập được với Dhamma đó và an trú bên trong Dhamma đó, do chính ta đã thực hiện được nó bằng sự hiểu biết trực tiếp [của ta]. Sau đó thì ta tìm vị Uddaka Rāmaputta và nói với vị ấy như sau:

«Này bạn, đấy là cách mà Rāma *(gọi thầy mình một cách thân thiện)* cho rằng là mình đã hòa nhập được với Dhamma đó, do chính mình thực hiện được nó, bằng sự hiểu biết trực tiếp [của mình'].

«Này bạn, đối với ta cũng vậy, đấy là cách mà ta hòa nhập vào Dhamma đó, và thực hiện được nó bằng sự hiểu biết trực tiếp [của ta]' *(vị Gotama cho biết là mình cũng làm được như thầy mình là Uddaka Rāmaputta, tức là thực hiện được Dhamma của thầy mình bởi chính mình và hòa nhập với Dhamma đó từ bên trong chính mình)*'.

«Này bạn, quả là một thắng lợi *(một sự tích cực)* to lớn cho [cả hai] chúng ta khi [mỗi người trong chúng ta] có được một người đáng kính như vậy cùng đồng hành với mình trong cuộc sống thánh thiện. Thật vậy, Dhamma do chính Rāma *(vị thầy tự xưng mình là Rāma)* cho biết là mình đã hoà nhập được với nó, thì cũng là Dhamma mà bạn *(người đệ tử)* đã hòa nhập được với nó và an trú bên trong nó, do chính bạn thực hiện được nó, bằng sự hiểu biết trực tiếp [của bạn]. Và [ngược lại đối với] Dhamma mà bạn hòa nhập với nó và thường trú bên trong nó, do chính bạn thực hiện được nó bằng sự hiểu biết trực tiếp [của bạn], thì ta *(tức là người thầy)* cũng khẳng định rằng chính là với Dhamma ấy mà ta *(người thầy)* đã hòa nhập được với nó và an trú bên trong nó, và tự mình thực hiện được nó bằng sự hiểu biết trực tiếp [của mình] *(vị thầy Rāma tỏ bày sự vui mừng của mình khi nhận thấy Dhamma mà mình cảm nhận được và Dhamma do người đệ tử Gotama cảm nhận được, cả hai cùng là một thứ như nhau)*.

«Đấy là cách mà vị Uddhaka Rāmaputta, người bạn đồng tu với ta trong cuộc sống thánh thiện, đặt ta vào vị trí ngang hàng với người Thầy, và ban cho ta một vinh dự to lớn nhất.

«[Thế nhưng] ta lại cho rằng: 'Dhamma ấy không mang lại sự thanh thản *(dispassion / sự thanh tịnh, sự bình thản, không đam mê)*, sự xa lánh các thứ xa hoa (đam mê), sự dừng lại *(cessation / sự chấm dứt)*, sự an bình, sự hiểu biết trực tiếp *(direct knowledge / sự quán thấy, sự nhận thức)*, sự thức tỉnh *(enlightenment / sự giác ngộ)* hoàn hảo và Nibbāna *(Niết-bàn)*; mà đấy chỉ đơn giản là căn bản sơ đẳng của sự 'phi-nhận-thức' nhưng cũng 'không-phải-là-không-nhận-thức' *(equanimity / upekkhā / thể dạng buông xả, thanh thản và bình lặng của tâm thức, thể dạng đó không phải và cũng chưa phải là sự tỉnh thức và giác ngộ đúng nghĩa của nó, tức là sự giải thoát khỏi khổ đau và sự chấm dứt của sự hình thành đưa đến sự già nua và cái chết)*.

«Ta không thỏa mãn với Dhamma đó. Ta buông bỏ nó và ra đi » *(Dhamma của vị thầy thứ hai là Uddaka Rāmaputta cũng chẳng có gì thiết thực, không tạo được một sự an bình tối thượng, không mang lại được sự chấm dứt của sự hình thành, của khổ đau và cái chết)*.

«Ta lại tiếp tục tìm kiếm một cái gì đó ích lợi, mong cầu thực hiện được một thể dạng an bình tối thượng và tuyệt vời. Thế rồi ta phiêu bạt hết nơi này đến nơi khác trong xứ sở của người dân Kosala, và sau cùng thì ta đến một nơi gọi là Senānigama *(tên của một ngôi làng nhỏ, tại nơi này có một cô bé tên là Sujata, sau này từng hiến dâng cho người tu hành khổ hạnh Gotama một bát cơm nấu với sữa)* bên cạnh khu rừng Uruvelā *(Ưu-lâu Tần-loa / một nơi hoang vắng, bên bờ sông Neranjara, nơi này có một cội cây Bồ-đề – một loại cây sung còn gọi là cây đa – và cũng tại nơi này vị tu hành Gotama cùng với năm người bạn đồng tu đã trải qua gần sáu năm dài khổ hạnh)*. Ta cảm thấy nơi này rất thú vị, một khu rừng thưa thật khả ái, nước sông trong vắt, hai bờ sông thoai thoải, lại thêm có một ngôi làng gần đó tiện cho việc khất thực. Ta nhận thấy: 'Nơi này quả là một nơi thú vị, một khu rừng thưa thật khả ái, nước sông trong vắt, hai bờ sông thoai thoải, lại thêm có một ngôi làng gần đó để khất thực. Nơi này quả là một nơi thuận tiện giúp người tu hành phát động sức cố gắng của mình'. Thế rồi ta ngồi xuống và nghĩ rằng: 'Nơi này là một nơi thuận tiện giúp ta phát động sức cố gắng' *(vị Gotama không hề nghĩ đến cũng không hề tiếc rẻ cảnh tiện nghi nơi hoàng triều mà mình đã bỏ lại, mà chỉ trông thấy sự thú vị và êm ả của một nơi hoang vắng. Chúng ta thì ngược lại, trông thấy nhà cao cửa rộng, tiện nghi và sang trọng thì ước ao và thèm muốn, thế nhưng khung cảnh nhà cao cửa rộng và tiện nghi cũng chẳng khác gì như một chiếc 'vỏ ốc mài bóng', bên trong vừa chật hẹp lại vừa đóng đầy bụi bặm mà thôi. Điều đó cũng chẳng khác gì như chúng ta trau chuốt thân thể mình, ăn mặc xinh đẹp, nhưng trên da thịt mình, bên trong cơ thể mình, chỉ toàn là các thứ hôi hám, tích chứa mầm mống bệnh tật và các nguyên nhân sâu xa đưa đến sự già nua và cái chết)*.

«Đến đây thì có ba phương cách so sánh [mang tính cách tương đồng] vụt hiện lên với ta trong tâm thức, [ba phương cách so sánh ấy] chưa hề có ai nói đến *(trong phần dưới đây vị tu hành Gotama sẽ mượn ba hình ảnh ẩn dụ, phản ảnh ba thể dạng tâm thần sâu kín và phức tạp của một cá thể giúp cá thể ấy ý thức được các sự bám víu, u mê và thèm khát trong tâm thức mình, và sau đó là phương cách phải làm như thế nào để thoát ra khỏi các sự bám víu, u mê và thèm khát ấy)*.

«Hãy hình dung một khúc củi ướt sũng, còn đầy nhựa cây, hơn nữa khúc củi lại nằm trong một vũng nước, và có một người cầm một cái que đang cháy và nghĩ rằng: 'Tôi sẽ đốt lên một ngọn lửa để tạo ra hơi nóng; vậy thì Bhāradvāja *(xin nhắc lại Đức Phật gọi người sa-di Bà-la-môn Saṅgārava bằng tên của gia tộc của người này là Bhāradvāja, và chữ này cũng có nghĩa là một người thông thái hiểu xa biết rộng)* nghĩ thế nào, người ấy có thể đốt lên được một ngọn lửa để tạo ra hơi nóng từ chiếc que đang cháy, bằng cách châm nó vào khúc củi ướt sũng còn đầy nhựa cây, nằm trong một vũng nước hay không?».

«Không, thưa Thầy Gotama, Tại sao lại như vậy? Bởi vì đấy chỉ là một khúc củi ướt sũng và đầy nhựa cây, và hơn thế nữa khúc củi lại nằm trong một vũng nước. Tất nhiên người ấy sẽ không sao tránh khỏi chán nản và thất vọng».

«Vì thế, này Bhāradvāja, khi nào một vị tu hành hay một vị thánh thiện *(divine / một vị Bà-la-môn)* sống với thân xác và tâm thần còn vướng mắc trong sự thèm khát dục tính – và cho đến khi nào sự dâm dục của mình, sự say đắm của mình, sự khao khát của mình về sự thèm khát dục tính chưa loại bỏ được, chưa lắng xuống được từ bên trong con người của mình – thì vị ấy dù là một nhà sư tốt hay một vị thánh thiện *(một vị Bà-la-môn)* đi nữa thì cũng không sao tránh khỏi cảm thấy khổ đau, âu lo, tan nát *(piercing / đổ vỡ)* gây ra bởi các sự cố gắng [để đạt được các thứ ấy] *(các sự đam mê và thèm khát dục tính ấy)*, đồng thời đánh mất hết khả năng hiểu biết, quán thấy và cả khả năng tỉnh thức tối thượng [của mình]. Và dù cho vị tu hành tốt ấy hay vị thánh thiện ấy không cảm thấy khổ đau, âu lo và tan nát, tạo ra bởi sự cố gắng [đạt được các thứ ấy] đi nữa *(bởi vì họ có thể xem việc thèm khát dục tính là chuyện thường tình, do đó sự cố gắng tìm kiếm các thú vui dục tính đối với họ là chuyện tự nhiên, không có gì gọi là khổ đau, âu lo hay tan nát, thế nhưng trên thực tế thì họ không trông thấy các hậu quả sẽ mang lại trong ngắn hạn và cả trong lâu dài)*, thì vị ấy cũng sẽ không sao tránh khỏi đánh mất khả năng hiểu biết, quán thấy và cả khả năng tỉnh thức tối thượng [của mình]. Đấy là sự tương đồng *(sự so sánh mang tích cách ẩn dụ)* thứ nhất hiện lên với ta một cách tự nhiên, chưa có ai nói đến *(một người tu hành hay một nhân vật quyền cao chức trọng đắm mình trong dục tính cũng tương tự như một khúc củi ẩm ướt nằm trong một vũng sình. Một vị hoàng đế với đoàn cung phi đông đảo cũng tương tự như một khúc củi sũng nước ngập trong một vùng đầm lầy to lớn hơn. Phải chăng đấy cũng là một trong các lý do đã khiến vị hoàng tử Gotama / Cồ Đàm ra đi, dù rằng mình không cảm thấy khổ đau, âu lo và tan nát trong chốn hoàng triều của vua cha ? Thế nhưng biết đâu vị hoàng tử ấy cũng cảm thấy trách nhiệm của mình vừa dự phần tạo ra một sự sinh, một đứa hài nhi, và bất cứ một sự sinh nào, một đứa hài nhi nào, một con người nào, thì cũng đều đưa đến khổ đau, sự già nua và cái chết. Sự liên lụy dục tính đó đưa đến sự sinh của con mình phải chăng đã tạo ra một sự hối hận sâu kín trong lòng vị hoàng tử, khiến vị ấy quyết định chọn cho mình một giải pháp thật can đảm và gay go: tìm cho con người và tất cả chúng sinh một lối thoát, một sự chấm dứt cuối cùng và tuyệt đối của mọi sự sinh, mọi sự hình thành?)*.

«Hãy hình dung thêm một trường hợp khác về khúc củi sũng nước và nhựa cây, nhưng được đặt trên mặt đất khô ráo, xa hẳn các vũng nước, và một người cầm một cái que đang cháy châm vào khúc củi và nghĩ rằng: 'Tôi sẽ đốt lên một ngọn lửa để tạo ra hơi nóng'; vậy thì Bhāradvāja nghĩ thế nào, người ấy có đốt lên được ngọn lửa để tạo ra hơi nóng hay không?».

«Không, thưa Thầy Gotama. Tại sao lại như vậy? Bởi vì khúc củi sũng nước và nhựa cây, dù được đặt trên mặt đất khô, xa hẳn các vũng nước cũng vậy. Tất nhiên người ấy sẽ không sao tránh khỏi chán nản và thất vọng».

«Vì thế, này Bhāradvāja *(tức là người sa-di trẻ tuổi Bà-la-môn được gọi một cách tâng bốc và kín đáo là một vị thông thái)*, khi nào một người tu hành hay một vị thánh thiện sống nhưng sự thèm khát dục tính của mình chỉ được loại bỏ duy nhất trên phương diện thân xác, trong khi [bản tính] dâm dục của mình, sự say đắm của mình, sự đam mê của mình, sự khát khao của mình về sự thèm khát dục tính vẫn chưa hoàn toàn buông bỏ được và lắng xuống bên trong chính mình *(bên trong tâm thức mình)*, thì dù là một nhà sư tốt hay một vị thánh thiện *(một vị Bà-la-môn)* đi nữa, thì cũng không sao tránh khỏi cảm thấy khổ đau, âu lo và tan nát gây ra bởi các sự cố gắng [của mình], người ấy sẽ đánh mất hết khả năng hiểu biết, khả năng quán thấy và cả khả năng tỉnh thức tối thượng [của mình]. Đấy là sự tương đồng thứ hai *(dù khúc củi được đặt vào một nơi khô ráo, thế nhưng nếu nó sũng nước và đầy nhựa cây, thì nó cũng không thể bốc cháy được để tạo ra hơi nóng)* đã hiện lên với ta một cách tự nhiên, và chưa có ai nói đến *(dù là một người tu hành tốt hay một người thánh thiện sống trong các điều kiện thuận lợi – một khúc củi ướt đặt trên mặt đất khô – nhưng vẫn còn bị sự thèm khát dục tính ám ảnh mình, tương tự như một khúc củi ướt – thì cũng đánh mất hết các khả năng hiểu biết, quán thấy và giác ngộ của mình)*.

«Hãy hình dung thêm một trường hợp khác nữa với một khúc củi thật khô, không còn nhựa cây, đặt vào một nơi khô ráo, xa hẳn các vũng nước, và một người cầm một chiếc que đang cháy và nghĩ rằng: 'Tôi sẽ đốt lên một ngọn lửa, tôi sẽ tạo ra hơi nóng'; vậy thì

Bhāradvāja nghĩ thế nào, người ấy có đốt lên được một ngọn lửa để tạo ra hơi nóng, bằng cách châm chiếc que đang cháy vào khúc củi khô không còn nhựa, đặt vào một nơi khô ráo, xa hẳn các vũng nước hay không?».

«Hiển nhiên là có, thưa Thầy Gotama. Tại sao lại như vậy? Bởi vì đấy là một khúc củi khô, không còn nhựa, đặt vào một nơi khô ráo, cách xa các vũng nước».

(Hơi nóng nêu lên trong ba trường hợp trên đây biểu trưng cho nghị lực, lòng từ bi và sức mạnh yêu thương trên thân xác và cả trong tâm thức của một người tu hành đích thật. Nếu thân xác của họ – từ đỉnh đầu đến gót chân, từ chân lông đến kẻ tóc, qua từng hơi thở và từng mỗi nhịp tim, và cả bên trong tâm thức họ, qua từng xúc cảm, từng rung động và từng tư duy – tất cả đều 'khô ráo' và 'tinh khiết', thì chỉ cần một đóm lửa thương yêu thật nhỏ cũng đủ làm bùng lên một ngọn lửa tạo ra hơi nóng, tỏa rộng chung quanh mình, và biết đâu hơi nóng đó cũng có thể lan rộng hơn trong khắp thế gian này ? Đối với chúng ta cũng vậy, dù không phải là một người tu hành tốt hay một vị thánh thiện đi nữa thì cũng nên cố giữ một thân thể tinh khiết, một tâm thức trong sạch, tránh xa những vũng sình lầy')

«Chính vì vậy, này Bhāradvāja, một người tu hành hay một vị thánh thiện sống với một thân xác và một tâm thức đã thoát khỏi sự thèm khát dục tính, và khi nào các sự ham muốn, say đắm, đam mê, khát khao của mình về sự thèm khát dục tính đã hoàn toàn được buông bỏ và lắng xuống bên trong chính mình, thì một người tu hành tốt hay một vị thánh thiện sẽ tránh khỏi các cảm nhận khổ đau, âu lo và tan nát, gây ra bởi các sự cố gắng *(các sự phấn đấu)* của mình *(nhằm mục đích tìm sự thỏa mãn cho mình)*, đồng thời sẽ phát huy được khả năng hiểu biết, khả năng quán thấy và cả khả năng tỉnh thức tối thượng [của mình]. Đấy là sự [so sánh] tương đồng thứ ba đã hiện lên với ta một cách tự nhiên, và chưa hề có ai nói đến».

«Ta lại suy nghĩ như thế này: 'Ta hãy cứ thử cắn răng và dán lưỡi lên vòm miệng, đánh thẳng vào tâm thức, bắt tâm thức phải nghiền nát tâm thức xem sao *(đây là cách nói lên một sự phấn đấu bắt buộc tâm tâm thức không cho phép các sự thèm khát dục tính dấy lên bên trong nó, thế nhưng cách hành xác đó chỉ gây ra tai hại, nhưng không hề là một phương pháp khắc phục tâm thức hay giúp cho tâm thức cường mạnh hơn)*'. Sau khi suy nghĩ như thế, ta cắn răng, dán lưỡi lên vòm miệng, đánh thẳng vào tâm thức, bắt tâm thức phải nghiền nát tâm thức. Khi ta làm như thế, thì mồ hôi chảy ra ở nách. Cứ mỗi lần như thế khi ta cắn răng, dán lưỡi lên vòm miệng, đánh thẳng vào tâm thức, bắt tâm thức nghiền nát tâm thức, thì mồ hôi chảy ra ở nách, tình trạng đó chẳng khác gì như một người lực lưỡng túm đầu hay túm vai một người yếu đuối hơn mình, đánh đập người này, khắc phục và nghiền nát người này. Và dù một nguồn nghị lực không mệt mỏi dâng lên trong ta và một sự chú tâm vững chắc (mindfulness) vẫn còn giữ được, thế nhưng thân xác ta vẫn cứ bị rã rời và chao đảo, chẳng qua là vì ta bị kiệt lực trước sự cố gắng vô cùng đau đớn đó. Thế nhưng dù sự cảm nhận đau đớn đó dâng lên trong ta nhưng không hề tràn ngập và tồn lưu trong tâm thức ta *(các phương cách khắc phục tâm thức trên đây tỏ ra vô cùng hung bạo, thế nhưng các sự thèm khát dục tính cũng là các cảm nhận hung bạo không kém, do đó hành động đập tan các sự thèm khát dục tính đòi hỏi một nghị lực phi thường, vượt lên trên sự thèm khát để có thể chế ngự sự thèm khát, sự cố gắng đó cũng tương tự như một người khỏe mạnh đánh đập một kẻ yếu đuối. Dưới đây Đức Phật sẽ cho biết là cách luyện tập đó có hiệu quả hay không?)*.

«Ta lại suy nghĩ như thế này: 'Ta hãy cứ thử luyện tập thiền định bằng cách nín thở xem sao?' Sau khi suy nghĩ như thế thì ta nín thở, không thở ra từ miệng và từ mũi. Trong khi ta làm như thế, thì có tiếng gió thổi mạnh trong hai lỗ tai *(ù tai)*, tương tự như tiếng gió trong ống thổi của người thợ rèn. Cứ mỗi lần như thế, khi ta nín thở không hít vào cũng không thở ra từ miệng và từ mũi, thì có tiếng gió thổi mạnh trong hai lỗ tai.

«Tuy nhiên, dù rằng một nguồn nghị lực không hề mệt mỏi dâng lên trong ta, thế nhưng thân xác ta vẫn cứ bị rã rời [...], sự cảm nhận đau đớn dù dâng lên trong ta, nhưng không hề tràn ngập và tồn lưu trong tâm thức ta *(lặp lại câu trên đây nhưng đã được cắt bớt để tránh dài dòng)*.

«Ta lại suy nghĩ như thế này: «Ta hãy cứ thử luyện tập thiền định xa hơn bằng cách nín thở xem sao ?' Sau khi suy nghĩ như thế thì ta nín thở không hít vào cũng không thở ra từ miệng, từ mũi và cả từ tai *(cố gắng không cảm nhận các luồng gió trong tai)*. Trong khi ta làm như thế thì có tiếng gió thổi mạnh gây rối loạn trong đầu, tương tự như một người khỏe mạnh dùng một thanh kiếm thật sắc chém vào đầu. Cứ mỗi lần như thế, khi ta không hít vào cũng không thở ra từ miệng, từ mũi và cả từ tai, thì có các luồng gió gây rối loạn trong đầu.

«Thế nhưng, dù rằng một luồng nghị lực không hề mệt mỏi dâng lên trong ta, thế nhưng thân xác ta vẫn cứ bị rã rời [...], sự cảm nhận đau đớn dù dâng lên trong ta, nhưng không tràn ngập và tồn lưu trong tâm thức ta.

«Ta lại suy nghĩ như thế này: 'Ta hãy cứ thử luyện tập thiền định xa hơn nữa bằng cách nín thở xem sao?'. Sau khi suy nghĩ như thế thì ta nín thở không hít vào cũng không thở ra từ miệng, từ mũi và cả từ tai. Trong khi ta làm như thế thì một sự đau đớn thật mãnh liệt bùng lên trong đầu, tương tự như một người khỏe mạnh siết chặt một sợi dây da quanh đầu ta. Cứ mỗi lần như thế, khi ta không hít vào cũng không thở ra từ miệng, từ mũi và cả từ tai, thì một sự đau đớn thật mãnh liệt bùng lên trong đầu.

«Thế nhưng, dù rằng một luồng nghị lực không hề mệt mỏi dâng lên trong ta, nhưng thân xác ta vẫn cứ bị rã rời [...], sự cảm nhận đau đớn dù dâng lên trong ta, nhưng không tràn ngập và tồn lưu trong tâm thức ta.

«Ta lại suy nghĩ như thế này: 'Ta hãy cứ thử luyện tập thiền định xa hơn nữa bằng cách nín thở xem sao?'. Sau khi suy nghĩ như thế thì ta nín thở không hít vào cũng không thở ra từ miệng, từ mũi và cả từ tai. Trong khi ta làm như thế thì có các luồng gió xoáy trong bụng ta, tương tự như một người hàng thịt và người phụ việc mổ bụng một con bò bằng một con dao thật sắc. Cứ mỗi lần như thế, khi ta không hít vào cũng không thở ra từ miệng, từ mũi và cả từ tai, thì có các luồng gió thật mạnh xoáy trong bụng ta.

«Thế nhưng, dù rằng một nguồn nghị nghị lực không hề mệt mỏi dâng lên trong ta, thân xác ta vẫn cứ bị rã rời [...], sự cảm nhận đau đớn dù dâng lên trong ta, nhưng không tràn ngập và tồn lưu lrong tâm thức ta.

«Ta lại suy nghĩ như thế này: 'Ta hãy cứ thử luyện tập thiền định xa hơn nữa bằng cách nín thở xem sao?'. Sau khi suy nghĩ như thế thì ta nín thở không hít vào cũng không thở ra từ miệng, từ mũi và cả từ tai. Trong khi ta làm như thế thì một sự rát bỏng mãnh liệt bùng lên trên thân thể ta, tương tự như hai người khỏe mạnh nắm chặt hai cánh tay của một người yếu đuối hơn mình [nhấc bổng] và đặt người này lên một hố than hồng để nướng. Cứ mỗi lần như thế, khi ta ngưng thở không hít vào cũng không thở ra từ miệng, từ mũi và cả từ tai, thì một sự rát bỏng thật mãnh liệt bùng lên trên thân thể ta.

«Thế nhưng, dù rằng một nguồn nghị lực không hề mệt mỏi dâng lên trong ta, thân xác ta cũng cứ bị rã rời [...] sự cảm nhận đau đớn dù dâng lên trong ta nhưng không tràn ngập và tồn lưu trong tâm thức ta.

«Đến đây, các vị thiên nhân *(deva / gods / các vị trời)* sau khi trông thấy ta [trong tình trạng đó] bèn thốt lên: 'Vị tu hành Gotama đã chết'. Một số các vị thiên nhân khác thì lại bảo: 'Vị tu hành Gotama chưa chết, mà chỉ đang hấp hối'. Một số các vị thiên nhân khác nữa thì lại bảo: 'Vị tu hành Gotama không phải là đã chết, nhưng cũng không phải là đang chết; vị ấy là một vị Arahant *(A-la-hán)*, bởi vì đấy *(các sự khắc khổ ấy)* là con đường của các vị Arahant' *(thế nhưng con đường hành xác ấy không phải là con đường mang lại sự an bình tối thượng và tuyệt vời mà người thanh niên Gotama mong cầu)*.

«Ta lại suy nghĩ như thế này: 'Vậy ta hãy cứ thử hoàn toàn nhịn đói xem sao?' Các vị thiên nhân tìm ta và bảo: 'Thưa ngài, chớ nên nhịn đói triệt để như thế. Nếu cứ làm như thế thì tất chúng ta sẽ phải bơm thức ăn thiên giới vào các lỗ hổng trên thân thể ngài giúp ngài tồn vong. Ta lại suy nghĩ như thế này: 'Nếu ta nhất quyết hoàn toàn nhịn đói thì tất sẽ được các vị thiên nhân bơm thức ăn thiên giới vào các lỗ hổng [trên thân thể ta], thì đấy chỉ là cách mà ta nói dối' *(chuyện đó không thể có được)*. Ta bèn đuổi bọn thiên nhân ấy đi bằng cách nói lên: 'Ta không cần đến chuyện ấy *(bơm thức ăn vào các lỗ hổng. Xin độc giả lưu ý: bài giảng này là dành cho một chú sa-di Bà-la-môn mới mười sáu tuổi, do đó cách xưng hô và thuật chuyện cũng như các hình ảnh ẩn dụ đôi khi mang tính cách khá trực tiếp và giản dị, thế nhưng đôi khi cũng khá dí dỏm và khôi hài. Chúng ta sẽ trở lại vấn đề này trong phần ghi chú dưới đây)*'.

«Ta lại suy nghĩ như thế này: 'Ta hãy cứ thử ăn uống thật ít, chẳng hạn mỗi lần chỉ ăn một tí xíu, dù là cháo nấu bằng hạt lăng *(lentil / một loại đậu gần giống như đậu xanh)*, cháo đậu tằm (vetch) hay cháo đậu hà-lan (pea). Khi ta làm như thế *(ăn uống thật ít)* thì thân thể ta gầy còm. Vì ăn ít, nên chân tay ta khẳng khiu như các cọng dây nho hay các đốt tre. Vì ăn ít, nên hai mông của ta giống như móng chân của con lạc đà *(đầu mỗi chân của con lạc đà có hai ngón to với hai móng tách xa nhau)*. Vì ăn ít, nên các chỗ lồi trên cột xương sống của ta chẳng khác gì như các hạt trai xâu lại với nhau. Vì ăn ít, nên các thẻ xương sườn của ta trơ xương chẳng khác gì như các kèo nhà của một kho đụn đổ nát và tróc nóc. Vì ăn ít, nên ánh mắt của ta thụt sâu vào trong hố mắt, tương tự như ánh sáng lấp loáng phản chiếu từ mặt nước tận đáy của một cái giếng thật sâu. Vì ăn ít, nên da đầu của ta nhăn nheo như da một quả bí xanh phơi ra nắng gió. Vì ăn ít, nên mỗi khi sờ vào trước bụng thì tay ta chạm cả vào cột xương sống; mỗi khi sờ vào cột xương sống [ở lưng] thì tay ta chạm cả vào da bụng. Vì ăn ít, nên mỗi khi tiểu tiện hay đại tiện thì ta thường hay ngã sấp mặt lên các thứ ấy; nhằm làm dịu bớt các cơn đau, ta thường xoa bóp chân tay, và cứ mỗi lần như thế, khi xoa đến đâu thì lông tóc mục nát tận gốc rụng khỏi thân thể ta đến đấy.

«Nhiều người trông thấy ta như thế thì họ thường thốt lên: 'Vị tu hành Gotama quả là một người [có làn da] đen đúa'. Các người khác thì lại bảo: 'Vị tu hành Gotama không phải là một người [có làn da] đen đúa, mà là một người có làn da nâu sẫm'. Các người khác nữa thì lại bảo: 'Vị tu hành Gotama không phải là một người [có làn da] đen đúa, cũng không phải là một người [có làn da] nâu sẫm, mà là một người trước đây từng có một làn da đẹp đẽ. Chỉ vì ẩm thực quá ít mà làn da trong sáng và rạng rỡ của ta trước đây không còn nữa'.

«Ta lại suy nghĩ như thế này: 'Dù là bất cứ một người tu hành nào hay một vị thánh thiện nào *(một vị Bà-la-môn nào)* trong quá khứ từng phải gánh chịu các cảm nhận khổ đau, âu lo và tan nát, phát sinh từ các sự cố gắng *(phấn đấu)* của họ, thì họ cũng chỉ đủ sức đương đầu *(equal / đọ sức)* với các cảm nhận [đau đớn] ấy, nhưng không vượt lên trên *(exceed / khắc phục, vượt thoát, loại bỏ)* được các cảm nhận [đau đớn] ấy'. Và dù là bất cứ một người tu hành nào hay một vị thánh thiện nào trong tương lai sẽ phải gánh chịu các cảm nhận khổ đau, âu lo và tan nát, phát sinh từ các sự cố gắng của họ, thì họ cũng chỉ đủ sức đương đầu với các cảm nhận ấy nhưng không vượt lên trên được các cảm nhận ấy. Và dù là bất cứ một người tu hành nào hay một vị thánh thiện nào trong hiện tại đang phải gánh chịu các cảm nhận khổ đau, âu lo và tan nát gây ra bởi các sự cố gắng của họ, thì họ cũng chỉ đủ sức đương đầu với các cảm nhận ấy nhưng không vượt lên trên được các cảm nhận ấy. Thế nhưng trước các hình phạt nặng nề *(các cảm nhận khổ đau, âu lo và tan nát)* đó thì ta đã đạt được một thể dạng siêu việt hơn so với cấp bậc con người, kể cả đối với con người ở vào cấp bậc của họ dù có đạt được được sự hiểu biết và sự quán thấy của những con Người Cao quý, thì cũng vậy. Vì thế phải chăng có một con đường khác hơn đưa đến sự giác ngộ [đích thật] *(con đường của những Người Cao quý – những người Bà-la-môn và những người bước theo các con đường tâm linh khác – chỉ là phương cách cải thiện và nâng cao sự hiểu biết và quán thấy của họ, sự hiểu biết và quán thấy đó chỉ đủ sức giúp họ đương đầu với các cảm nhận khổ đau, âu lo và tan nát, trái lại con đường của một vị Phật thì đi xa hơn, mang lại sự giác ngộ, sự thức tỉnh, vượt lên trên sự hiểu biết và quán thấy thông thường, vướng mắc bởi các sự u mê và lầm lẫn, hầu giúp mình hoàn toàn loại bỏ được các cảm nhận khổ đau, âu lo và tan nát, mang lại cho mình sự thanh thản và sự chấm dứt tuyệt đối của mọi sự hành thành, tức là không còn đưa đến sự già nua và cái chết)*?'.

«Ta lại suy nghĩ như thế này: 'Trong những lúc mà cha ta là Sakya đang bận rộn vì các việc triều đình *(bản dịch tiếng Việt trong Đại Tạng Kinh thì cho biết là đang 'đi cày'!)*, thì ta ngồi dưới bóng mát của một cây táo đỏ *('rose apple', tiếng Pali trong nguyên bản là 'jambu', theo tư liệu của Wisdom Library thì tên khoa học của cây này là Eugenia jambolana, tiếng Việt là cây Vối rừng ?)* xa hẳn các cảnh tượng thèm khát dục tính, tách ra khỏi các thứ dhamma vô ích *(chữ dhamma trong trường hợp này không có nghĩa là Nguyên lý vận hành của thế giới mà chỉ có nghĩa là các hiện tượng, các sự kiện, nói chung là các mối lo toan và các sự sinh hoạt của vua cha cùng với những người khác)* và [nhờ đó] ta đã đạt được sự hiểu biết trực tiếp tạo ra bởi sự hòa nhập và an trú bên trong thể dạng jhāna thứ nhất *(nói chung trong phép luyện tập thiền định có bốn cấp bậc lắng sâu của tâm thức, gọi là bốn jhāna. Sự kiện trên đây cho thấy Đức Phật ngày từ lúc còn là một đứa trẻ đã có xu hướng tìm nơi vắng vẻ để suy tư, lánh xa khung cảnh thèm khát dục tính, các sự sinh hoạt thường tình. Ngoài ra cũng xin nhắc thêm là vị hoàng tử Gotama lập gia đình năm mười-sáu tuổi, đến năm hai-mươi-chín tuổi thì mới có con)*, và đi kèm với thể dạng đó là sự hiển hiện bền vững và tiên khởi nhất của một niềm phúc hạnh cùng với sự thích thú *(pleasure / sự sảng khoái, sự thanh thoát)* trên thân thể, phát sinh từ khung cảnh vắng vẻ *(seclusion / ẩn dật, xa lánh các cảnh náo nhiệt và bon chen)*. Phải chăng đấy là con đường đưa đến sự Tỉnh thức *(Enlightenment / sự Tỉnh ngộ, sự Giác ngộ. Câu này cho thấy người thanh niên Gotama đã có ý định tìm cho mình một con đường, một lối sống khác hơn từ khi còn rất trẻ. Ý định xa lánh sự sinh hoạt thường tình đó đã trở thành một quyết tâm không lay chuyển khi người thanh niên Gotama vừa được hai-mươi-chín tuổi, đúng vào lúc vợ mình vừa sinh một đứa con trai. Sự sinh đó đánh dấu điểm khởi đầu của một quá trình đưa đến sự hình thành của một chúng sinh, mang lại cho chúng sinh ấy khổ đau và mọi thứ bất toại nguyện trong cuộc sống, trong đó kể cả sự kết thúc là sự già nua và cái chết. Sự ý thức đó phải chăng đã khiến người thanh niên Gotama trực nhận được trách nhiệm của mình trong quá trình đưa đến một sự hình thành, tức là sự sinh của con mình. Sự trực nhận về trách nhiệm đó phải chăng đã khiến người thanh niên ra đi để tìm một con đường rộng lớn và cao cả hơn cho mình, cho con mình sau này cũng như cho tất cả các chúng sinh?)* '. Khi hồi tưởng lại các điều đó *(cấp bậc lắng sâu thứ nhất của thiền định trong lúc ngồi yên lặng dưới một gốc cây táo đỏ)* thì ta vụt nhận ra rằng: 'Con đường ấy quả đúng là con đường đưa đến sự tỉnh thức' *(Đức Phật ý thức được con đường giải thoát khi còn là một cậu bé ngồi dưới bóng mát của một gốc cây táo đỏ, trong lúc cha mình đang bận rộn với công việc quản lý gia đình và xã hội)*.

«Ta lại suy nghĩ như thế này: 'Tại sao ta lại phải khiếp sợ *(e sợ, dè dặt)* trước sự thích thú đó *(tức là sự sảng khoái và thanh thoát trong khung cảnh vắng lặng khi tâm thức bắt đầu lắng sâu vào thể dạng thứ nhất của phép thiền định)* ? Sự thích thú đó khác hẳn với sự thích thú tạo ra bởi sự thèm khát dục tính và các thứ dhamma vô ích *(các sự sinh hoạt phức tạp và đa dạng, phản ảnh sự thúc đẩy của các thứ bản năng sinh tồn, truyền giống và sợ chết)* '.

«Ta lại suy nghĩ như thế này: 'Ta không hề khiếp sợ sự thích thú đó, bởi vì nó khác hẳn với sự thích thú tạo ra bởi sự thèm khát dục tính và các thứ dhamma vô ích' *(trong bài giảng này Đức Phật đặc biệt nhấn mạnh và nhắc đến sự nguy hiểm của sự thèm khát dục tính. Phải chăng vì bài giảng này là dành cho một người sa-di còn trẻ?)* .

«Ta lại suy nghĩ như thế này: 'Sự thích thú đó không thể nào đạt được bằng một thân thể hốc hác *(vì thiếu ăn)*. Vậy ta cứ thử ăn các thức ăn cứng - một ít cơm và một mẩu bánh bột xem sao ?'. Thế là ta bắt đầu ăn thức ăn cứng - một ít cơm và một mẩu bánh bột. Trong khi ấy thì năm người tỳ-kheo *(năm người bạn đồng tu)* hy vọng ta sẽ làm được một cái gì đó *(cao cả và lý tưởng hơn)*, và họ nghĩ như thế này: 'Nếu người tu hành Gotama làm được một điều gì đó thì tất vị ấy sẽ nói lên với chúng ta'. [Thế nhưng] sau khi [trông thấy] ta ăn một ít cơm và một mẩu bánh bột, thì năm người tỳ-kheo tỏ vẻ kinh tởm, điều đó khiến ta suy nghĩ [thay họ] bằng cách nói lên như sau: 'Người tu hành Gotama thiếu cả lòng bao dung đối với chính mình, vị ấy đánh mất sự phấn đấu *(lòng quyết tâm)* và đã quay lại với các thứ cao lương mỹ vị'.

«Thế rồi khi ta bắt đầu ăn các thức ăn cứng và tìm lại được sức khỏe, hoàn toàn loại bỏ được các sự thèm khát dục tính, tách xa mọi thứ dhamma *(các hiện tượng, các sự sinh hoạt)* vô ích, ta hòa nhập và an trú bên trong jhāna thứ nhất [của phép thiền định], đồng thời phát động một sự chú tâm vững chắc *(sustained / thăng bằng)* ở thể dạng tiên khởi nhất, gợi lên một niềm phúc hạnh và các sự thích thú trên thân thể, phát sinh từ khung cảnh ẩn dật *(seclusion / khung cảnh vắng lặng, lánh xa các sự sinh hoạt / các dhamma vô ích)*.

«Từ thể dạng tĩnh lặng phát sinh từ sự chú tâm tiên khởi và vững chắc đó, ta hòa nhập và an trú bên trong thể dạng jhāna thứ hai, mang lại sự tự tin và sự hợp nhất *(singleness / sự nhất thể)* của tâm thức *(sự tập trung và cô đọng của tâm thức, gom tụ các nguồn năng lực tâm thần bị phân tán qua các sự suy nghĩ tản mạn)*. Sự chú tâm tiên khởi (initial application) và sự chú tâm vững chắc (sustained application) *(trong thể dạng jhāna thứ nhất)* không còn nữa *(cả hai đều tan biến hết một cách tự nhiên, không còn phải cố gắng loại bỏ các sự thèm khát và phát động sự tập trung vững chắc hiện lên trong thể dạng jhāna thứ nhất)*, duy nhất chỉ còn lại một niềm phúc hạnh và các sự cảm nhận thích thú phát sinh từ sự tập trung tâm thần *(sự hợp nhất và cô đọng của tâm thức thực hiện được trong thể dạng jhāna thứ nhất)*.

«Tiếp theo đó, từ sự lắng xuống *(sự tan biến)* của niềm phúc hạnh *(hiện lên trong Jhāna thứ hai)*, ta an trú trong sự thanh thản *(equanimity / upekkhā / sự buông xả)* và sự tỉnh thức *(aware / sự cảnh giác, tỉnh táo, minh mẫn)* trong thể dạng chú tâm bền vững *(mindful / chánh niệm / vững chắc, thăng bằng)* và tròn đầy *(fully / trọn vẹn), và dù vẫn còn cảm nhận được các sự thích thú trên thân thể, thế nhưng ta cũng đã [bắt đầu] hòa nhập và an trú trong jhāna thứ ba, và điều đó có thể khiến những Người Cao quý phải thốt lên:'Vị ấy đã hòa nhập được vào một thể dạng thường trú êm ả, phản ảnh sự thanh thản (equanimity / buông xả)* và sự thăng bằng của tâm thức *(mindful / chánh niệm)* '.

«Với sự buông bỏ sự thích thú và cả đớn đau trên thân thể, cùng với với sự tan biến của niềm hân hoan và cả đau buồn trong tâm thần trước đó, ta hòa nhập và an trú trong jhāna thứ tư, một thể dạng không-đớn-đau cũng không-thích-thú, phản ảnh thể dạng của một tâm thức tròn đầy *(mindfulness / chánh niệm / sự chú tâm vững chắc và thăng bằng)* phát sinh từ sự thanh thản *(upekkhā / equanimity / buông xả)*.

«Sau khi tâm thức ở thể dạng cô đọng *(tập trung và hợp nhất, năng lực không bị thất thoát)* đã được hoàn toàn tinh khiết hóa, trở nên rạng ngời, không vấy bẩn, loại bỏ được các khiếm khuyết, trở nên mềm dẻo, dễ chủ động, vững chắc, đạt được thể dạng không lay chuyển *(imperturbability / không xao động)*, thì ta dồn tâm thức [cô đọng đó], hướng thẳng tâm thức [cô đọng đó] vào sự hiểu biết về sự hồi tưởng các kiếp sống trong quá khứ.

«Ta nhớ lại được các kiếp sống của ta trong quá khứ, một sự sinh, hai sự sinh, ..., năm sự sinh, mười sự sinh..., năm mươi sự sinh, một trăm sự sinh, một ngàn sự sinh, một trăm ngàn sự sinh, xuyên qua những khoảng thời gian thật dài (aeons) liên quan đến sự co thắt của vũ trụ, xuyên qua những khoảng thời gian thật dài liên quan đến sự trương nở của vũ trụ, xuyên qua những thời gian thật dài liên quan đến sự co thắt và trương nở của vũ trụ: 'Tại nơi này, ta từng mang tên như thế này, thuộc vào sắc tộc này, vóc dáng của ta như thế này, thức ăn của ta như thế này, các cảm nhận thích thú và cả đớn đau của ta như thế này, kiếp sống của ta kéo dài như thế này; ta chết tại nơi này và lại sinh ra tại nơi khác; thế rồi ta lại mang một tên khác, thuộc một sắc tộc khác, mang một vóc dáng khác, thức ăn của ta như thế này, các cảm nhận thích thú và cả đớn đau của ta như thế này, kiếp sống của ta kéo dài như thế này; ta chết tại nơi này và lại sinh ra tại một nơi khác nữa'. Đấy là các chi tiết và các đặc điểm của vô số các kiếp sống của ta trong quá khứ mà ta đã nhớ lại *(sự tiếp nối giữa các sự hiện hữu khác nhau xuyên qua không gian và thời gian vô tận, nêu lên một sự chuyển biến liên tục của sự sống, đồng thời cũng cho thấy trên dòng chuyển động đó không hề có một cái tôi trường tồn nào cả, mà chỉ là các tác động lôi kéo nhau theo quy luật nguyên nhân và hậu quả mà thôi).*

«Đấy là sự Hiểu Biết Đích Thật mà ta đã đạt được vào canh một trong đêm [Giác ngộ]. Khi sự u mê *(vô minh)* được loại bỏ thì sự Hiểu Biết Đích Thật sẽ hiện lên, khi bóng tối được loại bỏ thì ánh sáng sẽ hiện lên. Cũng vậy, niềm phúc hạnh sẽ hiện lên với một người khi thực hiện được sự an trú trong thể dạng cảnh giác, hăng say và chủ động được chính mình.

(Theo truyền thống văn hóa Ấn Độ thì một ngày gồm có tám thời / prahāra, căn cứ vào lúc mặt trời mọc và lúc mặt trời lặn; ban ngày gồm bốn thời: từ sáu giờ sáng đến chín giờ sáng, từ chín giờ sáng đến giữa trưa, từ giữa trưa đến ba giờ trưa, từ ba giờ trưa đến sáu giờ chiều; ban đêm có bốn thời còn gọi là bốn canh: canh một từ sáu giờ chiều đến chín giờ tối, canh hai từ chín giờ tối đến nửa đêm, canh ba từ nửa đêm đến ba giờ sáng, canh tư từ ba giờ sáng đến sáu giờ sáng. Vị Gotama sau một đêm suy tư đã đạt được sự Tỉnh thức và trở thành một Vị Phật vào lúc canh ba, trước khi mặt trời mọc đánh dấu một ngày mới cho nhân loại. Điều đó thiết nghĩ đôi khi biết đâu cũng có thể nhắc nhở chúng ta nên nhìn vào chính mình, nhìn vào thế giới để tập suy nghĩ chín chắn và sâu xa hơn, thay vì cứ mặc cho các thứ bản năng dẫn lối và thúc đẩy chúng

ta mò mẫm trong một đêm tối mênh mông và bất tận?).

«Sau khi tâm thức cô đọng *(tập trung và hợp nhất, năng lực không bị thất thoát)* trở nên tinh khiết, rạng ngời, không vấy bẩn, loại bỏ được các khiếm khuyết, trở nên mềm dẻo, linh hoạt, dễ chủ động, vững chắc, đạt được thể dạng không lay chuyển, thì ta dồn tâm thức [cô đọng đó], hướng thẳng tâm thức [cô đọng đó] vào sự hiểu biết liên quan đến sự tan biến và hiển hiện của chúng sinh *(trước hết Đức Phật hướng sự tập trung tâm thần để quán thấy các kiếp sống quá khứ của chính mình, sau đó là các kiếp sống của tất cả các chúng sinh khác. Sự sống này tiếp nối với sự sống khác xuyên qua các thời gian thật dài phản ảnh sự diễn tiến của sự sống nói chung. Đức Phật từng là một chúng sinh và cũng đã từng trải qua sự diễn tiến của sống đó trong quá khứ. Ngoài ra Đức Phật – qua tâm thức cô đọng của mình – còn quán thấy được sự diễn biến mang tính cách tiếp nối của sự sống đó tùy thuộc vào các 'hành động' / kamma của từng mỗi chúng sinh, xuyên qua sự tương tác và tương liên với tất cả các chúng sinh khác, từ thức ăn, cho đến tên gọi, vóc dáng, chủng tộc, và cả môi trường chung quanh, trong các hoàn cảnh thuận lợi hay khổ đau, mang lại cho mình sự hiểu biết và ý thức, hoặc rơi vào các cảnh huống u mê, đưa đẩy mình sinh ra tại ngôi làng này hay ngôi làng khác, trên quê hương này hay quê hương kia).*

«Từ sự quán thấy siêu việt *(heavenly / siêu nhiên, vượt bực)* đã được tinh khiết hóa, vượt cao hơn khả năng con người, ta trông thấy sự tan biến *(cái chết)* và hiển hiện *(sự sinh)* của chúng sinh, thuộc các cấp bậc thấp hay cao, xinh đẹp hay xấu xí, có cung cách hành xử tốt lành hay xấu xa; ta hiểu được sự diễn biến của chúng sinh tùy thuộc vào các kamma *(các hành động / nghiệp)* của họ, chẳng hạn như: 'Các chúng sinh này thì phải gánh chịu [hậu quả phát sinh] từ cung cách hành xử tồi tệ của mình trong các lãnh vực thân xác, ngôn từ và tâm thức, chẳng hạn như phỉ báng các vị Cao quý, tạo ra các hậu quả phát sinh từ các quan điểm sai lầm tùy thuộc vào các kamma *(hành động / nghiệp)* của họ, thì sau khi thân xác tan rã khi cái chết xảy ra, thì họ sẽ hiển hiện trong các hoàn cảnh cơ hàn *(nghèo đói, bần hàn)*, mang số phận đọa đày *(cơ cực)*, kể cả có thể rơi vào cảnh giới địa ngục *(cảnh huống vô cùng khổ đau trong thế giới)*; thế nhưng các chúng sinh khác thì xứng đáng hơn, có cung cách hành xử tốt đẹp trên thân xác, qua ngôn từ và trong tâm thức, không phỉ báng các vị Cao quý, có các quan điểm đúng đắn, tạo ra các hậu quả đúng đắn phát sinh từ các kamma *(hành động / nghiệp)* của mình, thì sau khi thân xác tan rã khi cái chết xảy ra, thì họ sẽ hiển hiện trong một cảnh giới tốt đẹp, kể cả trong cảnh giới của các thiên nhân' *(xin nhắc lại: từ cổ chí kim, ý niệm về các vị thiêng liêng bàng bạc trong tất cả mọi tín ngưỡng, người Tây phương gọi là gods, dieux..., chữ 'thiên nhân' / deva là một thuật ngữ nêu lên trong các kinh Veda / Vệ-đà của Ấn giáo dùng để mô tả các nhân vật thiêng liêng nơi cõi thượng giới. Phật giáo vay mượn thuật ngữ này – nếu có thể nói như vậy – để nói đến các chúng sinh rất thật trong thế giới này, thế nhưng thuộc các cấp bậc cao hơn và thiêng liêng hơn con người, hàm chứa các khả năng khác hơn hoặc siêu việt hơn con người, và họ cũng có thể mang các thể dạng hay các hình tướng mà con người không nhận biết được hay trông thấy được họ bằng đôi mắt 'vật chất' và 'cụ thể' của mình)*. Nhờ vào sự quán thấy siêu việt đã được tinh khiết hóa, vượt lên trên khả năng con người, ta trông thấy được sự tan biến và sự hiển hiện của chúng sinh, thuộc các cấp bậc thấp hay cao, xinh đẹp hay xấu xí, có cung cách hành xử tốt lành hay xấu xa; ta hiểu được sự diễn biến của các chúng sinh tùy thuộc vào kamma của họ.

«Đấy là sự Hiểu Biết Đích Thật thứ hai mà ta đã đạt được vào canh hai trong đêm [Giác ngộ]. Khi sự u mê *(vô minh)* được loại bỏ thì sự Hiểu Biết Đích Thật sẽ hiện lên; khi bóng tối được loại bỏ thì ánh sáng sẽ hiện lên, cũng vậy hạnh phúc sẽ hiện lên với một người an trú trong sự cảnh giác, sự hăng say và chủ động được chính mình *(Đức Phật mô tả thật minh bạch, trực tiếp và cụ thể sự Giác ngộ là gì: Sự Giác ngộ đó cũng tương tự như khi bóng tối được quét sạch thì ánh sáng hiện lên. Sự cảnh giác, hăng say và chủ động được chính mình sẽ mang lại Trí tuệ, Trí tuệ sẽ mang lại sự hiểu biết: đây là khổ đau, đây là nguyên nhân đưa đến khổ đau, đây là sự chấm dứt khổ đau, đây là con đường đưa đến sự chấm dứt khổ đau...)*.

«Khi tâm thức cô đọng *(tập trung và hợp nhất, năng lực không bị phân tán)* trở nên tinh khiết, rạng ngời, không vấy bẩn, loại bỏ được các khiếm khuyết, trở nên mềm dẻo, linh hoạt, dễ chủ động, vững chắc, đạt được thể dạng không lay chuyển, thì ta dồn tâm thức [cô đọng đó], hướng thẳng tâm thức [cô đọng đó] vào sự hiểu biết sau khi đã loại bỏ được các thứ ô nhiễm. Nhờ đó:

«Ta đạt được sự hiểu biết trực tiếp:	'Đây là khổ đau'.
Ta đạt được sự hiểu biết trực tiếp:	'Đây là nguyên nhân đưa đến khổ đau'.
Ta đạt được sự hiểu biết trực tiếp:	'Đây là sự chấm dứt khổ đau'.
Ta đạt được sự hiểu biết trực tiếp:	'Đây là con đường đưa đến sự chấm dứt khổ đau'.
Ta đạt được sự hiểu biết trực tiếp:	'Đây là những thứ ô nhiễm tâm thần.
Ta đạt được sự hiểu biết trực tiếp:	'Đây là nguyên nhân làm phát sinh ra các sự ô nhiễm'.
Ta đạt được sự hiểu biết trực tiếp:	'Đây là sự chấm dứt của các thứ ô nhiễm [tâm thần]'.
Ta đạt được sự hiểu biết trực tiếp:	'Đây là con đường đưa đến sự chấm dứt các thứ ô nhiễm [tâm thần]'.

«Khi ta hiểu được và trông thấy được các điều đó, thì tâm thức ta loại bỏ được các sự ô nhiễm tạo ra bởi sự thèm khát dục tính, các sự ô nhiễm mang lại bởi sự hiện hữu, các sự ô nhiễm phát sinh từ sự u mê *(vô minh)*. Sau khi các thứ ấy đã bị tẩy xóa thì sự hiểu biết hiện lên như sau: 'Sự giải thoát chính là như vậy'. Ta đạt được sự hiểu biết trực tiếp: 'Sự sinh đã chấm dứt, cuộc sống thánh thiện đã được thực hiện, những gì cần phải làm đã được hoàn tất, các thứ ấy không còn vượt xa hơn được nữa *(các thứ ô nhiễm của sự thèm khát dục tính, các thứ ô nhiễm của sự hiện hữu, các thứ ô nhiễm của sự u mê tâm thần, tất cả không còn tiếp tục kéo dài thêm được nữa. Sự Giác Ngộ giản dị là như vậy: tất cả mọi sự hình thành đều dừng lại, sự sinh không xảy ra, sự già nua và cái chết không xảy ra, bởi vì nguyên nhân đưa đến sự già nua và cái chết không còn nữa)* '.

«Đấy là sự Hiểu Biết Trực Tiếp thứ ba mà ta đã đạt được vào canh ba trong đêm [Giác ngộ]. Khi sự u mê *(vô minh)* được loại bỏ thì sự Hiểu Biết Đích Thật sẽ hiển hiện; khi bóng tối được loại bỏ thì ánh sáng hiện lên, tương tự như hạnh phúc hiện lên với một người an trú trong sự cảnh giác, sự hăng say và chủ động được chính mình *(sự giác ngộ thứ nhất hiện lên vào canh một: đây là khổ đau, sự giác ngộ hiện lên vào canh hai: đây là nguyên nhân đưa đến khổ đau; sự Giác ngộ tối thượng vào canh ba: đây là sự chấm dứt của khổ đau; sự Giác ngộ cuối cùng vào canh tư khi vị Gotama đứng lên vào lúc hừng đông đang ló dạng: đây là con đường đưa đến sự chấm dứt khổ đau, bốn sự giác ngộ liên tiếp đó phải chăng đã giúp một số người trong chúng ta, sau khi đã xóa bỏ được bóng tối của sự u mê, có thể nhận thấy được từng bước chân mình trên con đường đó?)*.

Sau khi được nghe những lời ấy thì người sa-di thánh thiện Saṅgārava *(tức là cậu thanh niên sa-di mười sáu tuổi theo đạo Bà-la-môn)* thốt lên: 'Thưa Ngài, vị Thầy Gotama quả không phải là một người phấn đấu tầm thường. Thưa Ngài, vị Thầy Gotama là một vị phấn đấu thật oai hùng *(heroic / dũng cảm, hào hùng)*, một vị Arahant *(A-la-hán)* đã Hoàn Toàn Giác Ngộ. Thế nhưng thưa Thầy Gotama, [theo Thầy] thì có các vị trời *(gods / các vị thiên nhân)* hay không *(người thanh niên Saṅgārava vẫn còn bị ám ảnh bởi tín ngưỡng đa thần của mình là đạo Bà-la-môn với cả một đám mây mù các vị trời trên thượng giới)*?

Này Bhāradvāja, đối với ta thì có vẻ hữu lý khi cho rằng có các vị trời *(đạo Bà-la-môn cho rằng cõi thiên gồm có vô số các vị trời, cao nhất là ba vị Brahmā / Phạm Thiên: một vị giữ vai trò Sáng tạo, một vị giữ vai trò Hủy hoại, và một vị giữ vai trò Quản lý. Phật giáo chỉ nói đến chúng sinh trong thế giới này, trong đó gồm nhiều thể dạng chúng sinh khác biệt nhau, từ một con vi khuẩn cho đến con người và cả các cấp bậc cao hơn con người, và các cấp bậc cao hơn con người thì thường được gọi là các thiên nhân / deva như đã được giải thích trên đây)* ».

«Thưa Thầy Gotama, vậy là thế nào ? Khi hỏi Thầy: 'Có các vị trời hay không ?' thì Thầy bảo rằng: 'Theo sự hiểu biết của ta thì có vẻ hữu lý khi cho rằng có các vị trời ! Nếu quả là như thế, thì phải chăng những gì mà Bhāradvāja *(tức là người sa-di Bà-la-môn)* nêu lên không hẳn là trống không *(vô nghĩa)* và sai lầm ?' *(ý nói sự hiện hữu của các vị trời 'có vẻ' hợp lý, thế nhưng sự hợp lý đó chỉ thật sự xảy ra bên trong tâm thức của những người cho rằng là 'có trời', trong số đó có người thanh niên Bhāradvāja. Vì vậy sự hiện hữu đó không nhất thiết là hoàn toàn 'trống không', vô nghĩa hay sai lầm, mà là một sự sáng tạo thật sự và cụ thể – nếu có thể nói như vậy – bên trong tâm trí hay tâm thức của những người tin là 'có trời'. Vì vậy, khi người thanh niên Bhāradvāja nêu lên câu hỏi đó thì sự hiện hữu của các vị trời tự động hiện lên – ít nhất là ở một cấp bậc nào đó, qua một sự gợi ý, tưởng tượng hay hình dung nào đó – bên trong tâm thức của người thanh niên Bhāradvāja)* ».

«Này Bhāradvāja, khi nêu lên câu hỏi: 'Có các vị trời hay không?', thì một người nào đó dù trả lời là: 'Có các vị trời' hoặc trả lời là: 'Đối với tôi thì có vẻ hữu lý khi cho rằng là có các vị trời', thì có thể nêu lên lời kết luận, không một chút do dự, là bất cứ một vị thông thái nào *(một vị Bà-la-môn nào)* cũng đều cho rằng là có các vị trời' *(vì thế tranh cãi chỉ là vô ích, khi đã cho rằng có các vị trời, thì sự hiện hữu của các vị ấy là một sự hữu lý, một sự hiển nhiên)*».

«Vậy thì tại sao Thầy Gotama lại không trả lời tôi duy nhất bằng câu thứ nhất *(tức là 'có các vị trời')*?».

«Này Bhāradvāja, quan điểm phổ biến nhất trong thế giới là có các vị trời *(thế giới ở đây có nghĩa là thế giới của những người Bà-la-môn thời bấy giờ và cũng có thể là cả thế giới của chúng ta ngày nay, vì vậy sự chấp nhận đó có vẻ phù hợp với thực tế, nhưng cũng phù hợp với cách hành xử của Đức Phật là không bao giờ tranh cãi với bất cứ ai về bất cứ một quan điểm nào. Câu trả lời trên đây vô cùng khéo léo: vừa chấp nhận, vừa phủ nhận, nhưng cũng vừa tránh né cả hai: không chấp nhận nhưng cũng không phải là không phủ nhận. Đối với chúng ta cũng vậy chỉ nên cố gắng tinh khiết hóa tâm thức mình, biến cải tâm thức mình, nhưng không tìm cách tinh khiết hóa tâm thức kẻ khác, tranh cãi với bất cứ ai cả)* ».

Sau khi điều đó *(câu trả lời đó)* được nêu lên thì người sa-di thánh thiện Bà-la-môn thốt lên: «Tuyệt vời thay, thưa Thầy Gotama... tôi là một trong số những người tìm đến với Thầy để được quy y với Thầy suốt cuộc đời tôi».

Vài lời ghi chú

Sự Giác ngộ của Đức Phật phải chăng bắt đầu từ lúc một cô bé, sống trong một thôn xóm hẻo lánh trong một góc rừng heo hút, hiến dâng một bát cơm nấu với sữa cho một người tu hành kiệt lực là Gotama ? Nếu đôi bàn tay đầy lòng thương cảm của cô bé cùng sức mạnh của một người tu hành quyết tâm, cả hai nói lên được một ý nghĩa nào đó, thì đấy chính là điểm khởi hành của một con đường thênh thang, đưa đến sự hình thành của một nền Tư tưởng siêu việt. Nền tư tưởng đó tiếp tục được quảng bá trên khắp các vùng lục địa, xuyên qua hơn hai-mươi-lăm thế kỷ cho đến ngày nay. Thế nhưng nền Tư tưởng đó của vị Giác ngộ, từ nguyên thủy không nhằm mục đích nêu cao đẳng cấp lãnh đạo của những người Bà-la-môn trong xã hội thời bấy giờ, cũng không vinh danh các vị trời trên thiên giới nêu lên trong các kinh Vệ-đà, mà chỉ là để chạm thật nhẹ năm ngón của bàn tay phải của mình vào mặt đất, vào sự khổ đau của con người trên hành tinh này.

Thật vậy, sau một đêm trầm tư và suy nghĩ dưới một cội cây trong một khu rừng hoang vắng, thì vị Gotama vụt bừng tỉnh trước một sự quán thấy và hiểu biết vô song, chưa hề có ai biết đến hay nói đến. Vị ấy liền hướng bàn tay phải của mình xuống phía dưới, các đầu ngón tay chạm vào mặt đất, để mượn địa cầu này làm nhân chứng cho sự 'Tỉnh ngộ' của mình đối với thế giới và sự khổ đau của tất cả chúng sinh trong thế giới. Cử chỉ ấy kinh sách gọi là Bhūmisparsha-mudrā, nghĩa từ chương là 'chạm vào địa cầu' hay 'chạm vào mặt đất'. Nếu lòng từ tâm trong lòng bàn tay của cô bé là hạt giống thì chủ đích của năm ngón tay của Vị Giác ngộ là đưa hạt giống đó vào thế giới. Đấy là cách phải nhìn vào Dhamma của Đức Phật và phải chăng cũng là cách mà Đức Phật nhắc nhở bổn phận của chúng ta đối với địa cầu này. Từ khi rời bỏ gia đình cho đến khi nằm xuống lần cuối cùng trên mặt đất trong một khu rừng giữa hai gốc cây sala, phải chăng cũng là cách mà vị Gotama nêu lên tấm gương về bổn phận và sự hy sinh của mình vì tất cả chúng sinh trên địa cầu này, trên mặt đất này, trong đó kể cả chúng ta hôm nay?

Đức Phật Śākyamuni

Tượng đồng thếp vàng, khoảng thế kỷ XVII-XVIII, Bảo tàng viện Patan, Népal. Gương mặt trầm lặng của một người thanh niên phi thường vừa đạt được một sự hiểu biết tối thượng sau bảy ngày đêm thiền định.

Các ngón tay của bàn tay phải chạm vào mặt đất nói lên sự tỉnh ngộ về thế giới này, bàn tay trái để ngửa gác lên đôi chân biểu trưng cho phép thiền định, mang lại cho người tu tập một sự hiểu biết siêu việt. Cử chỉ yên lặng nhưng thật mạnh đó nói lên nền tảng và chủ đích của toàn bộ Phật giáo.

Ngoài ra bài giảng trên đây cũng nêu lên một điều vô cùng quan trọng khác, đó là cách Đức Phật xác định và phân loại các vị thầy thiết lập các tín ngưỡng theo ba nhóm khác nhau:

1- Nhóm thứ nhất gồm các vị thầy dựa vào các truyền thuyết, các huyền thoại lưu lại từ lâu đời để thành lập các tín ngưỡng, chẳng hạn như trường hợp các vị thầy sáng lập các trào lưu tín ngưỡng trong Ấn giáo bằng cách căn cứ vào các truyền thuyết nêu lên trong các bộ kinh Vệ-đà, và 'đứng ra giảng dạy các nguyên tắc căn bản về một cuộc sống thánh thiện'.

2- Nhóm thứ hai gồm các vị thầy dựa vào các 'sự hợp lý' mang tính cách 'tự biện' (speculative), có nghĩa dựa vào một sự hợp lý trong lãnh vực tâm linh vượt lên trên sự hợp lý thông thường của lý trí, nói một cách khác là một sự 'hợp lý bất khả tri' (rationalist sceptic), tức là phải dựa vào 'đức tin' để 'tin' vào sự 'hợp lý' đó – chẳng hạn như các trào lưu tín ngưỡng hữu thần thời bấy giờ và cả trong thế giới ngày nay. Các vị thầy này dựa vào đức tin đó để 'giảng dạy các nguyên tắc căn bản về một cuộc sống thánh thiện'.

3- Nhóm thứ ba gồm các vị thầy, dựa vào sự hiểu biết trực tiếp, một sự quán thấy sáng suốt, minh bạch và vững chắc về bản chất của thế giới và sự sống trong thế giới. Sự hiểu biết và quán thấy đó là do mình thực hiện được bởi chính mình, từ bên trong tâm thức tập trung, cô đọng, thăng bằng và sáng suốt của mình, một sự quán thấy chưa hề có ai biết đến hay nói đến, và sau đó thì 'đứng ra giảng dạy về các nguyên tắc căn bản về một cuộc sống thánh thiện'. Đức Phật cho biết mình là một vị Thầy thuộc vào nhóm thứ ba này.

Sự nhận xét và phân loại các vị thầy và các thể loại tín ngưỡng trên đây trước hết giúp chúng ta có một ý niệm tổng quát về Dhamma của Đức Phật và cốt lõi của Phật giáo là gì, sau đó là để nhận định vị trí của Phật giáo trong đại gia đình tín ngưỡng của nhân loại nói chung, và sau hết trên phương diện cá nhân thì đấy là cách giúp chúng ta chọn lựa các vị thầy, qua sự hiểu biết và quán thấy trực tiếp và minh bạch của họ, nhằm giúp chúng ta tự biến cải con người mình và tâm thức mình ngay trong thời điểm này và trong thế giới này. Phật giáo không phải là một tôn giáo hứa hẹn là như vậy.

Cách xác định các vị Thầy theo ba nhóm trên đây đã đặc biệt thu hút sự quan tâm của rất nhiều học giả Tây phương và cả trên thế giới. Rất nhiều sách cũng như các bài khảo luận nêu lên sự nhận xét này. Chẳng hạn như trong quyển '*La Philosophie du Bouddha*' (*Triết học của Đức Phật* / nxb Editions de la Sagesse, 1995, tr. 23) học giả Môhan Wijayaratna có nêu lên và giải thích cặn kẽ về cách xác định các vị thầy trên đây. Một học giả Phật giáo khác rất uyên bác của Malaysia là Piya Tan trong một bài khảo luận và phiên dịch về bài giảng này trên trang mạng The Minding Center cũng đặc biệt nhấn mạnh đến cách xác định về các vị thầy trên đây của Đức Phật. Sự xác định đó cho thấy Đức Phật là vị Thầy duy nhất trong số các vị thiết lập tôn giáo, không dựa vào các truyền thống hay một sức mạnh thiêng liêng bên ngoài, mà chỉ dựa vào một sự hiểu biết thật sâu xa về bản chất của con người và của thế giới, một sự hiểu biết phát sinh từ thể dạng tập trung, hợp nhất và thăng bằng của tâm thức mình. Thế nhưng trên dòng lịch sử, người sau đã dựng lên một hậu cảnh tín ngưỡng hoặc khoác lên chiếc áo của một triết gia cho sự hiểu biết vô song đó của Đức Phật. Tuy thế hậu cảnh và chiếc áo triết gia đó không hẳn là một sự dư thừa mà đã góp phần không nhỏ trên đường quảng bá nền Tư tưởng thiết thực, cùng những lời chỉ dạy cụ thể rút tỉa từ nền Tư tưởng đó của Đấng Thế Tôn. Các kinh nghiệm bản thân của Đức Phật do chính Đức Phật nêu lên trong bài thuyết giảng trên đây phải chăng có thể giúp chúng ta hiểu được – ít nhất là một phần nào đó, một khía cạnh nào đó của Dhamma và chủ đích của Phật giáo nói chung là gì ?

Sau khi giải thích cho người thanh niên Bà-la-môn về ba thể loại các vị Thầy thì Đức Phật cho biết là chủ đích của mình khi rời bỏ gia đình là để tìm kiếm 'một cái gì đó ích lợi hơn, mong cầu một sự an bình tối thượng và tuyệt vời hơn'. Thế rồi người thanh niên Gotama tìm đến với hai vị Thầy: vị thứ nhất là Āḷāra Kālāma và vị thứ hai là Uddaka Rāmaputta. Sau khi tu học với họ thì người thanh niên Gotama hiểu được và đạt được rất nhanh chóng các Dhamma của họ, và tuy cả hai người Thầy đều mong muốn người đệ tử lưu lại để cùng tu tập với họ, thế nhưng người thanh niên Gotama đã ra đi bởi vì các Dhamma của họ không đáp ứng được sự mong cầu của mình: một cái gì đó ích lợi hơn mang lại một thể dạng an bình tuyệt đối và tối thượng.

Thế rồi trên đường phiêu bạt, người thanh niên Gotama đã tìm được một nơi thanh vắng vừa ý mình và có dịp kết bạn với năm người bạn đồng tu mang cùng một lý tưởng với mình. Thế nhưng tất cả sáu vị đều không thoát khỏi chủ trương tín ngưỡng của thời bấy giờ là phải đè nén các sự đòi hỏi của thân xác để phát huy một cái gì khác cao cả hơn bên trong tâm thức mình. Thế rồi một hôm, sau gần sáu năm hành xác, người thanh niên Gotama trước đây đã trở thành một con người kiệt lực, 'thân xác rã rời, và dù sức phấn đấu vẫn kiên trì, các sự đớn đau trên thân thể vẫn còn chịu đựng được', thế nhưng trong tâm thức mình không có một chút gì gọi là lóe sáng. Điều đó khiến người thanh niên Gotama ý thức được là một thể dạng tâm thức minh mẫn, sáng suốt và siêu việt chỉ có thể thực hiện được bằng cách loại bỏ các thứ ô nhiễm dấy động trong tâm thần làm cho nó bị u mê, nhưng không phải là bằng cách tàn phá thân xác mình.

Sau khi thuật lại với người thanh niên Saṅgārava về sự tai hại và vô ích trong cách tu tập hành xác thì Đức Phật cho biết là mình đã chọn một phương pháp khác hơn: giữ thân xác khỏe mạnh như là một phương tiện chống đỡ cho tâm thức. Phương pháp chủ yếu là phải hướng tâm thức vào bên trong chính nó, tập trung và hợp nhất các nguồn năng lực của nó, không để chúng bị thất thoát, đấy là cách giúp tạo ra cho tâm thức các điều kiện cần thiết giúp nó dần dần lắng sâu vào bốn cấp bậc gọi là bốn thể dạng jhāna. Đức Phật cũng đã từng thực hiện được cấp bậc lắng sâu thứ nhất đó từ lúc Ngài còn là một đứa trẻ ngồi một mình dưới gốc một cây táo đỏ.

Trong bài giảng này Đức Phật cũng mô tả quá trình diễn tiến của bốn thể dạng jhāna, tức là bốn thể dạng lắng sâu của tâm thức, đưa đến sự Tỉnh thức, thế nhưng người sau thay đổi khác đi và hình dung ra những chuyện thêm thắt mang tính cách ngoạn mục. Chẳng hạn như câu chuyện 'Câu Chi thụ chỉ' (俱胝豎指) thuật lại vị Hòa thượng Thiền sư Câu Chi mỗi khi có ai hỏi mình điều gì thì chỉ đưa ngón tay lên nhưng không trả lời, một hôm chú tiểu hầu hạ bắt chước thầy mình cũng đưa ngón tay lên khi có người hỏi mình, vị thầy bắt gặp chặt phăng ngón tay của chú tiểu. Chú tiểu sợ hãi tháo chạy, vị thầy cầm dao đuổi theo, chú tiểu quay lại trông thấy thầy mình trợn mắt đưa con dao lên thì vụt đạt được Giác ngộ. Hoặc một câu chuyện khác là 'Nam Tuyền trảm miêu' (南泉斬猫) thuật lại Hòa thượng Thiền sư Nam Tuyền (748-834) chém chết một con mèo để giảng dạy cho các đệ tử. Các câu chuyện ngoạn mục trên đây phản ảnh kín đáo một sự hung bạo nào đó, không có gì gọi là Phật giáo trong đó cả.

Ngoài ra cũng có các câu chuyện khá cực đoan khác, chẳng hạn như câu chuyện Lục Tổ Huệ Năng (638-713) 'xé bỏ kinh sách', hoặc câu chuyện 'Huệ Khả đoạn tý' (惠 可 斷 臂) thuật lại Nhị Tổ Huệ Khả (487-593) đứng ngoài trời dưới tuyết rơi suốt ba ngày liền để xin được làm đệ tử của Thiền sư Bồ-đề Đạt-ma, thế nhưng vẫn bị từ chối, sau đó đành phải tự chặt cánh tay trái của mình dâng lên vị thiền sư này. Bồ-đề Đạt-ma (thế kỷ thứ V? - VI?) là một vị thiền sư Ấn-Độ sang Trung-Quốc thành lập học phái 'Chan' / 禪 / Thiền. Vị này râu tóc xồm xoàm, hai mắt trợn trừng, ngồi nhìn vào một bức tường trong chín năm tại chùa Thiếu Lâm để chinh phục người Hán. Chúng ta có thể thắc mắc và tự hỏi không biết vị này học được Phật giáo với ai tại Ấn-Độ trước khi lên đường sang Trung-Quốc. Nơi sinh thành, năm sinh, năm mất và cả năm đến Trung Quốc của vị thiền sư này... không thống nhất giữa các tư liệu. Nhân vật mang nhiều huyền thoại thật độc đáo này phải chăng cũng chỉ là một sự sáng tạo nhằm mục đích 'chính thức hóa' một học phái được sáng lập tại Trung Quốc?

Dầu sao thì tất cả các câu chuyện nêu lên trên đây, ngoài tính cách ngoạn mục, đều phản ảnh một sự cực đoan và hung bạo kín đáo trong cả hai lãnh vực thân xác và cả tâm thần. Điều đó hoàn toàn trái ngược với Phật giáo. Mạn phép nêu lên các nhận xét trên đây không nhằm phẩm bình hay đánh giá một nhân vật hay một đường hướng tu tập nào cả, mà chỉ là để cho thấy một sự tương phản to lớn với bài giảng trên đây của Đức Phật. Tu tập bằng cách hành xác là một sự hung bạo dù là hung bạo đối với chính mình cũng vậy. Với những lời thật từ tốn và chân tình Đức Phật giảng cho một người thanh niên Bà-la-môn tự phụ và kiêu căng về sự cố gắng và kiên nhẫn của mình và sau khi được nghe những lời giảng ấy thì người thanh niên xin được làm đệ tử của Ngài, và Ngài thì chưa hề từ chối bất cứ ai xin được làm đệ tử, dù họ thuộc thành phần nào trong xã hội, kể cả những người hung ác sau khi được Ngài chuyển hóa, chẳng hạn như tên cướp giết người Aṅgulimāla (*Aṅgulimāla Sutta / Bài giảng thuật lại câu chuyện về Aṅgulimāla* - MN 86).

Trở lại với phép thiền định gồm bốn cấp bậc lắng sâu của tâm thức thì Đức Phật thuật lại với người thanh niên Bà-la-môn cách mà Ngài thực thi phép luyện tập đó hầu mang lại cho mình sự Hiểu biết Trực tiếp. Trước hết là phải tinh khiết hóa tâm thức bằng cách loại bỏ các thứ ô nhiễm là các thứ đam mê, bám víu và thèm khát, nhất là các thứ thèm khát dục tính. Xin nhắc lại là ba thứ bản năng chi phối con người nặng nề nhất là bản năng sinh tồn, bản năng truyền giống và bản năng sợ chết. Bản năng sinh tồn là một động lực thúc đẩy thường xuyên khiến chúng ta không mấy khi quan tâm và tìm hiểu, chúng ta chấp nhận dễ dàng các tác động của nó và xem đấy là các phản ứng tự nhiên. Bản năng truyền giống tạo ra các cảm nhận thích thú và hạnh phúc khiến chúng ta không nhận thấy các tác động lâu dài và nguy hại của nó. Tùy theo tuổi tác, xu hướng và cá tính của mỗi cá thể, bản năng truyền giống thường làm giảm khả năng suy tư và tạo ra sự thăng bằng của tâm thức. Bản năng sợ chết chỉ gây ra tác động khi mình gặp nguy hiểm hay các khó khăn trên phương diện sức khỏe. Trái lại bản năng sinh tồn tạo ra cho mỗi cá thể một sự căng thẳng thường xuyên, dù là ở bất cứ lứa tuổi nào cũng vậy. Bài giảng trên đây đặc biệt nhấn mạnh đến sự thèm khát dục tính, phải chăng đấy cũng là sự cố ý của Đức Phật khi giảng cho một người thanh niên?

Đối với phép thiền định nói chung thì trước hết là phải ý thức và chủ động được các sự thúc giục của ba thứ bản năng, sau đó thì phải tập trung tâm thức, không cho phép nó xao lãng khiến năng lực của nó bị thất thoát. Sự hợp nhất năng lực tâm thần đó sẽ giúp tâm thức trở về với chính nó, giúp nó trở nên cường mạnh và trong sáng, thực hiện được một sự quán thấy thật sâu xa các dhamma – các hiện tượng tâm thần – bên trong chính nó, và cả các dhamma bên ngoài chính nó – tức là thế giới. Sự quán thấy đó sẽ mang lại một sự hiểu biết trực tiếp về hiện thực liên quan đến bản chất của chính mình và của thế giới, một sự hiểu biết vững chắc xuyên qua không gian và thời gian.

Nhờ vào sự hiểu biết trực tiếp phát sinh từ sự tập trung và hợp nhất đó của tâm thức:

1- Đức Phật trông thấy được từng chi tiết một sự vận hành của sự sống trong quá khứ của mình và của tất cả chúng sinh.

2- Đức Phật trông thấy được sự hiện hữu của chúng sinh tùy thuộc và kamma (hành động / nghiệp) tốt hay xấu của các chúng sinh ấy.

3- Đức Phật trông thấy được trong sự chuyển động và bản chất của sự sống trong thế giới: Đây là khổ đau, đây là nguyên nhân đưa đến khổ đau, đây là sự chấm dứt của khổ đau, đây là con đường đưa đến sự chấm dứt của khổ đau.

'Khi sự u mê (vô minh) được loại bỏ thì sự Hiểu Biết Đích Thật (Trí tuệ) sẽ hiện lên, [tương tự như] khi bóng tối được loại bỏ thì ánh sáng sẽ hiện lên, cũng vậy niềm phúc hạnh sẽ hiện lên với một người khi đã an trú được trong thể dạng cảnh giác, hăng say và chủ động chính mình' (trích trong bài giảng trên đây của Đức Phật).

Sau hết, điểm khá then chốt và cũng là điểm cuối cùng nêu lên trong bài giảng là sự thắc mắc của người thanh niên Bà-la-môn Saṅgārava là 'Có các vị trời hay không ?' Đức Phật trả lời là đối với tất cả những người Bà-la-môn thì sự kiện 'Có các vị trời' là một sự hợp lý. Các lời ghi chú về thắc mắc này đã được nêu lên chi tiết hơn trong phần cuối của bản chuyển ngữ trên đây, do đó chỉ xin nhắc lại một cách ngắn gọn là Phật giáo không phải là một tín ngưỡng hướng vào mục đích đích thờ Trời hay các vị trời, mà chỉ cho rằng 'sự hiện hữu của các vị trời có vẻ như là một sự hữu lý', nói một cách khác và qua một góc nhìn khác, thì có thể cho rằng Phật giáo là 'vô thần', dù rằng Phật giáo qua một số khía cạnh cũng được hiểu như là một tôn giáo như là các tôn giáo khác.

Tuy nhiên cũng có một bài giảng khác rất gần với bài giảng này, trong đó nhiều đoạn gần như là lặp lại. Bài giảng này mang tựa là *Bodhirājakumāra Sutta / Bài giảng cho vị hoàng thân Bodhi* (Majjhima Nikāya – Trung Bộ Kinh – MN 85), thế nhưng các nhân vật thì khác và không thấy nêu lên thắc mắc 'có hay không có các vị trời' như trong trường hợp của bài giảng MN 100 trên đây. Ngoài ra cũng xin nêu lên một nhận xét nhỏ là nhà sư Thanissaro Bikkhu dịch bài giảng MN 85 này, nhưng dường như không dịch bài giảng tương đương là MN 100. Trên trang mạng buddha-vacana.org cũng vậy chỉ thấy đưa lên bản dịch bài giảng MN 85, nhưng không thấy bản dịch bài giảng MN 100. Dầu sao thì bài giảng này là dành cho một người thanh niên còn rất trẻ và cũng không phải là người Phật giáo, ít nhất là trong khi người thanh niên còn đang ngồi nghe giảng.

Sau hết xin trích dẫn dưới đây bản dịch *Bài thuyết giảng cho Saṅgārava* (*Saṅgārava sutta* - MN 100) trong Đại Tạng Kinh tiếng Việt, hầu các độc giả quen thuộc với các thuật ngữ tiếng Hán có thể tham khảo thêm nếu cần.

Đại Tạng Kinh Việt Nam
KINH TRUNG BỘ
Majjhima Nikàya
Hòa thượng Thích Minh Châu dịch Việt
100. Kinh Sangàrava

Như vầy tôi nghe.

Một thời Thế Tôn du hành trong nước Kosala với đại chúng Tỷ-kheo.

Lúc bấy giờ, một nữ Bà-la-môn tên Dhananjani (Đa-na-xa-ni) trú ở Candalakappa (Đan-đạt-la-kiếp-ba) có lòng tín thành Phật, Pháp và Tăng. Rồi nữ Bà-la-môn Dhananjani sau khi bị trợt chân, thốt lên ba lần cảm hứng ngữ: «Đảnh lễ đức Thế Tôn ấy, bậc A-la-hán, Chánh Đẳng Giác! Đảnh lễ đức Thế Tôn ấy, bậc A-la-hán, Chánh Đẳng Giác! Đảnh lễ đức Thế Tôn ấy, bậc A-la-hán, Chánh Đẳng Giác!»

Lúc bấy giờ, một thanh niên Bà-la-môn tên Saṅgārava trú ở Candalakappa, tinh thông ba tập Veda, với tự vững, lễ nghi, ngữ nguyên và thứ năm là các cổ truyện, thông hiểu từ ngữ và văn phạm, thâm hiểu Thuận thế luận và Đại nhân tướng. Thanh niên Bà-la-môn Saṅgārava nghe nữ Bà-la-môn Dhananjani nói như vậy, sau khi nghe, liền nói với nữ Bà-la-môn Dhanajani:

— Nữ Bà-la-môn Dhananjani này thật là hạ liệt! Nữ Bà-la-môn Dhananjani này thật là suy đồi, vì rằng trong khi các Bà-la-môn đang còn sống lại nói lời ta thán Sa-môn trọc đầu ấy.

— Này Hiền giả thân mến, có phải Hiền giả chưa biết đến giới đức và tuệ đức của Như Lai? Này Hiền giả thân mến, nếu Hiền giả biết đến giới đức và tuệ đức của Như Lai, tôi nghĩ rằng, này Hiền giả thân mến, Hiền giả sẽ không nghĩ rằng Thế Tôn đáng bị mạ lỵ, đáng bị mắng nhiếc.

— Vậy thưa Bà, khi nào Sa-môn Gotama đến tại Candalakappa, Bà hãy báo tin cho tôi biết.

— Thưa vâng, Hiền giả.

Nữ Bà-la-môn Dhananjani vâng đáp thanh niên Bà-la-môn Sangarava.

Rồi Thế Tôn tiếp tục du hành trong nước Kosala và đến Candalakappa. Tại đây, Thế Tôn trú tại Candalakappa, trong rừng xoài của các Bà-la-môn của bộ tộc Todeyya.

Nữ Bà-la-môn Dhananjani được nghe: «Thế Tôn đã đến Candalakappa, trú tại Candalakappa, trong rừng xoài của các Bà-la-môn của bộ tộc Todeyya». Rồi nữ Bà-la-môn Dhananjani đi đến thanh niên Bà-la-môn Saṅgārava, sau khi đến, nói với thanh niên Bà-la-môn Saṅgārava:

— Này Hiền giả thân mến, bậc Thế Tôn ấy đã đến Candalakappa trú tại Candalakappa, trong rừng xoài của các vị Bà-la-môn của bộ tộc Todeyya. Này Hiền giả thân mến, nay Hiền giả làm những gì mà Hiền giả nghĩ là hợp thời.

— Thưa Bà, vâng.

Thanh niên Bà-la-môn Saṅgārava, vâng đáp nữ Bà-la-môn Dhananjani, đi đến Thế Tôn, sau khi đến, nói lên với Thế Tôn những lời chào đón hỏi thăm, sau khi nói lên những lời chào đón hỏi thăm thân hữu, ngồi xuống một bên. Ngồi xuống một bên, thanh niên Bà-la-môn Sangarava bạch Thế Tôn:

— Thưa Tôn giả Gotama, có một số Sa-môn, Bà-la-môn tự nhận rằng về căn bản Phạm hạnh, họ đã chứng đạt được ngay hiện tại thông trí và cứu cánh bỉ ngạn nhờ thượng trí (abinnavesanaparamipatta). Tôn giả Gotama là thế nào đối với các vị ấy?

— Này Bharadvaja, Ta nói rằng, có sự sai khác giữa những vị tự nhận rằng về căn bản Phạm hạnh, họ đã chứng đạt được ngay trong hiện tại thông trí và cứu cánh bỉ ngạn nhờ thượng trí. Này Bharadvaja, có một số Sa-môn, Bà-la-môn theo tin đồn (hay truyền thống), do tin đồn (hay truyền thống), họ tự nhận rằng về căn bản Phạm hạnh, họ đã chứng đạt được ngay hiện tại thông trí với cứu cánh bỉ ngạn nhờ thượng trí, như các Bà-la-môn thông hiểu ba tập Veda. Nhưng này Bharadvaja, có một số Sa-môn Bà-la-môn hoàn toàn chỉ do lòng tin, tự nhận rằng về căn bản Phạm hạnh, họ đã chứng đạt ngay trong hiện tại thông trí và cứu cánh bỉ ngạn nhờ thượng trí, như các nhà lý luận (các nhà suy tư). Này Bharadvaja, có một số Sa-môn, Bà-la-môn đối với các pháp từ trước chưa từng được nghe, tự mình chứng tri hoàn toàn pháp ấy, tự nhận rằng về căn bản Phạm hạnh, do đã chứng đạt ngay trong hiện tại thông trí và cứu cánh bỉ ngạn nhờ thượng trí. Ở đây, này Bharadvaja, các vị Sa-môn, Bà-la-môn ấy đối với các pháp từ trước chưa từng được nghe, tự mình chứng tri hoàn toàn pháp ấy, tự nhận rằng về căn bản Phạm hạnh, họ đã chứng đạt ngay trong hiện tại thông trí và cứu cánh bỉ ngạn nhờ thượng trí.

Ta là một trong những vị ấy. Này Bharadvaja, Ông cần phải hiểu theo nghĩa như vậy. Các vị Sa-môn, Bà-la-môn ấy đối với các pháp từ trước chưa từng được nghe, tự mình chứng tri hoàn toàn pháp ấy, tự nhận rằng, về căn bản Phạm hạnh, họ đã chứng đạt ngay trong hiện tại thông trí và cứu cánh bỉ ngạn nhờ thượng trí, Ta là một trong những vị ấy.

Ở đây, này Bharadvaja, thuở xưa, khi Ta chưa thành bậc Chánh Đẳng Giác, còn là Bồ-tát, Ta suy nghĩ như sau: «Đời sống tại gia chật hẹp, nhiễm đầy bụi đời; đời sống xuất gia phóng khoáng như ngoài trời. Thật không dễ gì sống tại gia, có thể sống đời sống Phạm hạnh hoàn toàn viên mãn, hoàn toàn thanh tịnh, trắng bạch như vỏ ốc. Vậy Ta hãy cạo bỏ râu tóc, khoác áo cà-sa, xuất gia, từ bỏ gia đình, sống không gia đình» .

Rồi này Bharadvaja, sau một thời gian, khi Ta còn trẻ, niên thiếu, tóc đen nhánh, đầy đủ huyết khí của tuổi thanh xuân, trong thời vàng son cuộc đời, mặc dầu cha mẹ không bằng lòng, nước mắt đầy mặt, than khóc, Ta cạo bỏ râu tóc, đắp áo cà-sa, xuất gia, từ bỏ gia đình, sống không gia đình.

Ta xuất gia như vậy, một người đi tìm cái gì chí thiện, tìm cầu vô thượng tối thắng an tịnh đạo lộ. Ta đến chỗ Alara Kālāma ở, khi đến xong liền thưa với Alara Kālāma: «Hiền giả Kālāma, tôi muốn sống phạm hạnh trong pháp luật này». Này Bharadvaja, được nghe nói vậy, Alara Kālāma nói với Ta: «Này Tôn giả, hãy sống và an trú. Pháp này là như vậy, khiến kẻ có trí, không bao lâu như vị Bổn sư của mình chỉ dạy, tự tri, tự chứng, tự đạt và an trú». Này Bharadvaja, và không bao lâu Ta đã thông suốt pháp ấy một cách mau chóng. Và này Bharadvaja, cho đến vấn đề khua môi và vấn đề phát ngôn mà nói, thời Ta nói giáo lý của kẻ trí và giáo lý của bậc Trưởng lão (Thượng tọa), và Ta tự cho rằng Ta như kẻ khác cũng vậy, Ta biết và Ta thấy.

Này Bharadvaja, Ta suy nghĩ như sau: «Alara Kālāma tuyên bố pháp này không phải chỉ vì lòng tin: «Sau khi tự tri, tự chứng, tự đạt, Ta mới an trú». Chắc chắn Alara Kālāma biết pháp này, thấy pháp này rồi mới an trú». Này Bharadvaja, rồi Ta đi đến chỗ Alara Kālāma ở, sau khi đến Ta nói với Alara Kālāma: «Hiền giả Kālāma, cho đến mức độ nào, Ngài tự tri, tự chứng, tự đạt, và tuyên bố pháp này?». Này Bharadvaja, được nói vậy, Alara Kālāma tuyên bố về Vô sở hữu xứ.

Rồi này Bharadvaja, Ta suy nghĩ: «Không phải chỉ có Alara Kālāma có lòng tin, Ta cũng có lòng tin. Không phải chỉ có Alara Kālāma mới có tinh tấn, Ta cũng có tinh tấn. Không phải chỉ có Alara Kālāma mới có niệm, Ta cũng có niệm. Không phải chỉ có Alara Kālāma mới có định, Ta cũng có định. Không phải chỉ có Alara Kālāma mới có tuệ, Ta cũng có tuệ. Vậy Ta hãy cố gắng chứng cho được pháp mà Alara Kālāma tuyên bố: «Sau khi tự tri, tự chứng, tự đạt, ta an trú».

Rồi này Bharadvaja, không bao lâu sau khi tự tri, tự chứng, tự đạt pháp ấy một cách mau chóng, Ta an trú. Rồi này Bharadvaja, Ta đi đến chỗ Alara Kālāma ở, sau khi đến, Ta nói với Alara Kālāma: «Này Hiền giả Kālāma, có phải Hiền giả đã tự tri, tự chứng, tự đạt và tuyên bố pháp này đến mức độ như vậy?» –» Vâng, Hiền giả, tôi đã tự tri, tự chứng, tự đạt và tuyên bố pháp này đến mức độ như vậy». –» Này Hiền giả, tôi cũng tự tri, tự chứng, tự đạt và tuyên bố pháp này đến mức độ như vậy». –» Thật lợi ích thay cho chúng tôi, Thật khéo lợi ích thay cho chúng tôi, khi chúng tôi được thấy một đồng phạm hạnh như Tôn giả! Pháp mà tôi tự tri, tự chứng, tự đạt, và tuyên bố, chính pháp ấy Hiền giả tự tri, tự chứng, tự đạt và an trú; pháp mà Hiền giả tự tri, tự chứng, tự đạt và an trú, chính pháp ấy tôi tự tri, tự chứng tự đạt và tuyên bố; pháp mà tôi biết, chính pháp ấy Hiền giả biết; pháp mà Hiền giả biết, chính pháp ấy tôi biết. Tôi như thế nào, Hiền giả là như vậy; Hiền giả như thế nào, tôi là như vậy. Nay hãy đến đây, Hiền giả, hai chúng ta hãy chăm sóc hội chúng này!».

Như vậy này Bharadvaja, Alara Kālāma là Đạo Sư của Ta, lại đặt Ta, đệ tử của vị ấy ngang hàng với mình, và tôn sùng Ta với sự tôn sùng tối thượng. Này Bharadvaja, rồi Ta tự suy nghĩ: «Pháp này không hướng đến yểm ly, không hướng đến ly tham, không hướng đến đoạn diệt, không hướng đến an tịnh, không hướng đến thượng trí, không hướng đến giác ngộ, không hướng đến Niết-bàn, mà chỉ đưa đến sự chứng đạt Vô sở hữu xứ». Như vậy này Bharadvaja, Ta không tôn kính pháp này, và từ bỏ pháp ấy, Ta bỏ đi.

Rồi này Bharadvaja, Ta, kẻ đi tìm cái gì chí thiện, tìm cầu vô thượng tối thắng an tịnh đạo lộ. Ta đi đến chỗ Uddaka Ramaputta, khi đến xong Ta nói với Uddaka Ramaputta: «Hiền giả, tôi muốn sống phạm hạnh trong pháp luật này. Được nói vậy, này Bharadvaja, Uddaka Ramaputta nói với Ta: «Này Tôn giả, hãy sống (và an trú), pháp này là như vậy, khiến người có trí không bao lâu như vị Bổn sư của mình (chỉ dạy) tự tri, tự chứng, tự đạt và an trú». Này Bharadvaja, Ta đã thông suốt pháp ấy một cách mau chóng. Và này Bharadvaja, cho đến vấn đề khua môi và vấn đề phát ngôn mà nói, thời Ta nói giáo lý của kẻ trí, và giáo lý của bậc Trưởng lão (Thượng Tọa), và Ta tự cho rằng Ta như người khác cũng vậy, Ta biết và Ta thấy.

Này Bharadvaja, Ta suy nghĩ như sau: «Rama tuyên bố pháp này không phải vì lòng tin: «Sau khi tự tri, tự chứng, tự đạt, ta mới an trú». Chắc chắn Rama thấy pháp này, biết pháp này, rồi mới an trú». Này Bharadvaja, rồi Ta đi đến chỗ Uddaka Ramaputta ở, sau khi đến Ta nói với Uddaka Ramaputta: «Hiền giả Rama, cho đến mức độ nào, Ngài tự tri, tự chứng, tự đạt và tuyên bố pháp này?». Này Bharadvaja được nghe nói vậy, Uddaka Ramaputta tuyên bố về Phi tưởng phi phi tưởng xứ.

Rồi này Bharadvaja, Ta suy nghĩ: «Không phải chỉ có Rama mới có lòng tin. Ta cũng có lòng tin. Không phải chỉ có Rama mới có tinh tấn, Ta cũng có tinh tấn. Không phải chỉ có Rama mới có niệm, Ta cũng có niệm. Không phải chỉ có Rama mới có định, Ta cũng có định. Không phải chỉ có Rama mới có tuệ, Ta cũng có tuệ. Vậy ta hãy cố gắng chứng cho được pháp mà Rama tuyên bố: «Sau khi tự tri, tự chứng, tự đạt, tự an trú».

Rồi này Bharadvaja, không bao lâu sau khi tự tri, tự chứng, tự đạt pháp ấy một cách mau chóng, Ta an trú. Rồi này Bharadvaja, Ta đi đến chỗ Uddaka Ramaputta ở, sau khi đến, Ta nói với Uddaka Ramaputta: «Này Hiền giả Rama, có phải Hiền giả đã tự tri, tự chứng, tự đạt và tuyên bố pháp này đến mức độ như vậy?». –» Vâng Hiền giả, tôi đã tự tri, tự chứng, tự đạt và tuyên bố pháp này đến mức độ như vậy». –» Này Hiền giả, tôi cũng đã tự tri, tự chứng, tự đạt và tuyên bố pháp này đến mức độ như vậy». Thật lợi ích thay cho chúng tôi! Thật khéo lợi ích thay cho chúng tôi, khi chúng tôi được thấy một đồng phạm hạnh như Tôn giả! Pháp mà tôi, tự tri, tự chứng, tự đạt và tuyên bố, chính pháp ấy Hiền giả tự tri, tự chứng, tự đạt và an trú; pháp mà Hiền giả tự tri, tự chứng, tự đạt và an trú, chính pháp ấy tôi tự tri, tự chứng, tự đạt và tuyên bố; pháp mà tôi biết, chính pháp ấy Hiền giả biết; pháp mà Hiền giả biết, chính pháp ấy tôi biết. Tôi như thế nào, Hiền giả là như vậy; Hiền giả như thế nào, Tôi là như vậy. Nay hãy đến đây, Hiền giả, hai chúng ta hãy chăm sóc hội chúng này!».

Như vậy, này Bharadvaja, Uddaka Ramaputta là Đạo Sư của Ta, lại đặt Ta, đệ tử của vị ấy ngang hàng với mình, và tôn sùng Ta với sự tôn sùng tối thượng. Này Bharadvaja, rồi Ta suy nghĩ: «Pháp này không hướng đến yểm ly, không hướng đến ly tham, không hướng đến đoạn diệt, không hướng đến an tịnh, không hướng đến thượng trí, không hướng đến giác ngộ, không hướng đến Niết-bàn, mà chỉ đưa đến sự chứng đạt Phi tưởng phi phi tưởng xứ». Như vậy, này Bharadvaja, Ta không tôn kính pháp ấy và từ bỏ pháp ấy, Ta bỏ đi.

Này Bharadvaja, Ta, kẻ đi tìm cái gì chí thiện, tìm cầu vô thượng tối thắng an tịnh đạo lộ, tuần tự du hành tại nước Magadha (Ma kiệt đà) và đến tại tụ lạc Uruvela (Ưu lâu tần loa). Tại đây, Ta thấy một địa điểm khả ái, một khóm rừng thoải mái, có con sông trong sáng chảy gần, với một chỗ lội qua dễ dàng khả ái, và xung quanh có làng mạc bao bọc dễ dàng đi khất thực. Này Bharadvaja, rồi Ta tự nghĩ: «Thật là một địa điểm khả ái, một khóm rừng thoải mái, có con sông trong sáng chảy gần, với một chỗ lội qua dễ dàng khả ái, và xung quanh có làng mạc bao bọc dễ dàng đi khất thực. Thật là một chỗ vừa đủ cho một Thiện nam tử tha thiết tinh cần có thể tinh tấn». Và này Bharadvaja, Ta ngồi xuống tại chỗ ấy và nghĩ: «Thật là vừa đủ để tinh tấn».

Rồi này Bharadvaja, ba ví dụ khởi lên nơi Ta, vi diệu, từ trước chưa từng được nghe: Này Bharadvaja, ví như có một khúc cây đẫm ướt, đầy nhựa sống và đặt trong nước. Có một người đến, cầm dụng cụ làm lửa với ý nghĩ: «Ta sẽ nhen lửa, hơi nóng sẽ hiện ra». Này Bharadvaja, Ông nghĩ thế nào? Người ấy lấy khúc cây đẫm ướt, đầy nhựa sống đặt trong nước ấy, rồi cọ xát với dụng cụ làm lửa thì có thể nhen lửa, khiến lửa nóng hiện ra được không?

— Thưa không, Tôn giả Gotama. Vì sao vậy? Này Tôn giả Gotama, vì cành cây ấy đẫm ướt, đầy nhựa sống lại bị ngâm trong nước, nên người ấy chỉ bị mệt nhọc và bực bội.

— Cũng vậy, này Bharadvaja, những Sa-môn hay những Bà-la-môn sống không xả ly các dục về thân, những gì đối với chúng thuộc các dục như dục tham, dục ái, dục hôn ám, dục khát vọng, dục nhiệt não, về nội tâm chưa được khéo đoạn trừ, chưa được khéo làm cho nhẹ bớt, nếu những Tôn giả Sa-môn hay Bà-la-môn này thình lình cảm thọ những cảm giác chói đau, khổ đau, kịch liệt, khốc liệt, các vị ấy không có thể chứng được tri kiến, vô thượng Chánh Đẳng Giác, và nếu những Tôn giả Sa-môn hay Bà-la-môn này không thình lình cảm thọ những cảm giác chói đau, khổ đau, kịch liệt, khốc liệt, các vị ấy cũng không có thể chứng được tri kiến, vô thượng Chánh Đẳng Giác. Này Bharadvaja, đó là ví dụ thứ nhất, vi diệu, từ trước chưa từng được nghe, được khởi lên nơi Ta.

Này Bharadvaja, rồi một ví dụ thứ hai, vi diệu, từ trước chưa từng được nghe, được khởi lên nơi Ta. Này Bharadvaja, ví như có một khúc cây đẫm ướt, đầy nhựa sống, được vớt khỏi nước, được đặt trên đất khô. Có một người đến, cầm dụng cụ làm lửa với ý nghĩ: «Ta sẽ nhen lửa, hơi nóng sẽ hiện ra». Này Bharadvaja, Ông nghĩ thế nào? Người ấy lấy khúc cây đẫm ướt, đầy nhựa sống, được vớt khỏi nước, được đặt trên đất khô ấy, rồi cọ xát với dụng cụ làm lửa, có thể nhen lửa, khiến hơi nóng hiện ra được không?

— Thưa không, Tôn giả Gotama. Vì sao vậy? Này Tôn giả Gotama, vì khúc cây ấy đẫm ướt, đầy nhựa sống, dầu được vớt khỏi nước, được đặt trên đất khô, nên người ấy chỉ bị mệt nhọc và bực bội.

— Cũng vậy, này Bharadvaja, những Sa-môn hay Bà-la-môn sống không xả ly các dục về thân, những gì đối với các vị ấy thuộc các dục như dục tham, dục ái, dục hôn ám, dục khát vọng, dục nhiệt não, về nội tâm chưa được khéo đoạn trừ, chưa được khéo làm cho nhẹ bớt. Nếu những Tôn giả Sa-môn, hay Bà-la-môn này thình lình cảm thọ những cảm giác chói đau, khổ đau, kịch liệt, khốc liệt, các vị ấy không có thể chứng được tri kiến, vô thượng Chánh Đẳng Giác. Và nếu những Tôn giả Sa-môn hay Bà-la-môn này không thình lình cảm thọ những cảm giác chói đau, khổ đau, kịch liệt, khốc liệt, các vị ấy cũng không có thể chứng được tri kiến, vô thượng Chánh Đẳng Giác. Này Bharadvaja, đó là ví dụ thứ hai, vi diệu, từ trước chưa từng được nghe, được khởi lên nơi Ta.

Này Bharadvaja, rồi một ví dụ thứ ba, vi diệu, từ trước chưa từng được nghe, được khởi lên nơi Ta. Này Bharadvaja, ví như có một khúc cây khô, không nhựa, được vớt khỏi nước, được đặt trên đất khô. Có một người đến cầm dụng cụ làm lửa với ý nghĩ: «Ta sẽ nhen lửa, lửa nóng sẽ hiện ra». Này Bharadvaja, Ông nghĩ thế nào? Người ấy lấy khúc cây khô, không nhựa, được vớt khỏi nước, được đặt trên đất khô, rồi cọ xát với dụng cụ làm lửa, có thể nhen lửa, khiến nơi nóng hiện ra được không?

— Thưa được, Tôn giả Gotama. Vì sao vậy? Này Tôn giả Gotama, vì khúc cây ấy khô, không nhựa, lại được vớt khỏi nước, được đặt trên đất khô.

— Cũng vậy, này Bharadvaja, những Tôn giả Sa-môn hay Bà-la-môn sống xả ly các dục về thân, những gì đối với các vị ấy thuộc các dục, như dục tham, dục ái, dục hôn ám, dục khát vọng, dục nhiệt não, về nội tâm được khéo đoạn trừ. Nếu những Tôn giả Sa-môn hay Bà-la-môn này thình lình cảm thọ những cảm giác chói đau, khổ đau, kịch liệt, khốc liệt, các vị ấy có thể chứng được tri kiến vô thượng Chánh Đẳng Giác. Và nếu những Tôn giả Sa-môn hay Bà-la-môn này không thình lình cảm thọ những cảm giác khổ đau, kịch liệt, khốc liệt, các vị này cũng có thể chứng được tri kiến vô thượng Chánh Đẳng Giác. Này Bharadvaja, đó là ví dụ thứ ba, vi diệu, từ trước chưa từng được nghe, được khởi lên nơi Ta.

Này Bharadvaja, rồi Ta suy nghĩ: «Ta hãy nghiến răng, dán chặt lên lưỡi lên nóc họng, lấy tâm chế ngự tâm, nhiếp phục tâm, đánh bại tâm!». Này Bharadvaja, rồi Ta nghiến răng, dán chặt lưỡi lên nóc họng, lấy tâm chế ngự tâm, nhiếp phục tâm, đánh bại tâm. Khi Ta đang nghiến răng, dán chặt lưỡi lên nóc họng, lấy tâm chế ngự tâm, nhiếp phục tâm, đánh bại tâm, mồ hôi thoát ra từ nơi nách của Ta. Này Bharadvaja, như một người lực sĩ nắm lấy đầu một người ốm yếu hay nắm lấy vai, có thể chế ngự, nhiếp phục và đánh bại người ấy. Này Bharadvaja, khi Ta đang nghiến răng, dán chặt lưỡi lên nóc họng, lấy tâm chế ngự tâm, nhiếp phục tâm, đánh bại tâm, mồ hôi thoát ra từ nơi nách của Ta, này Bharadvaja, dầu cho Ta có chí tâm tinh cần, tinh tấn, tận lực, dầu cho niệm được an trú không dao động, nhưng thân của Ta vẫn bị khích động, không được khinh an, vì Ta bị chi phối bởi sự tinh tấn, do tinh tấn chống lại khổ thọ ấy.

Này Bharadvaja, rồi Ta suy nghĩ như sau: «Ta hãy tu Thiền nín thở». Và này Bharadvaja, rồi Ta nín thở vô, thở ra ngang qua miệng và ngang qua mũi. Này Bharadvaja, khi Ta nín thở vô, thở ra ngang qua miệng và ngang qua mũi, thì một tiếng gió động kinh khủng thổi lên, ngang qua lỗ tai. Này Bharadvaja, ví như tiếng kinh khủng phát ra từ ống thổi bệ đang thổi của người thợ rèn. Cũng vậy, này Bharadvaja, khi Ta nín thở vô, thở ra ngang qua miệng và ngang qua mũi, thời một tiếng gió động kinh khủng thổi lên, ngang qua lỗ tai. Này Bharadvaja, dầu cho Ta có chí tâm tinh cần, tinh tấn, tận lực, dầu cho niệm được an trú không dao động, nhưng thân của Ta vẫn bị kích động, không được khinh an, vì Ta bị chi phối bởi sự tinh tấn do tinh tấn chống lại khổ thọ ấy.

Này Bharadvaja, rồi Ta suy nghĩ như sau: «Ta hãy tu thêm Thiền nín thở». Và này Bharadvaja, rồi Ta nín thở vô, thở ra ngang qua miệng, ngang qua mũi, và ngang qua tai. Này Bharadvaja, khi Ta nín thở vô, thở ra ngang qua miệng, ngang qua mũi và ngang qua tai, thì có ngọn gió kinh khủng thổi lên đau nhói trong đầu Ta. Này Bharadvaja, ví như một người lực sĩ chém đầu một người khác với một thanh kiếm sắc, cũng vậy này Bharadvaja, khi ta nín thở vô, thở ra, ngang qua miệng, ngang qua mũi và ngang qua tai, thì có ngọn gió kinh khủng thổi lên đau nhói trong đầu Ta. Này Bharadvaja, dầu cho Ta có chí tâm, tinh cần, tinh tấn, tận lực, dầu cho niệm được an trú không dao động, nhưng thân của Ta vẫn bị khích động, không được khinh an, vì Ta bị chi phối bởi sự tinh tấn, do tinh tấn chống lại khổ thọ ấy.

Này Bharadvaja, rồi Ta suy nghĩ như sau: «Ta hãy tu thêm Thiền nín thở». Và này Bharadvaja, rồi Ta nín thở vô, thở ra, ngang qua miệng, ngang qua mũi và ngang qua tai, Ta cảm giác đau đầu một cách kinh khủng. Này Bharadvaja, ví như một người lực sĩ lấy một dây nịt bằng da cứng quấn tròn quanh đầu rồi siết mạnh; cũng vậy, này Bharadvaja, khi Ta nín thở vô, thở ra, ngang qua miệng, ngang qua mũi, và ngang qua tai, Ta có cảm giác đau đầu một cách kinh khủng. Này Bharadvaja, dầu cho Ta có chí tâm, tinh cần, tinh tấn tận lực, dầu cho niệm được an trú không dao động, nhưng thân của Ta vẫn bị khích động, không được khinh an, vì Ta bị chi phối bởi sự tinh tấn, do tinh tấn chống lại khổ thọ ấy.

Này Bharadvaja, rồi Ta suy nghĩ như sau: «Ta hãy tu thêm Thiền nín thở». Và này Bharadvaja, rồi Ta nín thở vô, thở ra, ngang qua miệng, ngang qua mũi và ngang qua tai. Này Bharadvaja, khi Ta nín thở vô, thở ra, ngang qua miệng, ngang qua mũi và ngang qua tai, một ngọn gió kinh khủng cắt ngang bụng của Ta. Này Bharadvaja, ví như một người đồ tể thiện xảo hay đệ tử người đồ tể cắt ngang bụng với một con dao cắt thịt bò sắc bén. Cũng vậy, này Bharadvaja, khi Ta nín thở vô, thở ra, ngang qua miệng, ngang qua mũi và ngang qua tai, một ngọn kinh khủng cắt ngang bụng của Ta. Này Bharadvaja, dầu cho Ta có chí tâm, tinh cần, tinh tấn, tận lực, dẫu cho niệm được an trú, không dao động nhưng thân của Ta vẫn bị khích động, không được khinh an, vì Ta bị chi phối bởi sự tinh tấn, do tinh tấn chống lại khổ thọ ấy.

Này Bharadvaja, rồi Ta suy nghĩ như sau: «Ta hãy tu thêm Thiền nín thở». Và này Bharadvaja, rồi Ta nín thở vô, thở ra, ngang qua miệng, ngang qua mũi và ngang qua tai. Này Bharadvaja, khi Ta nín thở vô, thở ra, ngang qua miệng, ngang qua mũi và ngang qua tai, thì có một sức nóng kinh khủng khởi lên trong thân Ta. Này Bharadvaja, ví như hai người lực sĩ sau khi nắm cánh tay một người yếu hơn, nướng người ấy, đốt người ấy trên một hố than hừng. Cũng vậy, này Bharadvaja, khi Ta nín thở vô, thở ra, ngang qua miệng, ngang qua mũi và ngang qua tai thì có một sức nóng kinh khủng khởi lên trong thân Ta. Này Bharadvaja, dầu cho Ta có chí tâm, tinh cần, tinh tấn, tận lực, dầu cho niệm được an trú, không dao động, nhưng thân của Ta vẫn bị khích động, không được khinh an, vì Ta bị chi phối bởi sự tinh tấn, do tinh tấn chống lại khổ thọ ấy.

Lại nữa, này Bharadvaja, chư Thiên thấy vậy nói như sau: «Sa-môn Gotama đã chết rồi». Một số chư Thiên nói như sau: «Sa-môn Gotama chưa chết, nhưng Sa-môn Gotama sắp sửa chết». Một số chư Thiên nói như sau: «Sa-môn Gotama chưa chết. Sa-môn Gotama, cũng không phải sắp chết. Sa-môn Gotama là bậc A-la-hán, đời sống của một A-la-hán là như vậy».

Này Bharadvaja, rồi Ta suy nghĩ như sau: «Ta hãy hoàn toàn tuyệt thực». Rồi này Bharadvaja, chư Thiên đến Ta và nói như sau: «Này Thiện hữu, Hiền giả chớ có hoàn toàn tuyệt thực. Này Thiện hữu, nếu Hiền giả có hoàn toàn tuyệt thực, chúng tôi sẽ đổ các món ăn chư Thiên ngang qua các lỗ chân lông cho Hiền giả, và nhờ vậy Hiền giả vẫn sống». Rồi này Bharadvaja, Ta suy nghĩ như sau: «Nếu Ta hoàn toàn tuyệt thực và chư Thiên này đổ các món ăn chư Thiên ngang qua các lỗ chân lông cho Ta và nhờ vậy Ta vẫn sống, thời như vậy Ta tự dối Ta». Này Bharadvaja, Ta bác bỏ chư Thiên ấy và nói: «Như vậy là đủ».

Này Bharadvaja, rồi Ta tự suy nghĩ như sau: «Ta hãy giảm thiểu tối đa ăn uống, ăn ít từng giọt một, như xúp đậu xanh, xúp đậu đen hay xúp đậu hột hay xúp đậu nhỏ». Và này Bharadvaja, trong khi Ta giảm thiểu tối đa sự ăn uống, ăn từng giọt một, như xúp đậu xanh, xúp đậu đen hay xúp đậu hột hay xúp đậu nhỏ, thân của Ta trở thành hết sức gầy yếu. Vì Ta ăn quá ít, tay chân Ta trở thành như những cọng cỏ hay những đốt cây leo khô héo; vì Ta ăn quá ít, bàn trôn của Ta trở thành như móng chân con lạc đà; vì Ta ăn quá ít, xương sống phô bày của Ta giống như một chuỗi banh; vì Ta ăn quá ít, các xương sườn gầy mòn của Ta giống như rui cột một nhà sàn hư nát; vì Ta ăn quá ít, nên con ngươi long lanh của Ta nằm sâu thẳm trong lỗ con mắt, giống như ánh nước long lanh nằm sâu thẳm trong một giếng nước thâm sâu; vì Ta ăn quá ít, da đầu Ta trở thành nhăn nhíu khô cằn như trái bí trắng và đắng bị cắt trước khi chín, bị cơn gió nóng làm cho nhăn nhíu khô cằn. Này Bharadvaja, nếu Ta nghĩ: «Ta hãy rờ da bụng», thì chính xương sống bị Ta nắm lấy. Nếu Ta nghĩ: «Ta hãy rờ xương sống», thì chính da bụng bị Ta nắm lấy. Vì Ta ăn quá ít, nên này Bharadvaja, da bụng của Ta đến bám chặt xương sống. Này Bharadvaja, nếu Ta nghĩ: «Ta đi đại tiện, hay đi tiểu tiện» thì Ta ngã quị, úp mặt xuống đất, vì Ta ăn quá ít. Này Bharadvaja, nếu Ta muốn xoa dịu thân Ta, lấy tay xoa bóp chân tay, thì này Bharadvaja, trong khi Ta xoa bóp chân tay, các lông tóc hư mục rụng khỏi thân Ta, vì Ta ăn quá ít.

Lại nữa, này Bharadvaja, có người thấy vậy nói như sau: «Sa-môn Gotama có da đen». Một số người nói như sau: «Sa-môn Gotama, da không đen, Sa-môn Gotama có da màu xám». Một số người nói như sau: «Sa-môn Gotama da không đen, da không xám». Một số người nói như sau: «Sa-môn Gotama da không đen, da không xám, Sa-môn Gotama có da màu vàng sẫm». Cho đến mức độ như vậy, này Bharadvaja, da của Ta vốn thanh tịnh, trong sáng bị hư hoại vì Ta ăn quá ít.

Này Bharadvaja, rồi Ta suy nghĩ như sau: «Thuở xưa có những Sa-môn hay Bà-la-môn thình lình cảm thọ những cảm giác chói đau, khổ đau, kịch liệt, khốc liệt. Những sự đau khổ này là tối thượng, không thể có gì hơn nữa. Về tương lai, có những Sa-môn hay Bà-la-môn thình lình cảm thọ những cảm giác chói đau, khổ đau, kịch liệt, khốc liệt. Những sự đau khổ này là tối thượng không thể có gì hơn nữa. Trong hiện tại, có những Sa-môn hay Bà-la-môn thình lình cảm thọ những cảm giác chói đau, khổ đau, kịch liệt, khốc liệt. Những sự đau khổ này là tối thượng, không thể có gì hơn nữa. Nhưng Ta, với sự khổ hạnh khốc liệt như thế này, vẫn không chứng được pháp thượng nhân, tri kiến thù thắng xứng đáng bậc Thánh. Hay là có đạo lộ nào khác đưa đến giác ngộ?».

Này Bharadvaja, rồi Ta suy nghĩ như sau: «Ta biết, trong khi phụ thân Ta, thuộc dòng Sakka (Thích-ca) đang cày và Ta đang ngồi dưới bóng mát cây diêm-phù-đề (jambu), Ta ly dục, ly pháp bất thiện chứng và trú Thiền thứ nhất, một trạng thái hỷ lạc do ly dục sanh, có tầm, có tứ». Khi an trú như vậy, Ta nghĩ: «Đạo lộ này có thể đưa đến giác ngộ chăng?». Và này Bharadvaja, tiếp theo ý niệm ấy, ý thức này khởi lên nơi Ta: «Đây là đạo lộ đưa đến giác ngộ».

Này Bharadvaja, rồi Ta suy nghĩ: «Ta có sợ chăng lạc thọ này, một lạc thọ ly dục, ly pháp bất thiện?». Này Bharadvaja, rồi Ta suy nghĩ: «Ta không sợ lạc thọ này, một lạc thọ ly dục, ly pháp bất thiện»'.

Rồi này Bharadvaja, Ta suy nghĩ: «Nay thật không dễ gì chứng đạt lạc thọ ấy, với thân thể ốm yếu kinh khủng như thế này. Ta hãy ăn thô thực, ăn cơm chua». Rồi này Bharadvaja, Ta ăn thô thực, ăn cơm chua. Này Bharadvaja, lúc bấy giờ, năm Tỳ-kheo đang hầu hạ Ta suy nghĩ: «Khi nào Sa-môn Gotama chứng pháp, vị ấy sẽ nói cho chúng ta biết». Này Bharadvaja, khi thấy Ta ăn thô thực, ăn cơm chua, các vị ấy chán ghét Ta, bỏ đi và nói: «Sa-môn Gotama nay sống đầy đủ vật chất, từ bỏ tinh tấn, trở lui đời sống sung túc».

Rồi này Bharadvaja, sau khi ăn thô thực và được sức lực trở lại, Ta ly dục, ly pháp bất thiện, chứng và trú Thiền thứ nhất, một trạng thái hỷ lạc do ly dục sanh, có tầm, có tứ. Diệt tầm và tứ, chứng và trú Thiền thứ hai, một trạng thái hỷ lạc do định sanh, không tầm, không tứ, nội tĩnh nhất tâm. Ly hỷ trú xả, chánh niệm tỉnh giác, thân cảm sự lạc thọ mà các bậc Thánh gọi là xả niệm lạc trú, chứng và trú Thiền thứ ba. Xả lạc, xả khổ, diệt hỷ ưu đã cảm thọ trước, chứng và trú Thiền thứ tư, không khổ, không lạc, xả niệm thanh tịnh.

Với tâm định tĩnh, thuần tịnh trong sáng không cấu nhiễm, không phiền não, nhu nhuyến, dễ sử dụng, vững chắc, bình tĩnh như vậy, Ta dẫn tâm, hướng tâm đến Túc mạng minh. Ta nhớ đến các đời sống quá khứ, như một đời, hai đời, ba đời, bốn đời, năm đời, mười đời, hai mươi đời, ba mươi đời, bốn mươi đời, năm mươi đời, một trăm đời, một ngàn đời, một trăm ngàn đời, nhiều hoại kiếp, nhiều thành kiếp, nhiều hoại và thành kiếp. Ta nhớ rằng: «Tại chỗ kia, Ta có tên như thế này, dòng họ như thế này, giai cấp như thế này, thọ khổ lạc như thế này, tuổi thọ đến mức như thế này. Sau khi chết tại chỗ kia, Ta được sanh ra tại chỗ nọ. Tại chỗ ấy, Ta có tên như thế này, dòng họ như thế này, giai cấp như thế này, thọ khổ lạc như thế này, tuổi thọ đến mức như thế này». Như vậy Ta nhớ đến nhiều đời sống quá khứ cùng với các nét đại cương và các chi tiết. Này Bharadvaja, đó là minh thứ nhất Ta đã chứng được trong đêm canh một, vô minh diệt, minh sanh, ám diệt, ánh sáng sanh, do Ta sống không phóng dật, nhiệt tâm, tinh cần.

Với tâm định tĩnh, thuần tịnh trong sáng không cấu nhiễm, không phiền não, nhu nhuyến, dễ sử dụng, vững chắc, bình tĩnh như vậy, Ta dẫn tâm, hướng tâm đến trí tuệ về sanh tử của chúng sanh. Ta với thiên nhãn thuần tịnh, siêu nhân, thấy sự sống và chết của chúng sanh. Ta biết rõ rằng chúng sanh, người hạ liệt kẻ cao sang, người đẹp đẽ, kẻ thô xấu, người may mắn, kẻ bất hạnh đều do hạnh nghiệp của họ. Những chúng sanh làm những ác hạnh về thân, lời và ý, phỉ báng các bậc Thánh, theo tà kiến, tạo các nghiệp theo tà kiến; những người này, sau khi thân hoại mạng chung, phải sanh vào cõi dữ, ác thú, đọa xứ, địa ngục. Còn những chúng sanh nào làm những thiện hạnh về thân, lời và ý, không phỉ báng các bậc Thánh, theo chánh kiến, tạo các nghiệp theo chánh kiến; những vị này sau khi thân hoại mạng chung, được sanh lên các thiện thú, cõi trời, trên đời này. Như vậy Ta với thiên nhãn thuần tịnh, siêu nhân, thấy sự sống chết của chúng sanh. Ta biết rõ rằng chúng sanh, người hạ liệt, kẻ cao sang, người đẹp đẽ, kẻ thô xấu, người may mắn, kẻ bất hạnh, đều do hạnh nghiệp của họ. Này Bharadvaja, đó là minh thứ hai Ta đã chứng được trong đêm canh giữa, vô minh diệt, minh sanh, ám diệt, ánh sáng sanh, do Ta sống không phóng dật, nhiệt tâm, tinh cần.

Với tâm định tĩnh, thuần tịnh, trong sáng không cấu nhiễm, không phiền não, nhu nhuyến, dễ sử dụng, vững chắc, bình tĩnh như vậy, Ta dẫn tâm, hướng tâm đến Lậu tận trí. Ta biết như thật: «Đây là Khổ» , biết như thật: «Đây là Nguyên nhân của khổ», biết như thật: «Đây là sự Diệt khổ», biết như thật: «Đây là Con đường đưa đến diệt khổ», biết như thật: «Đây là những lậu hoặc», biết như thật: «Đây là nguyên nhân của lậu hoặc», biết như thật: «Đây là sự diệt trừ các lậu hoặc», biết như thật: «Đây là con đường đưa đến sự diệt trừ các lậu hoặc». Nhờ biết như vậy, nhận thức như vậy, tâm của Ta thoát khỏi dục lậu, thoát khỏi hữu lậu, thoát khỏi vô minh lậu. Đối với tự thân đã giải thoát như vậy, Ta khởi lên sự hiểu biết: «Ta đã giải thoát». Ta đã biết: «Sanh đã diệt, phạm hạnh đã thành, việc cần làm đã làm, sau đời hiện tại không có đời sống nào khác nữa». Này Bharadvaja, đó là minh thứ ba mà Ta đã chứng được trong canh cuối, vô minh diệt, minh sanh, ám diệt, ánh sáng sanh, do Ta sống không phóng dật, nhiệt tâm tinh cần.

Khi nghe nói vậy, thanh niên Bà-la-môn Sangarava bạch Thế Tôn:

— Thật sự, sự tinh cần của tôn giả Gotama là trung kiên (atthita). Thật sự, sự tinh cần của tôn giả Gotama là sự tinh cần của các bậc Chân nhân (Sappurisa), một bậc như là A-la-hán, Chánh Đẳng Giác. Thưa Tôn giả Gotama, có các chư Thiên không?

— Này Bharadvaja, Ta biết đến một cách chắc chắn có chư Thiên.

— Nhưng vì sao, thưa Tôn giả Gotama, khi được hỏi có các chư Thiên không, lại hỏi: «Này Bharadvaja, Ta biết đến một cách chắc chắn có chư Thiên». Sự việc là như vậy, thưa Tôn giả Gotama, thì có phải là hư ngôn, vọng ngữ không?

— Này Bharavaja, nếu khi được hỏi: «Có chư Thiên không?»; cần phải đáp: «Có chư Thiên»; nhưng lại đáp: «Chắc chắn Ta biết đến có chư Thiên». Như vậy, một người có trí đi đến kết luận không có gì nghi ngờ nữa, là có chư Thiên.

— Nhưng vì sao Tôn giả Gotama không giải thích như vậy cho con từ khi bắt đầu?

— Này Bharadvaja, như vậy đã được lớn tiếng chấp nhận ở đời tức là có chư Thiên.

Khi nghe nói vậy, thanh niên Bà-la-môn Sangarava bạch Thế Tôn:

— Thật vi diệu thay, Tôn giả Gotama! Thật vi diệu thay, Tôn giả Gotama! Tôn giả Gotama, như người dựng đứng lại những gì bị quăng ngã xuống, phơi bày ra những gì bị che kín, chỉ đường cho kẻ lạc hướng, đem đèn sáng vào trong bóng tối để những ai có mắt có thể thấy sắc; cũng vậy, Chánh pháp đã được Thế Tôn dùng nhiều phương tiện trình bày. Và nay con xin quy y Tôn giả Gotama, quy y Pháp, quy y chúng Tỷ-kheo Tăng. Mong Tôn giả Gotama nhận con làm đệ tử, từ nay trở đi cho đến mạng chung, con trọn đời quy ngưỡng.

Nguyên văn bản dịch của HT Thích Minh Châu

Bài thuyết giảng cho người thanh niên Bà-la-môn Saṅgārava trên đây thiết nghĩ có thể mang lại một vài giải đáp nào đó đối với câu hỏi Phật giáo là gì. Trong chương tiếp theo dưới đây chúng ta sẽ tìm hiểu thêm một khía cạnh không kém quan trọng khác của Phật giáo.

Chương 3: Hiến chương Phật giáo

«Hãy nghi ngờ tất cả nhất là những gì ta sắp nói ra»
(Lời Đức Phật)

Câu trích dẫn trên đây là một câu rút gọn từ một bài giảng mang tựa là *Kālāma Sutta / Bài thuyết giảng cho người dân Kālāma* (AN 3.65). Câu tiếng Việt trích dẫn trên đây được dịch lại từ một câu tiếng Pháp: 'Doutez de tout et surtout de ce que je vais vous dire', viết trên trần cao vút của gian phòng triển lãm mênh mông của Thư viện Quốc gia Pháp François Mitterrand tại thủ đô Paris. Câu này được viết cùng với một vài câu phát biểu của các vĩ nhân khác trong lịch sử nhân loại.

Ý nghĩa trong câu phát biểu trên đây nói lên một nền tư tưởng mở rộng, một giáo lý hoàn toàn cởi mở: hãy nghi ngờ tất cả, kể cả những lời thuyết giảng của Đấng Thế Tôn. Dưới đây là bản chuyển ngữ bài thuyết giảng nói đến trên đây:

Bài thuyết giảng cho người dân Kālāma

Kālāma Sutta - AN 3.65

(Dựa theo các bản dịch tiếng Anh của Soma Thera, Thanissaro Bhikkhu, Bhikkhu Sujato, Bhikkhu Bodhi, Suddhāso Bhikkhu..., và các bản dịch tiếng Pháp của Rémy, Jeanne Schut...)

Tôi từng được nghe như vầy:

Một hôm Đấng Thế Tôn cùng với đông đảo Tăng đoàn du hành nơi xứ sở của người dân Kosala *(Kiêu-tát-la)* và họ đang đi vào Kesaputta, một thị trấn của người dân Kālāma *(một bộ tộc nhỏ sống tự trị thuộc lãnh thổ của đế quốc Kosala)*. Nghe được tin này, dân chúng nơi thị trấn Kesaputta bàn bạc với nhau: 'Vị tu hành Gotama *(Cồ Đàm)* là một người con của dòng họ Sakya *(Thích Ca)* thuộc bộ tộc Sakya, từng từ bỏ gia đình để chọn cuộc sống tu hành. Vị này đang du hành trong xứ Kosala và vừa đến thị trấn Kesaputta'. Tiếng tăm của vị Thầy Gotama ấy, con người lừng danh ấy, lan đi khắp nơi:

«Quả thật vị ấy là một Đấng Thế Tôn, một vị Arahant *(A-la-hán / tiền ngữ arh trong chữ arahant có nghĩa là 'xứng đáng')*, tự mình đạt được một sự giác ngộ toàn vẹn và đích thật, phát động được một sự hiểu biết minh bạch và một cung cách hành xử hoàn hảo, thực hiện được chủ đích [tu tập] của mình *(Well-Gone / 善逝 / Thiện Thệ / một danh hiệu của Đức Phật / chữ 'Thiện' có nghĩa là sự Tốt lành, chữ 'Thệ' có nghĩa là trải qua, vượt qua và cũng có nghĩa là từng tạo được sự tốt đẹp trong cuộc sống, do đó chữ này trong tiếng Việt có thể tạm hiểu là một vị Thành Đạt. Trong bản dịch dựa vào kinh điển Pali của HT Thích Minh Châu trong Đại Tạng Kinh, thì thuật ngữ này lại được dịch là Thiện Tuệ (慧), thế nhưng trong bản dịch của HT Tuệ Sỹ về bài giảng này dựa vào kinh A-hàm và cả bản dịch của HT Thích Thiện Châu dựa vào kinh điển Pali, thì chữ này là Thiện Thệ. Dường như chữ Thệ thì đúng hơn chữ Tuệ. Dầu sao trong cả ba bản dịch tiếng Việt trên đây còn quá nhiều thuật ngữ tiếng Hán)*. Vị ấy là Vị Thấu hiểu được vũ trụ, Vị ấy là Vị Hướng dẫn vô song đối với những ai mong cầu được hướng dẫn, Vị ấy là vị Thầy giảng dạy cho các thiên nhân và cả con người, một vị Phật *(một Vị Hiểu biết, một vị Giác ngộ)* được thế gian tôn kính *(Thế Tôn / Blessed One)*. Sau khi thực hiện được sự hiểu biết trực tiếp ấy thì Vị ấy thuyết giảng về thế giới này cho các thiên nhân *(là các chúng sinh thuộc một cấp bậc hiện hữu cao hơn con người)*, các Māra *(Ma vương, các chúng sinh hung dữ, biển lận)*, Brahmā *(các vị Phạm Thiên / các vị Trời trong Ấn giáo)* cùng các thế hệ những người suy tư *(những người 'tu hành'; những người 'khổ hạnh', sống bằng cách khất thực)*, các giáo sĩ [Bà-la-môn], các người thuộc giới hoàng tộc và cả dân gian. Ngài thuyết giảng Dhamma *(Đạo Pháp)* cho họ, tuyệt vời trong đoạn đầu, tuyệt vời nơi đoạn giữa, tuyệt vời cả đoạn cuối. Ngài là hiện thân của một cuộc sống thánh thiện qua từng khía cạnh một và cả thực chất bên trong cuộc sống ấy, một cuộc sống thật hoàn hảo, tinh khiết một cách phi thường. Gặp được một vị Arahant *(một vị Xứng đáng, một vị Hoàn hảo, một Vị Thành đạt / Thiện thệ)* như vậy quả là một cơ may tốt lành'.

Vì vậy nên người dân Kālāma nơi thị trấn Kesaputta cùng kéo nhau tìm đến với Đấng Thế Tôn. Khi gặp Ngài thì một số vái chào Ngài và ngồi sang một bên. Một số khác cùng trao đổi với Ngài những lời chào hỏi lễ phép, và sau khi trao đổi những lời chào hỏi thân thiện ấy thì ngồi sang một bên. Một số khác đứng xa hơn thì chắp tay trước ngực vái chào Ngài và ngồi sang một bên. Một số khác nữa thì từ xa thốt lên danh tính và gốc gác bộ tộc *(gia đình)* của mình, sau đó thì ngồi sang một bên. Một số khác nữa thì từ xa lẳng lặng ngồi sang một bên *('ngồi sang một bên' là một công thức thường thấy nêu lên trong các bài giảng, nhằm nói lên sự kính cẩn và lễ phép, không ngồi đối mặt với Vị Gotama mà ngồi dịch sang một bên).*

Sau khi tất cả ngồi sang một bên thì các người dân Kālāma cất lời hỏi Đấng Thế Tôn: «Thưa Ngài Gotama, có những người suy tư *(contemplatives / những người trầm tư, những người tu hành khổ hạnh)* cùng các vị brahman *(các giáo sĩ Bà-la-môn)* từng đến thị trấn Kesaputta này. Họ thuyết giảng và nêu cao giáo lý của họ, thế nhưng đồng thời thì họ lại bài bác và khinh thường giáo lý của kẻ khác. Sau đó lại có những người suy tư và các vị giáo sĩ khác cũng đến thị trấn Kesaputta này. Cũng vậy, họ thuyết giảng và nêu cao giáo lý của họ, bài bác và khinh thường giáo lý của kẻ khác. Họ tạo ra cho chúng tôi cả một sự hoang mang và nghi ngại, vậy thì trong số các vị trầm tư *(các vị 'suy tư', các vị tu hành 'khổ hạnh' thuộc các giáo phái khác)* và các vị brahman *(các giáo sĩ Bà-la-môn)* ấy, thì vị nào nói lên sự thật và vị nào nói lên những điều dối trá?».

«Này các bạn *(quý vị)* Kālāma, tất nhiên là các bạn không sao tránh khỏi hoang mang, các bạn không sao tránh khỏi nghi ngại *(nghi ngờ, ái ngại)*. Các bạn rơi vào tình trạng hoang mang là một điều tất nhiên *(đương nhiên, tất yếu)*. Trong trường hợp đó, này các bạn Kālāma, các bạn không nên tin vào những lời thuật lại *(reports / những điều được nghe người khác nói lại, những điều đồn đại)*, các truyền thuyết *(legends / các huyền thoại)*, các truyền thống [lâu đời] *(traditions / các thói tục)*, các văn bản tín ngưỡng *(scripture / kinh thánh)*, các sự viện dẫn có vẻ như là hợp lý, các sự suy diễn (inferences), các quan điểm mang tính cách tự biện (agreement through, pondering views / speculations), các sự tương đồng có vẻ hợp lý, hoặc các cách suy nghĩ [chẳng hạn như] 'Vị suy tư ấy *(vị tu hành ấy)* là thầy mình' *(những lời do chính thầy mình nói ra thì tất nhiên là mình phải tin những lời ấy là chính đáng, là đúng thật, thế nhưng phải tránh cách suy nghĩ đó, cách suy kuận đó)*. Khi nào các bạn tự mình nhận thấy được bởi chính mình: 'Các đặc tính này *(qualities / các phẩm tính này, các sự kiện này)* không đúng thật *(không chính đáng, không đúng thực)*, các đặc tính kia đáng bị khiển trách *(blameworthy / chê trách)*, các đặc tính khác thì bị các vị thông thái *(viññū / observants / sages / các vị sáng suốt, các vi đạo đức, có thể hiểu là các đệ tử uyên bác của Đức Phật, tức là những người đã đạt được một cấp bậc hiểu biết thật cao)* chỉ trích, hoặc khi mang ra thực hiện hay tu tập thì các đặc tính ấy sẽ mang lại những điều tồi tệ và khổ đau, thì các bạn phải loại bỏ ngay các đặc tính ấy *(Phân đoạn trên đây nêu lên lời giải đáp của Đức Phật trước sự thắc mắc của người dân Kālāma về thái độ của các vị Thầy khác từng đến thị trấn Kesaputta này giảng dạy, và phân đoạn này cũng là phần chủ yếu nhất, là cái đinh của toàn bộ bài giảng. Tiếp theo dưới đây là phần ứng dụng thiết thực và cụ thể hơn, phù hợp và dễ hiểu hơn cho đông đảo những người dân Kālāma đến nghe giảng)*.

«Vì thế, này các bạn *(quý vị)* Kālāma, các bạn nghĩ thế nào? Nếu sự thèm khát *(greed / tham lam, bám víu, hám lợi, bám vào những lời hứa hẹn)* dấy lên với một người nào đó, thì sự thèm khát *(bám víu)* đó sẽ mang lại cho người ấy niềm an vui hay những điều tồi tệ *(harm / tai hại, tệ hại)*?».

«Mang lại những điều tồi tệ, thưa Thế Tôn».

«Này các bạn Kālāma, nếu con người thèm khát ấy cứ để cho sự thèm khát tràn ngập con người mình, cứ để cho sự thèm khát ám ảnh tâm trí mình, thì sẽ khiến mình sát hại chúng sinh, lân la với vợ kẻ khác *(gian dâm, dụ dỗ, ép buộc, ve vãn, lợi dụng người phụ nữ)*, nói lên những điều giả dối *(trên phương diện rộng lớn hơn thì đấy là các hình thức tuyên truyền, đưa ra các khẩu hiệu giả dối, đạo đức giả để lừa phỉnh kẻ khác...)* xúi giục kẻ khác hành động giống như mình *(trong lãnh vực rộng lớn là hình thức khích động, xúi giục, đánh lừa kẻ khác khiến họ tin tưởng vào mình và hành động theo các chiều hướng và ý đồ đen tối của mình)*, thì tất cả các cung cách hành xử đó có mang lại cho người ấy *(cho tập thể những con người ấy)* những điều tồi tệ và khổ đau trong lâu dài hay không?».

«Tất nhiên là có, thưa Thế Tôn».

«Đến đây, này các bạn Kālāma, các bạn nghĩ thế nào ? Nếu hận thù *(aversion / ghét bỏ, ác cảm)* dấy lên với một người nào đó, thì sự hận thù đó sẽ mang lại cho người ấy niềm an vui hay những điều tồi tệ?».

«Mang lại những điều tồi tệ, thưa Thế Tôn».

«Này các bạn Kālāma, con người mang đầy hận thù ấy – nếu cứ để hận thù tràn ngập con người mình, cứ để hận thù ám ảnh tâm thức mình – thì sẽ khiến mình sát hại chúng sinh, lấy những gì mà kẻ khác không cho, lân la với vợ kẻ khác *(phạm vào các hành động gian dâm)*, nói lên những điều dối trá, xúi giục kẻ khác hành động giống như mình. Tất cả các cung cách hành xử đó có mang lại cho người ấy những điều tồi tệ và khổ đau trong lâu dài hay không?».

«Tất nhiên là có, thưa Thế Tôn».

«Đến đây, này các bạn Kālāma, các bạn nghĩ thế nào ? Nếu sự hiểu biết sai lầm *(delusion / ảo giác)* dấy lên với một người nào đó, thì sự hiểu biết sai lầm đó *(các ảo giác đó)* sẽ mang lại cho người ấy niềm an vui hay những điều tồi tệ?».

«Tất nhiên là những điều tồi tệ, thưa Thế Tôn».

«Và con người mang đầy ảo giác ấy, nếu cứ để sự hiểu biết sai lầm tràn ngập con người mình, cứ để cho sự hiểu biết sai lầm ám ảnh *(chi phối)* tâm thức mình, thì sẽ khiến mình sát hại chúng sinh, lấy những gì mà kẻ khác không cho, lân la với vợ kẻ khác *(gian dâm)*, nói lên những điều dối trá, xúi giục kẻ khác hành động giống như mình, tất cả các cung cách hành xử đó có mang lại cho người ấy những điều tồi tệ và khổ đau trong lâu dài hay không?».

«Tất nhiên là có, thưa Thế Tôn».

«Vì vậy, này các bạn Kālāma, các bạn nghĩ thế nào? Các đặc tính ấy *(các sự thèm khát, hận thù, ảo giác)* là tốt lành hay tai hại?».

«Là những điều tai hại, thưa thế Tôn».

«Các cung cách hành xử ấy đáng bị khiển trách hay khích lệ?».

«Đáng bị khiển trách, thưa Thế Tôn».

«Đáng bị chỉ trích hay tán thành bởi các vị sáng suốt?».

«Bị chỉ trích bởi các vị sáng suốt, thưa Thế Tôn».

«Này các bạn Kālāma, các bạn nghĩ thế nào? Nếu mang ra thực thi thì các cung cách hành xử đó có mang lại những điều tồi tệ và khổ đau hay không?».

«Thưa Thế Tôn, các cung cách hành xử ấy nếu mang ra thực thi thì sẽ mang lại những điều tồi tệ và khổ đau. Chúng tôi nghĩ là như vậy».

(Sau khi nêu lên một cách cụ thể các sự thèm khát, hận thù, các sự hiểu biết sai lầm, các ảo giác và các cung cách hành xử kém tốt lành, khi chúng tràn ngập một người nào đó thì tất sẽ mang lại cho người ấy những điều tồi tệ và khổ đau, thì Đức Phật trở lại với thắc mắc bao quát hơn của người dân Kālāma, liên quan đến các vấn đề tâm linh và tín ngưỡng)

«Vì vậy, này các bạn Kālāma, ta tuyên bố *(khẳng định)* rằng: 'Không nên tin vào những lời thuật lại *(những lời đồn đại, những điều mà mình được nghe người khác nói)*, các truyền thuyết, các văn bản thiêng liêng, những gì có vẻ hợp lý, các sự suy diễn, các sự tương đồng, các quan điểm mang tính cách tự biện, những gì có thể là đúng, hoặc các ý nghĩ [chẳng hạn như]: 'Vị tu hành ấy là thầy mình' *(ý nghĩ cho rằng đã là thầy mình thì những điều mà vị ấy nói ra đều là đúng)*. Chỉ khi nào các bạn tự mình nhận thấy bởi chính mình các đặc tính nào không đúng *đắn (đúng thật, chính đáng)*, các đặc tính nào đáng bị chê trách, các đặc tính nào bị các vị sáng suốt chỉ trích, các đặc tính nào khi mang ra thực thi sẽ mang lại những điều tồi tệ và khổ đau, thì các bạn phải loại bỏ chúng. Đấy là những lời đã được [Đấng Thế Tôn] nêu lên. Và cũng chính vì các điều đó mà những lời ấy đã được [Đấng Thế

Tôn] nêu lên.

«Đến đây, này các bạn Kālāma, không nên tin vào những lời thuật lại, các truyền thuyết, các văn bản thiêng liêng, những gì có vẻ hợp lý, các sự suy diễn, các sự tương đồng, các quan điểm mang tính cách tự biện, những điều có thể là đúng, hoặc các ý nghĩ [chẳng hạn như]: 'Vị suy tư *(vị tu hành)* ấy là thầy mình'. Chỉ khi nào các bạn tự mình nhận thấy bởi chính mình các đặc tính nào là đúng thật, các đặc tính nào không hề bị chê trách, các đặc tính nào được các vị sáng suốt ngợi khen, các đặc tính nào được các vị sáng suốt chấp nhận và khi mang ra thực thi thì sẽ mang lại an vui và hạnh phúc, thì khi ấy các bạn hãy hòa nhập với chúng *(chấp nhận chúng)* và lưu giữ chúng.

«Này các bạn Kālāma, các bạn nghĩ thế nào? Nếu không có sự thèm khát *(greed / tham lam, bám víu, hám lợi)* dấy lên với một người nào đó thì điều ấy sẽ mang lại an vui hay những điều tồi tệ *(tai hại)* ».

«Mang lại an vui, thưa Thế Tôn».

«Này các bạn Kālāma, con người không thèm khát ấy, không để cho sự thèm khát tràn ngập con người mình, không để cho sự thèm khát ám ảnh tâm trí mình, thì sẽ không sát hại chúng sinh, không lấy những gì mà người khác không cho *(không lường gạt, trôm cắp, cướp giật, tham nhũng)*, không tìm cách lân la với vợ kẻ khác *(dụ dỗ, tán tỉnh, tà dâm)*, không nói dối, không xúi giục kẻ khác làm giống như mình *(không hô hào, khích động hận thù, gây ra chia rẽ...)*, thì các điều đó có mang lại cho người ấy niềm an vui và hạnh phúc trong lâu dài hay không?».

«Tất nhiên là có, thưa Thế Tôn».

«Này các bạn Kālāma, các bạn nghĩ thế nào? Nếu không có hận thù *(aversion / thù ghét, ghét bỏ)* hiện lên với một người nào đó thì điều ấy sẽ mang lại an vui hay những điều tồi tệ?».

«Mang lại an vui, thưa Thế Tôn».

«Và con người không hận thù ấy, không để cho hận thù tràn ngập con người mình, không để cho hận thù ám ảnh tâm trí mình, thì sẽ không giết hại chúng sinh, không lấy những gì mà kẻ khác không cho *(không trộm cắp, không lường gạt)*, không lân la với vợ kẻ khác, không nói dối, không xúi giục kẻ khác làm giống như mình, thì các điều đó có mang lại cho người ấy niềm an vui và hạnh phúc trong lâu dài hay không?».

«Tất nhiên là có, thưa Thế Tôn».

«Này các bạn Kālāma, các bạn nghĩ như thế nào ? Nếu sự hiểu biết sai lầm *(delusion / ảo giác)* không dấy lên với một người nào đó, thì điều ấy sẽ mang lại an vui hay những điều tồi tệ?».

«Mang lại an vui, thưa Thế Tôn».

«Và khi nào con người không mang ảo giác *(không rơi vào các sự hiểu biết sai lầm)* đó, không để các sự hiểu biết sai lầm *(ảo giác)* tràn ngập con người mình, không để các sự hiểu biết sai lầm ám ảnh tâm trí mình, thì sẽ không sát hại chúng sinh, không lân la với vợ kẻ khác, không lấy những gì mà kẻ khác không cho, không nói dối, không xúi giục kẻ khác làm giống như mình, thì các điều ấy có mang lại an vui và hạnh phúc trong lâu dài hay không?».

«Tất nhiên là có, thưa Thế Tôn».

«Đến đây, này các bạn Kālāma, các bạn nghĩ thế nào? Các đức tính *(qualities / các đặc tính, phẩm tính, nói chung là tư cách, thái độ)* ấy là tốt lành hay tồi tệ ?».

«Tốt lành, thưa Thế Tôn».

«Các đức tính ấy đáng bị khiển trách hay được khen thưởng bởi các vị sáng suốt?».

«Được khen thưởng, thưa Thế Tôn».

«Các đức tính ấy bị chỉ trích hay được khuyến khích bởi các vị sáng suốt?».

«Được khuyến khích bởi các vị sáng suốt, thưa Thế Tôn».

«Này các bạn Kālāma, các bạn nghĩ thế nào ? Nếu chấp nhận và mang ra thực thi, thì các đức tính ấy có mang lại niềm an vui và hạnh phúc hay không?».

«Thưa Thế Tôn, nếu chấp nhận và mang ra thực thi thì các đức tính ấy sẽ mang lại niềm an vui và hạnh phúc, chúng tôi nghĩ là như vậy».

(Cách hỏi đáp dài dòng trên đây là cách mà Đức Phật tập cho người dân Kālāma suy luận, xét đoán và đánh giá các phẩm tính trong những lời giảng dạy của kẻ khác)

«Vì vậy, này các bạn Kālāma, ta tuyên bố rằng: Không nên tin vào những lời thuật lại, các truyền thuyết, các văn bản thiêng liêng, những gì có vẻ hợp lý, các sự suy diễn, các sự tương đồng, các quan điểm mang tính cách tự biện, những gì có thể là đúng, hoặc các ý nghĩ [chẳng hạn như]: 'Vị tu hành ấy là thầy mình'. Chỉ khi nào các bạn tự mình nhận thấy bởi chính mình các đức tính *(qualities / phẩm tính, đặc tính)* nào là đúng thật, các đức tính nào không hề bị chê trách, các đức tính nào được các vị sáng suốt ngợi khen, các đức tính nào khi mang ra thực thi sẽ mang lại niềm an vui và hạnh phúc, thì khi đó các bạn hãy nên hòa nhập với chúng *(chấp nhận chúng)* và lưu giữ chúng». Đấy là những lời đã được [Đấng Thế Tôn] nêu lên. Và cũng vì chính các điều đó mà những lời ấy đã được [Đấng Thế Tôn] nêu lên.

«Này các bạn Kālāma, một người đệ tử của các vị Cao quý – khi đã thoát khỏi sự thèm khát, thoát khỏi ác tâm, thoát khỏi sự hiểu biết sai lầm *(ảo giác)*, trở nên tỉnh táo *(cảnh giác, chú tâm, thoát khỏi u mê, thực hiện được sự nhận biết minh bạch)* và kiên quyết – thì sẽ hướng nhìn vào phương hướng thứ nhất *(hướng Đông)*, hướng nhìn vào phương hướng thứ hai *(hướng Tây)*, hướng nhìn vào phương hướng thứ ba *(hướng Bắc)*, hướng nhìn vào phương hướng thứ tư *(hướng Nam)*, với một sự tỉnh thức *(awareness / giác ngộ, tỉnh ngộ)* thấm đượm lòng từ tâm *(goodwill / compassion / lòng từ bi, lòng thương cảm)*. Sau đó người ấy lại tiếp tục hướng vào phía trên đầu, hướng vào phía dưới chân, và tất cả chung quanh mình dù là bất cứ nơi nào trong toàn thể vũ trụ, với một sự tỉnh thức thấm đượm lòng từ tâm: phong phú, tỏa rộng, vô tận, không một thoáng hận thù, không một thoáng ác tâm.

«Người ấy hòa nhập vào phương hướng thứ nhất – hòa nhập vào phương hướng thứ hai, thứ ba và thứ tư – với một sự tỉnh thức thấm đượm lòng từ tâm. Người ấy lại tiếp tục hướng vào phía trên đầu, hướng vào phía dưới chân, và tất cả chung quanh mình dù là bất cứ nơi nào trong toàn thể vũ trụ, với sự tỉnh thức: phong phú, tỏa rộng, vô tận, không một thoáng hận thù, không một thoáng ác tâm».

«Người ấy hòa nhập vào phương hướng thứ nhất – hòa nhập vào phương hướng thứ hai, thứ ba và thứ tư – với một sự tỉnh thức thấm đượm niềm hân hoan tràn đầy thương cảm *(empathic joy / niềm vui sướng tràn đầy lòng thiện cảm và thương yêu)*. Người ấy lại tiếp tục hướng vào phía trên đầu, hướng vào phía dưới chân, và tất cả chung quanh mình dù là bất cứ nơi nào trong vũ trụ, với một sự tỉnh thức thấm đượm niềm hân hoan tràn đầy thương cảm: phong phú, tỏa rộng, vô tận, không một thoáng hận thù, không một thoáng ác tâm».

«Người ấy hòa nhập vào phương hướng thứ nhất – hòa nhập vào phương hướng thứ hai, thứ ba và thứ tư – với một sự tỉnh thức thấm đượm niềm hân hoan mang lại từ sự thanh thản *(equanimity / sự bình lặng, an nhiên và thăng bằng của tâm thức)*. Người ấy lại tiếp tục hướng vào phía trên đầu, hướng vào phía dưới chân, và tất cả chung quanh mình dù là bất cứ nơi nào trong vũ trụ, với một sự thanh thản: phong phú, tỏa rộng, vô tận, không một thoáng hận thù, không một thoáng ác tâm».

«Đến đây, này các bạn Kālāma, một đệ tử của các vị Cao quý – khi tâm thức đã thoát khỏi hận thù, thoát khỏi ác tâm, không còn bị ô uế *(undefiled / không còn bị ô nhiễm bởi các ảo giác, các ý niệm sai lầm)*, và đã trở thành tinh khiết – thì sẽ đạt được bốn sự vững tin *(assurance / conviction / sự tự tin, một sự suy nghĩ hướng vào khả năng của mình, khác hơn với đức tin / faith / foi là một hình thức suy nghĩ, một khía cạnh xúc cảm hướng vào một quyền lực bên ngoài con người của mình)* tại nơi này và ngay trong lúc này:

«Nếu có một thế giới sau khi chết, và nếu có kết quả và hậu quả phát sinh từ các hành động đúng đắn hay sai lầm đã được thực thi, thì đấy là nền tảng giúp tôi, sau khi thân xác này tan rã khi cái chết xảy ra, thì sẽ hiển hiện trở lại trong một cảnh giới tốt đẹp hơn trong thế giới thiên nhân *(các chữ 'cõi thiên nhân' hay 'thế giới thiên nhân' / heavenly world thường thấy nêu trong kinh điển Phật giáo không hề có nghĩa là cõi 'thiên đường' hay 'thượng giới', mà là một cõi hiện hữu chung với tất cả các chúng sinh khác, nhưng thuộc một cấp bậc cao hơn. Các chúng sinh trong cấp bậc này mang các khả năng và phẩm tính cao hơn trên phương diện thể xác và tâm thần so với các chúng sinh bình dị. Sự hiện hữu của họ có thể là vô hình tướng, không trông thấy được bằng mắt bởi các chúng sinh trần tục).* Đấy là sự vững tin thứ nhất mà người ấy đạt được [tại nơi này và ngay trong lúc này].

«Thế nhưng nếu giả sử không có một thế giới nào sau khi chết, và nếu không có một kết quả và hậu quả nào phát sinh từ các hành động đúng đắn hay sai lầm đã được thực thi đi nữa, thì ngay trong cuộc sống hiện tại này, tôi cũng cứ chăm lo cho [bản thân] tôi – hầu giúp tôi tránh khỏi mọi hận thù, tránh khỏi mọi ác tâm, tránh khỏi mọi sự hoang mang *(trouble / quẫn trí, bấn loạn, ảo giác)*'. Đấy là sự vững tin thứ hai mà người ấy đạt được [tại nơi này và ngay trong lúc này] *(nếu không tin vào sự tiếp nối liên tục giữa các kiếp sống và xem cái chết là một sự chấm dứt hoàn toàn, cũng không tin vào quy luật nguyên nhân hậu quả và cho rằng ý nghĩ, ngôn từ và hành động của mình không tạo ra một hậu quả nào cả trong ngắn hạn và trong lâu dài, thì ngay trong lúc này, trong cuộc sống hiện tại này, nếu biết giữ gìn không thèm khát, không hận thù, không bị chi phối bởi các ảo giác, các sự hiểu biết sai lầm, thì cũng đủ giúp chúng ta tìm được niềm an vui và hạnh phúc, tránh khỏi mọi thứ khó khăn và các cảnh huống khổ đau tại nơi này và ngay trong lúc này, trong cuộc sống hiện tại này).*

«Nếu sự độc ác [là hậu quả] phát sinh từ hành động *(qua từng ý nghĩ, ngôn từ và cử chỉ của mình)*, thì [trong trường hợp đó] tôi sẽ không cố tình gây ra một sự độc ác nào đối với bất cứ ai. Nếu không thực thi một hành động độc ác nào, thì khổ đau làm thế nào có thể chạm đến con người của tôi' ? Đấy là sự vững tin thứ ba mà người ấy đạt được [tại nơi này và ngay trong lúc này].

«Thế nhưng, dù không có một sự độc ác nào phát sinh từ hành động đi nữa, thì [trong trường hợp đó] tôi vẫn cứ giữ con người của tôi được tinh khiết trên cả hai phương diện *(cả hai mặt: không để mình rơi vào các cảnh huống độc ác, hận thù và bấn loạn, cũng không hành động gây ra các cảnh huống độc ác, hận thụ và bấn loạn)*'. Đấy là sự vững tin thứ tư mà người ấy đạt được [tại nơi này và ngay trong lúc này] *(không cần phải chờ đến kiếp sau)*.

«Này các bạn Kālāma, một người đệ tử của các vị Cao quý – khi tâm thức đã thoát ra khỏi hận thù, thoát ra khỏi ác tâm, không còn bị ô uế, đã trở nên tinh khiết – thì sẽ đạt được bốn sự vững tin đó tại nơi này và ngay trong lúc này .

«Quả đúng là như thế, thưa Thế Tôn. Quả đúng là như thế, thưa Vị Thành Đạt *(One Well-Gone / Vị 'Thiện Thệ' / một Vị đã đạt được sự Tỉnh thức. Chữ này đã được giải thích trên đây)*. Một người đệ tử của các vị Cao quý *(các vị tỳ-kheo, các người tu hành thành đạt)* – khi tâm thức đã thoát ra khỏi hận thù, thoát ra khỏi ác tâm, không còn bị ô uế, đã trở nên tinh khiết – thì sẽ đạt được bốn sự vững tin tại nơi này và ngay trong lúc này.

Giả sử nếu có một thế giới sau khi chết, và nếu có kết quả và hậu quả phát sinh từ các hành động hoặc đúng đắn hoặc sai lầm, thì trên cơ sở *(basis / căn bản, trường hợp)* đó tôi sẽ hiển hiện trở lại trong một cảnh huống tốt đẹp nơi cõi thiên nhân [nhờ vào các hành động đúng đắn của tôi]. Đấy là cách mà người ấy *(người đệ tử của các vị Cao quý)* đạt được sự vững tin thứ nhất *(câu trên đây có nghĩa là nếu tin là có một kiếp sống khác sau khi chết, và tin vào quy luật nguyên nhân và hậu quả, thì trên cơ sở của niềm tin đó nếu tôi không hận thù, không ác tâm, tránh được các hành động tạo ra các cảnh huống độc ác, hận thù và bấn loạn, thì tôi sẽ hiển hiện trở lại – qua một kiếp sống khác – trong một cảnh huống tốt đẹp hơn, thuộc một cấp bậc hiện hữu cao hơn. Câu tiếp theo dưới đây sẽ cho biết thêm là dù không tin vào sự tiếp nối của một sự sống khác sau khi chết, cũng không tin vào quy luật nguyên nhân và hậu quả đi nữa, thì cũng cứ tránh không gây ra hận thù, không ác tâm, không để bị vướng mắc vào những sự hiểu biết sai lầm – tức là các ảo giác – thì ngay trong hiện tại này, trong kiếp sống này, tôi sẽ tránh khỏi được mọi thứ khổ đau, tránh khỏi được các cảnh huống độc ác, kể cả cả các sự hoang mang và lo sợ trong tâm thức mình)*.

«Thế nhưng, giả sử nếu không có một thế giới nào sau khi chết, cũng không có một kết quả nào hay một hậu quả nào phát sinh từ các hành động đúng đắn hay sai lầm đi nữa *(có nghĩa là không tin vào*

Dhamma hay Giáo lý của Đức Phật đi nữa), thì trong cuộc sống hiện tại này tôi chỉ cần đơn giản chăm lo cho [bản thân] tôi – giúp tôi tránh khỏi mọi hận thù, mọi ác tâm, mọi hoang mang *(không bị chi phối bởi ảo giác và các sự hiểu biết sai lầm)*. Đấy là cách mà người ấy *(người đệ tử của các vị Cao quý)* đạt được sự vững tin thứ hai' *(câu này có nghĩa là dù không tin vào một kiếp sống khác sau cái chết đi nữa, cũng không tin vào quy luật nguyên nhân và hậu quả đi nữa, thì trên cơ sở không tin đó tôi cũng nên chăm lo cho bản thân tôi, giúp tôi tránh khỏi mọi hình thức khổ đau, mọi sự lo sợ, mọi sự hoang mang, ngay trong hiện tại này, trong kiếp sống này, bằng cách không hành động độc ác, không ác tâm, không tự tạo ra cho mình các ảo giác)*.

«Giả sử nếu không có một sự độc ác nào phát sinh từ hành động *(dù các hành động hung bạo không tạo ra sự độc ác)* đi nữa, thì tôi cũng sẽ không phát động một sự chủ tâm nào khiến tạo ra sự độc ác đối với bất cứ ai. Nếu tôi không thực thi một hành động độc ác nào, thì khổ đau làm thế nào có thể chạm đến con người của tôi?'.Đấy là cách mà người ấy đạt được sự vững tin thứ ba.

«Thế nhưng nếu sự độc ác phát sinh từ hành động, thì [trong trường hợp đó] tôi sẽ giữ bản thân tôi được tinh khiết *(tránh khỏi)* đối với cả hai khía cạnh đó *('cảnh huống độc ác' và cả 'hành động gây ra sự độc ác')*. Đấy là cách mà người ấy đạt được sự vững tin thứ tư .

«Này các bạn Kālāma, một người đệ tử của các vị Cao quý – khi đã thoát ra khỏi mọi hận thù, thoát ra khỏi mọi ác tâm, không còn bị ô uế *(bởi sự độc ác và cả hành động gây ra sự độc ác)* và đã trở nên tinh khiết – thì sẽ đạt được cả bốn sự vững tin đó tại nơi này và ngay trong lúc này *(không nhất thiết là phải chờ đến kiếp sau)* ».

«Tuyệt vời thay, thưa Thế Tôn ! Tuyệt vời thay ! Tất cả không khác gì như một vật bị lật đổ được dựng lên, một vật giấu kín được tìm thấy, hoặc tương tự như chỉ đường cho một người đi lạc, thắp lên một ngọn đèn giúp những ai có mắt trông thấy được hình dạng. Cũng tương tự như vậy, qua nhiều phương cách lý luận, Thế Tôn đã làm cho Dhamma *(Đạo Pháp)* trở nên sáng tỏ. Chúng tôi xin được nương tựa *(quy y)* nơi Thế Tôn, nương tựa nơi Dhammma, nương tựa nơi Tăng Đoàn của các vị Tỳ-kheo. Xin Thế Tôn chấp nhận chúng tôi là các đệ tử thế tục nương tựa nơi Thế Tôn, kể từ ngày hôm nay cho đến hết cuộc đời của chúng tôi».

(Độc giả có thể xem thêm về chủ đề 'tự do tư tưởng' trong một bài viết mang tựa: 'Ý niệm về sự Tự do trong lịch sử nhân loại và theo quan điểm Phật giáo' trên trang mạng Thư Viện Hoa Sen, bằng cách gõ các chữ trên đây vào một công cụ tìm kiếm trên mạng)

Vài lời ghi chú

Tinh thần cảnh giác nêu lên trong bài thuyết giảng trên đây đôi khi có thể khiến một số người Phật giáo Á châu phải kinh ngạc, khi họ nhìn vào Phật giáo như một tín ngưỡng đơn thuần. Trái lại đối với người Tây phương – ít nhất là đối với các học giả và triết gia – thường xuyên tiếp cận với các tín ngưỡng dựa vào đức tin của họ, thì chủ trương tự do tư tưởng và sự tự tin nơi con người của chính mình, nêu lên trong bài giảng trên đây, không khỏi khiến họ phải thán phục. Thật vậy, có rất nhiều sách cùng các bài khảo luận viết về bài giảng này bằng nhiều ngôn ngữ Tây phương, riêng các bản dịch sang tiếng Anh và tiếng Pháp cũng đã có đến hàng chục bản dịch khác nhau do các dịch giả khác nhau. Phải chăng điều đó cho thấy một chút thán phục, hay ít nhất cũng là một chút mới lạ trong lãnh vực tín ngưỡng theo cách hiểu của họ, tức là thay vì khơi động lòng tin thì phải phát động sự nghi ngờ:

1- Không nên tin vào những điều được nghe nói (anussava / hearsay / những điều thuật lại).

2- Không nên tin vào các truyền thống (paramparā / tradition, ancestry / các thói tục lâu đời).

3- Không nên tin vào những lời đồn đại (itikirā / rumor / tin đồn, chuyện tầm phào).

4- Không nên tin vào những điều nêu lên trong các kinh điển thiêng liêng (piṭaka-sampadāna / scripture / kinh thánh, trong trường hợp này là các kinh điển Veda / Vệ-đà).

5- Không nên tin vào những điều phỏng đoán (takka-hetu / surmise, speculation / các điều dự đoán, tự biện, tạo dựng).

6- Không nên tin vào các chuyện được xem như là chân lý (naya-hetu / axiom / các tiền đề được xem như là chính đáng, đúng thật, hầu căn cứ vào đó để chứng minh hay viện dẫn các điều khác).

7- Không nên tin vào những lời xoay quanh một cung cách lý luận nào đó (ākāra-parivitakka / specious resoning / một phương cách lý luận nhằm mục đích cố tình nêu lên hay chứng minh về một điều gì đó, một chủ đích hay ý niệm nào đó).

8- Không nên tin vào những điều thuộc các xu hướng cố định, các chủ đích có sẵn từ trước (diṭṭhi-nijjhān-akkh-antiyā / a notion has been pondered over / một khái niệm dựa vào một chủ đích tự biện, có sẵn, nói một cách khác là cách lèo lái nhằm chứng minh sự tin tưởng hay đức tin của mình).

9- Không nên tin vào những điều xoay quanh các cách diễn giải khéo léo của người khác (bhabba-rūpatāya / seeming ability / một sự lập luận khéo léo).

10- Không nên tin vào một điều nào đó, duy nhất chỉ vì điều ấy là do vị Thầy của mình nêu lên (samaṇo no garū / our Teacher / vị ấy, nhà sư ấy là Thầy mình).

Không những khuyên chúng ta không nên tin vào 10 điều trên đây, mà Đức Phật còn dặn bảo chúng ta phải xét đoán ngay cả những lời do chính Ngài thuyết giảng: 'Hãy nghi ngờ tất cả, nhất là những gì ta sắp nói ra', một câu tóm lược thật ngắn gọn ý nghĩa của bài giảng trên đây, một câu được viết thật lớn trên trần của gian Phòng triển lãm thênh thang tại Thư viện Quốc gia Pháp.

Thật vậy, Giáo huấn của Đức Phật đi ngược lại với tất cả các trào lưu tín ngưỡng khác, Đức Phật không kêu gọi một sự tin tưởng hay một hình thức đức tin nào cả, mà chủ trương một sự tự do tư tưởng hoàn toàn và tuyệt đối. Thế nhưng không phải vì thế mà sự tự do đó là một sự buông thả 'bất định hướng', mà là một sự tin tưởng nơi con người, nơi khả năng xét đoán của từng mỗi con người. Đức Phật khuyên các đệ tử của Ngài hãy tự mình xét đoán: 'Các đặc tính nào là đúng thật, các đặc tính nào không hề bị chê trách, các đặc tính nào được các vị sáng suốt ngợi khen, các đặc tính nào khi mang ra thực thi sẽ mang lại niềm an vui và hạnh phúc, thì khi đó các bạn hãy nên hòa nhập với chúng và lưu giữ chúng [bên trong chính mình]'.

Hơn thế nữa, Đức Phật còn xác định thêm là dù mình không tin là sau khi thân xác tan rã vì cái chết xảy ra, thì sẽ có một kiếp sống khác tiếp theo, liên hệ và tùy thuộc vào các phẩm tính của mình trong kiếp sống này đi nữa, thì cũng nên chăm lo cho bản thân mình trong hiện tại, bằng cách biết giữ gìn các hành động của mình – chữ 'hành động' trong Phật giáo bao gồm từ các xúc cảm và ý nghĩ trong tâm thức cho đến ngôn từ và cử chỉ trên thân thể – luôn được đúng đắn. Cung cách hành xử đúng đắn đó sẽ giúp mình tránh khỏi các cảnh huống hận thù và ác cảm tạo ra bởi kẻ khác, cũng như các sự bấn loạn trong tâm thần mình ngay trong những lúc hiện tại này. Nguyên văn câu này trong bài giảng như sau: *'Thế nhưng nếu giả sử không có một thế giới nào sau khi chết, và nếu không có một kết quả hay hậu quả nào phát sinh từ các hành động đúng đắn hay sai lầm đã được thực thi đi nữa, thì ngay trong cuộc sống hiện tại này, tôi biết chăm lo cho [bản thân] tôi – hầu giúp tôi tránh khỏi mọi hận thù, tránh khỏi mọi ác tâm, tránh khỏi mọi sự hoang mang'.*

Hơn thế nữa, điểm tột đỉnh của bài giảng không phải chỉ là cách hướng vào bên trong con người, vào khả năng xét đoán của từng mỗi cá thể mà còn là một sự mở rộng: «*Này các bạn Kālāma, một người đệ tử của các vị Cao quý – khi đã thoát khỏi sự thèm khát, thoát khỏi ác tâm, thoát khỏi sự hiểu biết sai lầm (các ảo giác), trở nên tỉnh táo (cảnh giác, chú tâm, thoát khỏi u mê, thực hiện được sự nhận thức minh bạch) và kiên quyết – thì sẽ hướng nhìn vào phương hướng thứ nhất (hướng Đông), hướng nhìn và phương hướng thứ hai (hướng Tây), hướng nhìn vào phương hướng thứ ba (hướng Bắc), hướng nhìn vào phương hướng thứ tư (hướng Nam), với một sự tỉnh thức (awareness / giác ngộ) thấm đượm lòng từ tâm (goodwill / compassion / lòng từ bi, lòng thương cảm). Sau đó người ấy lại tiếp tục hướng vào phía trên đầu, hướng vào phía dưới chân, và tất cả chung quanh mình dù là bất cứ nơi nào trong toàn thể vũ trụ, với một sự tỉnh thức thấm đượm lòng từ tâm: phong phú, tỏa rộng, vô tận, không một thoáng hận thù, không một thoáng ác tâm*». Chúng ta sẽ trở lại với lời khuyên này của Đấng Thế Tôn trong một dịp khác. Thiết nghĩ bài thuyết giảng trên đây có thể biểu trưng cho sự tự do tư tưởng trong Dhamma của Đức Phật, nêu lên ***bản Hiến Chương cho toàn bộ Giáo huấn Phật giáo.***

Ngoài ra, cũng mạn phép xin trích dẫn thêm một bài giảng ngắn bổ túc cho *Bài thuyết giảng cho người dân Kālāma / Kālāma Sutta* trên đây. Bài giảng này mang tựa là *Satthusāsana Sutta / Giáo huấn của người Thầy* (AN 7.80), tiền ngữ satthu trong chữ satthusāsana có nghĩa là vị Thầy hay vị Giảng dạy và trong trường hợp này là Đức Phật, hậu ngữ sāsana có nghĩa là giáo huấn hay thông điệp. Trước hết bài giảng này cho thấy sự khác biệt về ý nghĩa giữa chữ Dhamma viết hoa và chữ dhamma không viết hoa, sau đó bài giảng nêu lên những gì 'vô ích' và 'sai lầm' thì không phải là Dhamma, những gì 'hữu ích' và 'thiết thực' thì mới đúng thật là Dhamma. Tóm lại nếu bài thuyết giảng cho người dân Kālāma trên đây biểu trưng cho hiến chương của Phật giáo, thì bài ngắn dưới đây có thể biểu trưng thật ngắn gọn cho cốt lõi của Giáo huấn Phật giáo.

Bài thuyết giảng về Giáo huấn của người Thầy

Satthusāsana Sutta - AN 7.80

(Tùy theo tư liệu, bài giảng này được đánh số khác nhau: AN 7.79, AN 7.80, hoặc AN 7.83. Cách đánh số AN 7.80 thường thấy hơn cả. Bản chuyển ngữ tiếng Việt dưới đây chủ yếu dựa vào các bản dịch tiếng Anh của Thanissaro Bhikkhu, John Haspel, Bhikkhu Sujato, và bản dịch tiếng Pháp của Sekka)

Ngài Upāli *(Ưu-ba-li / một trong số các đệ tử uyên bác nhất của Đức Phật, và cũng là vị nắm vững được Giới luật cùng các mô hình sinh hoạt của Tăng đoàn, cũng như ý nghĩa và chủ đích trong Giáo huấn của Đức Phật)* tìm gặp Đấng Thế Tôn và khi gặp Ngài thì vái chào và ngồi sang một bên. Sau khi an tọa thì cất lời với Đấng Thế Tôn: «Quả là một điều tuyệt vời, nếu Thế Tôn có thể giảng Dhamma cho tôi thật ngắn gọn, và sau khi được nghe Dhamma do chính Thế Tôn thuyết giảng, thì sau đó tôi sẽ có thể sống cách ly *(đơn độc)*, ẩn dật, cảnh giác, hăng say và cương quyết».

«Này Upāli, các dhamma *(các hiện tượng, các sự kiện. Trong bản dịch của nhà sư Thanissaro thì chữ này được dịch là các'phẩm tính')* mà Upāli có thể đã từng biết: '[Đấy là] các thứ dhamma không hề mang lại sự thức tỉnh *(disenchantment / nibbidā / sự tỉnh ngộ)* hoàn toàn, sự tan biến của đam mê *(dispassion / virāga / sự thản nhiên)*, sự chấm dứt *(cessation / nirodhā / sự dừng lại, sự đoạn diệt)*, sự tĩnh lặng *(stilling / upasamā / sự thanh thản, sự bình lặng)*, sự hiểu biết trực tiếp *(direct knowledge / abhiññā / sự hiểu biết đúng đắn, sâu sắc, siêu việt, một sự trực nhận thật sâu xa)*, sự giác ngộ bởi chính mình *(self-awakening / sambodhi / kinh sách Hán ngữ dịch chữ này là 'chánh giác' hay 'tam bồ-đề', có nghĩa là sự hiểu biết hoàn toàn, sự giác ngộ hoàn hảo, một sự hiểu biết do mình tự thực hiện được cho mình bởi chính mình)*, sự buông xả *(unbinding / nibbāna / Niết-bàn, nguyên nghĩa của chữ 'Niết-bàn' là sự chấm dứt hay dừng lại của tất cả mọi sự hình thành: không có gì hiển hiện cũng không có gì tan biến)*': [Đối với các thứ dhamma ấy thì] Upāli phải cảnh giác một cách thật dứt khoát: 'Đấy không phải là Dhamma *(Đạo Pháp, Giáo lý)*, đấy không phải là Vinaya *(Giới luật)*, đấy không phải là Giáo huấn của vị Thầy [mình] *(xin lưu ý Đức Phật chuyển từ các dhamma vô ích sang các dhamma thiết thực và hữu ích nêu lên dưới đây)*.

«Này Upāli, sau đây là các dhamma *(các phẩm tính)* mà Upāli cần phải biết: 'Đấy là các dhamma *(các sự kiện, các phẩm tính)* mang lại sự thức tỉnh hoàn toàn, sự chấm dứt đam mê, sự dừng lại, sự tĩnh lặng, sự hiểu biết trực tiếp, sự giác ngộ bởi chính mình và sự buông xả': [Đối với các thứ dhamma hữu ích ấy thì] Upāli phải dứt khoát cảnh giác: 'Đấy [mới đúng thật] là Dhamma *(trong trường hợp này chữ Dhamma trở thành Giáo huấn của Đức Phật)*, đấy [mới đúng thật] là Vinaya *(Giới luật)*, đấy [mới đúng thật] là Giáo huấn *(những lời giảng dạy)* của người Thầy *(câu hỏi thật ngắn gọn, câu trả lời thật dứt khoát, một người bước đi trên Con đường Phật giáo đôi khi cũng nên nhìn vào từng bước chân mình xem có đưa mình đến phía trước hay không, bởi vì các bài giảng cũng như các bài viết thì quá nhiều nhưng thường là những chuyện 'bên lề', các dhamma ấy không thiết thực không mang lại cho mình sự giác ngộ và giải thoát)*.

Dưới đây chúng ta lại trở lại với Bài thuyết giảng cho người dân Kālāma, một bài thuyết giảng thật chủ yếu. Bài giảng này cũng đã được ba vị Hòa Thượng Việt Nam là HT Thích Minh Châu, HT Thích Thiện Châu và HT Tuệ Sỹ dịch sang tiếng Việt. Hai bản dịch của hai

Hòa Thượng Thích Minh Châu và HT Thích Thiện Châu thì dựa vào Kinh tạng Pali, bản dịch của HT Tuệ Sỹ thì dựa vào Hán tạng, tức là các kinh A-hàm dịch từ kinh điển tiếng Phạn. Xin trích dẫn nguyên văn bản dịch của HT Thích Minh Châu trong Đại Tạng Kinh và Bản dịch của HT Tuệ Sỹ từ kinh A-hàm, trước hết là giúp các độc giả quen thuộc với các thuật ngữ tiếng Hán có thể tìm hiểu thêm nếu cần, và sau đó – quan trọng hơn nhiều – là để nhận thấy sự lệch lạc và sai biệt giữa kinh điển Pali và kinh điển A-hàm. Ngoài ra cũng xin ghép thêm bản tiếng Hán trong Hán tạng để độc giả rành tiếng Hán có thể đối chiếu trực tiếp hơn với hai bản dịch sang tiếng Việt trích dẫn trên đây.

Bản dịch của HT Thích Thiện Châu, khá gần với bản dịch của HT Thích Minh Châu, do vậy thiết nghĩ cũng không cần trích dẫn thêm. Tuy nhiên trong cả hai bản dịch này có một câu thiếu chính xác dễ gây ra hiểu lầm. Câu này trong bản dịch của HT Thích Thiện Châu là: 'đừng tin vì Sa môn là thầy mình', trong bản dịch của HT Thích Minh Châu thì câu này là: 'chớ có tin vì vị Sa-môn là bậc đạo sư của mình'. Nếu người đệ tử không được phép tin vào Thầy mình thì phải tin vào ai hay vào đâu? Câu này đúng ra phải là 'không nên tin bằng cách duy nhất chỉ dựa vào lý do đấy là những lời do vị Thầy mình nói ra', nói một cách khác dễ hiểu hơn là 'dù mình không tin đi nữa, thế nhưng là vì thầy mình nói ra nên mình phải tin'. Ngoài ra cũng có một bản dịch tiếng Việt khác về bài giảng này do Sư Tâm Pháp dịch từ bản dịch tiếng Anh của nhà sư Miến Điện Sayadaw U Jotika, và trong bản dịch này thì câu trên đây là: 'chớ có tin bởi vì đó là thầy của mình', câu này cũng có thể gây ra hiểu lầm tương tự như trường hợp trong hai bản dịch đã được nói đến trên đây. Độc giả có thể xem thêm bản dịch của Sư Tâm Pháp trên trang mạng Thư Viện Hoa Sen nếu cần (xin gõ vào một công cụ tìm kiếm trên mạng các chữ: Kinh Kālāma thiền sư sayadaw thuvienhoasen). Dưới đây là bản dịch của HT Thích Minh Châu trong Đại Tạng Kinh:

VII. Phẩm Lớn

3.65. Các Vị ở Kesaputta

Như vầy tôi nghe. Một thời, Thế Tôn đang đi du hành giữa dân chúng Kosala, cùng với đại chúng Tỷ-kheo, đi đến Kesaputta, thị trấn của các người Kàlàmà.

Các người Kàlàmà ở Kesaputta được nghe: «Sa-môn Gotama là Thích tử, xuất gia từ dòng họ Thích ca đã đến Kesaputta. Tiếng đồn tốt đẹp như sau được truyền đi về Sa-môn Gotama: Ngài là Thế Tôn, bậc Ứng Cúng A-la-hán, Chánh Đẳng Giác, Minh Hạnh Túc, Thiên Tuệ, Thế Gian Giải, Vô Thượng Sĩ, Điều Ngự Trượng Phu, Thiên Nhân Sư, Phật, Thế Tôn. Sau khi tự thực chứng, Ngài đã giảng dạy chư thiên và loài người, hàng tu sĩ và cư sĩ, vua chúa cùng thường dân, Ngài đã giảng Pháp cao diệu từ chặng đầu, chặng giữa, cho đến chặng cuối; Ngài đã giảng đời sống phạm hạnh chi tiết và rõ ràng, toàn hảo, hoàn toàn tinh khiết. Lành thay, nếu chúng tôi được yết kiến một vị Ứng cúng như vậy».

—Rồi các người Kàlàmà ở Kesaputta đi đến Thế Tôn. Sau khi đến, có người đảnh lễ Thế Tôn rồi ngồi xuống một bên; có người nói lên với Thế Tôn những lời chào đón thăm hỏi, sau khi nói lên những lời chào đón thăm hỏi thân hữu rồi ngồi xuống một bên; có người chắp tay vái chào Thế Tôn rồi ngồi xuống một bên; có người xưng tên và dòng họ rồi ngồi xuống một bên; có người im lặng rồi ngồi xuống một bên.

Sau khi ngồi xuống một bên, các người Kàlàmà ở Kesaputta bạch Thế Tôn:

—Có một số Sa-môn, Bà-la-môn, bạch Thế Tôn, đi đến Kesaputta. Họ làm sáng tỏ, làm chói sáng quan điểm của mình, nhưng họ bài xích quan điểm người khác, khinh miệt, chê bai, xuyên tạc. Bạch Thế Tôn, lại có một số Sa-môn, Bà-la-môn khác cũng đi đến Kesaputta, họ làm sáng tỏ, làm chói sáng quan điểm của mình, nhưng họ bài xích quan điểm người khác, khinh miệt, chê bai, xuyên tạc. Đối với họ, bạch Thế Tôn, chúng con có những nghi ngờ phân vân: «Trong những Tôn giả Sa-môn này, ai nói sự thật, ai nói láo?».

—Đương nhiên, này các Kàlàmà, các Ông có những nghi ngờ! Đương nhiên, này các Kàlàmà, các Ông có những phân vân! Trong những trường hợp đáng nghi ngờ, các Ông đương nhiên khởi lên phân vân *(gọi chung đông đảo dân chúng nơi thị trấn Kesaputta – gồm từ trẻ đến già, từ phụ nữ đến đàn ông – đến nghe giảng là 'các Ông' thì quả không thích nghi lắm).*

Này các Kàlàmà, chớ có tin vì nghe báo cáo, chớ có tin vì nghe truyền thuyết; chớ có tin vì theo truyền thống; chớ có tin vì được kinh điển truyền tụng; chớ có tin vì lý luận suy diễn; chớ có tin vì diễn giải tương tự; chớ có tin vì đánh giá hời hợt những dữ kiện; chớ có tin vì phù hợp với định kiến; chớ có tin vì phát xuất từ nơi có uy quyền, chớ có tin vì vị Sa-môn là bậc đạo sư của mình *(câu dịch này thiếu chính xác và đã được giải thích trên đây).*

Nhưng này các Kàlàmà, khi nào tự mình biết rõ như sau: «Các pháp này là bất thiện; Các pháp này là đáng chê; Các pháp này bị các người có trí chỉ trích; Các pháp này nếu thực hiện và chấp nhận đưa đến bất hạnh khổ đau», thời này Kàlàmà, hãy từ bỏ chúng!

Các Ông nghĩ thế nào, này Kàlàmà! Lòng tham khởi lên trong nội tâm người nào, khởi lên như vậy là đưa lại hạnh phúc hay bất hạnh?

—Bất hạnh, bạch Thế Tôn.

—Người này có tham, này các Kàlàmà, bị tham chinh phục, tâm bị xâm chiếm, giết các sinh vật, lấy của không cho, đi đến vợ người, nói láo, khích lệ người khác cũng làm như vậy. Như vậy, có làm cho người ấy bất hạnh đau khổ lâu dài hay không?

—Thưa có, bạch Thế Tôn.

—Các Ông nghĩ thế nào, này các Kàlàmà, lòng sân khi khởi lên trong nội tâm người nào, khởi lên như vậy là đưa lại hạnh phúc hay bất hạnh?

—Bất hạnh, bạch Thế Tôn.

—Người này có sân, này các Kàlàmà, bị sân chinh phục, tâm bị xâm chiếm, giết các sinh vật, lấy của không cho, đi đến vợ người, nói láo, khích lệ người khác cũng làm như vậy. Như vậy, có làm cho người ấy bất hạnh đau khổ lâu dài hay không?

—Thưa có, bạch Thế Tôn.

—Các Ông nghĩ thế nào, này các Kàlàmà, lòng si khi khởi lên

trong nội tâm người nào, khởi lên như vậy là đưa lại hạnh phúc hay bất hạnh?

—Bất hạnh, bạch Thế Tôn.

—Người này có si, này các Kàlàmà, bị si chinh phục, tâm bị xâm chiếm, giết các sinh vật, lấy của không cho, đi đến vợ người, nói láo, khích lệ người khác cũng làm như vậy. Như vậy, có làm cho người ấy bất hạnh đau khổ lâu dài hay không?

—Thưa có, bạch Thế Tôn.

—Các Ông nghĩ thế nào, này các Kàlàmà, các pháp này là thiện hay bất thiện?

—Là bất thiện, bạch Thế Tôn.

—Đáng chê hay không đáng chê?

—Có tội, bạch Thế Tôn.

—Bị người có trí quở trách hay không bị người có trí quở trách?

—Bị người có trí quở trách, bạch Thế Tôn.

—Nếu được thực hiện, được chấp nhận, có đưa đến bất hạnh đau khổ không? Hay ở đây, là như thế nào?

—Được thực hiện, được chấp nhận, bạch Thế Tôn, chúng đưa đến bất hạnh, đau khổ, ở đây, đối với chúng con là vậy.

—Như vậy, này các Kàlàmà, điều Ta vừa nói với các Ông: «Chớ có tin vì nghe báo cáo, chớ có tin vì nghe truyền thuyết; chớ có tin vì theo truyền thống; chớ có tin vì được kinh điển truyền tụng; chớ có tin vì lý luận suy diễn; chớ có tin vì diễn giải tương tự; chớ có tin vì đánh giá hời hợt những dữ kiện; chớ có tin vì phù hợp với định kiến; chớ có tin vì phát xuất từ nơi có uy quyền, chớ có tin vì vị Sa-môn là bậc đạo sư của mình».

Nhưng này các Kàlàmà, khi nào tự mình biết rõ như sau: «Các pháp này là bất thiện; Các pháp này là đáng chê; Các pháp này bị các người có trí quở trách; Các pháp này nếu thực hiện và chấp nhận đưa đến bất hạnh khổ đau», thời này Kàlàmà, hãy từ bỏ chúng! Điều đã được nói lên như vậy, chính do duyên như vậy được nói lên.

Này các Kàlàmà, chớ có tin vì nghe báo cáo, chớ có tin vì nghe truyền thuyết; chớ có tin vì theo truyền thống; chớ có tin vì được kinh điển truyền tụng; chớ có tin vì lý luận suy diễn; chớ có tin vì diễn giải tương tự; chớ có tin vì đánh giá hời hợt những dữ kiện; chớ có tin vì phù hợp với định kiến; chớ có tin vì phát xuất từ nơi có uy quyền, chớ có tin vì vị Sa-môn là bậc đạo sư của mình.

Nhưng này các Kàlàmà, khi nào tự mình biết như sau: «Các pháp này là thiện; Các pháp này là không đáng chê; Các pháp này không bị các người có trí chỉ trích; Các pháp này nếu thực hiện và chấp nhận đưa đến hạnh phúc an lạc», thời này Kàlàmà, hãy tự đạt đến và an trú!

Các Ông nghĩ thế nào, này các Kàlàmà, không tham, khi khởi lên trong nội tâm người nào, khởi lên như vậy, là đưa lại hạnh phúc hay bất hạnh cho người ấy?

—Hạnh phúc, bạch Thế Tôn.

—Người này không tham, này các Kàlàmà, không bị tham chinh phục, tâm không bị xâm chiếm, không giết các sinh vật, không lấy của không cho, không đi đến vợ người, không nói láo, khích lệ người khác cũng làm như vậy. Như vậy, có làm cho người ấy hạnh phúc an lạc lâu dài hay không?

—Thưa có, bạch Thế Tôn.

—Các Ông nghĩ thế nào, này các Kàlàmà, không sân, khi khởi lên trong nội tâm người nào, khởi lên như vậy là đưa lại hạnh phúc hay bất hạnh cho người ấy?

—Hạnh phúc, bạch Thế Tôn.

—Người này không sân, này các Kàlàmà, không bị sân chinh phục, tâm không bị xâm chiếm, không giết các sinh vật, không lấy của không cho, không đi đến vợ người, không nói láo, khích lệ người khác cũng làm như vậy. Như vậy, có đem lại đem lại hạnh phúc, an lạc lâu dài cho người ấy hay không?

—Thưa có, bạch Thế Tôn.

—Các Ông nghĩ thế nào, này các Kàlàmà, không si khi khởi lên trong nội tâm người nào, khởi lên như vậy là đưa lại hạnh phúc hay bất hạnh cho người ấy?

—Hạnh phúc, bạch Thế Tôn.

—Người này không si, này các Kàlàmà, không bị si chinh phục, tâm không bị xâm chiếm, không giết các sinh vật, không lấy của không cho, không đi đến vợ người, không nói láo, khích lệ người khác cũng làm như vậy. Như vậy, có đem lại hạnh phúc an lạc lâu dài cho người ấy hay không?

—Thưa có, bạch Thế Tôn.

—Các Ông nghĩ thế nào, này các Kàlàmà, các pháp này là thiện hay bất thiện?

—Là thiện, bạch Thế Tôn.

—Các pháp này là đáng chê hay không đáng chê?

—Không đáng chê, bạch Thế Tôn.

—Bị người có trí quở trách hay được người có trí tán thán?

—Được người trí tán thán, bạch Thế Tôn.

—Nếu được thực hiện, được chấp nhận, có đưa đến hạnh phúc an lạc không, hay ở đây, là như thế nào?

—Được thực hiện, được chấp nhận, bạch Thế Tôn, chúng đưa đến hạnh phúc, an lạc. Ở đây, đối với chúng con là vậy.

—Này các Kàlàmà, chớ có tin vì nghe báo cáo, chớ có tin vì nghe truyền thuyết; chớ có tin vì theo truyền thống; chớ có tin vì được kinh điển truyền tụng; chớ có tin vì nhân lý luận siêu hình; chớ có tin vì đúng theo một lập trường; chớ có tin vì đánh giá hời hợt những dữ kiện; chớ có tin vì phù hợp với định kiến; chớ có tin vì phát xuất từ nơi có uy quyền, chớ có tin vì vị Sa-môn là bậc đạo sư của mình.

Nhưng này các Kàlàmà, khi nào tự mình biết rõ như sau: «Các pháp này là thiện; Các pháp này là không có tội; Các pháp này được người có trí tán thán; Các pháp này nếu được thực hiện, được chấp nhận đưa đến hạnh phúc an lạc», thời này Kàlàmà, hãy chứng đạt và an trú! Điều đã được nói lên như vậy, chính do duyên như vậy được nói lên.

—Này các Kàlàmà, vị Thánh đệ tử nào ly tham, ly sân, ly si như vậy, tỉnh giác, chánh niệm, với tâm câu hữu với Từ biến mãn một phương; cũng vậy phương thứ hai; cũng vậy phương thứ ba; cũng vậy phương thứ tư.

Như vậy, cùng khắp thế giới, trên, dưới, bề ngang, hết thảy phương xứ, cùng khắp vô biên giới, vị ấy an trú biến mãn với tâm câu hữu với Từ, quảng đại, đại hành, vô biên, không hận, không sân.

Vị Thánh đệ tử nào ly tham, ly sân, ly si như vậy, tỉnh giác, chánh niệm, với tâm câu hữu với Bi biến mãn một phương; cũng vậy phương thứ hai; cũng vậy phương thứ ba; cũng vậy phương thứ tư.

Như vậy, cùng khắp thế giới, trên, dưới, bề ngang, hết thảy phương xứ, cùng khắp vô biên giới, vị ấy an trú biến mãn với tâm câu hữu với Bi, quảng đại, đại hành, vô biên, không hận, không sân.

Vị Thánh đệ tử nào ly tham, ly sân, ly si như vậy, tỉnh giác, chánh niệm, với tâm câu hữu với Hỷ biến mãn một phương; cũng vậy phương thứ hai; cũng vậy phương thứ ba; cũng vậy phương thứ tư.

Như vậy, cùng khắp thế giới, trên, dưới, bề ngang, hết thảy phương xứ, cùng khắp vô biên giới, vị ấy an trú biến mãn với tâm câu hữu với Hỷ, quảng đại, đại hành, vô biên, không hận, không sân.

Vị Thánh đệ tử nào ly tham, ly sân, ly si như vậy, tỉnh giác, chánh niệm, với tâm câu hữu với Xả biến mãn một phương; cũng vậy phương thứ hai; cũng vậy phương thứ ba; cũng vậy phương thứ tư.

Như vậy, cùng khắp thế giới, trên, dưới, bề ngang, hết thảy phương xứ, cùng khắp vô biên giới, vị ấy an trú biến mãn với tâm câu hữu với Xả, quảng đại, đại hành, vô biên, không hận, không sân.

Thánh đệ tử ấy, này các Kàlàmà, với tâm không oán như vậy, không sân như vậy, không uế nhiễm như vậy, thanh tịnh như vậy, ngay trong hiện tại, người ấy đạt được bốn sự an ổn:

i) «Nếu có đời sau, nếu có kết quả dị thục các nghiệp thiện ác, sau khi thân hoại mạng chung, ta sẽ sanh lên cõi thiện, cõi trời, cõi đời này»; đây là an ổn thứ nhất vị ấy có được.

ii) «Nếu không có đời sau, nếu không có kết quả dị thục các nghiệp thiện ác, thời ở đây, trong hiện tại, ta tự sống với tâm không oán, không sân, không phiền não, được an lạc»; đây là an ổn thứ hai vị ấy có được.

iii) «Nếu việc ác có làm, nhưng ta không có tâm ác đối với ai cả, và nếu ta không làm điều ác, sao ta có thể cảm thọ khổ đau được»; đây là an ổn thứ ba vị ấy có được.

iv) «Nếu việc ác không có làm, như vậy, cả hai phương diện (do ta làm vô ý hay cố ý), ta quán thấy ta hoàn toàn thanh tịnh»; đây là an ổn thứ tư vị ấy có được.

Thánh đệ tử ấy, này các Kàlàmà, với tâm không oán như vậy, với tâm không sân như vậy, với tâm không uế nhiễm như vậy, với tâm thanh tịnh như vậy, ngay trong hiện tại, vị có được bốn an ổn này.

—Sự việc là như vậy, bạch Thế Tôn! Sự việc là như vậy, bạch Thiện Thệ! Thánh đệ tử ấy, bạch Thế Tôn, với tâm không oán như vậy, với tâm không sân như vậy, với tâm không uế nhiễm như vậy, với tâm thanh tịnh như vậy, ngay trong hiện tại, vị ấy có được bốn an ổn:

«Nếu có đời sau, nếu có kết quả dị thục các nghiệp thiện ác, sau khi thân hoại mạng chung, ta sẽ được sanh lên cõi thiện, cõi Trời, cõi đời này»; đây là an ổn thứ nhất vị ấy có được.

«Nếu không có đời sau, nếu không có kết quả dị thục các nghiệp thiện ác, thời ở đây, trong hiện tại, ta tự sống với tâm không oán, không sân, không phiền não, được an lạc»; đây là an ổn thứ hai vị ấy có được.

«Nếu việc ác có làm, nhưng ta không có tâm ác đối với ai cả, và nếu ta không làm điều ác, sao ta có thể cảm thọ khổ đau được»; đây là an ổn thứ ba vị ấy có được.

«Nếu việc ác không có làm, như vậy, cả hai phương diện (do ta làm vô ý hay cố ý), ta quán thấy ta hoàn toàn thanh tịnh»; đây là an ổn thứ tư vị ấy có được.

Vị Thánh đệ tử ấy, bạch Thế Tôn, với tâm không oán như vậy, với tâm không sân như vậy, với tâm không uế nhiễm như vậy, với tâm thanh tịnh như vậy, ngay trong hiện tại, vị ấy có được bốn an ổn này.

Thật vi diệu thay, bạch Thế Tôn! Thật vi diệu thay, bạch Thế Tôn! Bạch Thế Tôn, như người dựng đứng những gì bị quăng ngã xuống, hay trình bày cái gì bị che kín, hay chỉ đường cho người bị lạc hướng, hay cầm đèn sáng vào bóng tối để những ai có mắt có thể thấy sắc. Cũng vậy, Chánh pháp đã được Tôn giả Gotama dùng nhiều phương tiện thuyết giảng. Chúng con nay xin quy y Thế Tôn, quy y Pháp, quy y chúng Tỷ-kheo. Mong Thế Tôn nhận chúng con làm đệ tử cư sĩ, từ nay cho đến mạng chung, chúng con xin trọn đời quy ngưỡng.

Vài lời ghi chú

Mạn phép nêu lên một vài chi tiết nhỏ. Trong bản dịch của HT Thích Minh Châu thì Đức Phật gọi các người dân Kālāma đến nghe giảng, gồm những người từ trẻ đến già, từ phụ nữ đến nam giới là 'các Ông', trong bản dịch của HT Tuệ Sỹ dựa vào kinh A-hàm thì gọi những người tham dự là 'các người Già-lam'. Chữ 'Già' trong chữ 'Già lam'/ 伽藍 tự nó không có nghĩa mà chỉ là một từ dùng để dịch âm, chữ 'lam' thì có nghĩa là màu lam, nhưng chữ này chỉ là để ghép thêm vào chữ 'Già' để dịch âm chữ Kālāma. Dưới đây là bản dịch của HT Thích Tuệ Sỹ từ bản gốc tiếng Hán trong Hán Tạng, và bản tiếng Hán này trước đó cũng đã được dịch lại từ Kinh A-Hàm bằng tiếng Phạn:

KINH TRUNG A-HÀM
16. KINH GIÀ-LAM
伽藍經 **(Già lam kinh)**

(Bản dịch tiếng Việt của HT Tuệ Sỹ từ bản gốc tiếng Hán trong Kinh A-hàm)

Tôi nghe như vầy:

Một thời Đức Phật trú tại Già-lam viên, cùng đại chúng Tỳ-kheo, đến Ki-xá Tử, trụ trong vườn Thi-nhiếp-hòa, phía Bắc thôn Ki-xá Tử.

Bấy giờ những người Già-lam ở Ki-xá Tử nghe đồn Sa-môn Cù-đàm thuộc dòng họ Thích, đã từ bỏ dòng họ Thích, xuất gia học đạo, đang trú tại Già-lam viên, và cùng đại chúng Tỳ-kheo đến Ki-xá Tử này, trụ trong rừng Thi-nhiếp-hòa ở phía Bắc thôn Ki-xá Tử. Vị Sa-môn Cù-đàm ấy có tiếng tăm lớn, truyền khắp mười phương rằng: 'Sa-môn Cù-đàm là Như Lai, Vô Sở Trước, Đẳng Chánh Giác, Minh Hạnh Túc, Thiện Thệ, Thế Gian Giải, Vô Thượng Sĩ, Điều Ngự Trượng Phu, Thiên Nhân Sư, Phật, Thế Tôn. Vị ấy ở trong thế gian này giữa Chư Thiên, Ma, Phạm, Sa-môn, Bà-la-môn, từ loài người cho đến loài trời, tự tri tự giác, tự tác chứng, thành tựu và an trụ. Pháp mà vị ấy thuyết, khoảng đầu thiện, khoảng giữa thiện, cứu cánh cũng thiện, có nghĩa, có văn, hiển hiện phạm hạnh thanh tịnh trọn đủ'. Nếu gặp được Đức Như Lai, Vô Sở Trước, Đẳng Chánh Giác để tôn trọng, lễ bái cúng dường, thừa sự, thì sẽ được nhiều thiện lợi. Chúng ta hãy cùng nhau đến gặp Sa-môn Cù-đàm để lễ bái, cúng dường» .

Những người Già-lam ở Ki-xá Tử, nghe như vậy rồi, mỗi người cùng với quyến thuộc của mình *(do đó nếu gọi chung là 'các ông' thì không đúng)* kéo nhau ra khỏi Ki-xá Tử, đi về phía Bắc, tới rừng Thi-nhiếp-hòa. Họ muốn gặp Đức Thế Tôn để lễ bái cúng dường.

Đi đến chỗ Phật ngụ, những người Già-lam ấy hoặc có người lễ bái cúi đầu dưới chân Phật rồi ngồi sang một bên, hoặc có người chào hỏi Đức Phật rồi ngồi sang một bên, hoặc có người chắp tay hướng đến Phật rồi ngồi sang một bên, hoặc có người từ đàng xa thấy Đức Phật rồi im lặng ngồi xuống.

Lúc đó, những người Già-lam đều ngồi yên. Đức Phật thuyết pháp cho họ, khai thị, giáo giới, khiến cho hoan hỷ, được lợi ích. Sau khi bằng vô lượng phương tiện thuyết pháp, khai thị, giáo giới, khiến cho hoan hỷ, được lợi ích, Ngài ngồi im lặng.

Bấy giờ những người Già-lam sau khi được Đức Phật thuyết pháp, khai thị, giáo giới, khiến cho hoan hỷ, được lợi ích, họ đều từ chỗ ngồi đứng dậy, sửa áo trịch vai bên hữu, chắp tay đến hướng Đức Phật, rồi bạch Đức Thế Tôn rằng:

«Thưa Cù-đàm, có một vị Sa-môn, Bà-la-môn đi đến Già-lam chỉ tự khen ngợi tri kiến của mình mà chê bai tri kiến của người khác. Thưa Cù-đàm, lại có một vị Sa-môn, Bà-la-môn đi đến Già-lam cũng chỉ tự khen ngợi tri kiến của mình mà chê bai tri kiến của kẻ khác. Thưa Cù-đàm, chúng tôi nghe vậy liền sanh nghi hoặc: Những vị Sa-môn, Bà-la-môn ấy, vị nào thật? Vị nào hư?»

Đức Thế Tôn nói rằng:

«Này các người Già-lam, các người chớ sanh nghi hoặc. Vì sao vậy? Vì nhân có nghi hoặc liền sanh ra do dự. Này các người Già-lam, các người tự mình không có tịnh trí để biết có đời sau hay không có đời sau. Này các người Già-lam, các người cũng không có tịnh trí để biết điều đã làm có tội hay không có tội. Này các người Già-lam, nên biết các nghiệp có ba cái là nguyên nhân, là sự tập khởi, là căn bản là duyên của nó. Những gì là ba? Này các người Già-lam, tham là nhân, là tập, là bản, là duyên của các nghiệp. Này các người Già-lam, nhuế và si là nhân, là tập, là bản, là duyên của các nghiệp.

«Này các người Già-lam, người có tham bị tham che lấp, tâm không nhàm đủ, hoặc sát sanh, hoặc lấy của không cho, hoặc hành tà dâm, hoặc biết mà nói dối, hoặc lại uống rượu. Này các người Già-lam, người có nhuế bị nhuế che lấp, tâm không nhàm đủ, hoặc sát sanh, hoặc lấy của không cho, hoặc hành tà dâm, hoặc biết mà nói dối, hoặc lại uống rượu. Này các người Già-lam, người có si bị si che lấp, tâm không nhàm đủ, hoặc sát sanh, hoặc lấy của không cho, hoặc hành tà dâm, hoặc biết mà nói dối, hoặc lại uống rượu.

«Này các người Già-lam, Đa văn Thánh đệ tử xa lìa việc giết hại, dứt bỏ sự giết hại, dẹp bỏ dao gậy; có tàm, có quý, có tâm từ bi, làm lợi ích cho tất cả, cho đến côn trùng. Vị ấy đối với sự sát sanh, tâm đã trừ sạch.

«Này các người Già-lam, Đa văn Thánh đệ tử xa lìa việc lấy của không cho, đoạn trừ việc lấy của không cho; vui vẻ trong việc nhận của được cho, thường ưa sự bố thí, vui vẻ không keo kiệt, không mong người kia đền trả. Vị ấy đối với việc lấy của không cho, tâm đã trừ sạch.

«Này các người Già-lam, Đa văn Thánh đệ tử xa lìa việc phi phạm hạnh, đoạn trừ việc phi phạm hạnh; siêng tu phạm hạnh, siêng tu diệu hành, thanh tịnh, không uế, ly dục, đoạn dâm. Vị ấy đối với việc việc phi phạm hạnh, tâm đã trừ sạch.

«Này các người Già-lam, Đa văn Thánh đệ tử xa lìa việc nói dối, đoạn trừ sự nói dối; nói lời chân thật, ưa thích sự chân thật, an trụ nơi chân thật không di động, tất cả những điều vị ấy nói đều đáng tin, không lừa gạt thế gian. Vị ấy đối với việc nói dối, tâm đã trừ sạch.

«Này các người Già-lam, Đa văn Thánh đệ tử xa lìa sự nói hai lưỡi, đoạn trừ việc nói hai lưỡi, không phá hoại kẻ khác, không nghe nơi người này nói lại người kia muốn phá hoại người này, không nghe nơi người kia nói lại với người này muốn phá hoại người kia; những người xa lìa nhau thì muốn kết hợp lại, thấy người kết hợp lại thì vui vẻ, không kết bè đảng, không khen việc kết bè đảng. Vị ấy đối với việc nói hai lưỡi, tâm đã trừ sạch.

«Này các người Già-lam, Đa văn Thánh đệ tử xa lìa việc nói thô ác, đoạn trừ việc nói thô ác. Nếu có những lời mà từ khí thô bạo, âm thanh hung dữ trái tai, mọi người không vui, mọi người không ưa, làm cho người khác khổ não, làm cho họ không được an ổn, vị ấy đoạn trừ những lời nói như vậy. Nếu có những lời hòa nhã dịu dàng, xuôi tai, đi sâu vào lòng người, đáng thích, đáng yêu, làm cho người kia an lạc, âm thành vừa đủ rõ ràng, không làm cho người kia sợ sệt, làm cho người kia được an ổn, vị ấy nói những lời như vậy. Vị ấy đối với việc nói lời thô ác, tâm đã tịnh trừ.

«Này các người Già-lam, Đa văn Thánh đệ tử xa lìa lời nói phù phiếm, đoạn trừ lời nói phù phiếm; nói đúng lúc, đúng sự thật, nói đúng pháp, nói đúng nghĩa, nói về tịch tĩnh, ưa nói về tịch tĩnh, hợp việc, hợp thời, thích nghi, khéo dạy dỗ, khéo quở rầy. Vị ấy đối với việc nói phù phiếm, tâm đã tịnh trừ.

«Này các người Già-lam, Đa văn Thánh đệ tử xa lìa tham lam, đoạn trừ tham lam, không ôm lòng não hại, thấy của cải và các nhu cầu sinh sống của người khác không nóng lòng tham lam, muốn cho được trở về mình. Vị ấy đối với việc tham lam tâm đã tịnh trừ.

«Này các người Già-lam, Đa văn Thánh đệ tử xa lìa sân nhuế, đoạn trừ sân nhuế, có tàm, có quý, có tâm từ bi, làm lợi ích cho tất cả, cho đến loài côn trùng. Vị ấy đối với sân nhuế tâm đã tịnh trừ.

«Này các người Già-lam, Đa văn Thánh đệ tử xa lìa tà kiến, đoạn trừ tà kiến, thực hành chánh kiến, không điên đảo; thấy như vậy, nói như vậy: 'Có sự bố thí, có sự trai phước, và cũng có chú thuyết, có nghiệp thiện ác, có nghiệp báo thiện ác. Có đời này và đời sau. Có cha, có mẹ, trên đời có những bậc chân nhân đi đến thiện xứ, khéo vượt qua, khéo hướng đến, trong đời này và đời sau mà tự tri tự giác, tự tác chứng thành tựu và an trụ. Vị ấy đối với việc tà kiến, tâm đã tịnh trừ.

«Này các người Già-lam, Đa văn Thánh đệ tử thành tựu tịnh nghiệp nơi thân, thành tựu tịnh nghiệp nơi khẩu và ý. Xa lìa nhuế, xa lìa não hại, trừ bỏ thùy miên, không trạo cử, cống cao, đoạn trừ nghi, vượt qua mạn, chánh niệm, chánh trí, không có ngu si; tâm vị ấy tương ứng với từ, biến mãn một phương, thành tựu và an trụ. Cũng vậy, trong hai, ba, bốn phương, tứ duy, thượng, hạ, cùng khắp tất cả, tâm tương ứng với từ, không thù, không oán, không sân nhuế, không não hại, rất rộng lớn, vô lượng, khéo tu tập, biến mãn tất cả thế gian, thành tựu và an trụ. Cũng vậy, tâm bi, hỷ; tâm tương ứng với xả, không thù không oán, không sân nhuế, không não hại, rộng lớn vô lượng, khéo tu tập, biến mãn tất cả thế gian, thành tựu và an trụ. Cũng vậy, này các người Già-lam, Đa văn Thánh đệ tử tâm không thù, không oán, không sân nhuế, không não hại, liền được bốn trụ xứ an ổn. Những gì là bốn?

«'Nếu có đời này đời sau, có quả báo của nghiệp thiện và ác. Khi ta đã được nghiệp tương ứng với chánh kiến này rồi, ta thọ trì đầy đủ, thân hoại mạng chung chắc chắn sanh đến thiện xứ, cho đến sanh lên các cõi trời'. Như vậy, này các người Già-lam, Đa văn Thánh đệ tử tâm không kết, không oán, không sân nhuế, không não hại; đó là trụ xứ an ổn thứ nhất.

«Lại nữa, này các người Già-lam, 'Nếu không có đời này và đời sau, không có quả báo của nghiệp thiện và ác». Như vậy, ta ở ngay trong đời này không phải do cớ ấy mà bị người khác bài bác; nhưng lại được bậc chánh trí khen ngợi, người tinh tấn, người có chánh kiến nói là có'. Như vậy, này các người Già-lam, Đa văn Thánh đệ tử tâm không kết, không oán, không não hại, đó là được trụ xứ an ổn thứ hai.

«Lại nữa, này các người Già-lam, 'Nếu có tạo tác gì, chắc chắn ta không có tạo ác, ta không niệm ác. Vì sao vậy? Vì tự mình không tạo ác, khổ do đâu mà sanh?'. Như vậy, này các người Già-lam, Đa văn Thánh đệ tử tâm không kết, không oán, không não hại; đó là trụ xứ an ổn thứ ba.

«Lại nữa, này các người Già-lam, 'Nếu có tạo tác, chắc chắn ta không tạo ác, nhưng ta không phạm đời, dù kẻ sợ hay kẻ không sợ, luôn luôn nên thương xót tất cả thế gian, tâm ta không tranh chấp với tất cả thế gian, không vẩn đục, nhưng hân hoan'. Như vậy, này các người Già-lam, Đa văn Thánh đệ tử tâm không kết, không oán, không não hại; đó là trụ xứ an ổn thứ tư.

«Như vậy, này các người Già-lam, Đa văn Thánh đệ tử tâm không kết, không oán, không sân hận, không não hại; đó là được bốn trụ xứ an ổn».

Những người Già-lam bạch Phật:

«Thưa Cù-đàm, đúng vậy, Đa văn Thánh đệ tử tâm không thù, không oán, không sân nhuế, không não hại, liền được bốn trụ xứ an ổn. Những gì là bốn?

«'Nếu có đời này đời sau, có quả báo của nghiệp thiện và ác. Khi ta đã được nghiệp tương ứng với chánh kiến này rồi, ta thọ trì đầy đủ, thân hoại mạng chung chắc chắn sanh đến thiện xứ cho đến sanh lên các cõi trời'. Như vậy, thưa Cù-đàm, Đa văn Thánh đệ tử tâm không kết, không oán, không sân nhuế, không não hại; đó là trụ xứ an ổn thứ nhất.

«Lại nữa, thưa Cù-đàm, 'Nếu không có đời này và đời sau, không có quả báo của nghiệp thiện và ác. Như vậy, ta ở ngay trong đời này không phải do cớ ấy mà bị người khác bài bác; nhưng lại được bậc chánh trí khen ngợi, người tinh tấn, người có chánh kiến nói là có'.

Như vậy, thưa Cù-đàm, Đa văn Thánh đệ tử tâm không kết, không oán, không não hại, đó là được trụ xứ an ổn thứ hai.

«Lại nữa, thưa Cù-đàm, 'Nếu có tạo tác gì, chắc chắn ta không có tạo ác, ta không niệm ác. Vì sao vậy? Vì tự mình không tạo ác, khổ do đâu mà sanh?'. Như vậy, thưa Cù-đàm, Đa văn Thánh đệ tử tâm không kết, không oán, không não hại; đó là trụ xứ an ổn thứ ba.

«Lại nữa, thưa Cù-đàm, 'Nếu có tạo tác, chắc chắn ta không tạo ác, ta không phạm đời sợ hay không sợ, luôn luôn nên thương xót tất cả thế gian, tâm ta không tranh chấp với tất cả thế gian, không vẩn đục, nhưng hân hoan'. Như vậy, thưa Cù-đàm, Đa văn Thánh đệ tử tâm không kết, không oán, không não hại; đó là trụ xứ an ổn thứ tư.

«Như vậy, thưa Cù-đàm, Đa văn Thánh đệ tử tâm không kết, không oán, không sân hận, không não hại; đó là được bốn trụ xứ an ổn.

«Thưa Cù-đàm, chúng con đã biết. Bạch Thiện Thệ, chúng con đã hiểu. Bạch Thế Tôn, chúng con trọn đời tự quy y với Phật, Pháp và Chúng Tỳ-kheo. Duy nguyện Thế Tôn chấp nhận cho chúng con làm Ưu-bà-tắc, bắt đầu từ hôm nay, trọn đời tự quy y, cho đến lúc mạng chung».

Phật thuyết như vậy. Tất cả những người Già-lam và các Tỳ-kheo sau khi nghe Phật thuyết, hoan hỷ phụng hành.

Nguyên văn bản dịch của HT Thích Tuệ Sỹ

Vài lời ghi chú

Điểm đáng lưu ý nhất trong bản dịch từ kinh A-hàm trên đây là không nói đến chủ đích của toàn bộ bài giảng là sự tự do tư tưởng, tức là 10 điều mà Đức Phật khuyên không nên tin, chẳng hạn như các lời đồn đại, các truyền thống, các kinh thánh (các kinh Vệ-đà), các điều giảng dạy mang tính cách tự biện, v.v... Các cung cách hành xử đúng đắn, thiết thực và ích lợi sở dĩ được nêu lên trong bài giảng bằng tiếng Pali là để giúp người dân Kālāma tập suy nghĩ nhằm phân biệt một cách cụ thể với những gì mang tính cách đồn đại, truyền thuyết, giáo điều, tự biện... Bản tiếng Hán trong kinh A-hàm thì lại cắt bỏ hẳn các phân đoạn mang chủ đích nêu lên sự tư do tư tưởng, và biến bài giảng rất sâu sắc thuộc lãnh vực tư tưởng và triết học trong kinh điển Pali, trở thành một bài 'kinh' A-hàm nêu lên các hình thức đạo đức thường tình trong cuộc sống. Chủ trương tự do tư tưởng và sự tự tin tưởng vào khả năng phán đoán của mỗi cá thể con người biến mất trong bản Hán ngữ. Dưới đây là bản kinh A-hàm bằng tiếng Hán trong Hán tạng:

中阿含經 **16** *(Trung A Hàm Kinh)*
伽藍經 *(Gìa Lam Kinh / Kālāma Sutta)*

我聞如是。 一時佛遊伽藍國 *(Già Lam Quốc)* 與大比丘衆俱。 Variant: 國 → 園 (聖, 大)至羇舍子。住羇舍子村北尸攝和林中

爾時羇舍子伽藍人聞沙門瞿曇釋種子捨釋宗族。出[2]家學道。 遊伽藍國*(Già Lam Quốc)*。與大比丘衆俱。來至此羇舍子。住羇舍子村北尸攝和林中。國 → 園 (聖, 大,)彼沙門瞿曇有大名稱。周聞十方。 沙門瞿曇如來無所著等正覺明行成爲善逝世間解無上士道法御天人師。號佛衆祐。 彼於此世。天及魔梵沙門梵志。從人至天。自知自覺。自作證成就遊。 彼若說法。初善中善竟亦善。有義有文。具足清淨。顯現梵行。 若見如來無所著等正覺。尊重禮拜。供養承事者。快得善利。 我等應共往見沙門瞿曇。禮事供養

羇舍子伽藍*(người dân Già Lam)*人聞已。各與等類眷屬相隨從羇舍子出。北行至尸攝和林。 欲見世尊禮事供養。 往詣佛已。彼伽藍人或稽首佛足。却坐一面。 或問訊佛。却坐一面。 或叉手向佛。却坐一面。 或遙見佛已。默然而坐。

彼時伽藍人各坐已定。佛爲說法。 勸發渴仰。成就歡喜。無量方便爲彼說法。 勸發渴仰。成就歡喜已。默然而住。

時伽藍人。佛爲說法。勸發渴仰。成就歡喜已。各從坐起。偏袒著衣。叉手向佛。 白世尊曰。 瞿曇。有一沙門梵志來詣伽藍。 但自稱歎己所知見。而呰毀他所知所見。 瞿曇。復有一沙門梵志來詣伽藍。亦自稱歎己所知見。而呰毀他所知所見。 瞿曇。我等聞已。便生疑惑。 此沙門梵志何者爲實。何者爲虛。

世尊告曰。 伽藍。汝等莫生疑惑。 所以者何。 因有疑惑。便生猶豫。 伽藍。汝等自無淨智。 爲有後世。爲無後世。 伽藍。汝等亦無淨智。所作有罪。所作無罪。 伽藍。當知諸業有三。因習本有。 何云爲三。

伽藍。謂貪是諸業。因習本有。 伽藍。恚及癡是諸業。因習本有。 伽藍。貪者爲貪所覆。 心無厭足。或殺生。或不與取。或行邪婬。或知已妄言。或復飲酒。

伽藍。恚者爲恚所覆。 心無厭足。或殺生。或不與取。或行邪婬。或知已妄言。或復飲酒。

伽藍。癡者爲癡所覆。 心無厭足。或殺生。或不與取。或行邪婬。或知已妄言。或復飲酒。

伽藍。多聞聖弟子離殺斷殺。棄捨刀杖。 有慚有愧。有慈悲心。饒益一切。乃至蜫蟲。 彼於殺生淨除其心。

伽藍。多聞聖弟子離不與取。斷不與取。與之乃取。 樂於與取。常好布施。歡喜無吝。不望其報。 彼於不與取淨除其心。

伽藍。多聞聖弟子離非梵行。斷非梵行。勤修梵行 精勤妙行。 清淨無穢。離欲斷婬。 彼於非梵行淨除其心。

伽藍。多聞聖弟子。離妄言斷妄言。眞諦言樂眞諦。 住眞諦不移動一切可信不欺世間。 彼於妄言淨除其心。

伽藍。多聞聖弟子。離兩舌斷兩舌。行不兩舌。 不破壞他。 不聞此語彼欲破壞此。 不聞彼語此欲破壞彼。 離者欲合合者歡喜。 不作群黨不樂群黨不稱群黨。 彼於兩舌淨除其心。

伽藍。多聞聖弟子。離麤言斷麤言。若有所言辭氣麤獷惡聲逆耳。衆所不喜衆所不愛。使他苦惱令不得定斷如是言。 若有所說清和柔潤順耳入心。可喜可愛使他安樂言聲具了不使人畏。令他得定說如是言。 彼於麤言淨除其心。

伽藍。多聞聖弟子。離綺語斷綺語。 時說眞說法說義說止息說。眞說 → 眞說實說 (元, 明)樂止息說。事順時得宜。善教善訶。 彼於綺語淨除其心。

伽藍。多聞聖弟子。離貪伺斷貪伺。 心不懷諍。 見他財物諸生活具。不起貪伺欲令我得。 彼於貪伺淨除其心。

伽藍。多聞聖弟子。離恚斷恚。 有慚有愧有慈悲心。饒益一切乃至蜫虫。 彼於嫉恚淨除其心。

伽藍。多聞聖弟子。離邪見斷邪見。 行於正見而不顛倒。 如是見如是說。有施有齋亦有呪說。 有善惡業報。業 → 業有 (宋, 元, 明)有此世彼世。 有父有母。 世有眞人。往至善處善去善向 此世彼世。自知自覺自作證成就遊。 彼於邪見淨除其心。

如是伽藍。多聞聖弟子。成就身淨業。成就口意淨業。 離恚離諍除去睡眠。

無調貢高斷疑度慢。調 → 掉 (元, 明)正念正智無有愚癡。

彼心與慈俱遍滿一方成就遊。 如是二三四方。四維上下 普周一切心與慈俱無結無怨無恚無諍。極廣甚大 無量善修。遍滿一切世間成就遊。

如是悲喜心與捨俱 無結無怨無恚無諍。極廣甚大 無量善修。遍滿一切世間成就遊。

如是伽藍。多聞聖弟子。心無結無怨無恚無諍。 便得四安隱住處。 云何爲四。 有此世彼世。有善惡業報。業 → 業有 (宋, 元, 明)我得此正見相應業受持具足。 身壞命終必至善處乃生天上。 如是伽藍。多聞聖弟子。心無結無怨無恚無諍。 是謂得第一安隱住處。

復次伽藍。 無此世彼世。無善惡業報。業 → 業無 (宋, 元, 明)如是我於現法中。非以此故爲他所毀。 但爲正智所稱譽。 精進人正見人說其有。 如是伽藍。多聞聖弟子。心無結無怨無恚無諍。 是謂得第二安隱住處。

復次伽藍。 若有所作必不作惡我不念惡。 所以者何。 自不作惡。苦何由生。 如是伽藍。多聞聖弟子。心無結無怨無恚無諍。 是謂得第三安隱住處。

復次伽藍。 若有所作必不作惡。 我不犯世怖與不怖。 常當慈愍一切世間。我心不與衆生共諍。 無濁歡悅。 如是伽藍。多聞聖弟子。心無結無怨無恚無諍。 是謂得第四安隱住處。

如是伽藍。多聞聖弟子。心無結無怨無恚無諍。 是謂得四安隱住處。

伽藍白世尊曰。 如是瞿曇。多聞聖弟子。心無結無怨無恚無諍。得四安隱住處。 云何爲四。 有此世彼世。有善惡業報。業 → 業有 (宋, 元, 明)我得此正見相應業受持具足。 身壞命終必至善處。乃生天上。生 → 至 (聖, 大,)如是瞿曇。多聞聖弟子。心無結無怨無恚無諍。 是謂得第一安隱住處。

復次瞿曇。若無此世彼世。無善惡業報。業 → 業無(宋, 元, 明)我於現法中。非以此故爲他所毀。 但爲正智所稱譽。 精進人正見人說其有。 如是瞿曇。多聞聖弟子。心無結無怨無恚無諍。 是謂得第二安隱住處。

復次瞿曇。 若有所作必不作惡我不念惡。 所以者何。 自不作惡。苦何由生。 如是瞿曇。多聞聖弟子。心無結無怨無恚無諍。 是謂得第三安隱住處。

復次瞿曇。 若有所作必不作惡。 我不犯世怖與不怖。 常當慈愍一切世間。 我心不與衆生共諍。 無濁歡悅。 如是瞿曇。多聞聖弟子。心無結無怨無恚無諍。 是謂得第四安隱住處。

如是瞿曇。多聞聖弟子。心無結無怨無恚無諍。 是謂得四安隱住處。

瞿曇。我已知。善逝。我已解。世尊。 我等盡自歸佛法及比丘衆。盡 → 盡壽(宋, 元, 明) 唯願世尊。受我等爲優婆塞。 從今日始終身自歸乃至命盡。

佛說如是 一切伽藍人及諸比丘聞佛所說。歡喜奉行

Đến đây chúng ta đã có một ý niệm nào đó về Đức Phật là ai, Phật giáo là gì và ý nghĩa trong Hiến Chương của Phật giáo là như thế nào. Dưới đây chúng ta sẽ tiếp tục nêu lên sự hiểu biết đó, gia tài đó, đã lưu lại cho chúng ta bằng các cách như thế nào.

Chương 4: Đại cương về kinh điển Phật giáo

Vài tháng sau khi khi Đức Phật tịch diệt – cuối thế kỷ thứ V trước Tây lịch, giữa các năm -486 và -489 – thì các đệ tử uyên bác nhất, tức là đã đạt được thể dạng Arahant (A-la-hán), cùng họp nhau tại một hang động gần nơi kinh thành Rajāgriha của xứ Magadha, dưới sự chủ tọa của vị đệ tử trưởng lão trong Tăng đoàn là Mahakassapa (Ma-ha Ca-diếp), để cùng nhau hồi nhớ và thuật lại các bài thuyết giảng của Đức Phật. Trong số họ có vị Ānanda, trước đây luôn bên cạnh Đức Phật và cũng là vị có một trí nhớ phi thường, đứng ra thuật lại các bài thuyết giảng của Đấng Thế Tôn. Vị thứ hai là Upāli, một vị tỳ-kheo thật nghiêm túc, rất thành thạo về giới luật và các quy tắc sinh hoạt trong Tăng đoàn, đứng ra thuật lại các bài giảng về Giới luật. Vị Arahant trưởng lão là Mahakassapa và cũng là vị chủ tọa, đứng ra đúc kết các thành quả của đại hội, đưa đến sự hình thành tiên khởi nhất của nền Giáo huấn của Đấng Thế Tôn.

Nền Giáo huấn tiên khởi đó trước hết gồm có hai 'Nhóm' hay hai 'Tạng' (Nikāya) là: Kinh điển (Sutta-pitāka) và Giới luật (Vinaya-pitāka). Ngoài ra còn có thêm một Tạng thứ ba xuất hiện muộn hơn và được gọi là Luận Tạng (AbhiDhamma-pitāka), trong đó gồm các lời bình giải thuộc các lãnh vực Triết học, Tâm lý học, Lô-gic học..., gộp chung trong bảy tập. Các lời bình giải đầu tiên này được trước tác trong lần kết tập Đạo Pháp dưới triều dại của vua Azoka (A-dục) và thế kỷ thứ II trước Tây lịch, và sau đó là thế kỷ thứ I hoặc thứ II sau Tây lịch, sau khi các bài thuyết giảng của Đấng Thế Tôn chính thức được ghi chép bằng chữ viết. Tuy nhiên cũng có các tư liệu cho biết là một số các lời bình giảng đã được trước tác đó ngay trong lần kết tập Đạo Pháp lần thứ nhất sau khi Đức Phật tịch diệt. Tạng thứ ba này sau đó, từ thế kỷ thứ V đến XII, lại được ghép thêm một số các tập bình giải khác, trong số này có một tập rất nổi tiếng là *Visuddhimagga / Con đường tinh khiết hóa* do nhà sư Buddhagosa (Phật Âm) biên soạn vào thế kỷ thứ V.

Dù Tạng Luận không phải là những lời thuyết giảng trực tiếp của Đức Phật, thế nhưng các vị tu hành và các học giả ngày nay vẫn xem những lời bình giải trong Tạng Luận là của Đức Phật. Họ cho rằng dù không phải là những lời giảng dạy của Đức Phật thế nhưng những lời ấy là những cảm ứng mang tính cách thiêng liêng, xuất phát từ những lời giáo huấn của chính Đấng Thế Tôn. Tóm lại ba Tạng kinh điển trên đây được gộp chung với nhau và được gọi là Tipiṭaka (Tam Tạng Kinh). Ba tạng kinh điển này biểu trưng cho ba thể dạng của Đức Phật: Ngôn từ (Sutta / tức là các bài giảng huấn), Thân thể (Vinaya / tức là Giới luật) và Tâm thần (AbhiDhamma / tức là Tư tưởng). Qua một góc nhìn khác thì có thể xem ba Tạng kinh điển đó biểu trưng cho ba Con đường: Con đường của sự Tu tập (Sutta), Con đường của Đạo đức (Vinaya) và Con đường của Lý trí (AbhiDhamma). Ba con đường ấy thật ra cũng chỉ là một, bởi vì người tu tập phải bước cùng một lúc trên cả ba con đường ấy, nếu chỉ bước trên một hoặc hai thì sẽ chẳng bao giờ có thể đạt được mức đến. Ba con đường biểu trưng cho ba đức tính của một người bước theo Giáo huấn của Đức Phật : tu tập, đạo đức và lý trí.

Tuy nhiên trong loạt sách này chúng ta sẽ tập trung sự tìm hiểu vào Tạng thứ Nhất là Kinh điển (Sutta-pitaka), tức là Con đường Tu tập, Con đường của Dhamma, Con đường đưa đến sự Giải thoát, thế nhưng trong từng bài giảng trên Con đường tu tập đó đều hàm chứa các thể dạng đạo đức và lý trí. Con đường đó gồm hơn mười ngàn bài thuyết giảng, từ thật dài, cả một quyển sách, cho đến thật ngắn, chỉ gồm một hay vài câu. Các bài giảng được chia thành năm nhóm còn gọi là 'Bộ' (Nikāya), căn cứ vào chiều dài của mỗi bài giảng hoặc dựa vào một số đặc tính hay chủ đề trong các bài giảng đó.

Nhóm thứ nhất gồm các bài giảng thật dài: Dīgha Nikāya / Trường Bộ kinh; nhóm thứ hai gồm các bài giảng có chiều dài trung bình: Majjhima Nikāya / Trung Bộ kinh; nhóm thứ ba gồm các bài giảng có một vài khía cạnh giống nhau: Saṃyutta-nikāya / Tương Ưng Bộ kinh; nhóm thứ tư trước hết gồm các bài giảng nêu lên một số đặc tính trong giáo lý, tiếp theo sau đó là các nhóm gộp chung các bài giảng ngắn đề cập đến một số chủ đề, và con số chủ đề này dần dần tăng thêm, và các bài giảng sau cùng gồm mười-một chủ đề tất cả: Aṅguttara-nikāya / Tăng Chi Bộ kinh; nhóm thứ năm gồm các câu giảng hay các bài giảng ngắn gộp chung trong mười lăm tập, còn gọi là mười lăm quyển: Khuddaka-nikāya / Tiểu Bộ kinh, trong số này có ba tập rất nổi tiếng là *Dhammapada* (*Kinh Pháp Cú*), Sutta Nipāta (Kinh Tập) và Udana (Phật Tự Thuyết, trong đó gồm những lời cảm ứng về giáo lý hoặc các câu chuyên về cuộc đời của Đức Phật, do các đệ tử của Ngài nêu lên vào thời bấy giờ). Sau đây là bảng tóm lược trở lại năm nhóm bài giảng trên đây:

Dīgha Nikāya (Trường Bộ kinh, viết tắt: DN) gồm 34 bài giảng thật dài.

Majjhima Nikāya (Trung Bộ kinh, viết tắt: MN), gồm 152 bài giảng có chiều dài trung bình.

Samyutta Nikāya (Tương Ưng Bộ kinh, viết tắt: SN) gồm khoảng 7762 bài giảng, gộp chung theo từng chủ đề.

Anguttara Nikāya (Tăng Chi Bộ kinh, viết tắt AN) gồm 11 phẩm, gộp chung khoảng 2300 bài giảng ngắn, các bài giảng ngắn này thường mang chủ đích khai triển và bổ túc thêm cho các phần giáo lý chủ yếu.

Khuddaka Nikāya (Tiểu Bộ Kinh), gồm 15 tập hay 15 quyển thật dài gộp chung các câu và các bài giảng ngắn, mỗi tập có một cách viết tắt riêng. Các bài giảng trong Khuddaka Nikāya / Tiểu Bộ Kinh không nhất thiết là gồm các bài giảng hay các câu giảng của Đức Phật, mà còn được ghép thêm các trước tác xuất hiện muộn, thường là dưới thể dạng thi phú (các bài kệ). Sau đây là cách viết tắt các quyển chủ yếu nhất trong Khuddaka Nikāya / Tiểu Bộ Kinh:

Khp – Khuddakapāṭha (Tiểu tụng)

Dhp – Dhammapada (Pháp cú)

Ud – Udāna (Phật Tự Thuyết Kinh)

Iti – Itivuttaka (Như Thị Ngữ Kinh)

Sn – Sutta Nipāta (Tập Bộ Kinh)

Thag – Theragāthā (Trưởng Lão Tăng Kệ)

Thig – Therīgāthā (Trưởng Lão Ni Kệ)

Quyển Đạo Đức Kinh (道 德 經) của Lão Tử và năm tập Ngũ Kinh (五經) của Khổng Tử không có gì để mà so sánh với hơn mười ngàn bài thuyết giảng của Đức Phật. Lão Tử nêu lên một ý niệm thiếu mạch lạc, mơ hồ và bao quát gọi là 'Đạo', Khổng Tử chủ trương một khuôn mẫu đạo đức, một trật tự xã hội, một chân lý chính trị quy định con người trong xã hội. Thế nhưng hai nền tư tưởng đó lại được ghép chung ngang hàng với Phật giáo để gọi là Tam giáo. Phật giáo Việt Nam thừa hưởng gia tài Tam giáo đó của nền văn minh Trung Quốc, từ thói tục, lễ lạc, văn hóa, ngôn ngữ cho đến đạo đức dân gian. Gia tài đó quả hết sức nặng nề. Phật giáo được quảng bá và tu tập tại Việt Nam từ thế kỷ thứ I, thế nhưng Bộ Đại Tạng Kinh tiếng Việt được xem là dịch từ kinh điển Pali chỉ xuất hiện vào hậu bán thế kỷ XX. Điều đáng quan tâm hơn nửa là dù Bộ Đại Tạng Kinh tiếng Việt trực tiếp dịch từ kinh điển Pali, thế nhưng thật ra là nửa Việt nửa Hán – nếu có thể nói như vậy – bởi vì trong đó hầu hết các thuật ngữ Phật giáo đều có nguồn gốc Hán ngữ. Chúng ta hãy nêu lên một thí dụ cụ thể.

Chữ sutta trong tiếng Pali được dịch sang tiếng Hán là kinh (經), thế nhưng chữ kinh không mang ý nghĩa gì của chữ sutta, ít nhất là với ý nghĩa của chữ này trong các quyển Ngũ Kinh của Khổng Tử và Đạo Đức Kinh của Lão Tử. Chủ đích của các quyển kinh này trong nền văn hóa và văn minh Trung Quốc là nhằm cổ xúy một lý tưởng sinh hoạt trong xã hội đối với Lão Tử, và áp đặt một chân lý chính trị đối với Khổng Tử. Chữ sutta trong kinh điển Pali không hề mang các ý nghĩa như vậy mà chỉ là các bài thuyết giảng (discourse / nghị luận, đàm luận, hội thoại, tham luận, thuyết giáo...) của Đức Phật, phản ảnh một sự hiểu biết sâu sắc và siêu việt về bản chất của con người và thế giới, nhắm vào một chủ đích thật rõ rệt là giúp con người thoát ra khỏi sự u mê và lầm lẫn của chính mình và sự cuồng quay của thế giới.

Các bài thuyết giảng đó dành cho tất cả mọi tầng lớp trong xã hội: từ vua chúa đến các giáo sĩ của các tín ngưỡng khác, từ những kẻ giàu có – chẳng hạn như vị phú hộ Anāthapiṇḍika (*Sudatta Sutta / Bài giảng cho Sudatta* - SN 10.8) – đến các giới thợ thuyền đủ mọi ngành nghề, kể cả một đôi vợ chồng nông dân khi trông thấy Đức Phật và đoàn tùy tùng trên đường du hành đang ngồi nghỉ chân dưới gốc một cội cây bên vệ đường, bèn tiến đến bên cạnh Ngài để nêu lên thắc mắc của họ là 'một đôi vợ chồng thì phải sống với nhau như thế nào?' (*Verañjaka Sutta / Bài giảng cho các người dân tại Verañjā* - MN 42), hoặc trong một trường hợp khác thì Đức Phật giảng cho một tên cướp giết người không gớm tay là Aṅgulimā, và đã biến con người hung ác này trở thành một đệ tử trung kiên (*Aṅgulimāla Sutta / Bài giảng cho Aṅgulimāla* - MN 86). Thật rõ ràng các trường hợp trên đây cho thấy chữ sutta không mang ý nghĩa của chữ kinh trong Ngũ Kinh của Khổng Tử và Đạo Đức Kinh của Lão tử. Thế nhưng, và cũng tiếc thay, kinh sách tiếng Việt dịch lại từ tiếng Hán cũng đã phải gánh chịu sự thiếu chính xác đó. Chỉ cần một chữ không hiểu rõ hoặc lệch lạc cũng đủ ảnh hưởng kín đáo đến toàn bộ sự hiểu biết của mình, huống hồ một bài thuyết giảng siêu việt của Đức Phật lại được dịch bằng cách vay mượn các thuật ngữ bằng chữ viết tượng hình trong nền văn hóa Trung Quốc. Tuy nhiên chúng ta không thể phủ nhận là ngoài một số các ngụy tác và trước tác mạo nhận, trong Phật giáo Trung Quốc cũng có các trước tác Đại Thừa rất giá trị, thế nhưng không thuộc vào chủ đề của loạt sách này. Dầu sao chúng ta cũng không nên loại bỏ hẳn chữ kinh trong tiếng Hán, bởi vì chữ này đã trở thành quen thuộc đối với Phật giáo Việt Nam, thế nhưng chỉ nên sử dụng dưới hình thức chữ ghép mang ý nghĩa tổng quát, chẳng hạn như các chữ 'kinh điển' hay 'kinh sách' để chỉ các tư liệu Phật giáo nói chung. Mạn phép nêu lên thêm trường hợp của một vị thiền sư sử dụng nhiều nhất các thuật ngữ tiếng Việt trong các bản dịch và các bài giảng của mình, thế nhưng lại gọi Đức Phật là Bụt, là cách mang Đức Phật đến gần hơn với con người Việt Nam, thế nhưng chữ này thì lại mang tính cách quá 'dân gian', thường thấy xuất hiện trong các câu tục ngữ chẳng hạn như: 'bụt chùa nhà không thiêng', 'lành như bụt'... Loạt sách được đề nghị này không hề mang tính cách lập dị mà là một cố gắng đưa tiếng Việt vào Phật giáo Việt Nam, với hy vọng có thể giúp các độc giả không rành tiếng Hán có thể hiểu được Giáo huấn của Đấng Thế Tôn dễ dàng hơn chăng?

Sự hình thành của kinh điển bằng chữ viết

Trong các tháng đầu tiên sau khi Đức Phật tịch diệt thì các đệ tử uyên bác nhất trong Tăng Đoàn, tức là các vị đã đạt được thể dạng Arahant, cùng họp nhau để hồi tưởng lại và ghi nhớ những lời thuyết giảng của Đấng Thế Tôn. Các bài thuyết giảng được ghi nhớ đó được học thuộc lòng và truyền khẩu cho nhau qua nhiều trăm năm trước khi được ghi chép bằng chữ viết trên các tờ lá bối vào khoảng đầu kỷ nguyên của chúng ta trên hòn đảo Tích Lan. Lá bối là lá của cây cọ, một loại cây dừa. Lá của các loại cây này vừa dài lại vừa cứng được cắt thành từng mảnh hình chữ nhật, sau đó thì dùng một đầu kim nhọn để khắc chữ và xoa lên bằng một thứ mực đen làm bằng mỡ trộn với bồ hóng (khói đèn) trước khi đem phơi. Theo học giả người Pháp Andrée Bareau thì kinh sách có thể đã được ghi chép rất sớm trên vải, da hoặc vỏ cây, bằng một thứ tiếng Phạn cổ trước khi được chính thức ghi chép trên lá bối vào thế kỷ I. Giả thuyết này có vẻ hợp lý bởi vì số lượng các bài giảng quá lớn, hơn nữa nội dung lại vô cùng sâu sắc, do đó thật hết sức khó chuyển tải trung thực bằng phương tiện truyền khẩu xuyên qua nhiều trăm năm. Thế nhưng các di tích ghi chép đó dù là trên vải, da, vỏ cây hoặc muộn hơn trên các mảnh lá bối thì tất cả cũng không giữ được lâu dài vì mối mọt và vì khí hậu ẩm ướt trong các vùng miền nam Á-châu.

Dưới triều đại của vua Azoka (A-dục) vào thế kỷ thứ III trước Tây lịch, chữ viết bắt đầu được phổ biến rộng rãi, đánh dấu nền văn minh đầu tiên của nước Ấn. Các vách đá và trụ đá ghi khắc các chỉ dụ và các chủ trương của triều đình được tìm thấy ngày nay tại nhiều nơi trên đất Ấn. Dầu sao vào các thời kỳ đó, những người biết chữ tất nhiên cũng không phải là nhiều, thế nhưng họ có thể đọc lên cho các người khác nghe. Các khám phá khảo cổ về các vách đá và trụ đá ghi khắc chữ viết phải chăng cũng có thể cho phép chúng ta nghĩ rằng, ngoài phương tiện phổ biến các chỉ dụ, các sắc lệnh của triều đình, còn là một phương tiện chuyển tải các bài thuyết giảng của Đức Phật, ít nhất là bắt đầu từ triều đại của vua Azoka vào thế kỷ thứ III trước Tây lịch, trước khi được chính thức ghi chép trên các tờ lá bối trên đảo Tích Lan vào đầu kỷ nguyên của chúng ta. Cách ghi chép bằng chữ viết đánh dấu một một giai đoạn mới trong việc bảo toàn và phổ biến Dhamma của Đấng Thế Tôn.

Các tờ lá bối cắt theo hình chữ nhật được xỏ thêm hai lỗ để luồn chỉ và cột lại thành từng xấp. Chữ sutta nguyên nghĩa là sợi chỉ, phải chăng đấy là cách gọi một xâu hay một sự liên tục của bài giảng ? Các xấp lá bối ghi chép các bài giảng lại được xếp vào các cái thúng hay các cái giỏ (basket), chữ piṭaka trong tiếng Pali có nghĩa là cái thúng. Ba thể loại bài giảng xếp vào 'Ba cái thúng' được gọi là Tipiṭaka (Three baskets), kinh sách tiếng Hán gọi là Tam Tạng Kinh. Đấy là cách mà người xưa giữ gìn gia tài hiểu biết của Đức Phật để trao lại cho chúng ta hôm nay. Tuy chỉ là các mảnh lá bối cột xâu vào nhau bằng một sợi chỉ, đặt vào các cái thúng, thế nhưng đã mở ra cho chúng ta cả một Con Đường thênh thang của sự Giải Thoát. Con Đường đó gồm có một nền tảng chung và ba cấp bậc:

Nền tảng chung của Con đường Phật giáo là Bốn Sự Thật Cao quý (Caturāryasatyāni, catu có nghĩa là bốn; ārya có nghĩa là Cao quý, đáng kính; satya có nghĩa là sự thật), kinh sách Hán ngữ thì lại gọi Bốn Sự Thật Cao quý ấy là Tứ Diệu Đế hay Tứ Chân Đế. Cách thổi phồng và nâng cao đó khiến Bốn Sự Thật tách ra khỏi chính mình, trong khi đó thì Dhamma của Đức Phật khuyên chúng ta phải trông thấy Bốn Sự Thật đó trên thân xác và cả bên trong tâm thức mình hầu giúp mình biến cải con người của mình. Phẩm tính Cao quý có nghĩa là những gì đúng đắn, tinh khiết và hữu ích, trái với những gì u mê, ô nhiễm và sai lầm, nhưng hoàn toàn không có nghĩa là kỳ diệu hay huyền diệu gì cả. Các Sự Thật đó không hề là các 'Diệu Đế' hay 'Chân Đế' bên ngoài con người của mình để mình ngưỡng mộ hay tôn thờ. Tất cả các tông phái, học phái đều chấp nhận Bốn Sự Thật Cao Quý là nền tảng tu tập của Phật giáo. Sự Thật thứ nhất là: Sự sống tự nó mang bản chất khổ đau; Sự Thật thứ hai là: Sự khổ đau đó phát sinh từ sự thèm khát vô độ của con người trong sự sống; Sự Thật thứ ba là: Sự khổ đau đó có thể làm cho nó chấm dứt được bằng cách chủ động các giác cảm và tâm thần của mình, tức là lục giác của mình; Sự Thật thứ tư là: Dhamma (Đạo Pháp, Giáo huấn) hay Con Đường giúp chúng ta biến cải và chủ động các giác cảm và tâm thức của chính mình.

Dhamma đó hay Con Đường đó gồm có ba chặng hay ba cấp bậc:

Cấp bậc thứ nhất biểu trưng bởi Con đường Trung đạo, một Con Đường giúp người tu tập hóa giải mọi sự cực đoan, mọi xu hướng, mọi sự bám víu vào các thứ tạo tác tâm thần phát sinh từ các sự lầm lẫn và u mê của mình. Con Đường trong cấp bậc thứ nhất hay chặng đường đầu tiên này xoay quanh ý niệm 'Không có cái tôi' (Vô ngã). Nói một cách khác thì 'cái Tôi' của mình chỉ là một sự 'Trống không tuyệt đối', một ảo giác. Cấp bậc hiểu biết này là cấp bậc tiên khởi nhất của Dhamma, nhưng cũng là căn bản nhất, mà tất cả các tông phái và học phái đều chấp nhận và nêu cao.

Cấp bậc thứ hai là sự Trống không của tất cả mọi hiện tượng (dhamma) trong tâm thức, trên thân xác, bên trong thế giới và cả vũ trụ, thay vì chỉ nói đến sự trống không của 'cái tôi' trong cấp bậc thứ nhất. Cấp bậc thứ hai trên Con đường do đó là một sự mở rộng, nêu lên hình ảnh của một người lữ hành lý tưởng gọi là Bodhisatta (Bồ-tát / tiếng Phạn là Bodhisatva), có nghĩa là một người hy sinh sự hiện hữu của mình, sức sống của mình vì kẻ khác. Con người lý tưởng đó được thúc đẩy bởi một thứ xúc cảm thật mãnh liệt gọi là lòng từ bi vô biên. Cấp bậc thứ hai này đánh dấu sự xuất hiện của Đại thừa Phật giáo vào thế kỷ thứ I trước Tây lịch.

Cấp bậc thứ ba mở ra thêm một xu hướng mới nữa, đó là đường hướng Triết học siêu hình gọi là Duy thức học (Cittamātra), xuất hiện vào thế kỷ thứ IV, do các vị sư Đại thừa Maitreyanātha (Di-lặc Tôn), Asanga (Vô Trước) và Vasubandhu (Thế Thân) chủ xướng. Học phái này nêu lên một sự thật tuyệt đối là tất cả mọi hiện tượng nhất thiết phát sinh từ tâm thức, mang bản chất tâm thức, nói một cách khác là tất cả các hiện tượng dù hiện lên bên trong tâm thức hay trong thế giới bên ngoài, đều nhất thiết là các sản phẩm của tâm thức (duy thức) chỉ là tâm thức. Các hiện tượng (dhamma) nằm bên ngoài tâm thức, qua các thể dạng cụ thể, không hề hiện hữu. Sự thật tuyệt đối đó, sự nhận thức tối thượng đó, chỉ có thể cảm nhận được và quán thấy được bởi một tâm thức đã xóa bỏ được tính cách đối ngẫu (duality) giữa chủ thể và đối tượng. Mọi hiện tượng chỉ có thể hiện hữu nhờ vào sự đối ngẫu giữa chủ thể nhận biết và đối tượng được nhận biết. Nói một cách khác nữa thì đấy là sự 'trống không' của sự 'trống không' của tất cả mọi hiện tượng. Chủ xướng triết học này đánh dấu sự xuất hiện của một số học phái trong Đại Thừa và nhất là Kim Cương thừa (Vajrayāna) phát triển từ thế kỷ thứ VII trong vùng phía Đông và Đông Bắc của châu thổ sông Hằng.

Tuy nhiên chúng ta cũng có thể thắc mắc là Giáo huấn nguyên thủy của Đức Phật, Dhamma của Đức Phật, giữ một vị trí như thế nào đối với các cấp bậc đó của Đại thừa? Thế nhưng chúng ta cũng có thể khẳng định không một chút do dự là các cấp bậc hiểu biết đó, các cách diễn giải của các tông phái và học phái đó, đã được nêu lên từ trước trong các bài thuyết giảng của Đấng Thế Tôn, thế nhưng Ngài không nhấn mạnh đến các khía cạnh triết học đó mà chỉ nêu lên các Sự thật thiết thực, hữu ích và cấp bách hơn, tương tự như trường hợp một người trúng tên phải nhổ bỏ mũi tên, nhưng không tìm hiểu người bắn mình là ai và vì nguyên nhân nào mà người ấy bắn mình. Chúng ta sẽ có nhiều dịp nhận thấy các khía cạnh triết học sâu sắc thuộc cả ba cấp bậc trên đây trong các bài thuyết giảng của Đức Phật.

Các cách đánh số và phân loại kinh điển

Cách sắp xếp và đánh số hơn mười ngàn câu và bài giảng của Đức Phật là cả một vấn đề nan giải. Trên đây trong phần giới thiệu về kinh điển, chúng ta thấy nêu lên một hệ thống phân loại chung là Tipitaka (Tam Tạng Kinh), hệ thống này là của Phật giáo Theravāda. Thật ra không có một hệ thống phân loại thống nhất nào cả. Phật giáo Tích Lan, Miến Điện, Thái Lan, Trung Quốc, Mông Cổ, Tây Tạng, Triều Tiên, Nhật Bản, Hiệp hội Văn bản Pali (Pali Text Society)..., đều có một hệ thống phân loại và sắp xếp riêng với ít nhiều khác biệt. Các bài giảng cũng không hoàn toàn giống nhau trong các hệ thống phân loại đó. Hệ thống phân loại và sắp xếp thông dụng ngày nay là của Phật giáo Theravāda của Tích Lan, đó là cách đánh số từng bài giảng hay các câu giảng dựa vào vị trí hay thứ tự của các bài giảng hay các câu giảng ấy trong mỗi Bộ kinh / Nikāya. Loạt sách đề nghị này cũng sẽ mượn cách đánh số trên đây để xác định vị trí của các bài giảng và các câu giảng trong Tam Tạng Kinh, cách đánh số này giúp truy tìm các bài giảng và các câu giảng dễ dàng và nhanh chóng hơn cả.

Ngoài ra cũng còn một chi tiết khác đáng lưu ý là ngôn ngữ biến đổi với thời gian. Sau khi người Anh khám phá ra Tam Tạng Kinh tại Tích Lan vào cuối thế kỷ XIX, và sau đó thì họ dịch sang tiếng Anh. Thế nhưng tiếng Anh của thế kỷ XIX không hoàn toàn giống với tiếng Anh ngày nay. Hơn nữa vào thời bấy giờ, các dịch giả và học giả chưa tìm được các từ thích nghi và chính xác trong tiếng Anh để dịch các thuật ngữ Phật giáo bằng tiếng Pali. Hãy nêu lên một trường hợp điển hình, chẳng hạn như chử Dhamma trong các bản dịch đầu tiên vào các thời kỳ đó được dịch sang tiếng Anh là Law / Luật pháp, tương tự như trong kinh điển Hán ngữ, chữ Dhamma cũng được dịch là Pháp (法) với ý nghĩa là Luật pháp. Thế nhưng người Tây phương ý thức rất sớm sau đó là trong các ngôn ngữ Tây phương không có một từ nào tương đương với chữ Dhamma, do đó họ không dịch và giữ nguyên chữ Dhamma. Thế nhưng kinh điển tiếng Hán và tiếng Việt vẫn giữ nguyên cách dịch chữ Dhamma là Pháp. Điều này đã được nói đến trên đây, thế nhưng lặp lại thiết nghĩ cũng không hẳn là thừa, bởi vì chúng ta tu tập theo kinh sách Hán ngữ, thế nhưng kinh sách Hán ngữ thì lại thiếu chính xác và đã lỗi thời.

Chúng ta hãy nêu lên hai thí dụ khác. Nhà sư Thanissaro Bhikkhu bắt đầu gửi đăng các bản dịch kinh điển của ông trên trang mạng của một người khác là accesstoinsight.org, sau đó thì ông mở một trang mạng riêng cho mình là dhammatalks.org, ông đăng lại các bản dịch cũ trên trang mạng mới này sau khi đã được đọc lại và hiệu đính. Trên một trang mạng khác khá uy tín là buddha-vacana.org, thì mỗi khi có một câu hay một bài giảng nào được sửa chữa hay hiệu đính thì trang mạng cho biết ngay trên trang đầu. Các thí dụ trên đây cho thấy nếu chúng ta dựa vào kinh điển Hán ngữ hay các bản sao chép và dịch thuật cách nay hàng nhiều trăm năm, kể cả hàng ngàn năm, để tìm hiểu và học hỏi, thì cũng nên thận trọng.

Sau hết xin minh định là người viết các dòng này không có cái may mắn được học tiếng Pali, tiếng Phạn và tiếng Hán, mà chỉ tra cứu tự điển từng chữ một để tìm hiểu và học hỏi thêm, hầu giúp mình đối chiếu giữa các bản dịch của các dịch giả khác nhau, bằng các ngôn ngữ khác nhau. Tóm lại các bản chuyển ngữ các bài thuyết giảng của Đức Phật trong loạt sách này chủ yếu được dựa vào các bản dịch tiếng

Anh và tiếng Pháp. Tuy nhiên cách dịch này tuy không trực tiếp căn cứ vào các bản gốc bằng tiếng Pali, mà phải qua trung gian của các bản dịch tiếng Anh, tiếng Pháp và đôi khi cả tiếng Việt, thế nhưng cũng có lợi điểm của nó, đó là sự uyên bác của các dịch giả và các nhà sư khác nhau. Ngoài ra trong một vài trường hợp cũng xin mạn phép trích dẫn thêm các bản dịch tiếng Việt đã có từ trước nhằm giúp các độc giả đã quen với các thuật ngữ tiếng Hán có thể đối chiếu và tìm hiểu thêm. Đối với các thuật ngữ chuyên biệt trong Phật giáo cũng sẽ được kèm thêm tiếng Pali để xác nhận và kiểm chứng ý nghĩa, trong trường hợp được ghép thêm tiếng Phạn thì sẽ được ghi rõ là tiếng Phạn. Đến đây chúng ta đã có một ý niệm tổng quát về kinh điển Phật giáo, vậy chúng ta phải nhìn vào gia tài đó và sử dụng gia tài đó như thế nào ?

Phải tìm hiểu Dhamma và học hỏi Dhamma như thế nào

Trong một bài giảng mang tựa là *Alagaddūpama Sutta / Bài thuyết giảng ẩn dụ về một con rắn* (MN 22) nêu lên hai thí dụ điển hình về cách học hỏi và tiếp cận của chúng ta đối với gia tài đó: cách thứ nhất là so sánh với một con rắn, cách thứ hai là so sánh với một chiếc bè. Bài giảng khá dài, do vậy chỉ xin trích dẫn hai phân đoạn liên quan đến hai cách ẩn dụ chủ yếu nói đến trên đây:

Bài thuyết giảng ẩn dụ về một con rắn

Alagaddūpama Sutta - MN 22

(Dựa theo các bản dịch tiếng Anh của Thanissaro Bhikkhu, Bhikkhu Sujato, Bikkhu Bodhi, Suddhaso Bhikkhu, I.B. Horner, và bản tiếng Pháp của Christian Maës)

[...]

Cách so sánh với một con rắn:

«Này các tỳ-kheo, có những người vô tích sự học hỏi Dhamma *(Giáo huấn của Đức Phật)* nhờ vào việc thảo luận, các câu chuyện thuật lại bằng thi phú hay văn xuôi, các bài thuyết giảng, các bài kệ, các câu tụng, lịch sử các nhân vật, các sự kiện lạ lùng, các khóa hỏi đáp *(trong mục đích tìm hiểu và học hỏi Dhamma)*. [Thế nhưng] sau khi đã được học hỏi Dhamma thì họ vẫn không đoan chắc được là mình đã hiểu được ý nghĩa của các Dhamma(s) ấy qua khả năng suy xét của mình *(trong bản dịch của nhà sư Thanissaro Bhikkhu về bài giảng này có cho biết là cách chuyển chữ Dhamma(s) từ thể dạng số ít thành số nhiều nhưng vẫn có nghĩa là Giáo huấn Dhamma rất, ít thấy nêu lên trong các bài giảng bằng tiếng Pali, bởi vì chữ Dhamma(s) ở thể dạng số nhiều thường dùng để chỉ các 'hiện tượng' nói chung)*. Chỉ vì lý do không thấu triệt được vững chắc ý nghĩa trong các Dhamma(s) ấy qua khả năng suy xét của mình, nên họ không đồng tình với nhau về những gì mà họ đã cố gắng suy ngẫm. Họ học hỏi Dhamma(s) vừa là để đả kích kẻ khác, vừa là để bảo vệ [quan điểm của] mình trong các cuộc tranh biện. «[Do vậy] họ không đạt được mục đích của những người học hỏi Dhamma. Cách nắm bắt sai lầm của họ về các Dhamma(s) ấy (chữ dhamma(s) ở thể dạng số nhiều trong trường hợp này có nghĩa là các 'giáo lý', qua câu phát biểu trên đây thì cũng có thể hiểu chữ dhamma(s) một cách đơn giản là các 'quan điểm' / diṭṭhi. Trong kinh điển Hán ngữ chữ Dhamma được dịch là 'Pháp' trong tất cả các trường hợp, do đó không nói lên được ý nghĩa sâu sắc của thuật ngữ này) sẽ mang lại bất hạnh và khổ đau cho họ trong lâu dài. Tại sao lại như vậy? Nguyên nhân chính là sự nắm bắt sai lầm về các Dhamma(s) *(các quan điểm)*.

«Giả sử có một người nào đó cần có một rắn, người này tìm cách bắt một con rắn và đi tìm con rắn đó. Khi trông thấy một con rắn thật to thì người này có thể là sẽ nắm vào thân hay đuôi nó. Con rắn sẽ quay đầu lại cắn vào bàn tay hay cánh tay của người này, khiến người này phải chịu đựng sự đau đớn của cái chết, hoặc sự đau đớn tương tự như sự đau đớn của những người sắp chết. Tại sao lại như vậy? Nguyên nhân là việc nắm bắt con rắn của người này không đúng cách. Cũng vậy, có nhiều người không đủ khả năng *(worthless / vô tích sự)* học hỏi Dhamma..., Sau khi học hỏi, họ không thấu triệt được thật vững chắc ý nghĩa trong các Dhamma(s) ấy qua khả năng suy xét của họ, vì thế nên họ không thể đồng tình với nhau về những gì mà họ đã cố gắng suy ngẫm. [Sở dĩ] họ ra sức học hỏi là vừa để đả kích kẻ khác vừa là để bảo vệ [quan điểm của] mình trong các cuộc tranh biện. [Do vậy] họ không đạt được mục đích của những người học hỏi Dhamma(s). Sự nắm bắt sai lầm của họ về các Dhamma(s) ấy sẽ mang lại bất hạnh và khổ đau cho họ trong lâu dài. Tại sao lại như vậy? Nguyên nhân chính là sự nắm bắt sai lầm các Dhamma(s) *(xin lưu ý chữ dhamma vụt chuyển thành số nhiều và trong trường hợp này có thể hiểu là các quan điểm: nắm bắt sai lầm các quan điểm sẽ mang lại cho mình bất hạnh và khổ đau)*.

«Thế nhưng cũng có những người trong một tập thể *(clansmen / có thể hiểu như là chung trong một Tăng đoàn, một ngôi chùa, một học phái...)* cùng nhau học hỏi Dhamma... Sau khi học hỏi Dhamma họ thấu triệt được thật vững chắc ý nghĩa trong các Dhamma(s) ấy qua khả năng suy xét của họ. Sau khi hiểu được thật vững chắc ý nghĩa trong các Dhamma(s) ấy qua khả năng suy xét của họ, nên họ đồng tình với nhau về những gì mà họ đã cố gắng suy ngẫm. Họ không học hỏi Dhamma để đả kích kẻ khác cũng không để bênh vực [quan điểm của] mình trong các cuộc tranh biện. Họ đạt được mục đích của những người học hỏi Dhamma. Sự nắm bắt đúng đắn về các Dhamma(s) ấy của họ sẽ mang lại an vui và hạnh phúc cho họ trong lâu dài. Tại sao lại như vậy? Nguyên nhân chính là sự nắm bắt đúng đắn các Dhamma(s) *(các quan điểm)*.

«Giả sử có một người nào đó cần có một con rắn, người này tìm cách bắt một con rắn và đi tìm con rắn đó. Khi trông thấy một con rắn thật to thì người này dùng một cây gậy rẽ nhánh đè chặt con rắn. Sau khi đã đè chặt được con rắn với cây gậy rẽ nhánh thì người này nắm chặt cổ nó. Sau khi đã bị đè chặt thì dù con rắn có dùng thân nó để quấn vào bàn tay, cánh tay hay chân của người ấy thì cũng chẳng hề hấn gì, người ấy sẽ không phải gánh chịu sự đau đớn của cái chết hoặc tương tự như sự đau đớn của những người sắp chết. Tại sao lại như vậy? Nguyên nhân chính là sự nắm bắt đúng đắn các Dhamma(s) *(các quan điểm)*.

«Chính vì vậy, này các tỳ-kheo, khi nào đã hiểu được ý nghĩa những lời thuyết giảng của ta thì phải ghi nhớ đúng như vậy. Thế nhưng trong trường hợp nếu các tỳ-kheo không hiểu rõ được ý nghĩa trong những lời thuyết giảng của ta, thì phải tức khắc hỏi thẳng ta, hoặc hỏi các tỳ-kheo nhiều kinh nghiệm».

Cách so sánh với một chiếc bè

« Này các tỳ-kheo, ta sẽ giảng tiếp cho các tỳ-kheo về sự so sánh Dhamma với một chiếc bè. Chiếc bè là để giúp mình vượt sang bờ bên kia, nhưng không phải là để bám chặt vào nó. Hãy lắng nghe ta giảng và phải thật chăm chú».

Đấng Thế Tôn giảng như sau: «Giả sử có một người nào đó đang đi trên một con đường cái, bỗng gặp một vùng ngập nước thật rộng lớn và bờ bên này nơi mà người ấy đang đứng có vẻ bất ổn và nhiều nguy hiểm, bờ bên kia an toàn không nguy hiểm. Thế nhưng lại chẳng có một con đò nào, cũng chẳng có một chiếc cầu nào bắc ngang [vùng ngập nước]. Ý nghĩ sau đây vụt hiện lên trong tâm trí người này: ‹Trước mặt là một vùng ngập nước thật rộng lớn, bờ bên này có vẻ bất ổn và nhiều nguy hiểm, bờ bên kia an toàn, không nguy hiểm. Thế nhưng lại chẳng có một con đò nào cũng chẳng có một chiếc cầu nào bắc ngang từ bờ bên này sang bờ bên kia. Nếu gom cỏ, nhặt que, nhặt cành, nhặt lá, buộc lại làm một chiếc bè thì sau đó tôi sẽ bám vào nó, dùng tay và chân để bơi, thì tôi sẽ vượt được sang bờ bên kia một cách an toàn'. Người [lữ hành] đó bèn gom cỏ, nhặt que, nhặt cành, nhặt lá, buộc lại thành một chiếc bè, sau đó thì bám vào nó và dùng tay và chân để bơi và vượt được sang bờ bên kia một cách an toàn. Sau khi đã sang được bờ bên kia thì người ấy có thể nghĩ rằng: 'Chiếc bè quả hết sức hữu ích cho tôi! Nhờ nó cùng với sức cố gắng của tay chân tôi mà tôi đã vượt sang được bờ bên này. Vậy thì có nên tiếp tục đội nó lên đầu hay vác nó trên lưng hay không?'; Vậy các tỳ-kheo nghĩ sao, người ấy có nên làm như vậy đối với chiếc bè hay không?».

«Không, thưa Thế Tôn»

«Vậy người ấy phải làm gì đối với chiếc bè? Đấy là trường hợp của một người sau khi vượt được [sang bờ bên kia] sẽ tự nhủ thầm: ‹Chiếc bè quả hết sức hữu ích cho tôi! Nhờ nó cùng với sức cố gắng của tay chân tôi mà tôi đã vượt được sang tận bờ bên này một cách an toàn. Thế nhưng tại sao tôi lại cứ phải kéo nó lên bờ mà không để nó trôi theo dòng nước?›. Đấy là cách mà người ấy phải làm đối với chiếc bè. Cũng vậy, này các tỳ-kheo, đấy là cách mà ta thuyết giảng Dhamma bằng sự so sánh với một chiếc bè [với mục đích] giúp các tỳ-kheo vượt sang bờ bên kia, nhưng không phải là để các tỳ-kheo bám chặt vào nó. Khi nào các tỳ-kheo hiểu được Dhamma đúng như ta giảng dạy bằng cách so sánh với một chiếc bè, thì các tỳ-kheo phải biết buông bỏ [tất cả] kể cả đối với Dhamma cũng vậy, và đấy cũng là cách nói lên chẳng có gì khác cả ngoài các Dhamma(s) *(chữ Dhamma viết hoa trên đây có nghĩa là những lời 'Giáo huấn của Đức Phật', trở thành chữ Dhamma(s) ở số nhiều mang ý nghĩa là các 'hiện tượng' hay 'quan điểm'. Chữ Dhamma(s) trong các trường hợp này có thể viết chữ 'D' không hoa. Khi Dhamma – Giáo huấn – đã trở thành 'dhamma(s)' – các quan điểm – thì không không nên bám chặt vào chúng)* ».

Chúng ta hãy trích dẫn thêm một đoạn khác trong cùng bài giảng này của Đấng Thế Tôn:

Sự giảng dạy đúng đắn về Dhamma

«Dhamma do ta thuyết giảng thật minh bạch, cởi mở, rõ ràng, không vá víu. Trong Dhamma mà ta thuyết giảng – minh bạch, cởi mở, rõ ràng, không vá víu – có những người tỳ-kheo đã trở thành Arahant *(A-la-hán)*, sự luân lưu tâm thần *(các sự sinh hoạt tâm thần: xúc cảm, tư duy, tác ý, các sự tạo dựng trong tâm thức)* đã chấm dứt, họ đã đạt được sự thực hiện, hoàn tất được sự tu tập, đặt xuống được gánh nặng trên vai, đạt được mục đích, hoàn toàn hủy diệt được chuỗi dài trói buộc của các sự hình thành [trong tương lai] *(xin nhắc lại: chủ đích của sự tu tập là sự dừng lại, tương tự như một ngọn lửa tắt khi hết nhiên liệu, bất cứ một sự hình thành nào đều đưa đến sự đổi thay và hủy hoại, chẳng hạn như sự sinh tất sẽ đưa đến sự già nua và cái chết)*. Nhờ vào sự hiểu biết đúng đắn đó *(nắm chặt được cổ của con rắn)* họ đã đạt được sự giải thoát khỏi chu kỳ [xoay vần] của các sự hiển hiện [trong tương lai]. Dhamma minh bạch, cởi mở, rõ ràng, không vá víu do ta thuyết giảng là như vậy" *(xin độc giả lưu ý: sự dừng lại của mọi sự hình thành là chiếc chìa khóa của người tu tập giúp mình làm cho mọi hình thức khổ đau và bất toại nguyện phải chấm dứt)*.

«Trong Dhamma do ta thuyết giảng - minh bạch, cởi mở, rõ ràng, không vá víu – có những người tỳ-kheo đã dứt bỏ được năm thứ trói buộc *(chướng ngại)* ở cấp bậc thấp *(trong số mười thứ chướng ngại gọi là daśa-samyojana. Năm thứ chướng ngại ở cấp bậc thấp là: 1- tin vào sự hiện hữu đích thật của một cá thể và cũng có nghĩa là tin vào quan điểm có cái tôi (sakkāya-diṭṭhi); 2- sự nghi ngờ (vicikicchā); 3- bám víu vào nghi lễ và các quy tắc (sīlabbata-parāmāsa / quy lệ, tục lệ); 4- sự thèm khát dục tính (kāmā-rāga); 5- sự ác tâm (vyāpāda); tiếp theo là năm thứ chướng ngại ở cấp bậc cao: 6- sự thèm khát được hiện hữu dưới hình thức một thân thể vật chất tinh tế (rūpa-rāja); 7- thèm khát được hiển hiện dưới thể dạng hiện hữu phi vật chất (arūpa-rāja); 8- sự kiêu căng (māna); 9- sự bồn chồn (uddhacca / sao động, bất an); 10- sự u mê (avijjā / vô minh)*, và họ sẽ đương nhiên hiển hiện trong các cảnh giới hoàn hảo và tinh khiết hơn, họ sẽ không còn rơi vào một cảnh huống trói buộc nào khác cả, và sẽ không còn quay lại với thế giới này nữa *(đây cũng là cấp bậc giác ngộ thứ ba trong số bốn cấp bậc giác ngộ mà kinh sách Hán ngữ gọi là "Tứ Thánh Quả". Trong cấp bậc này người tỳ-kheo đã dứt bỏ được năm thứ chướng ngại ở cấp bậc thấp nói đến trên đây, và sẽ không còn quay lại thế giới này nữa, cấp bậc này còn gọi là Anāgāmī / Bất lai)*. Dhamma minh bạch, cởi mở, rõ ràng, không vá víu do ta thuyết giảng là như vậy.

«Trong Dhamma do ta thuyết giảng – minh bạch, cởi mở, rõ ràng không vá víu – có các tỳ-kheo đã dứt bỏ được ba thứ trói buộc *(ba chướng ngại đầu tiên trong số năm chướng ngại trên đây)*: bớt đam mê, loại trừ được sự ghét bỏ và ảo giác, nhờ đó họ chỉ phải quay trở lại thế giới này thêm một lần nữa *(đây là cấp bậc giác ngộ thứ hai gọi là Sakādāgami / Nhất lai)*, mọi khổ đau cũng sẽ chấm dứt với họ. Dhamma minh bạch, cởi mở, rõ ràng, không vá víu do ta thuyết giảng là như vậy.

«Trong Dhamma do ta thuyết giảng – minh bạch, cởi mở, rõ ràng, không vá víu – có các tỳ-kheo đã buông bỏ được ba thứ trói buộc *(ba thứ chướng ngại)*: không tin vào sự hiện hữu đích thật của một cá thể, không nghi ngờ, không bám víu vào nghi lễ và các quy tắc *(các thói tục / cấp bậc này là cấp bậc thấp nhất trong số bốn cấp bậc Giác ngộ, gọi là Sotāpanna / Nhập lưu. Tất cả các tỳ-kheo ở cấp bậc này đều bước được vào 'dòng chảy', trở nên vững vàng, không còn rơi xuống các cõi thấp kém để phải gánh chịu khổ đau, họ bước được vào con đường đưa mình đến sự tự giác ngộ / self-awakening. Nói chung cấp bậc Nhập lưu là cấp bậc của những người ý thức được các phẩm tính đầu tiên của Dhamma và bắt đầu bước vào con đường tu tập)*. Dhamma minh bạch, cởi mở, rõ ràng, không vá víu do ta thuyết giảng là như vậy.

«Trong Dhamma do ta thuyết giảng – minh bạch, cởi mở, rõ ràng không vá víu – có các tỳ-kheo bước theo con đường Dhamma (Dhamma-followers), giữ vững được niềm tin (conviction), tất cả các tỳ-kheo ấy sẽ bước được vào con đường đưa đến sự Giác ngộ. Dhamma minh bạch, cởi mở, rõ ràng, không vá víu do ta thuyết giảng là như vậy.

«Trong Dhamma do ta thuyết giảng – minh bạch, cởi mở, rõ ràng, không vá víu – có các tỳ-kheo đủ khả năng phát lộ được sự vững tin nơi ta, đủ khả năng phát lộ được lòng quý mến đối với ta, tất cả các tỳ-kheo ấy đều bước được vào con đường đưa đến cõi thiên nhân. Dhamma minh bạch, cởi mở, rõ ràng, không vá víu do ta thuyết giảng là như vậy.

Tóm lại, trên đây là những lời giảng dạy 'minh bạch, cởi mở, rõ ràng, không vá víu của Đấng Thế Tôn'. Thiết nghĩ chúng ta nên bước theo những lời giảng dạy đó với tinh thần nêu lên từ hai hình ảnh ẩn dụ: con rắn và chiếc bè. Thế nhưng rất sớm sau khi Đức Phật tịch diệt thì Dhamma của Ngài đã hóa thành hàng chục tông phái và học phái khác nhau, gộp chung trong hai trường phái lớn là Sthaviravāda và Mahāsāṃghika. Vào thế kỷ thứ III trước Tây lịch, dưới triều đại của vua Azoka, tình trạng này ngày càng trở nên hỗn loạn hơn. Vua Azoka đã phải đứng ra tổ chức lần kết tập Đạo pháp lần thứ ba nhằm chỉnh đốn lại Dhamma của Đức Phật, và cũng chính vị vua này đã trực tiếp sát hạch từng vị sư một trước khi cho phép họ tham dự đại hội. Kết quả mang lại từ Đại hội kết tập này là điểm khởi đầu đưa đến sự hình thành của Kinh điển Pali ngày nay.

Trở lại với *Bài thuyết giảng ẩn dụ về một con rắn / Alagaddūpama Sutta* - MN 22 trên đây, thì nhà sư Thanissaro Bhikkhu, trong bản dịch của ông, có nêu lên các lời mở đầu giải thích rất sâu sắc về bài giảng này của Đức Phật. Thiết nghĩ các lời giới thiệu đó có thể giúp chúng ta tìm hiểu thêm về bài giảng quan trọng này, do vậy xin chuyển ngữ các lời giới thiệu và giải thích của nhà sư Thanissaro Bhikkhu về bài giảng này như sau:

Lời bình giải của nhà sư Thanissaro Bhikkhu

Đây là một bài thuyết giảng liên quan đến sự bám víu vào các quan điểm (diṭṭhi). Thông điệp chủ yếu trong bài thuyết giảng này xoay quanh hai trong số các cách so sánh (các phương cách giảng dạy mang tính cách ẩn dụ) nổi tiếng nhất trong Kinh điển nòng cốt (tức là Kinh điển Pali): cách thứ nhất là sự so sánh với một con rắn và cách thứ hai là sự so sánh với một chiếc bè. Phối hợp hai cách so sánh đó với nhau sẽ tạo ra một sự quán thấy đúng đắn, tuy nhiên cũng chỉ nên xem sự quán thấy ấy như là một phương tiện mang lại sự chấm dứt khổ đau, nhưng không nên xem đấy như là một chủ đích để bám víu vào đó. Khi phương tiện đã hoàn tất nhiệm vụ của nó thì hãy cứ buông bỏ nó ra.

Cách so sánh với một con rắn được nêu lên trước tiên nhằm mục đích cảnh giác chúng ta về sự nguy hiểm gây ra bởi sự biểu biết sai lầm Dhamma trên phương diện tổng quát (Dhamma hiểu sai cũng nguy hiểm như một con rắn), và trên phương diện thu hẹp hơn thì đấy là những lời giảng dạy liên quan đến vấn đề tính dục. Bài giảng không kết tội người tỳ-kheo Ariṭṭha đã vi phạm như thế nào trong sự diễn đạt sai lầm về Dhamma (xin nhắc thêm là người tỳ kheo Ariṭṭha khăng khăng cho rằng vấn đề tính dục không phải là một chướng ngại và vì thế đã bị loại ra khỏi Tăng đoàn), tuy nhiên trong phần Bình Giải (Commentary / các phần Giải thích / Aṭṭhakathā trong Luận tạng) thì chuyện này đã được nêu lên một cách thẳng thắn hơn [sau đây là một đoạn ngắn]:

«Nơi này... là nơi ẩn dật, [nhưng] người tỳ-kheo cũng có thể suy nghĩ như sau: ‹Có những người sống trong khung cảnh gia đình *(những người thế tục)*, hưởng thụ các lạc thú mang lại bởi năm thứ giác cảm *(các sự thích thú tạo ra bởi các cảm nhận của ngũ giác, có thể hiểu trong đó có cả vấn đề dục tính)*, [thế nhưng] họ cũng có thể trở thành những người bước được vào dòng chảy, hoặc những người chỉ còn quay lại thêm một lần, hoặc không còn quay lại nữa. Đối với những người tu hành *(những người xuất gia, các tỳ-kheo)* cũng vậy, họ có thể trông thấy các hình dáng khả ái qua sự nhận biết của thị giác, thính giác..., khứu giác..., cảm nhận được các cảm giác [thích thú] qua các sự nhận biết của cơ thể *(xúc giác)*. Họ *(những người tu hành, những người tỳ-kheo)* có thể sử dụng các thảm lót và quần áo mềm mại *(tạo ra sự thích thú giác cảm)*. [Họ cho rằng] tất cả các điều đó là đúng đắn *(không hề phương hại đến mục đích tu tập)*. Vậy thì tại sao [các cảm nhận] thị giác, thính giác, khứu giác, vị giác, xúc giác trước một người phụ nữ, thì lại là những điều không thích đáng? Họ cũng có thể là những người đúng đắn!'. Vậy… chuyện đó chẳng khác gì như một hạt cải *(chuyện nhỏ nhoi)* so với ngọn núi Simeru *(núi Tu-di, một ngọn núi huyền thoại thật to lớn, nói đến trong Ấn giáo, Phật giáo, đạo Jain...)*, [thế nhưng] lại tạo ra cả một quan điểm đồi bại: 'Vậy tại sao Đấng Thế Tôn lại ví đại dương to lớn – nếu có thể nói như vậy – với sự cố gắng của người tu hành trong việc tuân thủ giới cấm thứ nhất là pārājika *(pārājika là "giới luật trọng đại", cấm giao cấu tính dục, vi phạm giới luật này sẽ bị khai trừ vĩnh viễn khỏi Tăng đoàn)* ?. [Thế nhưng] chuyện đó *(các cảm nhận phát sinh từ ngũ giác trước một người phụ nữ)* nào có gì là tồi tệ đâu».

Như đã được nói đến trên đây, bài giảng *Bải giảng ẩn dụ về một con rắn / Alagaddūpama Sutta* khá dài, thuật lại chuyện một người tỳ kheo mang tên là Ariṭṭha nhất quyết cho rằng việc giao cấu tính dục không phải là một điều tai hại, người tỳ kheo này bị Đức Phật loại khỏi Tăng đoàn. Ngài so sánh quan điểm sai lầm này của người tỳ kheo Ariṭṭha với cách bắt một con rắn không đúng cách. Cách so sánh thứ hai là phải loại bỏ quan điểm và cả con rắn, có nghĩa là loại bỏ cả Dhamma của Ngài. Loại bỏ Dhamma trong trường hợp này cũng có nghĩa loại bỏ 'cái tôi' của mình, và sự loại bỏ ấy mới có thể mang lại được sự Giác ngộ. Nhà sư Thanissaro không những nhìn thấy được sự liên kết giữa hai cách ẩn dụ, mà còn nhận thấy xa hơn nữa là phải bỏ 'cái tôi' của mình và cả Dhamma, không nắm con rắn trong tay, cũng không vác chiếc bè trên lưng (độc giả có thể xem bản chuyển ngữ đầy đủ của bài giảng này bằng cách gõ vào một công cụ tìm kiếm trên mạng các chữ: 'người tỳ-kheo đầu tiên bị loại khỏi tăng đoàn'). Dưới đây là phần giải thích tiếp tục của nhà sư Thanissaro Bhikkhu về bài giảng này:

Dù là nguyên nhân nào đã đưa đến quan điểm đó [nơi người tỳ-kheo Ariṭṭha] thì cũng vậy, bởi vì trong các phần Bình Giải [trong Luận

Tạng] (đã được giải thích trên đây) từng nêu lên một điều thật quan trọng: một ý niệm dù được căn cứ vào Dhamma một cách hợp lý thì cũng không có nghĩa là ý niệm ấy mang tính cách vững chắc và hữu ích. Chính Đức Phật cũng đã nêu lên quan điểm này trong câu giảng AN 2.24 (tức là câu giảng mang tựa *Neyyatha Sutta / Sự hiểu biết thêm thắt*, Anguttara Nikāya / Tăng Chi Bộ Kinh AN 2.24. Xin mạn phép nhắc thêm là câu giảng đánh số AN. 2.23 tức là trước câu này cũng đã được trích dẫn nơi trang mở đầu của quyển sách). Câu AN 2.24 này như sau:

«Này các tỳ-kheo, có hai điều vu khống Như Lai. Hai điều ấy là gì? [Đó là trường hợp] một người nào đó giải thích một bài thuyết giảng *(một bài kinh)* với một sự suy diễn bên cạnh (interferred meaning) ý nghĩa đã được nêu lên đầy đủ. Hoặc là [trường hợp] một người nào đó giải thích một bài thuyết giảng mà ý nghĩa đã được nêu lên đầy đủ như là một ý nghĩa còn phải được ghép thêm một sự suy diễn [khác] bên cạnh».

Sau khi khẳng định về quan điểm trên đây, bài giảng nêu lên cách ẩn dụ (cách đồng hóa) [Dhamma] với một con rắn, và sau đó là cách ẩn dụ (cách đồng hóa) với một chiếc bè. Thật hết sức quan trọng là phải nhận thấy được sự liên kết giữa hai cách ẩn dụ đó, điểm tế nhị này quả ít người nhận thấy. Có nhiều độc giả hời hợt (casual / không suy tư và tìm hiểu sâu xa hơn) chỉ đơn giản nghĩ rằng cách so sánh Dhamma với một chiếc bè là nhằm mục đích buông bỏ nó. Thật thế, một bản văn chủ yếu của Đại Thừa là Kinh Hoa Sen cũng giải thích cách ẩn dụ với một chiếc bè là chỉ để buông bỏ nó sau khi qua sông. Thế nhưng thật hết sức rõ ràng là cách ẩn dự thứ nhất với một con rắn là cách cho thấy phải thấu triệt Dhamma một cách vững chắc giúp mình nắm bắt Dhamma một cách đúng đắn. Cung cách hành xử đó cũng phải áp dụng với trường hợp thứ hai là chiếc bè, thật hết sức rõ ràng: phải bám chặt và chiếc bè để sang sông và chỉ khi nào đạt được sự an toàn bên kia bờ sông thì mới buông bỏ nó ra. Phải liên kết hai hình ảnh ẩn dụ trên đây với nhau thì mới có thể nhận thấy được sự mạch lạc giữa cả hai cách ẩn dụ đó. Thế nhưng không mấy người chú ý đến điều này, do vậy họ chỉ hiểu được một cách phiến diện và rời rạc giữa hai hình ảnh ẩn dụ. Trong bài giảng trên đây Đức Phật giải thích rất rõ ràng là phải hiểu được Dhamma thật chính xác và đúng đắn, không nên hiểu Dhamma qua các sự diễn giải hay suy diễn bên cạnh, chẳng hạn như trường hợp của người tỳ-kheo Ariṭṭha cho rằng vấn đề tính dục không gây ra chướng ngại. Tóm lại là phải bám chặt vào chiếc bè và chỉ buông bỏ nó ra khi nào đã vượt được sang bờ sông bên kia một cách an toàn. Thật ra một khi đã đạt được giác ngộ thì không những đấy là cách buông bỏ chiếc bè mà cả con rắn, tức là cả Dhamma và cả con người của mình – từ thân xác đến 'cái tôi' của mình – tất cả chỉ là chiếc bè. Tất cả chỉ là hiện tượng (dhamma), và trong thế giới hiện tượng thì chỉ toàn là hiện tượng, ngoài hiện tượng ra, chẳng có bất cứ một thứ gì khác cả. Do vậy không nên vác các hiện tượng trên lưng hay đội lên đầu, mà phải buông chúng và trả chúng cho sự vận hành của thế giới hiện tượng.

Nêu lên sự liên kết chặt chẽ về ý nghĩa giữa hai cách ẩn dụ là nhằm giải thích các phân đoạn tiếp theo trong bài giảng. Các phân đoạn này xoay quanh ý niệm về giáo huấn 'không có cái tôi' / vô ngã' (trước hết phải nắm cổ con rắn thật chặt, có nghĩa là nắm bắt Dhamma một cách đúng đắn, sau đó thì ôm chặt chiếc bè để sang sông, sang được bờ bên kia thì buông bỏ cả hai: buông bỏ quan điểm là con rắn và buông bỏ cả phương tiện là chiếc bè. Đấy là ý nghĩa thứ nhất mang tính cách mạch lạc giữa hai hình ảnh ẩn dụ phản ảnh kín đáo giáo lý không có 'cái tôi'. 'Cái tôi' trước hết là cách giúp mình nắm Dhamma một cách đúng đắn, sau đó là cách giúp mình hiểu được là phải góp nhặt cành lá để kết lại làm bè. Sau khi vượt được sang bờ bên kia thì phải bỏ Dhamma và cả chiếc bè, và cũng có nghĩa là phải bỏ cả 'cái tôi' của mình với tư cách là chủ thể hiểu biết Dhamma, và cả phương tiện mang lại sự Giác ngộ là chiếc bè. Nếu tiếp tục vác cái tôi trong tâm thức thì không thể nào có thể bảo đó là sự Giác ngộ được. Đấy là ý nghĩa thứ hai nêu lên sự mạch lạc giữa hai hình ảnh ẩn dụ. Sự mạch lạc thứ hai này rất sâu sắc và tinh tế.

Sự liên kết giữa hai hình ảnh ẩn dụ trên đây là một cách dọn sẵn, trước khi chuyển sang phần thứ hai của bài giảng nêu lên giáo huấn 'không có cái tôi '(not-self / 'vô ngã'). Giáo huấn về 'không có cái tôi' là một trong số các giáo huấn trong Kinh điển Nòng cốt (Canon / Kinh điển chủ yếu) thường bị hiểu lầm nhất, chẳng qua là vì giáo huấn này rất dễ đưa đến các sự suy diễn lệch lạc (wrong inferences).

Có hai cách suy diễn lệch lạc (sai lầm) thường thấy hơn cả. Trước hết là không ý thức được là phải tự mình chiêm nghiệm và học hỏi, tức là không quan tâm đúng mức về giáo lý 'không có cái tôi' (not-self teaching). Nhiều người cho rằng là vì Đức Phật trong việc giảng dạy thường chỉ nêu lên giáo lý về 'không có cái tôi' ("vô ngã") đối với năm thứ cấu hợp *(ngũ uẩn)* là: hình tướng (form), cảm giác (feeling), sự cảm nhận (perception), các sự tạo tác [tâm thần] (fabrications) và tri thức (consciousness) (kinh sách Hán ngữ gọi năm thành phần cấu tạo ra một cá thể là: sắc, thọ, tưởng, hành, thức), nhưng thường không nói đến là còn có một cái gì khác hơn có thể được xem như là 'cái tôi' (cái 'ngã'). Tuy nhiên theo cách lập luận thường thấy thì Đức Phật phủ nhận sự đồng hóa cái tôi hạn hẹp và tạm thời như là một phương tiện nhằm quy định (xác định) cá tính (identity) của một cá thể hầu ghép với một cái tôi khác to lớn và vô tận, mang kích thước vũ trụ (lúc sống thì chúng ta hình dung ra cái tôi của mình như là một phương tiện nhằm giúp mình xác định nhân dạng và cá tính của mình, sau khi chết thì cái tôi trước đây trong lúc còn sống sẽ hóa thành một cái tôi to lớn và vô tận, mang kích thước vũ trụ tức là cái 'linh hồn' của mình. Đức Phật không thừa nhận điều đó). Tuy nhiên trong bài thuyết giảng này, Đức Phật cũng khẳng định thật rõ ràng là giáo lý 'không có cái tôi' sở dĩ được nêu lên (theo cách thường thấy) cũng là để phủ nhận luôn cả khái niệm về 'cái tôi' trong phạm vi vũ trụ. Thay vì tập trung sự giải thích về không có cái tôi ('vô ngã') giới hạn trong khuôn khổ của năm thứ cấu hợp (ngũ uẩn) thì Đức Phật tập trung vào bốn cấu hợp đầu tiên (hình tướng, sự cảm nhận, sự nhận thức và các tạo tác tâm thần, tức là những gì thuộc vào sự vận hành ở cấp bậc thân xác của một cá thể) cộng thêm hai khả năng tự-nhận-diện mình (self-identification) liên quan đến cấu hợp (uẩn) thứ năm (tức là tri thức / consciousness), cả hai cách nhận diện này đều nhất thiết thuộc vào phạm vi vũ trụ: 1) trước hết là tất cả những gì trông thấy, nghe thấy, cảm thấy, nhận biết, thấu triệt, ưa chuộng (ưa thích), suy ngẫm xuyên qua khả năng trí thức (by the intellect) (nói chung là khả năng nhận thức và sự hình dung hay tưởng tượng của một cá thể, tức là cách nhận diện 'cái tôi' của mình trong cuộc sống); 2) sau đó là cách nhận diện 'cái tôi' trong vũ trụ (the cosmos) qua tổng thể của nó, một vũ trụ vô biên và bất biến (tức là linh hồn sau khi chết hòa nhập với vũ trụ và mang kích thước vũ trụ). Trên thực tế, Đức Phật biến tầm nhìn đó trở thành thật khôi hài, tương tự như một thứ giáo huấn (giáo lý) của một kẻ điên rồ. Khi nêu lên điều này Đức Phật căn cứ vào hai lý do (hai cách lập luận) đã được nhiều lần nêu lên trong bài thuyết giảng này: 1) lý do thứ nhất là nếu vũ trụ là "tôi", thì nó tất sẽ phải là "của tôi" (mine, à moi), điều này nhất định không đúng. 2) lý do thứ hai là không có bất cứ một thứ gì trong vũ trụ có thể gọi là trường tồn và bất biến, để có thể bám víu vào đó và xem đó là "tôi" (me, moi) hay "của tôi" (mine, mien), điều này cũng không đúng bởi vì không thể nào ghép 'cái tôi' và 'cái của tôi' mang tính cách thường hằng vào vũ trụ không trường tồn, cách hình dung đó là cả một sự phi lý. Cách lập luận này là cách gián tiếp giải thích về sự kiện 'không có 'cái tôi' / 'vô ngã' của con người cũng như sự kiện đồng hóa cái tôi với vũ trụ. Tóm lại 'cái tôi' của một cá thể thuộc vào hai lãnh vực hay hai cấp bậc khác nhau: cấp bậc thứ nhất là 'cái tôi' tạo ra bởi sự vận hành của bốn thứ cấu hợp đầu tiên trong thế giới, cấp bậc thứ hai là khả năng nhận diện của tri thức, và sự nhận diện này thì gồm có hai thứ: trước hết là sự nhận diện 'cái tôi' xuyên qua sự vận hành của bốn cấu hợp của mình trong thế giới, sau đó là sự nhận diện 'cái tôi' hình dung qua tri thức của mình trong khung cảnh vũ trụ. Thế nhưng thế giới luôn trong tình trạng biến đổi, nếu ghép 'cái tôi' của mình hình dung như là bất biến trong thế giới luôn đổi thay là một sự phi lý, bởi vì 'cái tôi' trong cuộc sống biến đổi tùy thuộc vào tuổi tác và bối cảnh chung quanh. Vũ trụ cũng luôn trong tình trạng biến đổi, nếu ghép 'cái tôi' được xem như mang tính cách thường hằng sau khi chết vào vũ trụ luôn biến đổi là một sự phi lý, một chuyện không thể nào làm được. Hai 'cái tôi' đó và cả thế giới cũng như cả vũ trụ luôn chuyển động và đổi thay, tất cả đều vô thường, không có 'cái tôi' bất biến nào trong thế giới này – cá tính – cũng không có cái tôi nào trong vũ trụ – linh hồn – có thể gọi là bất biến và thường hằng cả. Không có gì là 'tôi', 'của tôi' hay 'đúng thật là 'tôi' cả). Sự diễn giải lệch lạc thứ hai là bám quá chặt (thật chi tiết và cụ thể) vào những gì mà Đức Phật giảng dạy về [khái niệm] 'không có cái tôi'.

Cách diễn giải trên đây được nêu lên thật ngắn gọn trong bài giảng này (*Alagaddūpama Sutta / Bài thuyết giảng ẩn dụ về một con rắn* - MN 22), tuy ngắn gọn nhưng phù hợp với cách mà Ngài thường giảng dạy. Qua cách thuyết giảng này, Đức Phật khẳng định thật rõ ràng là Ngài không thể hình dung được một giáo lý [chủ trương] 'cái tôi' mà khi bám chặt vào nó lại không đưa đến lo buồn, ta thán, đớn đau, âu lo và tuyệt vọng (vào thời đại của Đức Phật và cả trước đó, đạo Bà-la-môn và cả đạo Jain cho rằng con người hàm chứa một 'cái tôi'. Thật ra 'cái tôi' đó chỉ là một thứ sản phẩm phát sinh từ ba thứ bản năng sinh tồn, truyền giống và sợ chết của một cá thể). Đức Phật không thể gộp chung trong lời phát biểu ngắn gọn trên đây tất cả các giáo lý [chủ trương] 'cái tôi', thế nhưng trong bài giảng MN 2 Ngài cũng có nêu lên một danh sách tuy không được đầy đủ lắm về vấn đề này (MN 2 là một bài giảng trong Majjhima Nikāya / Trung Bộ Kinh, mang tựa Sabbāsava Sutta / Bài giảng về các thứ ô nhiễm. Trong Đại Tạng Kinh tiếng Việt bài này mang tựa là *'Kinh tất cả các lậu hoặc'*. Dưới đây là một đoạn trong bài giảng này do nhà sư Thanissaro tóm lược và trích dẫn).

«Tôi có một cái tôi... Tôi không có cái tôi nào... Đấy chỉ đơn giản là cách nhờ vào cái tôi mà tôi nhận ra tôi... Đấy chỉ đơn giản là cách nhờ vào cái tôi mà tôi nhận ra không có cái tôi... v.v... Đấy chính là cách nhờ vào không có cái tôi mà tôi nhận biết được tôi trước khi cái tôi hiện ra với tôi thì tôi chưa có một cái tôi, nhờ chưa có cái tôi mà tôi nhận biết là tôi có một cái tôi: không có cái tôi là «chủ thể» của hành động nhận biết, cái tôi là «đối tượng» của sự nhận biết đó. Cái tôi ấy của chính tôi – với tư cách là chủ thể nhận biết (knower) được, tại nơi này và trong lúc này, về sự chín muồi của các hành động tốt cũng như xấu (tức là sự hiện hữu của tôi trong thế giới này) – là cái tôi của tôi mang tính cách bền vững, trường tồn, không hề gánh chịu sự đổi thay, và nó sẽ còn tồn tại mãi mãi cho đến khi nào vô tận vẫn còn tiếp tục là vô tận... Cách hiểu đó [về cái tôi] là những gì mà người ta gọi là đám bụi rậm (thicket / fourré) của các quan điểm (một tình trạng rối ren và u tối, không lối thoát), một sa-mạc quan điểm (không có một quan điểm nào cả), một hình thức bóp méo các quan điểm, một hình thức ngăn chặn các quan điểm. Một người bình dị không được học hỏi khi đã bị chi phối bởi chuỗi dài níu kéo của các quan điểm đó sẽ không sao thoát ra khỏi sự sinh, sự già nua và cái chết, không thoát ra khỏi các sự lo buồn, ta thán, khổ đau, âu lo và tuyệt vọng. Ta bảo với các tỳ-kheo rằng người ấy sẽ không sao thoát ra khỏi khổ đau và lo buồn (một người bình dị, không được học hỏi, luôn bị ám ảnh bởi cái tôi của mình, sự ám ảnh đó là nguyên nhân đưa đến mọi thứ khổ đau và bám víu, tình trạng vướng mắc vào các thứ ấy sẽ đưa đến các sự hình thành, các sự hình thành lại tạo ra các chu kỳ hiện hữu liên tục tiếp nối nhau).

Vì vậy quan điểm [cho rằng]: 'Tôi không có cái tôi' cũng chẳng khác gì với giáo lý chủ trương có 'cái tôi' khi nêu lên: 'Tôi có cái tôi'. Bởi vì hành động bám víu [vào cái tôi hay không có cái tôi] luôn đòi hỏi phải có một cái gì đó mà Đức Phật gọi là 'Tôi làm' (gián tiếp nói lên một 'chủ thể' bám víu vào hành động ấy hay ý niệm ấy, nói một cách khác là phải có 'một cái gì đó' để nhận biết là có hay không có 'cái tôi', và đấy cũng có nghĩa là tạo dựng ra 'cái tôi' / 'self') tức là cách tự tạo ra ý niệm về một 'cái tôi' (với tư cách là chủ thể), điều đó cũng chẳng khác gì như bám víu vào quan điểm 'không có cái tôi', bởi vì sự bám víu vào 'không có cái tôi' cũng sẽ tạo ra một ý niệm thật tinh tế về 'cái tôi' liên quan đến hành động đó - độc giả có thể xem thêm bài giảng AN 4.24 về vấn đề này (AN 4.24 là một bài giảng trong Anguttara Nikāya / Tăng Chi Bộ Kinh, mang tựa: *Kāḷaka Sutta / Bài thuyết giảng tại Kāḷaka*. Trong Đại Tạng Kinh tiếng Việt thì bài giảng này nằm trong Chương 4 - Pháp, Phẩm Bhandagana, phân đoạn 4. Bài giảng này sẽ được chuyển ngữ trong phần II của quyển I này). Dầu sao thì như Đức Phật từng nói, Dhamma sở dĩ được mang ra giảng dạy là để loại bỏ tất cả mọi quan điểm, mọi hình thức khẳng định, thiển kiến, xu hướng, ám ảnh, hầu làm lắng xuống mọi sự tạo dựng, buông bỏ mọi sự chiếm hữu; làm chấm dứt mọi sự thèm khát; tạo ra sự thanh thản; mang lại sự chấm dứt, không để mình bị trói buộc hay bám víu vào bất cứ một thứ gì cả (trong trường hợp trên đây là con rắn và cả chiếc bè).

Vì vậy thật hết sức quan trọng là phải tập trung việc tìm hiểu Dhamma đúng với cách đã được giảng dạy: dù cho giáo huấn của Đức Phật về 'không có cái tôi' có sâu sắc đến đâu đi nữa thế nhưng Ngài không bao giờ khuyên nên thay thế giả thuyết 'có cái tôi' bằng giả thuyết 'không có cái tôi' (cả hai cũng chỉ là một sự bám víu như nhau). Thay vì nói ra điều đó thì Đức Phật đi xa hơn như thế bằng cách nêu lên cho thấy các sự bất lợi mang lại bởi các cách hình dung khác nhau về 'cái tôi', và khuyên hãy nên gạt bỏ hẳn cả hai cách hình dung đó (tin là mình có 'cái tôi' trường tồn và bất biến, hay ngược lại không tin là mình có 'cái tôi' mà chỉ đơn giản là 'hư vô' thì cả hai cách suy nghĩ đó đều đưa đến mọi thứ khổ đau và tai hại). Chẳng hạn như khi nêu lên một loạt các vấn đề khó khăn thông thường liên quan đến sự hợp lý (sự hiển nhiên và tất yếu) về tính cách vô thường và khổ đau của các thứ cấu hợp (ngũ uẩn), thì Đức Phật không có ý nói lên là vì lý do các thứ cấu hợp (ngũ uẩn) ấy là vô thường và khổ đau nên không có 'cái tôi' [trong đó], mà đúng hơn Ngài chỉ có ý nêu lên là: «Nếu các cấu hợp ấy là vô thường và khổ đau, thì có nên xem chúng là 'tôi', là 'của tôi', là 'những gì đúng thật là tôi' hay không?» (khái niệm này được rút tỉa từ một bài giảng ngắn trong Samyutta Nikāya / Tương Ưng Bộ Kinh, mang tựa *Yadanicca Sutta / Phù du là những thứ gì* – SN 22.15. Trong Đại Tạng Kinh tiếng Việt thì bài giảng này mang tựa là: *'22H15.Cái gì vô thường'*, nêu lên trong 'Tương Ưng Bộ Kinh, chương 22, Tương ưng uẩn, II Phẩm Vô thường'). Tóm lại, ý niệm về một 'cái tôi' chỉ đơn giản là sản phẩm của 'sự tạo tác (tạo dựng) ra chính tôi' (I-making), do vậy không nên tạo dựng ra bất cứ một thứ gì khác ngoài sự ý thức về sự tỉnh ngộ và sự thanh thản (dispassion / thản nhiên và gạt bỏ, không bám víu cũng không đam mê) trước quá trình đưa đến ý niệm là 'Tôi làm', hầu buông bỏ nó. Khi đã thực hiện được điều đó thì giáo huấn [do Đức Phật đưa ra] tất sẽ đạt được mục đích của nó là làm cho khổ đau và lo buồn phải chấm dứt. Và đó cũng chính là sự an toàn ở bờ bên kia của con sông. Điều đó quả đúng với lời mà Đức Phật nêu lên trong bài thuyết giảng: «Từ trước đến nay, này các tỳ-kheo, ta chỉ duy nhất thuyết giảng về khổ đau và sự chấm dứt của khổ đau». Hơn nữa trong bài giảng này Ngài cũng chỉ nêu lên một điều duy nhất là khi nào buông bỏ được các cách nhìn xoay quanh 'cái tôi' đã hoàn toàn được loại bỏ, thì khi đó chúng ta mới có thể thoát ra khỏi mọi sự xao động (agitation / bối rối, vướng mắc, lo âu, cố gắng tạo ra cho mình một địa vị, một hình ảnh, một tiếng tăm, một thứ của cải nào đó, tất cả các thứ ấy chỉ là các hình thức xao động phát sinh từ các bản năng sinh tồn, truyền giống và sợ chết). Điều này cũng đã được Đức Phật nêu lên trong bài giảng MN 140 (trong Majjhima Nikāya / Trung Bộ Kinh, mang tựa *Dhātuvibhaṅga Sutta / Bài giảng về cách phân loại sáu thành phần vật chất*. Trong Đại Tạng Kinh tiếng Việt bài giảng này mang tựa *là 'Kinh Giới Phân Biệt')*, với chủ đích nói lên là khi nào thật sự không còn xao động nữa thì chúng ta mới có thể đạt được sự giải thoát. Chiếc bè sẽ đưa mình sang bờ bên kia, và lúc đó thì chúng ta sẽ có thể bỏ nó lại để hoàn toàn được tự do, muốn đi đâu thì đi, không có một con đường nào khác được vạch ra cho mình sau đó cả».

Mạn phép nêu lên các lời bình giải của nhà sư Thanissaro trên đây là để thấy các bài giảng của Đức Phật ở các cấp bậc cao thường rất khúc chiết và sâu sắc. Các lời bình giải nêu lên trên đây tuy khá dài dòng, thế nhưng rất hữu ích cho người tu tập nhìn lại các vết chân của mình trên Con đường mà mình đang bước đi, thay vì chỉ đơn giản tu tập bằng các 'phương tiện thiện xảo'. Vì vậy thiết nghĩ chúng ta cũng nên tìm hiểu các bài thuyết giảng của Đấng Thế Tôn trong tinh thần sâu sắc đó.

Đến đây chúng ta đã có một ý niệm nào đó về Đức Phật là ai, Con đường Phật giáo là gì, tiếp theo dưới đây là bài thuyết giảng được xem là đầu tiên của Đấng Thế Tôn mở ra Con đường đó cho chúng ta trong thế giới này:

Bài thuyết giảng về sự khởi động bánh xe Dhamma

Dhammacakkappavattana Sutta - SN 56.11

(Dựa theo các bản dịch tiếng Anh của Thanissaro Bhikkhu, Ñanamoli Thera, Bhikkhu Bodhi, Bhikkhu Sujato..., cùng các bản dịch tiếng Pháp của Bhikkhu Sekka, Noé Ismet, Jeanne Schut và Rémy)

Tôi từng được nghe như vầy:

Lúc đó, Đấng Thế Tôn ngụ nơi khu Rừng Hươu *(Lộc Uyển)* tại Isipatana *(một nơi hoang vắng, ngày nay là thị trấn Sarnath)*, gần thị trấn Vārāṇasī *(Ba-la-nại / một thánh địa của Ấn giáo và cả Phật giáo. Vườn Hươu hay Lộc Uyển là một khu rừng thưa cách thị trấn Vārāṇasī khoảng mười cây số, khu rừng này vào thời bấy giờ là nơi tụ họp và tạm trú của những người tu hành khất thực thuộc các giáo phái khác nhau. Đức Phật sau khi đạt được Giác ngộ đã đến đây để gặp lại năm vị đồng tu với mình trước đây và để thuyết giảng cho họ bài thuyết giáo đầu tiên này).* Ngài giảng cho năm người bạn đồng tu trước kia với mình như sau:

«Này các bạn, có hai thái cực *(hai vị thế cực đoan)* mà những người tu hành, khi đã tách ra khỏi thế giới, cần phải tránh. Vậy hai thái cực ấy là gì ? [Thái cực thứ nhất là] lăn mình vào các thú vui dục tính, đấy là những gì thấp kém, tầm thường, bần tiện, ghê tởm, chẳng lợi ích gì; [thái cực thứ hai là] sự hành xác *(những người tu hành thời bấy giờ chủ trương việc tu tập là phải đè nén các sự đòi hỏi của thân xác và giác cảm, hầu tạo điều kiện cần thiết giúp mình phát huy các khả năng tâm thần)*, đấy là những gì thật đau đớn, ghê tởm và chẳng lợi ích gì. Loại bỏ cả hai thái cực đó, bước theo con đường trung đạo *(có nghĩa là con đường ở giữa tránh được cả hai thái cực là sự đuổi bắt các thú vui tầm thường và chủ trương hành xác. Xin lưu ý 'con đường trung đạo' trong trường hợp này không liên hệ gì đến học thuyết triết học gọi là Trung đạo / Madhyamaka trong Phật giáo Đại thừa do Nāgārjuna / Long Thụ chủ xướng vào khoảng thế kỷ thứ II hay thứ III)* do Tathāgata *(Như Lai / tức là Đức Phật. Xin lưu ý, sau khi tìm lại những người đồng tu với mình trước kia để thuyết giảng cho họ thì Đức Phật không tự nhận mình đã đạt được Giác ngộ mà chỉ tự xưng mình là Như lai, một con người chỉ là như thế)* khám phá ra, sẽ mang lại cho mình sự quán thấy đúng đắn, sự hiểu biết [về mọi sự vật và mọi hiện tượng] – mang lại sự thanh thản *(sự tĩnh lặng, sự an bình)*, sự hiểu biết trực tiếp *(sự bừng tỉnh, thức tỉnh, do mình tự thực hiện được cho mình)* – đưa đến sự Giác ngộ và sự Giải thoát.

«Vậy con đường trung đạo mà Tathāgata đã khám phá ra – tạo ra cho mình sự quán thấy đúng đắn, sự hiểu biết [về mọi sự vật và mọi hiện tượng] – mang lại sự thanh thản, sự hiểu biết trực tiếp – đưa đến sự Giác ngộ và sự Giải thoát là gì ? Nói một cách chính xác hơn thì đấy là Con đường gồm Tám Yếu tố Cao quý *(Tám phẩm tính quý giá, hữu ích, thiết thực, kinh sách Hán ngữ gọi là Bát Chánh Đạo)* là: sự quán thấy đúng đắn, sự suy nghĩ đúng đắn, lời nói đúng đắn, hành vi đúng đắn, phương tiện sinh sống đúng đắn, sự nỗ lực đúng đắn, sự chú tâm đúng đắn *(chánh niệm)* và sự tập trung tâm thần *(thiền định)* đúng đắn. Đấy là Con đường trung đạo mà Tathāgata đã khám phá ra, con đường đó sẽ mang lại sự quán thấy đúng đắn, sự hiểu biết [về mọi sự vật và mọi hiện tượng] – mang lại sự thanh thản *(sự tĩnh lặng, sự an bình)*, sự hiểu biết trực tiếp *(sự bừng tỉnh)* – đưa đến sự Giác ngộ và sự Giải thoát.

«Này các bạn *(Đức Phật nói với năm vị đồng tu)*, đây là Sự thật Cao quý [thứ nhất] về khổ đau: đó là Sự sinh. Sinh là khổ đau, già là khổ đau, bịnh tật là khổ đau, cái chết là khổ đau; phải liên hệ *(ràng buộc)* với những gì mà mình không thích là khổ đau, xa lìa những gì mà mình yêu quý là khổ đau, không đạt được những gì mà mình thèm muốn là khổ đau. Tóm lại sự bám víu vào năm thứ cấu hợp *(khandha / aggregates / năm yếu tố cấu hợp tạo ra một cá thể gồm: hình tướng, giác cảm, sự nhận thức, các tạo tác tâm thần và tri thức)* là khổ đau.

«Này các bạn, đây là Sự thật Cao quý [thứ hai] về nguyên nhân mang lại khổ đau: đó là Sự thèm khát *(craving / khao khát, mong muốn, bám víu)* đưa đến các sự hình thành *(các sự sinh)* tiếp nối nhau tại nơi này hay nơi khác *(trong hoàn cảnh này hay trong hoàn cảnh khác)*. Các sự hình thành đó *(sự thèm khát được hiện hữu đó)* lại tiếp tục được nuôi dưỡng bởi sự thèm khát dục tính, bởi sự thèm khát được hình thành *(được tiếp tục hiện hữu)*, bởi sự thèm khát không còn hiện hữu *(thèm khát không còn hiện hữu có nghĩa là mong cầu sẽ không còn tái sinh, thế nhưng sự mong cầu đó, tự nó và bởi chính nó, cũng là một hình thức thèm khát)*.

«Này các bạn, đây là Sự Thật Cao quý [thứ ba] về sự chấm dứt của khổ đau: đó là sự lắng xuống đưa dần đến sự chấm dứt, sự buông bỏ và vĩnh viễn thoát ra khỏi các sự thèm khát.

«Này các bạn, đây là Sự Thật Cao quý [thứ tư] về Con đường đưa đến sự chấm dứt khổ đau: đó là Con đường Cao quý gồm tám yếu tố: sự quán thấy đúng đắn, sự suy nghĩ đúng đắn, ngôn từ đúng đắn, hành vi đúng đắn, phương tiện sinh sống đúng đắn, sự nỗ lực đúng đắn, sự chú tâm đúng đắn, sự tập trung tâm thần đúng đắn.

«Này các bạn, đối với những gì mà trước đây ta chưa hề biết đến *(chưa khám phá ra)*, thì nay sự quán thấy hiện lên với ta, sự nhận thức hiện lên với ta, sự hiểu biết đích thực hiện lên với ta, sự bừng sáng hiện lên với ta: 'Đây là 'Sự thực Cao quý về khổ đau'. Này các bạn, đối với những gì mà trước đây ta chưa hề biết đến, thì nay sự quán thấy hiện lên với ta [...] *(lặp lại như trên đây)*, sự bừng tỉnh hiện lên với ta:

'Sự thực Cao quý về khổ đau đó sẽ phải được thấu triệt một cách trọn vẹn'. Này các bạn, đối với những gì mà trước đây ta chưa hề biết đến, thì nay sự quán thấy hiện lên với ta [...], sự bừng tỉnh hiện lên với ta: 'Sự thực Cao quý đó về khổ đau đã được thấu triệt một cách trọn vẹn'.

«Này các bạn, đối với những gì mà trước đây ta chưa hề biết đến, thì nay sự quán thấy hiện lên với ta, sự nhận thức hiện lên với ta, sự hiểu biết đích thực hiện lên với ta, sự bừng sáng hiện lên với ta: 'Đây là 'Sự thực Cao quý về nguyên nhân tạo ra khổ đau'. Này các bạn, đối với những gì mà trước đây ta chưa hề biết đến, thì nay sự quán thấy hiện lên với ta [...], sự bừng sáng hiện lên với ta: 'Sự thực Cao quý về nguyên nhân tạo ra khổ đau đó sẽ phải được buông bỏ'. Này các bạn, đối với những gì mà trước đây ta chưa hề biết đến, thì nay sự quán thấy hiện lên với ta [...], sự bừng tỉnh hiện lên với ta: 'Sự thực Cao quý về nguyên nhân tạo ra khổ đau đó đã được buông bỏ'.

«Này các bạn, đối với những gì mà trước đây ta chưa hề biết đến, thì nay sự quán thấy hiện lên với ta, sự nhận thức hiện lên với ta, sự hiểu biết đích thực hiện lên với ta, sự bừng tỉnh hiện lên với ta: 'Đây là 'Sự thực Cao quý về sự chấm dứt khổ đau'. Này các bạn, đối với những gì mà trước đây ta chưa hề biết đến, thì nay sự quán thấy hiện lên với ta [...], sự bừng sáng hiện lên với ta: 'Sự thực Cao quý về sự chấm dứt khổ đau đó sẽ phải được thực hiện'. Này các bạn, đối với những gì mà trước đây ta chưa hề biết đến, thì nay sự quán thấy hiện lên với ta [...], sự bừng sáng hiện lên với ta: 'Sự thực Cao quý về sự chấm dứt khổ đau đó đã được thực hiện'.

«Này các bạn, đối với những gì mà trước đây ta chưa hề biết đến, thì nay sự quán thấy hiện lên với ta, sự nhận thức hiện lên với ta, sự hiểu biết đích thực hiện lên với ta, sự bừng tỉnh hiện lên với ta: 'Đây chính là 'Sự thực Cao quý về con đường đưa đến sự chấm dứt khổ đau'. Này các bạn, đối với những gì mà trước đây ta chưa hề biết đến, thì nay sự quán thấy hiện lên với ta [...], sự bừng sáng hiện lên với ta: 'Sự thực Cao quý về con đường đưa đến sự chấm dứt khổ đau đó sẽ phải được luyện tập *(trau giồi, vun xới, rèn luyện)*'. Này các bạn, đối với những gì mà trước đây ta chưa hề biết đến, thì nay sự quán thấy hiện lên với ta [...], sự bừng sáng hiện lên với ta: 'Sự thực Cao quý về con đường đưa đến sự chấm dứt khổ đau đó đã được luyện tập'.

«Và này các bạn, cho đến khi nào sự hiểu biết và quán thấy của ta về Bốn Sự thực Cao quý đó – gồm ba giai đoạn *(1- nguyên nhân, 2- sự chấm dứt của nguyên nhân và 3- con đường đưa đến sự chấm dứt của nguyên nhân)* và mười hai thể dạng *(mỗi Sự thực gồm có ba thể dạng hay ba giai đoạn: quán thấy, sẽ phải thực hiện và đã được thực hiện, do đó Bốn Sự thực sẽ gồm tất cả là mười hai thể dạng)* – chưa được hoàn toàn tinh khiết hóa *(sáng tỏ)* đúng như vậy, thì ta nào có thể tuyên bố là ta đã trực tiếp đạt được sự tỉnh thức mang lại cho ta một sự hiểu biết do ta thực hiện được bởi chính ta, một sự hiểu biết vô song trong vũ trụ *(thế giới)* này, trong đó gồm có các Thiên nhân *(Deva / các Thánh nhân, các chúng sinh thuộc các cấp bậc cao hơn con người)*, các Ma vương *(Māra / những kẻ hung dữ), các vị Phạm Thiên (Brahmā / các vị Trời trong Ấn giáo)*, các vị tu hành, các giáo sĩ đích thực, các vị thuộc dòng dõi đế vương và cả những kẻ trần tục.

«Thế nhưng, khi sự hiểu biết và quán thấy của ta về Bốn Sự thực Cao quý – gồm ba giai đoạn và mười hai thể dạng – đã [thực sự] được tinh khiết hóa *(trở nên hoàn toàn sáng tỏ)* đúng như vậy – thì ta có thể tuyên bố là ta đã trực tiếp đạt được sự tỉnh thức mang lại cho ta sự hiểu biết, do ta thực hiện được bởi chính ta, một sự hiểu biết vô song trong thế giới này, trong đó gồm có các Thiên nhân, các Ma vương, các vị Phạm thiên, các vị tu hành, các giáo sĩ đích thực, các vị thuộc dòng dõi đế vương và cả những kẻ trần tục. Và sự hiểu biết và quán thấy minh bạch đã hiện lên với ta: 'Đó là sự giải thoát thật vững chắc *(chữ 'vững chắc' được dịch từ chữ Akuppa trong nguyên bản tiếng Pali, và chữ này thì thường được dịch là 'không lay chuyển' / unshakable, thế nhưng theo nhà sư Thanissaro thì có nghĩa là 'không gượng ép' / unprovoked / tự nhiên, hiển nhiên, một sự 'cảm nhận' tự nhiên, một sự bừng tỉnh hay bừng sáng)* hiện lên trong tâm thức ta: 'Đây là sự sinh cuối cùng của ta. Và kể từ giây phút này sẽ không còn xảy ra với ta một sự hình thành nào *(một sự sinh nào)* khác nữa'».

Đấy là những lời mà Đấng Thế Tôn đã nói lên. Toàn thể năm người bạn đồng tu với Ngài trước đây đều cảm thấy hân hoan và vui sướng trước những lời thuyết giảng đó.

Trong khi những lời thuyết giảng đó được nêu lên thì con mắt Dhamma trong sáng *(sáng suốt, tinh anh)* không vướng một vết bụi nhơ vụt mở ra với ngài Kondañña *(Kiều Trần Như, một trong năm người bạn đồng tu đang nghe giảng)*: 'Tất cả những gì tạo ra nguyên nhân đưa đến các sự hình thành đều tự nhiên tan biến hết' *(điều đó có nghĩa là sau khi được nghe những lời thuyết giảng của Đấng thế Tôn thì người tỳ-kheo Kondañña vụt đạt được một cấp bậc hiểu biết về Dhamma, một cấp bậc tỉnh thức nào đó)*.

Và lúc Đấng Thế Tôn vừa khởi động xong Bánh xe Dhamma, thì các Thiên nhân trên địa cầu này cùng thét vang: 'Gần nơi thị trấn Vārāṇasī, trong khu Rừng Hươu, tại Isipatana, Đấng Thế Tôn sau khi đã khởi động được chiếc Bánh xe vô song của Dhamma, thì sẽ không có ai – dù họ là những người tu hành *(các đạo sĩ)*, các vị Bà-la-môn, các vị Thiên vương, các vị Phạm thiên *(Brahmā / các vị Trời trong Ấn giáo)*, hoặc bất cứ kẻ nào khác trong vũ trụ này, có thể làm cho chiếc Bánh xe đó dừng lại được. Sau khi nghe thấy tiếng thét ấy của các thiên nhân trên địa cầu này thì các Thiên nhân của Bốn vị Đế vương *(Tứ Đại Thiên Vương)*..., các vị Thiên nhân Ba-mươi-ba *(Thrirty-three Gods, còn gọi là Tridasha)*..., các vị Thiên nhân Yāma *(Devas of the Hours, Thiên nhân Thời gian)*... Các vị Thiên nhân Hài hòa (Contented Devas) ..., các vị Thiên nhân Say mê Sáng tạo (Devas in Creation)..., các vị Thiên nhân kiểm soát các vị Thiên nhân Sáng tạo..., cùng các vị Thiên nhân khác trong các đoàn Tùy tùng của các vị Phạm Thiên *(tóm lại là tất cả các vị Thiên nhân và ba vị Trời Phạm Thiên trên cõi thượng giới theo sự hình dung và tưởng tượng vô cùng phong phú của đạo Bà-la-môn)* tất cả cùng nhau thét lên: 'Gần nơi thị trấn Vārāṇasī, trong khu Rừng Hươu, tại Isipatana, Đấng Thế Tôn sau khi đã khởi động được chiếc Bánh xe vô song của Dhamma, thì không có ai – dù họ là những người tu hành, các vị Bà-la-môn, các vị Thiên vương, các vị Phạm thiên, hoặc bất cứ một kẻ nào khác trong vũ trụ này – có thể làm cho chiếc bánh xe đó dừng lại được'.

Các tiếng thét đó đồng thời cũng lan truyền khắp nơi trong cõi thiên nhân. Trong lúc đó, toàn thể mười ngàn cấu trúc của vũ trụ nhất loạt đều chuyển động, xao xuyến và rúng động, và một luồng ánh sáng vô tận chan hòa khắp nơi trong vũ trụ, khiến các vầng hào quang rạng rỡ của các vị Thiên nhân cũng phải lu mờ *(những lời thuật chuyện trên đây của người tỳ kheo cho thấy ảnh hưởng của tín ngưỡng Bà-la-môn đối với một giáo lý mới mẻ vừa được hình thành, hơn nữa còn cho thấy Giáo lý đó ngoài nền tảng triết học và tâm lý học còn là một tôn giáo chủ trương một sự tu tập gồm bốn sự thật: từ sự hiểu biết đưa đến sự giải thoát và sự chấm dứt của mọi sự hình thành, giúp con người thoát ra khỏi thế giới).*

Và sau đó thì Đấng Thế Tôn [hướng vào ngài Kondañña] *(Kiều Trần Như, và cũng là vị thông thái nhất trong số năm vị đồng tu với Ngài)*: 'Kondañña đã thật sự hiểu được [Bốn Sự thực Cao quý đó]! Kondañña đã thật sự hiểu được!'. Và chính vì câu nói ấy của Đấng Thế Tôn nên kể từ lúc đó ngài Kondañña mang thêm một biệt danh là Añña-Kondañña, có nghĩa là vị 'Hiểu biết Kondañña' *(chữ aññā, có nghĩa là sự hiểu biết hoàn hảo. Câu trên đây cho thấy sau khi thuyết giảng cho năm vị đồng tu trước kia với mình, thì Đức Phật nhận thấy trong số họ có một vị là Kondañña hiểu được những lời Ngài giảng, và điều đó cũng chứng tỏ là Ngài trông thấy được những gì bên trong tâm thức của kẻ khác).*

Vài lời ghi chú

Bài giảng nêu lên sự Giác ngộ của Đức Phật do chính Ngài thuật lại với năm vị đồng tu đã từng bỏ rơi Ngài trước kia. Sự Giác ngộ đó gồm có Bốn Sự thực. Thế nhưng tại sao Bốn Sự thực đó lại được gọi là Cao quý ? Bởi vì đó là chiếc chìa khóa để bước vào toàn bộ lâu đài Phật giáo. Trong một dịp khi Đức Phật cùng đoàn tùy tùng đi ngang một khu rừng simsapa (tên khoa học ngày nay của cây simsapa là Dalbergia sissoo / rosewood tree), thì Ngài nhặt một nắm lá và hỏi các đệ tử của mình là nắm lá trong tay Ngài nhiều hơn hay ít hơn so với số lá trong cả khu rừng. Sau khi nghe các tỳ kheo trả lời là lá trong khu rừng nhiều hơn so với nắm lá trong bàn của Ngài, thì Đức Phật nói với họ:

«Này các tỳ kheo, cũng tương tự như vậy, những gì mà ta thuyết giảng thật ít ỏi, so với những sự hiểu biết mà ta đã thu thập được qua các sự cảm nhận của ta trong những thời gian lâu dài.

«Thế nhưng tại sao ta lại không giảng tất cả các sự hiểu biết ấy, mà chỉ giảng:

«Đây là khổ đau. Đây là nguyên nhân của khổ đau, Đây là sự chấm dứt của khổ đau. Đây là con đường đưa đến sự chấm dứt của khổ đau. Đấy là vỏn vẹn những gì mà ta thuyết giảng.

«Thế nhưng tại sao ta lại chỉ thuyết giảng có bấy nhiêu đấy mà thôi ?

«Bởi vì đấy là cội nguồn của sự nảy nở, là sự thăng tiến của cuộc sống Thánh Thiện, là những gì làm chấm dứt sự thèm khát, mang lại sự thanh thản, sự hiểu biết trực tiếp (sự tỉnh thức), sự giác ngộ và Nibbāna (Niết-bàn).

«Này các tỳ-kheo, về phần các tỳ-kheo thì phải cố gắng tìm hiểu: đây là khổ đau, đây là nguyên nhân mang lại khổ đau, đây là sự chấm dứt của khổ đau, đây là con đường đưa đến sự chấm dứt của khổ đau»

(Trích dẫn từ bài giảng *Sīsapāvana Sutta / Bài thuyết giảng trong khu rừng simsapa* - SN 56.31).

Các lời thuyết giảng trên đây nêu lên ý nghĩa Cao quý của Bốn Sự thực. Có rất nhiều sự thực trong thế giới nhưng chỉ là những sự thực không cần thiết, không mang lại sự chấm dứt khổ đau. Chữ Cao quý (Arya) rất thường thấy trong các bài giảng, chẳng hạn như: Ariyasacca [Ariya + sacca] có nghĩa là 'Sự thực Cao quý', hoặc Ariyasāvaka: [Ariya+sāvaka] có nghĩa là một Đệ tử Cao quý. Chữ Cao quý / Ariya trong các trường hợp trên đây là để chỉ các sự Ích lợi, Thiết thực và Quý giá của Bốn Sự Hiểu biết.

Trong phần ghi chú về bản dịch của bài giảng này nhà sư Thanissaro Bhikkhu có cho biết là cách gọi 'Bốn Sự Thật Cao quý' là một lỗi bất thường trên phương diện ngữ pháp (grammatical anomalie). Căn cứ vào sự sơ hở về văn phạm này một vài khảo cứu gia cho rằng cách gọi 'Sự thật Cao quý' là một sự thêm thắt về sau này. Hơn nữa một số khác còn nghĩ rằng toàn bộ nội dung của 'bốn sự thật Cao quý' cũng là một sự thêm thắt muộn. Nhà sư Thanissaro cho rằng cả hai luận cứ trên đây đều không đúng, bởi vì cách diễn đạt của Đức Phật không sai đối với ngữ pháp của thời bấy giờ. Sự sơ hở trên phương diện văn phạm là do sự biến thể (corruption / suy thoái) của ngôn ngữ về sau này. Hơn nữa các học giả khi nêu lên các luận cứ trên đây không hề nghĩ đến là ngôn ngữ vào thời đại của Đức Phật là khẩu ngữ (oral dialect), và khẩu ngữ thì trên căn bản tự nó mang rất nhiều sơ hở thuộc lãnh vực ngữ pháp. Ngôn ngữ [nói chung] chỉ dần dần trở nên hợp lý (regular / đúng quy tắc) hơn với thời gian mà thôi. Sau hết nhà sư Thanissaro còn cho biết thêm là sự bất thường trên phương diện ngữ pháp nói đến trên đây trong ngôn ngữ Pali không đủ để chứng minh các lời giáo huấn đó của Đấng Thế Tôn là nguyên thủy hay thêm thắt muộn về sau này.

Nêu lên các chi tiết trên đây trước hết là để thấy rằng người Tây phương với tinh thần duy lý rất cẩn thận trong các việc tìm hiểu và nghiên cứu, và sau đó là để nhìn vào việc tu tập của chúng ta tại phương Đông, nhất là trong các nước theo Phật giáo Trung Quốc, dựa vào Hán ngữ và nền văn hóa lâu đời của đế quốc này. 'Bốn Sự thực Cao quý' mang tính cách ích lợi và thiết thực trong kinh điển Pali trở thành Tứ Thánh Đế, Tứ Diệu Đế (四聖諦) hay Bốn Chân lý 'kỳ diệu' và 'thần thánh' trong kinh sách tiếng Hán. Trên đây chỉ là một thí dụ thật nhỏ, bởi vì trên dòng quảng bá Giáo huấn của Đấng Thế Tôn không sao tránh khỏi các sự biến dạng, ảnh hưởng từ các nền văn hóa và tư tưởng ngoại lai.

Thế nhưng dường như chiếc bánh xe Dhamma vẫn còn lăn đều, dù đã phải kéo theo với nó một cỗ xe ngày càng nặng nề vì các thứ trang trí đủ loại. Và cũng lạ, chiếc bánh xe đó đang chuyển hướng và lăn vào một vùng xa lạ là thế giới Tây phương. Vết lăn của chiếc bánh xe đó tuy còn rất nhẹ thế nhưng dường như ngày càng rõ nét và sâu hơn trong vùng đất mới dân chủ và tự do hơn, chủ trương một nền văn hóa duy lý và khoa học hơn. Trở về với các vùng đất xưa cũ thì cũng vậy, cỗ xe cũng đã được chất thêm thật nhiều hành lý. Dưới đây, chúng ta sẽ tìm hiểu Phật giáo Hīnayāna (Tiểu Thừa) và Phật giáo Mahāyāna (Đại Thừa) là gì ?

Chương 5: Phật giáo Hīnayāna và Phật giáo Mahāyāna

Cả hai chữ Hīnayāna (Tiểu Thừa) và Mahāyāna (Đại Thừa) chỉ bắt đầu xuất hiện vào giữa thế kỷ thứ II và thứ III trong một tập sách tiêu biểu nhất của Đại thừa là Prajñāparamitā Sutra (Bát-nhã Ba-la-mật-đa Tâm kinh). Thế nhưng thật ra thì tư tưởng Đại thừa đã manh nha trước đó từ thế kỷ thứ I trên miền Bắc Ấn. Trong khi đó thì chữ Theravāda dùng để gọi Phật giáo Tiểu thừa chỉ bắt đầu xuất hiện vào thế kỷ thứ VII trên đảo Tích Lan. Các cách gọi chẳng hạn như: Phật giáo Tiểu thừa / Hīnayāna, Phật giáo Theravāda, Phật giáo Nam tông, Phật giáo Nguyên thủy... đều không đúng, mà chỉ là để phân biệt với Phật giáo Đại thừa (Mahāyāna) mà thôi. Các cách gọi này cho thấy một sự lúng túng nào đó, nếu có thể nói như vậy, bởi vì Phật giáo Theravāda biểu trưng cho một đường hướng tu tập, một cách diễn đạt Giáo huấn của Đức Phật, một tông phái, một học phái, ngang hàng với tất cả các học phái và tông phái lớn trong Đại thừa. Nếu muốn nắm vững vấn đề này thì phải trở ngược xa hơn trên dòng diễn tiến Dhamma của Đức Phật sau khi Ngài tịch diệt.

Dhamma sau sự nhập diệt của Đấng Thế Tôn

Vài tháng sau khi Đức Phật tịch diệt thì các đệ tử uyên bác nhất trong Tăng đoàn cùng họp nhau thuật lại và ghi nhớ các bài thuyết giảng cùng các giới luật do chính Đức Phật nêu lên. Cuộc họp lịch sử đó đánh dấu sự hình thành tiên khởi và nguyên thủy nhất của nền Giáo huấn của Đấng Thế Tôn. Thế nhưng không lâu sau đó thì nền giáo huấn 'nguyên thủy' này đã phải đối đầu với thật nhiều đường hướng diễn giải và hiểu biết với ít nhiều khác biệt, đưa đến sự hình thành của hàng chục tông phái và học phái khác nhau. Cùng một bài giảng, một ý niệm, nhưng được hiểu và được diễn giải khác nhau bởi các tông phái và học phái đó. Sự vắng bóng của vị Thầy cũng đã khiến Dhamma trở nên đa dạng và bung ra khắp hướng. Qua một góc nhìn bao quát hơn thì sự đa dạng đó cũng có thể gộp chung trong hai nhóm: một nhóm mang xu hướng 'bảo thủ' là Sthaviravāda và một nhóm mang xu hướng 'cấp tiến' là Mahāsanghika.

Giáo huấn của Đức Phật tiếp tục bành trướng trong tình trạng đa dạng đó, đồng thời với sự xuất hiện của đế quốc Maurya vào thế kỷ thứ III trước Tây lịch, thừa hưởng từ đế quốc trước đó là Magadha (Ma-kiệt-đà) vào thời đại của Đức Phật. Đế quốc Maurya đánh dấu nền văn minh đầu tiên của nước Ấn và vị hoàng đế sáng lập là Chandragupta (-304 -207, trước Tây lịch). Vị hoàng đế kế nghiệp là Azoka (A-dục) (-304 -232, trước Tây lịch), vị này rất ngưỡng mộ Giáo huấn của Đức Phật và hết lòng ưu đãi Tăng đoàn. Phật giáo phát triển một cách ào ạt, đưa đến một tình trạng khá phức tạp và hỗn loạn. Trước tình trạng đó hoàng đế Azoka cho triệu tập một Đại hội kết tập Đạo Pháp tại Pāṭaliputta (Hoa-thị-thành) vào khoảng năm – 250 trước Tây lịch, dưới sự chủ tọa của nhà sư Moggaliputta Tissa, nhằm chỉnh đốn lại Giáo huấn của Đức Phật. Thật ra trên thực tế qua dòng lịch sử phát triển của Phật giáo đã từng có nhiều 'đại hội' đã được tổ chức trước và sau Đại hội Pāṭaliputta, thế nhưng đại hội này là quan trọng hơn cả.

Đại hội kết tập Đạo Pháp Pāṭaliputta

Pāṭaliputra là cựu kinh đô của đế quốc Magadha (Ma-kiệt-đà) từ thời đại của Đức Phật do vua Ajatasattu (A-xà-thế) thành lập, và cũng xin nhắc thêm là vị vua này đã giết cha mình là vua Bimbisara (Tần-bà-xa-la) để lên ngôi năm -492 trước Tây lịch, và hai năm sau thì cho thiết lập kinh đô mới là Pāṭaliputta. Kinh đô này sau đó đã trở thành kinh đô của đế quốc Maurya nói đến trên đây. Các di tích khảo cổ cho thấy vị trí của kinh đô Pāṭaliputta nằm bên cạnh thị trấn Patna ngày nay. Kết quả mang lại từ lần kết tập Đạo Pháp (Dhamma) tại kinh đô này đã đưa đến sự xuất hiện của một chi phái mới là Vibhajyavādin nằm bên trong trường phái bảo thủ Sthaviravāda, và chi phái này nhiều thế kỷ sau đó đã đưa đến sự hình thành của một đường hướng Phật giáo trên hòn đảo Tích Lan, mang tên là Theravāda. Tiền ngữ Thera trong chữ Theravāda có nghĩa là các người xưa, các vị trưởng lão, hậu ngữ vada có nghĩa là giáo lý, cách gọi này cho thấy một xu hướng nào đó trong việc bảo toàn giáo huấn của Đức Phật.

Nêu lên các chi tiết trên đây là để thấy rằng sự phân biệt giữa Tiểu thừa (Hīnayāna) và Đại thừa (Mahāyāna) không mang một ý nghĩa rõ rệt nào trong lãnh vực giáo lý, mà chỉ đơn giản là một cách gọi chủ yếu nhằm phân biệt hai đường hướng tu tập: một mặt tập trung vào việc 'ứng dụng' và trực tiếp 'thực hành' những lời giảng dạy của Đức Phật, một mặt dựa vào các phương tiện 'thiện xảo' nhiều màu mè hơn, nhằm mang Giáo lý của Đấng Thế Tôn đến gần hơn với quảng đại quần chúng ở mọi cấp bậc, từ thấp đến thật cao, thật uyên bác và siêu việt mang các khía cạnh triết học và tâm lý học. Tuy nhiên, nếu nhất quyết muốn phân biệt giữa hai xu hướng tu tập này thì phải trở ngược thật xa về lần kết tập Đạo Pháp tổ chức tại Vaiśālī khoảng một trăm năm sau khi Đức Phật tịch diệt. Đại hội này được xem là đại hội kết tập lần thứ hai, và được đặt dưới sự chủ tọa của vị tỳ-kheo Yaśas, đệ tử trước đây của vị Arahant Ānanda. Qua lần kết tập này, như đã được nói đến trên đây, người ta thấy xuất hiện hai xu hướng diễn giải Giáo huấn của Đấng Thế Tôn với ít nhiều khác biệt: một mang tính cách bảo thủ là Stharviravāda và một mang tính cách cấp tiến là Mahāsangika. Nhóm 'bảo thủ' dần dần đưa đến sự hình thành của Phật giáo Theravāda trên đảo Tích Lan, và nhóm 'cấp tiến' thì dần dần đưa đến sự hình thành của học phái Đại thừa trên miền Bắc Ấn bắt đầu từ thế kỷ thứ I.

Tư tưởng Đại thừa nghiêng nhiều hơn về các khía cạnh triết học, chẳng hạn như sự 'trống không' tối hậu và nội tại của mọi hiện tượng (Suññatā, tiếng Phạn là Śūnyatā), việc tu tập thì sự Giác ngộ được hướng vào lãnh vực tâm linh hơn là chủ đích đạt được thể dạng Nibbāna, (tiếng Phạn là Nirvāṇa), có nghĩa là một sự dừng lại và tắt nghỉ tuyệt đối và tối thượng, chủ xướng bởi xu hướng bảo thủ. Đấy là lý do đã khiến nhóm chủ xướng tư tưởng Đại thừa gán cho xu hướng bảo thủ là 'Phật giáo Tiểu thừa'. Thế nhưng chính xu hướng bảo thủ, qua lần kết tập Đạo Pháp Pāṭaliputta dưới triều đại của vua Azoka, đã thực hiện được các thành quả thật đáng kính phục. Thành quả trước nhất và cũng cấp bách nhất vào thời bấy giờ là chỉnh đốn lại các bài thuyết giảng và minh định lại các giới luật do Đức Phật nêu lên, và tiếp tục sau đó là gìn giữ gia tài đó qua gần ba thế kỷ trước khi được ghi chép trên các tờ lá bối. Thành quả thứ hai của Đại hội này là sự thành lập chín phái đoàn truyền giáo dưới sự hỗ trợ của hoàng đế Azoka, đưa Giáo huấn của Đấng Thế Tôn ra bên ngoài biên giới của đế quốc Maurya, và một trong các nơi này là hòn đảo Tích Lan. Nhìn theo góc cạnh này thì dù bị gán là Tiểu thừa thế nhưng Phật giáo Theravāda đã đạt được các thành quả rất lớn là bảo vệ và gìn giữ được sự trung thực và tinh khiết nào đó trong Dhamma của Đấng Thế Tôn.

Tất cả các học phái trên đây, trên dòng diễn tiến và phát triển dù chủ trương đường hướng nào, đều nhất thiết dựa vào các kinh điển bằng tiếng Phạn cổ là Prakrit trước khi chuyển sang tiếng Phạn mới là Sanskrit. Các kinh điển này được dịch lại hoặc viết lại dựa vào kinh điển Pali, thế nhưng thường sai sót, hoặc được diễn giải với ít nhiều khác biệt và thêm thắt so với kinh điển gốc bằng tiếng Pali. Các kinh điển này được gọi chung là Kinh điển Āgama. Chữ āgama là tiếng Phạn, có nghĩa là 'theo truyền thống xưa' hay 'thừa hưởng từ quá khứ'. Kinh điển Āgama chủ yếu được bảo toàn bởi ba học phái lớn là Sarvāstivāda, Dharmaguptaka và Mahāsāṃghika (các chữ này là tiếng Phạn), thế nhưng việc phân bố các kinh điển theo từng học phái thì không được đồng đều, học phái Sarvāstivāda tương đối giữ gìn được đầy đủ hơn cả. Các kinh điển bằng Phạn ngữ này sau đó lại được dịch sang tiếng Hán và gọi là A-hàm kinh (阿 含 經). Quá trình diễn tiến trên đây của nền Tư tưởng và Giáo huấn của Đấng Thế Tôn có thể mang lại cho chúng ta một ý niệm nào đó về sự hình thành của hai trào lưu 'Tiểu thừa' và 'Đại thừa'. Thế nhưng góc nhìn qua các khía cạnh lịch sử đó vẫn còn khá phức tạp. Vậy chúng ta hãy thử nêu lên một sự tiếp cận khác mang tính cách ẩn dụ dễ hiểu hơn.

Chúng ta hiểu rằng Phật giáo thường được so sánh với một Con đường. Con đường đó là duy nhất, không có các ngõ rẽ, không có sự ly giáo nào cả. Thế nhưng trên Con đường đó thì lại có nhiều phương tiện di chuyển: có những cỗ xe nhỏ vừa nhẹ vừa lăn nhanh, có những cỗ xe lớn, nặng nề nhưng chuyên chở được nhiều người, thế nhưng cũng có những người đi bộ, là những người đi bộ thì có những người đi rất nhanh, nhưng cũng có những kẻ chậm chạp, yếu đuối, tật nguyền..., có những người khuân vác hành lý trên lưng, có những người níu kéo nhau hoặc ngóng chờ nhau, v.v... Các cách gọi Nam tông, Bắc tông, Tiểu thừa, Đại thừa, Phật giáo nguyên thủy, Phật giáo Trung Quốc, Phật giáo Việt Nam, Phật giáo Nhật Bản, Phật giáo Tây Tạng... không phải là các hình thức ly giáo (schism) mà chỉ là cách phản ảnh một vài đặc tính hay khía cạnh nào đó của Con đường và cả những người đang cùng bước đi trên Con đường. Vây Con đường đó là gì và những người đi trên Con đường đó là những ai?

Con đường Phật giáo

Con đường / Magga là một thuật ngữ rất thường thấy nêu lên trong các bài giảng của Đức Phật. ‘Con đường nói lên một hướng đi, một sự cố gắng. Trên Con đường đó mỗi người phải tự mình bước đi, thế nhưng không đứng hai bên vệ đường để đón cỗ xe lớn hay cỗ xe nhỏ, cũng không chờ đợi hay tìm kiếm một đoàn người đồng hành phù hợp với mình để cùng gia nhập và bước đi với nhau. Trên Con đường đó cũng có những người đi ngược chiều, hoặc đi quanh, hoặc chen lấn, khiến mình phải tránh sang một bên. Dầu sao thì cũng chẳng có ai có thể dừng lại mãi trên Con đường đó, chẳng qua là vì Con đường đó là con đường của không gian và thời gian, con đường của sự chuyển động và xoay vần bất tận của mọi hiện tượng (dhamma). Con đường của không gian và thời gian thì không có điểm hiển hiện cũng không có điểm chấm dứt. Chúng ta đều hiểu được là mình không thể đứng lại với không gian và thời gian mà phải cùng chuyển động với chúng. Vướng mắc trong không gian và thời gian tức là xoay vần với khổ đau. Thế nhưng vấn đề là phải tiến lên như thế nào, và mức đến ở đâu ? Mức đến là một ảo giác hay là một sự thực ?

Chúng ta – kể cả các khoa học gia, các triết gia, các học giả uyên bác – thường tự hào là mình hiểu biết rất nhiều, trông thấy được rất nhiều, thấu triệt được rất nhiều, từ những chuyện trong gia đình đến bên ngoài xã hội, trên quê hương mình và cả trên toàn thế giới, kể cả sự vận hành của trăng sao trên trời, thế nhưng có bốn sự thực thật giản dị mà Đức Phật nêu lên thì chúng ta lại không mấy khi quan tâm, hoặc cũng có thể là không trông thấy. Bốn sự thực đó rất Cao quý bởi vì chúng có thể mang lại cho chúng ta thật nhiều lợi ích, không như các sự thực mà chúng ta thường tự hào. Các Sự Thực đó có thể giúp chúng ta hé thấy mức đến ở cuối Con đường.

Sự thực thứ nhất là khổ đau / duḥkha: chúng ta khổ đau trên thân xác và cả trong tâm thức, thế nhưng đôi khi chúng ta không ý thức được điều đó mà cứ nghĩ rằng là mình đang hạnh phúc, đang bước tới. Sự thực thứ hai là sự khổ đau đó có một nguyên nhân / samudaya tạo ra nó: khổ đau không phải là vô cớ, cũng không phải là một định mệnh, mà có một nguyên nhân thật chính xác và rõ rệt làm phát sinh ra nó. Sự thực thứ ba là sự chấm dứt / nirodha khổ đau: nguyên nhận tạo ra khổ đau có thể làm cho nó chấm dứt được. Sự thực thứ tư là Con Đường / Magga mang lại sự chấm dứt khổ đau, và sự chấm dứt đó chính là mức đến của Con đường. Thật hết sức hiển nhiên, đã là một con đường thì phải có một mức đến, thế nhưng chúng ta thì lại thường không nghĩ đến là phải tự mình bước đi mà chỉ đứng nguyên một chỗ để khẩn cầu, van vái. Bước đi đúng ra không hẳn là một vấn đề, bởi vì Đức Phật chỉ dạy và dẫn dắt chúng ta từng bước một qua hơn mười ngàn bài thuyết giảng. Mức đến mới thật sự là vấn đề mù mờ và nan giải.

Khi vị tu hành khổ hạnh Gotama đạt được mức đến thì Vị ấy trở thành một vị Arahant, một vị Giác ngộ, một vị Tathāgata, một vị Phật / Buddha... Dù đã đạt được thể dạng đó, mức đến đó, thế nhưng vị Phật vẫn tiếp tục hành xử như một người tỳ-kheo, một người tu hành khổ hạnh, hằng ngày ôm bình bát đi khất thực. Các đệ tử của Ngài cũng vậy, sau khi đạt được mức đến, trở thành các vị Arahant, thì vẫn tiếp tục ôm bình bát như Ngài. Thế nhưng cũng có những người đang bước đi trên Con đường nhưng không hề quan tâm đến mức đến, người ta thường gọi các vị ấy là các vị Bồ-tát, chẳng qua là vì họ phải loanh quanh giúp đỡ các kẻ yếu đuối và tật nguyền. Tóm lại không có vị nào đạt được mức đến hay dừng lại ở mức đến, bởi vì mức đến chỉ là cách biểu trưng nêu lên ba thể dạng hay ba khía cạnh của sự thành đạt: thể dạng của một vị Arahant, thể dạng của một vị Bồ-tát và thể dạng của một vị Phật. Vậy mức đến 'đa dạng' đó thật sự là gì ?

Sự khác biệt giữa vị Arahant, vị Bồ-tát và vị Phật

1- Vị Arahant

Đối với Phật giáo Theravāda thì kết quả tối thượng trong việc tu tập là trở thành một vị Arahant, một vị đã đạt được cấp bậc thứ tư và cũng là cấp bậc cao nhất trong số các vị Cao quý (Āriya). Vị Arahant vượt thoát được tất cả các chướng ngại (saṃyojana / các hình thức trói buộc), loại bỏ được mọi thứ ô nhiễm của sự thèm khát và bám víu, và ngay trong kiếp sống này tuy đã hòa nhập được vào Nibbāna / Niết-bàn, nhưng chỉ là một thứ Nibbāna còn ghép chung với các sự 'tồn dư' của mình trong kiếp sống hiện tại này (saupādisesa nibbāna / chữ saupādisesa có nghĩa là những gì 'còn sót lại' liên hệ đến sự hiện hữu mà mình đang có). Chỉ khi nào năm thứ cấu hợp (ngũ uẩn) tạo ra thân xác cuối cùng của mình tan rã, thì khi đó vị Arahant sẽ hòa nhập vào Nibbāna thật sự và đúng nghĩa của nó. Đức Phật trong nhiều bài giảng cũng xem mình và tự gọi mình là một vị Arahant ở cấp bậc cao nhất đó.

Tuy nhiên một vị Arahant cũng phải trải qua bốn giai đoạn hay bốn cấp bậc: cấp bậc thứ nhất là Sotāpanna, là bước đầu của người tỳ-kheo, còn gọi là cấp bậc 'bước vào dòng chảy'; cấp bậc thứ hai là Sakadagamin, người tỳ-kheo trong cấp bậc này còn phải tái sinh ít nhất thêm một lần nữa; cấp bậc thứ ba là Anāgāmin, người tỳ-kheo trong cấp bậc này đã loại bỏ được năm thứ chướng ngại đầu tiên trong số mười chướng ngại, nhờ đó không còn tái sinh trong cõi người, mà hòa nhập vào các cõi tinh khiết hơn; cấp bậc thứ tư là Arahant, trong cấp bậc này người tỳ-kheo loại bỏ được tất cả mười thứ chướng ngại, không có bất cứ gì còn phải làm, người tỳ-kheo trở thành một vị Arahant đích thật, không còn tái sinh trong thế giới của khổ đau (saṃsāra / cõi luân hồi / cõi lang thang gồm các sự chuyển sinh liên tục). Các vị Arahant thuộc bốn cấp bậc đó cũng còn được gọi là các vị Cao quý. Xin độc giả lưu ý các thuật ngữ chẳng hạn như 'các vị Cao quý', 'các vị Sáng suốt', 'các vị Thông thái'..., rất thường thấy nêu lên trong các bài giảng, đấy là các vị Arahant trong Tăng đoàn đã đạt được một cấp bậc hiểu biết nào đó. Sau đây là vài câu trích dẫn nêu lên thể dạng cao nhất của các vị Arahant thành đạt gọi là thể dạng Nibbāna:

«Đấy là sự an bình; đấy là sự tuyệt vời – và đấy cũng là sự hóa giải mọi sự tạo tác, sự buông bỏ mọi sự chiếm hữu, mọi sự bám víu, mọi đam mê – mang lại sự thanh thản, sự chấm dứt, tức là Nibbāna (nói một cách khác là một sự dừng lại, một sự tắt nghỉ cuối cùng và tuyệt đối, không có gì hiện hữu, nhưng cũng không có gì biến mất, tất cả chỉ đơn giản là một sự an bình và phúc hạnh)» (trích từ *Bài giảng cho Ānanda / Ānanda Sutta* – AN 3.32).

«Này các tỳ-kheo, [Nibbāna là gì ?]: Đấy là sự vô sinh, đấy là sự không hình thành, không tạo tác, thoát ra khỏi mọi sự trói buộc. Khi nào không có sự sinh, không có sự hình thành, không có sự tạo tác, không có sự trói buộc, thì khi đó sẽ không cần đến sự [cố gắng] thoát ra khỏi sự sinh, thoát ra khỏi sự hình thành, thoát ra khỏi sự sự tạo tác, thoát ra khỏi sự trói buộc. Vì vậy, một người tỳ-kheo khi đã tạo được [thể dạng] không còn [xảy ra] sự sinh, không còn [xảy ra] sự hình thành, sự tạo tác, sự trói buộc, thì người tỳ-kheo ấy sẽ nhận thấy được là mình đã vượt thoát khỏi những gì tạo ra sự sinh, sự hình thành, sự tạo tác, sự trói buộc » (trích từ *Bài giảng về Niết-bàn / Nibbāna Sutta* – Ud 8.3).

«Bất cứ nơi nào không có vết chân của nước, của đất, của lửa và của gió (tức là bốn thành phần vật chất gọi là dhātu, tạo ra thân xác một cá thể),

Thì nơi đó các vì sao không lấp lánh,
Mặt trời không tỏa sáng,
Vầng trăng không hiển hiện,
Bóng tối cũng tan biến hết.
[Cũng vậy], khi nào một vị hiền triết, một vị Bà-la-môn,
Với sự sáng suốt (trí tuệ) của mình, hiểu được điều đó bởi chính mình,
Thì vị ấy sẽ thoát ra khỏi 'hình tướng' và 'phi hình tướng',
Kể cả phúc hạnh lẫn đớn đau.

(Trích dẫn từ *Bài giảng cho Bāhiya / Bāhiya sutta* – Ud 1.10)

«Sự sinh đã chấm dứt, cuộc sống phúc hạnh đã tròn đầy, những gì phải làm đã hoàn tất. Không có bất cứ thứ gì còn phải làm trong thế

giới này ! (đấy là tiếng thét vang của vị Arahant khi đạt được mức đến trên con đường)»

(Trích dẫn từ *Bài giảng về không có 'cái tôi'* / *Anattalakkhaṇa Sutta* - SN 22.59).

Vài trích dẫn trên đây thiết nghĩ cũng đủ giải thích thế nào là mức đến trên Con đường đối với các vị Arahant. Vậy mức đến của các vị Bồ-tát là như thế nào ?

2- Vị Bồ-tát

Nếu vị Arahant đại diện cho Phật giáo Hīnayāna (Tiểu thừa) thì người Bồ-tát / Bodhisatta (tiếng Phạn là Bodhisatva) biểu trưng cho lý tưởng của Phật giáo Mahāyāna (Đại thừa). Trong Đại thừa có một tập 'kinh' bằng tiếng Phạn, thật đồ sộ và quan trọng là *Prajñāpāramitāhṛdaya sutra* / *Bát-nhã Ba-la-mật-đa* Tâm Kinh, còn được gọi một cách vắn tắt là Tâm Kinh. 'Tập kinh' này được trước tác, sửa chữa và thêm thắt qua nhiều thế kỷ, và gồm có nhiều phiên bản, từ thật dài gồm 100.000 câu đến thật ngắn gồm 10.000 câu. chủ yếu xoay quanh hai khái niệm triết học là 'sự trống không của mọi hiện tượng' (tiếng Phạn là śūnyatā) và 'không có cái tôi' (anātman / vô ngã). Ngoài ra thì tập 'kinh' này cũng có một bản rút ngắn chỉ gồm vài mươi câu dùng để tụng, trong đó có một câu nổi tiếng nhất là: Gate gate pāragate pārasaṃgate bodhi svāhā, dịch sang tiếng Hán là : 羯 諦 羯 諦 波 羅 羯 諦 波 羅 僧羯 諦 菩 提 薩 婆 訶. Câu tiếng Hán này sau đó lại được dịch âm sang các tiếng Triều Tiên, Nhật Bản, Tây Tạng và Việt Nam. Câu dịch âm từ tiếng Hán sang tiếng Việt là : 'Yết đế, yết đế, ba la yết đế, ba la tăng yết đế, bồ đề tát bà ha'. Câu này trong tiếng Phạn có nghĩa là: 'Hãy bước lên, bước lên, bước sang bên kia của bên kia bờ Giác ngộ, Svaha'. Chữ Svaha / Tát-bà-ha ở cuối câu không có nghĩa mà chỉ là một tiếng thốt lên để bày tỏ sự hân hoan và vui sướng của người tụng.

Nếu Phật giáo Mahāyāna nêu cao sự hy sinh của người Bồ-tát như một lý tưởng, thì Phật giáo Hīnayāna cũng biến lòng từ tâm vô biên của vị Arahant trở thành lý tưởng của sự Giác ngộ. Sự khác biệt chỉ là các hình ảnh biểu trưng và các cách mô tả về hai lý tưởng đó thế thôi. Trong *Bài thuyết giảng cho người dân Kālāma* (AN 3.66) đã được nói đến trên đây, có một câu như sau: 'Này các bạn Kālāma, một người đệ tử của các vị Cao quý – khi đã thoát khỏi sự thèm khát, thoát khỏi ác tâm, thoát khỏi sự hiểu biết sai lầm, trở nên tỉnh táo và kiên quyết – thì sẽ hướng nhìn vào phương hướng thứ nhất, hướng nhìn và phương hướng thứ hai, hướng nhìn vào phương hướng thứ ba, hướng nhìn vào phương hướng thứ tư, với một sự tỉnh thức thấm đượm lòng từ tâm (goodwill / compassion / lòng từ bi, lòng thương cảm). Sau đó thì người ấy lại tiếp tục hướng vào phía trên đầu, hướng vào phía dưới chân, và tất cả chung quanh mình, dù là bất cứ nơi nào trong toàn thể vũ trụ, với một sự tỉnh thức thấm đượm lòng từ tâm: phong phú, tỏa rộng, vô tận, không một thoáng hận thù, không một thoáng ác tâm'. Câu mô tả trên đây về vị Arahant trong kinh điển Pali thật đẹp, nào có thua kém gì cách nêu cao lý tưởng của người Bồ-tát trong kinh điển Đại thừa. Nếu mức đến của người Bồ-tát là 'ở phía bên kia của bờ bên kia bờ Giác ngộ', thì mức đến của vị Arahant là 'ở bất cứ nơi nào trong toàn thể vũ trụ'.

Phần đầu của đoạn trích dẫn trên đây nêu lên 'Một người đệ tử của các vị Cao quý đã thoát khỏi mọi sự thèm khát, thoát khỏi ác tâm, thoát khỏi sự hiểu biết sai lầm [...] trở nên tỉnh táo và kiên quyết', thì đấy là lý tưởng của một vị Arahant. Phần sau của đoạn trích dẫn thì cho biết 'vị Arahant ấy hướng vào bốn phương trời, phía trên đầu và cả dưới chân, và tất cả chung quanh mình, dù là bất cứ nơi nào trong vũ trụ, với một sự tỉnh thức thấm đượm lòng từ tâm...', thì đấy cũng là lòng từ bi vô biên của người Bố-tát. Ngoài ra các quan điểm chủ yếu làm nền tảng cho các học thuyết Trung Đạo, Duy thức, v.v... đều đã được nêu lên trong các bài giảng của Đức Phật. Chúng ta sẽ có nhiều dịp nhận thấy các quan điểm triết học trong các bài giảng của Đức Phật, do vậy cũng không cần phải nêu lên ở đây. Thế nhưng vị Arahant và vị Bố-tát dù cùng đi trên một Con đường duy nhất, thế nhưng dường như họ đứng vào hai vị trí khác nhau và hướng vào hai mục đích khác nhau, và hai mức đến khác nhau.

Mức đến của vị Arahant là sự chấm dứt, sự dừng lại, sự tắt nghỉ của mọi sự thèm khát. Mức đến đó hiện lên thật rõ ràng trong tâm thức của vị Arahant giúp mình chủ động và biến cải tâm thức mình, mang lại cho mình sự Thức tỉnh và Giác ngộ. Sự thực hiện đó nằm sâu bên trong tâm thức của vị Arahant giúp hóa giải sự trói buộc của mình trong thế giới, thoát ra khỏi thế giới, và cũng có nghĩa là thoát ra khỏi cả Con đường. Phải chăng điều đó cũng có nghĩa là đối với vị Arahant thì mức đến cũng chính là mức khởi hành, bởi vì cả hai nằm bên trong tâm thức của vị Arahant. Trái lại mục đích của Phật giáo Mahāyāna là thúc đẩy người Bồ-tát 'hãy bước lên, bước lên...', nhưng không được phép dừng lại. Phép tu tập của người Bồ-tát là phải phát huy 'Bốn thể dạng vô biên', tiếng Phạn là Apramāṇa, kinh sách tiếng Haán gọi là 'Tứ vô lượng' (từ-bi-hỷ-xả) gồm: tình thương yêu vô biên, lòng từ bi vô biên, niềm phấn khởi vô biên, sự thanh thản vô biên. Bốn thể dạng vô biên đó buộc người Bồ-tát phải mãi mãi bước đi trên Con đường. Điều đó cũng có thể hiểu là Con đường của người Bồ-tát không có mức đến. Sự Giải thoát tối thượng của người Bồ-tát phải chăng chỉ là ảo giác? Sự Giải thoát đó ở tận phía bên kia của bên kia bờ Giác ngộ, một nơi mà người Bồ-tát không bao giờ trông thấy và cũng sẽ chẳng bao giờ đạt được.

Thế nhưng thật hết sức lạ lùng, bốn phẩm tính nói đến trên đây của người Bồ-tát cũng đã được nói đến trong bài giảng của Đức Phật mang tựa là *Mettā Sutta / Bài thuyết giảng về Tình thương yêu* (SN 46.54). Phải chăng điều đó cũng có nghĩa là vị Arahant dù đã đạt được mức đến thế nhưng vẫn sát cánh với người Bồ-tát để cùng đi trên Con đường. Và dù người Bồ-tát vẫn cứ phải bước đi thế nhưng từng bước chân của mình trên Con đường cũng tương tự như từng bước chân của mình bên trong chính mình. Nếu mức đến của vị Arahant là mức khởi hành, thì mức đến của người Bồ-tát là ở thật sâu bên trong con tim mình.

Về mặt đơn thuần lý thuyết, nếu con đường của người Bồ-tát không có mức đến, và con đường của vị Arahant thì mức đến cũng là mức khởi hành, thì vị trí và mức đến của một vị Phật là ở chỗ nào trên Con đường do chính mình vạch ra cho mình ?

3- Vị Phật

Đức Phật là một chúng sinh qua nhiều kiếp sống đã tẩy xóa được mọi sự u mê phát sinh từ các thứ dục vọng và đam mê, giúp mình thực hiện được một sự Giác ngộ hoàn hảo (samyak-sambodhi / Chánh đẳng chánh giác), tạo ra cho mình một sự nhận thức tinh khiết và một hiểu biết tối thượng. Sự hiểu biết đó, còn được gọi là Trí tuệ của một vị Phật, gồm có mười thể dạng:

1. Nhận biết được những gì có thể xảy ra và những gì không thể xảy ra,

2. Nhận biết được hậu quả phát sinh từ các hành động trong bối cảnh và nguyên nhân mà các hành động ấy đã được thực thi trong quá khứ,

3. Hiển hiện dưới bất cứ một hình thức hay thể dạng hiện hữu nào,

4. Hiểu biết được vũ trụ qua các thành phần cấu tạo cùng các hình tướng và thể dạng vật chất của nó,

5. Nhận biết được xu hướng và cung cách hành xử của chúng sinh,

6. Nhận biết được những gì đang chuyển động bên trong tâm thức một cá thể, chẳng hạn như các ý nghĩ, các ý định cũng như khả năng tâm thần của cá thể ấy,

7. Nhận biết được các thứ ô nhiễm tâm thần của chúng sinh,

8. Quán thấy được thật chính xác các sự hiện hữu trong quá khứ của chính mình,

9. Quán thấy được thật chính xác các sự hiện hữu trong quá khứ của các chúng sinh khác,

10. Hóa giải hoàn toàn được tất cả mọi thứ ô nhiễm tâm thần và sẽ không còn tái sinh nữa.

Ngoài ra kinh điển còn nêu lên ba cấp bậc hay ba thể dạng Tỉnh thức đối với một vị Phật:

1. Cấp bậc thứ nhất là trường hợp của những người tu hành sáng suốt biết lắng nghe và học hỏi những lời giáo huấn Dhamma, và nhờ đó đã đạt được thể dạng của một vị Phật. Con đường này gọi là Sāvakayāna / Thanh văn thừa, và thể dạng hay cấp bậc này chỉ có thể

hiện ra với người tu hành sau khi Dhamma đã được khám phá ra bởi Đức Phật lịch sử. Một người tu hành khi đã đi trọn được con đường này thì sẽ được gọi là Sāvaka-buddha / Thanh văn Phật. Thế nhưng một vị Phật ở cấp bậc này thường được hiểu như là một vị Arahant.

2. Cấp bậc thứ hai là trường hợp tự mình trông thấy được Con đường của Đức Phật lịch sử và tự mình bước theo Con đường đó, tức là nhờ vào sức cố gắng của mình giúp mình trở thành Phật. Con đường đó gọi là Paccekayāna / Duyên giác thừa, và người tu hành khi đã đi trọn được con đường này thì gọi là Pacekka-buddha / Duyên giác Phật. Tuy nhiên một vị Phật ở thể dạng này được hiểu là chưa hoàn toàn hội đủ khả năng giúp các chúng sinh khác thực hiện được sự giải thoát giống như mình.

3. Cấp bậc thứ ba và cũng là cấp bậc tối thượng, đó là trường hợp của một vị Phật hoàn toàn tinh khiết và hoàn hảo, tự mình thực hiện được cho chính mình thể dạng hoàn hảo và tinh khiết đó, qua một thời gian tu tập thật dài trong khi Dhamma chưa có ai biết đến. Vị Phật ấy tự mình khám phá ra Dhamma và thuyết giảng Dhamma cho kẻ khác. Đấy là trường hợp thượng thặng của Đức Phật lịch sử Siddhattha Gotama (Tất-đạt-đa Cồ-đàm) và cũng được gọi là Đức Phật Shakyamuni (Thích-ca Mâu-ni). Vị Phật ấy là vị Sammā-sambuddha / Chánh đẳng chánh giác Phật, chữ sammā có nghĩa là đúng thật (rightly) hay cội nguồn (enroot).

Qua góc nhìn trên đây thì Đức Phật là người vạch ra Con đường, thiết lập Con đường và đồng thời cũng là Người hướng dẫn chúng ta trên Con đường đó, một Con đường thênh thang, êm ả và đạo đức. Trên Con đường đó vị Arahant bước đi thật thanh thản và an nhiên, tương tự như đã đi hết Con đường và đang quay trở lại với điểm khởi hành, với con người của mình, với tâm thức tinh khiết của chính mình. Người Bồ-tát cũng bước đi trên Con đường đó, và dù hai bên vệ đường ngát hoa, thế nhưng người Bồ-tát lại không nghĩ đến hoa thơm, cũng chẳng quan tâm đến mức đến, lý do là vì họ còn quá bận bịu và đa đoan, phải cõng những kẻ tật nguyền, dìu dắt những người yếu đuối.

Chúng ta là những đoàn người cùng đi trên Con đường đó, thế

nhưng Con đường dường như hiện ra với nhiều sỏi đá, có nhiều đoạn dốc, có những vũng sình lầy, hai bên đường có các nhà hát, sòng bạc, các cảnh đâm chém, súng đạn, máu đổ thịt rơi..., nơi thì hỏa hạn, chỗ thì tai ương..., có những người đi ngược chiều với chúng ta..., giẫm chân lên chúng ta, chen lấn với chúng ta..., tiếng cười chen tiếng khóc. Chúng ta không trông thấy mức đến, cũng chẳng nhìn lại điểm khởi hành.

Đức Phật đứng chờ chúng ta xa tít nơi mức đến hay đang cùng đi với chúng ta trên Con đường sỏi đá đó? Trong bài thuyết giảng cho một người tỳ-kheo rất hay thắc mắc là Māluṅkyaputta (*Cula Māluṅkyaputta Sutta* - MN 63) đã được trích dẫn trên đây, có một câu như sau: 'Sau cái chết một vị Tathāgata còn hiện hữu'...'Sau cái chết một vị Tathāgata không còn hiện hữu...'Sau cái chết một vị Tathāgata còn hiện hữu nhưng cũng không còn hiện hữu'...'Sau cái chết một vị Tathāgata không còn hiện hữu nhưng cũng không phải là không còn hiện hữu'. Câu đó có nghĩa là Đức Phật vẫn còn hiện hữu, Đức Phật là Con Đường, Đức Phật là điểm khởi hành, Đức Phật là mức đến và cũng chính là Dhamma. Trong Dhamma đó và trên Con đường rộng lớn đó, Đức Phật sát cánh với các vị Arahant, các vị Bồ-tát và cả chúng ta hôm nay.

Vị Giác ngộ 'không còn hiện hữu, nhưng cũng không phải là không còn hiện hữu' có nghĩa là Vị ấy đã vượt lên trên và ra bên ngoài mọi sự khẳng định, điều đó có nghĩa là vị Giác ngộ có thể hiển hiện hay không hiển hiện ở bất cứ thể dạng nào. Qua vị thế không vướng mắc đó, vị Giác ngộ có thể hòa nhập với tri thức của một vị Arahant, hay an trú bên trong con tim của một người Bồ-tát, hoặc cũng có thể hóa thành một người bạn đồng hành, nắm tay chúng ta cùng bước đi với chúng ta trên Con đường. Chẳng phải đấy là cách mà chính Đức Phật trong *Bài thuyết giảng cho người tỳ-kheo Vakkali* (*Vakkali Sutta* - SN 22.87) đã từng nói lên một câu như sau: 'Này Vakkali, bất cứ ai trông thấy Dhamma thì sẽ trông thấy ta; và bất cứ ai trông thấy ta thì sẽ trông thấy Dhamma' hay sao? Vì vậy, chúng ta không nhìn vào các nhà hát, các sòng bài hai bên vệ đường, cũng không tham gia vào các cảnh đâm chém, súng đạn, mà hãy cố gắng trông thấy Con đường và cẩn thận từng bước chân mình, thì một ngày nào đó chúng ta sẽ trông thấy Dhamma, ý thức được Đức Phật đang nắm tay chúng ta trên Con đường.

Dưới đây chúng ta sẽ hướng vào Con đường đó và vị Giác ngộ đó qua một góc nhìn duy lý và thực tế hơn. Trong một quyển sách khá nổi tiếng của nhà sư Tích Lan Walpola Rahula, mang tựa là *'L'Enseignement du Bouddha' / Giáo huấn của Đức Phật* (Ed. Sueil, 1961):

'Trong số các vị sáng lập tôn giáo [...] thì Đức Phật là vị giảng dạy duy nhất không tự nhận mình là bất cứ gì khác hơn là một con người tinh khiết và đơn sơ. Các vị thầy khác thì lại cho mình là hiện thân của các đấng thiêng liêng, hoặc tiếp nhận được cảm ứng của Thượng đế. Đức Phật không những tự nhận mình là một con người, mà còn cho rằng mình không hề được thúc đẩy bởi một vị Trời hay bất cứ một sức mạnh nào khác từ bên ngoài. Ngài cho rằng sự thành đạt của mình, cũng như tất cả những gì mà mình thu góp được và hoàn tất được, là hoàn toàn nhờ vào sức cố gắng của mình và trí thông minh duy nhất của con người. Là con người, và thật ra thì cũng chỉ có con người, mới có thể trở thành một vị Phật mà thôi. Mỗi con người đều hàm chứa từ bên trong chính mình khả năng trở thành một vị Phật, [tất nhiên là] nếu muốn và biết phát huy sức cố gắng của mình. Chúng ta có thể nhìn vào Đức Phật như một con người tuyệt vời, 'nhân bản' một cách hoàn hảo, [thế nhưng] sau đó qua các hình thức tín ngưỡng dân gian, Ngài đã trở thành gần như là một nhân vật 'siêu nhiên''.

Đức Phật là Con đường là như vậy, thế nhưng đôi khi chúng ta không cố gắng trông thấy Con đường, không tìm hiểu Dhamma đúng thật với ý nghĩa của Dhamma, mà chỉ tìm cách tôn vinh Đức Phật như là một Đấng thiêng liêng, một Thánh nhân siêu phàm, để cầu xin, van vái, tụng niệm... Điều đó có thể khiến chúng ta không nhận ra vô số các vị Arahant, các vị Bồ-tát và các vị Phật đã thành đạt trên dòng lịch sử và cả bên cạnh chúng ta trong hiện tại này. Chẳng phải nhà sư người Mỹ Thanissaro Bhikkhu là một vị Arahant thượng thặng, nhà sư người Pháp Matthieu Ricard là một vị Bồ-tát đích thật, Đức Đạt-lai Lạt-ma của xứ Tây Tạng là một vị Phật hay sao ? Trên Con đường sỏi đá, máu lửa và đau thương mà chúng ta đang bước đi, nếu chúng ta chỉ biết tìm kiếm những gì mầu nhiệm và thiêng liêng thì có thể chúng ta sẽ 'chán nản và thất vọng, tương tự như một người cầm một cái que đang cháy, châm vào một khúc củi ướt' để mong đốt lên một ngọn lửa tỏa ra hơi nóng. Cung cách hành xử đó khiến chúng ta không trông thấy được các hiệu quả cụ thể và thiết thực mang lại từ Dhamma của Đấng Thế Tôn. Dù Dhamma đó của Ngài rất gần với chúng ta, luôn sát cánh với chúng ta trên Con đường, thế nhưng rất yên lặng và sâu xa, khiến chúng ta không trông thấy được chính mình, chung quanh mình và cả thế giới. Chúng ta chỉ là những thanh củi ướt. Nếu muốn trông thấy được các tác động của Dhamma thì phải tinh khiết hóa tâm thức mình, phát động một sự yên lặng thật sâu xa bên trong tâm thức mình hầu biến nó trở thành một thanh củi khô. Loạt sách này chỉ là một đóm lửa trên đầu một chiếc que, một hy vọng mong manh, một cố gắng nhỏ nhoi, gom góp một số bài thuyết giảng của một Con Người, dành cho chúng ta là những con người, bước theo vết chân của một Con Người.

PHẦN II:
CÁC BÀI GIẢNG LIÊN QUAN ĐẾN THẾ GIỚI

Trong chương 1 phần II, vài bài thuyết giảng của Đức Phật đã được trích dẫn nêu lên quan điểm của Phật giáo về thế giới. Trong chương 2 tiếp theo dưới đây, một số bài thuyết giảng khác của Đức Phật sẽ được tiếp tục trích dẫn hầu giúp chúng ta tìm hiểu sâu xa và chi tiết hơn về thế giới. Ngoài ra cũng xin mạn phép nhắc lại là 'vũ trụ', như đã được trình bày trong phần I, gồm có ba thế giới: thế giới vật lý, thế giới của sự sống và thế giới tạo tác (saṅkhāraloka) do mỗi cá thể tự tạo ra cho mình bên trong tâm thức mình, xuyên qua sáu cơ quan giác cảm của mình – gồm ngũ giác và tâm thần của mình – và thế giới này mới thật sự là thế giới quan trọng hơn cả đối với một người tu tập Phật giáo. Dưới đây là bài trích dẫn thứ nhất:

Bài giảng về sự ám ảnh tâm thần

Cittapariyādāna Vagga - AN 1.1-10

(Dựa theo các bản dịch tiếng Anh của Bhikkhu Sujato và bản dịch tiếng Pháp của Bhikkhu Sekka)

Chữ thứ nhất Cittapariyādāna nơi tựa của bài giảng là một từ rút ngắn từ một câu gồm ba chữ: cittaṃ-pariyādāya-tiṭṭhati, nguyên nghĩa là 'xâm chiếm và lưu lại trong tâm thần', và thật ra thì câu này cũng đã được rút gọn từ một câu dài hơn: Citta+pari+yadaya+tiṭṭhati (citta=tâm thần, tâm trí; pari=bao trùm, daya=cảm nhận; titthati= xâm chiếm và lưu lại), do vậy có thể hiểu chữ này là sự ám ảnh trong tâm thần của một cá thể. Chữ thứ hai Vagga nơi tựa bài giảng có nghĩa là 'phẩm' hay 'tiết mục', và phẩm này là phẩm đầu tiên của Chương mục gọi là Ekaka Nipāta, kinh sách Hán ngữ gọi là Chương một pháp, gồm 159 câu đầu tiên trong số 9.557 câu thuyết giảng, gộp chung trong 2.300 bài giảng trong toàn bộ Aṅguttara Nikāya / Tăng Chi Bộ Kinh.

Bài giảng trên đây gồm mười câu đầu tiên trong số 159 câu thuộc Chương thứ nhất là Ekaka Nipāta (Chương Một Pháp), và cũng là mười câu đầu tiên trong số hơn chín ngàn câu giảng trong Aṅguttara Nikāya (Tăng Chi Bộ Kinh). Vậy những gì ám ảnh tâm trí con người ? Những gì chiếm giữ và lưu lại trong tâm trí của một cá thể ?

Tôi từng được nghe như vầy. Hôm đó Đấng Thế Tôn đang ngụ gần kinh thành Sāvatthī (Xá Vệ), trong khu rừng thưa Jeta *(Kỳ Thọ / Kỳ Hoàn)*, nơi tu viện *(tịnh xá)* của vị Anāthapiṇḍika *(Cấp Cô Độc)*. Đấng Thế Tôn nói với các tỳ-kheo như sau: «Này các tỳ-kheo». Các tỳ-kheo đáp lại: «Vâng! Thưa Thế Tôn». Đấng Thế Tôn bèn thuyết giảng như sau:

1.1. «Ta chưa hề thấy bất cứ một thứ bóng dáng nào ám ảnh tâm trí người đàn ông bằng bóng dáng của người đàn bà. Bóng dáng của người đàn bà xâm chiếm tâm trí người đàn ông».

1.2. «Này các tỳ-kheo, ta chưa hề thấy bất cứ một âm thanh *(tiếng nói, âm dọng)* nào ám ảnh tâm trí người đàn ông bằng âm thanh của người đàn bà. Âm thanh của người đàn bà xâm chiếm tâm trí người đàn ông».

1.3. «Này các tỳ-kheo, ta chưa hề thấy bất cứ một thứ mùi *(hơi hám)* nào ám ảnh tâm trí người đàn ông bằng mùi của người đàn bà. Mùi của người đàn bà xâm chiếm tâm trí người đàn ông».

1.4. «Này các tỳ-kheo, ta chưa hề thấy bất cứ một thứ vị *(hương vị, sự ngọt ngào)* nào ám ảnh tâm trí người đàn ông bằng vị của người đàn bà. Vị của người đàn bà xâm chiếm tâm trí người đàn ông».

1.5. «Này các tỳ-kheo, ta chưa hề thấy bất cứ một sự đụng chạm *(cọ xát)* nào ám ảnh tâm trí người đàn ông bằng sự đụng chạm với người đàn bà. Sự đụng chạm với người đàn bà xâm chiếm tâm trí người đàn ông».

1.6. «Này các tỳ-kheo, ta chưa hề thấy bất cứ một bóng dáng nào ám ảnh tâm trí người đàn bà bằng bóng dáng của người đàn ông. Bóng dáng người đàn ông xâm chiếm tâm trí người đàn bà».

1.7. «Này các tỳ-kheo, ta chưa hề thấy bất cứ một âm thanh nào ám ảnh tâm trí người đàn bà bằng âm thanh của người đàn ông. Âm thanh của người đàn ông xâm chiếm tâm trí người đàn bà».

1.8. «Này các tỳ-kheo, ta chưa hề thấy bất cứ một thứ mùi nào ám ảnh tâm trí người đàn bà bằng mùi của người đàn ông. Mùi của người đàn ông xâm chiếm tâm trí người đàn bà».

1.9. «Này các tỳ-kheo, ta chưa hề thấy bất cứ một thứ vị nào ám ảnh tâm trí người đàn bà bằng vị của người đàn ông. Vị của người đàn ông xâm chiếm tâm trí người đàn bà».

1.10. «Này các tỳ-kheo, ta chưa hề thấy bất cứ một sự đụng chạm nào ám ảnh tâm trí người đàn bà bằng sự đụng chạm với người đàn ông. Sự đụng chạm với người đàn ông xâm chiếm tâm trí người đàn bà».

Vài lời ghi chú

Thoạt đọc qua thì các câu trên đây không có gì gọi là sâu sắc hay khó hiểu cả. Chẳng qua là vì đôi khi chúng ta có thể xem các 'chuyện ấy' là bình thường, là bản chất tự nhiên của con người, là bản năng truyền giống giữa nam và nữ, giữa giống đực và giống cái. Thế nhưng xem thường các 'chuyện ấy' chính là nguyên nhân khiến chúng ta không trông thấy được ý nghĩa sâu sắc và sự mạch lạc trong Giáo huấn của Đức Phật, lý do là vì chúng ta không đặt các câu có vẻ đơn giản và bình thường ấy vào khung cảnh sâu sắc trong Dhamma của Đức Phật.

Đức Phật thuyết giảng về một vũ trụ gồm ba thế giới, và 'thế giới tạo tác' (saṅkhāraloka), như đã được nói đến trên đây, là thế giới quan trọng hơn cả, bởi vì trong thế giới đó mỗi cá thể tự tạo ra các kamma (hành động / nghiệp) cho mình, xuyên qua lục giác của mình. Các sự ám ảnh tính dục giữa người đàn ông và người đàn bà là các kamma, là các 'hành động' tâm thần', nói một cách khác là các 'tác ý', các 'xúc cảm', các sự 'bám víu' thuộc lãnh vực tính dục. Các kamma đó sẽ tạo ra các hiệu ứng tương quan với chúng trong tương lai.

Chúng ta hãy nêu lên một thí dụ cụ thể, trong *Bài giảng về các thảm họa trong thế giới / Lokavipatti Sutta* - AN 8.6) đã được nói đến trong Phần II chương I, nêu lên tám mối lo toan thế tục, làm phát sinh ra hai thứ xúc cảm: 'thích thú' và 'bực tức'. Nếu hai thứ xúc cảm đó – 'thích thú' và 'bực tức' – khiến con người cuồng quay với thế giới và thế giới cuồng quay với con người, thì hai thứ xúc cảm 'sung sướng' hay 'bất toại nguyện' nêu lên trong *Bài giảng về sự ám ảnh tâm thần / Cittapariyādāna Vagga* – AN 1.1-10 trên đây khiến người đàn ông cuồng quay với người đàn bà, và người đàn bà cuồng quay với người đàn ông.

Các sự ám ảnh giữa người đàn ông và người đàn bà là một trong các nguyên nhân chủ yếu nhất và cũng gần gũi nhất đối với con người, đưa đến mọi thứ rắc rối và phức tạp từ trong gia đình cho đến bên ngoài xã hội. Nào là phấn son, nước hoa, quần áo, các thứ phụ tùng trên người... Nào là phim ảnh, âm nhạc, văn chương, thi phú trữ tình... Nào là ghen tuông, say đắm, thất tình, tự tử... Các ám ảnh tính dục đó đôi khi còn dính líu đến cả tín ngưỡng và luật pháp: nào là các phép hôn phối trong khung cảnh tôn giáo, nào là các nghi thức cưới hỏi, ly dị, nào là các cảnh xâm phạm tính dục, hành hung, đâm chém, tù tội, v.v...

Sự rắc rối và phức tạp đó trong gia đình và xã hội thật ra cũng chỉ phát sinh từ những gì thật đơn giản, đó là bản năng truyền giống tạo ra các sự ám ảnh tính dục nơi người đàn ông và người đàn bà. Và đấy là ý nghĩa của mười câu đầu tiên trong Aṅguttara Nikāya *(Tăng Chi Bộ Kinh)*. Các câu tiếp theo sau đó là để giải thích và hóa giải các sự ám ảnh đó cùng các sự ám ảnh khác trong tâm thức phức tạp của con người nói chung. Chúng ta hãy nêu lên một trường hợp cụ thể, chẳng hạn như *Bài thuyết giảng cho hai vị đạo sĩ Bà-la-môn / Brāhmaṇa Sutta* – AN 9.38, cũng đã được nêu lên trong phần II chương 1. Trong bài giảng này có một phân đoạn giải thích về sự tạo tác của ngũ giác như sau:

«Đối với việc tu tập của các đệ tử cao quý thì năm mối dây [trói buộc] của dục tính sẽ được gọi là vũ trụ. Năm mối dây trói buộc ấy là những thứ gì ?

1- Đấy là hình tướng nhận biết bởi mắt – mang tính cách khả ái, thích thú, tuyệt vời, hấp dẫn, quyến luyến, khơi động sự thèm khát dục tính;

2- Đấy là âm thanh nhận biết bởi tai – mang tính cách ngọt ngào, thích thú, tuyệt vời, hấp dẫn, quyến luyến, khơi động sự thèm khát dục tính;

3- Đấy là mùi nhận biết được bởi mũi – mang tính cách thơm tho, thích thú, tuyệt vời, hấp dẫn, quyến luyến, khơi động sự thèm khát dục tính;

4- Đấy là vị nhận biết được bởi lưỡi – mang tính cách dịu ngọt, thích thú, tuyệt vời, hấp dẫn, quyến luyến, khơi động sự thèm khát dục tính;

5- Đấy là sự đụng chạm nhận biết được bởi thân thể – mang tính cách êm ái, thích thú, tuyệt vời, hấp dẫn, quyến luyến – khơi động sự thèm khát dục tính.

Đối với việc tu tập của các đệ tử cao quý thì năm mối dây [trói buộc] ấy của dục tính sẽ được gọi là vũ trụ».

Năm mối dây trói buộc đó chẳng phải là nguyên nhân đưa đến các sự ám ảnh nơi người đàn ông và người đàn bà hay sao? Trở lại với *Bài giảng về sự ám ảnh tâm thần* (*Cittapariyādāna Vagga* – AN 1.1-10) trên đây thì chúng ta sẽ thấy nếu bóng dáng của người đàn bà, âm giọng của người đàn bà, mùi của người đàn bà, vị của người đàn bà, sự đụng chạm trên thân thể của người đàn bà ám ảnh người đàn ông như thế nào, thì các thứ ấy nơi người đàn ông cũng ám ảnh người đàn bà như thế ấy.

Hai thí dụ nhỏ nêu lên trên đây thiết nghĩ cũng đủ giúp chúng ta nhận thấy sự mạch lạc thật chặt chẽ và tính cách ứng dụng trong Dhamma của Đức Phật. Mở rộng hơn, đối với hơn mười ngàn bài thuyết giảng của Đức Phật còn lưu giữ đến nay – không những dành cho những người tu hành rời bỏ khung cảnh gia đình mà còn dành cho mọi thành phần khác trong xã hội, từ vua chúa đến dân gian, từ những kẻ chất phác đến các vị thông thái – thì sự mạch lạc và tính cách ứng dụng đó lại càng là cả một sự khâm phục và kinh ngạc.

Hơn thế nữa, Đức Phật thuyết giảng suốt năm-mươi-mốt năm không ngưng nghỉ, các đệ tử thì có người nhớ nhiều, có người nhớ ít, và họ lặp lại cho nhau qua những khoảng thời gian thật dài, thế nhưng Giáo huấn của Đức Phật vẫn giữ được sự quán thấy sâu sắc, thực dụng và mạch lạc. Vì thế ngoài các nghi thức lễ lạc màu mè, các buổi thuyết giảng và nghe giảng mang tính cách tín ngưỡng và đại chúng ngày nay, thiết nghĩ đôi khi chúng ta cũng nên tìm hiểu Dhamma của Đức Phật một cách sâu sắc và nghiêm chỉnh hơn, nhất là để ý thức được những gì Đức Phật đã giảng và những gì Đức Phật không hề giảng.

Sau đây chúng ta lại trích dẫn thêm một bài giảng khác về thế giới:

Bài thuyết giảng về Thế giới

Loka Sutta - AN 4.23

(Dựa theo các bản dịch tiếng Anh Bhikkhu Bodhi, Bikkhu Suddhāso, Bhikkhu Bodhi, John Ireland và bản dịch tiếng Pháp của Rémy. Bài giảng này cũng được ghi chép trong tập Iṭivuttaka (Như Thị Ngữ Kinh) và được đánh số Iti 112)

Trong bài giảng này Đức Phật tự nhận diện mình và tự đồng hóa mình với một vị 'Tathagata', một người 'Chỉ là như thế':

«Này các tỳ-kheo, thế giới này đã được hoàn toàn thấu triệt bởi vị Tathāgata / Như Lai *(xin nhắc lại Tathāgata / Như Lai có nghĩa là một người chỉ đơn giản là 'Như Thế', không từ đâu đến nhưng cũng không đi về một nơi nào khác cả. Trong bài thuyết giảng này, Đức Phật thuyết giảng ở ngôi thứ ba bằng cách tự nhận mình và tự xưng mình là một người chỉ là 'Như Thế' / Tathāgata).* Vị Tathāgata ấy đã tách ra khỏi thế giới. Vị Tathāgata ấy đã hoàn toàn thấu triệt nguyên nhân làm phát sinh ra thế giới. Vị Tathāgata ấy đã buông bỏ được nguyên nhân làm phát sinh ra thế giới. Vị Tathāgata ấy đã hoàn toàn thấu triệt được sự chấm dứt của thế giới. Vị Tathāgata ấy đã thực hiện được sự chấm dứt của thế giới. Vị Tathāgata ấy đã triển khai được Con Đường đưa đến sự chấm dứt của thế giới.

«Này các tỳ-kheo, đối với thế giới này – trong đó gồm có các Thiên nhân (Deva), Ma vương (Māra), Phạm thiên *(Brahmā / các vị Trời trong Ấn giáo)*, các người tu hành cùng các vị Bà-la-môn (là những người thuộc đẳng cấp thứ tư và cũng là đẳng cấp cao nhất trong xã hội), kể cả vua chúa lẫn dân gian – thì vị Tathāgata ấy đều hiểu được tất cả những gì mà vị Tathāgata ấy trông thấy, nghe thấy, cảm thấy, nhận biết, đạt được, thăm dò được, truy tìm và suy ngẫm được xuyên qua tâm thức mình. Chính vì thế nên người ta gọi vị ấy là Tathāgata / Như Lai.

«Này các tỳ-kheo, tất cả những gì mà vị Tathāgata ấy trong đêm giác ngộ, đã đạt được một cách đích thật, tuyệt đối *(tối thượng)*, không một chút tàn dư (sơ sót), chính là thể dạng Chấm dứt [hoàn toàn] *(thể dạng Dừng lại, Tắt nghỉ / Unbinding / Nibbāna property / còn gọi là cõi Niết-bàn. Chữ Niết-bàn có nghĩa là một thể dạng trong đó không có bất cứ gì hiển hiện, cũng không có bất cứ gì biến mất)*, và kể từ lúc ấy thì những gì mà vị ấy nói ra, vị ấy khẳng định, vị ấy giảng dạy, luôn là như thế, không một mảy may thay đổi. Vì thế nên người ta gọi vị ấy là Tathāgata / Như Lai. Vị Tathāgata ấy là người làm những gì mà mình giảng dạy, và giảng dạy những gì mà mình làm. Chính vì thế nên người ta gọi vị ấy là Tathāgata / Như Lai.

« Này các tỳ-kheo, đối với thế giới này – trong đó gồm có các Thiên nhân, Ma vương, Phạm thiên, các người tu hành cùng các vị Bà-la-môn, kể cả vua chúa lẫn dân gian – thì vị ấy là vị chiến thắng vô địch, nắm giữ một quyền uy [tối thượng]. Chính vì thế nên người ta gọi vị ấy là Tathāgata / Như Lai.

«Thấu triệt được toàn thể thế giới:
Đúng thật với nó là như vậy,
Thoát ra khỏi toàn thể thế giới,
Vị ấy không còn vướng mắc trong thế giới.

Chinh phục được mọi đường hướng *(mọi chủ trương, mọi quan điểm...)*,
Thoát ra khỏi mọi sự trói buộc,
Vị ấy thực hiện được sự an bình tối thượng là Nibbāna *(Niết-bàn)*,
Nơi đó không còn bất cứ một sự sợ hãi nào nữa cả.

Tẩy xóa được mọi thứ ô nhiễm, đạt được sự tỉnh thức,
Loại bỏ được mọi sự dao động, đập tan được mọi sự hoang mang,
Làm xong tất cả những gì cần phải làm,
Vị ấy đã hoàn toàn vượt thoát sức tàn phá của mọi sự bám víu.

Vị ấy là Đấng Thế Tôn, là vị Giác ngộ,
Một con sư tử, không một ai sánh kịp.
Trong toàn thể thế giới, trong đó gồm có các Thiên nhân,
[Thế nhưng] duy nhất chỉ có vị ấy là làm chuyển động được chiếc bánh xe Brahma *(bánh xe Phạm thiên, bánh xe của các vị Trời trong Ấn giáo)*.

Vì thế, toàn thể Thiên nhân và con người,
Đều tìm đến với vị Phật ấy để nương tựa,
Và để cùng nhau tôn vinh vị ấy,
Một Vị tối thượng đã vượt thoát mọi sự hoang mang.

Chủ động được chính mình, vị ấy là vị chủ động tối thượng,
Thực hiện được sự thanh thoát, vị ấy là vị thanh thoát tối thượng,
Đạt được sự giải thoát, vị ấy là vị giải thoát tối thượng,
Vượt thoát tất cả, vị ấy là vị vượt thoát tối thượng.

Do vậy, tất cả mọi người đều tôn vinh vị ấy,
Với con tim rộng mở và can trường:
Không một ai sánh kịp với vị ấy trong thế giới này,
Trong đó kể cả các thiên nhân,

«Trên đây là ý nghĩa trong những lời mà Đấng Thế Tôn nêu lên mà tôi từng được nghe».

Vài lời ghi chú

Điểm đáng lưu ý trước nhất là Đức Phật thuyết giảng ở ngôi thứ ba bằng cách gọi mình là Tathāgata, nói lên một sự khiêm tốn của một vị Phật, nhưng cũng có thể xem bài giảng này như là các lời cảm ứng của một người tỳ-kheo. Điểm đáng lưu ý thứ hai quan trọng hơn nhiều, đó là sự mạch lạc và trung thực, trước sau như một, trong toàn bộ Giáo huấn của Đức Phật:

'Những gì mà vị Thathagata ấy nói ra, vị ấy khẳng định, vị ấy giảng

dạy, luôn là như thế, không một mảy may thay đổi'.

'Vị Tathāgata ấy là người làm những gì mà mình giảng dạy, và giảng dạy những gì mà mình làm'.

Sự chân chính, mạch lạc và trung thực trong hơn mười ngàn câu giảng và bài giảng của Đức Phật quả là một điều đáng kinh ngạc và khâm phục, không có một câu giảng nào, một bài giảng nào, một ý niệm nào, một hành động nào tương phản hay đối nghịch với nhau. Rời khỏi gia đình lúc hai-mươi-chín tuổi, cắt tóc, cạo râu, ăn mặc rách rưới, ôm bình bát, sống cách ly trong những nơi cô quạnh, thuyết giảng cho tất cả mọi người, không ngưng nghỉ, không phân biệt một ai. Năm tám-mươi tuổi, buông bình bát, nằm xuống bên lề một con đường mòn giữa hai gốc cây trong một khu rừng. Trong suốt năm-mươi-mốt năm sau khi đạt được sự tỉnh thức trước thế giới này, thì từ lời nói đến hành động của vị Phật ấy lúc nào cũng chỉ là một, cũng chỉ đơn giản là 'Như Thế'.

Sau hết cũng xin trích dẫn bản dịch tiếng Việt về bài giảng này của HT Thích Minh Châu trong Đại Tạng Kinh căn cứ vào kinh điển Pali, cùng bản dịch tiếng Việt của HT Thích Tuệ Sỹ nhưng được căn cứ vào kinh điển Agama / A-hàm, hầu độc giả có dịp so sánh và đối chiếu giữa hai tạng kinh điển Pali và A-hàm. Ngoài ra cũng xin trích dẫn bài giảng này bằng tiếng Hán trong Đại Tạng Kinh Hán ngữ, hầu các độc giả rành tiếng Hán có thể đối chiếu và so sánh cùng một bài giảng thuộc hai tạng kinh tiếng Hán và tiếng Việt. Dưới đây, và trước hết, là bản dịch dựa vào kinh điển Pali của HT Thích Minh Châu:

Aṅguttara Nikāya
III. Phẩm Uruvelà
4.23. Thế Giới

—Này các Tỷ-kheo, thế giới được Như Lai chánh đẳng giác. Như Lai không hệ lụy đối với đời.

Này các Tỷ-kheo, thế giới tập khởi được Như Lai chánh đẳng giác. Thế giới tập khởi được Như Lai đoạn tận.

Này các Tỷ-kheo, thế giới đoạn diệt được Như Lai chánh đẳng giác.

Thế giới đoạn diệt được Như Lai giác ngộ.

Này các Tỷ-kheo, con đường đưa đến thế giới đoạn diệt được Như Lai chánh đẳng giác. Con đường đưa đến thế giới đoạn diệt được Như Lai tu tập.

Cái gì, này các Tỷ-kheo, trong toàn thế giới với Thiên giới, Ma giới, Phạm thiên giới, cùng với quần chúng Sa-môn, Bà-la-môn, chư Thiên và loài Người, được thấy, được nghe, được cảm giác, được thức tri, được đạt đến, được tầm cầu, được ý tư sát, tất cả đều được Như Lai chánh đẳng giác. Do vậy, được gọi là Như Lai. Từ đêm, này các Tỷ-kheo, Như Lai được chánh đẳng giác, đến đêm Như Lai nhập Niết-bàn, trong thời gian ấy, điều gì Như Lai nói, nói lên, tuyên bố, tất cả là như vậy, không có khác được. Do vậy, được gọi là Như Lai.

Này các Tỷ-kheo, Như Lai nói gì thì làm vậy, làm gì thì nói vậy. Vì rằng nói gì thì làm vậy, làm gì thì nói vậy, nên được gọi là Như Lai.

Này các Tỷ-kheo, trong toàn thể thế giới với Thiên giới, Ma giới, Phạm thiên giới, cùng với quần chúng Sa-môn, Bà-la-môn, chư Thiên và loài Người, Như Lai là bậc chiến thắng, không bị ai chiến bại, toàn tri, toàn kiến đại tự tại, do vậy được gọi là Như Lai.

Do thắng tri thế giới
Đúng như thật như vậy
Ly hệ mọi thế giới
Không chấp thủ thế giới
Thắng tất cả bậc trí
Giải thoát mọi buộc ràng
Cảm thọ tối thắng tịnh
Niết-bàn, không sợ hãi
Vị này đoạn lậu hoặc
Bậc Giác ngộ, Trí giả
Không dao động nhiễu loạn
Nghi ngờ được chặt đứt
Đạt diện tận mọi nghiệp
Giải thoát diệt sanh y
Là Thế Tôn là Phật

Bậc Sư tử vô thượng
Trong thế giới, Thiên giới
Chuyển bánh xe pháp luân
Như vậy hàng Thiên, Nhân
Đến quy y đức Phật
Gặp nhau đảnh lễ Ngài
Vĩ đại không sanh hữu
Điều phục bậc tối thượng
Trong người được điều phục
An tịnh bậc ẩn sĩ
Những người được an tịnh
Giải thoát bậc tối thượng
Những người được giải thoát
Vượt qua bậc tối thắng
Những người được vượt qua
Như vậy họ lễ Ngài
Vĩ đại, không sanh hữu
Thiên giới, thế giới này
Không ai được bằng ngài.

Nguyên văn bản dịch của HT Thích Minh Châu

Tiếp theo dưới đây là bản dịch của HT Thích Tuệ Sỹ dựa vào kinh điển Agama / A-hàm, tức là kinh điển gốc bằng tiếng Phạn cổ Prakrit đã được dịch sang tiếng Hán (阿含經 / A-hàm Kinh). Chữ Agama / A-hàm có nghĩa là 'xuất phát' hay 'thừa hưởng' từ lâu đời. Xin nhắc lại, kinh điển Agama / A-hàm là các kinh điển của các học phái xuất hiện khoảng một trăm năm sau khi Đức Phật tịch diệt, trong số này quan trọng nhất là hai học phái Sarvastivāda và Mahasanghika. Các kinh điển Agama / A-hàm là các kinh điển đã được 'viết lại', 'dịch lại' hoặc 'ghi chép' với ít nhiều sửa đổi, phải chăng là để phù hợp với các quan điểm giáo lý chủ trương bởi các học phái sáng lập một trăm năm sau khi Đức Phật tịch diệt? Hơn thế nữa, các kinh Agama / A-hàm sau khi được dịch sang tiếng Hán, và sau đó là từ tiếng Hán sang tiếng Việt, thì không sao tránh khỏi ít nhiều sai sót và sơ hở. Trong khi đó thì kinh điển Pali thường được xem là chính thống hơn. Các kinh điển này được kết tập sau khi Đức Phật tịch diệt và đã được hiệu đính vào thế kỷ thứ III trước Tây lịch, dưới triều đại của vua Azoka / A-dục, trước khi được đưa vào hòn đảo Tích Lan và được chính thức ghi chép trên các tờ lá bối vào thế kỷ thứ I trong niên đại của chúng ta.

Dưới dây là bản dịch bài giảng *Loka Sutta* trên đây của HT Thích Tuệ Sỹ dựa vào kinh điển Agama / A-hàm:

KINH TRUNG A-HÀM
Hán dịch: Phật Đà Da Xá và Trúc Phật Niệm
Việt dịch và hiệu chú: Thích Tuệ Sỹ
Sài Gòn 2002
137. KINH THẾ GIAN[1]

Tôi nghe như vầy:

Một thời Đức Phật du hóa tại nước Xá-vệ, trong rừng Thắng, vườn Cấp cô độc.

Bấy giờ, Thế Tôn nói với các Tỳ-kheo:

"Như Lai đã tự mình giác ngộ về thế gian và cũng nói lại cho người khác. Như Lai biết[02] thế gian. Như Lai tự giác ngộ về sự tập khởi của thế gian và cũng nói lại cho người khác. Như Lai đoạn trừ thế gian tập. Như Lai tự giác ngộ sự diệt tận của thế gian và cũng nói cho người khác. Như Lai chứng ngộ thế gian diệt. Như Lai tự giác ngộ đạo tích[03] của thế gian và cũng nói cho người khác. Như Lai tu thế gian đạo tích.

"Nếu có tất cả những gì cần được hiểu biết một cách toàn diện[04], tất cả những gì thì điều đó Như Lai đã biết, thấy, giác, ngộ, chứng đắc. Vì sao vậy? Như Lai từ đêm chứng ngộ Vô thượng chánh đẳng chánh giác cho đến ngày hôm nay vào lúc ban đêm sẽ đi vào tịch diệt trong Vô dư Niết-bàn giới[05]; trong khoảng thời gian giữa đó, nếu những gì được nói ra, được ứng đối từ chính miệng của Như Lai, tất cả những điều ấy đều là chắc thật, không hư vọng, không ra ngoài sự Như[06], cũng không phải là điên đảo. Đó là sự chắc thật, là sự chân thật.

"Nếu nói về sư tử như thế nào, thì hãy nói về Như Lai cũng như vậy. Vì sao vậy? Như Lai ở giữa đại chúng nếu có giảng thuyết thì đó chính là tiếng rống của Sư tử[07].

"Đối với tất cả thế gian, Thiên, Ma, Phạm, Sa-môn, Phạm chí, từ trời đến người, Như Lai là Phạm Hữu[08]. Như Lai là Bậc Chí Lãnh[09] vì không phiền cũng không nhiệt. Như Lai là Bậc Chân Thật không hư vọng[10]."

Bấy giờ Thế Tôn liền nói bài kệ:

Biết tất cả thế gian;
Ra khỏi mọi thế gian;
Thuyết tất cả thế gian;
Trọn thế gian như thật[11]
Đấng Tối Tôn Đại Hùng
Giải thoát mọi triền phược,
Diệt tận hết thảy nghiệp,
Sanh tử đều giải thoát.
Là trời cũng là người,
Thảy đều quy mạng Phật.
Cúi đầu lễ Như Lai,
Đại dương sâu vô cực.
Chư Thiên, thần Hương âm[12],
Kính lạy Đấng Đã Biết.
Chúng sanh trong tử sanh,
Đều cúi đầu quy phục,
Cúi đầu lễ Trí sĩ;
Quy mạng Đấng Thượng Nhân;
Không trần lụy, vô ưu,
Vô ngại, các giải thoát;
Vì vậy, hãy vui thiền,
Sống viễn ly tịch tịnh.
Hãy tự mình đốt đèn,
Vì Như Lai khó gặp[13].
Không gặp thời Như Lai,
Đời sống trong địa ngục.

Phật thuyết như vậy. Các Tỳ-kheo sau khi Phật thuyết, hoan hỷ phụng hành.

Chú thích:

[1] Tương đương Pāli A.4.23 Loka-sutta; tham chiếu It. 112 Loka.

[2] Bốn Thánh đế, tri khổ, đoạn tập, chứng diệt và tu đạo.

[3] Đạo tích 道 跡; Pāli: paṭipāda, phương pháp, hay đường lối thực hành.

[4] Nhất thiết tận phổ chánh hữu 一 切 盡 普 正 有 (?) Có lẽ là (...) chánh tri, thay vì chánh hữu. Tham chiếu Pāli: yam... sadevakassa lokassa... sadevamanussasāya diṭṭhaṃ sutaṃ mutaṃ viññataṃ pattaṃ pariyesitaṃ anuvicaritaṃ manasā sabbaṃ taṃ tathāgatena abhisaṃbuddhaṃ, thế giới này bao gồm Thiên giới, cho đến chư Thiên và nhân loại, những gì được thấy, được nghe, được nghĩ đến, được biết đến, được đạt đến, được tầm cầu, được suy xét bởi ý; tất cả những cái ấy đều được Như Lai giác ngộ.

[5] Vô dư Niết-bàn giới 無餘涅槃界. Pāli: anupādisesā nibbānadhātu.

[6] Bất ly ư như 不 離 於 如. Pāli nói: sabbaṃ tam tatheva hoti, no aññathā, tất cả những điều ấy chính thực là như vậy, không thể khác.

[7] Pāli khác hẳn: nói như vậy thì cũng làm như vậy (...) cho nên gọi là Như Lai. Yathāvādī tathākārī (...) tathāgato vuccati.

[8] Phạm Hữu 梵 有 được hiểu là "Bậc Tối Diệu" (Pāli: Brahmabhūta, S.IV. Pp-95, M.I. P.111), không được đề cập trong bản Pāli.

[9] Chí lãnh hữu 至 冷 有, cực kỳ mát lạnh, vì đã dập tắt các thứ lửa. Pāli:?

[10] Chân đế bất hư hữu 真 諦 不 虛 有, không rõ Pāli. Đoạn văn Pāli được coi tương đương: (...) Tathāgato abhibhū anabhibhūti aññadrạtthudaso vasavattī, Như Lai là Vị chiến thắng, Vị không thể bị đánh bại, là Vị thấy tất cả, biết tất cả, tự do tự tại.

[11] Pāli: sabhaṃ loke yathātatham, (biết) tất cả thế gian một cách như thật.

[12] Hương âm thần 香 音 神, hay nhạc thần, hay Càn-thát-bà; Pāli: Gandhabba.

[13] Vô ngã tất thất thời 無 我 必 失 時.

Nguyên văn bản dịch và lời chú thích của HT Thích Tuệ Sỹ

Dưới đây là bản dịch tiếng Hán dựa vào kinh điển Pali trong Đại Tạng Kinh Hán ngữ:

增支部4集23經
世間經

(Thế gian Kinh)

(「比丘們！世間被如來現正覺，如來是世間中的離繫者；比丘們！世間集被如來現正覺，對如來而言，世間集已被捨斷；比丘們！世間滅被如來現正覺，對如來而言，世間滅已被作證；比丘們！導向世間滅道跡被如來現正覺，對如來而言，導向世間滅道跡已被修習。)

比丘們! 包括有諸天、魔、梵的世間; 包括有諸沙門、婆羅門、天、人的世代中，凡其所見、所聞、所覺、所識、所得、所求、被意所隨行，一切都已被如來現正覺，因此被稱為『如來』。

而且，比丘們! 凡在這如來現正覺無上遍正覺之夜，到般涅槃於無餘涅槃界之夜中間，他說、談、表明，一切都如實不異，因此被稱為『如來』。

比丘們! 如來行如其言; 言如其行，因此被稱為『如來』。

比丘們! 包括有諸天、魔、梵的世間; 包括有諸沙門、婆羅門、天、人的世代中，如來是征服者、不被征服者、全見者、自在者，因此被稱為『如來』。

證知世間一切後，在世間中一切如實，

世間的一切已離繫，在世間中一切無執著。

他實在是征服一切的賢者，一切束縛的解脫者，

最高的寂靜已被他接觸: 無畏的涅槃。

這位煩惱已盡的覺者，無惱亂、已斷疑，

已達一切業的滅盡，在依著上消滅的解脫者。

這位世尊他是覺者，這位無上的雄獅，

對包括天的世間，梵輪已被他轉起。

像這樣，天與人，凡歸依佛陀者，

應會合禮敬你：大無畏者。

已調御，他是調御者［中］的最上者，已寂靜，他是使之寂靜者［中］的仙人，

已解脫，他是解脫者的最高者，已渡，他是已渡者的最上者。

像這樣，禮敬你：大無畏者，

在包括天的世間中，沒有與你對等者。」

Trong bài giảng về thế giới trên đây có một câu như sau: *'Vị Tathāgata ấy đã hoàn toàn thấu triệt nguyên nhân làm phát sinh ra thế giới'*. Thế nhưng nguyên nhân làm phát sinh ra thế giới thì vô cùng phức tạp và đa dạng, tuy nhiên trong một bài giảng đã được trích dẫn trước bài giảng này, mang tựa là *Bài giảng về sự ám ảnh tâm thần / Cittapariyadāna Vagga* - AN 1.1-10, có nêu lên một khía cạnh khá chủ yếu liên quan đến nguyên nhân này. Vậy khía cạnh ấy là gì ? Đó là sự ám ảnh giữa người đàn ông và người đàn bà qua bóng dáng, tiếng nói, mùi, vị và sự đụng chạm trên da thịt giữa họ với nhau. Thế nhưng trong bài giảng dưới đây Đức Phật cũng nêu lên các phương cách khống trị các sự ám ảnh dục tính đó:

Bài giảng về những kẻ bảo vệ thế giới

Lokapāla Sutta - AN 2.9

(Dựa theo các bản dịch tiếng Anh của John D. Ireland, Thanissaro Bhikkhu, Bhikkhu Sujato và bản tiếng Pháp của Bhikkhu Sekha)

Hậu ngữ pāla trong chữ Lokapāla tựa của bài giảng, có nghĩa là 'người bảo vệ' hay 'người canh chừng' (a guard, a protector). Bài giảng này cũng thấy được ghi chép trong tập Itivuttaka (nguyên nghĩa của chữ này là 'Những điều đã được nói lên như vậy', kinh sách Hán ngữ gọi là 'Như Thị Ngữ Kinh', là một tập gộp chung 112 bài giảng ngắn của Đức Phật). Bài giảng này như sau:

«Này các tỳ-kheo, có hai kẻ bảo vệ [mang các phẩm tính] rạng ngời *(bright / sáng chói)* có thể bảo vệ cho thế giới. Vậy hai kẻ bảo vệ ấy là gì? Biết xấu hổ và biết hối hận. Khi hai kẻ bảo vệ rạng ngời ấy không còn bảo vệ được thế giới nữa, thì nào có còn nhận biết được người ấy là 'mẹ mình', nào có còn nhận biết được người ấy là 'chị hay em gái của mẹ mình' *(aunt / cô, dì, thím, bác của mình)*, nào có còn nhận biết được người ấy là 'vợ của chú hay của bác mình' *(uncle / chú, bác, cậu, dượng của mình)*, nào có còn nhận biết được người ấy là 'vợ của thầy mình', hoặc nào có còn nhận biết được người ấy là 'vợ của những người mà mình kính nể'.

Thế giới sẽ lâm vào cảnh loạn luân (promiscuity), tương tự như đàn dê đực và đám dê cái, như bầy gà trống hay đàn heo đực, hoặc như bầy chó đực hay đàn chó rừng (jackal /chacal). Sở dĩ hai kẻ bảo vệ [mang các phẩm tính] sáng chói ấy có thể bảo vệ được thế giới, thì đấy là nhờ vào sự nhận biết *(recognition / sự ý thức)* đây là 'mẹ mình', nhờ vào sự ý thức đây là 'chị hay em gái của mẹ mình', nhờ vào sự nhận biết đây là 'vợ của chú hay của bác mình', nhờ vào sự nhận biết đây là 'vợ của thầy mình' và đây là 'vợ của những người mà mình kính nể' ».

Trong tập Itivuttaka *(Như Thị Ngữ Kinh)*, bài giảng này được ghép thêm các câu 'kệ', do đó các câu này có thể là các câu xuất hiện muộn:

Đối với những người
Mà sự xấu hổ và hối hận
Không mấy khi hiện lên với họ,
Thì đấy là những người
Đánh mất cả cội nguồn của sự rạng ngời.
Họ sẽ không sao tránh khỏi sự sinh và cái chết.
Thế nhưng đối với những người
Biết xấu hổ và hối hận,
Thực hiện được một cuộc sống thánh thiện,
Thì họ sẽ tìm được sự thanh thản,
Và sự hình thành sẽ chấm dứt
Với họ trong tương lai.

Vài lời ghi chú

Hầu hết các bản dịch sang các ngôn ngữ Tây phương được tham khảo đều dịch chữ pāla trong chữ Lokapāla, tựa của bài giảng, là 'phẩm tính', 'nguyên tắc', thế nhưng nghĩa từ chương của chữ này là kẻ bảo vệ (guard, keeper, protector). Duy nhất chỉ có bản dịch của nhà sư Thanissaro Bhikkhu là dịch đúng chữ này là 'kẻ bảo vệ', cách dịch này từ chương và trung thực hơn cả. Đó là cách Đức Phật nhân cách hóa hai phẩm tính 'biết xấu hổ' và 'biết hối hận' với hai kẻ bảo vệ gia đình và xã hội, tức là thế giới.

Các lời cảnh giác của Đức Phật thật đanh thép, không một chút nhân nhượng, đánh thẳng vào các ý nghĩ đen tối phát sinh từ bản năng truyền giống của con người và cả cầm thú. Nói một cách khác mở rộng hơn, thì các ý nghĩ ấy là các sự tạo tác tâm thần (saṅkhāra) đưa đến sự hình thành của thế giới dục tính bên trong tâm thức của mỗi cá thể. Dập tắt được bản năng đó, các ý nghĩ đen tối đó là cả một sự gay go, dù là đối với người thế tục hay người tu hành, dù bước theo tôn giáo này hay tôn giáo kia thì cũng vậy.

Qua một góc nhìn khác, thì thật hết sức rõ ràng Đức Phật không những thuyết giảng các sự hiểu biết siêu việt trong các lãnh vực tư tưởng và triết học, mà còn khuyên dạy những điều thiết thực, trực tiếp, cụ thể và thực dụng, giúp con người khống chế các ý nghĩ đen tối, u mê và lầm lẫn, có thể đưa đến các hành động đồi bại, tạo ra một xã hội phi đạo đức, một thế giới đảo điên.

Xin trích dẫn dưới đây bản dịch của bài giảng này trong Đại Tạng Kinh tiếng Việt để độc giả tiện tham khảo thêm.

Anguttara Nikāya / Kinh Tăng Chi Bộ
Phẩm Hình Phạt – 2.1-10. Hai Loại Tội

Hai pháp này, này các Tỷ-kheo, là pháp đen. Thế nào là hai? Không tàm *(tàm là tiếng Hán, có nghĩa là xấu hổ)* và không quý *(là tiếng Hán, có nghĩa là e thẹn)*. Các pháp này, này các Tỷ-kheo, là hai pháp đen. Hai pháp này, này các Tỷ-kheo, là pháp trắng. Thế nào là hai? Tàm và quý. Các pháp này, này các Tỳ-kheo, là hai pháp trắng *(trong các bản dịch sang các ngôn ngữ Tây phương thì sự xấu hổ và hối hận không hề là các hình phạt hay tội phạm, trái lại là các phẩm tính rạng ngời, bởi vì hai phẩm tính đó sẽ giúp mình không vi phạm vào những điều tai hại và tồi tệ. Đen và trắng là cách dịch từ chương, các chữ này phải chăng là có ý nói lên tính cách hữu ích của các phẩm tính xấu hổ và hối hận và sự tai hại của các ý nghĩ đen tối ?).*

Hai pháp trắng này, này các Tỳ-kheo, che chở cho thế giới. Thế nào là hai? Tàm và quý. Nếu hai pháp trắng này, không che chở cho thế giới, thời không thể chỉ được đây là mẹ hay là em, chị của mẹ, hay đây là vợ của anh hay em của mẹ, hay đây là vợ của Thầy hay đây là vợ của các vị tôn trưởng. Và thế giới sẽ đi đến hỗn loạn như giữa các loài dê, loài gà vịt, loài heo, loài chó, loài dã can. Vì rằng, này các Tỳ-kheo, có hai pháp trắng này che chở cho thế giới, nên mới có thể chỉ được đây là mẹ hay đây là chị em của mẹ, hay đây là vợ của anh hay em của mẹ, hay đây là vợ của Thầy hay đây là vợ của các vị tôn trưởng.

Nguyên văn bản dịch của HT Thích Minh Châu

Ngoài ra HT Thích Minh Châu cũng có dịch toàn bộ tập Itivuttaka mang tựa là 'Kinh Phật thuyết như vậy' (Thiền Viện Vạn Hạnh, 1978), trong khi đó kinh sách Hán ngữ thì gọi tập 'kinh' này là 'Như Thị Ngữ Kinh'. Bản dịch của Hòa Thượng trong tập kinh này gần với tiếng Việt hơn so với bản dịch của chính Hòa Thượng trong Đại Tạng Kinh. Tuy nhiên giữa hai bản dịch này cũng có một vài điểm khác biệt, do vậy xin trích dẫn thêm bản dịch này của Hòa Thượng trong tập Itivuttaka để độc giả tiện đối chiếu và tìm hiểu cặn kẽ hơn về bài giảng này:

(XLLII) (Duk. II, 5) (It. 36)

Điều này đã được Thế Tôn nói đến, đã được bậc A-la-hán nói đến, và tôi đã được nghe: Này các Tỳ-kheo, có hai pháp trắng này che chở cho đời. Thế nào là hai? Xấu hổ và sợ hãi. Này các Tỳ-kheo, nếu hai pháp này không che chở cho đời, thời ở đây không có sự phân biệt giữa mẹ, chị em của mẹ, vợ của anh em của mẹ, hay giữa vợ của bậc giáo thọ sư, giữa những người vợ của những bậc đáng được kính trọng; thế giới sẽ rơi vào loạn luân như các loài dê cừu, gia cầm, heo, chó và các con chó rừng. Vì rằng, này các Tỳ-kheo, có hai pháp trắng này che chở cho đời, cho nên ở đây có sự phân biệt giữa mẹ, chị em của mẹ, vợ của anh em của mẹ, hay vợ của bậc giáo thọ sư, giữa những người vợ của những bậc đáng được kính trọng.

Thế Tôn đã nói lên ý nghĩa này. Ở đây, điều này được nói đến.

Với những ai không có,
Xấu hổ và sợ hãi,
Liên tục và thường xuyên,
Họ đi xuống bào thai,
Dựa trên gốc tinh dịch
Họ đi đến sanh tử,
Với những ai chánh trí,
Xấu hổ và sợ hãi,
Liên tục và thường xuyên,
Vững trú trên Phạm hạnh,
Họ được sự an tịnh,
Tái sanh được diệt tận.

Nguyên văn bản dịch của HT Thích Minh Châu
(trong tập Itivuttaka)

Đến đây chúng ta lại trích dẫn thêm một bài giảng khác mang tựa là *Bài giảng cho Ānanda / Ānanda Sutta* - AN 3.32, để đối chiếu với hai bài giảng đã được trích dẫn trên đây là *Bài giảng về sự ám ảnh tâm thần* và *Bài giảng về hai kẻ bảo vệ thế giới*.

Bài giảng cho Ānanda

Ānanda Sutta - AN 3:32

(Dựa theo các bản dịch tiếng Anh của Thanissaro Bhikkhu, Bikkhu Sujato, Bhikkhu Bodhi và Suddhāso Bhikkhu)

Ngài Ānanda tìm gặp Đấng Thế Tôn, khi đến nơi thì vái chào Thế Tôn và ngồi sang một bên. Sau khi an tọa thì Ngài Ānanda cất lời hỏi Thế Tôn như sau: «Thưa Thế Tôn:

«Một người tỳ-kheo có thể nào đạt được một cấp bậc tập trung tâm thần đến mức độ tạo ra [thể dạng] 'không có cái tôi', cũng không tạo ra 'cái của tôi', là những thứ khiến làm phát sinh ra sự ý thức về con người của mình *(conceit-obsession / sự cảm nhận, sự tự nhận diện về chính mình, ý thức về sự hiện hữu của mình)* trong khi thân xác mình vẫn còn hàm chứa tri thức *(câu này có nghĩa là trong lúc hành thiền thì người tỳ-kheo có thể nào thực hiện được thể dạng hoàn toàn không có 'cái tôi' cũng không có bất cứ gì là 'cái của tôi' cả, trong khi mà mình vẫn còn ý thức được con người của mình, thân xác của mình, sự hiện hữu của mình?);*

[Hoặc] người tỳ-kheo có thể nào tạo ra [thể dạng] không có 'cái tôi', cũng không tạo ra 'cái của tôi', khiến làm phát sinh ra sự tự nhận (sự cảm nhận, sự ý thức) về con người của mình khác với các sự vật bên ngoài *(sự lôi cuốn của các sự vật bên ngoài khiến làm phát sinh ra chủ thể là 'cái tôi' giữ vai trò nhận biết, và các sự vật bên ngoài sẽ trở thành các đối tượng của sự nhận biết của 'cái tôi' đó. Thắc mắc nêu lên là trong khi hành thiền thì có thể nào làm hoàn toàn tan biến được 'cái tôi' và 'cái của tôi' hay không, trong khi mà mình vẫn còn ý thức được sự phân biệt, sự tách biệt, giữa con người của mình và các sự vật trong khung cảnh bên ngoài, qua cặp đối ngẫu 'chủ thể' và 'đối tượng'?).*

[Hoặc] người tỳ-kheo có thể nào tạo ra [thể dạng] không có 'cái tôi', cũng không tạo ra 'cái của tôi', khiến làm phát sinh ra sự tự nhận về con người của mình, hầu giúp mình hòa nhập và an trú trong thể dạng tỏa rộng của sự tỉnh thức (awareness-release) và sự tỏa rộng của sự nhận thức (discernment-release) trong khi mà mình không tạo ra bất cứ một sự tạo tác nào về 'cái tôi', cũng không tạo ra bất cứ một sự tạo tác nào về 'cái của tôi', khiến làm phát sinh ra sự tự nhận về con người của mình, [tương tự] như trường hợp của một người nào đó đã [thật sự] thực hiện được sự hòa nhập và an trú trong thể dạng không có 'cái tôi', cũng không có 'cái của tôi', khiến đưa đến sự ám ảnh về chính mình hay không ?».

«Này Ānanda, điều đó *(thể dạng đó)* có thể thực hiện được, người tỳ-kheo có thể đạt được một thể dạng tập trung tâm thần đến mức độ có thể tạo ra [thể dạng] không có 'cái tôi',... [lặp lại câu trên đây]

«Thế nhưng, thưa Thế Tôn, bằng cách nào mà người tỳ-kheo lại có thể thực hiện được một sự tập trung tâm thần đến mức độ đó...?

«Này Ānanda, đấy là trường hợp mà người tỳ-kheo nhận thức được qua cách [suy nghĩ]: 'Đây là sự an bình *(peace / sự bình lặng)*, đây là sự thanh thoát *(exquisite / sự tuyệt diệu)* – làm lắng xuống tất cả mọi sự tạo tác; buông bỏ tất cả mọi sự chiếm hữu; tạo được sự chấm dứt đối với mọi sự thèm khát; tìm thấy sự thanh thản *(dispassion / không đam mê, thản nhiên, dửng dưng)*; tạo được sự dừng lại (cessation / không hình thành); thực hiện được sự giải thoát (unbiding / sự vượt thoát, sự cởi trói)'. Đấy là cách giúp người tỳ kheo đạt được sự tập trung tâm thần đến mức độ không còn tạo ra 'cái tôi' cũng không còn tạo ra 'cái của tôi', là những thứ làm phát sinh ra sự ý thức (sự tự nhận) về con người của mình trong khi thân xác vẫn còn hàm chứa tri thức; [hoặc] người tỳ-kheo ấy không còn tạo ra 'cái tôi', cũng không còn tạo ra 'cái của tôi', là những thứ làm phát sinh ra sự ý thức (sự tự nhận) về con người của mình, khác với các sự vật bên ngoài (tức là những gì xảy ra chung quanh mình và trong thế giới); [hoặc] người tỳ-kheo ấy không còn tạo ra 'cái tôi', cũng không còn tạo ra 'cái của tôi', hầu giúp mình hòa nhập và an trú trong thể dạng tỏa rộng của sự tỉnh thức và sự nhận thức, trong khi không có sự tạo tác nào về 'cái tôi', cũng không có sự tạo tác nào về 'cái của tôi', là những thứ làm hiện lên sự tự nhận (sự ám ảnh) về con người của mình, [tương tự] như trường hợp của một người đã [thật sự] hoà nhập được và an trú được trong thể dạng không có 'cái tôi', cũng không có 'cái của tôi', là những thứ làm hiện lên sự tự nhận *(sự ám ảnh)* về con người của mình.

«Thật ra ta cũng đã từng nêu lên các điều này khi trả lời 'Các câu hỏi của Puṇṇaka' *(Puṇṇaka-māṇava-pucchā / Puṇṇaka's Question, nêu lên trong một bài giảng khác) thuộc phân đoạn giải thích về các Pārāyana (chữ Pārāyana có nghĩa là 'Chủ đích tối hậu' / final aim, chief object. Các 'Chủ đích' này được tìm thấy trong Sutta Nipāta / Kinh Tập, thuộc Khuddhaka Nikaya / Tiểu Bộ Kinh, qua các câu 1043 đến 1048. Các câu này sẽ được chuyển ngữ trong phần ghi chú dưới đây. Ngoài ra bài giảng này cũng được kèm thêm các câu kệ như sau)*:

Đối với một người khi đã thăm dò được
Sự thăng trầm của thế giới,
Thì sẽ chẳng có gì khiến mình
Phải xao xuyến trong thế giới.
Những gì tồi tệ [trong tâm thức, qua ngôn từ và trên thân xác]
Đều tan biến hết.
Không mong cầu gì cả,
Thanh thản và an bình.

Này Ānanda, ta bảo với Ānanda rằng:
Con người ấy đã thoát ra khỏi sự sinh,
Và cả sự già nua.

Vài lời ghi chú

Trước hết chúng ta hãy trở lại với hai bài giảng trích dẫn trước *Bài giảng cho Ānanda* (AN 3.32) trên đây: bài thứ nhất là *Bài giảng về sự ám ảnh tâm thần* (AN 1.1-10) nêu lên các sự thúc đẩy bản năng của người đàn ông và người đàn bà tạo ra cả một thế giới dục tính cho họ, và bài thứ hai là *Bài giảng về hai kẻ bảo vệ thế giới* (AN 2.9) biểu trưng cho hai phẩm tính 'biết xấu hổ' và 'biết hối hận' giúp họ bảo vệ luân thường cho thế giới. Hai bài giảng này, thật hết sức rõ ràng, nêu lên các lời khuyên thuộc lãnh vực đạo đức xã hội, nhằm cảnh giác người đàn ông và người đàn bà trước các ý nghĩ đen tối của họ trong lãnh vực tính dục, có thể đưa đến các hành động đồi bại từ trong khung cảnh gia đình cho đến bên ngoài xã hội. Nếu hai bài thuyết giảng đó nêu lên các lời khuyên mang tính cách đại chúng, áp dụng cho tất cả những người đàn ông và đàn bà trong xã hội, thì trái lại *Bài giảng cho Ānanda* (AN 3.32) trên đây nêu lên các lời giải thích về một cấp bậc tu tập và hiểu biết thật cao, dành cho một vị tỳ-kheo uyên bác trong Tăng đoàn là Ānanda.

Người tỳ-kheo thuật lại bài giảng này gọi Ānanda là Ngài Ānanda, điều đó cho thấy Ānanda là một vị tỳ-kheo 'trưởng lão' và uyên bác trong Tăng đoàn. Ngài Ānanda hỏi Đức Phật là trong lúc thiền định và sau khi đã thực hiện được thể dạng cảm nhận không có 'cái tôi', cũng không có bất cứ một thứ gì gọi là 'cái của tôi' cả, thì người hành thiền có còn ý thức được sự hiện hữu về con người của mình hay không, trong khi thân xác mình vẫn còn hàm chứa một tri thức. Thắc mắc đó nêu lên một thể dạng thực hiện thật sâu xa và vô cùng tinh tế trong phép luyện tập thiền định.

Nếu bài giảng về các sự ám ảnh trong tâm trí của người đàn ông và người đàn bà và bài giảng về hai kẻ bảo vệ thế giới là sự xấu hổ và biết hối hận, là hai bài giảng mang tính cách đại chúng, thì *Bài giảng cho Ānanda* (AN - 3.32) nêu lên thể dạng trống không của 'cái tôi' và những gì gọi là 'cái của tôi', là một bài giảng thuộc một cấp bậc tu tập thượng thặng, đã xóa bỏ được các ý nghĩ đen tối thúc đẩy bởi bản năng truyền giống. Điều đó cho thấy giáo lý của Đức Phật luôn mạch lạc, trung thực và chính xác, dù là giảng cho những người bình dị hay những người đã thực hiện được các cấp bậc quán thấy thật cao. Sự ý thức đó về nội dung và các cấp bậc hiểu biết trong các bài giảng thật hết cần thiết trong việc học hỏi và tìm hiểu Giáo huấn của Đức Phật.

Sau đây xin trích dẫn bản dịch *Bài giảng cho Ānanda* (AN 3.32) trong Đại Tạng Kinh tiếng Việt để bổ túc thêm cho bản dịch trên đây:

Aṅguttara Nikāya
IV. Phẩm Sứ Giả Của Trời
3.32. Ānanda

Rồi Tôn giả Ānanda đi đến Thế Tôn, sau khi đến, đảnh lễ Thế Tôn, rồi ngồi xuống một bên; ngồi xuống một bên, Tôn giả Ānanda bạch Thế Tôn:

—Rất có thể, bạch Thế Tôn, một Tỳ-kheo được định như vậy, trong cái thân có thức này, không có ngã kiến, ngã sở kiến, ngã mạn tùy miên; đối với tất cả tướng ở ngoài, không có ngã kiến, ngã sở kiến, ngã mạn tùy miên; và do chứng đạt và an trú tâm giải thoát, tuệ giải thoát, không có ngã kiến, ngã sở kiến, ngã mạn tùy miên; vị ấy có thể chứng đạt và an trú tâm giải thoát, tuệ giải thoát ấy.

—Rất có thể, này, Ānanda, một Tỳ-kheo được định như vậy ... có thể chứng đạt và an trú tâm giải thoát, tuệ giải thoát ấy.

—Như thế nào, bạch Thế Tôn, rất có thể, một Tỳ-kheo được định như vậy ... có thể chứng đạt và an trú tâm giải thoát, tuệ giải thoát ấy?

—Ở đây, này Ānanda, vị Tỳ-kheo suy nghĩ như sau: "Đây là an tịnh, đây là thù diệu, tức là chỉ tức tất cả hành, từ bỏ tất cả sanh y, đoạn tận tham, ly tham, đoạn diệt, Niết-bàn". Như vậy, này Ānanda, rất có thể Tỳ-kheo được định như vậy, ... có thể chứng đạt và an trú tâm giải thoát, tuệ giải thoát.

Lại nữa, này Ānanda, liên hệ đến vấn đề này, Ta đã nói như sau trong kinh tên là "Những câu hỏi của Puṇṇaka", chương về Pàràyana.

Do phân tích ở đời
Những vật cao và thấp
Với vị không dao động
Bởi vật gì ở đời,
An tịnh, không tối mù,
Không phiền muộn, không cầu
Ta nói người như vậy,
Đã vượt khỏi sanh già.

Nguyên văn bản dịch của HT Thích Minh Châu

Trong câu cuối bài giảng, Đức Phật có nhắc lại với người tỳ kheo Ānanda là Ngài đã từng nêu lên vấn đề này trong các câu trả lời cho các câu hỏi của Puṇṇaka. Các câu trả lời này được ghi chép trong Khuddakha Nikaya / Tiểu Bộ Kinh trong tập Sutta Nipāta / Kinh Tập và được đánh số là Sn 5.3. Vậy cũng xin trích dẫn thêm để bổ túc cho bản dịch Bài giảng cho Ānanda trên đây:

Các câu hỏi của Puṇṇaka

Puṇṇaka-manava Puccha - SN 5.3

(Dựa theo các bản dịch tiếng Anh của Thanissaro Bhikkhu và John Ireland)

Puṇṇaka là một vị tỳ-kheo trong Tăng đoàn. Các chi tiết về nhân vật này sẽ được nêu lên trong phần ghi chú. Sau đây là các câu hỏi của Puṇṇaka và các câu trả lời của Đức Phật:

Puṇṇaka [hỏi Đức Phật]:

Trước một vị không hề nao núng *(tức là Đức Phật)*,
Thấu triệt được cội nguồn [của mọi sự vật],
Kẻ [hèn mọn] này xin nêu lên một câu hỏi:
Tại sao lại có nhiều người sáng suốt *(seer / những người thấy xa hiểu rộng)*,
[Chẳng hạn như] các chiến binh cao quý, các vị Bà-la-môn *(tức là những người thuộc đẳng cấp cao nhất trong số bốn đẳng cấp xã hội)*,
Lại sử dụng việc cúng tế *(cúng dường lễ vật, kể cả việc hiến sinh trong Ấn giáo)* các vị Thiên nhân *(các vị Trời trong Ấn giáo)*?
Thưa Thế Tôn, xin khẩn cầu Thế Tôn hãy trả lời cho kẻ [hèn mọn]

này về câu hỏi ấy.

Đức Phật [trả lời Puṇṇaka]:

Những con người sáng suốt ấy,
Các chiến binh cao quý ấy, các vị Bà-la-môn ấy,
Sở dĩ sử dụng việc cúng tế trong thế giới này
Để [mượn dịp] hiến dâng lễ vật cho các Thiên nhân,
Là vì họ ước mong, nhờ vào việc cúng tế bằng cách hiến dâng lễ vật ấy,
Họ sẽ vượt được xa hơn thể dạng hiện hữu này của họ *(được thụ hưởng nhiều hơn, được sống lâu hơn trong kiếp sống hiện tại và cả trong tương lai),*
Bởi vì họ [cảm thấy] mình ngày càng già đi.

Puṇṇaka:

Có những người sáng suốt,
[Họ là] các chiến binh cao quý, các vị Bà-la-môn,
[Thế nhưng] họ lại sử dụng việc cúng tế trong thế giới này,
Để hiến dâng lễ vật cho các vị thiên nhân.
Vậy thì, thưa Thế Tôn, khi chọn con đường *(phương tiện) cúng tế,*
Thì họ có vượt thoát được sự sinh và sự già nua hay không ?
Thưa Thế Tôn, xin khẩn cầu Thế Tôn hãy trả lời cho kẻ [hèn mọn] này về câu hỏi ấy.

Đức Phật:

[Chẳng qua là vì] họ luôn ước mong, thụ hưởng và thèm khát,
Nên họ thực hiện việc cúng tế.
Họ ước mong tìm được các thú vui dục tính,
Chạy theo các sự lợi lộc.
Ta bảo với Puṇṇaka rằng:
Những kẻ tự buộc vào cổ mình cái ách cúng tế,
Say mê sự thèm khát được hình thành,
Sẽ không sao thoát ra khỏi sự sinh và sự già nua.

Puṇṇaka:

Nếu những ai tự buộc vào cổ mình cái ách cúng tế,

Thì sẽ không sao vượt qua được dòng nước cuốn,
Vậy thì thưa Ngài, có những ai trong thế giới này,
Dù họ là thiên nhân hay con người,
Có thể vượt thoát được sự sinh và sự già nua hay chăng ?
Thưa Thế Tôn, xin khẩn cầu Thế Tôn hãy trả lời cho kẻ [hèn mọn] này về câu hỏi ấy.

Đức Phật:

Đấy là trường hợp của một người,
Khi đã thấu triệt được sự thăng trầm của thế giới (thấy xa hiểu rộng),
Thì sẽ chẳng có gì trong thế giới khiến người ấy phải xao xuyến,
Các thói hư (vices / các tật xấu, các ý nghĩ đồi bại) đều tan biến hết.
Không thèm khát, không dao động,
Người ấy sẽ tạo được cho mình sự an bình.
Ta bảo với Puṇṇaka rằng:
Người ấy đã thoát ra khỏi sự sinh và sự già nua.

Vài lời ghi chú

Puṇṇaka là một thanh niên còn trẻ, thương gia trong một đoàn xe lưu động (caravan). Tên gọi Puṇṇaka của người thanh niên này là một từ ghép (Puṇṇa+ka), Puṇṇa là tên gọi, ka có nghĩa là bình dị. Vào một dịp khi đoàn xe buôn đến kinh thành Sāvatthī (Xá Vệ) thì người thanh niên bình dị này được dịp nghe Đức Phật thuyết giảng, và sau đó đã quyết định rời bỏ đoàn thương buôn và xin gia nhập Tăng đoàn. Đức Phật rất chú ý đến người tỳ-kheo trẻ tuổi này. Một hôm Puṇṇaka xin Đức Phật thuyết giảng riêng cho mình một bài giảng giúp mình tự học hỏi và tu tập sau khi rời Tăng đoàn trở về quê quán của mình nơi xứ Sunāparanta. Đức Phật bèn giảng cho người tỳ-kheo Puṇṇaka một bài giảng mang tựa là *Puṇṇovāda Sutta / Các lời khuyên dành cho Puṇṇa*. Bài giảng này được ghi chép lại trong Majjima Nikaya / Trung Bộ Kinh và được đánh số MN 145. Sau khi trở về quê quán, người thanh niên Puṇṇa tiếp tục tu tập và đạt được cấp bậc Arahant / A-la-hán, sau đó thì đứng ra giảng dạy và quy tụ được rất nhiều môn đệ. Puṇṇaka, nay đã trở thành một vị thầy, dựng lên một chiếc am toàn bằng gỗ đàn hương, sau đó thì nhờ người mang một cành hoa biếu tặng Đức Phật, ngụ ý mời Đức Phật viếng quê hương mình. Đức Phật thân hành đến nơi này cùng với năm trăm vị Arahant trong Tăng đoàn. Ngài nghỉ một đêm trong chiếc am và sáng hôm sau thì cùng với đoàn tùy tùng ra đi trước khi mặt trời mọc (viết theo tư liệu của Wisdom Library).

Mạn phép giải thích dài dòng về các bài thuyết giảng của Đức Phật trên đây là nhằm mục đích nêu lên một thí dụ cụ thể, trước hết là sự mạch lạc và sau đó là các cấp bậc hiểu biết khác nhau trong Giáo huấn của Đức Phật. Vì vậy, mỗi khi muốn tìm hiểu một bài thuyết giảng của Đức Phật thì phải đặt nó trong khung cảnh không gian và thời gian của nó, cùng các tình tiết liên hệ với nó, kể cả cấp bậc hiểu biết và thấu triệt phù hợp với khả năng của người nghe. Nếu tách rời một bài giảng ra khỏi các khía cạnh và yếu tố đó, thì quả khó nắm bắt được ý nghĩa trung thực, sâu sắc và mạch lạc trong toàn bộ Dhamma của Đấng Thế Tôn.

Ngoài ra bài giảng về Các câu hỏi của Puṇṇaka trên đây cũng đã được cư sĩ học giả Nguyên Giác phiên dịch và bình giải trong quyển sách của ông mang tựa *Kinh Nhật Tụng Sơ Thời* (Ananda Viet Foundation, 2018, tr. 114-115). Do vậy cũng xin mạn phép trích dẫn dưới đây để độc giả tiện tham khảo thêm:

Sn 5.3 : Punnaka-Manava-Puccha
Các câu hỏi của Puṇṇaka
(dịch giả Nguyên Giác)

Lời mở đầu của dịch giả Nguyên Giác:

Nghi lễ tôn giáo vô ích. Cúng lễ, hiến tế vô ích. Giải thoát là người đã thấy được xa và gần trong thế giới này (has discerned far and near in the world). Xa và gần là gì? Có thể hiểu như Kinh Sn 5.2. Nhưng Kinh Sn 5.3 không nói gì về chặng giữa, cho nên "xa và gần" có thể hiểu như nhìn thấy trong chánh niệm các pháp tập khởi và biến diệt. Đức Phật cũng dạy là phải vắng lặng và tỉnh thức, và xa lìa tham với sân.

Tóm lược ý kinh: Vắng lặng và tỉnh thức, xa lìa tham sân. Chuyện nghi lễ, cúng tế chỉ vô ích.

Kinh này gồm các bài kệ từ 1043 tới 1048.

Bài giảng như sau:

1043. [Puṇṇaka] Đối trước người bất động, người đã thấy cội rễ, con xin nêu câu hỏi: Vì sao nhiều đạo sĩ, dân chúng, giới quý tộc và giới Bà la môn trong thế giới này cúng lễ các vị thiên? Xin Đức Phật trả lời cho con.

1044. [Đức Phật] Hỡi Puṇṇaka, bất kỳ các đạo sĩ, dân chúng, quý tộc và Ba la môn đó cúng lễ các vị thiên, vì họ khao khát tái sinh. Khi họ già yếu, họ cúng lễ.

1045. [Puṇṇaka] Các đạo sĩ, dân chúng, quý tộc và Bà la môn đó cúng lễ các vị thiên, dâng lễ hiến tế các vị thiên. Bạch Thế Tôn, những người tinh tấn theo con đường cúng lễ có vượt qua được sinh và già hay không? Xin Đức Phật trả lời cho con.

1046. [Đức Phật] Hy vọng, cầu nguyện, thèm khát và cúng lễ hiến tế. Thèm khát có niềm vui thọ lạc, như thế là họ muốn kiếm thêm. Do vậy họ cúng lễ hiến tế, ham muốn để tái sinh. Ta nói rằng, họ không vượt qua được sinh và già.

1047. [Puṇṇaka] Bạch Thế Tôn, nếu những người cúng lễ hiến tế không vượt qua sinh và già, thì ai trong cõi trời và người đã vượt qua được sinh và già. Xin Đức Phật trả lời cho con.

1048. [Đức Phật] Đó là người đã nhìn thấy xa và gần trong thế giới này, người không còn dao động dù ở đâu trong cõi này, người sống vắng lặng, tỉnh thức, không còn tham hay sân. Ta nói, người như thế đã vượt qua sinh và già.

Nguyên văn bản dịch và lời bình giải của học giả Nguyên Giác.

Tiếp theo dưới đây, chúng ta sẽ trích dẫn một bài thuyết giảng rất sâu sắc, mang tựa là *Bhava Sutta*, nêu lên sự chuyển động của thế giới:

Bài thuyết giảng về sự hiện hữu

Bhava Sutta - AN 3.76

(Dựa theo các bản dịch tiếng Anh của Thanissaro Bhikkhu, Bhikkhu Sujato, Piya Tan và bản dịch tiếng Pháp của Rémy)

«Một hôm, Ngài Ānanda tìm gặp Đấng Thế Tôn, khi gặp Ngài thì vái chào và ngồi sang một bên. Sau khi an tọa thì nêu lên với Đấng Thế Tôn một thắc mắc như sau: «Thưa Thế Tôn, người ta thường thốt lên 'Sự trở thành ! Sự trở thành!' (becoming ! becoming ! trong bản gốc tiếng Pali là: bhavo! bhavoti ! Có thể hiểu hậu ý trong câu thốt lên này như là một sự tuyệt vọng, bởi vì tất cả mọi sự trở thành nhất thiết đều đưa đến sự hủy hoại và tan biến, chẳng hạn như sự sinh sẽ đưa đến sự già nua và cái chết *(chúng ta sẽ trở lại với ý nghĩa sâu sắc của bài giảng này trong phần ghi chú dưới đây)*. Vậy thưa Thế Tôn, phải hiểu ý nghĩa mở rộng của sự trở thành *(bhava / sự trở thành và chữ này cũng có nghĩa là sự hiện hữu)* như thế nào?».

«Này Ānanda, nếu không có kamma *(hành động / nghiệp)* nào chín muồi *(tạo ra quả)* trong lãnh vực tính dục *(sensuality-property / các hình thức dục tính)* thì sự trở thành thuộc lãnh vực tính dục *(bằng phương cách tính dục)* có thể nhận biết được *(xảy ra được)* hay không? *(thay vì trực tiếp giải thích một cách tổng quát và mở rộng về sự 'trở thành' / becoming của mọi hiện tượng trong thế giới là gì, thì Đức Phật hướng thẳng thắc mắc của người tỳ-kheo Ānanda vào một khung cảnh cụ thể và thiết thực hơn, đó là sự 'trở thành' trong lãnh vực dục tính, đưa đến sự sinh và sự hiện hữu của một cá thể)*.

«Không, thưa Thế Tôn».

«Vì vậy, này Ānanda, khi tri thức chúng sinh còn bị tắc nghẽn bởi sự u mê, bủa vây bởi sự thèm khát, phát động *(established / vận hành, thiết đặt)* trong các cấp bậc thấp kém, thì kamma *(hành động / nghiệp)* sẽ là thửa ruộng, tri thức (consciousness) sẽ là hạt giống, sự thèm khát *(craving / sự bám víu, đam mê)* là hơi ẩm. Đấy là cách tạo ra sự tái trở thành *(renewed becoming / tái hiện hữu / tái hình thành)* trong tương lai.

«Này Ānanda, nếu không có kamma *(hành động / nghiệp)* nào chín muồi *(tạo ra quả)* trong lãnh vực hình-tướng *(form-property / thể tính, thể dạng hình tướng, và cũng có nghĩa là thân xác)* thì sự trở thành thể dạng hình-tướng có thể nhận biết được *(xảy ra được)* hay không?».

«Không, thưa Thế Tôn».

«Vì vậy, này Ānanda, khi tri thức chúng sinh còn bị tắc nghẽn bởi sự u mê, bị bủa vây bởi sự thèm khát, phát động trong các cấp bậc trung bình, thì kamma sẽ là thửa ruộng, tri thức sẽ là hạt giống, sự thèm khát sẽ là hơi ẩm. Đấy là cách tạo ra sự tái trở thành trong tương lai. Ý nghĩa của sự trở thành là như vậy».

«Vì vậy, này Ānanda, khi nào không có kamma chín muồi trong thể dạng phi-hình-tướng *(lãnh vực tâm thần và tâm linh)*, thì thể dạng phi-hình-tướng có thể nhận biết được hay không?».

«Không, thưa Thế Tôn».

«Vì thế, này Ānanda, khi tri thức của chúng sinh còn bị bị tắc nghẽn bởi sự u mê, bủa vây bởi sự thèm khát, phát động trong các cấp bậc cao siêu *(refined property / tinh tế / các chúng sinh thiêng liêng phi-hình-tướng)*, thì kamma sẽ là thửa ruộng, tri thức là sẽ hạt giống, sự thèm khát sẽ là hơi ẩm. Đấy là cách tạo ra sự tái trở thành *(tái hiện hữu)* trong tương lai.

«Này Ānanda, đấy là cách cho thấy tại sao lại có sự hiện hữu *(bhava / sự trở thành, sự hình thành)*».

(Câu kết luận trên đây cũng là câu trả lời cho Ānanda về sự trở thành là gì ? Vũ trụ, sự sống và con người luôn trong tình trạng chuyển động và trở thành. Đối với trường hợp của con người – dù là thuộc cấp bậc nào: thấp kém, bình dị hay thông thái – khi tâm thức họ vẫn còn bị chi phối bởi các sự u mê và thèm khát, thì họ không sao tránh khỏi sự tái hình thành)

Vài lời ghi chú

Bhava, tựa của bài giảng, là tiếng Pali và tiếng Phạn, là một thuật ngữ mang ý nghĩa rất bao quát và đa dạng. Ngoài hai ý nghĩa chính là sự trở thành (becoming) và sự hiện hữu (existence) chữ bhava còn phản ảnh một sự chuyển động, một quá trình diễn tiến đưa đến sự hình thành, tạo ra một sự sinh mới, một sự tái hiện hữu (renewed existence). Ý nghĩa của chữ bhava vì thế rất đa dạng, điều này cho thấy trước hết tại sao người tỳ-kheo Ānanda lại hỏi Đức Phật về ý nghĩa mở rộng của chữ này, sau đó là tại sao các bản dịch sang các ngôn ngữ

Tây phương của các dịch giả khác nhau lại mang nhiều tựa khác nhau. Bản dịch của nhà sư Thanissaro Bhikkhu mang tựa là *Becoming / Sự trở thành*, bản dịch của Rémy và Piaya Tan thì mang tựa là *Existence / Sự hiện hữu*. Trong khi đó thì bản dịch của nhà sư Bhikkhu Sujato lại mang tựa là *Paṭhamabhavasutta* (Paṭhama+bhava+sutta), có nghĩa là *Bài giảng thứ nhất về sự hiện hữu*. Chữ Paṭhama trong chữ Paṭhamabhavasutta có nghĩa là tiên khởi hay đầu tiên, lý do là vì bài giảng này có đến hai phiên bản: AN 3.76 và AN 3.77. Hai phiên bản này gần như hoàn toàn giống nhau, điều này cho thấy có thể là cùng một bài giảng nhưng đã được hai vị tỳ-kheo khác nhau thuật lại (?). Nhà sư Bhikkhu Sujato và cư sĩ học giả Piya Tan dịch cả hai phiên bản này.

Bải giảng được xếp trong Aṅguttara Nikāya / Tăng Chi Bộ Kinh, gộp chung hơn chín ngàn câu giảng ngắn. Các câu này lại được phân loại bằng cách dựa vào các đặc tính giống nhau và được xếp chung trong 11 Nipāta. Chữ Nipāta có nghĩa là một loạt, một nhóm hay một cụm gồm các câu giảng và các bài giảng có một vài đặc tính giống nhau, kinh sách tiếng Việt gọi các Nipāta này là các Chương. Đặc tính giống nhau trong mỗi nhóm hay mỗi chương là con số yếu tố nêu lên trong các câu hay các bài thuyết giảng: nhóm thứ nhất nêu lên một yếu tố, nhóm thứ hai nêu lên hai yếu tố, và tiếp tục tăng dần như thế cho đến nhóm 11, nêu lên 11 yếu tố. *Bài giảng về sự trở thành / Bhava Sutta* trên đây nêu lên ba yếu tố: thửa ruộng biểu trưng cho ý niệm về cung cách hành xử (conduct in deed); hạt giống liên hệ với hậu quả phát sinh từ các 'hành động'/ kamma trong quá khứ, biểu trưng cho lãnh vực tâm thần (thought); hơi ẩm biểu trưng cho tác ý, ngôn từ, cử chỉ, nói chung là các 'hành động' / kamma trong hiện tại. Bài giảng nêu lên ba yếu tố tất cả, do vậy được xếp vào Nipāta thứ 3 (Tika Nipāta). Các câu giảng trong Nipāta lại được phân chia và gộp chung với nhau thành từng bài giảng, và bài giảng trên đây là bài giảng thứ 76 trong toàn bộ Aṅguttara Nikāya / Tăng Chi Bộ Kinh. Tóm lại bài giảng này được đánh số là AN 3.76.

Thoạt nhìn, trên phương diện nội dung, thì Bài giảng về sự trở thành trên đây, tuy ngắn và khá đơn giản, thế nhưng rất súc tích và khúc chiết. Khi người đệ tử Ānanda hỏi Đức Phật về ý nghĩa của sự trở thành (bhava / sự hình thành, sự hiện hữu, sự tái hiện hữu) là gì, thì Đức Phật không trực tiếp trả lời thắc mắc đó của người đệ tử trên phương diện tổng quát, liên quan đến sự hiện hữu của tất cả mọi hiện tượng trong vũ trụ, mà hướng vào một lãnh vực giới hạn hơn, đó là sự trở thành của chúng sinh trong thế giới của sự sống. Đức Phật cho biết là tất cả mọi chúng sinh được hình thành bằng phương cách tính dục nhất loạt đều vướng mắc vào chu kỳ của sự trở thành tạo ra một sự tái hình thành. Dù họ là các chúng sinh thấp kém, bình dị hay cao siêu phi-hình-tướng thì cũng vậy, khi mà tâm thức của họ vẫn còn bị 'tắc nghẽn bởi sự u mê, ngăn chận bởi các sự thèm khát' thì họ không sao tránh khỏi sự trở thành (bhava).

Nếu câu giải thích về sự trở thành hướng người đệ tử Ānanda vào một lãnh vực giới hạn là sự tái hiện hữu của các chúng sinh trong sự sống, thì câu kết luận mở ra cho người đệ tử này một tầm nhìn bao quát hơn: 'Này Ānanda, đấy là cách cho thấy tại sao lại có sự hiện hữu (bhava / sự trở thành, sự hình thành với ý nghĩa bao quát và mở rộng của nó)'. Sự xoay vần của từng mỗi chúng sinh đều hòa nhập vào sự xoay vần chung của toàn thể vũ trụ. Nếu chúng sinh cùng xoay vần với nhau qua các chu kỳ của sự sinh, sự già nua và cái chết trong lãnh vực của sự sống, thì các hiện tượng trong vũ trụ cũng cùng xoay vần với nhau qua không gian và thời gian để cùng nhau biến đổi và hình thành.

Người tỳ kheo Ānanda hỏi Đức Phật: *'Sự trở thành ! Sự trở thành! Những thứ ấy là gì?'*. Đức Phật trả lời: 'Sinh ra bằng phương cách tính dục là một hình thức của sự trở thành / Bhava. Kamma của quá khứ là thửa ruộng, tri thức là hạt giống gieo vào thửa ruộng, sự u mê và sự thèm khát là hơi ẩm giúp cho hạt giống nảy mầm. Đấy gọi là sự trở thành'. Sự chuyển động và biến đổi đó của con người và các hiện tượng trong vũ trụ nhất loạt đều là một sự trở thành, cả hai sự chuyển động đó cùng chia xẻ một yếu tố chung, một kích thước chung: đó là không gian và thời gian. Khi nào không có bất cứ một kamma nào chín muồi trong lãnh vực dục tính thì sẽ không có một thửa ruộng nào để gieo một hạt giống vào đó. Dù trong trường hợp hạt giống được gieo vào thửa ruộng đi nữa, thế nhưng nếu không có mưa sa của sự thèm khát, thì hạt giống cũng sẽ không sao nảy mầm được? Loại bỏ được hơi ẩm, mang lại sự 'khô ráo' và 'tinh khiết' cho tâm thức, là cách giúp một cá thể đứng ra bên ngoài sự diễn tiến trong thế giới của sự sống và cả vũ trụ của sự trở thành.

Tiếc thay ruộng đồng và mưa sa lại là bản chất của cái thế giới mà mỗi người trong chúng ta tự tạo ra cho mình. Trong thế giới đó chúng ta luôn cầu mong mưa thuận gió hòa, thế nhưng cây cỏ mọc lên thì lại thường là gai góc và cỏ dại. Tuy nhiên đôi khi những gì mọc lên từ thửa ruộng cũng có thể là một bông lúa chín vàng hay một cành hoa thơm ngát. Chúng sinh có thể là những kẻ hung dữ đần độn, hoặc hiền lành và bình dị, nhưng cũng có thể là những con người nhân từ, biết yêu thương và sáng suốt. Thế nhưng các thứ ấy, từ ruộng đồng, mưa sa, cho đến chúng sinh, tất cả đều là những sự trở thành. Mỗi cá thể tự tạo ra cho mình một sự trở thành, và điều đáng quan tâm và đáng tiếc là mỗi cá thể lại mượn sự trở thành đó của mình để nhìn vào thế giới, tiếp xúc với thế giới, và dựa vào đấy để tạo ra cho mình một thế giới luôn trong tình trạng trở thành. Thế giới trở thành đó trong nội tâm của mỗi cá thể cùng chuyển động với cá thể ấy để cùng gia nhập vào sự trở thành của sự sống nói chung. Sự trở thành đó của chúng sinh và sự sống lại tiếp tục gia nhập với sự trở thành của các hiện tượng vật lý trong không gian, để cùng nhau chuyển động và tương tác với nhau để tạo ra sự trở thành của cả vũ trụ. Sự trở thành to rộng đó phản ảnh cả ba khía cạnh của hiện thực: hiện tượng học (Phenomenology), tâm lý học (Psychology) và vũ trụ học (Cosmology). Đấy là ý nghĩa trong câu hỏi của người tỳ-kheo Ānanda và các câu trả lời và giải thích của Đức Phật.

Ngoài ra, nhà sư Thanissaro Bhikkhu trong phần ghi chú cuối bản dịch của bài giảng này có nêu lên một điểm khá tế nhị và sâu sắc, liên quan đến sự hiểu biết về sự trở thành, và điểm tế nhị này cũng đã được nêu lên trong một quyển sách của ông mang tựa *The Paradox of Becoming / Sự Nghịch lý của sự Trở thành*. Thật vậy, sự trở thành hay hình thành là nguồn gốc của khổ đau, của sự già nua và cái chết, thế nhưng chúng sinh thì lại bị ám ảnh bởi sự trở thành, say mê sự trở thành, mong muốn được tiếp tục trở thành. Độc giả có thể xem quyển sách rất sâu sắc này của nhà sư Thanissaro Bhikkhu trên mạng.

Sau hết cũng mạn phép trích dẫn bản dịch bài giảng này trong Đại

Tạng Kinh tiếng Việt, bản tiếng Hán và cả bản gốc bằng tiếng Pali, hầu độc giả tiện tham khảo thêm nếu cần:

1-Bản dịch trong Đại Tạng Kinh:

VIII. Phẩm Ānanda
3.76. Hiện Hữu (存 在)

(nguyên nghĩa của hai chữ Hán này là sự 'tồn tại')

Rồi Tôn giả Ānanda đi đến Thế Tôn, sau khi đến, đảnh lễ Thế Tôn rồi ngồi xuống một bên. Ngồi xuống một bên, Tôn giả Ānanda bạch Thế Tôn:

—Hữu, hữu *(有,有 / có, có)*, bạch Thế Tôn, được nói đến như vậy. Cho đến như thế nào, bạch Thế Tôn, được xem là có hữu?

—Này Ānanda, nếu không có hành động (nghiệp) và sự chín muồi của dục giới thời dục hữu có thể trình bày được không?

—Thưa không, bạch Thế Tôn.

—Như vậy, này Ānanda, nghiệp là thửa ruộng, thức là hột giống, ái là sự nhuận ướt. Chúng sanh bị vô minh che lấp, bị ái trói buộc, nên thức được an lập trong giới thấp kém. Như vậy, trong tương lai có sự tái sanh sanh khởi. Như vậy, này Ānanda, hữu có mặt.

—Và này Ānanda, nếu không có hành động và sự chín muồi của sắc giới, thời sắc hữu có thể trình bày được không?

—Thưa không, bạch Thế Tôn.

—Như vậy, này Ānanda, nghiệp là thửa ruộng, thức là hột giống, ái là sự nhuận ướt. Chúng sanh bị vô minh che lấp, bị ái trói buộc, nên thức được an lập trong giới bậc trung. Như vậy, trong tương lai có sự tái sanh sanh khởi. Như vậy, này Ānanda, hữu có mặt.

—Và này Ānanda, nếu không có hành động và sự chín muồi của vô sắc giới, thời vô sắc hữu có thể trình bày được không?

—Thưa không, bạch Thế Tôn.

—Như vậy, này Ānanda, nghiệp là thửa ruộng, thức là hột giống, ái là sự nhuận ướt. Chúng sanh bị vô minh che lấp, bị ái trói buộc, nên thức được an lập trong giới bậc thù thắng. Như vậy, trong tương lai có sự tái sanh sanh khởi. Như vậy, này Ānanda, hữu có mặt.

Nguyên văn bản dịch của HT Thích Minh Châu

2-Bản dịch trong Dại Tạng Kinh tiếng Hán :

增支部3集76經

有經第一

Hữu Kinh Đệ Nhất

(Bài kinh thứ nhất nói về sự hiện hữu / Paṭhama Bhava Sutta)

那時，尊者阿難去見世尊。抵達後，向世尊問訊，接著在一旁坐下。在一旁坐好後，尊者阿難對世尊這

麼說：

「大德！被稱爲『有、有』*(Hữu, Hữu / Có, Có)*，大德！什麼情形是有呢？」

「阿難！如果沒有欲界報果的業，你們是否能安立欲有呢？」

「不，大德！」

「阿難！像這樣，業爲田地，識爲種子，渴愛爲濕潤，無明所蓋、渴愛所繫之眾生的識被住立在卑劣

界，這樣，有未來再生的誕生。

阿難！如果沒有色界報果的業，你們是否能安立色有呢？」

「不，大德！」

「阿難！像這樣，業爲田地，識爲種子，渴愛爲濕潤，無明所蓋、渴愛所繫之眾生的識被住立在中位

界，這樣，有未來再生的誕生。

阿難！如果沒有無色界報果的業，你們是否能安立無色有呢？」

「不，大德！」

「阿難！像這樣，業爲田地，識爲種子，渴愛爲濕潤，無明所蓋、渴愛所繫之眾生的識被住立在勝妙

界，這樣，有未來再生的誕生。

阿難！這樣是有。」

3-Bản gốc bằng tiếng Pali:

Bhava Sutta - AN 3.76

(Bài thuyết giảng về sự trở thành)

Atha kho āyasmā ānando yena bhagavā tenupasaṅkami; upasaṅkamitvā bhagavantaṁ abhivādetvā ekamantaṁ nisīdi. Ekamantaṁ nisinno kho āyasmā ānando bhagavantaṁ etadavoca:

«bhavo, bhavoti *(sự Trở thành, sự Trở thành / sự Hiện hữu, sự Hiện hữu)*, bhante, vuccati. Kittāvatā nu kho, bhante, bhavo hotī » ti?

« Kāmadhātuvepakkañca, ānanda, kammaṁ nābhavissa, api nu kho kāmabhavo paññāyethā »ti?

«No hetaṁ, bhante ».

«Iti kho, ānanda, kammaṁ khettaṁ, viññāṇaṁ bījaṁ, taṇhā sneho. Variant: sneho → sineho (bj, sya-all, km, pts1ed)Avijjānīvaraṇānaṁ sattānaṁ taṇhāsaṁyojanānaṁ hīnāya dhātuyā viññāṇaṁ patiṭṭhitaṁ evaṁ āyatiṁ punabbhavābhinibbatti hoti. (...) Variant: āyatiṁ → āyati (bj) | (...) → (evaṁ kho ānanda bhavo hotīti) (mr)

Rūpadhātuvepakkañca, ānanda, kammaṁ nābhavissa, api nu kho rūpabhavo paññāyethā »ti?

«No hetaṁ, bhante».

«Iti kho, ānanda, kammaṁ khettaṁ, viññāṇaṁ bījaṁ, taṇhā sneho. Avijjānīvaraṇānaṁ sattānaṁ taṇhāsaṁyojanānaṁ majjhimāya dhātuyā viññāṇaṁ patiṭṭhitaṁ evaṁ āyatiṁ punabbhavābhinibbatti hoti. (...) Variant: (...) → (evaṁ kho ānanda bhavo hotīti) (mr)

Arūpadhātuvepakkañca, ānanda, kammaṁ nābhavissa, api nu kho arūpabhavo paññāyethā »ti?

«No hetaṁ, bhante».

«Iti kho, ānanda, kammaṁ khettaṁ, viññāṇaṁ bījaṁ, taṇhā sneho. Avijjānīvaraṇānaṁ sattānaṁ taṇhāsaṁyojanānaṁ paṇītāya dhātuyā viññāṇaṁ patiṭṭhitaṁ evaṁ āyatiṁ punabbhavābhinibbatti hoti. Evaṁ kho, ānanda, bhavo hotī »ti.

Dưới đây chúng ta lại trích dẫn một bài giảng khác trong Aṅguttara Nikāya / Tiểu Bộ Kinh, nêu lên sự quán thấy của Đức Phật về thế giới:

Bài thuyết giảng tại Kāḷaka

Kāḷaka Sutta - AN 4.24

(Dựa theo các bản dịch của Thanissaro Bhikkhu, Bhikkhu Sujato, Bhikkhu Bodhi)

Vào một dịp khi Đấng Thế Tôn đang ngụ gần nơi thị trấn Sāketa *(một trong số sáu thị trấn lớn của đế quốc Kosala / Kiêu-tát-la)* trong khu rừng thưa Kāḷaka *(vào thời bấy giờ, các đô thị, làng mạc, thôn ấp đều dành ra một khu đất hoang dùng làm nơi nghỉ chân hoặc tạm trú cho những người tu hành khất thực thuộc mọi tín ngưỡng. Chẳng hạn như thị trấn Vārāṇasī / Ba-la-nại dành ra một khu rừng cách đó khoảng mười cây số là Sārnāth / Lộc uyển, tại nơi này Đức Phật, sau khi đạt được Giác ngộ, đã gặp lại năm vị đồng tu với mình trước kia),* Ngài cho gọi các tỳ-kheo và nói với họ: «Này các tỳ-kheo!»

Các tỳ kheo đáp lại: «Vâng, thưa Thế Tôn»

Đấng Thế Tôn nói tiếp: «Này các tỳ-kheo, đối với bất cứ một thứ gì trong thế giới này – trong đó gồm có các Thiên nhân (Deva), Ma vương (Māra), Phạm-thiên *(Brahma / các vị Trời trong Ấn giáo)* cùng toàn thể thế hệ này gồm những người tu hành, các vị Bà-la-môn *(các giáo sĩ trong Ấn giáo và những người thuộc đẳng cấp cao nhất trong xã hội)*, kể cả vua chúa và dân gian – mà ta trông thấy, nghe thấy, cảm thấy, biết đến, đạt được, truy tìm, suy ngẫm trong tâm trí, thì ta đều hiểu biết tất cả. Những gì [mà ta] trông thấy, nghe thấy, cảm thấy, nhận biết, hiện lên, hiển hiện trở lại, suy ngẫm trong tâm trí, thì ta đều hiểu biết một cách trực tiếp *(thấu triệt được ngay, do mình và bởi chính mình, không cần phải suy xét hay lý luận)*. Tathāgata thực hiện được sự hiểu biết đó, thế nhưng Tathāgata không hề để cho các sự hiểu biết đó chiếm giữ *(establish / thiết đặt, củng cố)* một vị thế nào bên trong Tathāgata.

(Câu trên đây vô cùng quan trọng, phản ảnh nền tảng triết học và tâm lý học Phật giáo: dù là bất cứ một thứ gì trong thế giới này mà Đức Phật trông thấy, nghe thấy, cảm thấy, biết đến, khám phá, suy ngẫm trong tâm trí, thì nhất loạt Đức Phật đều thấu triệt được một cách sâu xa và tuyệt đối. Thế nhưng Đức Phật không hề để cho các sự hiểu biết trực tiếp đó áp đặt mình, chi phối mình, lôi cuốn mình vào thế giới, mà chỉ xem đấy là cách giúp mình thoát ra khỏi thế giới. Nói một cách khác thì Đức Phật thấu triệt được sự vận hành của thế giới nhưng không tham gia vào sự vận hành đó của thế giới, mà chỉ xem đấy như là một phương tiện, một sự ý thức, giúp mình đứng ra bên ngoài thế giới. Tóm lại, có thể xem câu phát biểu trên đây của Đức Phật – hiểu biết thế giới để thoát ra khỏi thế giới – như là tiền đề trong toàn bộ Giáo huấn của Đức Phật. 'Những gì trông thấy, nghe thấy...' là các ý niệm liên quan đến lãnh vực sinh học (Biology) và hiện tượng học (Phenomenology). 'Không để cho các điều ấy chiếm giữ một vị thế nào trong tâm thức...' là ý niệm liên quan đến lãnh vực tâm lý học (Psychology). 'Thoát ra khỏi thế giới, đứng ra bên ngoài thế giới...' là ý niệm liên quan đến triết học siêu hình (Metaphysics). Đấy là ba khía cạnh chủ yếu trong toàn bộ Giáo huấn của Đức Phật).

«Nếu ta buộc phải nói lên: 'Tôi không biết gì cả về thế giới này [...], [dù là] đối với bất cứ một thứ gì được trông thấy, nghe thấy, cảm thấy ? [...], suy ngẫm trong tâm trí', thì đấy là ta nói dối. Nếu ta buộc phải nói lên: 'Tôi biết nhưng tôi cũng không biết về thế giới này *(cách nói nước đôi)*, dù là đối với bất cứ một thứ gì trong thế giới [...] được trông thấy, nghe thấy, cảm thấy, nhận biết [...], suy ngẫm trong tâm trí, thì cũng vậy, đấy là cách mà ta nói dối. Nếu ta buộc phải nói lên: 'Tôi không biết nhưng cũng không phải là không biết những gì trong thế giới này, dù là đối với bất cứ một thứ gì được trông thấy, nghe thấy, cảm thấy, nhận biết [...], suy ngẫm trong tâm trí, thì đấy là cách mà ta phạm vào sự sai trái *(fault / lầm lỗi, sơ sót / một hình thức tránh né)*.

«Vì vậy, này các tỳ-kheo, khi Tathāgata trông thấy một cái gì đó được trông thấy, thì Tathāgata không xem đấy như là [một đối tượng] được trông thấy (as seen). Tathāgata cũng không xem đấy như là [một đối tượng] không trông thấy *(unseen / một hình thức phủ nhận).* Tathāgata cũng không xem đấy là [một đối tượng] có thể trông thấy được (to-be-seen). [Hơn nữa] Tathāgata cũng không xem mình là người trông thấy *(a seer / một chủ thể trông thấy).*

(Câu trên đây được lặp lại với các trường hợp 'nghe thấy', 'cảm thấy', 'từng biết đến', v.v... nhưng đã được thu ngắn)

«Vì vậy, này các tỳ-kheo, khi Tathāgata nghe thấy [...]

«Vì vậy, này các tỳ-kheo, khi Tathāgata cảm thấy [...]

«Vì vậy, này các tỳ-kheo, khi Tathāgata nhận biết về một cái gì đó được nhận biết, thì Tathāgata không xem đó như là một đối tượng được nhận biết. Tathāgata cũng không xem mình là người nhận biết *(với tư cách là một chủ thể. Nêu lên một sự phủ nhận hoàn toàn về chủ thể và cả đối tượng là cách nêu lên sự trống không tuyệt đối của tất cả mọi hiện tượng, không có gì được tạo tác, hình thành và hiện hữu cả).*

«Vì vậy, này các tỳ-kheo, Tathāgata luôn chỉ là 'Như Thế', không một mảy may thay đổi trước tất cả mọi hiện tượng được trông thấy, nghe thấy, cảm nhận và nhận thức. Và ta cũng nói lên với các tỳ-kheo rằng: [ngoài ra] không có bất cứ một thể dạng 'Như Thế' nào khác lại có thể cao siêu và tuyệt vời hơn.

(Nhà sư Thanissaro Bhikkhu còn cho biết thêm là chữ 'Như thế' tiếng Pali là 'Tādin', tương đương với tiếng Anh là Such, Like that, có nghĩa là tâm thức thăng bằng, bình lặng và trong sáng của một người tu tập đã thành đạt, một tâm thức đúng với nó 'chỉ là như thế'. Tâm thức đó không thể mô tả được, cũng không thể nói ra được, một tâm thức không hề xao xuyến cũng không hề suy thoái. Sự nhận xét trên đây của nhà sư Thanissaro rất tinh tế: nếu không có chủ thể thì lấy ai 'mô tả' hay 'nói ra', nếu không có đối tượng thì nào có gì để mà 'xao xuyến' hay 'suy thoái').

«Bất cứ một thứ gì được trông thấy, nghe thấy và cảm nhận được,

Mà các kẻ khác bám chặt vào đấy và xem đấy là thật,

Thì một người chỉ là Như Thế *(Như Lai)*

Giữa những con người bám víu đó,

Sẽ không xem đấy là thật cũng không xem đấy là giả mạo.

«Từ lâu ta đã trông thấy rõ mũi tên [tẩm thuốc độc] đó,

Mà không biết bao nhiêu thế hệ con người,

Đã bám chặt vào nó và chết vì nó,

'Ta biết, ta trông thấy: tất cả cũng chỉ là như thế !'

Tathāgata không hề vướng mắc vào bất cứ một thứ gì cả».

(Đức Phật đứng ra ngoài sự chuyển động của thế giới sự sống và cả vũ trụ trong thể dạng trở thành, điều đó cũng có nghĩa là Đức Phật đứng ra ngoài hai yếu tố không gian và thời gian là hai thành phần chung của thế giới sự sống và của cả thế giới vật lý. Đấy là cách mà Đức Phật hòa nhập với hiện thực tại nơi này và trong thời điểm này, một cách thoát ra khỏi không gian và thời gian. Điều đó cho thấy Đức Phật có thể là đang đứng bên cạnh chúng ta tại nơi này, trong thời điểm này, thế nhưng trong khi đó thì chúng ta không hề ý thức được sự hiện hữu đó của Đức Phật, chẳng qua là vì chúng ta luôn ở thể dạng chuyển động trong không gian và cả thời gian, trong khi Đức Phật thì đứng yên một cách tự tại – ít nhất là qua tâm thức sâu xa của Ngài, một tâm thức vượt lên trên cả hai kích thước không gian và thời gian)

Vài lời ghi chú

Bài giảng thật căn bản và chủ yếu, nêu lên một sự vượt thoát hoàn toàn ra khỏi thế giới hiện tượng, một sự vượt thoát tuyệt đối: không có chủ thể nhận biết, cũng không có đối tượng được nhận biết. Điều đó nói lên một sự xóa bỏ toàn diện các hiện tượng trong thế giới, sự chuyển động của chúng trong thế giới và cả sự tương tác giữa chúng và các sự tạo tác (saṅkhāra) trong tâm thần của một cá thể. Sự xóa bỏ tuyệt đối đó phản ảnh ý niệm về sự trống không của thế giới hiện tượng trong triết học Phật giáo.

Thế giới hiện ra với một cá thể xuyên qua ngũ giác và tâm thần của cá thể ấy qua sự chuyển động thường xuyên của chúng, vì vậy nếu nói lên là 'tôi không biết' hay 'tôi biết nhưng cũng không biết' là nói dối, hoặc nói lên là 'tôi không biết nhưng cũng không phải là tôi không biết' thì đấy là một cách tránh né, một cách nói sai. Đức Phật trông thấy, nghe thấy, cảm thấy, nhận biết... được tất cả, hiểu biết được tất cả, thấu triệt được tất cả những gì mình trông thấy, nghe thấy..., và Đức Phật cũng khẳng định và xác nhận các điều đó, thế nhưng Đức Phật đứng ra ngoài các hiện tượng được trông thấy, nghe thấy... Đứng ra ngoài ở đây không có nghĩa là dửng dưng, tránh né hay khước từ sự hiểu biết, mà trái lại là một sự hiểu biết tinh tế, một thái độ hành xử sâu xa trước các hiện tượng trong thế giới, các sự vận hành của thế giới, tất cả cũng chỉ là như thế.

Xem các thứ ấy là các đối tượng rất thật để bám chặt vào chúng thì đấy là cách biến chúng trở thành một mũi tên tẩm thuốc độc, 'mà không biết bao nhiêu thế hệ con người đã bám chặt vào nó và chết vì nó'. Chiến tranh, hận thù, xung đột chưa bao giờ chấm dứt trên toàn thế giới, tất cả chẳng qua là vì mỗi con người trong chúng ta đều cho rằng những gì mình trông thấy, nghe thấy... là thật, là đúng, là hữu lý để bám víu vào chúng, đuổi bắt chúng, hòa mình với chúng, cố gắng thực hiện chúng bằng được.

Đức Phật đứng ra ngoài các đối tượng của sự trông thấy, nghe thấy..., đồng thời cũng phủ nhận cả chủ thể của các hành động (kamma) trông thấy, nghe thấy... Vượt lên trên và ra bên ngoài cặp đối ngẫu chủ thể và đối tượng để cảm nhận được sự trống không tuyệt đối của hiện thức chính là sự Giải thoát nêu lên trong Giáo huấn của Đấng Thế Tôn.

Dưới đây chúng ta lại tiếp tục trích dẫn một bài giảng khác mang tựa là *Bài thuyết giảng về một món nợ / Iṇa Sutta* - AN 6.45 :

Bài thuyết giảng về một món nợ

Iṇa Sutta - AN 6.45

(Dựa theo ba bản dịch tiếng Anh của Thanissaro Bhikkhu, Bhikkhu Sujato, Piya Tan và một bản dịch tiếng Anh không thấy ghi tên dịch giả trên trang mạng Suttafreinds, cùng một bản dịch tiếng Pháp của Bhikkhu Sekha)

«Này các tỳ kheo, nỗi khổ của một người chạy theo (đuổi bắt, lăn mình vào) các thú vui dục tính nào có khác gì với nỗi khổ của một người nghèo khó trong thế giới này».

« Quả là như vậy, thưa Thế Tôn».

«Này các tỳ kheo, nỗi khổ của một người nghèo khó, thiếu thốn mọi mặt, lâm vào cảnh nợ nần, nào có khác gì với nỗi khổ của một người chạy theo các thú vui dục tính trong thế giới này *(người nghèo khó mơ ước được một miếng ăn ngon, người chạy theo các thú vui dục tính tơ tưởng các sự thích thú dục tính, cả hai đều là những người thiếu thốn, thèm khát và khổ đau như nhau)*».

«Quả là như vậy, thưa Thế Tôn».

«Này các tỳ kheo, nỗi khổ của một người nghèo khó, thiếu thốn mọi mặt, lâm vào cảnh nợ nần, phải trả tiền lãi cho các món nợ của mình, nào có khác gì với nỗi khổ của một người chạy theo các thú vui dục tính trong thế giới này».

«Quả là như vậy, thưa Thế Tôn».

«Này các tỳ-kheo, nỗi khổ của một người nghèo khó, thiếu thốn, lâm vào cảnh nợ nần, không trả được tiền lãi đúng hạn kỳ, bị chủ nợ trách cứ, nào có khác gì với nỗi khổ của một người chạy theo các thú vui dục tính trong thế giới này».

«Quả là như vậy, thưa Thế Tôn».

«Này các tỳ-kheo, nỗi khổ của một người nghèo khó, thiếu thốn, lâm vào cảnh nợ nần không trả được, chủ nợ trách cứ và kết tội, nào có khác gì với nỗi khổ của một người chạy theo các thú vui dục tính trong thế giới này».

«Quả là như vậy, thưa Thế Tôn».

«Này các tỳ-kheo, nỗi khổ của một người nghèo khó, thiếu thốn, lâm vào cảnh nợ nần, bị kết tội và bị giam vào ngục, nào có khác gì với nỗi khổ của một người chạy theo các thú vui dục tính trong thế giới này».

«Quả là như vậy, thưa Thế Tôn».

«Này các tỳ-kheo, nỗi khổ trong cảnh nghèo khó trong thế giới này nào có khác gì với nỗi khổ của một người chạy theo các thú vui dục tính. Tiền lãi phải trả là một nỗi khổ trong thế giới này, nỗi khổ đó nào có khác gì với nỗi khổ của một người chạy theo các thú vui dục tính. Tiền lãi phải trả là một nỗi khổ trong thế giới này, nỗi khổ đó nào có khác gì với nỗi khổ của một người chạy theo các thú vui dục tính. Bị trách cứ là nỗi khổ trong thế giới này, nỗi khổ đó nào có khác gì với nỗi khổ của một người chạy theo các thú vui dục tính. Tù tội là một nỗi khổ trong thế giới này, nỗi khổ đó nào có khác gì với nỗi khổ của một người chạy theo các thú vui dục tính.

«Cũng tương tự như vậy, này các tỳ-kheo, một người không phát động được một sự tin tưởng nào trước sự lợi ích của các phẩm giá cao quý hơn, không biết xấu hổ trước sự lợi ích của các phẩm giá cao quý hơn, không cảm thấy hối tiếc trước sự lợi ích của các phẩm giá cao quý hơn, thiếu nghị lực trước sự lợi ích của các phẩm giá cao quý hơn, không ý thức được sự khác biệt trước sự lợi ích của các phẩm giá cao quý hơn, thì trong lãnh vực khuôn phép của những người tu tập cao quý, người ấy sẽ chẳng khác gì như một kẻ khổ sở, thiếu thốn và bần hàn.

«Con người ấy – kẻ khổ sở ấy, kẻ thiếu thốn và bần hàn ấy, không có một sự tin tưởng *(cương quyết)* nào trước sự lợi ích của các phẩm giá cao hơn ..., không biết xấu hổ..., không cảm thấy hối tiếc..., thiếu nghị lực..., không nhận thấy được sự khác biệt trước sự lợi ích của các phẩm giá cao hơn – dấn thân vào con đường thiếu đạo hạnh trong lãnh vực thân xác, dấn thân vào con đường thiếu đạo hạnh trong lãnh vực ngôn từ, dấn thân vào con đường thiếu đạo hạnh trong lãnh vực tâm thần. Đấy là những gì mà ta gọi là món nợ mà người ấy phải trả.

«Nhằm mục đích che giấu hành vi thiếu đạo hạnh ấy trong lãnh vực thân xác, người ấy tạo ra cho mình một sự mong muốn xấu xa: 'Mong sao kẻ khác không hề biết đến hành vi trên thân xác ấy của tôi'. Người ấy mong muốn kẻ khác không hề biết đến hành vi trên thân xác ấy của mình. Người ấy ăn nói với chủ đích khiến kẻ khác không nghi ngờ gì cả về hành vi trên thân xác ấy của mình. Người ấy cố gắng làm cho kẻ khác không hề biết đến hành vi liên quan đến thân xác này của mình.

«Nhằm mục đích che giấu hành vi thiếu đạo hạnh ấy trong lãnh vực ngôn từ, người ấy tạo ra cho mình một sự mong muốn xấu xa: 'Mong sao kẻ khác không hề biết đến hành vi ngôn từ của tôi'. Người ấy mong muốn kẻ khác không hề biết đến hành vi ngôn từ ấy của mình. Người ấy ăn nói nhằm chủ đích khiến kẻ khác không nghi ngờ gì cả về hành vi ngôn từ ấy của mình. Người ấy cố gắng làm cho kẻ khác không hề biết đến hành vi ngôn từ ấy của mình.

«Nhằm che giấu hành vi thiếu đạo hạnh trên phương diện tâm thần, người ấy tạo ra cho mình một sự mong muốn xấu xa: 'Mong sao kẻ khác không hề biết đến hành vi tâm thần *(các ý nghĩ)* của tôi'. Người ấy mong muốn kẻ khác không hề biết đến hành vi tâm thần ấy của mình. Người ấy ăn nói nhằm chủ đích khiến kẻ khác không nghi ngờ gì cả về hành vi tâm thần của mình. Người ấy cố gắng làm cho kẻ khác không hề biết đến hành vi tâm thần ấy của mình. Đấy là những gì mà ta gọi là tiền lãi *(interest / tiền lời)* [từ món nợ] mà người ấy phải trả [trong thế giới này]».

«Các vị đồng hành *(các vị đồng tu)* của người ấy có một cung cách hành xử ngay thật hơn trong cuộc sống thánh thiện, sẽ bàn bạc với nhau về người ấy: 'Vị đáng kính ấy (vị tu hành ấy) làm những việc như thế này, vị đáng kính ấy hành xử như thế kia'. Ta bảo với các tỳ-kheo rằng đấy là sự cảnh cáo *(notice / cảnh giác)* đối với người ấy.

«Khi người ấy *(người tỳ-kheo ấy)* đi vào một khu rừng, ngồi xuống dưới một gốc cây hoặc trong một túp lều bỏ hoang, thì các ý nghĩ kém đạo hạnh và tồi tệ ấy sẽ dấy lên trong tâm trí người ấy. Ta bảo với các tỳ-kheo rằng đấy là một người đáng bị tống cổ (hounded) [ra khỏi Tăng đoàn].

«Con người ấy - kẻ nghèo khó, thiếu thốn và bần hàn ấy – dấn thân vào các cung cách hành xử thiếu đạo hạnh trong lãnh vực thân xác, dấn thân vào cung cách hành xử thiếu đạo hạnh trong lãnh vực ngôn từ, dấn thân vào cung cách hành xử thiếu đạo hạnh trong lãnh vực tâm thần – lúc cái chết xảy ra và thân xác tan rã, tất sẽ rơi vào cõi địa ngục hay trong tử cung của một con thú. Ta không thể hình dung được một cảnh ngục tù nào có thể độc ác hơn, đớn đau hơn là cảnh bị giam cầm nơi cõi địa ngục hay trong tử cung của một con thú, và đấy cũng là một thứ chướng ngại ngăn chận sự nhẹ nhõm thật tuyệt vời mang lại từ sự lánh xa mọi sự ràng buộc [tính dục]».

Ta bảo rằng: Nghèo khó không những là nỗi khổ đau trong thế giới này,

Mà còn khiến rơi vào cảnh huống nợ nần!

Nợ nần trói chặt kẻ nghèo khó,

Nào khác gì với khổ đau bủa vây kẻ chạy theo các thú vui dục tính.

Một người bị nợ nần chồng chất,

Sẽ không sao tránh khỏi cảnh tôi đòi.

Càng lún sâu trong cảnh tôi đòi,

Người ấy càng cầu mong đạt được thật nhiều các thú vui dục tính.

Dù vậy, trong số các môn đệ cao quý *(những người tu hành)*

Vẫn có nhiều vị thiếu hẳn niềm tin *(no faith / thiếu cương quyết, không giữ được lời cam kết)*,

Họ là những người không biết xấu hổ vì đạo đức, không biết sợ hãi vì đạo đức.

Họ dấn thân vào các hành động xấu xa.

Thực thi các hành động tồi tệ trên thân thể,

Phạm vào các ngôn từ tệ hại,

Phát động một tâm thần xấu xa,

[Thế nhưng] người ấy lại cứ cầu mong: 'Không ai biết đến các điều ấy nơi con người của tôi'

Người ấy, trên thân thể,

Qua ngôn từ và cả bên trong tâm thức mình,

Luôn kín đáo tạo ra các kamma *(nghiệp)* xấu xa cho mình,

Tại nơi này và cả các nơi khác, mãi mãi không bao giờ chấm dứt.

Vi phạm những điều xấu xa, người ấy quả là dại dột,

Đấy là cách mà mình tạo ra các điều sai trái.

Tương tự như nợ nần chồng chất đối với người nghèo khó,

Khổ đau sẽ bủa vây người ấy khi lăn mình vào các thú vui dục tính.

Các hành vi xấu xa sẽ không buông tha người ấy,

Từ tâm thần cho đến cả con tim,

Dù sống trong khung cảnh thôn làng hay những nơi hoang dã,

Thì người ấy cũng không sao tránh khỏi sự hối hận dấy lên với mình,

Thực thi các hành động xấu xa, người ấy quả là dại dột,

Trí tuệ lu mờ sẽ khiến mình vi phạm vào các hành vi sai trái,

Người ấy sẽ chui vào tử cung của một con thú,

Hay rơi vào cảnh đọa đày nơi địa ngục.

[Trái lại] đối với một người cương quyết, dù phải sống trong khung cảnh gia đình,

Thế nhưng biết bố thí những gì mình gặt hái được một cách lương thiện,

Thì sẽ đạt được hai mục đích: sự lợi ích trong hiện tại và niềm phúc hạnh trong các kiếp sống mai sau.

Sự hào phóng đó là cách giúp người tại gia tích lũy công đức cho mình.

Đối với một người cương quyết, rời bỏ gia đình,

Bước theo con đường đạo hạnh của những con người cao quý,

Biết xấu hổ, biết ăn năn, biết giữ gìn đạo hạnh của những con người cao quý,

Tất sẽ tạo được cho mình một cuộc sống thảnh thơi.

Mang lại cho mình sự thích thú vượt lên trên lãnh vực xác thịt.

Thực hiện được sự thanh thản *(equanimity / sự bình lặng)*

Loại bỏ được năm thứ chướng ngại (1), phát huy được sức kiên trì , hòa nhập vào các thể dạng jhāna (2)

Người ấy sẽ tạo được cho mình một tâm thức hợp nhất (3), tập trung (4) và minh mẫn (5).

Nhận biết được sự chấm dứt hoàn toàn của mọi thứ chướng ngại,

Thoát khỏi mọi sự bám víu,

Tâm thức của người ấy được giải thoát một cách thật sự, mang lại cho mình sự nhận thức,

Về sự chấm dứt hoàn toàn của mọi sự bám víu phát sinh từ sự trở thành (bhava).

[Người ấy thốt lên:] 'Sự giải thoát của tôi đã hoàn toàn vững chắc'.

Sự ý thức tối thượng ấy là cả một niềm phúc hạnh tuyệt vời,

Không một mối lo buồn, không một chút ô nhiễm, tất cả chỉ là một sự an bình tỏa rộng.

Đấy là cách thoát khỏi món nợ [của sự thèm khát dục tính]» (6).

(1) Năm thứ chướng ngại, kinh sách Hán ngữ gọi là ngũ triền cái: 1: sự thèm muốn dục tính (kāmacchanda / tham dục), 2: sự ghét bỏ (byāpāda / sân hận, ác ý), 3: sự đờ đẫn (thīna middha / hôn trầm), 4: sự bồn chồn (uddhacca kukkucca / trạo cứ), 5: sự hoang mang (vicikicchā / hoài nghi).

(2) Jhāna: thiền-na, các thể dạng tâm thức đạt được trong lúc

thiền định.

(3) Tâm thức hợp nhất: tâm thức cô đọng không bị phân tán.

(4) Tâm thức tập trung: sự chú tâm thăng bằng và vững chắc, còn gọi là 'chánh niệm'.

(5) Minh mẫn: Trí tuệ.

(6) Ngoài ra cũng xin lưu ý là các câu kệ bên dưới một số các bài giảng thường được xem là các câu xuất hiện muộn, có nghĩa là được ghép thêm, nhằm chủ đích giúp dễ nhớ, hoặc tóm lược nội dung của bài giảng, nhưng không phải là những lời giảng trực tiếp của Đức Phật. Do đó có một số dịch giả không dịch các câu kệ này.

Vài lời ghi chú

Sống trong thế giới này cũng tương tự như mang trên cổ cái ách của một món nợ rất lớn: đó là sự thèm khát dục tính, phản ảnh một sự thiếu thốn nào đó, nói một cách khác, thì đấy là món nợ của bản năng truyền giống. Quả hết sức lạ lùng, tuy là một món nợ, thế nhưng nó lại có thể chuyển thành 'tình yêu, tạo ra các sự 'say đắm', 'đam mê', nói lên một thứ 'hạnh phúc' nào đó. Thế nhưng qua bài thuyết giảng trên đây của Đức Phật, thì sự thèm khát dục tính không hẳn là 'tình yêu' mà là một 'món nợ'. Sự thèm khát dục tính và sự thèm khát miếng ăn cả hai cùng phản ảnh một sự thiếu thốn như nhau, một sự nghèo khó như nhau. Sự thèm khát dục tính phản ảnh kín đáo sự thúc đẩy của bản năng truyền giống, sự mơ ước được đầy đủ phản ảnh kín đáo bản năng sinh tồn. Đối với bản năng truyền giống thì lực thúc đẩy của bản năng càng mạnh thì món nợ càng to: nào là đam mê, say đắm, tuyệt vọng, thất tình, phấn son, nước hoa, quần áo..., đấy là tiền lãi tạo ra bởi món nợ ngày càng chồng chất ấy.

Nếu món nợ của bản năng truyền giống mang tính cách cá nhân, thì món nợ của bản năng sinh tồn quy mô hơn và rộng lớn hơn. Hai món nợ đè nặng lên vai của con người trong cuộc sống. Càng chạy theo tính dục và 'tình yêu', càng thèm khát miếng ăn và của cải, thì tiền lãi từ hai món nợ ấy sẽ càng cao. Thất tình, tuyệt vọng, khổ đau..., chiến tranh, xung đột, vơ vét..., chưa bao giờ chấm dứt trên hành tinh này.

Cạo đầu sống cách ly, ôm bình bát khất thực từng ngày là thái độ của những người cương quyết không gánh vác cả hai món nợ đó trong thế giới này.

Bài giảng về một món nợ trên đây nêu lên một sự ý thức trong lãnh vực đạo đức cá nhân của những con người bình dị trong xã hội, trái lại bài thuyết giảng dẫn dưới đây sẽ nêu lên các cấp bậc thực hiện siêu việt hơn nhiều, các cấp bậc này chỉ có thể đạt được bởi những người tu tập Phật giáo:

Bài thuyết giảng tại đế quốc Kosala

Kosala Sutta - AN 10.29

(Dựa theo các bản dịch tiếng Anh của Thanissaro Bhikkhu, Bhikkhu Bodhi, Bhikkhu Sujato, Piya Tan và bản tiếng Pháp của Rémy)

Trong bài giảng này Đức Phật nêu lên mười thể dạng tuần tự về các niềm phúc hạnh của chúng sinh, bắt đầu là niềm phúc hạnh của vua Pasedani cai trị đế quốc Kosala, tiếp theo là niềm phúc hạnh của vị Đại Phạm Thiên (Mahābrahmā), là vị Trời cao nhất trong Ấn giáo quản lý toàn thể hệ thống vũ trụ, và tiếp tục sau đó là tám cấp bậc thiền định (jhāna) của người tu tập. Thế nhưng tất cả mười cấp bậc phúc hạnh đó đều là những thứ bất toại nguyện, tức là đổi thay và chuyển biến, có nghĩa là không trường tồn. Duy nhất chỉ có Nibbāna / Niết-bàn mới thật sự là thể dạng thăng bằng và tinh khiết, trong đó không có bất cứ một thứ gì hiển hiện, cũng không có bất cứ một thứ gì biết mất. Bài giảng này như sau:

[1] - «Này các tỳ -kheo, dù xứ Kāsi *(Ka-di) và xứ Kosala (Kiêu-tát-la)* có rộng lớn và cách xa nhau cách mấy, thì cũng phải thừa nhận là vua Pasenadi *(Ba-tư-nặc)* của xứ Kosala là một vị thống lãnh tối cao. Thế nhưng không phải vì thế mà vua Pasenadi của xứ Kosala tránh khỏi sự đổi thay và chuyển biến *(change / chuyển đổi, biến đổi / trong nguyên bản bằng tiếng Pali thì chữ này là vipariṇāma, và theo các lời bình giải trong Luận Tạng thì chữ này cũng có nghĩa là cái chết)*. Khi đã trông thấy được điều đó thì một môn đệ cao quý *(một người tu hành)* được học hỏi sẽ phải tỉnh ngộ, và khi đã tỉnh ngộ thì vị ấy sẽ không còn đam mê những gì tuyệt đỉnh, và càng không nghĩ đến những gì hạ

cấp *(tóm lại câu này có nghĩa là một vị đế vương dù cai trị một lãnh thổ thật rộng lớn đi nữa, thế nhưng không phải vì thế mà tránh khỏi sự đổi thay / vô thường, người tu hành phải nhìn vào đó như là một bài học).*

(Xin nhắc lại, Kosala là một đế quốc lớn trong châu thổ sông Hằng vào thời đại của Đức Phật, từng tóm thâu và sáp nhập nhiều nước khác, nhiều vương quốc khác và xem đấy như là các nước chư hầu. Vương quốc Kāsi là một trong số các nước chư hầu này. Thủ đô của vương quốc này cũng gọi là Kāsi, tên ngày nay là Bārāṇasī / Ba-la-nại, và gần nơi này là Sarnath / Lộc Uyển, nơi mà Đức Phật gặp lại năm vị đồng tu với mình. Xin nhắc thêm là vua Pasedani của đại đế quốc Kosala cũng là một đệ tử trung kiên của Đức Phật)

[2]- «Mặt trời và mặt trăng xoay vần, tỏa sáng và dù có chiếu rọi xa đến đâu, thì hệ thống vũ trụ với muôn ngàn thành phần cấu tạo cũng sẽ tỏa rộng xa đến đấy. Trong hệ thống với muôn ngàn thành phần đó, có hàng ngàn mặt trăng, hàng ngàn mặt trời, hàng ngàn ngọn núi Suneru *(Tu-di / tên của một ngọn núi huyền thoại trong nền tín ngưỡng của Ấn độ nói chung)*, vua của tất cả các ngọn núi khác, có hàng ngàn lục địa Jambudīpa *(lục địa Jambudīpa, còn gọi là Himava, là lục địa biểu trưng cho toàn thể bán lục địa Ấn Độ, tên gọi Himava cũng đã được vay mượn để đặt tên cho dãy Trường Sơn / Himalaya ngày nay. Jambudīpa theo kinh điển Phật giáo Theravāda là một lục địa rộng lớn, bao quanh ngọn núi Sineru / Tu-di với hàng ngàn đỉnh núi thật cao. Dường như tín ngưỡng của người dân trong châu thổ sông Hằng đều chịu ít nhiều ảnh hưởng từ dãy núi Hy-mã Lạp-sơn ?)*, về phương Tây có hàng ngàn lục địa Goyana, về phương Bắc có hàng ngàn lục địa Kuru, về phương Đông có hàng ngàn lục địa Videha, có hàng ngàn bốn miền đại dương, có hàng ngàn cõi [thiên đường] Tusita (Đâu suất), có hàng ngàn cõi [thiên đường] của các vị Thiên nhân Sáng tạo *(các vị Trời sáng tạo trong Ấn giáo)*, hàng ngàn cõi [thiên đường] của các vị Thiên nhân Quản lý *(các vị Trời Quản lý trong Ấn giáo)* an bài những gì tạo ra bởi các vị Thiên nhân Sáng tạo, có hàng ngàn thế giới của các vị Brahmā *(Phạm Thiên / các vị Sáng tạo ra thế giới / creator of the world. Nói chung trong Ấn giáo có ba vị Trời / Brahmā / Phạm Thiên to lớn nhất: vị Sáng tạo, vị Quản lý và vị Chỉ huy tối thượng là Mahābrahmā / Đại Phạm Thiên)*. Và trong hệ thống vũ trụ gồm hàng ngàn thành phần đó

thì vị Mahābrahmā *(Đại Phạm Thiên, còn gọi là Đại Thiên Vương / vua của các vị Phạm Thiên)* được xem là vị tối cao *(nói chung cách mô tả trên đây là dựa vào sự hình dung của Ấn giáo về thế giới của các Thiên nhân trên cõi trời. Theo cách mô tả trên đây thì Đức Phật không những nêu lên thế giới của Ấn giáo mà còn có hàng ngàn cõi thượng giới khác tương tự như vậy trong không gian)*. Thế nhưng kể cả vị Mahābrahmā *(Đại Phạm Thiên)* [trên cõi thượng giới] cũng không sao tránh khỏi sự đổi thay và chuyển biến. Khi đã trông thấy được điều đó thì một môn đệ cao quý được học hỏi sẽ phải tỉnh ngộ. Khi đã tỉnh ngộ thì vị ấy sẽ không còn đam mê những gì tuyệt đỉnh, lại càng không nghĩ đến những gì hạ cấp.

[3]- «Đến một lúc nào đó thì vũ trụ này cũng sẽ đi đến chỗ chấm dứt của nó. Khi vũ trụ đi đến chỗ chấm dứt thì khi đó hầu hết chúng sinh sẽ hiển hiện trong cõi của các vị Ābhassarā *(các vị Thiên nhân Tỏa sáng / The Radiant Devas)*. [Nhờ] mang thể dạng tâm linh, họ sẽ an trú thật lâu dài trong cõi ấy, họ tự nuôi dưỡng mình bằng các niềm phúc hạnh, tự tỏa ra ánh sáng, họ vượt xuyên ngang vòm trời và ngự trị trong sự huy hoàng (những gì nêu lên trên đây là dựa vào các sự hình dung và phác họa trong Ấn giáo). Thế nhưng các vị Thiên nhân Ābhassarā *(các vị Thiên nhân Tỏa sáng)* ***đó cũng phải gánh chịu sự đổi thay và chuyển biến*** *(đối với các tín ngưỡng độc thần ngày nay – tuy không chủ trương đa thần như trường hợp của Ấn giáo – thế nhưng mỗi tín ngưỡng đều phải gánh chịu sự phân tán và ly giáo, tạo ra các tông phái khác nhau, và mỗi tông phái tôn thờ một vị Trời riêng)*. Khi đã trông thấy được điều đó thì một môn đệ cao quý được học hỏi sẽ tỉnh ngộ. Khi đã tỉnh ngộ thì vị ấy không còn đam mê những gì tuyệt đỉnh, lại càng không nghĩ đến những gì hạ cấp.

[4] - « Có tất cả mười thể loại tổng thể *(totality-dimension / đặc tính toàn diện của môt sự vật / trong nguyên bản bằng tiếng Pali thì chữ này là kasiṇa (whole, totality, entire / tổng quát, tổng thể, bao hàm tất cả mọi khía cạnh của một sự vật, và ý nghĩa tổng thể trong thuật ngữ này cũng được sử dụng như là một đối tượng thiền định)*. Vậy mười thể loại tổng thể *(kasiṇas / toàn diện)* ấy là gì? Chẳng hạn như một người nào đó quán thấy được địa cầu qua sự tổng thể của nó: bên trên, bên dưới, khắp mọi hướng, không một chút phân tách *(không một sự phân biệt*

nào, không một khía cạnh cá biệt nào), hoàn toàn vô tận *(immeasurable / vô biên, hoàn toàn chỉ là địa cầu qua tính cách toàn diện của nó)*. Chẳng hạn như một người nào đó nhận thấy nước qua tổng thể của nó [...] *(lặp lại câu trên đây, nhưng đã được cắt bớt để tránh sự lặp đi lặp lại)*, nhận thấy lửa qua tổng thể của nó [...], nhận thấy gió qua tổng thể của nó [...], nhận thấy màu xanh dương qua tổng thể của nó [...], nhận thấy màu vàng qua tổng thể của nó [...], nhận thấy màu đỏ qua tổng thể của nó [...], nhận thấy màu trắng qua tổng thể của nó [...], nhận thấy không gian qua tổng thể của nó [...], nhận thấy tri thức (consciousness) qua tổng thể của nó: bên trên, bên dưới, khắp mọi hướng, không một chút phân tách nào. Đấy là mười thể loại tổng thể *(các chiếc đĩa mang màu sắc khác nhau thường được dùng như là các đối tượng của sự chú tâm trong phép luyện tập thiền định nhằm biểu trưng cho tính các toàn diện của một vật thể. Sự chú tâm vào một thể dạng đơn thuần và duy nhất mang chủ đích phát huy thể dạng định / samatha, là thể dạng thăng bằng, thanh thản, tập trung và bình lặng của tâm thức)*. Có các chúng sinh thực hiện được thể dạng [chú tâm] đó, tuy nhiên không phải vì thế mà họ tránh khỏi các sự đổi thay và chuyển biến. Khi đã trông thấy được điều đó thì một môn đệ cao quý được học hỏi sẽ tỉnh ngộ. Khi đã tỉnh ngộ thì vị ấy không còn đam mê những gì thượng thặng, lại càng không nghĩ đến những gì hạ cấp.

[5] - «Có tám thể dạng chủ động [tâm thần] (tám cấp bậc 'chánh niệm' / mindfullness / pleine conscience, tức là tám cấp bậc tập trung tâm thần từ thấp đến thật cao. Trên đây chúng ta thấy vua Pasedani thành công trong việc quản lý đế quốc Kosala rộng lớn cùng các nước chư hầu trong thế giới này. Trên không trung thì đám mây mù của các vị Trời trong Ấn giáo cũng đạt được cõi thiên giới rạng ngời và đầy phúc hạnh. Sau hết là tám cấp bậc thành đạt của người tỳ-kheo trong phép luyện tập sự chú tâm). Vậy tám thể dạng chủ động [tâm thần] ấy là gì?

(1) «Đấy là trường hợp của một người nhận thức được hình tướng bên trong [của các sự vật], [đồng thời] trông thấy cả hình tướng bên ngoài, [cả hai] mang tính cách giới hạn *(limited / hạn hẹp, có nghĩa là vẫn còn phân biệt)*, [chẳng hạn như] xinh đẹp hay xấu xí. Khi đã chủ động được chúng *(nhận biết được bản chất hình tướng bên trong*

và trông thấy cả bản chất hình tướng bên ngoài, có nghĩa là 'nhận thức' được 'tổng thể' của chúng) thì người ấy sẽ ý thức được là 'Tôi hiểu biết, Tôi trông thấy [bản chất mang tính cách tổng thể của một sự vật]'. Đấy là cấp bậc chủ động [tâm thần] (chánh niệm) thứ nhất.

(Thí dụ trông thấy một 'nhân dạng' thì nhận biết được nhân dạng ấy từ 'bên trong' là một 'chúng sinh', đồng thời cũng trông thấy nhân dạng ấy từ 'bên ngoài' là một người phụ nữ, và người phụ nữ ấy có thể là xinh đẹp hay xấu xí. Tóm lại, trông thấy một 'nhân dạng', nhận ra là một người phụ nữ, xấu xí hay xinh đẹp, đồng thời ý thức được qua tổng thể của 'nhân dạng' ấy là một 'chúng sinh', thì đấy là cấp bậc thứ nhất mang lại từ phép luyện tập thiền định, và cũng có thể hiểu sự nhận biết tiên khởi và sơ đẳng này là cấp bậc 'chánh niệm' thứ nhất)

(2) «Đấy là trường hợp của một người nhận thức được hình tướng bên trong, [đồng thời] trông thấy cả hình tướng bên ngoài mang tính cách vô tận *(immeasurable / thường xuyên biến thể, không thể thăm dò, xác định, dự đoán hay đo lường được)*, [chẳng hạn] như xinh đẹp hay xấu xí. Khi đã chủ động được chúng *(nhận thức được tổng thể của chúng, gồm bên trong và cả bên ngoài)*, thì người ấy sẽ ý thức được là: 'Tôi hiểu biết, Tôi trông thấy'. Đấy là cấp bậc thứ hai của sự chủ động [tâm thần] *(cấp bậc thứ hai của thể dạng 'chánh niệm')*.

(Tương tự như trường hợp trên đây: nhận biết được nhân dạng từ 'bên trong' là một 'chúng sinh', hiện ra 'bên ngoài' là một 'phụ nữ' mang các đặc tính 'phụ thuộc' biến dạng đến vô tận, chẳng hạn như xinh đẹp hay xấu xí. Trên địa cầu có hàng tỷ người phụ nữ, nhưng không có hai người phụ nữ hoàn toàn mang các đặc tính bên ngoài giống nhau dù là xinh đẹp hay xấu xí)

(3) «Đấy là trường hợp của một người nhận thức được phi-hình-tướng bên trong, [đồng thời] trông thấy được cả hình tướng bên ngoài mang tính cách giới hạn, xinh đẹp hay xấu xí. Khi đã chủ động được chúng *(qua tổng thể của chúng, tức là bên trong và cả bên ngoài)*, thì người ấy sẽ ý thức được là: 'Tôi hiểu biết, Tôi trông thấy'. Đấy là cấp bậc thứ ba của sự chủ động [tâm thần].

(Trông thấy một nhân dạng thì nhận thức được tính cách 'vô thực

thể' bên trong của nhân dạng ấy, 'vô thực thể' ở đây có nghĩa là sự biến dạng 'vô tận' của nhân dạng ấy chẳng hạn như một bào thai, một đứa bé hay một cụ già, v.v..., kể cả trông thấy được tính cách 'trống không' / anatta nơi sự hiện hữu của nhân dạng ấy, đồng thời cũng trông thấy được nhân dạng đó từ bên ngoài là một phụ nữ, có thể là xinh đẹp hay xấu xí, là các đặc tính giới hạn và tạm thời)

(4) «Đấy là trường hợp của một người nhận thức được phi-hình-tướng bên trong, [đồng thời] trông thấy cả phi-hình-tướng bên ngoài mang tính cách vô tận, xấu xí hay xinh đẹp. Khi đã chủ động được chúng, thì vị ấy sẽ nhận thức được là: 'Tôi hiểu biết, Tôi trông thấy'. Đấy là cấp bậc thứ tư của sự chủ động [tâm thần].

(Thí dụ trông thấy một nhân dạng thì nhận thức được tính cách phi-hình-tướng từ bên trong của nhân dạng đó, tức là tính cách phi-thực-thể của nhân dạng đó, đồng thời cũng trông thấy được các đặc tính bên ngoài là một người phụ nữ, chẳng hạn như xinh đẹp hay xấu xí, là các các đặc tính luôn biến dạng và đổi thay, không đo lường được, không tính toán hay xác định được)

(5) «Đấy là trường hợp của một người nhận thức được phi-hình-tướng bên trong (tính cách vô thực thể của một sự vật), [đồng thời] trông thấy cả hình tướng bên ngoài [chẳng hạn như] mang màu xanh lam (blue), màu xanh lam là màu của nó, màu xanh lam là đặc tính của nó, màu xanh lam hắt lên *(glow / tỏa ra)* từ sự phản chiếu của chính nó. Tất cả tương tự như màu xanh lam của một đóa hoa của loại cây lanh *(flax / lin / cây gai)*, hoặc tương tự như một tấm vải mút-xơ-lin (vải the) của thị trấn Vārāṇasī *(Vārāṇasī muslin / vào thời đại của Đức Phật, Vārāṇasī / Ba-la-nại là một vùng đô thị rộng lớn, phồn thịnh, nhiều hàng hóa đủ loại, nổi tiếng nhất là các loại nước hoa, vải the mút-xơ-lin..., và cũng là nơi xuất phát các đoàn thương buôn chuyên chở hàng hóa đi khắp nơi)*, bóng loáng cả hai mặt, mang màu xanh lam, màu xanh lam là màu của nó, màu xanh lam là đặc tính của chính nó, màu xanh lam hắt lên từ sự phản chiếu của chính nó. Và cũng tương tự như vậy, một người nhận thức được phi-hình-tướng bên trong, [đồng thời] trông thấy được cả hình tướng bên ngoài là màu xanh lam, màu xanh lam là màu của chính nó, màu xanh lam là đặc

tính của nó, màu xanh lam hắt lên từ sự phản chiếu của chính nó. Khi đã chủ động được chúng *(qua tổng thể của chúng, từ bên trong và cả bên ngoài của chúng)* thì người ấy sẽ ý thức được: 'Tôi hiểu biết, Tôi trông thấy' *(nhưng không diễn đạt gì cả: hình tướng bên trong của nó là như thế, màu sắc bên ngoài của nó là như thế, tất cả thuộc vào tổng thể của chúng).* Đấy là cấp bậc thứ năm của sự chủ động [tâm thần].

(Nhận thức được tính cách phi-thực-thể từ bên trong một vật thể và đồng thời trông thấy được cả tính các tự-tại của vật thể ấy từ bên ngoài. Sự quán thấy đó là cấp bậc chánh niệm thứ năm. Ngoài ra cũng có thể hiểu các câu: 'Tôi hiểu biết, Tôi trông thấy' như là cách nói lên Trí tuệ / Wisdom / Sagesse trong Phật giáo).

(6) «Đấy là trường hợp của một người nhận thức được phi-hình-tướng (phi thực thể) bên trong, [đồng thời] trông thấy được cả hình tướng bên ngoài [chẳng hạn như] mang màu vàng, màu vàng là màu của nó, màu vàng là đặc tính của nó, màu vàng hắt lên từ sự phản chiếu của chính nó. Tất cả tương tự như một đóa hoa màu vàng của loại cây kaṇṇikāra *(tư liệu của Wisdom Library cho biết tên khoa học ngày nay của loại cây này là Pterospermum acerifolium, một loại cây thuộc họ Cẩm quỳ / Malvaceae)*, màu vàng là màu của nó, màu vàng là đặc tính của nó, màu vàng hắt lên từ sự phản chiếu của chính nó, tương tự như một tấm vải the mút-xơ-lin của thị trấn Vārāṇasī, bóng loáng cả hai mặt, mang màu vàng, màu vàng là màu của nó *(của tấm vải)*, màu vàng là đặc tính của nó, màu vàng hắt lên từ sự phản chiếu của chính nó. Và cũng tương tự như vậy, một người nhận biết được phi-hình-tướng bên trong,[đồng thời] trông thấy được cả hình tướng bên ngoài, [chẳng hạn như] mang màu vàng, màu vàng là màu của nó, màu vàng là đặc tính của nó, màu vàng hắt lên từ sự phản chiếu của chính nó. Khi đã chủ động được chúng, thì người ấy sẽ ý thức được: 'Tôi hiểu biết, Tôi trông thấy'. Đấy là cấp bậc thứ sáu của sự chủ động [tâm thần].

(Nhận thức được bản chất vô-thực-thể từ bên trong của một vật thể, đồng thời trông thấy được cả tính cách tuy là tự tại nhưng có thể biến dạng của nó từ bên ngoài. Đấy là cấp chánh niệm thứ sáu)

(7) «Đấy là trường hợp của một người nhận thức được phi-hình-

tướng (phi-thực-thể) bên trong, [đồng thời] trông thấy được cả hình-tướng bên ngoài [chẳng hạn như] mang màu đỏ, màu đỏ là màu của nó, màu đỏ là đặc tính của nó, màu đỏ là màu hắt lên từ sự phản chiếu của chính nó. Tất cả cũng tương tự như một đóa hoa màu đỏ của loại cây bandhujīvaka *(theo tư liệu của Wisdom Library thì tên khoa học ngày nay của loại cây này là Pentapetes phœnicea, tên tiếng Việt là cây 'tí ngọ' hay cây 'ngũ phướng')*, màu đỏ là màu của nó, màu đỏ là đặc tính của nó, màu đỏ là màu hắt lên từ sự phản chiếu của chính nó, tương tự như một tấm vải mút-xơ-lin của thị trấn Vārāṇasī, bóng loáng cả hai mặt, mang màu đỏ, màu đó là màu của nó, màu đỏ là đặc tính của nó, màu đỏ là màu hắt lên từ sự phản chiếu của chính nó. Và cũng tương tự như vậy, một người nhận biết được phi-hình-tướng bên trong, [đồng thời] trông thấy được cả hình tướng bên ngoài, [chẳng hạn như] mang màu đỏ, màu đỏ là màu của nó, màu đỏ là đặc tính của nó, màu đỏ là màu hắt lên từ sự phản chiếu của chính nó. Khi đã chủ động được chúng, thì người ấy sẽ ý thức được: 'Tôi hiểu biết, Tôi trông thấy'. Đấy là cấp bậc thứ bảy của sự chủ động [tâm thần].

(Các trường hợp thứ 5, thứ 6 và thứ 7 nêu lên tổng thể là một cánh hoa, nhưng là các cánh hoa thuộc ba thể loại cây khác nhau, đó là tính cách phi-thực-thể của chúng, đồng thời cũng trông thấy được các màu sắc rất thật và tự tại của chúng là màu xanh lam, màu vàng và màu đỏ, tuy là các màu tự tại của chúng nhưng thật ra là các đặc tính tùy thuộc vào bản chất của từng thể loại, do đó các màu sắc ấy cũng chỉ là phi-thực-thể)

(8) «Đấy là trường hợp của một người nhận thức được phi-hình-tướng bên trong, [đồng thời] trông thấy được cả hình tướng bên ngoài, [chẳng hạn như] mang màu trắng, màu trắng là màu sắc của nó, màu trắng là đặc tính của nó, màu trắng là màu hắt lên từ sự phản chiếu của chính nó. Tất cả cũng tương tự như một vì sao mai mang màu trắng lúc hừng đông, màu trắng là màu sắc của nó, màu trắng là đặc tính của nó, màu trắng hắt lên từ sự tỏa sáng của chính nó, tương tự như một tấm vải mút-xơ-lin của thị trấn Vārāṇasī, bóng loáng cả hai mặt, mang màu trắng, màu trắng là màu của nó, màu trắng là đặc tính của nó, màu trắng hắt lên từ sự tỏa sáng của chính nó. Và cũng tương tự như vậy, một người nhận biết được phi-hình-tướng bên trong, [đồng

thời] trông thấy được cả hình-tướng bên ngoài, [chẳng hạn như] mang màu trắng, màu trắng là màu của nó, màu trắng là đặc tính của nó, màu trắng hắt lên từ sự tỏa sáng của chính nó. Khi đã chủ động được các chúng, thì người ấy sẽ ý thức được: 'Tôi hiểu biết, Tôi trông thấy'. Đấy là cấp bậc thứ tám của sự chủ động [tâm thần] *(cấp bậc thứ tám của thể dạng 'chánh nhiệm': hiện thực đúng với nó là như vậy, hiện thực là 'như thế', từ bên trong nó và cả những gì phụ thuộc và liên hệ với chính nó).*

(Cấp bậc chánh niệm thứ 8 nêu lên một sự mở rộng, một vì sao trong vũ trụ, không mang một màu sắc nào cả. Bên trong là phi-hình-tướng, bên ngoài chỉ là một sự tỏa sáng lóe lên từ một cái gì đó vô-thực-thể, tất cả chỉ là một đốm lóe sáng phi-hình-tướng giữa không gian)

«Trên đây là tám cấp bậc chủ động [tâm thần] *(chánh niệm)*. Cấp bậc siêu việt nhất trong số tám cấp bậc đó là thể dạng của một người nhận biết được phi-hình-tướng bên trong, [đồng thời] trông thấy được cả hình tướng bên ngoài, [chẳng hạn như] mang màu trắng, màu trắng là màu của nó, màu trắng là đặc tính của nó, màu trắng hắt lên từ sự tỏa sáng của chính nó. Và cũng từng có các chúng sinh nhận thức được [phi-hình tướng bên trong và hình tướng bên ngoài] theo cung cách đó. Dù có nhận thức được theo cung cách đó đi nữa nhưng không phải vì thế mà chúng sinh ấy tránh khỏi sự đổi thay và chuyển biến. Khi đã trông thấy được điều đó thì một môn đệ cao quý được học hỏi sẽ tỉnh ngộ. Khi đã tỉnh ngộ thì vị ấy sẽ không còn đam mê những gì tối thượng, lại càng không nghĩ đến những gì hạ cấp.

[6] «Có bốn phương pháp tu tập mang lại thành quả. Vậy bốn phương pháp ấy là gì? [Trước hết] là phương pháp khổ nhọc (painful) nhưng thành quả mang lại rất chậm chạp; phương pháp [thứ hai] cũng rất khổ nhọc nhưng thành quả mang lại thì nhanh chóng; phương pháp [thứ ba] nhẹ nhàng *(pleasant / agréable / dễ chịu, thanh thoát thú vị)* nhưng thành quả mang lại thì chậm chạp; phương pháp [thứ tư] siêu việt hơn cả, đó là phương pháp nhẹ nhàng nhưng thành quả mang lại thì nhanh chóng. Và cũng từng có các chúng sinh thành công theo phương pháp [nhẹ nhàng] này. Dù gặt hái được thành quả bằng phương pháp [nhẹ nhàng] này đi nữa, nhưng không phải vì thế mà

các chúng sinh ấy tránh khỏi sự đổi thay và chuyển biến. Khi đã trông thấy được điều đó thì một môn đệ cao quý được học hỏi sẽ tỉnh ngộ. Khi đã tỉnh ngộ thì vị ấy sẽ không còn đam mê những gì tối thượng, lại càng không nghĩ đến những gì hạ cấp.

[7] «Có bốn sự nhận thức (perception / sự nhận biết, sự quán thấy). Vậy bốn sự nhận thức ấy là gì? Đó là trường hợp của một người có một sự nhận thức giới hạn *(limited / thu hẹp / một sự nhận thức bình dị, thông thường)*; đó là trường hợp của một người nhận thức với một tâm thức mở rộng *(một sự nhận thức hiện lên qua các thể dạng lắng sâu của tâm thức trong phép thiền định)*; đó là trường hợp của một người nhận thức mang tính cách vô tận *(tương tự như sự nhận thức bao quát trong lảnh vực tâm thần của các vị Phạm thiên / Brahmavihāra)*; đó là trường hợp của một người nhận thức được sự trống không (nothingness / vacuité), tức là sự nhận thức: 'Chẳng có gì cả' (There is nothing). Trong số bốn sự nhận thức đó thì sự nhận thức về sự trống không là siêu việt hơn cả. Và cũng từng có các chúng sinh thực hiện được sự nhận thức theo cung cách đó. Dù thực hiện được sự nhận thức theo cung cách đó đi nữa, thế nhưng không phải vì thế mà các chúng sinh ấy tránh khỏi sự đổi thay và chuyển biến. Khi đã trông thấy được điều đó, thì một môn đệ cao quý được học hỏi sẽ tỉnh ngộ. Khi đã tỉnh ngộ, thì vị ấy không còn đam mê những gì tối thượng, lại càng không nghĩ đến những gì hạ cấp *(dù đạt được sự cảm nhận tối thượng về sự trống không của hiện thực thế nhưng đấy vẫn chưa phải là sự giải thoát cuối cùng)*.

[8] «Đối với một quan điểm thượng thặng bên ngoài [Dhamma / Đạo Pháp] *(có nghĩa là không trực tiếp thuộc vào thành phần giáo huấn của Đức Phật)* thì [đại loại] như thế này: 'Tôi không thể nào là như thế được; điều đó không thể nào xảy ra với tôi; tôi không thể nào trở thành như thế được; chuyện ấy không thể nào liên quan đến tôi' *(không chấp nhận sự trở thành, thù ghét quá trình già nua và cái chết)*. Đối với một người mang một tầm nhìn như thế thì người ta có thể bảo rằng người ấy là một người ước mong gánh nặng (unloathsomeness) của sự trở thành *(bhava / becoming / sự hình thành, sự hiện hữu)* không đè nặng lên con người của tôi, kể cả mong cầu sự trở thành phải chấm dứt đối với tôi. [Thật ra] cũng từng có các chúng sinh đã tạo được cho mình

tầm nhìn đó *(cảm thấy tương lai và cuộc sống quá nặng nề và ước mong đặt gánh nặng ấy xuống)*. Và dù cho họ có thực hiện được quan điểm đó đi nữa, thế nhưng không phải vì thế mà họ tránh khỏi sự đổi thay và chuyển biến *(có nghĩa là không tránh khỏi quá trình già nua và cái chết)*. Khi đã trông thấy được điều đó, thì một môn đệ cao quý được học hỏi sẽ tỉnh ngộ. Khi đã tỉnh ngộ thì vị ấy sẽ không còn đam mê những gì tối thượng, lại càng không nghĩ đến những gì hạ cấp.

[9] «Có những người tu hành [thuộc các tôn giáo khác] và những vị Bà-la-môn giảng dạy *(quảng bá, chủ xướng)* ***'thể dạng tinh khiết tột đỉnh của tâm thức'*** *(theo những lời bình giải trong Tạng Luận thì thể dạng tinh khiết tột đỉnh trong trường hợp này có nghĩa là thể dạng 'phi-cảm-nhận' nhưng cũng không hẳn là 'không-cảm-nhận')*. Và những vị đã thực hiện được 'thể dạng tinh khiết tột đỉnh' đó [được xem] là những vị thượng thặng, trong số họ cũng có những vị thực hiện được một cách hoàn hảo sự trống không [của mọi hiện tượng], giúp mình hòa nhập và an trú trong thể dạng phi-cảm-nhận nhưng cũng không hẳn là không-cảm-nhận, và khi đã trực tiếp nhận thức và thực hiện được thể dạng đó thì họ có thể giảng dạy Dhamma của mình [cho kẻ khác]. [Và dù cho] họ có thể giảng dạy Dhamma của mình [cho kẻ khác] đi nữa, thế nhưng không phải vì thế mà họ tránh khỏi sự đổi thay và chuyển biến (bhava / sự trở thành / sự hiện hữu). Khi đã trông thấy được điều đó, thì một môn đệ cao quý được học hỏi sẽ tỉnh ngộ. Khi đã tỉnh ngộ, thì vị ấy sẽ không còn đam mê những gì tối thượng, lại càng không nghĩ đến những gì hạ cấp.

[10] «Có những người tu hành và những vị Bà-la-môn giảng dạy (chủ xướng) sự vượt thoát hoàn toàn khỏi mọi hình thức bám víu tại nơi này và trong hiện tại này *(có nghĩa là đạt được thể dạng Nibbāna tại nơi này và trong hiện tại này)*. Trong số họ có những vị đã thực hiện được thật hoàn hảo thể dạng vượt thoát khỏi mọi sự bám víu tại nơi này và trong hiện tại này, họ [được xem] là những vị thượng thặng, điều đó có nghĩa là họ đã quán thấy được *(trong nguyên bản bằng tiếng Pali thì chữ này là yathā·bhūtaṃ, có nghĩa là nắm bắt được, thấu triệt được)* sự vận hành của sáu cơ sở của sự tiếp xúc giác cảm *(ngũ giác và tâm thần)*, gồm sự hiển hiện của chúng, sự tan biến của chúng, các sự thỏa mãn *(các sự thích thú, vừa lòng)* cũng như các mối hiểm nguy do

chúng tạo ra. Khi ta giảng dạy về các điều ấy, giải thích về các điều ấy, thì một số người tu hành và các vị Bà-la-môn, không căn cứ vào một nền tảng [vững chắc] nào cả, đã rơi vào sự sai lầm và lệch lạc bằng cách tạo ra một hình ảnh méo mó về ta, chẳng hạn như nói lên: 'Vị Samana Gotama *(vị Sa-môn Cồ-đàm, chữ sa-môn / samana có nghĩa là 'một người từ bỏ cuộc sống thế tục để bước theo con đường tu hành',và chữ Cồ-đàm / Gotama là họ của Đức Phật)* không thuyết giảng về ý nghĩa toàn diện *(đầy đủ)* về các sự thích thú dục tính, cũng không thuyết giảng đầy đủ về Rūpa *(hình tướng / thân xác / forms)* và những sự cảm nhận [giác cảm] (feelings). 'Thế nhưng ta phải nói lên rằng ta đã giảng dạy thật trọn vẹn về [những gì liên quan đến] các sự thích thú tính dục, về [những gì liên quan đến] Rūpa *(thân xác, hình tướng vật chất)*, cùng [những gì liên quan đến] các sự cảm nhận [phát sinh từ các cơ quan giác cảm] *(nói chung là Đức Phật nêu lên và giảng dạy thật đầy đủ các sự hiểu biết liên quan đến sự đam mê tính dục, sự hiện hữu của thân xác cùng sự vận hành của sáu cơ quan giác cảm – lục giác và tâm thần – tạo ra một sự hiểu biết siêu việt, giúp người tu tập thực hiện được thể dạng Nibbāna tại nơi này và trong hiện tại này)*. Và ta cũng phải nói lên rằng ta đã thoát ra khỏi mọi sự thèm khát, không còn bám víu vào bất cứ một thứ gì cả, hoàn toàn bình thản trước những gì tại nơi này và trong lúc này *(câu này có nghĩa là Đức Phật đã thực hiện được ngay trong hiện tại thể dạng Nibbāna / Niết-bàn, một thể dạng không có gì hiển hiện cũng không có gì biến mất, hoàn toàn đứng ra ngoài sự chuyển động của thế giới hiện tượng)*».

Vài lời ghi chú

Trước hết trên phương diện hình thức, chúng ta nhận thấy trong bài giảng này cũng như trong một số lớn các bài giảng khác, có nhiều câu mang cùng một cấu trúc giống nhau, có nghĩa là lặp đi lặp lại, sự khác biệt giữa các câu này chỉ là một vài chữ, một vài vài yếu tố hay ý niệm nào đó. Thế nhưng đấy lại là đặc tính chung của phần lớn các bài giảng, điều đó đôi khi có thể khiến chúng ta cảm thấy các bài giảng quá dài dòng. Tại sao lại như vậy? Lý do là vì chúng ta sống trong một khung cảnh tiến bộ hơn, chúng ta có chữ viết, có máy ghi âm, chúng ta có thể xem lại hay nghe lại một phân đoạn hay một câu nào đó rất dễ dàng, thế nhưng đối với người xưa thì phải học thuộc lòng và truyền khẩu cho nhau, lặp đi lặp lại là cách giúp họ dễ nhớ. Mỗi câu mới chỉ được ghép thêm một chữ, một yếu tố hay một ý niệm mới so với câu trước đó. Các dịch giả ngày nay thường tìm cách rút ngắn các câu lặp đi lặp lại, thế nhưng người xưa thì phải chấp nhận sự dài dòng đó để việc học thuộc lòng được dễ dàng hơn. Sở dĩ nêu lên điều này là để nhắc nhở chúng ta là việc tu tập luôn đòi hỏi sự kiên nhẫn và cố gắng. Ngày nay, các phương tiện truyền thông tiến bộ hơn nhiều, đôi khi chúng ta cảm thấy có nhiều người vì thiện tâm hoặc vì hăng say, đã dựa vào các phương tiện dễ dàng và thuận lợi đó để viết lách hay thuyết giảng, nhưng không hề tra cứu, tìm hiểu hay căn cứ vào một bài giảng nào của Đức Phật. Điều đó là cả một sự đáng tiếc. Chúng ta thường tạo ra một hình ảnh méo mó về Đức Phật, diễn giải sai lầm và lệch lạc về giáo lý Phật giáo, hạ thấp nền Tư tưởng siêu việt của Đấng Thế Tôn. Bài giảng trên đây cho thấy điều đó cũng đã từng xảy ra ngay cả đối với một số người tu hành và các vị Bà-la-môn vào thời đại của Đức Phật, và chính Đức Phật cũng đã phải cảnh giác họ: 'Khi ta giảng dạy về các điều ấy, giải thích về các điều ấy, thì có một số người tu hành và các vị Bà-la-môn, không căn cứ vào một nền tảng [vững chắc] nào cả, đã rơi vào sự sai lầm và lệch lạc bằng cách tạo ra một hình ảnh méo mó về ta'.

Điểm cần lưu ý thứ hai trên phương diện hình thức là các sự kiện, các yếu tố hay các ý niệm nêu lên trong các bài giảng hầu hết được xác định bằng các con số, chẳng hạn như bài giảng trên đây nêu lên mười thành quả: sự thành đạt của một vị đế vương cai trị một đế quốc rộng lớn, sự thành đạt của các vị Phạm Thiên tạo dựng, an bài và quản lý vũ trụ, và sau đó là tám cấp bậc thành đạt trong việc luyện tập thiền định của một người tu hành. Cách nêu lên các con số như vậy là để giúp thêm vào việc học thuộc lòng, nếu không nhớ được đầy đủ các yếu tố hay các ý niệm đúng theo các con số đã được xác định thì người tu tập sẽ ý thức được ngay. Xin nhắc lại, toàn bộ Aṅguttara Nikāya / Tăng Chi Bộ Kinh gồm hơn chín ngàn câu giảng, nhất thiết đều được liệt kê và đánh số như trên đây, và bài giảng trên đây nằm chung trong nhóm các bài giảng nêu lên mười yếu tố (Dasaka Nipāta). Và cũng mạn phép nhắc thêm là trên đây chúng ta cũng có trích dẫn một bài giảng mang tựa Bhava Sutta / *Bài giảng về sự hiện hữu* (AN 3.76). Bài giảng này nêu lên ba ý niệm: thửa ruộng nói lên hậu quả phát sinh từ cung cách hành xử (conduct indeed / kamma / hành động / nghiệp trong quá khứ), hạt giống nói lên ý nghĩ trong tâm thức (thought / tác ý), hơi ẩm nói lên hành động (act / kamma trong hiện tại), do vậy bài giảng này được xếp chung với các bài giảng cùng nêu lên ba ý niệm, ba sự kiện hay ba yếu tố (Tika Nipāta). Sở dĩ dài dòng như trên đây là để nêu lên cách phân loại và sắp xếp các bài giảng dựa vào các con số thống kê, nhưng không dựa vào các cấp bậc hiểu biết của người nghe giảng, cũng không dựa vào các chủ đề. Cách sắp xếp đó chỉ nhằm vào mục đích phân loại và dễ nhớ, loạt sách này là một sự cố gắng, một sự liều lĩnh, gộp chung một số bài giảng theo từng chủ đề bao quát, dựa vào một số đường hướng khác nhau cùng các nét chủ yếu trong toàn bộ Giáo huấn của Đức Phật.

Các nhận xét trên đây nhất thiết liên quan đến phần hình thức của bài giảng, dưới đây chúng ta sẽ tiếp tục tìm hiểu sâu xa hơn về phần nội dung. Thoạt nhìn thì nội dung của bài giảng thật ngắn gọn: dù là đạt được thành quả nào, một cấp bậc hiểu biết nào, thì tất cả – từ các vị Phạm Thiên trên cõi thiên đến vua chúa, kể cả những người tu hành trong thế giới này – khi đã vướng mắc vào sự trở thành (bhava / becoming / existence / sự hiện hữu) thì không có một ai tránh khỏi sự đổi thay và chuyển biến, có nghĩa là không thể vượt lên trên sự chuyển động của thế giới, tách ra khỏi sự vận hành của vũ trụ. Thế nhưng đồng thời thì Đức Phật cũng nêu lên các phương cách giúp chúng ta vượt thoát khỏi sự chuyển động của thế giới, đứng ra bên ngoài sự vận hành của thế giới và vũ trụ. Các phương cách ấy là gì: ý thức được sự tàn phá của sự thèm khát dục tính, ý thức được sự hiện hữu của thân xác (rūpa) như là một hậu quả cụ thể, gánh chịu quá trình của sự trở thành (bhava) như là một hậu quả cụ thể, đưa đến sự hình thành của một thân xác mới, một rūpa mới cho chính mình. Xin lưu ý chữ rūpa mang hai ý nghĩa: hình tướng (form) và thân xác vật chất (material form), là hai thứ mà chúng ta thừa hưởng từ quá khứ. Hơn thế nữa, sáu cơ quan giác cảm trên thân xác đó – ngũ giác và tâm thần – cũng cùng gánh chịu các ảnh hưởng từ quá khứ, chúng tiếp tục vận hành trên thân xác mới, qua các khả năng hạn hẹp, phiến diện, u mê và lầm lẫn (avijjā / vô minh) của chúng, để nhào nặn và tạo ra một sự tạo tác (saṇkhāra) mới, tham gia vào quá trình trở thành (bhava) của thân xác mới và tâm thức mới. Đức Phật nêu lên và giải thích thật trọn vẹn và đầy đủ Dhamma của Ngài về sự diễn tiến đó, thế nhưng ngay trong thời đại của Ngài, những người tu hành thuộc các tín ngưỡng khác và cả những người Bà-la-môn, là những người thuộc đẳng cấp cao nhất trong xã hội, cũng đã chỉ trích Dhamma của Ngài, tạo ra một hình ảnh méo mó về Ngài. Trong suốt hơn 25 thế kỷ trên dòng quảng bá, không biết bao nhiêu các sự thêm thắt méo mó, các sự diễn đạt lệch lạc, các sự bày vẽ màu mè đã được ghép thêm vào Dhamma của Đức Phật. Điều đó khiến chúng ta đôi khi cũng nên nhìn lại xem mình có bước đúng trên con đường mà Đấng Thế Tôn đã vạch ra cho chúng ta hay không. Chúng ta hãy nêu lên một vài thí dụ cụ thể:

Chẳng ta thường nghe nói: 'Niệm Phật thành Phật', thế nhưng chúng ta có thể tự hỏi thành Phật là như thế nào ? Thành Phật là để ôm bình bát đi khất thực hay là để kẻ khác tạc tượng và thờ phụng mình, cầu xin mình đủ mọi chuyện? Hoặc đôi khi chúng ta cũng có thể đọc thấy các câu như sau: 'Bất lập văn tự, trực chỉ chân tâm, kiến tánh thành Phật'. Vậy chúng ta cũng có thể tự hỏi nếu bất chấp văn tự thì hơn mười ngàn bài thuyết giảng của Đức Phật có còn lưu truyền đến nay hay không? Trực chỉ chân tâm, thì cái gì trực chỉ, chân tâm ở đâu mà trực chỉ? Bản chất của cái tánh là gì để mà trông thấy nó thì thành Phật? Hoặc chúng ta cũng có thể nghe kể chuyện về một vị tu hành người Ấn Độ sang Trung Quốc truyền giáo. Vị này ngồi yên nhìn vào một bức tường trong chùa Thiếu Lâm suốt chín năm để chinh phục người Hán, thế nhưng có một vị đại sư Trung Quốc xin làm đệ tử thì phải đứng ngoài trời dưới mưa tuyết và phải chặt cánh tay trái dâng lên vị này thì mới được vị này nhận làm đệ tử. Một câu chuyện có vẻ giả tạo, đầy hung bạo và mâu thuẫn một cách lộ liễu.

Sau hết cũng xin trích dẫn thêm bản dịch *Bài thuyết giảng tại đế quốc Kosala / Kosala Sutta* - AN 10.29 trong Đại Tạng Kinh tiếng Việt hầu độc giả có thể tham khảo thêm:

Aṅguttara Nikāya

III. Phẩm Lớn

10.29. Người Kosalà

—Này các Tỷ-kheo, xa trông như thế nào là nước Kàsi Kosalà, xa rộng như thế nào, là sự trị vì của vua Pasanadi nước Kosalà, trong phạm vi như vậy, vua Pasenadi nước Kosalà được xem là tối thượng. Tuy vậy, này các Tỷ-kheo, đối với vua Pasenadi, nước Kosalà có sự đổi khác, có sự biến hoại. Thấy vậy, này các Tỷ-kheo, vị Thánh đệ tử nghe nhiều nhàm chán trong (vấn đề) ấy; do nhàm chán trong (vấn đề) ấy, vị ấy từ bỏ sự tối thượng, còn nói gì đối với hạ liệt.

Này các Tỷ-kheo, xa cho đến mặt trăng, mặt trời di chuyển, xoay chuyển, chói sáng các phương, cho đến như vậy là ngàn thế giới. Trong ngàn thế giới ấy, có 1.000 mặt trăng, có 1.000 mặt trời, có 1.000 vua núi Sineru, có 1.000 cõi Diêm phù đề, 1.000 Tây ngưu Hóa châu, 1.000 Bắc-cu-lô-chân, 1.000 Đông thắng Thần châu, 4.000 biển lớn, 4.000 Đại vương, 1.000 Bốn đại Thiên vương, 1.000 Tam thập tam thiên, 1.000 Dạ-ma-thiên, 1.000 Đâu-suất thiên, 1.000 Hóa lạc thiên, 1.000 Tha hóa Tự tại thiên, 1.000 Phạm thiên giới. Này các Tỷ-kheo, xa rộng cho đến 1.000 thế giới, Đại phạm Thiên ở đấy được xem là tối thượng. Tuy vậy, này các Tỷ-kheo, đối với Đại Phạm thiên có sự đổi khác, có sự biến hoại. Thấy vậy, này các Tỷ-kheo, vị Thánh đệ tử nghe nhiều nhàm chán trong (Đại Phạm thiên) ấy, do nhàm chán trong (Đại Phạm thiên) ấy, từ bỏ sự tối thượng, còn nói gì đối với hạ liệt.

Này các Tỳ-kheo, có một thời, đến thời ấy, thế giới này chuyển hoại, trong khi thế giới chuyển hoại, này các Tỷ-kheo, các loài hữu tình phần lớn sanh qua cõi Abhassara (Quang âm thiên). Ở tại đấy, chúng sanh này do ý sanh, nuôi sống bằng hỷ, tự chiếu hào quang, phi hành trên hư không, sống trong sự quang vinh, và sống như vậy một thời gian khá dài. Này các Tỷ-kheo, trong khi thế giới chuyển hoại, các Quang âm thiên được xem là tối thượng. Nhưng này các Tỷ-kheo, đối với chư Quang âm thiên, có sự đổi khác, có sự biến hoại. Thấy vậy, này các Tỷ-kheo, vị Thánh đệ tử nghe nhiều, nhàm chán trong (chư Quang âm thiên) ấy; do nhàm chán trong (Quang âm thiên) ấy, vị ấy từ bỏ sự tối thượng, còn nói gì đối với hạ liệt.

Này các Tỷ-kheo, có mười Thiền án xứ này. Thế nào là mười?

Một người tưởng tri Thiền án đất, phía trên, phía dưới, bề ngang, không hai, vô lượng. Một người tưởng tri Thiền án nước… một người tưởng tri Thiền án lửa… một người tưởng tri Thiền án gió, một người tưởng tri Thiền án xanh... một người tưởng tri Thiền án vàng... một người tưởng tri Thiền án đỏ... một người tưởng tri Thiền án trắng... một người tưởng tri Thiền án hư không... một người tưởng tri Thiền án thức, phía trên, phía dưới, bề ngang, không hai, vô lượng.

Này các Tỷ-kheo, có mười Thiền án xứ này.

Cái này là tối thượng, này các Tỷ-kheo, trong mười Thiền án xứ này, tức là Thiền án thức. Có người tưởng tri phía trên, phía dưới, bề ngang, không hai, vô lượng. Này các Tỷ-kheo, có những chúng sanh có tưởng như vậy. Đối với các chúng sanh có tưởng như vậy, này các Tỷ-kheo, có sự đổi khác, có sự biến hoại. Thấy vậy, này các Tỷ-kheo, vị Thánh đệ tử nghe nhiều nhàm chán trong ấy; do nhàm chán trong ấy, vị ấy từ bỏ sự tối thượng, còn nói gì với hạ liệt.

Này các Tỷ-kheo, có tám thắng xứ này. Thế nào là tám?

Một vị quán tưởng nội sắc, thấy các loại ngoại sắc có hạn lượng, đẹp, xấu. Sau khi nhiếp thắng chúng, vị ấy tưởng tri như sau: "Ta biết, ta thấy". Đó là thắng xứ thứ nhất.

Một vị quán tưởng nội sắc, thấy các loại ngoại sắc vô lượng, đẹp, xấu. Sau khi nhiếp thắng chúng, vị ấy tưởng tri như sau: "Ta biết, ta thấy". Đó là thắng xứ thứ hai.

Một vị quán tưởng vô sắc ở nội tâm, thấy các loại ngoại sắc có hạn lượng, đẹp, xấu. Vị ấy nhận thức rằng: Sau khi nhiếp thắng chúng, vị ấy tưởng tri như sau: "Ta biết, ta thấy". Đó là thắng xứ thứ ba.

Một vị quán tưởng vô sắc ở nội tâm, thấy các loại ngoại sắc vô lượng, đẹp, xấu. Sau khi nhiếp thắng chúng, vị ấy tưởng tri như sau: "Ta biết, ta thấy". Đó là thắng xứ thứ tư.

Một vị quán tưởng vô sắc ở nội tâm, thấy các loại ngoại sắc màu xanh, sắc màu xanh, tướng sắc xanh, hình sắc xanh, ánh sáng xanh—như bông gai màu xanh, sắc màu xanh, tướng sắc xanh, hình sắc xanh, ánh sáng xanh—như bông gai màu xanh, sắc màu xanh, tướng sắc xanh, hình sắc xanh, ánh sáng xanh—như lụa Ba-la-nại, cả hai mặt láng trơn, màu xanh, sắc màu xanh, tướng sắc xanh, hình sắc xanh, ánh sáng xanh. Sau khi nhiếp thắng chúng, vị ấy tưởng tri như sau: "Ta thấy, ta biết". Đó là thắng xứ thứ năm.

Một vị quán tưởng vô sắc ở nội tâm, thấy các loại ngoại sắc màu vàng, sắc màu vàng, tướng sắc vàng, hình sắc vàng, ánh sáng vàng—như bông kannikàra màu vàng, sắc màu vàng, tướng sắc vàng, hình sắc vàng, ánh sáng vàng—như lụa Ba-la-nại cả hai mặt láng trơn màu vàng, sắc màu vàng, tướng sắc vàng, hình sắc vàng, ánh sáng vàng. Như vậy, vị này quán tưởng vô sắc ở nội tâm, thấy các loại ngoài sắc màu vàng, sắc màu vàng, tướng sắc màu vàng, hình sắc vàng, ánh sáng vàng. Sau khi nhiếp thắng chúng, vị ấy tưởng tri như sau: "Ta biết, ta thấy". Đó là thắng xứ thứ sáu.

Một vị quán tưởng vô sắc ở nội tâm, thấy các loại ngoại sắc màu đỏ, sắc màu đỏ, tướng màu đỏ, hình sắc đỏ—như bông bandhujìvaka màu đỏ, như lụa Ba-la-nại, cả ai mặt láng trơn, màu đỏ, sắc màu đỏ, tướng màu đỏ, hình sắc đỏ, ánh sáng đỏ. Như vậy, vị này quán tưởng vô sắc ở nội tâm, thấy các loại ngoại sắc màu đỏ, sắc màu đỏ, tướng sắc đỏ, hình sắc đỏ,...ánh sáng đỏ. Sau khi nhiếp thắng chúng, vị ấy tưởng tri như sau: "Ta biết, ta thấy". Đó là thắng xứ thứ bảy.

Một vị quán tưởng vô sắc ở nội tâm, thấy các loại ngoại sắc màu trắng, sắc màu trắng, tướng sắc trắng, hình sắc trắng, ánh sáng trắng—như sao mai Osadhi màu trắng, sắc màu trắng, tướng sắc trắng, hình sắc trắng, ánh sáng trắng—như lụa Ba-la-nại, cả hai mặt láng trơn, màu trắng, sắc màu trắng, tướng sắc trắng, hình sắc trắng, ánh sáng trắng. Như vậy, vị này quán tưởng vô sắc ở nội tâm, thấy các loại ngoại sắc màu trắng, sắc màu trắng, tướng sắc trắng, hình sắc trắng, ánh sáng trắng. Sau khi nhiếp thắng chúng, vị ấy tưởng tri như sau: "Ta biết, ta thấy". Đó là thắng thứ tám.

Này các Tỷ-kheo, có tám thắng xứ này.

Cái này là tối thượng, này các Tỷ-kheo, trong tám thắng xứ này, tức là có người tưởng vô sắc ở nội tâm, thấy các loại ngoại sắc màu trắng, tướng màu trắng, hình sắc màu trắng, ánh sáng trắng. Sau khi nhiếp thắng chúng, vị ấy tưởng tri như sau: "Ta biết, ta thấy". Này các Tỷ-kheo, có những chúng sanh có tưởng như vậy. Đối với các chúng sanh có tưởng như vậy, này các Tỷ-kheo, có sự đổi khác, có sự biến hoại. Thấy vậy, này các Tỷ-kheo, vị Thánh đệ tử nghe nhiều, nhàm chán trong ấy. Do nhàm chán trong ấy, vị ấy từ bỏ sự tối thượng, còn nó gì đối với hạ liệt.

Này các Tỷ-kheo, có bốn con đường này. Thế nào là bốn?

Con đường khổ thắng tri chậm; con đường khổ thắng tri mau; con đường lạc thắng tri chậm; con đường lạc thắng tri mau.

Này các Tỷ-kheo, có bốn con đường này.

Cái này là tối thượng, này các Tỷ-kheo, trong bốn con đường này, tức là con đường lạc thắng tri mau. Này các Tỷ-kheo, có những chúng sanh thực hành như vậy. Đối với các chúng sanh thực hành như vậy, này các Tỷ-kheo, có sự đổi khác, có sự biến hoại. Thấy vậy, này các Tỷ-kheo, vị Thánh đệ tử nghe nhiều, nhàm chán trong ấy. Do nhàm chán trong ấy, vị ấy từ bỏ sự tối thượng, còn nói gì đối với hạ liệt.

Này các Tỷ-kheo, có bốn tưởng này. Thế nào là bốn?

Có người tưởng tri có hạn lượng. Có người tưởng tri đại hành. Có người tưởng tri vô lượng. Có người tưởng tri Vô sở hữu xứ, nghĩ rằng: "Không có sự vật gì".

Này các Tỷ-kheo, có bốn tưởng này.

Các này là tối thượng, này các Tỷ-kheo, trong bốn tưởng này, tức là có người tưởng tri Vô sở hữu xứ, nghĩ rằng: "Không có sự vật gì". Này các Tỷ-kheo có những chúng sanh có tưởng như vậy. Đối với các chúng sanh có tưởng như vậy, này các Tỷ-kheo, có sự đổi khác, có sự biến thoại. Thấy vậy, này các Tỷ-kheo, vị Thánh đệ tử nghe nhiều, nhàm chán trong ấy. Do nhàm chán trong ấy, vị ấy từ bỏ sự tối thượng, còn nói gì đối với hạ liệt.

Cái này là tối thượng, này các Tỷ-kheo, trong các thành kiến của các dị học, tức là: "Nếu ta không có trong lúc ấy, thời nay đã không có của ta. Nếu ta sẽ không có, thời sẽ không có của ta". Với người có tri kiến như vậy, này các Tỷ-kheo, có thể chờ đợi như sau: Sự không nhàm chán này đối với hữu sẽ không có đối với người ấy. Sự nhàm chán này đối với hữu diệt sẽ không có đối với người ấy. Này các Tỷ-kheo, có những chúng sanh có tri kiến như vậy. Đối với chúng sanh có tri kiến như vậy, này các Tỷ-kheo, có sự đổi khác, có sự biến hoại. Thấy vậy, này các Tỷ-kheo, vị Thánh đệ tử nghe nhiều, nhàm chán trong ấy. Do nhàm chán trong ấy, vị ấy từ bỏ sự tối thượng, còn nói gì đối với các hạ liệt.

Này các Tỷ-kheo, có một số Sa-môn, Bà-la-môn... tuyên bố thanh tịnh là mục đích tối thắng.

Cái này là tối thượng, này các Tỷ-kheo, trong các vị tuyên bố thanh tịnh là mục đích tối thắng, tức là sự vượt qua một cách hoàn toàn Vô sở hữu xứ, sự chứng đạt và an trú Phi tưởng phi tưởng xứ. Họ thuyết pháp để thắng tri cái ấy, để giác ngộ cái ấy. Này các Tỷ-kheo, có những chúng sanh có nói như vậy. Này các Tỷ-kheo, đối với các chúng sanh có nói như vậy, có sự đổi khác, có sự biến hoại. Thấy vậy, này các Tỷ-kheo, vị Thánh đệ tử nghe nhiều, nhàm chán trong ấy. Do nhàm chán trong ấy, vị ấy từ bỏ sự tối thượng, còn nói gì với các hạ liệt.

Này các Tỷ-kheo, có một số Sa-môn, Ba-la-môn... tuyên bố hiện tại Niết-bàn là mục đích tối thắng.

Cái này là tối thượng, này các Tỷ-kheo, trong các vị tuyên bố hiện tại Niết-bàn là mục đích tối thắng, tức là sau khi như thật sự tập khởi, sự chấm dứt vị ngọt, sự nguy hại và sự xuất ly của sáu xúc xứ, được giải thoát không có chấp thủ. Này các Tỷ-kheo, Ta là người đã nói như vậy, đã tuyên bố như vậy. Và một số Sa-môn, Ba-la-môn xuyên tạc Ta với điều không thật là phi hữu, trống không, nói láo, nói rằng: "Sa-môn Gotama không tuyên bố sự liễu tri các dục, không tuyên bố sự liễu tri các sắc, không tuyên bố sự liễu tri các thọ".

Và này các Tỷ-kheo, ta tuyên bố sự liễu tri các dục, Ta tuyên bố sự liễu tri các sắc, ta tuyên bố sự liễu tri các thọ, Ta tuyên bố ngay trong hiện tại sự vô dục, tịch diệt, thanh lương không chấp thủ, Bát-niết-bàn.

Nguyên văn bản dịch của HT Thích Minh Châu

Tiếp theo dưới đây là một bài giảng nêu lên nguồn gốc làm phát sinh ra mọi hiện tượng trong thế giới:

Bài giảng về cội nguồn của mọi hiện tượng

Mūla Sutta - AN 10.58

(Dựa theo các bản dịch tiếng Anh của Thanissaro Bhikkhu, Bhikkhu Sujato, Bhikkhu Bodhi, và bản dịch tiếng Pháp của Sekka)

Chữ Mūla, tựa bài giảng, nghĩa từ chương là rễ cây, cội rễ, nghĩa mở rộng là căn nguyên, nguồn gốc, cội nguồn. Bài giảng này còn mang một tựa khác là Mūlaka Sutta, chữ Mūlaka có nghĩa là sự phát sinh hay bắt nguồn từ một cái gì khác (originating in / being conditioned by). Bài giảng nêu lên thật ngắn gọn cội rễ làm phát sinh ra mọi hiện tượng trong thế giới. Các hiện tượng cùng sự chuyển động của chúng không do một đấng thiêng liêng nào tạo tác và lèo lái, mà bắt rễ từ bên trong tâm thức con người. Nội dung của bài giảng gồm những lời khuyên bảo của Đức Phật dành cho các đệ tử của Ngài, nhằm giúp họ trả lời cho những người tu hành thuộc các giáo phái khác (Paribbājaka) khi được hỏi về cội nguồn của mọi hiện tượng trong thế giới là gì. Bài giảng này như sau:

«Này các tỳ-kheo, nếu có những người tu hành khất thực thuộc các giáo phái khác nêu lên với các tỳ-kheo các thắc mắc như sau:

1- Tất cả mọi hiện tượng bắt rễ *(mọc rễ, bắt nguồn)* từ đâu ?

2- Tất cả mọi hiện tượng diễn tiến như thế nào?

3- Tất cả mọi hiện tượng có cùng một cội nguồn chung như thế nào?

4- Tất cả mọi hiện tượng cùng gặp nhau *(hội tụ với nhau)* ở điểm nào?

5- Hiện tượng nào tiên khởi nhất *(presiding / dẫn đầu, phát sinh trước nhất)* đối với tất cả các hiện tượng khác ?

6- Hiện tượng nào bao trùm *(coverning / chỉ huy, lấn lướt, khống chế)* tất cả các hiện tượng khác ?

7- Hiện tượng nào vượt lên trên tất cả các hiện tượng khác ?

8- Cốt lõi *(heartwood / thực chất, bản thể)* của tất cả mọi hiện tượng là gì ?

9- Thể dạng tột đỉnh của tất cả mọi hiện tượng là gì?

10- Thể dạng hoàn hảo nhất của tất cả mọi hiện tượng là gì ?».

«Đối với chúng tôi thì Dhamma *(Đạo Pháp / Giáo huấn)* bắt nguồn *(bắt rễ)* từ Thế Tôn, là Vị hướng dẫn và phân xử. [Vì vậy] nếu Thế Tôn đích thân giải thích những lời phát biểu ấy *(các thắc mắc ấy)* thì tốt hơn cả. Sau khi được nghe những lời giải thích ấy thì các tỳ-kheo sẽ ghi nhớ [lâu dài]».

«Này các tỳ-kheo, nếu là như vậy thì hãy chú tâm lắng nghe. Ta sẽ giảng».

Các tỳ-kheo đáp lại: «Vâng, thưa Thế Tôn».

Đấng Thế Tôn bắt đầu giảng dạy: «Này các tỳ-kheo, nếu có những người tu hành khất thực thuộc các giáo phái khác nêu lên với các tỳ-kheo các câu hỏi như sau:

1- Tất cả mọi hiện tượng bắt rễ từ đâu?

2- Tất cả mọi hiện tượng diễn tiến như thế nào?

3- Tất cả mọi hiện tượng có cùng một cội nguồn chung như thế nào?

4- Tất cả mọi hiện tượng cùng gặp nhau ở điểm nào?

5- Hiện tượng nào tiên khởi nhất đối với tất cả các hiện tượng khác?

6- Hiện tượng nào bao trùm tất cả các hiện tượng khác?

7- Hiện tượng nào vượt lên trên tất cả các hiện tượng khác?

8- Cốt lõi của tất cả mọi hiện tượng là gì?

9- Thể dạng tột đỉnh của tất cả mọi hiện tượng là gì?

10- Thể dạng hoàn hảo nhất của tất cả mọi hiện tượng là gì ?

«Trong trường hợp những người tu hành khất thực thuộc các giáo phái khác nêu lên với các tỳ-kheo các thắc mắc trên đây, thì các tỳ-kheo nên trả lời họ như thế này:

1 - Tất cả mọi hiện tượng bắt rễ từ sự thèm khát *(tham lam, bám víu)*.

2 - Tất cả mọi hiện tượng diễn tiến xuyên qua *(nhờ vào)* sự chú tâm *(tạo được sự chú tâm, sự chú ý thì mới nhận thấy được sự hiện hữu và sự diễn tiến của các hiện tượng xảy ra chung quanh mình)*.

3 - Tất cả mọi hiện tượng phát sinh *(bắt nguồn)* từ sự tiếp xúc *(contact / sự tiếp xúc của lục giác với các đối tượng của chúng : mắt tiếp xúc với các hình tướng, tai tiếp xúc với âm thanh,..., tri thức tiếp xúc với các ý nghĩ, xúc cảm, tác ý... trong tâm thần)*.

4 - Tất cả mọi hiện tượng đều có một điểm hội tụ chung *(giống nhau, trùng hợp với nhau)* đó là sự cảm nhận *(feeling / sự nhận biết hay cảm thấy trong tâm thần)*.

5 - Hiện tượng tiên khởi nhất *(phát sinh trước nhất)* đó là sự chú tâm *(concentration / sự tập trung, sự chú ý / tạo được sự chú tâm hay chú ý thì mới nhận biết được các hiện tượng. Xin lưu ý là các ý nghĩ, các xúc cảm trong tâm thần cũng là các hiện tượng, tương tự như các hiện tượng cụ thể bên ngoài, và tâm thức hay tri thức / consciousness cũng là một cơ quan giác cảm tương tự như lục giác – thị giác, thính giác, khứu giác, vị giác, xúc giác – trên thân thể)*.

6 - Hiện tượng quản lý *(chế ngự, chỉ huy)* các hiện tượng khác là sự tập trung tâm thần *(còn gọi là chánh niệm / mindfulness, một sự tập trung tâm thần thăng bằng, cô đọng và hợp nhất của tâm thức, mang lại một sự cảm nhận chính xác và sâu sắc về các hiện tượng)*.

7 - Hiện tượng bao trùm *(trội hơn hết, vượt lên trên)* tất cả các hiện tượng là khả năng phân biệt *(discernement / khả năng nhận định, suy xét, nói chung là sự quán thấy minh bạch của tâm thức nhờ vào sự tập trung tâm thần / chánh niệm)*.

8- Tất cả mọi hiện tượng đều có một cốt lõi chung *(heartwood / một bản thể chung)* là sự vượt thoát *(release / sự buông bỏ, buông xả, sự giải thoát)*.

9- Điểm chủ yếu nhất của tất cả mọi hiện tượng là thể dạng vô sinh *(deathless / bất tử, không có cái chết xảy ra với mình, và cũng có nghĩa là không có một sự trở thành hay sự hình thành nào sau đó cả)*.

10- Thể dạng hoàn hảo nhất của tất cả mọi hiện tượng là sự Tắt nghỉ *(Extinction / Sự dừng lại hoàn toàn, Sự giải thoát tối thượng)*.

«Nếu có những người tu hành khất thực thuộc các giáo phái khác nêu lên với các tỳ-kheo các thắc mắc đại loại như thế, thì các tỳ-kheo hãy cứ trả lời họ theo cách trên đây.

Vài lời ghi chú

Bài giảng tuy ngắn gọn thế nhưng bao hàm một sự hiểu biết rất bao quát, thuộc cả ba lãnh vực: Hiện tượng học (Phenomenology), Tâm lý học (Psychology) và Triết học siêu hình (Metaphysic). Trên phương diện Hiện tượng học thì bài giảng nêu lên sự phát sinh và sự hình thành của các hiện tượng (dhamma / pháp) trong tâm thần của một cá thể, trực tiếp liên hệ và tương quan với các hiện tượng trong thế giới, xuyên qua sự vận hành của lục giác gồm ngũ giác và tâm thần. Trên phương diện Tâm lý học thì bài giảng nêu lên sự diễn tiến cùng các đặc tính của các hiện tượng đó. Trên phương diện Triết học siêu hình, tức là thuộc vào lãnh vực tâm linh, thì bài giảng nêu lên sự giải thoát khỏi sự vận hành mang tính cách trói buộc và khổ đau của các hiện tượng phát sinh từ bên trong tâm thức con người.

Chúng ta đều hiểu rằng những gì mà chúng ta tạo dựng trong tâm thức mình không những tác động đến nội tâm mình, con người của mình, sự hiện hữu của mình, mà còn ảnh hưởng đến cả môi sinh bên ngoài, mở rộng hơn nữa là cả sự sinh hoạt trong xã hội, và xa hơn nữa là cả thế giới vật lý trong không gian. Làm cho mọi sự tạo dựng trong tâm thức mình phải dừng lại, hoàn toàn 'tắt nghỉ' là cách mang lại cho mình một sự an bình và thanh thản, tạo ra cho mình một tâm thức thăng bằng và bình lặng, giúp mình đứng ra bên ngoài thế giới và sự vận hành của thế giới, và điều đó cũng có thể hiểu như là sự giải thoát.

Đức Phật không tạo ra các hiện tượng trong tâm thức của mổi cá thể, mà mỗi cá thể tự tạo ra các hiện tượng trong tâm thần mình. Các hiện tượng đó liên hệ với quá khứ của mỗi cá thể và đồng thời trong hiện tại cũng tương tác với các hiện tượng trong thế giới bên ngoài. Sự liên kết và tương tác đó là nguyên nhân tạo ra sự hiện hữu trói buộc của cá thể ấy trong thế giới. Do đó mỗi cá thể phải tự mình làm cho các hiện tượng bên trong tâm thức mình phải chấm dứt, đấy là cách tách mình ra khỏi thế giới, đứng ra bên ngoài thế giới. Nếu chỉ biết nhìn vào thế giới, thắc mắc về nguồn gốc và nguyên nhân của các hiện tượng trong thế giới cùng sự vận hành của chúng trong thế giới, để hình dung ra đủ mọi thứ chuyện, thì đấy là cách tự mình đánh lạc hướng chính mình, thúc đẩy mình lăn mình vào thế giới, bị cuốn trôi trong thế giới, và để ôm lấy khổ đau mà thôi.

Bài giảng không những gợi ý giúp các tỳ-kheo trong Tăng đoàn trả lời các thắc có thể được nêu lên bởi những người tu hành thuộc các giáo phái khác, mà còn phản ảnh thật kín đáo toàn bộ nền tảng của con đường Phật giáo.

Sau hết xin trích dẫn bản dịch bài giảng này trong Đại Tạng Kinh để độc giả tiện tham khảo thêm:

Aṅguttara Nikāya
VI. Phẩm Tâm Của Mình
10.58. Lấy Căn Bản Nơi Thế Tôn

—Này các Tỷ-kheo, nếu các du sĩ ngoại đạo có thể hỏi như sau: "Này chư Hiền, tất cả pháp lấy gì làm căn bản? Tất cả pháp lấy gì làm sanh khởi? Tất cả pháp lấy gì làm tập khởi? Tất cả pháp lấy gì làm chỗ quy tụ? Tất cả pháp lấy gì làm thượng thủ? Tất cả pháp lấy gì làm tăng thượng? Tất cả pháp lấy gì làm tối thượng? Tất cả pháp lấy gì làm lõi cây? Tất cả pháp lấy gì làm chỗ thể nhập? Tất cả pháp lấy gì làm cứu cánh? "Được hỏi vậy, này các Tỷ-kheo, các Thầy trả lời các du sĩ ngoại đạo ấy như thế nào?

—Bạch Thế Tôn, đối với chúng con, pháp lấy Thế Tôn làm căn bổn, lấy Thế Tôn làm lãnh đạo, lấy Thế Tôn làm nương tựa... Thật lành thay, bạch Thế Tôn, nếu nghĩa của lời nói này được Thế Tôn nói lên! Sau khi nghe Thế Tôn nói, các Tỷ-kheo sẽ thọ trì.

—Vậy này các Tỷ-kheo, hãy nghe và khéo tác ý, Ta sẽ nói.

—Thưa vâng, bạch Thế Tôn.

Các Tỷ-kheo ấy vâng đáp Thế Tôn. Thế Tôn nói như sau:

—Này các Tỷ-kheo, nếu các du sĩ ngoại đạo hỏi như sau: "Này chư Hiền, tất cả pháp lấy gì làm căn bản? Tất cả pháp lấy gì làm sanh khởi? Tất cả pháp lấy gì làm tập khởi? Tất cả pháp lấy gì làm chỗ quy tụ? Tất cả pháp lấy gì làm thượng thủ? Tất cả pháp lấy gì làm tăng thượng? Tất cả pháp lấy gì làm tối thượng? Tất cả pháp lấy gì làm lõi cây? Tất cả pháp lấy gì làm chỗ thể nhập? Tất cả pháp lấy gì làm cứu cánh?".

Được hỏi vậy, này các Tỷ-kheo, các Thầy có thể trả lời như sau: "Tất cả pháp lấy dục làm căn bản. Tất cả pháp lấy tác ý làm sanh khởi. Tất cả pháp lấy xúc làm tập khởi. Tất cả pháp lấy thọ làm chỗ quy tụ. Tất cả pháp lấy định làm thượng thủ. Tất cả pháp lấy niệm làm tăng thượng. Tất cả pháp lấy tuệ làm tối thượng. Tất cả pháp lấy giải thoát làm lõi cây. Tất cả pháp lấy bất tử làm chỗ thể nhập. Tất cả pháp lấy Niết-bản làm cứu cánh».

Này các Tỷ-kheo, được hỏi vậy, các Thầy có thể trả lời các du sĩ ngoại đạo ấy như vậy.

Nguyên văn bản dịch của HT Thích Minh Châu.

Dưới đây chúng ta lại tiếp tục trích dẫn một bài giảng khác mang tựa là Bài giảng cho vị tu hành khổ hạnh Uttiya / Uttiya Sutta - AN 10.65:

Bài giảng cho vị tu hành khổ hạnh Uttiya

Uttiya Sutta - AN 10.95

(Dựa theo các bản dịch tiếng Anh của Thanissaro Bhikhu, Bhikkhu Sujato, Piya Tan và bản dịch tiếng Pháp của Sekha)

Vị Uttiya xuất thân từ một gia đình Bà-la-môn, gốc từ thủ đô Sāvatthī (Xá Vệ) của xứ Kosala (Kiêu-tát-la), thế nhưng khi trưởng thành thì lại có ý nguyện đạt được thể dạng 'bất tử', và cũng là chủ đích của tín ngưỡng Bà-la-môn. Ý nguyện đó đã khiến người thanh niên Uttiya rời bỏ gia đình, chọn cuộc sống của một người tu hành ẩn dật, khất thực và không nhà. Trong một dịp được nghe Đức Phật thuyết giảng thì sau đó vị này xin được gia nhập Tăng đoàn của Đức Phật.

Trong châu thổ sông Hằng tín ngưỡng phát triển rất sớm, trước thời đại của Đức Phật rất lâu. Các trào lưu đầu tiên xoay quanh bốn bộ kinh truyền khẩu trường thiên mang tính cách thiêng liêng, gọi là các kinh Vệ-đà (Veda). Các kinh điển này xuất hiện từ thế kỷ XV trước Tây lịch, chủ đích là để tôn vinh ba mươi ba vị Thiên vương (Deities / Thánh nhân, Thần linh), gồm các vị: Indra (Vua của tất cả các vị Trời, các Thần linh và các Tướng sĩ), Agni (Thần lửa), Rudra (Thần bão tố), Vayu (Thần gió), Varuna (Thần bảo vệ thế giới), Soma (vị Thần hiện thân của luồng sinh khí nơi mỗi cá thể, luân lưu xuyên qua các kiếp sống khác nhau), v.v... Nói chung, các vị Trời và các vị Thần linh nêu lên trong các kinh Vệ-đà là các hiện thân của các sức mạnh trong thiên nhiên. Việc tu tập thì chủ yếu xoay quanh việc tụng niệm và học hỏi các kinh Vệ-đà, đồng thời thực thi các nghi thức cúng tế và hiến sinh. Các giáo sĩ thì được gọi là các vị Brahmana / Bà-la-môn.

Qua dòng thời gian tín ngưỡng Vệ-đà dần dần biến thể đưa đến các ý niệm mới hơn, hướng vào khía cạnh thiêng liêng của tín ngưỡng nói chung và xem tính cách thiêng liêng là một cái gì đó 'Duy nhất', 'Độc nhất', là 'Một', gọi là Brahman / Phạm thiên. Sự 'Độc nhất' đó có thể hiểu một cách cụ thể là vị 'Sáng tạo ra thế giới' (Creator of the world), là Linh hồn của Thế giới, sự Tinh anh của Vũ trụ, biểu trưng cho một Hiện thực Tối thượng. Vô số các vị Thần linh cùng các vị Trời trên thượng giới được hình dung ra để biểu trưng các thể dạng phát tán của sự Thiêng liêng độc nhất đó. Các ý niệm mới này dần dần biến các tín ngưỡng Vệ-đà trở thành tín ngưỡng Bà-la-môn (Brahmanism) cùng với sự xuất hiện của các kinh Upanisad, cải tiến hơn so với các kinh Vệ-đà trước đó. Một số các ý niệm mới được hình dung trong các kinh Upanisad, chẳng hạn như ý niệm về các chu kỳ xoay vần giữa sự sống và cái chết, ý niệm về linh hồn bất diệt tồn lưu xuyên qua các kiếp sống, v.v... Việc tu tập thì xoay quanh sự mong cầu thoát khỏi các chu kỳ sinh tử giúp mình hòa nhập linh hồn cá nhân của mình với Linh hồn rộng lớn của toàn thể vũ trụ. Các nghi thức tu tập cũng mang nhiều nét khác hơn so với các tín ngưỡng Vệ-đà, chẳng hạn như việc luyện tập thiền định, sống khổ hạnh, du thực, tách ra khỏi môi trường gia đình và xã hội.

Trên đây là khung cảnh tín ngưỡng trong châu thổ sông Hằng vào thế kỷ thứ VI trước Tây lịch. Đức Phật xuất hiện trong khung cảnh tín ngưỡng đó, mở ra một nền Tư tưởng hoàn toàn mới lạ, một Dhamma độc đáo, đánh dấu sự xuất hiện của một nền Tư tưởng siêu việt, không những trong lãnh vực tâm linh mà cả đối với sự hiểu biết của con người nói chung. Tuy mang một vài đường nét và vay mượn một số thuật ngữ trong các tín ngưỡng Vệ-đà và Bà-la-môn, thế nhưng Dhamma của Đức Phật là một cái gì đó hoàn toàn mới lạ và khác hẳn, có thể nói là trái ngược lại với các ý niệm trong các kinh điển Vệ-đà và Upanisad.

Qua một góc nhìn khác thì Dhamma của Đức Phật mở ra một khung trời mới lạ trong lãnh vực tư tưởng không những trong khung cảnh của châu thổ sông Hằng mà sau đó còn được quảng bá ra bên ngoài biên giới nước Ấn và đã chinh phục được một số tầng lớp nhân loại trong các xã hội tân tiến ngày nay.

Sở dĩ dài dòng như trên đây là nhằm mục đích đặt *Bài giảng cho vị tu hành khổ hạnh Uttiya / Uttiya Sutta – AN 10.95* trong khung cảnh tín ngưỡng mang nặng ảnh hưởng của đạo Bà-la-môn trong châu thổ sông Hằng vào thời bấy giờ, khi tín ngưỡng này chủ xướng một vũ trụ trường tồn, bất diệt và thiêng liêng. Đặt bài giảng này vào khung cảnh tín ngưỡng đó là cách giúp chúng ta hiểu được chính xác và sâu sắc hơn về nội dung và chủ đích của bài giảng này. Bài giảng này như sau:

Một hôm, có một vị tu hành khổ hạnh sống lang thang *(wanderer / khất thực và sống không nhà)* tên là Uttiya tìm gặp Đấng Thế Tôn, khi gặp Ngài thì vái chào và trao đổi với Ngài vài lời chúc tụng. Sau khi trao đổi vài lời chúc tụng thân thiện và xã giao thì vị này ngồi sang một bên, và sau khi an tọa thì cất lời hỏi Đấng Thế Tôn như sau:

«Thưa Thầy Gotama *(Cồ-đàm)*, phải chăng: 'Vũ trụ là trường tồn *(eternal / vô tận, không bao giờ tan biến hay chấm dứt)*. Chỉ có điều đó là thật *(là đúng, là hữu ích, đáng quan tâm, hậu ý nói lên tính cách thiêng liêng trong vũ trụ)*, ngoài ra bất cứ một thứ gì khác đều vô nghĩa *(wortheless / silly / vile / không đúng, không thật, vô tích sự, không đáng kể, không đáng quan tâm, vô giá trị. Cách cho rằng sự thiêng liêng trong tín ngưỡng, phản ảnh qua sự trường tồn và bất diệt của vũ trụ là một thứ gì đó Duy nhất có giá trị, một thứ gì đó tương tự như Linh hồn của cả vũ trụ, và đấy cũng là quan điểm của đạo Bà-la-môn về tôn giáo và tín ngưỡng nói chung)* ?»

«Này Uttiya, ta không hề tuyên bố: 'Vũ trụ là trường tồn. Chỉ có điều đó là thật, ngoài ra bất cứ một thứ gì khác đều vô nghĩa'».

«Vậy, thưa Thầy Gotama, nếu là như thế *(đúng theo lời Thầy nói)* thì: 'Vũ trụ không trường tồn. Chỉ có điều đó là thật, ngoài ra bất cứ một thứ gì khác đều vô nghĩa?'».

«Cũng vậy, này Uttiya, ta không hề tuyên bố: 'Vũ trụ không trường tồn. Chỉ có điều đó là thật, ngoài ra bất cứ một thứ gì khác đều vô nghĩa'».

(Qua một góc nhìn nào đó thì đấy là sự yên lặng của Đức Phật: không tham gia vào bất cứ một sự tranh biện hay tranh cãi nào, dù là đối với một vấn đề nào hay một quan điểm nào cũng vậy. Giáo huấn của Đức Phật chỉ duy nhất nhắm vào những gì thiết thực và hữu ích, đó là cách tìm hiểu tâm thức của chính mình để biến cải nó, tinh khiết hóa nó, nhưng không tìm hiểu xem vũ trụ trường tồn hay hữu hạn, linh hồn của vũ trụ to rộng như thế nào)

«Thưa Thầy Gotama, vậy là thế nào: 'Vũ trụ hữu hạn...', [hay là] '... Vũ trụ trường tồn... ?'; '... Linh hồn và thân xác là một thứ...', [hay là] '... Linh hồn là một thứ và thân xác là một thứ khác...?'; '... Sau khi chết một vị Tathāgata *(Như Lai)* còn hiện hữu...', [hay là] '... Sau khi chết một vị Tathāgata không còn hiện hữu...?'; '... Sau khi chết một vị Tathāgata vừa hiện hữu nhưng cũng không còn hiện hữu?', [hay là] '... Sau khi chết một vị Tathāgata không còn hiện hữu nhưng cũng không phải là không còn hiện hữu?'. Phải chăng chỉ có điều đó là thật, ngoài ra bất cứ một thứ gì khác đều vô nghĩa?».

«Này Uttiya, ta không hề tuyên bố: 'Vũ trụ hữu hạn...', [hay là] '... Vũ trụ trường tồn...'; '... Linh hồn và thân xác là một thứ...', [hay là] '... Linh hồn là một thứ và thân xác là một thứ khác...'; '... Sau khi chết một vị Tathāgata còn hiện hữu...', [hay là] '... Sau khi chết một vị Tathāgata không còn hiện hữu...' ; '... Sau khi chết một vị Tathāgata vừa hiện hữu nhưng cũng không còn hiện hữu', [hay là]...'Sau khi chết một vị Tathāgata không còn hiện hữu nhưng cũng không phải là không còn hiện hữu'. Phải chăng chỉ có điều đó là thật, ngoài ra bất cứ một thứ gì khác đều vô nghĩa».

«Vậy là thế nào, thưa Thầy Gotama, khi hỏi Thầy có đúng là 'Vũ trụ trường tồn, chỉ có điều đó là thật, ngoài ra bất cứ một thứ gì khác đều vô nghĩa', thì Thầy nói với tôi: 'Này Uttiya, ta không hề nêu lên 'Vũ trụ là trường tồn, chỉ có điều đó là thật, ngoài ra bất cứ một thứ gì khác đều vô nghĩa'. Khi hỏi Thầy có đúng là 'Vũ trụ không trường tồn...', '...Vũ trụ có giới hạn...', '...Vũ trụ vô biên...', '... Linh hồn và thân xác là một thứ...', '...'Linh hồn là một thứ và thân xác là một thứ khác...', '...' Sau khi chết một vị Tathāgata còn hiện hữu...', '... Sau khi chết một vị Tathāgata không còn hiện hữu...', '...' Sau khi chết một vị Tathāgata còn hiện hữu nhưng cũng không còn hiện hữu...', '... 'Sau khi chết một vị Tathāgata không còn hiện hữu nhưng cũng không phải là không còn hiện hữu'. Duy nhất chỉ có điều đó là thật, ngoài ra bất cứ một thứ gì khác đều vô nghĩa', thì Thầy trả lời: 'Này Uttiya, ta không hề nêu lên 'Sau khi chết một vị Tathāgata không còn hiện hữu nhưng cũng không phải là không còn hiện hữu, và chỉ có điều đó là thật, ngoài ra tất cả các thứ gì khác đều vô nghĩa'. Nếu đúng là như thế thì Thầy chẳng xác định một điều gì cả hay sao?».

«Này Uttiya, ta hiểu được các điều ấy một cách trực tiếp *(dễ dàng, không cần phải suy nghĩ hay lý luận)*, [thế nhưng] ta chỉ giảng Dhamma / Đạo Pháp cho các môn đệ của ta nhằm mục đích [duy nhất] là mang lại sự tinh khiết cho chúng sinh *(sự tinh khiết ở đây có nghĩa là loại bỏ mọi sự u mê, thèm khát, bám víu, đam mê...)*, giúp chúng sinh vượt lên trên mọi thứ buồn phiền và ta thán, làm chấm dứt mọi nỗi đớn đau và âu lo, quán thấy được phương pháp [tu tập] đúng đắn mang lại cho họ sự giải thoát ».

« Vậy thì, thưa Thầy Gotama, dù Thầy hiểu được các điều ấy một cách trực tiếp đi nữa, thế nhưng Thầy chỉ giảng Dhamma cho các môn đệ của Thầy [duy nhất] nhằm mục đích mang lại sự tinh khiết cho chúng sinh, giúp chúng sinh vượt lên trên mọi thứ buồn phiền và ta thán, làm chấm dứt mọi nỗi đớn đau và âu lo, quán thấy được phương pháp [tu tập] đúng đắn, mang lại cho họ sự giải thoát, và nhờ đó toàn thể thế giới *(toàn thể vũ trụ / cosmos)* cũng sẽ được giải thoát, hoặc hoàn toàn, hoặc một nửa, hay [ít nhất cũng] là một phần ba?».

Sau khi những lời trên đây được [vị Uttiya] nêu lên thì Đấng Thế Tôn giữ yên lặng.

Ý nghĩ sau đây vụt hiện lên với Ngài *(Āyasmā)* Ānanda *(A-nan-đà / cách gọi vị A-nan-đa là Ngài là một cách gọi mang tính cách tôn kính, Ānanda là vị đệ tử thân cận luôn bên cạnh Đức Phật, và vị này đang ngồi nghe và theo dõi cuộc đàm đạo giữa Đức Phật và người tu hành khổ hạnh Uttiya).* Sau khi nghe vị Uttiya phát biểu như trên đây thì Ngài Ānanda vụt nghĩ như sau : 'Không nên để cho vị tu hành khổ hạnh Uttiya tạo ra cho mình ý nghĩ tai hại : 'Mỗi khi tôi nêu lên một thắc mắc với vị Thầy Gotama thì vị Thầy Gotama đều tỏ ra bối rối, không trả lời được. Hoặc cũng có thể là vị ấy không đủ sức để trả lời' *(Ngài Ānanda hình dung ra trong tâm trí mình ý nghĩ trong tâm trí của vị Uttiya).* Điều đó sẽ gây ra thêm tai hại và khổ đau cho vị ấy trong lâu dài mà thôi'. [Sau khi ý nghĩ ấy hiện lên trong tâm trí mình] thì Ngài Ānanda quay sang vị Uttiya và nói với vị này như sau : 'Này bạn Uttiya, tôi xin nêu lên với bạn một câu chuyện mang tính cách ẩn dụ. Đối với một người thông minh thì cũng chỉ cần nêu lên một câu chuyện ẩn dụ thì cũng đủ giúp người ấy sau khi nghe sẽ hiểu được ý nghĩa hàm chứa trong đó'.

«Này bạn Uttiya, chẳng hạn như nơi vùng biên thùy của một đế quốc, có một thị trấn kiên cố, bao quanh bởi các tường thành và các chòi canh thật vững chắc, và chỉ có một cổng ra vào duy nhất. Người gác cổng rất thông minh, nhiều kinh nghiệm và thận trọng, cấm người lạ đến gần cửa cổng, chỉ có những người quen thuộc thì mới được phép bước ngang cửa cổng. Người giữ cổng từng đi quanh tường thành để quan sát, và người này cảm thấy yên tâm bởi vì tường thành không có một lỗ hổng hay một nơi sụp đổ nào đủ để người lạ có thể lẻn vào, kể cả một con mèo cũng không chui lọt. Tuy không biết được chính xác số người đi vào và đi ra khỏi cổng là bao nhiêu, thế nhưng người gác cổng tin chắc chắn rằng: 'Bất cứ một sinh linh nào có thân hình mang kích thước đủ để có thể trông thấy được bằng mắt nếu muốn thâm nhập vào bên trong hay đi ra ngoài khung thành thì đều phải bước ngang qua cửa cổng duy nhất mà mình đang canh gác'.

« Cũng vậy, này bạn Uttiya, Tathāgata *(Như Lai / tức là Đức Phật)* không quan tâm tìm hiểu xem nhờ vào Dhamma *(Giáo huấn)* của mình thì vũ trụ (thế giới) này có được giải thoát hoàn toàn hay không, hay chỉ được một nửa hoặc một phần ba. Thế nhưng Tathāgata biết được thật minh bạch : 'Những ai đã đạt được sự giải thoát, đang đạt được sự giải thoát, hoặc sẽ đạt được sự giải thoát giúp mình thoát ra khỏi vũ trụ này *(tức là những người đi ra hay bước vào bên trong khung thành)*, sau khi đã loại bỏ được, đang loại bỏ được, hoặc sẽ loại bỏ được năm thứ chướng ngại *(1- thèm khát dục tính, 2- bất toại nguyện, 3- lười biếng và đờ đẫn, 4- giao động tâm thần và hối hận, 5- ngờ vực thiếu vững tin. Kinh sách Hán ngữ gọi năm thứ chướng ngại này là ngũ triền cái :1- tham dục, 2- sân hận, 3- hôn trầm thuỵ miên, 4- trạo cử hối quá, 5- nghi ngờ)*, là các thứ làm cho tâm thức bị ô nhiễm, khiến khả năng nhận thức bị suy giảm, không tạo được một tâm thức vững vàng dựa vào nền tảng của bốn thể dạng satipaṭṭhāna *(mindfulness / chánh niệm / chữ sati có nghĩa là sự chú tâm, chữ paṭṭhāna có nghĩa là thể dạng tập trung, cô đọng và hợp nhất của tâm thần. Bốn thể dạng satipaṭṭhāna là : 1- chú tâm vào thân thể (kāya), 2- chú tâm vào các cảm giác (vedanā), 3- chú tâm vào tâm thức (citta), 4- chú tâm vào các hiện tượng tâm thần (dhamma), và tiếp theo sau đó là phát huy được bảy yếu tố (bojjhaṅgā / bảy yếu tố giác ngộ – kinh sách Hán ngữ gọi là thất giác chi – gồm: 1- sự chú tâm (sati), 2- thiền định (vicaya / sự suy nghiệm về Dhamma), 3- nghị lực (viriya), 4- niềm hân hoan (pīti), 5- sự bình lặng (passaddhi), 6- sự tập trung (samādhi), 7- sự thanh thản (upekkhā)* bằng cách căn cứ vào bản chất đích thật của chúng. Thế nhưng, thay vì nêu lên với Đấng Thế Tôn các thắc mắc về các thứ ấy, thì bạn lại nêu lên các thắc mắc của bạn theo một đường hướng khác *(Vũ trụ có giới hạn hay trường tồn là thắc mắc quan trọng hơn cả, ngoài ra tất cả các thứ khác chỉ là vô nghĩa ?)*. Chính vì vậy nên Đấng Thế Tôn không trả lời bạn đấy.

Vài lời ghi chú

Bài giảng thật khúc chiết và tế nhị. Vị tu hành khổ hạnh Uttiya nêu lên thắc mắc ám ảnh tâm trí mình là 'vũ trụ trường tồn hay hữu hạn, ngoài ra thì tất cả các thứ khác toàn là vô nghĩa'. Thắc mắc đó chính là những gì thường ray rứt trong tâm trí của những người tu hành Bà-la-môn. Bởi vì theo tín ngưỡng này thì vũ trụ trường tồn, và cho rằng tính cách Thiêng liêng là một cái gì đó Duy nhất, là Linh hồn của cả vũ trụ. Chủ đích trong việc tu tập của tín ngưỡng Bà-la-môn là hòa nhập linh hồn cá nhân của mình vào Linh hồn rộng lớn của toàn thể vũ trụ. Thế nhưng Đức Phật thì lại cho biết là mình không hề nói lên như thế. Vị Uttiya lại nêu lên một thắc mắc ngược lại là vũ trụ không trường tồn, Đức Phật cũng lại cho biết là mình không hề nói lên như thế.

Sau cùng thì Đức Phật nói với Uttiya là mình hiểu biết tất cả nhưng chỉ giảng dạy cho các đệ tử của mình về những gì thiết thực, nhằm mục đích tinh khiết hóa tâm thức của họ và của tất cả chúng sinh. Uttiya lặp lại câu phát biểu ấy của Đức Phật và nói thêm là nhờ đó thì phải chăng vũ trụ cũng sẽ được giải thoát hoàn toàn, hoặc một nửa hay chỉ được một phần ba. Đức Phật giữ yên lặng trước câu phát biểu đó. Sự yên lặng trong trường hợp này không có nghĩa là một sự phủ nhận mà là một sự đồng thuận : Đức Phật chỉ thuyết giảng những gì thiết thực. Thế nhưng, đồng thời thì sự yên lặng đó còn nói lên một ý nghĩ sâu sắc hơn sự đồng thuận đó rất nhiều : 'nhờ đó vũ trụ sẽ được giải thoát hoàn toàn, hoặc chỉ là một nửa hay một phần ba', ý nghĩa trong cách phát biểu này thật kín đáo, tế nhị và sâu sắc : vũ trụ là một cái gì đó còn vướng mắc, hữu hạn, có thể mang lại sự giải thoát cho nó, hoặc hoàn toàn, hoặc một nửa hay chỉ một phần ba, nói một cách khác và hiểu theo một cách khác là vũ trụ không trường tồn, bởi vì nó có thể biến cải được và giải thoát được.

Sau hết bài giảng còn cho biết thêm là Ngài Ānanda theo dõi cuộc đàm thoại đã đoán được ý nghĩ viễn vông hiện lên trong tâm trí của vị Uttiya, và sau đó thì vì lòng từ bi Ngài Ānanda đã nêu lên một câu chuyện ẩn dụ gợi lên với vị Uttiya là Đức Phật hiểu biết tất cả, thế nhưng các điều ấy không có gì là thiết thực. Sau đó Ngài Ānanda lại còn tiếp tục giảng thêm cho vị Uttiya về việc tu tập của Phật giáo là phải như thế nào.

Trên đây là nội dung trong bài thuyết giảng cho một người tu hành theo một tín ngưỡng khác hơn với Dhamma của Đức Phật. Ngoài ra cũng xin trích dẫn bài giảng này trong Đại Tạng Kinh tiếng Việt để độc giả tiện tham khảo thêm:

Aṅguttara Nikāya

X. Phẩm Nam Cư Sĩ

10.95. Uttiya

Bấy giờ có du sĩ ngoại đạo Uttiya đi đến Thế Tôn; sau khi đến nói lên với Thế Tôn những lời chào đón hỏi thăm, sau khi nói lên những lời chào đón hỏi thăm thân hữu, rồi ngồi xuống một bên. Ngồi xuống một bên, du sĩ Uttiya nói với Thế Tôn:

—Thưa Tôn giả Gotama, có phải Tôn giả chủ trương thế giới là vô thường. Kiến này là sự thật, kiến nào khác là hư vọng?

—Này Uttiya. Ta không có nói như sau: "Thế giới là vô thường. Kiến này là sự thật, kiến nào khác là hư vọng».

—Này Tôn giả Gotama, có phải thế giới là có biên tế... thế giới là không biên tế... sinh mạng và thân thể là một... sinh mạng và thân thể là khác... Như Lai có tồn tại sau chết... Như Lai không có tồn tại sau khi chết... Như Lai có tồn tại và không tồn tại sau khi chết... Như Lai không tồn tại và không không tồn tại sau khi chết. Kiến này là sự thật, kiến nào khác là hư vọng?

—Này Uttiya, Ta không có nói như sau: "Như Lai không tồn tại và không không tồn tại sau khi chết. Kiến này là sự thật, kiến nào khác là hư vọng».

—Thưa Tôn giả Gotama, có phải thế giới là vô thường, kiến này là sự thật, kiến nào khác là hư vọng? Được hỏi vậy, Thế Tôn trả lời: "Này Uttiya, Ta không có nói: "Thế giới là vô thường. Kiến này là sự thật, kiến nào khác là hư vọng».

—Thưa Tôn giả Gotama, có phải thế giới là vô thường? ... có phải thế giới là có biên tế? ... có phải thế giới không có biên tế? ... có phải sinh mạng và thân thể là một? ... có phải sinh mạng và thân thể là khác? ... có phải Như Lai có tồn tại sau khi chết? ... có phải Như Lai không có tồn tại sau khi chết? ... có phải Như Lai có tồn tại và không có tồn tại sau chết? ... có phải Như Lai không tồn tại và không không tồn tại sau khi chết? Kiến này là sự thật, kiến nào khác là hư vọng? Được hỏi vậy, Thế Tôn trả lời: "Này Uttiya, Ta không có nói: "Như Lai không tồn tại và không không tồn tại sau khi chết. Kiến này là sự thật.

Kiến nào khác là hư vọng».

—Vậy cái gì được Tôn giả Gotama nói lên?

—Với thắng trí, này Uttiya, Ta thuyết pháp cho các đệ tử để họ được thanh tịnh, để sầu bi được vượt qua, để khổ ưu được chấm dứt, để Thánh lý được chứng đạt, để Niết-bàn được chứng ngộ.

—"Nếu Tôn giả Gotama thuyết pháp cho các đệ tử để họ được thanh tịnh... để Niết-bàn được chứng ngộ», thời do vậy, cả thế giới này sẽ đi ra khỏi, hay chỉ có một nửa, hay chỉ có một phần ba? Được nghe nói vậy, Thế Tôn im lặng.

Rồi Tôn giả Ānanda suy nghĩ như sau: "Chớ có để cho du sĩ Uttiya có ác tà kiến rằng: "Sa-môn Gotama khi được nghe ta hỏi câu hỏi tối ư quan trọng lại tránh né, không có trả lời, không dám trả lời, và như vậy là bất hạnh, là đau khổ lâu dài cho du sĩ Uttiya». Rồi Tôn giả Ānanda nói với du sĩ Uttiya:

—Vậy này Hiền giả Uttiya, Ta sẽ dùng một ví dụ, chính nhờ ví dụ, ở đây một số người có trí có thể hiểu được ý nghĩa của lời nói. Ví như, này Hiền giả Uttiya, ngôi thành trì biên địa của vua với những nền móng vững chắc, với các thành lũy tháp canh vững chắc, và chỉ có một cửa vào. Tại đây, người giữ cửa là người sáng suốt, thông minh, có trí, ngăn chặn những người không quen biết, cho vào những người quen biết. Khi đi tuần trên con đường chạy vòng quanh thành trì ấy, người ấy có thể không thấy một kẽ hở trong thành hay lỗ trống thành lớn cho đến mức một con mèo có thể chui qua. Người ấy có thể không biết được: "Từng ấy loài hữu tình đã đi vào hay đi ra thành này, nhưng điều này cho biết: "Những loài hữu tình thô lớn nào đi vào hay đi ra thành này», tất cả chúng phải đi vào hay đi ra ngang qua cửa thành này. Cũng vậy, này Hiền giả Uttiya, đối với Như Lai, không phải là một vấn đề quan trọng (câu hỏi này của Thầy) là có phải toàn thế giới do vậy được thoát ra khỏi hay nửa phần thế giới, hay là một phần ba? Những điều Như Lai nói là như sau: "Những ai đã được thoát ra khỏi thế giới, hay đang được thoát ra, hay sẽ thoát ra, tất cả những vị ấy, sau khi đoạn tận năm triền cái, những pháp làm ô nhiễm tâm, làm yếu ớt trí tuệ, với tâm khéo an trú trên Bốn niệm xứ; sau khi như thật tu tập Bảy giác chi, như vậy các vị ấy đã thoát khỏi, đang thoát khỏi, sẽ thoát khỏi thế giới. Này Hiền giả Uttiya, về câu hỏi mà Thầy đã hỏi Thế Tôn đứng trên một lập trường khác. Đó là lý do tại sao Thế Tôn không trả lời câu hỏi ấy cho Thầy.

Nguyên văn bản dịch của HT Thích Minh Châu

Tiếp tục dưới đây chúng ta lại trích dẫn thêm một bài giảng khác mang nội dung tương tự – gần như là lặp lại – với Bài giảng cho vị tu hành khổ hạnh Uttiya trên đây, thế nhưng không do Đức Phật trực tiếp thuyết giảng mà là do một người đệ tử thân cận của Đức Phật là Ānanda lặp lại những lời mà mình đã từng được nghe. Bài giảng này mang tựa là Bài giảng cho vị tu hành khổ hạnh Kokanuda / Kokanuda Sutta - AN 10.96.

Mặc dù nội dung của hai bài giảng tương tự nhau, thế nhưng các dịch giả Tây phương thường dịch cả hai bài giảng này. Việc tu tập phải chăng là một sự kiên nhẫn? Vì vậy, dù phải đọc lại một bài giảng tương tự, thế nhưng nhờ đó biết đâu chúng ta cũng có thể tìm thấy một vài sự kiện mới lạ và cũng có thể là khá lý thú trong khung cảnh tín ngưỡng của thời bấy giờ. Bài giảng này như sau:

Bài giảng cho vị tu hành khổ hạnh Kokanuda

Kokanuda Sutta - AN 10.96

(Dựa theo hai bản dịch tiếng Anh, một của Thanissaro Bhikkhu và một của Bhikkhu Sujato)

Nhân vật Kokanuda nói đến trong bài giảng là một người tu hành lang thang (wanderer), chọn cuộc sống khất thực không nhà, tóm lại là vị này cũng tương tự như vị Uttiya trong *Bài giảng cho vị tu hành khổ hạnh Uttiya / Uttiya Sutta* – AN 10.95 đã được trích dẫn trên đây. Vị Kokanuda là một người tu tập theo giáo phái Paribbājakā, một giáo phái tự cho rằng mang một ý niệm gần với Dhamma của Đức Phật, thế nhưng sự tự nhận này không căn cứ vào đâu cả, không có gì gọi là Dhamma của Đức Phật cả. Vị này, vào một buổi sáng tinh sương, tình cờ gặp được một người tu hành khất thực khác bên bờ một con suối nước nóng nơi ngoại thành Rājagaha (Vương Xá), khi cả hai cùng đến đây tắm rửa trước khi ôm bình bát đi khất thực. Hai người cùng bàn thảo với nhau về giáo lý, và cũng thật hết sức bất ngờ là sau cuộc bàn thảo đó, thì vị Kokanuda mới khám phá ra vị tu hành mà mình gặp bên bờ con suối nước nóng chính là Ānanda, một đệ tử thân cận của Đức Phật. Bài giảng này như sau:

Lúc đó Ngài Ānanda *(một đệ tử thân cận của Đức Phật)* đang ngụ tại tịnh xá Tapodā *(Tapodā cũng là tên gọi của một con suối nước nóng không xa tịnh xá)* trong vùng ngoại ô kinh thành Rājagaha *(Vương Xá / thủ đô của đế quốc Magadha / Ma-kiệt-đà)*. Một hôm, khi đêm vừa tàn, thì Ngài Ānanda thức giấc, tìm đến con suối nước nóng Topodā để rửa ráy chân tay *(trong bản dịch của nhà sư Bhikkhu Sujato và tư liệu của Wisdom Library thì vị Ānanda đi đến con suối này là để tắm rửa. Cách nói 'rửa ráy chân tay' nêu lên trong bài giảng phải chăng là một sự tránh né (?), không trực tiếp nêu lên việc tắm rửa, bởi vì điều đó có thể gây ra hiểu lầm là việc tắm rửa trong con suối nước nóng là cách tìm kiếm một sự thích thú giác cảm trên thân thể?)*. Sau khi rửa ráy chân tay xong thì Ngài Ānanda rời khỏi con suối, đứng trên bờ chờ cho khô chân tay, lúc đó vẫn còn mặc quần áo lót trên người. Đồng thời vào hôm đó cũng có một vị tu hành khất thực khác là Kokanuda thức dậy rất sớm khi đêm vừa tàn, và cũng đi đến con suối nước nóng Tapodā để rửa ráy chân tay. Vị này trông thấy vị Ānanda từ xa và khi đến gần thì cất lời hỏi vị này như sau: 'Thưa bạn, bạn là ai vậy *(vị Ānanda lúc đó vẫn còn mặc quần áo lót bên trong, khiến vị Kokanuda không nhận ra vị này là một người tu hành, và điều đó cũng có thể đã khiến vị Kokanuda thắc mắc tại sao một người thế tục lại thức sớm như vậy)*?'

«Thưa bạn, tôi là một người tỳ-kheo *(một người ăn xin, một người tu hành khất thực, sống cách ly gia đình)*».

«Bạn thuộc giáo phái nào vậy?».

«Tôi là một người-con-của-vị-suy-tư Sakya *(Thích-ca)*».

«Nếu bạn cho phép thì tôi sẽ xin nêu lên các thắc mắc của tôi liên quan đến một vài chủ đề *(vị Kokanuda gặp được một người tu hành bước theo giáo lý của vị Sakaya và cảm thấy đây là một dịp may để nêu lên các thắc mắc ray rứt trong lòng mình với một người bước theo giáo phái của vị ấy)*».

«Bạn cứ hỏi. Sau khi nghe [các câu hỏi của bạn] thì tôi sẽ trả lời».

«Thưa bạn, có đúng: 'Vũ trụ là trường tồn *(eternal / vô tận, vĩnh cửu, vĩnh hằng)*. Duy nhất chỉ có điều đó là đúng, ngoài ra bất cứ một thứ gì khác đều vô nghĩa'. Có phải đấy là thể loại quan điểm của bạn hay không?»

«Không, thưa bạn, tôi không hề có *(chủ trương, chủ xướng)* một thể loại quan điểm nào như thế cả».

«Thế à, vậy thì: 'Vũ trụ không trường tồn. Duy nhất chỉ có điều đó là đúng, ngoài ra bất cứ một thứ gì khác đều vô nghĩa. Có phải đấy là thể loại quan điểm của bạn hay không?».

«Không, thưa bạn, tôi không hề có một thể loại quan điểm nào như thế cả».

«Thế à, vậy thì: 'Vũ trụ có giới hạn...', 'Vũ trụ vô tận...', ... 'Linh hồn và thân thể là cùng một thứ...', ... 'Linh hồn là một thứ và thân thể là một thứ khác...', ...'Sau khi chết một vị Tathāgata (Như Lai / một vị Phật, một vị đã đạt được sự Giác ngộ tối thượng) còn [tiếp tục] hiện hữu...' ...''Sau khi chết một vị Tathāgata không còn hiện hữu...', ... 'Sau khi chết một vị Tathāgata còn hiện hữu nhưng cũng không còn hiện hữu...', ... 'Sau khi chết một vị Tathāgata không còn hiện hữu nhưng cũng không phải là không còn hiện hữu. Duy nhất chỉ có điều đó là đúng, ngoài ra bất cứ một thứ gì khác đều vô nghĩa'. Có phải đấy là thể loại quan điểm của bạn hay không?»

«Không, thưa bạn, tôi không hề có một thể loại quan điểm nào như thế cả».

«Nếu đúng là như vậy, thì bạn không hiểu gì cả, cũng không trông thấy gì cả hay sao?».

«Thưa bạn, không đúng là như vậy. Nói lên như vậy không có nghĩa là tôi không hiểu và không trông thấy. Tôi hiểu. Tôi trông thấy».

«Thế nhưng tại sao khi nêu lên câu hỏi: 'Này bạn, có phải 'Vũ trụ là vô tận'. Duy nhất chỉ có điều đó là đúng, ngoài ra bất cứ một thứ gì khác đều vô nghĩa, và đấy có phải là thể loại quan điểm của bạn hay không?', thì bạn cho tôi biết là: 'Không, thưa bạn, tôi không hề có một thể loại quan điểm nào như thế cả'. Khi nêu lên với bạn: 'Vậy thì vũ trụ không trường tồn'...,...'Vũ trụ có giới hạn...', 'Vũ trụ là vô biên...', 'Linh hồn (soul) và thân thể (body) là cùng một thứ...',... 'Linh hồn là một thứ, thân thể là một thứ khác...', ... 'Sau khi chết, một vị Tathāgata còn hiện hữu...', ... 'Sau khi chết, một vị Tathāgata không còn hiện hữu'..., ... 'Sau khi chết, một vị Tathāgata còn hiện hữu, nhưng cũng không còn hiện hữu'..., ... 'Sau khi chết, một vị Tathāgata không còn hiện hữu, nhưng cũng không phải là không còn hiện hữu'. Duy nhất chỉ có điều đó là đúng, ngoài ra bất cứ một thứ gì khác đều vô nghĩa. Đấy có phải là thể loại quan điểm của bạn hay không?', thì bạn cho tôi biết là: 'Không, thưa bạn, tôi không hề có một thể loại quan điểm nào như thế cả'. Thế nhưng khi nêu lên với bạn: 'Vậy thì trong trường hợp đó, có phải là bạn không hiểu gì cả, cũng không trông thấy gì cả hay sao?' thì bạn lại trả lời: 'Thưa bạn, không đúng là như vậy. Nêu lên như vậy không có nghĩa là tôi không hiểu gì cả, cũng không trông thấy gì cả. Tôi hiểu. Tôi trông thấy'. Vậy thì bây giờ phải hiểu ý nghĩa của câu phát biểu ấy [của bạn] như thế nào?»

«[Câu nói] 'Vũ trụ là vô tận, chỉ có điều đó là đúng, ngoài ra tất cả mọi thứ khác đều vô nghĩa', [thật ra] chỉ [đơn thuần] là một quan điểm mà thôi. 'Vũ trụ không vô tận...', ... 'Vũ trụ có giới hạn...', ... 'Vũ trụ vô biên...', ... 'Linh hồn và thân thể là cùng một thứ...', ... 'Linh hồn là một thứ, thân thể là một thứ khác...', ... 'Sau khi chết, một vị Tathāgata còn hiện hữu...', ... 'Sau khi chết, một vị Tathāgata không còn hiện hữu...', ... 'Sau khi chết một vị Tathāgata còn hiện hữu, nhưng cũng không còn hiện hữu...' ... 'Sau khi chết, một vị Tathāgata không còn hiện hữu, nhưng cũng không phải là không còn hiện hữu. Duy nhất chỉ có điều đó là thật, ngoài ra tất cả mọi thứ khác đều vô nghĩa', [thật ra các câu ấy] chỉ [đơn giản] là các quan điểm mà thôi. Đấy chỉ là phạm vi *(khuôn khổ, lãnh vực)* của các quan điểm, với tư cách là các quan điểm *(view-stances / tư thế, vai trò hay khuôn khổ của các quan điểm)*, sự ám ảnh của các quan điểm, nguyên nhân làm phát sinh ra các quan điểm, sự bật rễ của các quan điểm: đấy là cách mà tôi hiểu. Đấy là cách mà tôi trông thấy. Khi đã hiểu được điều đó, thì tôi có thể bảo rằng là 'tôi hiểu'. Khi trông thấy được điều đó, thì tôi có thể bảo rằng là 'tôi trông thấy'. Vì vậy tại sao lại bảo rằng: 'tôi không hiểu, tôi không thấy?'. Tôi hiểu. Tôi trông thấy».

«Thưa bạn, tên của bạn là gì? Những người suốt đời đồng tu bên cạnh bạn gọi bạn là gì?».

«Thưa bạn, tên tôi là Ānanda, và đấy cũng là tên gọi mà những người suốt đời cùng đồng tu với tôi đã gọi tôi».

«Thế à ? Tôi vừa được hàn huyên với một vị thầy vĩ đại mà nào tôi có biết vị ấy là Ngài Ānanda đâu ? Nếu tôi biết trước được vị ấy là Ngài Ānanda thì nào tôi có dám ăn nói ngược ngạo *(cross-examinded / phản biện)* như thế với vị ấy đâu. Thưa Ngài Ānanda, xin Ngài hãy thứ lỗi cho tôi».

Vài lời ghi chú

Như đã nói đến trên đây hai bài giảng Uttiya Sutta / Bài giảng cho vị Uttiya (AN. 10.95) và bài giảng *Kokanuda Sutta / Bài giảng cho vị Kokanuda* (AN 10.96) gần như hoàn toàn tương tự trên phương diện nội dung, thế nhưng các nhân vật thì khác, và nhất là được giảng trong hai khung cảnh không gian và thời gian khác nhau. Bài giảng cho vị Uttiya được giảng tại một nơi gần thủ đô Sāvatthī (Xá Vệ) của đế quốc Kosala (Kiêu-tát-la), và do chính Đức Phật thuyết giảng, trái lại bài giảng cho vị Kokanuda thì lại được giảng trong vùng ngoại ô của thủ đô Rājagaha (Vương Xá) của đế quốc Magadha (Ma-kiệt-đà), và người thuyết giảng là Ānanda, một vị đệ tử thân cận của Đức Phật.

Vua của đế quốc Kosala là Pasenadi, vua của đế quốc Magadha là Bimbisāra, cả hai đều là đệ tử trung kiên và thành tín của Đức Phật. Thế nhưng trên dòng lịch sử, chiến tranh tiếp diễn triền miên giữa hai đế quốc, điều này cho thấy ngoài thiện tâm và tín ngưỡng của hai vị vua, còn có các động lực khác mạnh hơn và rộng lớn hơn chi phối họ, đưa đến các cuộc xung đột và chiến tranh giữa họ với nhau. Hai bài giảng trên đây diễn ra trong khung cảnh biến động triền miên đó, trước khi đế quốc Kosala bị đế quốc Magadha sáp nhập, tạo ra một đế quốc rộng lớn, chiếm gần toàn bộ phía Đông của châu thổ sông Hằng. Hai bài giảng trên đây, trong khung cảnh biến động thường xuyên đó, nói lên một sự khắc khoải thật ray rứt trong tâm trí của cả hai vị tu hành Uttiya và Kokanuda: 'vũ trụ thường hằng hay hữu hạn ?'. Sự khắc khoải đó phải chăng cũng phản ảnh một sự mong cầu kín đáo của họ được hòa nhập và an trú trong một vũ trụ thường hằng, trong Linh hồn to lớn của vũ trụ, chủ xướng bởi các giáo phái mà họ đang bước theo ? Thế nhưng sự biến động của thế giới hiện tượng nào có bao giờ dừng lại đâu. Nơi triều đình của đế quốc Magadha, vị vua Bimbisāra (Tần-bà Sa-la) bị chính người con trai của mình là Ajātasattu (A-xà-thế) giết chết để cướp ngôi, và sau đó thì vị vua mới này cũng đã hối cải và bước theo Dhamma của Đức Phật, thế nhưng lại có xu hướng gần với một đường hướng tu tập mang nhiều khía cạnh cực đoan, chủ trương bởi một người tỳ-kheo chống lại Đức Phật là Devadatta (Đề-bà Đạt-đa).

Hai bài giảng trên đây cũng đã được diễn ra trong hai giai đoạn lịch sử khác nhau, bài giảng thứ nhất do chính do Đức Phật thuyết giảng tại đế quốc Kosala, và bài giảng thứ hai là do vị Ānanda thuyết giảng trong đế quốc Magadha, và khi đó thì Đức Phật cũng đã trọng tuổi.

Ngoài ra cũng còn có một điểm đáng lưu ý khác là hai bài giảng này diễn ra trong một bầu không khí thân thiện và hài hòa giữa các trào lưu tín ngưỡng vào thời bấy giờ. Những người tu hành cùng thảo luận với nhau dù họ bước theo các đường hướng khác nhau. Vị Uttiya tu tập theo tín ngưỡng Bà-la-môn, vị Kokanuda bước theo giáo phái Paribbājaka, vị Ānanda là đệ tử của Đức Phật. Phương cách tu tập khá giống nhau: cách ly gia đình, sống bằng cách khất thực, lang thang không nhà, tách ra khỏi xã hội. Đối với người thế tục thì họ cấp dưỡng miếng ăn cho người tu hành, và từ đô thị đến thôn làng, nơi nào cũng dành ra một khoảng đất trống hoặc một khu rừng thưa dùng làm nơi nghỉ chân hoặc tạm trú cho những người tu hành du thực thuộc tất cả mọi trào lưu tín ngưỡng. Ngày nay chúng ta có những nơi thờ phượng to lớn, nguy nga, cầu kỳ, tạo ra một khung cảnh thiêng liêng. Điều đó phải chăng cũng có thể khiến tạo ra một sự mê hoặc nào đó đối với người tu hành và cả những người thế tục. Điều đáng lưu ý sau hết là dường như trong châu thổ sông Hằng vào thời bấy giờ, không hề xảy ra các cuộc chiến tranh tôn giáo, cũng không có tình trạng khép mình một cách cực đoan vào giáo lý của một vị sáng lập tín ngưỡng nào cả.

Tóm lại những gì nêu lên trên đây là một thí dụ điển hình nhằm mục đích học hỏi nghiêm chỉnh hơn các bài thuyết giảng của Đức Phật, có nghĩa là trước hết phải đặt bài giảng vào khung cảnh không gian và thời gian của nó để tìm hiểu ý nghĩa sâu sắc phù hợp với khung cảnh xã hội vào thời bấy giờ, và sau đó là để khám phá ra các giá trị vượt không gian và thời gian hàm chứa trong bài giảng, phù hợp với xã hội và con người ngày nay. Nếu chỉ biết nhìn vào Dhamma của Đức Phật xuyên qua Phật giáo Hán ngữ trong bối cảnh lịch sử, xã hội và văn hóa Trung Quốc đã từ ngàn năm, thì quả là một điều đáng tiếc.

Tiếp theo dưới đây chúng ta lại nêu lên một bài giảng khác mang tựa *Bài giảng về Thế giới / Loka Sutta* - SN 35.82. Chữ Thế giới / Loka, tựa của bài giảng, mang ý nghĩa rất rộng, do đó chữ Loka trong trường hợp này có thể hiểu là Vũ trụ / Cosmos. Nội dung của bài giảng cho thấy một số quan điểm liên hệ với *Bài giảng về cội nguồn của mọi hiện tượng / Mūla Sutta* - AN 10.58, đã được trích dẫn trên đây, thế nhưng hai bài giảng lại được xếp vào hai tập kinh điển khác nhau: *Bài giảng về thế giới / Loka Sutta* trong Saṃyutta Nikāya / Tương Ưng Bộ Kinh, và *Bài giảng về cội nguồn của mọi hiện tượng / Mūla Sutta* trong Aṅguttara Nikāya / Tăng Chi Bộ Kinh. Dưới đây là *Bài giảng về Thế giới / Loka Sutta* trong Saṃyutta Nikāya:

Bài giảng về thế giới

Loka Sutta - SN 35.82

(Dựa theo các bản dịch tiếng Anh của Thanissaro Bhikkhu, Bhikkhu Sujto, Bhikkhu Bodhi, Piya Tan và bản tiếng Pháp của Rémy)

[Một hôm] có một người tỳ-kheo tìm gặp Đấng Thế Tôn, khi gặp Ngài thì vái chào và ngồi sang một bên. Sau khi an tọa thì người tỳ-kheo nói lên với Đấng Thế Tôn như sau: 'Ồ, Thế giới! Ồ, Thế giới! *(Loka! Loka! / Vũ trụ!, Vũ trụ!)*, người ta thường thốt lên như thế. Vậy thì thưa Thế Tôn, phải hiểu ý nghĩa của chữ 'Thế giới' *(Vũ trụ)* như thế nào'?"

«Này tỳ-kheo, cho đến khi nào nó chưa tan biến *(tiếng Pali là lujjati / desintegrate / tan rã, phân hóa)* thì nó vẫn còn được gọi là 'Thế giới' *(là Vũ trụ)*. Thế nhưng cái gì tan biến?

«Mắt tan biến, hình tướng tan biến, tri thức thị giác *(eye-consciousness / sự nhận thức hay nhận biết qua trung gian của mắt)* tan biến, sự tiếp xúc với mắt *(eye-contact / sự tiếp của mắt với các đối tượng của nó từ bên ngoài)* tan biến, và tất cả những gì phát sinh bằng cách lệ thuộc (independence) vào sự tiếp xúc của mắt – [đưa đến] các cảm nhận thích thú, khổ đau, không-thích-thú cũng không-khổ-đau [phát sinh từ thị giác] – cũng sẽ tan biến hết.

«Tai tan biến, âm thanh tan biến, tri thức thính giác tan biến, sự tiếp xúc của tri thức thính giác tan biến, và tất cả những gì phát sinh bằng cách lệ thuộc vào sự tiếp xúc của thính giác – [đưa đến] các cảm nhận thích thú, khổ đau, không-thích-thú cũng không-khổ-đau – cũng sẽ tan biến hết.

«Mũi tan biết, mùi tan biến, tri thức khứu giác tan biến, sự tiếp xúc của khứu giác tan biến, và tất cả những gì phát sinh bằng cách lệ thuộc vào sự tiếp xúc của khứu giác – [đưa đến] các cảm nhận thích thú, khổ đau, không-thích-thú cũng không-khổ-đau – cũng sẽ tan biến hết.

«Lưỡi tan biến, vị giác tan biến, tri thức vị giác tan biến, sự tiếp xúc của vị giác tan biến, và tất cả những gì phát sinh bằng cách lệ thuộc vào sự tiếp xúc của vị giác – [đưa đến] các cảm nhận thích thú, khổ đau, không-thích-thú cũng không-khổ-đau – cũng sẽ tan biến hết.

«Thân thể tan biến, các sự cảm nhận trên thân thể tan biến, tri thức xúc giác tan biến, sự tiếp xúc của xúc giác tan biến, và tất cả những gì phát sinh bằng cách lệ thuộc vào sự tiếp xúc của xúc giác – [đưa đến] các cảm nhận thích thú, khổ đau, không-thích-thú cũng không-khổ-đau – cũng sẽ tan biến hết.

«Tâm thần (tri thức) tan biến, các hiện tượng tâm thần *(các ý nghĩ, xúc cảm, tác ý...)* tan biến, tri thức tâm thần tan biến, sự tiếp xúc tâm thần tan biến, và tất cả những gì phát sinh bằng cách lệ thuộc vào sự tiếp xúc tâm thần – [đưa đến] các cảm nhận thích thú, khổ đau, không-thích-thú cũng không-khổ-đau – cũng sẽ tan biến hết.

«Chính vì vậy nên người ta gọi nó là 'Thế giới'»

Vài lời ghi chú

Sự hiện hữu của thế giới lệ thuộc vào khả năng cảm nhận của lục giác gồm ngũ giác và tâm thần. Đối với một người khiếm thị chẳng hạn, thì thế giới sẽ mất hết hình tướng, ánh sáng và màu sắc; đối với một người lãng tai mất hết khả năng thính giác, thì thế giới sẽ chìm sâu vào một sự yên lặng mênh mông... Nếu các khả năng của toàn thể lục giác hoàn toàn tan biến hết, thì cái thế giới do mỗi cá thể tự tạo ra cho mình cũng sẽ tan biến hết.

Bài giảng tuy ngắn nhưng rất súc tích. Thế giới là một sự tạo tác (Saṅkhāraloka), hiện lên qua trung gian của lục giác và sẽ tan biến với sự tan biến của lục giác. Thế giới mà chúng ta nhận biết và hình dung xuyên qua lục giác của mình mật thiết liên hệ và tương quan với hậu quả phát sinh từ hành động (kamma / nghiệp) của mình trong quá khứ và cả môi trường trong khung cảnh của không gian hiện tại. Qua một góc nhìn khác thì cái thế giới đó, do mình tạo ra cho mình, và mặc dù nó liên hệ, tương quan và tương tác với thế giới vật lý trong không gian, thế nhưng thật ra chỉ là một thế giới phù du và ảo giác, một thế giới của nội tâm, nó sẽ tan biến khi lục giác tan biến. Tóm lại, thế giới tạo ra bởi lục giác và thế giới trong không gian, cả hai luôn trong tình trạng chuyển động, đổi thay và tan biến. Bám víu vào thế giới, lăn mình vào thế giới thì cũng chẳng khác gì như đuổi bắt ảo giác, bị cuốn trôi bởi ảo giác. Hãy cứ nhìn vào sự sinh hoạt của chúng ta xem sao? Chẳng phải hầu hết chúng ta đang chạy theo thế giới, đuổi bắt thế giới, tham gia vào sự chuyển động của thế giới, để cùng cuồng quay với thế giới, hăng say và náo nhiệt, hay sao? Bài giảng trên đây do đó có thể được xem là một chủ đề thiền định giúp chúng ta nhận thấy bản chất của thế giới cùng thái độ và cung cách hành xử của mình đối với thế giới.

Dưới đây chúng ta sẽ trích dẫn một loạt năm bài giảng khác trong Saṃyutta Nikāya / Tương Ưng Bộ Kinh và Aṅguttara Nikāya / Tăng Chi Bộ Kinh, nói lên một sự tiếp nối mạch lạc nào đó với Bài giảng về thế giới / Loka Sutta - SN 35.82 trên đây:

- Bài thứ nhất mang tựa *Bài giảng về Tổng thể / Sabba Sutta* – SN 35.23,

- Bài thứ hai mang tựa *Bài giảng về sự Bốc cháy / Āditta Sutta* – SN

35.28,

- Bài thứ ba mang tựa *Bài giảng cho một người Nông dân / Kassaka Sutta* - SN 4.19,

- Bài thứ tư mang tựa *Bài giảng về sự Buông bỏ / Pahāna Sutta* - SN 35.24,

- Bài giảng thứ năm mang tựa *Bài giảng cho Koṭṭhita / Koṭṭhita Sutta* – AN 4.173.

Dưới đây là bài thứ nhất:

Bài giảng về Tổng thể

Sabba Sutta - SN 35.23

(Dựa theo các bản dịch tiếng Anh của Thanissaro Bhikkhu, Bhikkhu Sujato, Bhikkhu Bodhi và Piya Tan)

Tại Savatthi...

«Này các tỳ kheo, ta sẽ giảng cho các tỳ-kheo thế nào là Tổng thể *(the All / le Tout / Toàn diện, Toàn thể)*. Vậy hãy lắng nghe. Ta sẽ giảng».

Các tỳ-kheo đáp lại: «Vâng, thưa Thế Tôn».

Đấng Thế Tôn giảng như sau: «Tổng thể là gì ? Thật hết sức đơn giản, đấy là mắt và các hình tướng trông thấy, là tai và các âm thanh nghe thấy, là mũi và các mùi ngửi thấy, là lưỡi và các vị nếm thấy, là thân thể và các cảm nhận nhận thấy trên thân thể, là tri thức (intellect / spirit / conciuosness / tâm thần, tâm thức, trí năng) và các hiện tượng tâm thần *(ideas / mental phenomena / các ý nghĩ, các sự suy diễn, các xúc cảm trong tâm thức...)* hình dung trong tâm thần. Này các tỳ-kheo, đấy là những gì gọi là Tổng thể (tạo ra Tổng thể)».

«Này các tỳ-kheo, nếu có ai nói lên: 'Tôi không thừa nhận *(repudiating / rejetant / không chấp nhận, không đồng ý, khước từ, loại bỏ)* cái Tổng thể ấy và [thay vào đó] tôi sẽ nêu lên một Tổng thể khác', thì cứ hỏi người ấy căn cứ vào cơ sở chính xác nào để khẳng định điều ấy. Người ấy tất sẽ không sao giải thích được, và hơn thế nữa người ấy sẽ rơi vào một sự bối rối nặng nề. Tại sao lại như vậy ? Này các tỳ-kheo, chẳng qua là vì điều đó vượt khỏi tầm tay *(sức hiểu biết)* của người ấy *(chẳng hạn một người nào đó cho rằng có một vị Toàn năng sáng tạo ra một Tổng thể, trong đó gồm có vũ trụ, sự vận hành của vũ trụ và cả sự sống trong vũ trụ, thì cứ hỏi người ấy là vị Toàn năng mà mình hình dung ra trong tâm trí mình đã dựa vào đâu, vào nguyên nhân nào, vào lý do nào, vào cơ sở chính xác nào, để tạo ra cái Tổng thể ấy, thì tất người ấy sẽ không sao tránh khỏi bối rối. Sở dĩ người ấy bối rối là vì nguyên nhân, lý do, cơ sở đưa đến sự hình thành của Tổng thể ấy, của vũ trụ ấy – trong đó gồm sự sống cùng sự vận hành của mọi hiện tượng – vượt xa hơn sự hiểu biết của người ấy)* ».

Vài lời ghi chú

Một bài giảng rất ngắn, chỉ gồm một ý niệm, thế nhưng vô cùng sâu sắc. Thoạt nhìn thì bài giảng có vẻ bí hiểm, thế nhưng thật ra rất cụ thể, tóm lược thật ngắn gọn quan điểm của Đức Phật về thế giới. Đấy là cái thế giới do mình tạo ra cho mình trong tâm thức mình, xuyên qua các sự cảm nhận phát sinh từ lục giác của mình: mắt trông thấy hình tướng; tai nghe thấy âm thanh... ; tâm thần hình dung ra thế giới. Nếu hướng vào chính con người của mình, thì mắt cũng trông thấy hình tướng của mình; tai nghe thấy tiếng nói của mình; mũi cũng ngửi thấy mùi hôi hám trên thân thể mình...; tâm thần mình cũng hình dung ra cái tôi của mình, con người của mình, sự hiện hữu của mình, tất cả các thứ ấy tạo ra cái Tổng thể của mình.

Trong phần ghi chú bên dưới bản dịch về bài bài giảng này của ông, nhà sư Thanissaro Bhikkhu cũng giải thích thêm rất chi tiết về ý nghĩa của chữ Tổng thể bằng cách dựa vào các lời 'Bình giải' (Aṭṭhakathā) trong Luận Tạng và đồng thời nhà sư này cũng trích dẫn thêm một số các bài giảng khác liên hệ với chủ đề này. Thế nhưng chúng ta không tìm cách lặp lại các lời giải thích chuyên biệt đó, mà thay vào đấy chúng ta sẽ trích một loạt các bài giảng xoay quanh chủ đề Tổng thể nhằm tìm hiểu ý nghĩa cùng triết lý sâu xa của thuật ngữ này. Sau hết cũng mạn phép trích dẫn bài giảng này trong Đại Tạng Kinh tiếng Việt để độc giả tiện tham khảo thêm:

Chương 35: Tương Ưng Sáu Xứ
III: Phẩm Tất Cả
35.23. Tất Cả
Sāvatthi ...

—Này các Tỷ-kheo, Ta sẽ thuyết về tất cả. Hãy lắng nghe.

Và này các Tỷ-kheo, thế nào là tất cả? Mắt và các sắc; tai và các tiếng; mũi và các hương; lưỡi và các vị; thân và các xúc; ý và các pháp. Như vậy, này các Tỷ-kheo, gọi là tất cả.

Này các Tỷ-kheo, ai nói như sau: "Sau khi từ bỏ tất cả này, ta sẽ tuyên bố (một) tất cả khác", thời lời nói người ấy chỉ là khoa ngôn. Và bị hỏi, người ấy không thể chứng minh gì. Và hơn nữa, người ấy có thể rơi vào ách nạn. Vì sao? Này các Tỷ-kheo, như vậy ra ngoài giới vức (avisaya) của người ấy!

Nguyên văn bản dịch của HT Thích Minh Châu

Tiếp theo dưới đây là bài thứ hai trong loạt năm bài thuyết giảng đề nghị trên đây:

Bài giảng về sự bốc cháy

Aditta Sutta - SN 35.28

(Dựa theo bốn bản dịch tiếng Anh của Thanissaro Bhikkhu, Bhikkhu Sujato, Bhikkhu Bodhi, Piya Tan và hai bản dịch tiếng Pháp của Rémy và Môhan Wijayaratna)

Bài giảng này được xem là bài thuyết giảng thứ ba của Đấng Thế Tôn sau khi vừa đạt được Giác ngộ. Hai bài giảng trước là *Bài giảng về sự chuyển động bánh xe Dhamma / Dhammacakkappavattana Sutta* - SN 56.11 và Bài giảng về đặc tính của sự trống không / Anattalakkhaṇa Sutta - SN 22.59. Buổi thuyết giảng diễn ra trên đỉnh một ngọn đồi mang tên là Gaya, đặc biệt dành cho một ngàn vị tỳ-kheo trước kia từng là những người Bà-la-môn thờ cúng lửa thiêng. Bài giảng này như sau:

Lúc đó Đấng Thế Tôn đang ngụ tại một nơi gần thị trấn Gaya *(Giác Thành)*, và một hôm trên đỉnh đồi Gaya *(Gayāśikkara / Tượng Đầu*

Sơn) Ngài đã giảng cho một ngàn tỳ kheo như sau:

«Này các tỳ kheo, tất cả đều bốc cháy. Vậy cái Tổng thể đang bốc cháy ấy là gì? Này các tỳ-kheo, đấy là mắt đang bốc cháy, hình tướng đang bốc cháy, tri thức thị giác đang bốc cháy, sự tiếp xúc thị giác [giữa mắt và các đối tượng của mắt] đang bốc cháy, và cả những gì phát sinh *(hiện lên)* từ sự tiếp xúc thị giác, dù được cảm nhận như là thích thú hay đớn đau, không-thích-thú cũng không-đớn-đau (trung hòa), thì tất cả các cảm nhận ấy cũng đang bốc cháy. Vậy, này các tỳ kheo, các thứ ấy bốc cháy từ ngọn lửa nào? Ta bảo rằng các thứ ấy đang bốc cháy từ ngọn lửa của dục vọng, từ ngọn lửa của hận thù, từ ngọn lửa của ảo giác, từ ngọn lửa của sự sinh, sự già nua, bệnh tật và cái chết, từ ngọn lửa của âu lo, ta thán, đớn đau, buồn phiền và tuyệt vọng».

«Này các tỳ-kheo, đấy là tai đang bốc cháy, âm thanh đang bốc cháy, tri thức thính giác đang bốc cháy, sự tiếp xúc thính giác [giữa màng nhĩ và âm thanh] đang bốc cháy, và những gì phát sinh từ sự tiếp xúc thính giác, dù được cảm nhận như là thích thú hay đớn đau, không-thích-thú cũng không-đớn-đau, thì tất cả các cảm nhận ấy cũng đang bốc cháy. Vậy, này các tỳ kheo, các thứ ấy bốc cháy từ ngọn lửa nào? Ta bảo rằng các thứ ấy đang bốc cháy từ ngọn lửa của dục vọng, từ ngọn lửa của hận thù, từ ngọn lửa của ảo giác, từ ngọn lửa của sự sinh, sự già nua, bịnh tật và cái chết, từ ngọn lửa của âu lo, ta thán, đớn đau, buồn phiền và tuyệt vọng».

«Này các tỳ kheo, lưỡi đang bốc cháy, vị đang bốc cháy, tri thức vị giác đang bốc cháy, sự tiếp xúc [giữa lưỡi và vị] đang bốc cháy, và những gì phát sinh từ sự tiếp xúc vị giác, dù được cảm nhận như là thích thú hay đớn đau, không-thích-thú cũng không-đớn-đau, thì tất cả các cảm nhận ấy cũng đang bốc cháy. Vậy, này các tỳ-kheo, các thứ ấy bốc cháy từ ngọn lửa nào? Ta bảo rằng các thứ ấy đang bốc cháy từ ngọn lửa của dục vọng, từ ngọn lửa của hận thù, từ ngọn lửa của ảo giác, từ ngọn lửa của sự sinh, sự già nua, bịnh tật và cái chết, từ ngọn lửa của âu lo, ta thán, đớn đau, buồn phiền và tuyệt vọng».

«Này các tỳ kheo, thân thể đang bốc cháy, các cảm nhận trên thân thể *(các sự đụng chạm trên da thịt)* đang bốc cháy, tri thức xúc giác đang bốc cháy, sự tiếp xúc [trên thân thể với các vật thể bên ngoài] đang bốc cháy, và những gì phát sinh từ sự tiếp xúc của xúc giác, dù được cảm nhận như là thích thú hay đớn đau, không-thích-thú cũng không-đớn-đau, thì tất cả các cảm nhận ấy cũng đang bốc cháy. Vậy, này các tỳ-kheo, các thứ ấy bốc cháy từ ngọn lửa nào? Ta bảo rằng các thứ ấy đang bốc cháy từ ngọn lửa của dục vọng, từ ngọn lửa của hận thù, từ ngọn lửa của ảo giác, từ ngọn lửa của sự sinh, sự già nua, bịnh tật và cái chết, từ ngọn lửa của âu lo, ta thán, đớn đau, buồn phiền và tuyệt vọng».

«Này các tỳ kheo, tâm thần *(mind, spirit / conciousness / tâm thức, tri thức)* đang bốc cháy, các hiện tượng tâm thần (tư duy, xúc cảm, tác ý...) đang bốc cháy, tri thức tâm thần đang bốc cháy, sự tiếp xúc của tâm thần [với các tư duy, xúc cảm...] đang bốc cháy, và những gì phát sinh từ sự tiếp xúc của tâm thần, dù được cảm nhận như là thích thú hay đớn đau, không-thích-thú cũng không-đớn-đau, thì tất cả các cảm nhận ấy cũng đang bốc cháy. Vậy, này các tỳ-kheo, các thứ ấy bốc cháy từ ngọn lửa nào? Ta bảo rằng các thứ ấy đang bốc cháy từ ngọn lửa của dục vọng, từ ngọn lửa của hận thù, từ ngọn lửa của ảo giác, từ ngọn lửa của sự sinh, sự già nua, bịnh tật và cái chết, từ ngọn lửa của âu lo, ta thán, đớn đau, buồn phiền và tuyệt vọng».

«Này các tỳ-kheo, khi đã nhận thấy được điều đó thì một đệ tử cao quý được học hỏi *(một người tỳ kheo sáng suốt, thành đạt, thấu triệt được Dhamma)* không còn tạo ra một ảo giác nào *(disillusioned, disenchanted / chán ngán, vỡ mộng, chán ghét)* đối với mắt, không còn tạo ra một ảo giác nào đối với hình tướng, không còn tạo ra một ảo giác nào đối với tri thức thị giác, không còn tạo ra một ảo giác nào đối với sự tiếp xúc của mắt, kể cả đối với những gì phát sinh từ mắt bằng cách lệ thuộc vào sự tiếp xúc của mắt, dù chúng được cảm nhận như là thích thú hay đớn đau, không-thích-thú cũng không-đớn-đau, thì người ấy cũng sẽ không tạo ra cho mình một ảo giác nào cả.

(Câu trên đây được lặp lại đối với các cơ quan giác cảm khác là tai, mũi lưỡi và thân thể, nhưng được rút ngắn nhằm tránh sự dài dòng)

«Người đệ tử ấy không còn tạo ra một ảo giác nào đối với tai...

«Người đệ tử ấy không còn tạo ra một ảo giác nào đối với mũi...

«Người đệ tử ấy không còn tạo ra một ảo giác nào đối với lưỡi...

«Người đệ tử ấy không còn tạo ra một ảo giác nào đối với thân thể...

«Người đệ tử ấy không còn tạo ra một ảo giác nào đối với các ý nghĩ *(các hiện tượng tâm thần)*, không còn tạo ra một ảo giác nào đối với tri thức tâm thần, không còn tạo ra một ảo giác nào đối với sự tiếp xúc tâm thần *(với các ý nghĩ, các tác ý, các xúc cảm...)*, kể cả đối với những gì phát sinh lệ thuộc vào sự tiếp xúc tâm thần *(ý nghĩ, tác ý, xúc cảm...)*, dù chúng được cảm nhận như là thích thú hay đớn đau, không-thích-thú cũng không-đớn-đau, thì người ấy cũng không tạo ra cho mình một ảo giác nào cả.

«Khi nào không còn tạo ra cho mình một ảo giác nào nữa cả, thì người ấy sẽ không còn đam mê. Khi đã không còn đam mê thì người ấy sẽ hoàn toàn buông bỏ. Khi đã hoàn toàn buông bỏ thì người ấy sẽ ý thức được sự 'Giải thoát'. Người ấy sẽ nhận thấy được 'Sự sinh đã chấm dứt' với mình, cuộc sống thánh thiện đã tròn đầy, những gì phải làm đã làm xong. [Trong tương lai] sẽ không còn một sự hiện hữu nào khác nữa trong thế giới này».

Đấy là những gì mà Đấng Thế Tôn đã thuyết giảng. Các tỳ-kheo rất hân hoan trước những lời thuyết giảng ấy. Trong lúc các lời thuyết giảng ấy được nêu lên thì tâm thức của một ngàn tỳ-kheo đồng loạt vượt thoát khỏi mọi sự bám víu, giúp mình loại bỏ được các thứ ô nhiễm [tâm thần].

Vài lời ghi chú

Bài giảng nêu lên một Tổng thể tạo ra bởi sự kết hợp của sáu cơ quan giác cảm: mắt, tai, mũi, lưỡi, thân thể và tâm thần. Thế nhưng tất cả những gì hiển hiện từ sự vận hành của Tổng thể đó – dù là thích thú, đớn đau, không-thích-thú cũng không-đớn-đau – đều đang bốc cháy. Sự bốc cháy đó của của lục giác nói lên sự đớn đau và rát bỏng mang tính cách hiện sinh của cái Tổng thể của một chúng sinh.

Lửa là một nguyên lý mang tính cách thiêng liêng trong các tín ngưỡng Vệ-đà và Bà-la-môn. Việc tu tập của các tín ngưỡng này xoay quanh sự tôn thờ lửa thiêng biểu trưng bởi các vị Trời trên thượng giới và xem đó như là một phương tiện tinh khiết hóa con người của chính mình. Thế nhưng Đức Phật qua bài giảng trên đây thì lại nêu lên lửa như là một sự bốc cháy, nói lên sự khổ đau của từng mỗi chúng sinh. Quan điểm đó đã đồng loạt đánh thức một ngàn vị tỳ-kheo trước kia từng thờ cúng lửa thiêng. Bài giảng nêu lên một ý niệm sâu sắc bằng các hình ảnh ẩn dụ thật mạnh.

Ngoài ra cũng xin mạn phép trích dẫn bài giảng này trong Đại Tạng Kinh tiếng Việt hầu độc giả tiện tham khảo thêm:

Chương 35: Tương Ưng Sáu Xứ
III: Phẩm Tất Cả
35.28. Bị Bốc Cháy

Một thời Thế Tôn trú ở Gàya, tại Gàyasiisa cùng với một ngàn Tỷ-kheo.

Tại đấy, Thế Tôn gọi các Tỷ-kheo:

—Tất cả, này các Tỷ-kheo, đều bị bốc cháy. Và này các Tỷ-kheo, tất cả cái gì đều bị bốc cháy?

Mắt, này các Tỷ-kheo, bị bốc cháy. Các sắc bị bốc cháy. Nhãn thức bị bốc cháy. Nhãn xúc bị bốc cháy. Do duyên nhãn xúc khởi lên cảm thọ gì, lạc, khổ hay bất khổ bất lạc; cảm thọ ấy bị bốc cháy. Bị bốc cháy bởi cái gì? Bị bốc cháy bởi lửa tham, lửa sân, lửa si. Ta nói rằng bị bốc cháy bởi sanh, già, chết, sầu, bi, khổ, ưu, não ... Tai ... Mũi...

Lưỡi bị bốc cháy. Các vị bị bốc cháy. Thiệt thức bị bốc cháy. Thiệt xúc bị bốc cháy. Do duyên thiệt xúc khởi lên cảm thọ gì, lạc, khổ hay bất khổ bất lạc; cảm thọ ấy bị bốc cháy. Bị bốc cháy bởi cái gì? Bị bốc cháy bởi lửa tham, lửa sân, lửa si. Ta nói rằng bị bốc cháy bởi sanh, già, chết, sầu, bi, khổ, ưu, não... Thân...

Ý bị bốc cháy. Các pháp bị bốc cháy. Ý thức bị bốc cháy. Ý xúc bị bốc cháy. Do duyên ý xúc khởi lên cảm thọ gì, lạc, khổ, hay bất khổ bất lạc; cảm thọ ấy bị bốc cháy. Bị bốc cháy bởi cái gì? Bị bốc cháy bởi lửa tham, lửa sân, lửa si. Ta nói rằng bị bốc cháy bởi sanh, già, chết, sầu, bi, khổ, ưu, não.

Thấy vậy, này các Tỷ-kheo, vị Đa văn Thánh đệ tử nhàm chán đối với mắt, nhàm chán đối với các sắc, nhàm chán đối với nhãn thức, nhàm chán đối với nhãn xúc. Do duyên nhãn xúc khởi lên cảm thọ gì, lạc, khổ, hay bất khổ bất lạc; vị ấy nhàm chán đối với cảm thọ ấy ... đối với tai ... đối với mũi ... đối với lưỡi ... đối với thân ... nhàm chán đối với ý, nhàm chán đối với các pháp, nhàm chán đối với ý thức, nhàm chán đối với ý xúc. Do duyên ý xúc khởi lên cảm thọ gì, lạc, khổ hay bất khổ bất lạc; vị ấy nhàm chán đối với cảm thọ ấy. Do nhàm chán nên vị ấy ly tham. Do ly tham nên vị ấy được giải thoát. Trong sự giải thoát, khởi lên trí hiểu biết rằng: "Ta đã giải thoát". Vị ấy biết rõ: "Sanh đã tận, Phạm hạnh đã thành, những việc nên làm đã làm, không còn trở lui với trạng thái này nữa".

Thế Tôn thuyết như vậy. Các Tỷ-kheo ấy hoan hỷ, tín thọ lời Thế Tôn dạy.

Và trong khi lời giải đáp này được nói lên, tâm của một ngàn Tỷ-kheo ấy được giải thoát khỏi các lậu hoặc, không có chấp thủ.

Nguyên văn bản dịch của HT Thích Minh Châu

Dưới đây chúng ta lại tiếp tục trích dẫn bài giảng thứ ba trong số năm bài giảng được đề nghị trên đây:

Bài giảng cho một người nông dân

Kassaka Sutta - SN 4.19

(Dựa theo các bản dịch tiếng Anh của Thanissaro Bhikkhu, Bhikkhu Sujato, Bhikkhu Bodhi, Bhikkhu Ñanananda và Piya Tan)

Trong bài giảng này Māra / Ma Vương đội lốt một người nông dân, đồng thời cũng cố tình xem Đức Phật ngang hàng với mình để đả phá Ngài. Māra / Ma Vương nguyên nghĩa là Thần chết, biểu trưng cho thèm khát, tham lam và dục vọng, nói chung là các nguyên nhân tạo ra khổ đau. Nhân vật Ma Vương nêu lên trong kinh điển là hiện thân của cái Xấu, tượng trưng cho u mê, hung bạo, bám víu, đối nghịch với trí tuệ, an bình và giải thoát. Ngoài ra trong một số trường hợp Ma vương cũng được hình dung như một thể loại chúng sinh khác hơn với con người. Bài giảng này như sau:

Tại Sāvatthi...Một hôm Đấng Thế Tôn đang thuyết giảng cho các tỳ-kheo về Dhamma *(Đạo Pháp, Giáo lý)* liên quan đến chủ đề Nibbāna / Niết-bàn. Trong lúc Ngài hướng dẫn họ, khuyến khích họ, gợi lên các cảm ứng cho họ, cổ vũ họ, và các tỳ-kheo thì đang chăm chú, quan tâm, lắng tai, tập trung tâm thần để nghe, thì Ma Vương nghĩ rằng tại sao mình lại không tìm cách gặp vị tu hành Gotama *(Cồ Đàm)* để đối đầu với hắn khiến hắn ta phải lúng túng ?

Ma Vương, tên Ranh mãnh, bèn đội lốt một người nông dân, vác trên vai một lưỡi cày thật to, tay cầm chiếc gậy chăn bò *(chiếc gậy có đầu nhọn dùng để điều khiển các con bò)*, tóc tai bờm xờm, ăn mặc quần áo bằng chỉ gai thô, chân dính đầy bùn đất, đi tìm Đấng Thế Tôn, khi gặp Ngài thì thốt lên như sau:

« Ê ! Tên tu hành kia, mi có trông thấy các con bò của ta hay không?»

«Này tên Ranh mảnh, vậy các con bò của mi là gì [để mà ta trông thấy]?».

«Này tên tu hành, mắt thuộc sở hữu của ta. Hình tướng *(thân thể vật chất)* thuộc sở hữu của ta. Sự tiếp xúc thị giác cùng với bầu không gian tri thức thị giác của nó *(tức là các sự nhận biết phát sinh từ sự tiếp xúc của mắt với các đối tượng của nó)*, thuộc sở hữu của ta. Vậy thì làm thế nào để mi có thể thoát ra khỏi ta được]? *(ý nói mắt của ta trông thấy mi qua sự tiếp xúc thị giác của ta, hình tướng của mi nằm bên trong bầu không gian tri thức thị giác của ta, vì vậy mi không thể nào thoát ra khỏi các sự cảm nhận thị giác của ta được,'con bò thị giác' thuộc vào Tổng thể tạo ra con người của ta, do đó nó không thể đi lạc ra bên ngoài con người – hay Tổng thể – của ta được)*?

«Này tên Ranh mảnh, [ta đồng ý:] mắt thuộc sỡ hữu của mi. Hình tướng thuộc sở hữu của mi, sự tiếp xúc thị giác cùng với bầu không gian tri thức của nó *(do nó tạo ra cho nó)* thuộc sở hữu của mi. Thế nhưng tại một nơi không có mắt, không có hình tướng, không có sự tiếp xúc thị giác, không có bầu không gian tri thức, thì nơi đó, hỡi tên Ranh mảnh kia, mi không thể nào đến được *(ý nói nếu mắt không tạo dựng hình tướng qua sự tiếp xúc thị giác của nó, cũng không lưu giữ hình tướng trong bầu không gian tri thức thị giác của nó, thì đấy là thể dạng mà tên Ma Vương không thể nào thực hiện được cho chính nó).*

(Câu trên đây được lặp lại với các trường hợp của tai, mũi, lưỡi, thân thể, tri thức, nhưng được cắt bớt nhằm tránh sự dài dòng)

Tai thuộc sở hữu của mi... Mũi... Lưỡi... Thân thể... Tri thức... thuộc sở hữu của mi. Ý nghĩ *(các hiện tượng tâm thần)* thuộc sở hữu của mi, sự tiếp xúc của tri thức cùng với bầu không gian tri thức của nó *(do nó tạo ra cho nó)*, thuộc sở hữu của mi. Thế nhưng tại một nơi không có tri thức *(không có các sự hình dung, các sự tạo tác, tạo dựng), không có ý nghĩ (các tác ý, các xúc cảm...)*, cũng không có bầu không gian tri thức *(nơi tồn lưu và cất chứa các hiện tượng tâm thần)*, thì nơi đó, hỡi tên Ranh mảnh kia, mi không thể nào đến được *(câu này có nghĩa là tên Ma Vương không thể nào đạt được thể dạng trống không của tâm thức, một thể dạng thăng bằng, bình lặng và thanh thản của tâm thức, trong thể dạng đó không có bất cứ gì hiển hiện, nhưng cũng không có bất cứ gì biến mất: không có một con bò nào cả để mà trông thấy nó. Đối với thể dạng giải thoát đó thì tên chăn bò ranh mảnh không thể nào thực hiện được, bởi vì tên chăng bò luôn nắm bắt những gì tạo ra bởi lục giác của mình).*

[Ma Vương nói với Đức Phật]:

Hỡi tên tu hành!

Có những người nói lên: 'Cái này là của tôi',

Và cho rằng: 'Đây là cái của tôi',

Và nếu tâm trí của mi cũng giống như tâm trí của các kẻ ấy,

Thì mi sẽ không thể nào thoát khỏi tay ta *(thoát khỏi sự sinh, sự già nua và cái chết).*

[Đức Phật nói với Ma Vương]:

Có những người không nói lên: 'Cái này là của tôi',

Và ta là một người [trong số những người] không nói lên điều ấy, *(không cho rằng 'cái này là của tôi')*,

Thì, hỡi tên Ranh Mảnh, mi phải hiểu rằng:

Mi sẽ chẳng bao giờ tìm thấy được dấu vết của ta.

Ma Vương, tên Ranh Mảnh, sau khi hiểu được điều đó, tỏ ra buồn rầu và thất vọng: 'Đấng Thế Tôn hiểu được con người của ta, Vị Toàn Năng hiểu được con người của ta', và sau đó thì biến mất.

Vài lời ghi chú

Nội dung của bài giảng thật cao siêu, nêu lên sự giải Giải thoát cho cái Tổng thể tạo ra con người của mình. Cái Tổng thể đó gồm chung sáu cơ quan giác cảm cùng các sự cảm nhận phát sinh từ sáu cơ quan đó. Các cảm nhận đó tạo ra cả một thế giới bên trong nội tâm của một cá thể. Sự ý thức về cái thế giới đó, cái Tổng thể đang vận hành và đang bốc cháy đó, sẽ giúp cho một cá thể ý thức được là phải thoát ra khỏi nó, và điều đó cũng có nghĩa là cá thể ấy phải đứng ra bên ngoài cái thế giới do mình tự tạo ra cho mình bằng các cảm nhận của mình, xuyên qua lục giác của mình, nếu muốn tìm thấy sự giải thoát. Thể dạng giải thoát đó không thể hiểu được và thực hiện được bởi những con người u mê, bám víu, tham vọng, mưu mô, hung dữ và hận thù, trong trường hợp trên đây là tên Ma Vương.

Bài giảng thật khúc chiết thế nhưng lại được giảng cho một chúng sinh thuộc một cấp bậc thấp, đó là Ma Vương đội lốt một người nông dân. Đức Phật do đó cũng phải dùng các hình ảnh cụ thể và các ngôn ngữ thích nghi để giảng. Lục giác là các con bò, sự vận hành của lục giác là sự bám víu của người chăn bò, là nguyên nhân tạo ra khổ đau và trói buộc, đưa đến sự sinh, sự già nua và cái chết. Thoát ra khỏi đàn bò – tức là lục giác của mình – chính là sự giải thoát cho người chăn bò. Bài giảng vừa dí dỏm, vừa khôi hài, cụ thể và dễ hiểu.

Đức Phật thuyết giảng tùy theo trình độ của người nghe là như là như vậy. Dưới đây cũng xin trích dẫn bản dịch của bài giảng này trong Tam Tạng Kinh tiếng Việt để tiện cho các độc giả tìm hiểu thêm:

Chương 4: Tương Ưng Ác Ma
II: Phẩm Thứ Hai
4.19. Người Nông Phu

Nhân duyên ở Sāvatthi. Lúc bấy giờ Thế Tôn đang thuyết pháp cho các Tỷ-kheo về vấn đề liên hệ đến Niết-bàn, khích lệ, làm cho phấn khởi, làm cho hoan hỷ. Và các Tỷ-kheo ấy hết sức chú tâm, hết sức chú ý, tập trung mọi tâm tư, lóng tai nghe pháp.

Rồi Ác ma suy nghĩ: "Sa-môn Gotama này đang thuyết pháp cho các vị Tỷ-kheo về các vấn đề liên hệ đến Niết-bàn ... Vậy ta hãy đi đến Sa-môn Gotama để làm mờ mắt các Tỷ-kheo ấy".

Rồi Ác ma biến hình thành một người nông phu, mang trên vai một cái cày lớn, tay cầm một cây gậy đâm bò, đầu bù tóc rối, mặc đồ vải gai, chân lấm bùn nhơ, đi đến, sau khi đến, nói với Thế Tôn:

—Này Sa-môn, Ngài có thấy con bò đực không?

—Nhưng này Ác ma, con bò đực đối với Ông là gì?

—Này Sa-môn, mắt là của ta, sắc là của ta, thức xứ do mắt xúc chạm là của ta. Này Sa-môn, Ngài có thể đi đâu để thoát khỏi ta?

Này Sa-môn, tai là của ta, tiếng là của ta ...

Này Sa-môn, mũi là của ta, hương là của ta ...

Này Sa-môn, lưỡi là của ta, vị là của ta ...

Này Sa-môn, thân là của ta, xúc là của ta ...

Này Sa-môn, ý là của ta, pháp là của ta, thức xứ do ý xúc chạm là của ta. Này Sa-môn, Ngài có thể đi đâu để thoát khỏi ta không?

—Này Ác ma, mắt là của Ông, sắc là của Ông, thức xứ do mắt xúc chạm là của Ông. Và này Ác ma, chỗ nào không có mắt, không có sắc, không có thức xứ xúc chạm, thời chỗ ấy không có hành xứ của Ông, này Ác ma.

Này Ác ma, tai là của Ông, tiếng là của Ông, thức xứ do tai xúc chạm là của Ông. Và này Ác ma, chỗ nào không có tai, không có tiếng, không có thức xứ do tai xúc chạm, thời chỗ ấy không có hành xứ của Ông, này Ác ma.

Này Ác ma, mũi là của Ông, hương là của Ông, thức xứ do mũi

xúc chạm là của Ông. Và này Ác ma, chỗ nào không có mũi, không có hương, không có thức xứ do mũi xúc chạm, thời chỗ ấy không có hành xứ của Ông, này Ác ma.

Này Ác ma, lưỡi là của Ông, vị là của Ông, thức xứ do lưỡi cảm xúc là của ông. Này Ác ma, chỗ nào không có lưỡi, không có vị, không có thức xứ do lưỡi xúc chạm, thời chỗ ấy không có hành xứ của Ông, này Ác ma.

Này Ác ma, thân là của Ông, xúc là của Ông, thức xứ do thân xúc chạm là của Ông. Và này Ác ma, chỗ nào không có thân, không có xúc, không có thức xứ do thân xúc chạm, thời chỗ ấy không có hành xứ của Ông, này Ác ma.

Này Ác ma, ý là của Ông, pháp là của Ông, thức xứ do ý xúc chạm là của Ông. Và này Ác ma, chỗ nào không có ý, không có pháp, không có thức xứ do ý xúc chạm, thời này Ác ma, chỗ ấy không có hành xứ của Ông, này Ác ma.

—Sự vật được Ngài nói:

"Cái này là của tôi".

Và những người đã nói:

"Cái này là của tôi".

Nếu ở đây có ý,

Đối với sự vật ấy,

Như vậy, này Sa-môn,

Ngài không thoát khỏi ta.

(Thế Tôn):

Sự vật được Ông nói:

"Cái này không của tôi".

Và những người đã nói:

"Chúng không phải là tôi".

Này Ác ma, như vậy,

Ông có biết được chăng,

Cho đến Ông không thấy,

Con đường của Ta đi?

Rồi Ác ma ... liền biến mất tại chỗ ấy.

Nguyên văn bản dịch của HT Thích Minh Châu

Dưới đây chúng ta lại tiếp tục trích dẫn bài giảng thứ tư đã được đề nghị trên đây:

Bài giảng về sự Buông bỏ

Pahāna Sutta - SN 35.24

(Dựa theo các bản dịch tiếng Anh của Thanissaro Bhikkhu, Bhikkhu Sujato, Bhikkhu Bodhi và bản tiếng Pháp của Rémy)

«Này các tỳ-kheo, ta sẽ giảng cho các tỳ-kheo về cái Tổng thể với tư cách là hiện tượng để buông bỏ nó *(Tổng thể là sự kết hợp của các hiện tượng / dhamma, do đó chính nó cũng là một hiện tượng)*. Vậy hãy lắng nghe, ta sẽ giảng».

«Vâng, thưa Thế Tôn»

«Vậy, Dhamma *(Giáo huấn, Đạo Pháp)* giúp buông bỏ cái Tổng thể là như thế nào?

«Này các tỳ-kheo, mắt phải buông bỏ, các hình tướng trông thấy phải buông bỏ, tri thức thị giác phải buông bỏ, sự tiếp xúc thị giác phải buông bỏ, và tất cả những gì hiển hiện *(phát sinh)* từ cơ sở *(căn bản)* của sự tiếp xúc thị giác, dù được cảm nhận như là thích thú hay đớn đau *(trung hòa)*, hoặc không thích thú cũng không đớn đau, thì cũng phải buông bỏ.

Này các tỳ-kheo, tai phải buông bỏ, các âm thanh nghe thấy phải buông bỏ, tri thức thính giác phải buông bỏ, sự tiếp xúc thính giác phải buông bỏ, và tất cả những gì hiển hiện từ cơ sở của sự tiếp xúc thính giác, dù được cảm nhận như là thích thú hay đớn đau, hoặc không-thích-thú cũng không-đớn-đau, thì cũng phải buông bỏ.

Này các tỳ-kheo, mũi phải buông bỏ, các mùi ngửi thấy phải buông bỏ, tri thức khứu giác phải buông bỏ, sự tiếp xúc khứu giác phải buông bỏ, và tất cả những gì hiển hiện từ cơ sở của sự tiếp xúc khứu giác, dù được cảm nhận như là thích thú hay đớn đau, hoặc không-thích-thú cũng không-đớn-đau, thì cũng phải buông bỏ.

Này các tỳ-kheo, lưỡi phải buông bỏ, các vị nếm thấy phải buông bỏ, tri thức vị giác phải buông bỏ, sự tiếp xúc vị giác phải buông bỏ, và tất cả những gì hiển hiện từ cơ sở của sự tiếp xúc vị giác, dù được cảm nhận như là thích thú hay đớn đau, hoặc không-thích-thú cũng không-đớn-đau, thì cũng phải buông bỏ.

Này các tỳ-kheo, thân thể phải buông bỏ, các cảm giác [nhận biết được] trên thân thể phải buông bỏ, tri thức xúc giác phải buông bỏ, sự tiếp xúc [của] xúc giác phải buông bỏ, và tất cả những gì hiển hiện từ cơ sở của sự tiếp xúc xúc giác, dù được cảm nhận như là thích thú hay đớn đau, hoặc không-thích-thú cũng không-đớn-đau, thì cũng phải buông bỏ.

Này các tỳ-kheo, tâm thần *(spirit, mind / tâm thức)* phải buông bỏ, các hiện tượng tâm thần *(các ý nghĩ, tác ý, xúc cảm, các sự lý luận, suy tư...)* phải buông bỏ, tri thức tâm thần phải buông bỏ, sự tiếp xúc tâm thần phải buông bỏ, và tất cả những gì hiển hiện từ cơ sở của sự tiếp xúc tâm thần, dù được cảm nhận như là thích thú hay đớn đau, hoặc không-thích-thú cũng không-đớn-đau, thì cũng phải buông bỏ.

Này các tỳ-kheo, đấy là Dhamma về sự buông bỏ [hoàn toàn] về cái Tổng thể».

Vài lời ghi chú

Bài giảng cụ thể, trực tiếp và dễ hiểu. Buông bỏ mọi sự cảm nhận của lục giác – dù cho các cảm nhận ấy mang tính cách thích thú hay khổ đau, không-thích-thú cũng không-khổ đau – là cách thoát ra khỏi cái thế giới do mình tự tạo ra cho mình qua trung gian của sáu cơ quan giác cảm của mình. Đấy chính là cách mang lại cho mình sự thanh thản, bình lặng và trong sáng, và đấy cũng là một trong các khía cạnh chủ yếu của sự Giải thoát.

Tiếp theo dưới đây là bài giảng thứ năm:

Bài giảng cho vị Koṭṭhica

Koṭṭhica Suta - AN 4.173

(Dựa theo các bản dịch tiếng Anh của Thanissaro Bhikkhu, Bhikkhu Sujato, F.L. Woodward (Pali Text Society) và bản tiếng Pháp của Rémy. Xin lưu ý có nhiều bài giảng mang cùng một tựa là Koṭṭhita Sutta. Ngoài ra cũng mạn phép nhắc thêm là Tam Tạng Kinh bằng tiếng Pali của các nước Tích Lan, Miến Điện và Thái Lan không hoàn toàn giống nhau. Bản chuyển ngữ dưới đây chủ yếu được dựa vào bản tiếng Anh của nhà sư Thanissaro Bhikkhu, dịch từ Tam Tạng Kinh của Thái Lan và được đánh số là AN 4.173, trong khi đó thì bản tiếng Anh của nhà sư Bhikkhu Sujato thì lại dựa vào Tam Tạng Kinh của Hiệp hội Văn bản Pali (Pali Text Society) tức là của Tích Lan và được đánh số là AN 4.174, tuy nhiên trong trường hợp này cả hai bản gốc bằng tiếng Pali nói đến trên đây đều hoàn toàn giống nhau)

Nhân vật Koṭṭhita nói đến trong bài giảng là một trong các vị đệ tử uyên bác của Đức Phật, do vậy thường được gọi là Ngài Mahā Koṭṭhita, Maha có nghĩa từ chương là 'lớn', và trong trường hợp này thì có nghĩa là uyên bác, thành đạt. Ngài Mahā Koṭṭhita xuất thân từ một gia đình Bà-la-môn rất giàu có tại thủ đô Sāvatthī (Xá Vệ) của xứ Kosala (Kiêu-tát-la), rất thông thạo kinh điển Vệ-đà, thế nhưng một hôm sau khi được nghe Đức Phật thuyết giảng cho cha mình, thì sau đó đã xin gia nhập Tăng đoàn của Đức Phật. Vị Koṭṭhita chuyên cần luyện tập thiền định và rất sớm sau đó đã đạt được cấp bậc Arahant / A-la-hán. Bài giảng dưới đây thuật lại một cuộc đối thoại của vị này và vị Sāriputta (Xá-lợi-phất), là một trong số mười vị Đại đệ tử của Đức Phật, và vị này cũng xuất thân từ một gia đình Bà-la-môn, nhưng gốc từ thủ đô Rājagaha (Vương Xá) của xứ Magadha (Ma-kiệt-đà). Bài giảng này như sau:

Vị Mahā Koṭṭhita tìm Ngài Sāriputta, khi gặp vị này thì trao đổi vài lời chào hỏi. Sau khi trao đổi vài lời chào hỏi với vị này thì ngồi sang một bên. Sau khi an tọa thì cất lời hỏi vị này như sau:

«Thưa bạn, sau khi sáu bầu không gian của sự tiếp xúc *(tức là sự tiếp xúc của lục giác gồm : thị giác, thính giác, khứu giác, vị giác, xúc giác và tâm thần với các đối tượng của chúng, nói một cách khác mở rộng hơn thì đấy là sự tiếp xúc giữa một cá thể – một Tổng thể – và thế giới bên ngoài qua trung gian của ngũ giác, và cả thế giới bên trong tâm thần qua trung gian của tri thức)* hoàn toàn tan biến và chấm dứt, thì phải chăng [vẫn còn] có một cái gì *(một thứ gì)* khác?»

[Ngài Sāriputta :] «Này bạn, không nên nói lên như thế *(thắc mắc đó không đúng)*».

[Ngài Mahā Koṭṭhita:] «Này bạn, [vậy thì], sau khi sáu bầu không gian của sự tiếp xúc hoàn toàn tan biến và chấm dứt, thì phải chăng chẳng có một cái gì khác cả?».

[Ngài Sāriputta:] «Này bạn, không nên nói lên như thế».

[Ngài Mahā Koṭṭhita:] «Này bạn, [vậy thì], sau khi sáu bầu không gian của sự tiếp xúc hoàn toàn tan biến và chấm dứt, thì phải chăng vừa có một cái gì khác nhưng cũng không có một cái gì khác cả?».

[Ngài Sāriputta:] «Này bạn, không nên nói lên như thế».

[Ngài Mahā Koṭṭhita:] «Này bạn, [vậy thì], sau khi sáu bầu không gian của sự tiếp xúc hoàn toàn tan biến và chấm dứt, thì phải chăng chẳng có một cái gì khác nhưng cũng không phải là không có một cái gì khác ?».

[Ngài Sāriputta:] «Này bạn, không nên nói lên như thế».

[Ngài Mahā Koṭṭhita:] «Này bạn, khi tôi hỏi: 'Này bạn, sau khi sáu bầu không gian của sự tiếp xúc hoàn toàn tan biến và chấm dứt, thì phải chăng [vẫn còn] có một cái gì khác?', thì bạn trả lời: 'Này bạn, không nên nói lên như thế'. Khi tôi hỏi: 'Này bạn, sau khi sáu bầu không gian của sự tiếp xúc hoàn toàn tan biến và chấm dứt, thì phải chăng chẳng có một cái gì khác cả ?', thì bạn trả lời : 'Này bạn, không nên nói lên như thế'. Khi tôi hỏi: 'Này bạn, sau khi sáu bầu không gian của sự tiếp xúc hoàn toàn tan biến và chấm dứt, thì phải chăng vừa có một cái gì khác nhưng cũng không có một cái gì khác cả', thì bạn cũng trả lời: 'Này bạn, không nên nói lên như thế'. Khi tôi hỏi: «Này bạn, sau khi sáu bầu không gian của sự tiếp xúc hoàn toàn tan biến và chấm dứt, thì phải chăng chẳng có một cái gì khác nhưng [đồng thời] cũng không phải là không có một cái gì khác', thì bạn trả lời: 'Này bạn, không nên nói lên như thế'. Vậy thì phải hiểu câu ấy *(các lời nói ấy)* của bạn như thế nào?».

[Ngài Sāriputta:] «Khi một người nào đó nói lên: 'Này bạn, sau khi sáu bầu không gian của sự tiếp xúc hoàn toàn tan biến và chấm dứt, thì phải chăng còn có một cái gì khác?', thì đấy là cách mà người ấy cụ thể hóa *(objectify / thể hiện một cách cụ thể)* những gì không thể cụ thể hóa được *(unobjectify / không thể cụ thể hóa. Các chữ objectify và unobjectify là các chữ được dùng trong bản dịch của nhà sư Thanissaro Bhikkhu; trong bản dịch tiếng Pháp của Rémy là các chữ prolifération và 'ne doit pas être sujet de prolifération mentale'; trong bản dịch tiếng Anh của nhà sư Bhikkhu Sujato là các chữ proliferating và unproliferated; trong bản dịch của Piya Tan là các chữ proferate và 'not to be proferate'. Nói chung thì tất cả các chữ này có nghĩa là 'phát tán', 'liên tưởng', 'mở rộng' và 'không phát tán', 'không thể phát tán', 'không nên phát tán', 'không được phép phát tán'. Trong bản gốc bằng tiếng Pali thì chữ này là papañca, và được giải thích là tai họa, chướng ngại, ảo giác, tức là những gì ngăn cản sự thăng tiến tâm linh. Chúng ta sẽ tìm hiểu sâu xa hơn về thuật ngữ này trong phần ghi chú dưới đây, bởi vì thuật ngữ này thật then chốt trong việc tìm hiểu về bài giảng này)*. Khi một người nào đó nói lên : 'Này bạn, sau khi sáu bầu không gian của sự tiếp xúc hoàn toàn tan biến và chấm dứt, thì phải chăng chẳng có một cái gì khác cả?', thì đấy là cách mà người ấy cụ thể hóa những gì không thể cụ thể hóa. Khi một người nào đó nói lên: 'Này bạn, sau khi sáu bầu không gian của sự tiếp xúc hoàn toàn tan biết và chấm dứt, thì phải chăng vừa có một cái gì khác và đồng thời cũng vừa không có một thứ gì khác ?', thì đấy là cách mà người ấy cụ thể hóa những gì không thể cụ thể hóa. Khi một người nào đó nói lên: 'Này bạn, sau khi sáu bầu không gian của sự tiếp xúc hoàn toàn tan biến và chấm dứt, thì phải chăng chẳng có một cái gì khác nhưng cũng không phải là không có một cái gì khác, thì đấy là cách mà người ấy cụ thể hóa những gì không thể cụ thể hóa'».

Cho đến khi nào sáu bầu không gian của sự tiếp xúc vẫn còn tiếp tục, thì sự cụ thể hóa *(các sự diễn đạt, liên tưởng, các sự phát tán tâm thần / objectification / mental prolification)* vẫn còn tiếp tục. Cho đến khi nào sự cụ thể hóa vẫn còn tiếp tục, thì sáu bầu không gian của sự tiếp xúc vẫn còn tiếp tục. Này bạn, khi nào sáu bầu không gian của sự tiếp xúc hoàn toàn tan biến và chấm dứt, thì sự cụ thể hóa *(các sự diễn đạt và phát tán tâm thần)* [theo đó] cũng sẽ lắng xuống và chấm dứt».

Vài lời ghi chú

Trước khi tìm hiểu sâu xa hơn về nội dung của bài giảng này, chúng ta hãy nêu lên một vài nhận xét trên phương diện hình thức. Thật hết sức rõ ràng bài giảng không do Đức Phật trực tiếp thuyết giảng mà chỉ là một mẩu đối thoại giữa hai vị tỳ-kheo uyên bác trong Tăng đoàn là Koṭṭhita và Sāriputta. Nếu trở lại với Bài giảng cho một người nông dân / Kassaka Sutta – SN 4.19 đã được trích dẫn trên đây thì đấy là những lời thuyết giảng của chính Đức Phật cho một người bình dị, thế nhưng con người bình dị ấy lại là Ma Vương (Māra), hiện thân của u mê, biển lận, hung dữ, sự già nua và cái chết. Sở dĩ nêu lên các điều này là để thấy rằng Dhamma (Giáo huấn) của Đức Phật rất đa dạng và sâu sắc, được nêu lên dưới nhiều thể dạng khác nhau, thích nghi với trình độ của người tu tập, qua từng ý nghĩ và lời nói của nhiều nhân vật khác nhau, nhưng không hề là các 'kinh' như là một sự áp đặt hay phán lệnh trong 'Ngũ kinh' của Khổng tử hay 'Đạo đức kinh' của Lão tử. Một chữ thiếu chính xác cũng có thể đánh lạc hướng toàn bộ sự hiểu biết. Điểm khởi hành thiếu chính xác thì mức đến sẽ hoang mang là như vậy. Chữ Kinh (經) , trong tiếng Hán không mang cùng ý nghĩa của chữ Sutta (Bài giảng) trong tiếng Pali hay chữ Sutra trong tiếng Phạn.

Cũng vậy, mỗi khi vị Koṭṭhita nêu lên một quan điểm nào thì vị Sāriputta đều cho biết là nói lên như thế không đúng. Ý nghĩa sâu sắc hàm chứa trong câu trả lời này của vị Sāriputta chính là điểm then chốt của toàn bộ nội dung bài giảng. Ý nghĩa đó xoay quanh chữ 'papañca' trong bản gốc bằng tiếng Pali. Như đã được ghi chú trong bản chuyển ngữ trên đây, chữ này được các dịch giả khác nhau diễn giải khác nhau, tựu trung có hai cách: nhà sư Thanissaro thì dịch chữ papañca là cụ thể hóa / objectification, tiếng Pháp là objectivation, trong khi đó thì các dịch giả khác dịch là phát tán / proliferation, đối với chữ này thì tiếng Pháp cũng giống tiếng Anh. Để được đầy đủ, xin mạn phép chi chú thêm là trong bản dịch tiếng Việt của HT Thích Minh Châu thì chữ này được dịch là hý luận, chữ này rõ ràng là không sát nghĩa. Trong bản dịch sang tiếng Hán mang tựa là 摩訶拘絺羅經 / Ma-ha Câu-hi-la Kinh, thì chữ này được dịch là 散文 / tán văn, có nghĩa là tán rộng, cách dịch này có thể tạm hiểu được.

Nói chung, hầu hết các dịch giả dường như có vẻ lúng túng, lý do có thể là vì trong các ngôn ngữ ngày nay không có từ nào hoàn toàn tương đương với chữ 'papañca' trong tiếng Pali. Phải chăng vì thế mà nhà sư Thanissaro Bhikkhu đã phải giải thích thêm rất cặn kẽ về thuật ngữ này trong phần ghi chú bên dưới bản dịch của ông. Theo ông thì chữ 'papañca' không hẳn có nghĩa là sự phát tán của sự suy nghĩ (proliferation of thinking), và ý nghĩa của chữ này trong kinh điển cũng không có ý nêu lên một loạt các sự suy nghĩ nào cả, mà là một cách suy nghĩ mang tính cách phân loại (classification) và cụ thể hóa (perceptions of objectification) về một cái gì đó, và đấy cũng là cách nói lên 'Tôi là người suy nghĩ '. Và đấy chính là nguyên nhân tạo ra sự sợ hãi hoặc là một hình thức tự làm tan biến (annihilation / hủy diệt) con người của mình nhằm mong cầu đạt được sự giải thoát cho mình. Thế nhưng cả hai cách phản ứng ấy đều là các chướng ngại đối với việc buông bỏ mọi sự bám víu, hầu mang lại sự giải thoát đích thật. Và đấy cũng chính là ý nghĩa trong câu trả lời của vị Sāriputta cho vị Koṭṭhita: 'Không nên nói lên như thế', có nghĩa là không nên diễn đạt như thế, không nên liên tưởng hay hình dung như thế.

Theo các tự điển Pali thì chữ 'papañca' có nghĩa là tai hại, ảo giác, một hình thức chướng ngại đối với việc thăng tiến tâm linh. Vậy chúng ta hãy tìm hiểu thêm về ý nghĩ của bài giảng này bằng cách nêu lên một thí dụ cụ thể, và thí dụ này cũng đã được nêu lên trong *Bài thuyết giảng nơi đế quốc Kosala / Kosala Sutta* - AN 10.29, đó là hình ảnh của một nhân dạng. Khi trông thấy một nhân dạng thì chúng ta có thể 'cụ thể hóa' (objectifing) nhân dạng đó là một người phụ nữ, từ sự 'cụ thể hóa' đó chúng ta lại tiếp tục 'phát tán' (proliferate, overspread) sự suy nghĩ đó bằng cách nhận định người phụ nữ ấy là xinh đẹp hay xấu xí, còn trẻ hay đã già, gầy ốm hay to béo, v.v... Các hình thức cụ thể hóa hay phát tán ấy là cả một sự chướng ngại đối với việc thăng tiến tâm linh. Trái lại khi trông thấy một nhân dạng thì chúng ta nhận thấy được Tổng thể của nhân dạng ấy đơn giản là một chúng sinh, nhưng không diễn đạt bất cứ một điều gì khác hiển hiện qua sự tiếp xúc của mắt với đối tượng của nó – trong trường hợp này là một người phụ nữ - thì tất cả mọi sự sẽ khác hẳn. Đấy là lý do tại sao vị Sāriputta lại nói với vị Koṭṭhita: 'Này bạn, không nên nói lên như thế, [bởi vì đấy chỉ là một hình thức 'cụ thể hóa' và 'phát tán' của tư duy mà thôi]'.

Sau đây chúng ta lại nêu lên một thí dụ khác mở rộng hơn, nhưng cũng nói lên tính cách 'cụ thể hóa' và 'phát tán' của tư duy, đó là sự hình thành của tôn giáo nói chung trên dòng lịch sử của nhân loại. Tôn giáo là một sự kiện toàn cầu, bất cứ một dân tộc nào cũng có các nghi thức lễ lạc, thờ cúng, các vùng đất thiêng, các nhân vật siêu phàm, các câu chuyện ngoạn mục và huyền bí... Vào các thời kỳ bán khai, trước các sức mạnh thiên nhiên, chẳng hạn như bão tố, thiên tai..., con người không hiểu gì cả và cảm thấy mình thật nhỏ bé.

Nói một cách khác thì tôn giáo bắt đầu bằng sự sợ hãi: sợ núi non, sông ngòi, biển cả, hỏa hoạn, lụt lội, đêm tối, bệnh tật..., và từ sự sợ hãi đó con người hình dung ra vô số các vị Thần linh cùng các vị Trời đủ loại, tạo ra các sự sợ hãi đó cho mình. Tiêu biểu nhất trong thời kỳ cổ đại tại phương Tây là tín ngưỡng đa thần. Chẳng hạn như trong nền văn minh Hy Lạp, người ta thấy xuất hiện các vị trời như Zeus (vị Trời của các vị Trời, chỉ huy toàn thể các sức mạnh thiên nhiên), Hera (vị Nữ thần quản lý các việc hôn phối và truyền giống của con người), Poseidon (vị Trời của đại dương, thiên tai và động đất), Demeter (vị Nữ thần quản lý đất đai, canh nông và trồng trọt), Athena (Nữ thần chiến tranh và công nghệ), v.v... Trong châu thổ sông Hằng thì tín ngưỡng bắt đầu với vô số các vị Trời đủ loại trong các tín ngưỡng Vệ-đà và Bà-la-môn. Ba vị lớn nhất trong số này là Brahamā (Phạm thiên / vị Sáng tạo), Vishnu (vị Bảo vệ thế giới), Shiva (vị Trời Hủy hoại), mỗi vị lại có cả một đoàn tùy tùng đông đảo, gồm các vị Trời khác với tư cách là các hiện thân của họ, chẳng hạn như khi Đức Phật xuất hiện vào thế kỷ thứ VI trước Tây lịch, và Dhamma của Ngài bắt đầu được quảng bá khắp nơi, thì Ấn giáo thời bấy giờ xem Ngài là hình thức hiện thân, là một thể dạng phát tán của vị Trời Vhisnu.

Nói chung thì tín ngưỡng bắt đầu hình thành bằng cách hình dung và tưởng tượng ra các vị Trời, hiện thân của các sức mạnh thiên nhiên, hoặc các hình thức thiêng liêng liên hệ đến sự sinh hoạt xã hội, chẳng hạn như đối với nhà cửa thì có Thổ địa, trong bếp thì có ông Táo... Đó là cách 'cụ thể hóa' (objectification) và 'phát tán' (proliferation) những gì cảm nhận được từ lục giác của con người, và đó cũng là nguồn gốc đưa đến sự hình thành của các tín ngưỡng đa thần. Thế nhưng dần dần con người bắt đầu hiểu được nguyên nhân tạo ra các hiện tượng trong thiên nhiên, đồng thời thì các sự sinh hoạt xã hội cũng được tổ chức quy củ và chặt chẽ hơn, nhờ đó con người cũng bớt sợ hãi hơn trước. Dù các vị Trời và các vị Thần linh mất dần tính cách thiêng liêng và các sức mạnh siêu phàm của họ, thế nhưng con người vẫn còn sợ, họ sợ sự già nua, bịnh tật và cái chết, một sự sợ hãi mang tính cách hiện sinh. Điều đó khiến họ tự hỏi 'sau cái chết thì còn có một cái gì khác hay không?' Sự thắc mắc đó phát sinh từ sự phát tán của sự suy nghĩ, một sự liên tưởng phản ảnh kín đáo sự sợ hãi trước cái chết. Và đấy cũng là thắc mắc mà vị Koṭṭhita nêu lên với vị Sāriputta.

Con người thay vì sợ vô số các vị Trời và các vị Thần linh đủ loại thì họ hình dung ra một vị Trời duy nhất, trừu tượng hơn, thiêng liêng hơn và toàn năng hơn, nắm giữ vận mạng của tất cả mọi con người và cả sự vận hành của vũ trụ. Đó là sự hình thành của tín ngưỡng độc thần. Thế nhưng tín ngưỡng độc thần cũng phát tán, đưa đến sự hình thành của vô số tôn giáo và các giáo phái khác nhau, tôn thờ các vị Trời khác nhau. Đó là sự 'cụ thể hóa' (objectification) và sự 'phát tán' (proliferation) của sự sợ hãi nói đến trong bài giảng trên đây. Người Phật giáo cũng sợ, thế nhưng không hình dung ra vô số các vị Trời hay một vị Trời duy nhất và toàn năng để mà sợ và để nấp phía sau các sức mạnh thiêng liêng của các vị ấy, mà họ sợ chính họ, họ sợ các sự u mê, bám víu, tham lam, biển lận, hung dữ... bên trong con người của họ, những sự sợ hãi phát sinh từ ngũ giác và hiện ra từ bên trong tâm thần họ.

Người Phật giáo không 'cụ thể hóa' cũng không 'thể hiện' sự sợ hãi của mình bằng cách hình dung ra một Đấng Toàn năng nào cả. Khi vị

Koṭṭhita nêu lên thắc mắc của mình là 'sau khi chết thì có một cái gì khác?; sau khi chết không có một cái gì khác?; sau khi chết có một cái gì khác và cũng không có một cái gì khác?; sau khi chết không có một cái gì khác nhưng cũng không phải là không có một cái gì khác?', thì đấy là cách mà vị Koṭṭhita nói lên sự sợ hãi hiện sinh của mình. Câu trả lời của vị Sāriputta là: 'Này bạn, không nên nói lên như thế [bởi vì đấy chỉ là sự 'cụ thể hóa' và 'diễn đạt' sự sợ hãi của mình trước sự già nua, bệnh tật và cái chết mà thôi]', và đấy cũng là ý nghĩa của chữ 'papañca' trong bài giảng.

Dầu sao thì bài giảng trên đây cũng chỉ là một mẩu đối thoại giữa hai vị tỳ- kheo trong Tăng đoàn, Đức Phật thiết thực hơn nhiều, không giảng những chuyện 'cụ thể hóa' và 'phát tán' trong thế giới mà chỉ giảng cách phải làm như thế nào để thoát ra khỏi sự hợ hãi hiện sinh trong thế giới, giúp mình đứng ra bên ngoài thế giới. Qua góc nhìn đó thì có thể hiểu Dhamma của Đức Phật không dựa vào sự sợ hãi cũng không chủ trương một sức mạnh siêu phàm nào cả. Dhamma của Đức Phật phải chăng là cả một cuộc cách mạng trong các lãnh vực tín ngưỡng và triết học của nhân loại, nếu có thể nói như vậy?

Sau hết cũng mạn phép trích dẫn bản dịch trong Đại Tạng Kinh tiếng Việt về bài giảng này để độc giả tiện tham khảo thêm:

Aṅguttara Nikāya
XVIII. Phẩm Tư Tâm Sở
4.174. Koṭṭhita

Rồi Tôn giả MahàKoṭṭhita đi đến Tôn giả Sàriputta, sau khi đến, nói lên với Tôn giả Sàriputta những lời chào đón thăm hỏi ... ngồi xuống một bên, Tôn giả Mahà Koṭṭhita thưa với Tôn giả Sàriputta:

—Thưa Hiền giả, sau sự đoạn diệt, ly tham sáu xúc xứ không có dư tàn, còn có một cái gì khác nữa?

—Chớ có nói vậy, thưa Hiền giả.

—Thưa Hiền giả, sau khi đoạn diệt, ly tham sáu xúc xứ không có dư tàn, không còn có một cái gì khác nữa?

—Chớ có nói vậy, thưa Hiền giả.

—Thưa Hiền giả, sau khi đoạn diệt, ly tham sáu xúc xứ không có dư tàn, còn có và không còn có một cái gì khác nữa?

—Chớ có nói vậy, thưa Hiền giả.

—Thưa Hiền giả, sau khi đoạn diệt, ly tham sáu xúc xứ không có dư tàn, không còn có và không không còn có một cái gì khác nữa?

—Chớ có nói vậy, thưa Hiền giả.

—Thưa Hiền giả, khi được hỏi: "Thưa Hiền giả, sau khi đoạn diệt, ly tham sáu xúc xứ không có dư tàn, còn có một cái gì khác nữa", Hiền giả nói: "Chớ có nói vậy, thưa Hiền giả". Khi được hỏi: "Thưa Hiền giả, sau khi đoạn diệt, ly tham sáu xúc xứ không có dư tàn, không còn có một cái gì khác nữa", Hiền giả nói: "Chớ có nói vậy, thưa Hiền giả". Khi được hỏi: "Thưa Hiền giả, sau khi đoạn diệt, ly tham sáu xúc xứ không có dư tàn, còn có và không còn có một cái gì khác nữa", Hiền giả nói: "Chớ có nói vậy, thưa Hiền giả". Sau khi được hỏi: "Thưa Hiền giả, sau khi đoạn diệt, ly tham sáu xúc xứ không có dư tàn, không còn có và không không còn có một cái gì khác nữa", Hiền giả nói: "Chớ có nói vậy, thưa Hiền giả". Thưa Hiền giả, như thế nào cần phải hiểu ý nghĩa lời nói này?

—"Thưa Hiền giả, sau khi đoạn diệt, ly tham sáu xúc xứ không có dư tàn, còn có một cái gì khác nữa!", nói vậy là khiến trở thành hý luận một vấn đề không phải hý luận. "Thưa Hiền giả, sau khi đoạn diệt, ... không có dư tàn, không có cái gì khác nữa !", nói vậy là khiến trở thành hý luận một vấn đề không phải hý luận. "Thưa Hiền giả, sau khi đoạn diệt, ... không có dư tàn, còn có và không còn có một cái gì khác nữa !", nói vậy là khiến trở thành hý luận một vấn đề không phải hý luận. "Thưa Hiền giả, sau khi đoạn diệt, ... không có dư tàn, không còn có và không không còn có một cái gì khác nữa !", nói vậy là khiến trở thành hý luận một vấn đề không phải hý luận. Thưa Hiền giả, cho đến khi nào có sự đi đến sáu xúc xứ, cho đến khi ấy có sự đi đến hý luận. Cho đến khi nào có sự đi đến hý luận, cho đến khi ấy có sự đi đến sáu xúc xứ. Thưa Hiền giả, do sự đoạn diệt, ly tham sáu xúc xứ không có dư tàn, hý luận được đoạn diệt, hý luận được chỉ tịnh.

Rồi Tôn giả Ananda đi đến Tôn giả MahàKoṭṭhita, sau khi đến, nói lên với Tôn giả MahàKoṭṭhita những lời chào đón hỏi thăm, sau khi nói lên những lời chào đón hỏi thăm thân hữu, liền ngồi xuống một bên. Ngồi xuống một bên, Tôn giả Ananda thưa với Tôn giả MahàKoṭṭhita:

—Thưa Hiền giả, do sự đoạn diệt ly tham sáu xúc xứ không có dư tàn, có phải còn có vật gì khác?

—Chớ có nói vậy, thưa Hiền giả.

... (giống như đoạn trước, khi Sàriputta trả lời cho MahàKoṭṭhita ... cho đến... "hý luận được chỉ tịnh")

Nguyên văn bản dịch của HT Thích Minh Châu

Tiếp theo dưới đây là một bài giảng trích dẫn từ tập Iṭivuttaka (Như Thị Ngữ Kinh) mang tựa:

Bài giảng về sự tách biệt giữa các quan điểm

Diṭṭhigata Sutta - Iti 49

(Dựa theo các bản dịch tiếng Anh của Thanissaro Bhikkhu, D. Ireland, Bhikkhu Sujato và Piya Tan)

Tiền ngữ diṭṭhi trong từ ghép Diṭṭhigata (Diṭṭhi+gata), tựa của bài giảng, có nghĩa là quan điểm, hậu ngữ gata có nhiều nghĩa và trong trường hợp này thì có nghĩa là phân nhánh, tách biệt hay cách biệt. Ngoài ra trong bài giảng cũng có một thuật ngữ then chốt khác, đó là chữ bhava, chữ này đã được giải thích và nêu lên trong các bài giảng trước đây. Chữ bhava có nghĩa là sự trở thành, sự hình thành, sự hiện hữu. Trong bản dịch về bài giảng này của nhà sư Thanissaro Bhikkhu thì chữ bhava được dịch là sự trở thành (becoming / sự hình thành, sự hiện hữu), trong bản dịch của học giả D. Ireland thì chữ này là sự hình thành (being), trong bản dịch của nhà sư Sujato thì chữ này là sự hiện hữu (existence), trong bản dịch của học giả Piya Tan thì chữ này là hiển hiện (arising), trong bản dịch của HT Thích Minh Châu thì chữ này là sanh hữu, do vậy chúng ta có thể hiểu ý nghĩa của chữ bhava bằng cách kết hợp ý nghĩa của tất cả các chữ trên đây. Bài giảng này như sau:

Đây là những lời thuyết giảng của Đấng Thế Tôn, của một vị

Arahant / A-la-hán *(Đức Phật được xem như là một vị Arahant)*, và tôi đã từng được nghe như vầy:

«Này các tỳ-kheo, có hai thể loại quan điểm mà một số người và một số thiên nhân bám chặt vào đó, đối với một số người khác và một số các thiên nhân khác thì họ lại rơi ra bên cạnh [các quan điểm ấy] *(hiểu một cách lệch lạc và phiến diện, trệch sang một bên)*, thế nhưng đồng thời thì cũng có những người trông thấy được các quan điểm ấy [một cách đúng đắn].

«Tại sao lại có một số người bám chặt vào đó? Đấy là trường hợp của những người và cả các thiên nhân vui sướng được hình thành *(becoming / devenir / được trở thành, được hiện hữu)*, thích thú được hình thành, hài lòng được hình thành. Dhamma *(Đạo Pháp / Giáo huấn)* [sở dĩ] được thuyết giảng là để làm cho sự hình thành *(sự trở thành)* phải chấm dứt, thế nhưng tâm thức họ *(những người vui sướng được trở thành)* thì lại không chấp nhận điều đó, đấy là lý do khiến tâm thức họ không sao lắng xuống được. Họ không hòa nhập với Dhamma đó, không quyết tâm bước theo Dhamma đó *(để làm cho sự trở thành hay hình thành phải chấm dứt)*. Đấy là cách cho thấy tại sao lại có một số người bám chặt vào đó *(vào quan điểm cho rằng sự trở thành, sự hình thành là sung sướng)*.

«Và tại sao lại có một số người chỉ đủ sức tránh sang bên cạnh [sự hình thành] mà thôi *(chỉ đủ sức ý thức được một khía cạnh nào đó về bản chất của sự hình thành, nhưng không đủ sức nhìn thấy xa hơn)*? Họ cảm thấy khiếp sợ, ô nhục và ghê tởm trước sự hình thành, và [đồng thời] cảm thấy thích thú trước sự không-hình-thành bằng cách nghĩ rằng: 'Khi thân xác sụp đổ sau cái chết, thì 'cái tôi' này của mình sẽ tan biến và bị hủy diệt hoàn toàn, không còn hiện hữu nữa *(xem cái chết là một sự chấm dứt của tất cả mọi sự hiện hữu)*, và xem điều đó như là một sự an bình, là một sự diệu kỳ *(exquisite / tuyệt vời, tuyệt diệu)*, và như thế cũng đã thừa đủ *(sufficiency / vừa lòng, chẳng mong cầu một điều gì khác, chẳng ước muốn một điều gì hơn, chết là hết)* !'. Đấy là cách mà một số người tránh được sang bên cạnh [sự hình thành] *(ý thức được sự hình thành là khổ đau, thế nhưng nghĩ rằng sau khi chết thì tất cả sẽ chấm dứt hoàn toàn,'cái tôi' của mình sẽ tan biến hết, không có gì phải lo ngại).*

«Vậy, đối với những người sáng suốt thì họ nhìn vào sự hình thành như thế nào? Đấy là trường hợp của một người tỳ-kheo nhìn vào những gì hình thành *(hiển hiện, trở thành)* cũng chỉ là những gì hình thành. Nhìn vào những gì hình thành chỉ là những gì hình thành là cách mà người tỳ-kheo luyện tập sự tỉnh ngộ *(disenchantment / sự thức tỉnh, thoát ra khỏi mọi ảo giác)* trước những gì hình thành, không còn say mê *(dispassion / an nhiên, bình lặng)* trước những gì hình thành, và cả sự chấm dứt của những gì hình thành. Đấy cũng là cách mà những người sáng suốt nhìn vào sự hình thành:

«[Đối với] những ai trông thấy được những gì hình thành,
Cũng chỉ là những gì hình thành,
Và cả những ai vượt xa hơn cả những gì hình thành,
Thì tất cả họ, nhờ vào sự tan biến của sự thèm khát được hình thành,
Sẽ thoát ra khỏi mọi sự hình thành.
Khi đã hiểu được sự hình thành là gì,
Thì người tỳ-kheo sẽ thoát ra khỏi mọi sự thèm khát,
Được hình thành và cả không-hình-thành.
Khi đã thực hiện được sự không hình thành về những gì hình thành,
Thì người tỳ-kheo sẽ không còn trở thành một sự hình thành nào khác nữa trong tương lai».

Vài lời ghi chú

Thế giới phát sinh và hình thành xuyên qua sự cảm nhận của lục giác – ngũ giác và tâm thần – của một cá thể. Do vậy thế giới 'hiện hữu' hay 'không hiện hữu' tùy thuộc vào sự vận hành của lục giác theo chiều hướng này hay chiều hướng khác: nắm bắt thế giới hay buông bỏ thế giới. Thế giới mang tính cách lưỡng cực là như vậy. Khi nhận thấy thế giới hiện lên trong tâm thức thì đấy là do sự bám víu của mình vào thế giới, và trong trường hợp đó thì thế giới 'hiện-hữu', và thế giới đó sẽ được gọi là thế giới của sự tạo tác (saṅkhāraloka). Khi người tỳ-kheo chủ động được lục giác của mình, không cầu mong được hình thành, không bám víu vào sự hình thành, không thèm khát được hình thành, thì tâm thức mình sẽ trở nên vắng lặng, thanh thản và trống không, và trong trường hợp đó thì thế giới sẽ 'không-hiện-hữu', dù cho thế giới đó tương tác, tương giao với thế giới trong không gian bên ngoài cũng vậy. Và đấy chính là cách giúp người tu hành đứng ra bên ngoài thế giới.

Trong bài giảng này Đức Phật nêu lên ba trường hợp. Trước nhất là trường hợp của những người mong muốn được hình thành, vui sướng được hình thành, hài lòng được hình thành. Trường hợp thứ hai là những người ý thức được sự hình thành là khổ đau, họ khiếp sợ sự hình thành, kinh tởm sự hình thành, thế nhưng họ lại nghĩ rằng chết là hết, cái chết là sự chấm dứt của mọi sự lo sợ và khổ đau. Thế nhưng thật ra cái chết chỉ là một sự chuẩn bị, một cách tạo điều kiện cần thiết đưa đến một sự hình thành khác. Trường hợp thứ ba là những người trông thấy được bản chất của sự hình thành là gì và cả cách làm cho sự hình thành phải chấm dứt, giúp mình đứng ra bên ngoài thế giới, ngay tại nơi này, trong thế giới này và trong hiện tại này của mình.

Thế nhưng khi nhìn vào thế giới, vào sự sinh hoạt của con người trong xã hội, thì chúng ta sẽ thấy rằng không mấy người trong chúng ta làm được điều đó, mà ngược lại chỉ hăng say lăn mình vào thế giới, tham gia vào các sự sinh hoạt xã hội để mong cầu trở thành giàu có, đạt được danh vọng, hạnh phúc... Thế nhưng sự trở thành đó trên thực tế đôi khi cũng chỉ là cách tạo ra xung đột, hận thù, chiến tranh, nghèo đói, nói chung là các hình thức khổ đau mà thôi. Không mấy người trong chúng ta nghĩ đến sự hình thành – qua sự hiện hữu của mình, sự sinh của mình – là nguyên nhân đưa đến sự già nua, bịnh tật và cái chết. Đấy là sự nghịch lý của sự hình thành: chúng ta nghĩ rằng sự hình thành là sung sướng thế nhưng bản chất của nó là khổ đau. Người Tây phương ăn mừng sinh nhật, chúng ta những người Phật giáo, thờ cúng ông bà cha mẹ để tưởng nhớ đến sự khổ đau của họ.

Sau hết cũng xin mạn phép trích dẫn bản dịch của HT Thích Minh Châu về bài giảng này để độc giả tiện tham khảo thêm:

Kinh Tiểu Bộ
Khuddhakha Nikaya
Kinh Phật Thuyết Như Vậy Itivuttaka
Chương 1: Tập Một Pháp
(XLIX) (Duk. II, 12) (It. 43)

Điều này đã được Thế Tôn nói đến, đã được bậc A-la-hán nói đến, và tôi đã được nghe:

Này các Tỷ-kheo, chư Thiên và loài Người bị xâm chiếm bởi hai tà kiến, một số người chấp chặt, một số người đi quá trớn, một số người có mắt thấy được.

Này các Tỷ-kheo, thế nào là một số người chấp chặt? Này các Tỷ-kheo, có chư Thiên và loài Người ưa muốn sanh hữu, khi các pháp đoạn diệt sanh hữu được giảng cho họ, tâm họ không có phấn khởi, không có tín thành, không có an trú, không có bị lôi cuốn. Như vậy, này các Tỷ-kheo, đó là một số người chấp chặt.

Và này các Tỷ-kheo, thế nào là một số người đi quá trớn? Nhưng có một số người lo âu, xấu hổ, nhàm chán với sanh hữu, hoan hỷ, phi sanh hữu. Họ nói: "Vì rằng khi thân hoại mạng chung, tự ngã này bị chặt đứt, bị hoại diệt, không có tồn tại sau khi chết. Quan điểm này là thiết thực, là thù thắng, là chân thật". Như vậy này các Tỷ-kheo, đó là một số người đi quá trớn.

Và này các Tỳ Kheo, thế nào là một số có mắt được thấy? Ở đây, Tỷ-kheo thấy sự sanh hữu là sanh hữu, sau khi thấy sự sanh hữu, vị ấy hướng đến nhàm chán, ly tham, đoạn diệt. Như vậy này các Tỷ-kheo, đó là những người có mắt được thấy.

Thế Tôn đã nói lên ý nghĩa này. Ở đây, điều này được nói đến.

Những ai đã thấy được
Sanh hữu là sanh hữu,
Thấy được sự vượt qua
Của sự sanh hữu ấy.
Những vị ấy giải thoát,
Đối như thật hiện hữu,
Vì nhờ đoạn diệt được
Tham ái đối sanh hữu.
Nếu vị ấy liễu tri,
Sanh hữu là sanh hữu,
Vị ấy ly tham ái
Đối hữu và phi hữu,

Tỷ-kheo quyết phi hữu,
Đối với chính sanh hữu,
Sẽ không còn đi đến
Sanh đi rồi sanh lại.

Ý nghĩa này được Thế Tôn nói đến và tôi đã được nghe.

Nguyên văn bản dịch của HT Thích Minh Châu

Tiếp theo dưới đây là một bài giảng nêu lên phương cách phải làm như thế nào để tẩy xóa các quan điểm sai lầm:

Bài thuyết giảng về sự Xóa bỏ

Sallekha Sutta - MN 8

(Dựa theo các bản dịch tiếng Anh của Bhikkhu Bodhi, Bikkhu Sujato, Nyanaponika Thera, Piya Tan, Suddhaso Bhikkhu và bản tiếng Pháp của C. Maës)

1. Tôi từng được nghe như vầy. Lúc ấy Đấng Thế Tôn đang ngụ tại kinh thành Sāvatthī *(Xá Vệ)*, nơi khu rừng thưa Jeta, trong tịnh xá của vị Anāthapiṇḍika *(Cấp Cô Độc)*.

2. Vào buổi chiều hôm đó, sau buổi hành thiền một mình, Ngài Maha-Cunda *(Cunda / Thuần Đà / em trai của vị Sāriputta / Xá-lợi-phất, một vị đại đệ tử của Đức Phật)* đứng lên tìm Đấng Thế Tôn, khi gặp được Ngài thì vái chào và ngồi sang một bên, sau đó thì cất lời với Đấng Thế Tôn như sau:

3. «Thưa Ngài, trong thế gian này lan truyền nhiều quan điểm khác biệt nhau liên quan đến giáo lý về Con người và giáo lý về Vũ trụ, vậy thì người tỳ-kheo mới bắt đầu luyện tập suy tư *(luyện tập thiền định, việc tu tập nói chung)* có nên buông bỏ hay gạt sang một bên các quan điểm ấy khi chúng hiện lên với mình hay không? *(câu này có nghĩa là đối với những người khi mới bắt đầu tu tập có nên thắc mắc về các chủ đề lý thuyết và triết học hay không, nhất là đối với các giáo lý khác hơn với giáo lý mà mình đang bước theo?)*».

«Này Cunda, đối với các giáo lý khác nhau lan truyền trong thế giới liên quan đến các quan điểm về Con người và về Vũ trụ, và nếu như các quan điểm khác biệt ấy hiện lên với mình, thì với một sự quán xét sáng suốt, xem chúng bắt rễ từ đâu và lan truyền như thế nào, bằng cách nhận định: 'Chuyện ấy không liên hệ gì đến tôi' (This is not mine), 'Tôi không phải là như thế' (I am not this), 'Chuyện ấy không phải là 'cái tôi' của tôi' (This is not myself), và sau đó thì cứ buông bỏ các quan điểm ấy, gạt chúng sang một bên».

(Câu trả lời trên đây của Đức Phật cũng là cách giải thích thêm về nội dung ngắn gọn trong 'Bài giảng về sự tách biệt giữa các quan điểm' – Diṭṭhigata - Iti 49, vừa được trích dẫn trên đây)

Tám sự thành đạt

4. «Này Cunda, tuy nhiên cũng có thể xảy ra trường hợp một người tỳ-kheo tách ra khỏi các đối tượng cảm nhận của các cơ quan giác cảm *(tách hình tướng ra khỏi mắt, tách âm thanh ra khỏi tai, v.v...)*, tách ra khỏi các ý nghĩ vô ích *(tách các sự suy tư vô bổ phát sinh từ cơ quan tâm thần)*, giúp mình an trú trong thể dạng lắng sâu thứ nhất *(jhāna / thiền-na thứ nhất, thể dạng 'định' hay 'lắng sâu' đầu tiên trong phép luyện tập thiền định)*, một thể dạng phát sinh từ sự buông bỏ *(xả bỏ, xóa bỏ)*, tuy nhiên [trong thể dạng đó] vẫn còn kèm theo một dòng tư duy liên tục *(thought conception / một sự suy nghĩ liên tục hướng vào một khái niệm nào đó)* cùng các sự suy tư tản mạn *(dicursive thinking / một sự suy nghĩ miên man)*, tạo ra cho mình một thể dạng thích thú và hân hoan, khiến người ấy có thể nghĩ rằng: 'Tôi đang an trú trong sự buông bỏ *(xả bỏ các cảm nhận của các cơ quan giác cảm)*'. Thế nhưng theo nguyên tắc tu tập của một môn đệ Cao quý *(một người tỳ-kheo lão luyện nhiều kinh nghiệm, chữ Cao quý trong trường hợp này có nghĩa là 'Ích lợi, Thiết thực', tương đương với ý nghĩa của chữ Cao quý trong khái niệm về Bốn Sự thật Cao quý)*, thì sự thành đạt ấy *(sự thực hiện ấy)* không thể gọi là sự 'buông bỏ' được. Theo nguyên tắc tu tập của một môn đệ Cao quý thì sự thành đạt ấy chỉ có thể gọi là 'thể dạng an trú tại nơi này và trong hiện tại này' *(một thể dạng tâm thức tách ra khỏi cảm nhận của lục giác và sự chuyển động của thế giới)*.

5. «Tuy nhiên cũng có thể xảy ra trường hợp một người tỳ-kheo, sau khi làm lắng xuống dòng tư duy liên tục và các sự suy nghĩ tản mạn, tạo ra cho mình sự bình lặng *(tranquility / phẳng lặng)* và sự hoà

hợp *(harmony / không có sự tương phản hay đối nghịch nào)* trong thể dạng lắng sâu thứ hai *(jhāna thứ hai / cấp bậc lắng sâu thứ hai trong phép luyện tập thiền định)*, và trong thể dạng đó, dòng tư duy liên tục cùng các sự suy nghĩ tản mạn trước kia *(trong jhāna thứ nhất)* đều tan biến hết, tạo ra cho mình một sự tập trung [tâm thần] kèm với các niềm thích thú và hân hoan, khiến người ấy có thể nghĩ rằng: 'Tôi đang an trú trong sự buông bỏ'. Thế nhưng theo nguyên tắc tu tập của một môn đệ Cao quý thì sự thành đạt ấy *(sự thực hiện ấy)* không thể gọi là sự 'buông bỏ' được. Theo nguyên tắc tu tập của một môn đệ Cao quý thì sự thành đạt ấy *(sự thực hiện ấy)* chỉ có thể gọi là 'sự an trú tại nơi này và trong hiện tại này'.

6. Tuy nhiên cũng có thể xảy ra trường hợp một người tỳ-kheo an trú trong sự thanh thản *(aquanimity / sự thăng bằng, vững chắc và thanh thoát của tâm thức)*, sự chú tâm và sự nhận thức trong sáng *(mindful and clearly aware / chánh niệm / một sự ý thức minh bạch và trong sáng)*, giúp mình cảm nhận được niềm phúc hạnh hiện lên trên thân thể, tạo ra cho mình thể dạng jhāna thứ ba *(cấp bậc lắng sâu thứ ba trong thiền định)*, điều đó khiến người tỳ-kheo có thể nghĩ rằng: 'Tôi đang an trú trong thể dạng buông bỏ'. Thế nhưng theo nguyên tắc tu tập của một môn đệ Cao quý, thì sự thành đạt ấy không thể gọi là sự 'buông bỏ' được. Theo nguyên tắc tu tập của một môn đệ Cao quý thì sự thành đạt ấy chỉ có thể gọi là 'sự an trú tại nơi này và trong hiện tại này'».

7. «Tuy nhiên cũng có thể xảy ra trường hợp một người tỳ-kheo buông bỏ được sự thích thú và cả sự đớn đau, cùng với sự tan biến của các niềm hân hoạn và cả lo buồn trước đó, giúp mình hoà nhập và an trú trong cấp bậc jhāna thứ tư *(cấp bậc lắng sâu thứ tư trong thiền định)*, một thể dạng vượt lên trên sự thích thú và cả đớn đau, tạo ra cho mình một sự chú tâm thật tinh khiết (chánh niệm) nhờ vào sự thanh thản của tâm thức *(equanimity / sự bình lặng, thăng bằng, không xao xuyến của tâm thức)*, người tỳ-kheo có thể nghĩ rằng: 'Tôi đang an trú trong sự buông bỏ'. Thế nhưng theo nguyên tắc tu tập của một môn đệ Cao quý, thì sự thành đạt ấy không thể gọi là sự 'buông bỏ' được. Theo nguyên tắc tu tập của một môn đệ Cao quý thì sự thành đạt ấy chỉ có thể gọi là 'sự an trú tại nơi này và trong hiện tại này'.

8. «Tuy nhiên cũng có thể xảy ra trường hợp một người tỳ-kheo hoàn toàn vượt thoát các sự cảm nhận trên thân thể, cùng sự tan biến của các sự cảm nhận hiện lên từ sự tiếp xúc của các cơ quan giác cảm, cũng không chú tâm vào sự nhận biết tính cách đa dạng của các hiện tượng, điều đó giúp người tỳ-kheo hình dung ra 'Bầu không gian vô tận' để hòa nhập và an trú bên trong bầu không gian vô tận đó, khiến người tỳ-kheo có thể nghĩ rằng: 'Tôi đang an trú trong sự buông bỏ'. Thế nhưng theo nguyên tắc tu tập của một môn đệ Cao quý, thì sự thành đạt ấy không thể gọi là sự 'buông bỏ' được (buông bỏ ở đây có nghĩa là tự tách mình ra khỏi sự chuyển động của thế giới). Theo nguyên tắc tu tập của một môn đệ Cao quý thì sự thành đạt ấy chỉ có thể gọi là 'thể dạng an bình' *(peaceful abiding / thể dạng êm ả, thanh thoát và phẳng lặng / trong nguyên bản bằng tiếng Pali là các chữ santā vihārā, chữ santā có nghĩa là sự an bình, chữ vihārā có nghĩa nơi chốn, nhưng cũng có nghĩa là tịnh xá hay tu viện)*.

9. «Tuy nhiên cũng có thể xảy ra trường hợp một người tỳ-kheo hoàn toàn vượt lên trên bầu không gian vô tận và liên tưởng đến 'Tri thức vô tận' để hòa nhập và an trú trong bầu tri thức vô tận đó, khiến người tỳ-kheo có thể nghĩ rằng: 'Tôi đang an trú trong sự buông bỏ'. Thế nhưng theo nguyên tắc tu tập của một môn đệ Cao quý, thì sự thành đạt ấy không thể gọi là sự 'buông bỏ' được. Theo nguyên tắc tu tập của một môn đệ Cao quý thì sự thành đạt ấy chỉ có thể gọi là 'thể dạng an bình'.

10. «Tuy nhiên cũng có thể xảy ra trường hợp một người tỳ-kheo hoàn toàn vượt lên trên bầu tri thức vô tận, hòa nhập và an trú bên trong bầu không gian trống không *(nothingness / vacuité / không có gì cả, một sự trống không tỏa rộng và mênh mông)*, khiến người tỳ-kheo có thể nghĩ rằng: 'Tôi đang an trú trong sự buông bỏ'. Thế nhưng theo nguyên tắc tu tập của một môn đệ Cao quý thì sự thành đạt ấy không thể gọi là sự 'buông bỏ' được. Theo nguyên tắc tu tập của một môn đệ Cao quý thì sự thành đạt ấy chỉ có thể gọi là 'thể dạng an bình'.

11. «Tuy nhiên cũng có thể xảy ra trường hợp một người tỳ-kheo hoàn toàn vượt lên trên bầu không gian của sự trống không, hòa nhập và an trú trong bầu không gian không-cảm-nhận cũng không-phải-là-

không-cảm-nhận, khiến người tỳ kheo có thể nghĩ rằng: 'Tôi đang an trú trong sự buông bỏ'. Thế nhưng theo nguyên tắc tu tập của một môn đệ Cao quý thì sự thành đạt ấy không thể gọi là sự 'buông bỏ' được. Theo nguyên tắc tu tập của một môn đệ Cao quý thì sự thành đạt ấy chỉ có thể gọi là 'thể dạng an bình'.

Sự buông bỏ

(Xin nhắc lại, buông bỏ ở đây có nghĩa là xóa bỏ các cảm nhận của mình đối với sự chuyển động của thế giới qua xuyên qua lục giác, nói một cách khác là tách mình ra bên ngoài sự cuồng quay của thế giới)

12. «Thế nhưng, này Cunda, Cunda phải luyện tập sự buông bỏ đó như thế nào?

(1) Kẻ khác làm những điều sai trái *(harmful / tai hại)*; tôi không làm những điều sai trái – đấy là cách tạo ra cho tôi sự buông bỏ.

(2) Kẻ khác sát sinh; tôi không sát sinh – đấy là cách tạo ra cho tôi sự buông bỏ.

(3) Kẻ khác lấy những gì mà người khác không cho; tôi không lấy những gì mà người khác không cho – đấy là cách tạo ra cho tôi sự buông bỏ.

(4) Kẻ khác không tiết dục; tôi giữ gìn sự tiết dục – đấy là cách tạo ra cho tôi sự buông bỏ.

(5) Kẻ khác ăn nói giả dối; tôi không ăn nói giả dối – đấy là cách tạo ra cho tôi sự buông bỏ.

(6) Kẻ khác ăn nói độc ác; tôi không ăn nói độc ác – đấy là cách tạo ra cho tôi sự buông bỏ.

(7) Kẻ khác ăn nói cay nghiệt *(harshly / thô bạo)*; tôi không ăn nói cay nghiệt – đấy là cách tạo ra cho tôi sự buông bỏ.

(8) Kẻ khác ăn nói tầm phào *(gossip / ba hoa, vô bổ)*, tôi tránh không ăn nói tầm phào – đấy là cách tạo ra cho tôi sự buông bỏ.

(9) Kẻ khác đầy tham vọng *(covertous / tham lam, thèm muốn)*; tôi

không tham vọng – đấy là cách tạo ra cho tôi sự buông bỏ.

(10) Kẻ khác có những ý nghĩ tồi tệ *(ill will / độc ác)*; tôi không có những ý nghĩ tồi tệ – đấy là cách tạo ra cho tôi sự buông bỏ.

(11) Kẻ khác có các quan điểm sai lầm; tôi có các quan điểm đúng đắn – đấy là cách tạo ra cho tôi sự buông bỏ.

(12) Kẻ khác có những ý đồ xấu xa *(wrong intention / tâm nguyện sai lầm)*; tôi có một tâm nguyện đúng đắn – đấy là cách tạo ra cho tôi sự buông bỏ.

(13) Kẻ khác ăn nói sai lầm *(wrong speech / các ngôn từ tệ hại)*; tôi ăn nói đúng đắn – đấy là cách tạo ra cho tôi sự buông bỏ.

(14) Kẻ khác phạm vào các hành động sai trái; tôi không phạm vào các hành động sai trái – đấy là cách tạo ra cho tôi sự buông bỏ.

(15) Kẻ khác có các phương tiện sinh sống *(livehood / sinh kế)* tồi tệ; tôi biết chọn cho tôi các phương tiện sinh sống ngay thẳng – đấy là cách tạo ra cho tôi sự buông bỏ.

(16) Kẻ khác phát động sự cố gắng sai lầm; tôi phát động sự cố gắng đúng đắn – đấy là cách tạo ra cho tôi sự buông bỏ.

(17) Kẻ khác phát động sự chú tâm sai lầm *(wrong mindfulness / chánh niệm sai lầm)*; tôi phát động được sự chú tâm đúng đắn – đấy là cách tạo ra cho tôi sự buông bỏ.

(18) Kẻ khác phát động một sự tập trung tâm thần tai hại *(wrong concentration / sự tập trung tâm thần lầm lẫn)*; tôi phát động được sự tập trung tâm thần đúng đắn – đấy là cách tạo ra cho tôi sự buông bỏ.

(19) Kẻ khác có một sự hiểu biết sai lầm; tôi tạo được một sự hiểu biết đúng đắn – đấy là cách tạo ra cho tôi sự buông bỏ.

(20) Kẻ khác tạo ra một sự giải thoát sai lầm *(wrong deliverance / một cách trốn tránh hiện thực chẳng hạn)*; tôi tạo ra một sự giải thoát đúng đắn – đấy là cách tạo ra cho tôi sự buông bỏ.

(21) Kẻ khác bị bủa vây bởi sự lười biếng và đờ đẫn *(sloth and torpor*

/ uể oải và lờ đẫn); tôi không lười biếng và cũng không đờ đẫn – đấy là cách tạo ra cho tôi sự buông bỏ.

(22) Kẻ khác bị giao động ; tôi luôn vững tâm – đấy là cách tạo ra cho tôi sự buông bỏ.

(23) Kẻ khác rơi vào sự hoang mang; tôi loại bỏ được sự hoang mang – đấy là cách tạo ra cho tôi sự buông bỏ.

(24) Kẻ khác bị bủa vây bởi sự giận dữ; tôi không nổi giận – đấy là cách tạo ra cho tôi sự buông bỏ.

(25) Kẻ khác thù nghịch; tôi không thù nghịch – đấy là cách tạo ra cho tôi sự buông bỏ.

(26) Kẻ khác phỉ báng *(denigrate / bôi xấu, chê bai)*; tôi không phỉ báng – đấy là cách tạo ra cho tôi sự buông bỏ.

(27) Kẻ khác có thái độ thống trị *(khống trị, chỉ huy kẻ khác)*; tôi không có thái độ thống trị – đấy là cách tạo ra cho tôi sự buông bỏ.

(28) Kẻ khác thèm muốn *(envious / ước ao)*; tôi không thèm muốn – đấy là cách tạo ra cho tôi sự buông bỏ.

(29) Kẻ khác ganh tị *(jealous / ghen ghét)*; tôi không ganh tị – đấy là cách tạo ra cho tôi sự buông bỏ.

(30) Kẻ khác gian lận; tôi không gian lận – đấy là cách tạo ra cho tôi sự buông bỏ.

(31) Kẻ khác đạo đức giả, tôi không đạo đức giả – đấy là cách tạo ra cho tôi sự buông bỏ.

(32) Kẻ khác bướng bỉnh *(obstinate / ngoan cố, ương ngạnh)*; tôi không bướng bỉnh – đấy là cách tạo ra cho tôi sự buông bỏ.

(33) Kẻ khác kiêu ngạo *(arrogant / kiêu căng, ngạo nghễ)*; tôi không kiêu ngạo – đấy là cách tạo ra cho tôi sự buông bỏ.

(34) Kẻ khác khó khuyên bảo *(be difficult to admonish / khó khuyên nhủ)*; tôi sẵn sàng nghe những lời khuyên bảo – đấy là cách tạo ra cho tôi sự buông bỏ.

(35) Kẻ khác giao du với bạn bè xấu; tôi giao du với bạn bè cao quý – đấy là cách tạo ra cho tôi sự buông bỏ.

(36) Kẻ khác lơ đễnh *(negligent / cẩu thả, chểnh mảng, lơ là)*; tôi phát động được sự chú tâm - đấy là cách tạo ra cho tôi sự buông bỏ.

(37) Kẻ khác thiếu thành tín; tôi luôn trung thành – đấy là cách tạo ra cho tôi sự buông bỏ.

(38) Kẻ khác không biết hổ thẹn *(shameless / xấu hổ)*; tôi biết hổ thẹn – đấy là cách tạo ra cho tôi sự buông bỏ.

(39) Kẻ khác vô ý thức; tôi biết ý thức – đấy là cách tạo ra cho tôi sự buông bỏ.

(40) Kẻ khác thiếu học hỏi *(no learning / thiếu kiến thức, thiếu hiểu biết)*; tôi biết học hỏi – đấy là cách tạo ra cho tôi sự buông bỏ.

(41) Kẻ khác lười biếng ; tôi siêng năng – đấy là cách tạo ra cho tôi sự buông bỏ.

(42) Kẻ khác chểnh mảng; tôi chăm chú – đấy là cách tạo ra cho tôi sự buông bỏ.

(43) Kẻ khác thiếu trí tuệ *(thiếu kiến thức, sự sáng suốt, sự hiểu biết minh bạch)*; tôi phát huy được trí tuệ – đấy là cách tạo ra cho tôi sự buông bỏ.

(44) Kẻ khác nhận thức mọi sự vật một cách lệch lạc xuyên qua các quan điểm cá nhân của họ, [thế nhưng] họ lại bám chặt vào các quan điểm ấy, [vì vậy] họ sẽ khó thoát ra khỏi các quan điểm ấy của họ; tôi không nhận thức mọi sự một cách lệch lạc xuyên qua các quan điểm cá nhân của tôi; tôi không khăng khăng bám chặt vào các quan điểm ấy, [nhờ vậy] tôi sẽ dễ dàng thoát ra khỏi các quan điểm ấy – đấy là cách tạo ra cho tôi sự buông bỏ.

Sự bùng lên của tư duy

13. «Này Cunda, ta bảo rằng chỉ cần tạo ra một ý nghĩ *(một tư duy, một sự suy nghĩ)* liên quan quan đến một cái gì đó *(một tâm nguyện nào đó) tốt lành (tiếng Pali là kusala, có nghĩa là tốt đẹp, thích nghi, xứng*

đáng, đạo đức) cũng đủ gây ra một tác động vô cùng quan trọng [trong lãnh vực tâm thần], đấy là chưa nói đến các tác động khác ảnh hưởng đến các lãnh vực ngôn từ và hành động trên thân thể, liên hệ [đến ý nghĩ ấy]. Vì vậy, này Cunda:

(1) Phải khơi động [trong thâm tâm mình] ý nghĩ như sau: 'Kẻ khác làm những điều sai trái; tôi không làm những điều sai trái'.

(2) Phải khơi động [trong thâm tâm mình] ý nghĩ như sau: 'Kẻ khác sát sinh ; tôi không sát sinh'.

(3)-(43)...

(Câu (1) và (2) trên đây được lặp lại với các câu được đánh số từ (3) đến (43), nhưng đã được cắt bớt nhằm tránh sự dài dòng)

(44) Phải khơi động [trong thâm tâm mình] ý nghĩ như sau: 'Kẻ khác nhận thức mọi sự vật một cách lệch lạc xuyên qua các quan điểm cá nhân của họ, [thế nhưng] họ lại bám chặt vào các quan điểm ấy, và [vì vậy] họ sẽ khó thoát ra khỏi các quan điểm ấy của họ; tôi không nhận thức mọi sự một cách lệch lạc xuyên qua các quan điểm cá nhân của tôi, tôi không khăng khăng bám chặt vào các quan điểm ấy, [nhờ vậy] tôi sẽ thoát ra khỏi các quan điểm ấy thật dễ dàng'.

Phương cách tránh khỏi

14. «Này Cunda, chẳng hạn có một con đường gồ ghề nhưng cũng có một con đường khác [phẳng phiu] giúp mình tránh khỏi [con đường gồ ghề]; hoặc có một ghềnh nước *(ford / gué / nơi giúp mình lội ngang một con nước)* với đáy nước đầy hang hố, nhưng cũng có một ghềnh nước khác với đáy nước bằng phẳng hơn giúp mình [lội qua], hầu tránh khỏi nơi sâu đầy hang hố. Cũng vậy, này Cunda:

(1) Một người vướng mắc vào các điều tồi tệ *(given to harmfulness / say mê, ham thích các điều tồi tệ)*, nhưng cũng có thể tạo được cho mình cách hành xử không tồi tệ, hầu giúp mình tránh khỏi được thái độ [buông mình vào các điều tồi tệ] đó.

(2) Một người vướng mắc vào việc sát sinh, nhưng cũng có thể không sát sinh, hầu giúp mình tránh khỏi được thái độ [say mê sát

sinh] đó.

(3) Một người vướng mắc vào việc chiếm đoạt những gì mà người khác không cho, nhưng cũng có thể không chiếm đoạt những gì mà người khác không cho, hầu giúp mình tránh khỏi được thái độ đó.

(4) Một người vướng mắc vào việc tà dâm, nhưng cũng có thể giữ được sự tiết dục, hầu giúp mình tránh khỏi được thái độ [tà dâm] đó.

(5) Một người vướng mắc vào việc ăn nói dối trá, nhưng cũng có thể không ăn nói dối trá, hầu giúp mình tránh khỏi được thái độ đó.

(6) Một người vướng mắc vào cách ăn nói độc ác, nhưng cũng có thể ăn nói không độc ác, hầu giúp mình tránh khỏi được thái độ đó.

(7) Một người vướng mắc vào cách ăn nói cay nghiệt *(harsh speech / khắc nghiệt, cay cú)*, nhưng cũng có thể ăn nói không cay nghiệt, hầu giúp mình tránh khỏi được thái độ đó.

(8) Một người vướng mắc vào những chuyện tầm phào *(gossip / các chuyện vụn vặt, gièm pha, vô tích sự)*, nhưng cũng có thể gạt bỏ những chuyện tầm phào hầu gúp / giúp mình tránh khỏi được thái độ đó.

(9) Một người vướng mắc vào tham vọng, nhưng cũng có thể không tham vọng, hầu giúp mình tránh khỏi được thái độ đó.

(10) Một người vướng mắc vào các ý nghĩ độc ác, nhưng cũng có thể tạo được các ý nghĩ không độc ác, hầu giúp mình tránh khỏi được thái độ đó.

(11) Một người vướng mắc vào các quan điểm sai lầm, nhưng cũng có thể tạo được các quan điểm đúng đắn, hầu giúp mình tránh khỏi được thái độ đó.

(12) Một người vướng mắc vào các ý đồ xấu xa, nhưng cũng có thể tạo được các tâm nguyện tốt lành, hầu giúp mình tránh khỏi được thái độ đó.

(13) Một người vướng mắc vào cách ăn nói xấu xa, nhưng cũng có thể tạo được cách ăn nói ngay thật hầu giúp tránh khỏi được thái độ đó.

(14) Một người vướng mắc vào các hành động sai trái, nhưng cũng có thể tạo được các hành động đúng đắn, hầu giúp mình tránh khỏi được thái độ đó.

(15) Một người vướng mắc vào các phương tiện sinh sống tồi tệ, nhưng cũng có thể tạo được các phương tiện sinh sống không tồi tệ, hầu giúp mình tránh khỏi được thái độ đó.

(16) Một người vướng mắc vào sự cố gắng sai lầm, nhưng cũng có thể tạo được sự cố gắng đúng đắn, hầu giúp mình tránh khỏi được thái độ đó.

(17) Một người vướng mắc vào sự chú tâm sai lầm (wrong mindfulness), nhưng cũng có thể tạo được sự chú tâm đúng đắn, hầu giúp mình tránh khỏi được thái độ đó.

(18) Một người vướng mắc vào sự tập trung tâm thần sai lầm, nhưng cũng có thể tạo được sự tập trung tâm thần đúng đắn, hầu giúp mình tránh khỏi được thái độ đó.

(19) Một người vướng mắc vào các sự hiểu biết sai lầm lẫn, nhưng cũng có thể tạo được các sự hiểu biết đúng đắn, hầu giúp mình tránh khỏi được thái độ đó.

(20) Một người vướng mắc vào sự giải thoát sai lầm, nhưng cũng có thể tạo được sự giải thoát đúng đắn, hầu giúp mình tránh khỏi được thái độ đó.

(21) Một người vướng mắc vào sự lười biếng và đờ đẫn, nhưng cũng có thể tạo được sự hăng say và tỉnh táo, hầu giúp mình tránh khỏi được thái độ đó.

(22) Một người vướng mắc vào sự bấn loạn *(agitation / bồn chồn, bối rối)*, nhưng cũng có thể tạo được sự bình tĩnh, hầu giúp mình tránh khỏi được thái độ đó.

(23) Một người vướng mắc vào sự hoang mang, nhưng cũng có thể tạo được sự sáng suốt, hầu giúp mình tránh khỏi được thái độ đó.

(24) Một người vướng mắc vào sự giận dữ, nhưng cũng có thể

không giận dữ, hầu giúp mình tránh khỏi được thái độ đó.

(25) Một người vướng mắc vào sự thù nghịch, nhưng cũng có thể tạo được sự thân thiện, hầu giúp mình tránh khỏi được thái độ đó.

(26) Một người vướng mắc vào các sự phỉ báng *(denigrating / chê bai, vu khống)*, nhưng cũng có thể tránh được các sự phỉ báng, hầu giúp mình tránh khỏi được thái độ đó.

(27) Một người vướng mắc vào thái độ thống trị *(domineenering / khống chế kẻ khác)*, nhưng cũng có thể tạo được cung cách hành xử không thống trị, hầu giúp mình tránh khỏi được thái độ đó.

(28) Một người vướng mắc vào sự thèm khát *(envy / mong muốn, khao khát)*, nhưng cũng có thể không thèm khát, hầu giúp mình tránh khỏi được thái độ đó.

(29) Một người vướng mắc vào sự ganh tị *(jealousy / ghen ghét)*, nhưng cũng có thể tạo được cách hành xử không ganh tị, hầu giúp mình tránh khỏi được thái độ đó.

(30) Một người vướng mắc vào các hành động gian lận, nhưng cũng có thể tạo được các hành động không gian lận, hầu giúp mình tránh khỏi được thái độ đó.

(31) Một người vướng mắc vào các hành vi đạo đức giả, nhưng cũng có thể tạo được cho mình cách hành xử ngay thật, hầu giúp mình tránh khỏi được thái độ đó.

(32) Một người vướng mắc vào sự bướng bỉnh *(obstinacy / cố chấp, ngoan cố)*, nhưng cũng có thể tạo được cách hành xử không bướng bỉnh, hầu giúp mình tránh khỏi được thái độ đó.

(33) Một người vướng mắc vào cách hành xử kiêu căng *(arrogance / kiêu ngạo, tự phụ)*, nhưng cũng có thể tạo được cách hành xử không kiêu căng, hầu giúp mình tránh khỏi được thái độ đó.

(34) Một người vướng mắc vào thói quen quở mắng *(admonish / răn dạy, khiển trách)* [kẻ khác], nhưng cũng có thể tạo được sự hợp tác *(amenability / giúp đỡ, thân thiện)*, hầu giúp mình tránh khỏi được

thái độ đó.

(35) Một người vướng mắc vào việc kết thân với bạn bè xấu, nhưng cũng có thể kết thân với bạn bè tốt, hầu giúp mình tránh khỏi được thái độ *(cung cách hành xử)* đó.

(36) Một người vướng mắc vào thái độ lơ là *(chểnh mảng)*, nhưng cũng có thể chú tâm hơn, hầu giúp mình tránh khỏi thái độ đó.

(37) Một người vướng mắc vào tình trạng thiếu vững tin *(faithlessness / thiếu tin tưởng)*, nhưng cũng có thể tạo được sự vững tin, hầu giúp mình tránh khỏi thái độ đó.

(38) Một người vướng mắc vào thái độ không biết hổ thẹn là gì, nhưng cũng có thể tạo được cho mình sự hổ thẹn, hầu giúp mình tránh khỏi được thái độ đó.

(39) Một người vướng mắc vào thái độ thiếu ý thức, nhưng cũng có thể tạo được sự ý thức, hầu giúp mình tránh khỏi được thái độ đó.

(40) Một người vướng mắc vào tình trạng kém kiến thức, nhưng cũng có thể học hỏi, hầu giúp mình tránh khỏi tình trạng đó.

(41) Một người vướng mắc vào tình trạng lười biếng, nhưng cũng có thể siêng năng hơn, hầu giúp mình tránh khỏi được tình trạng đó.

(42) Một người vướng mắc vào tình trạng thiếu chú tâm *(without mindfulness / phân tâm)*, nhưng cũng có thể tạo được sự chăm chú *(mindfulness / chánh niệm)* hầu giúp mình tránh khỏi tình trạng đó.

(43) Một người vướng mắc vào tình trạng thiếu sáng suốt *(without wisdom / thiếu trí tuệ)*, nhưng cũng có thể tạo được cho mình sự sáng suốt *(trí tuệ)*, hầu giúp mình tránh khỏi được tình trạng đó.

(44) Một người vướng mắc vào sự hiểu biết lệch lạc *(misapprehending / sự hiểu biết méo mó)* xuyên qua các quan điểm cá nhân của mình, và khăng khăng bám chặt vào sự hiểu biết đó, thì quả khó cho người ấy thoát ra khỏi sự hiểu biết lệch lạc đó, thế nhưng người ấy cũng có thể tạo được cho mình sự hiểu biết không lệch lạc xuyên qua các quan điểm cá nhân của mình, hầu giúp mình tránh khỏi được tình trạng

[hiểu biết lệch lạc] đó của mình.

Con đường hướng lên phía trên

15. «Này Cunda, vì [lý do] tất cả mọi tình trạng *(thái độ)* thiếu đạo hạnh *(akusala / unsalutary / tệ hại, tồi tệ, không xứng đáng, vô ích, kém khéo léo)* sẽ hướng [con người] xuống phía dưới, trái lại tất cả mọi thể dạng đạo hạnh *(kusala / salutary / xứng đáng, hữu ích, khéo léo)* sẽ hướng [con người] lên phía trên *(biến con người trở thành cao cả hơn)*. Vì vậy, này Cunda:

(1) Một người vướng mắc vào các hành động tai hại, nhưng cũng có khả năng hành động không tai hại, hầu giúp mình hướng lên phía trên.

(2) Một người vướng mắc vào việc sát sinh, nhưng cũng có khả năng [tạo được quyết tâm] không sát sinh, hầu giúp mình hướng lên phía trên.

(Câu trên đây được lặp lại với các trường hợp từ (3) đến (43), nhưng đã được cắt bớt nhằm tránh sự dài dòng)

(3)-(43)...

(44) Một người vướng mắc vào sự hiểu biết lệch lạc *(méo mó)* xuyên qua các quan điểm cá nhân của mình, và bám chặt vào đấy, vì thế sẽ khó cho người ấy thoát ra khỏi các sự hiểu biết lệch lạc ấy của mình, thế nhưng người ấy cũng có khả năng tạo được sự hiểu biết không lệch lạc xuyên qua các quan điểm cá nhân của mình, cũng không bám chặt vào các quan điểm ấy, hơn nữa còn buông bỏ dễ dàng được các quan điểm ấy, hầu giúp mình hướng lên phía trên.

Sự khô cạn

16. «Này Cunda, có thể xảy ra trường hợp một người đang bị lún sâu trong một vũng đầm lầy [thế nhưng lại cứ cố] tìm cách kéo một người khác cũng đang bị lún sâu trong vũng đầm lầy [như mình] *(cả hai sẽ cùng lún sâu trong một vũng đầm lầy)*. Thế nhưng cũng có thể xảy ra trường hợp một người không bị lún sâu trong vũng đầm lầy tìm cách kéo một người khác đang bị lún sâu trong vũng đầm lầy. Cũng

vậy, này Cunda:

«Một người tự mình không biết tiết độ *(restrained / modéré / biết tự kiềm chế không để cho mọi sự trở nên thái quá)*, vô kỷ luật, không biết kiềm chế [dục vọng] lại có thể giúp kẻ khác tiết độ, tôn trọng kỷ luật, làm khô cạn hoàn toàn [dục vọng của họ]. Thế nhưng, này Cunda, một người tự mình biết tiết độ, tôn trọng kỷ luật, tạo được sự khô cạn (cạn kiệt) hoàn toàn [các dục vọng của mình] *(dục vọng được ví như một vũng đầm lầy bên trong con người của mình, dục vọng càng nhiều thì vũng đầm lầy càng sâu, làm cho dục vọng cạn kiệt là cách tự giúp mình thoát ra khỏi vũng đầm lầy mà mình đang bị lún sâu trong đó)* có thể giúp kẻ khác biết tiết độ, tôn trọng kỷ luật, giúp kẻ khác làm khô cạn hoàn toàn [các dục vọng của họ]. Vì thế, này Cunda:

(1) Một người vướng mắc vào các hành vi tai hại, nhưng không hành động tai hại, hầu giúp mình làm khô cạn hoàn toàn thái độ đó *(các hành vi tai hại đó)*.

(2) Một người vướng mắc vào việc sát sinh *(ham thích, say mê sát sinh)*, nhưng không sát sinh, hầu giúp mình làm khô cạn hoàn toàn thái độ đó *(sự ham thích sát sinh đó)*.

(Câu trên đây được lặp lại với các trường hợp từ (3) đến (43), nhưng đã được cắt bớt nhằm tránh sự dài dòng)

(3)-(43)...
(44) Một người vướng mắc vào sự hiểu biết lệch lạc *(say mê các quan điểm méo mó)* xuyên qua các quan điểm cá nhân của mình, và khăng khăng bám chặt vào đấy, [do vậy] quả khó cho người ấy thoát ra khỏi các sự hiểu biết ấy, thế nhưng người ấy cũng có thể tạo được thái độ không bám víu, hầu giúp mình làm hoàn toàn khô cạn [các sự hiểu biết lệch lạc ấy của mình] *(vũng lầy ấy bên trong con người của chính mình)*.

Kết luận

17. «Vì thế, này Cunda, ta giảng cho Cunda thế nào là sự xóa bỏ, ta giảng cho Cunda thế nào là sự hiển hiện của tư duy, ta giảng cho Cunda thế nào là sự thoát khỏi, ta giảng cho Cunda thế nào là con

đường hướng lên phía trên, ta giảng cho Cunda thế nào là con đường của sự dập tắt.

18. «Những gì mà một người Thầy có thể làm được để mang lại cho các đệ tử của mình niềm an vui và lòng thương cảm đối với họ, thì ta đã làm cho Cunda, và vì Cunda *(người đệ tử của ta)*. Có những gốc cây [và bóng mát], và cả những túp lều bỏ hoang *(các túp lều của những người tu hành khất thực bỏ lại sau khi ra đi nơi khác)*. Này Cunda ạ, Cunda hãy cố gắng suy tư *(luyện tập thiền định dưới gốc cây hoặc trong các chòi lá bỏ hoang)*, chớ chểnh mảng, sau này Cunda sẽ hối hận. Đấy là những lời dặn bảo của ta cho Cunda».

Trên đây là những lời thuyết giảng của Đấng Thế Tôn. Ngài Cunda rất hài lòng và vui sướng trước những lời thuyết giảng ấy của Đấng Thế Tôn.

Các vị Đại sư tham dự lần kết tập Dhamma *(Đạo Pháp)* lần thứ nhất có ghép thêm vào bài thuyết giảng này của Đấng Thế Tôn một tiết thơ gồm bốn câu sau đây:

Những lời Thuyết giảng (Suttanta) trên đây về sự Xóa bỏ (Sallekha)
Sâu thẳm như đại dương mênh mông,
Gồm tất cả bốn-mươi-bốn tiết mục,
Phân bố theo năm phân đoạn khác nhau.

Vài lời ghi chú

Bài giảng dù là dành cho một người tỳ-kheo mới bắt đầu tu tập là Cunda thế nhưng vô cùng tế nhị và sâu sắc. Người sa-di Cunda không tránh khỏi thắc mắc trước vô số các quan điểm dị biệt chủ xướng bởi các giáo lý liên quan đến Con người và Vũ trụ vào thời bấy giờ, và tự hỏi là phải nhìn vào các quan điểm ấy như thế nào ? Đối với chúng ta ngày nay thì cũng vậy, dù sự hiểu biết và nền văn minh vật chất tiến bộ hơn nhiều, khiến tín ngưỡng mất đi ít nhiều ảnh hưởng, thế những tôn giáo vẫn còn tồn tại và tiếp tục tác động đến sự sinh hoạt của con người trong xã hội. Vì vậy, một số người trong chúng ta cũng có thể thắc mắc cái thắc mắc của người sa-di Cunda từ hơn hai-mươi-lăm thế kỷ trước: phải nhìn vào sự đa dạng và phức tạp của tôn giáo như thế nào ? Người sa-di Cunda may mắn hơn chúng ta hôm nay là có Đức

Phật bên cạnh để nêu lên thắc mắc ấy của mình. Và những lời cụ thể và thiết thực trong bài giảng này là những lời mà Đức Phật sử dụng để giải tỏa thắc mắc ấy trong lòng người sa-di.

Bài giảng mang tựa là sự Buông bỏ, Xóa bỏ (Salleka), một cung cách hành xử đứng ra bên ngoài tất cả các quan điểm. Thay vào sự xóa bỏ đó, Đức Phật nêu lên hai cấp bậc tu tập khác nhau dành cho hai nhóm người với hai xu hướng và hai khả năng hiểu biết khác nhau. Vậy hai cấp bậc tu tập ấy là gì ? Trước hết Đức Phật nêu lên một sự thăng tiến tuần tự gồm tám cấp bậc thăng tiến trong phép luyện tập thiền định dành cho các tỳ-kheo lão luyện, và sau đó là 44 cung cách hành xử cụ thể trong cuộc sống thường nhật dành cho những người mới bắt đầu tu tập, là những người chưa quen nhìn vào bên trong tâm thức mình để tìm hiểu và phân tích sự vận hành cùng các sự suy nghĩ trong tâm thức mình để tinh khiết hóa chúng. Nói một cách khác thì họ là những người còn quá phân tâm, chưa hội đủ quyết tâm ngồi xuống trong yên lặng để suy tư và tập trung tâm thần, hầu làm tỏa rộng trong tâm thức mình một khung trời vô tận của sự an bình và giải thoát.

Tuy nhiên đối với tám cấp bậc thành đạt trong phép luyện tập thiền định của những người tỳ-kheo lão luyện, thì bốn cấp bậc đầu tiên cũng chỉ đưa đến thể dạng 'tại nơi này và trong thời điểm này', có nghĩa là một thể dạng hòa mình với hiện thực. Và đối với bốn cấp bậc thứ hai thì sự thành đạt cũng chỉ là thể dạng 'an bình', có nghĩa là thoát ra bên ngoài sự chuyển động của thế giới.

Đối với những người tỳ-kheo và cả những người thế tục chưa biết đến phép thiền định là gì, thì việc tu tập sẽ là như thế nào ? Đó là cách thực thi 44 cung cách hành xử nhằm tinh khiết hóa tâm thức, ngôn từ và hành động của mình với mục đích 'buông bỏ' những gì không nên làm và 'thực thi' những gì nên làm, hầu giúp mình hướng con người của mình lên phía trên. Đức Phật nêu lên phép luyện tập 'cụ thể' này theo từng giai đoạn thật chi tiết và cặn kẽ, dần dần đưa đến sự buông bỏ các thái đô sai trái của mình, đồng thời tạo ra cho mình các thái độ đúng đắn hơn, hầu giúp mình biến con người của mình trở thành cao quý hơn. Tuy nhiên Đức Phật cho biết là dù thực hiện được như thế cũng chưa phải là đủ. Chúng ta hãy lắng nghe Đức Phật dặn dò người tỳ-kheo Cunda:

«Những gì mà một người Thầy có thể làm được để mang lại cho các đệ tử của mình niềm an vui và lòng thương cảm, thì ta đã làm cho Cunda, và vì Cunda. Có những gốc cây [và bóng mát] và cả những túp lều hoang phế. Này Cunda, Cunda hãy cố gắng suy tư (luyện tập thiền định), chớ chểnh mảng, sau này Cunda sẽ hối hận. Đấy là những lời dặn bảo của ta cho Cunda».

Dù giảng dạy cho người sa-di Cunda 44 cung cách hành xử, thế nhưng trong lời kết luận thì Đức Phật cũng nhắc khéo với người sa-di Cunda là phải thiền định. Thế nhưng ngay cả tám cấp bậc thành đạt trong phép luyện tập thiền định gồm tám cấp bậc, thì bốn cấp bậc đầu tiên cũng chỉ là cách giúp mình an trú tại nơi này và trong thời điểm này và bốn cấp bậc sau đó cũng chỉ giúp mình thực hiện được cho mình thể dạng an bình, nhưng chưa phải là Nibbāna / Niết bàn, một thể dạng không có gì hiển hiện, nhưng cũng không có gì biến mất. Sau khi xuất thiền thì người tỳ-kheo sẽ hòa nhập trở lại với thế giới chung quanh. Tuy nhiên người tỳ-kheo cũng có thể xuất thiền hay an trú trong bất cứ cấp bậc nào trong số tám cấp bậc thức hiện đó. Trên đây là nội dung của bài thuyết giảng.

Sau hết, xin mạn phép trích dẫn bản dịch của bài giảng này trong Đại Tạng Kinh tiếng Việt hầu độc giả tiện tham khảo thêm:

Trung Bộ Kinh
8. Kinh Đoạn giảm

Như vầy tôi nghe.

Một thời Thế Tôn ở Sāvatthi (Xá-vệ), tại Jetavana (Kỳ-đà Lâm), vườn ông Anāthapiṇḍika (Cấp Cô Độc). Lúc bấy giờ, Tôn giả Mahā Cunda, vào buổi chiều từ chỗ độc cư Thiền tịnh đứng dậy, đến tại chỗ Thế Tôn, đảnh lễ Ngài rồi ngồi xuống một bên. Sau khi ngồi xuống một bên, Tôn giả Mahā Cunda bạch Thế Tôn

Bạch Thế Tôn, có những loại sở kiến này khởi lên trên đời, hoặc liên hệ đến ngã luận, hoặc liên hệ đến thế giới luận. Bạch Thế Tôn, đối với một Tỷ-kheo, có tác ý ngay từ ban đầu, thời có thể đoạn trừ những sở kiến ấy hay không, có thể xả ly những sở kiến ấy hay không?

Này Cunda, những loại sở kiến này khởi lên trên đời, hoặc liên hệ đến ngã luận, hoặc liên hệ đến thế giới luận—chỗ nào những sở kiến này tiềm ẩn, và chỗ nào những sở kiến này hiện hành, chỉ có cách như thật quán sát chúng với trí tuệ rằng: "Cái này không phải của tôi, cái này không phải là tôi, cái này không phải tự ngã của tôi", có vậy thời có sự đoạn trừ những sở kiến ấy, có sự xả ly những sở kiến ấy.

(Tám chứng đắc)

Này Cunda, sự kiện này xảy ra khi ở đây một Tỷ-kheo ly dục, ly bất thiện pháp, chứng và trú Thiền thứ nhất, một trạng thái hỷ lạc do ly dục sanh, với tầm với tứ. Vị ấy có thể nghĩ: "Ta sống với hạnh đoạn giảm". Này Cunda, các (quả chứng) ấy không gọi là đoạn giảm trong giới luật của bậc Thánh. Chúng được gọi là hiện tại lạc trú trong giới luật của bậc Thánh.

Này Cunda, sự kiện này xảy ra khi ở đây, một Tỷ-kheo diệt tầm và tứ, chứng và trú Thiền thứ hai, một trạng thái hỷ lạc do định sanh, không tầm không tứ, nội tỉnh nhất tâm. Vị ấy có thể nghĩ: "Ta sống với hạnh đoạn giảm". Này Cunda, các (quả chứng) ấy không gọi là đoạn giảm trong giới luật của bậc Thánh. Chúng được gọi là hiện tại lạc trú trong giới luật của bậc Thánh.

Này Cunda, sự kiện này xảy ra khi ở đây, một Tỷ-kheo ly hỷ trú xả, chánh niệm tỉnh giác, thân cảm sự lạc thọ mà các bậc Thánh gọi là xả niệm lạc trú, chứng và trú Thiền thứ ba. Vị ấy có thể nghĩ "Ta sống với hạnh đoạn giảm". Này Cunda, các (quả chứng) ấy không gọi là đoạn giảm trong giới luật của bậc Thánh. Chúng được gọi là hiện tại lạc trú trong giới luật của bậc Thánh.

Này Cunda, sự kiện này xảy ra, khi một Tỷ-kheo xả lạc xả khổ, diệt hỷ ưu đã cảm thọ trước, chứng và trú Thiền thứ tư, không khổ không lạc, xả niệm thanh tịnh. Vị ấy có thể nghĩ: "Ta sống với hạnh đoạn giảm". Này Cunda, các (quả chứng) ấy không gọi là đoạn giảm trong giới luật của bậc Thánh. Chúng được gọi là hiện tại lạc trú trong giới luật của bậc Thánh.

Này Cunda, sự kiện này xảy ra, khi một Tỷ-kheo vượt lên mọi sắc tưởng, diệt trừ mọi chướng ngại tưởng, không tác ý đối với dị tưởng. Tỷ-kheo nghĩ rằng: "Hư không là vô biên", chứng và trú Không vô biên xứ. Vị ấy có thể tự nghĩ: "Ta sống với hạnh đoạn giảm". Này Cunda, các (quả chứng) ấy không gọi là đoạn giảm trong giới luật của bậc Thánh. Chúng được gọi là tịch tịnh trú trong giới luật của bậc Thánh.

Này Cunda, sự kiện này xảy ra, khi một Tỷ-kheo vượt lên mọi Không vô biên xứ, nghĩ rằng: "Thức là vô biên", chứng và trú Thức vô biên xứ. Vị ấy có thể nghĩ: "Ta sống với hạnh đoạn giảm". Này Cunda, các (quả chứng) ấy không gọi là đoạn giảm trong giới luật của bậc Thánh. Chúng được gọi là tịch tịnh trú trong giới luật của bậc Thánh.

Này Cunda, sự kiện này xảy ra, khi một Tỷ-kheo vượt lên mọi Thức vô biên xứ, nghĩ rằng: "Không có vật gì", chứng và trú Vô sở hữu xứ. Vị ấy có thể nghĩ: "Ta sống với hạnh đoạn giảm". Này Cunda, các (quả chứng) ấy không gọi là đoạn giảm trong giới luật của bậc Thánh. Chúng được gọi là tịch tịnh trú trong giới luật của bậc Thánh.

Này Cunda, sự kiện này xảy ra, khi một Tỷ-kheo vượt lên mọi Vô sở hữu xứ, chứng và trú Phi tưởng phi phi tưởng xứ. Vị ấy có thể nghĩ: "Ta sống với hạnh đoạn giảm". Này Cunda, các (quả chứng) ấy không gọi là đoạn giảm trong giới luật của bậc Thánh. Chúng được gọi là tịch tịnh trú trong giới luật của bậc Thánh.

(Đoạn giảm)

Này Cunda, ở đây đoạn giảm được các Người thực hiện khi các Người nghĩ:

(1) "Những kẻ khác có thể là những người làm hại, chúng ta ở đây không thể là những người làm hại", như vậy đoạn giảm được thực hiện.

(2) "Những kẻ khác có thể sát sanh, chúng ta ở đây sẽ từ bỏ sát sanh", như vậy đoạn giảm được thực hiện.

(3) "Những kẻ khác có thể lấy của không cho, chúng ta ở đây sẽ từ bỏ lấy của không cho", như vậy đoạn giảm được thực hiện.

(4) “Những kẻ khác có thể không phạm hạnh, chúng ta ở đây sẽ sống phạm hạnh”, như vậy ... (như trên) ... thực hiện.

(5) “Những kẻ khác có thể nói láo, chúng ta ở đây sẽ từ bỏ nói láo”, ... (như trên) ...

(6) “Những kẻ khác có thể nói hai lưỡi, chúng ta ở đây sẽ từ bỏ nói hai lưỡi”, ... (như trên) ...

(7) “Những kẻ khác có thể nói lời độc ác”, chúng ta ở đây sẽ từ bỏ nói lời độc ác”, ... (như trên) ...

(8) “Những kẻ khác có thể nói lời phù phiếm, chúng ta ở đây sẽ từ bỏ nói lời phù phiếm”, ... (như trên) ...

(9) “Những kẻ khác có thể tham dục, chúng ta ở đây không tham dục”, ... (như trên) ...

(10) “Những kẻ khác có thể có sân tâm, chúng ta ở đây sẽ không có sân tâm”, ... (như trên) ...

(11) “Những kẻ khác có thể có tà kiến, chúng ta ở đây sẽ có chánh kiến, ... (như trên) ...

(12) “Những kẻ khác có thể có tà tư duy, chúng ta ở đây sẽ có chánh tư duy”, ... (như trên) ...

(13) “Những kẻ khác có thể có tà ngữ, chúng ta ở đây sẽ có chánh ngữ”, ... (như trên) ...

(14) “Những kẻ khác có thể có tà nghiệp, chúng ta ở đây sẽ có chánh nghiệp”, ... (như trên) ...

(15) “Những kẻ khác có thể có tà mạng, chúng ta ở đây sẽ có chánh mạng”, ... (như trên) ...

(16) “Những kẻ khác có thể có tà tinh tấn, chúng ta ở đây sẽ có chánh tinh tấn”, ... (như trên) ...

(17) “Những kẻ khác có thể có tà niệm, chúng ta ở đây sẽ có chánh niệm”, ... (như trên) ...

(18) “Những kẻ khác có thể có tà định, chúng ta ở đây sẽ có chánh định”, ... (như trên) ...

(19) “Những kẻ khác có thể có tà trí, chúng ta ở đây sẽ có chánh trí”, ... (như trên) ...

(20) “Những kẻ khác có thể có tà giải thoát, chúng ta ở đây sẽ có chánh giải thoát”, ... (như trên) ...

(21) “Những kẻ khác có thể bị hôn trầm thụy miên chi phối, chúng ta ở đây sẽ không có hôn trầm thụy miên chi phối”, ... (như trên) ...

(22) “Những kẻ khác có thể có trạo hối (?), chúng ta ở đây sẽ không có trạo hối”, ... (như trên) ...

(23) “Những kẻ khác có thể nghi hoặc, chúng ta ở đây sẽ trừ diệt nghi hoặc”, ... (như trên) ...

(24) “Những kẻ khác có thể phẫn nộ, chúng ta ở đây sẽ không có phẫn nộ”, ... (như trên) ...

(25) “Những kẻ khác có thể oán hận, chúng ta ở đây sẽ không có oán hận”, ... (như trên) ...

(26) “Những kẻ khác có thể hư ngụy, chúng ta ở đây sẽ không hư ngụy”, ... (như trên) ...

(27) “Những kẻ khác có thể não hại, chúng ta ở đây sẽ không não hại”, ... (như trên) ...

(28) “Những kẻ khác có thể tật đố , chúng ta ở đây sẽ không tật đố”, ... (như trên) ...

(29) “Những kẻ khác có thể xan / san tham, chúng ta ở đây sẽ không xan / san tham”, ... (như trên) ...

(30) “Những kẻ khác có thể man trá, chúng ta ở đây sẽ không man trá, ... (như trên) ...

(31) “Những kẻ khác có thể khi cuống (?) , chúng ta ở đây sẽ không khi cuống”, ... (như trên) ...

(32) "Những kẻ khác có thể ngoan cố, chúng ta ở đây không thể ngoan cố", ... (như trên) ...

(33) "Những kẻ khác có thể cấp tháo? , chúng ta ở đây không thể cấp tháo", ... (như trên) ...

(34) "Những kẻ khác có thể khó nói (nan thuyết), chúng ta ở đây sẽ dễ nói", ... (như trên) ...

(35) "Những kẻ khác có thể là ác hữu, chúng ta ở đây sẽ là thiện hữu", ... (như trên) ...

(36) "Những kẻ khác có thể phóng dật, chúng ta ở đây sẽ không phóng dật", ... (như trên) ...

(37) "Những kẻ khác có thể là bất tín, chúng ta ở đây sẽ có tín tâm", ... (như trên) ...

(38) "Những kẻ khác có thể không xấu hổ, chúng ta ở đây sẽ có xấu hổ", ... (như trên) ...

(39) "Những kẻ khác có thể không sợ hãi, chúng ta ở đây sẽ có sợ hãi", ... (như trên) ...

(40) "Những kẻ khác có thể nghe ít, chúng ta ở đây sẽ nghe nhiều" ... (như trên) ...

(41) "Những kẻ khác có thể biếng nhác, chúng ta ở đây sẽ siêng năng", ... (như trên) ...

(42) "Những kẻ khác có thể thất niệm, chúng ta ở đây sẽ an trú niệm", ... (như trên) ...

(43) "Những kẻ khác có thể liệt tuệ, chúng ta ở đây thành tựu tuệ", ... (như trên) ...

(44) "Những kẻ khác có thể nhiễm thế tục, cố chấp tư kiến, tánh khó hành xả, chúng ta ở đây sẽ không nhiễm thế tục, không cố chấp tư kiến, tánh dễ hành xả", như vậy đoạn giảm được thực hiện.

(Khởi tâm)

Này Cunda, Ta nói rằng sự khởi tâm rất có lợi ích cho các thiện pháp, còn nói gì thân nghiệp, khẩu nghiệp phù hợp (với tâm ý). Do vậy, này Cunda:

(1) "Những kẻ khác có thể làm hại, chúng ta ở đây sẽ không làm hại", cần phải khởi tâm như vậy.

(2) "Những kẻ khác có thể sát sanh, chúng ta ở đây sẽ từ bỏ sát sanh", cần phải khởi tâm như vậy ... (như trên) ...

(3–43) "Những kẻ khác ... (như trên) ...

(44) "Những kẻ khác có thể nhiễm thế tục, cố chấp tư kiến, tánh khó hành xả, chúng ta ở đây sẽ không nhiễm thế tục, không cố chấp tư kiến, tánh dễ hành xả", cần phải phát tâm như vậy.

(Từ bỏ)

Này Cunda, giống như một con đường không bằng phẳng, có một con đường bằng phẳng khác đối trị. Này Cunda, giống như một bến nước không bằng phẳng, có một bến nước bằng phẳng khác đối trị. Cũng vậy này Cunda:

(1) Đối với con người làm hại, có sự không làm hại đối trị.

(2) Đối với con người sát sanh, có từ bỏ sát sanh đối trị.

(3) Đối với con người lấy của không cho, có từ bỏ lấy của không cho đối trị.

(4–43) ..., không phạm hạnh, có phạm hạnh...; nói láo, có từ bỏ nói láo...; nói hai lưỡi, có từ bỏ nói hai lưỡi...; nói ác khẩu, có từ bỏ nói ác khẩu; nói phù phiếm, có từ bỏ nói phù phiếm...; ... tham dục, có không tham dục...; ... sân tâm, có không sân tâm...; ... tà kiến, có chánh kiến...; ... tà tư duy, có chánh tư duy...; ... tà ngữ, có chánh ngữ...; ... tà nghiệp, có chánh nghiệp...; ... tà mạng, có chánh mạng...; ... tà tinh tấn, có chánh tinh tấn...; ... tà niệm, có chánh niệm...; ... tà định, có chánh định...; ... tà trí, có chánh trí...; ... tà giải thoát, có chánh giải thoát...; ... bị hôn trầm thụy miên chi phối, có không bị hôn trầm thụy miên chi phối...; ... trạo hối, có không trạo hối...; ...

nghi hoặc, có trừ diệt nghi hoặc...; ... phẫn nộ, có không phẫn nộ...; ... oán hận, có không oán hận...; ... hư ngụy, có không hư ngụy...; ... não hại, có không não hại...; ... tật đố, có không tật đố...; ... xan tham, có không xan tham...; ... man trá, có không man trá...; ... khi cuống, có không khi cuống...; ... ngoan cố, có không ngoan cố ... cấp tháo, có không cấp tháo...; ... khó nói, có không khó nói...; ... ác hữu, có thiện hữu...; ... phóng dật, có không phóng dật...; ... bất tín, có tín tâm...; ... không xấu hổ, có xấu hổ...; ... không sợ hãi, có sợ hãi...; ... nghe ít, có nghe nhiều...; ... biếng nhác, có siêng năng...; ... thất niệm, có an trú niệm...; ... liệt tuệ, có thành tựu tuệ ...

(44) Đối với con người nhiễm thế tục, cố chấp tư kiến, tánh khó hành xả, có không nhiễm thế tục, không cố chấp tư kiến, tánh dễ hành xả đối trị.

(Hướng thượng)

Này Cunda, ví như các bất thiện pháp, tất cả đều hướng hạ, còn các thiện pháp, tất cả đều hướng thượng. Cũng vậy, này Cunda:

(1) Con người không làm hại, hướng thượng đối với người làm hại, con người từ bỏ sát sanh, hướng thượng đối với người sát sanh.

(2) Con người từ bỏ lấy của không cho, hướng thượng đối với người lấy của không cho.

(3–43) Con người ... (như trên) ...

(44) Con người không nhiễm thế tục, không cố chấp tư kiến, tánh dễ hành xả, hướng thượng đối với người nhiễm thế tục, cố chấp tư kiến, tánh khó hành xả.

(Pháp môn giải thoát)

Này Cunda, con người tự mình bị rơi vào bùn lầy có thể kéo lên một người bị rơi vào bùn lầy, sự tình ấy không thể xảy ra. Này Cunda, con người tự mình không rơi vào bùn lầy, có thể kéo lên một người bị rơi vào bùn lầy, sự tình ấy có thể xảy ra. Này Cunda, con người tự mình không được nhiếp phục, không được huấn luyện, không được hoàn toàn giải thoát, tự mình có thể nhiếp phục, huấn luyện và hoàn toàn giải thoát người khác, sự tình ấy không thể xảy ra. Một người được nhiếp phục, được huấn luyện, được hoàn toàn giải thoát, tự mình có thể nhiếp phục, huấn luyện, hoàn toàn giải thoát người khác, sự tình ấy có thể xảy ra. Cũng vậy, này Cunda:

(1) Đối với người làm hại, không làm hại đưa đến hoàn toàn giải thoát; đối với con người sát sanh, từ bỏ sát sanh đưa đến hoàn toàn giải thoát.

(2) Đối với con người lấy của không cho, từ bỏ lấy của không cho đưa đến hoàn toàn giải thoát.

(3–43) Đối với con người không phạm hạnh, sống phạm hạnh...; đối với con người nói láo, từ bỏ nói láo...; đối với con người nói hai lưỡi, từ bỏ nói hai lưỡi...; đối với con người ác khẩu, từ bỏ nói ác khẩu...; đối với con người nói phù phiếm, từ bỏ nói phù phiếm...; đối với con người có tham dục, không tham dục...; đối với con người có sân tâm, không sân tâm...; đối với con người có tà kiến, chánh kiến...; đối với con người có tà tư duy, chánh tư duy...; đối với con người có tà ngữ, chánh ngữ...; đối với con người có tà nghiệp, chánh nghiệp...; đối với con người có tà mạng, chánh mạng...; đối với con người có tà tinh tấn, chánh tinh tấn...; đối với con người có tà niệm, chánh niệm...; đối với con người có tà định, chánh định...; đối với con người có tà trí, chánh trí...; đối với con người có tà giải thoát, chánh giải thoát...; đối với con người bị hôn trầm thụy miên chi phối, không bị hôn trầm thụy miên chi phối...; đối với con người trạo hối, không trạo hối...; đối với con người nghi hoặc, không nghi hoặc...; đối với con người phẫn nộ, không phẫn nộ...; đối với con người oán hận, không oán hận...; đối với con người hư ngụy, không hư ngụy...; đối với con người não hại, không não hại...; đối với con người tật đố, không tật đố...; đối với con người xan tham, không xan tham...; đối với con người man trá, không man trá...; đối với con người khi cuống, không khi cuống...; đối với con người ngoan cố, không ngoan cố...; đối với con người cấp tháo, không cấp tháo ...; đối với con người khó nói, dễ nói...; đối với con người ác hữu, thiện hữu...; đối với con người phóng dật, không phóng dật...; đối với con người bất tín, tín tâm...; đối với con người không xấu hổ, có xấu hổ...; đối với con người không sợ hãi, có sợ hãi...;

đối với con người nghe ít, nghe nhiều...; đối với con người biếng nhác, siêng năng...; đối với con người thất niệm, an trú niệm...; đối với con người liệt tuệ, thành tựu trí tuệ ...

(44) Đối với con người nhiễm thế tục, cố chấp tư kiến, tánh khó hành xả, không nhiễm thế tục, không cố chấp tư kiến, tánh dễ hành xả, đưa đến hoàn toàn giải thoát.

(Kết luận)

Này Cunda, như vậy Ta đã giảng pháp môn đoạn giảm, đã giảng pháp môn khởi tâm, đã giảng pháp môn đối trị, đã giảng pháp môn hướng thượng, đã giảng pháp môn giải thoát hoàn toàn.

Này Cunda, những gì bậc Đạo Sư phải làm, vì hạnh phúc, vì lòng thương tưởng đệ tử, những việc ấy Ta đã làm, vì lòng thương tưởng cho các Người. Này Cunda, đây là những gốc cây, đây là những nhà không tịnh. Này Cunda, hãy Thiền định, chớ có phóng dật, chớ có hối tiếc về sau. Đó là lời giáo huấn của Ta cho các Người.

Thế Tôn thuyết giảng như vậy. Tôn giả Mahā Cunda hoan hỷ, tín thọ lời dạy của Thế Tôn.

Nguyên văn bản dịch của HT Thích Minh Châu

Tiếp theo dưới đây chúng ta lại tiếp tục trích dẫn một bài giảng khác trong Majjhima Nikāya / Trung Bộ Kinh:

Bài giảng về viên mật ngọt

Madhupiṇḍika Sutta - MN 18

(Dựa theo các bản dịch tiếng Anh của Thanissaro Bhikkhu, Bhikkhu Sujato, Suddhaso Bhikkhu, Nyanamoli Thera, I.B. Horner, Piya Tan và hai bản dịch tiếng Pháp của Christian Maës và Môhan Wijayaratna)

Madhupiṇḍika, tựa bài giảng, là một từ ghép (Madhu+piṇḍika), chữ madhu có nghĩa là mật ong hay vị ngọt (honey, sweet), chữ piṇḍika có nghĩa là viên, miếng (ball, lump). Bài giảng là một câu chuyện nhưng rất ý nhị, tinh tế, khúc chiết và sâu sắc:

Tôi từng được nghe như vầy. Lúc đó Đấng Thế Tôn đang ngụ tại xứ sở của người dân Sakya *(Thích-ca / quê hương của Đức Phật)*, nơi khu rừng thưa Nigrodha nơi có nhiều cây đa gần thành Kapilavatthu *(Ca-tỳ-la-vệ / kinh đô của xứ Sakya)*. Sáng hôm đó [như thường lệ] Đấng Thế Tôn thức sớm mặc áo lót, khoác thêm áo ngoài, ôm bình bát đi vào thành Kapilavatthu để khất thực. Sau khi khất thực trong thành Kapilavattu và ăn xong thì Đấng Thế Tôn đi sâu vào khu Rừng Lớn để trải qua ngày hôm đó. Ngài tiến vào khu rừng, ngồi xuống bên cạnh một gốc cây bilva còn nhỏ *(cây bilva còn viết là vilva, theo tư liệu của Wisdom Library thì tên khoa học ngày nay của loại cây này là Aegle marmelos, một loại cây thấp, thuộc họ cam, tên tiếng Việt là cây bầu nâu, còn gọi là cây chùm hum, một loại cây có nhiều dược tính, chữa được nhiều thứ bệnh, lá có thể ăn thay rau, thường thấy trồng tại miền Nam Việt Nam)* để trầm tư suốt ngày hôm đó.

Vào lúc ấy, cũng có một người dân Sakya [biệt danh] là Daṇḍapānin / 'Người cầm gậy' *(tiền ngữ 'daṇḍa' có nghĩa là 'chiếc gậy', hậu ngữ 'pāṇi' có nghĩa là 'một người', 'một nhân dạng' và cũng có nghĩa là 'bàn tay')* suốt ngày lang thang khắp nơi, cũng tiến vào khu Rừng Lớn và cũng đi về phía gốc cây bilva, nơi Đấng Thế Tôn đang ngồi. Khi đến nơi thì chào hỏi và trao đổi vài câu xã giao với Đấng Thế Tôn và sau đó thì đứng sang một bên *(câu này rất ý nhị: 'cầm gậy và dù đứng sang một bên' trong khi Đức Phật đang ngồi thiền là một cử chỉ vô lễ)*. Sau khi đứng sang một bên thì vị này cất lời hỏi Đấng Thế Tôn như sau: «Giáo lý của vị trầm tư *(the contemplative / vị suy tư, vị tu hành, và trong trường hợp này là Đức Phật)* là gì ? Vị ấy tuyên bố điều gì (chủ xướng, giảng dạy, quảng bá điều gì. Câu hỏi nói lên một sự thách đố và xấc xược)?».

«Này bạn, thể loại giáo lý đó không nhằm mục đích tranh cãi *(quarreling / tranh biện, cãi lý, chống đối, hơn thua)* với bất cứ ai trong vũ trụ này *(Đức Phật chặn trước là Ngài không đấu lý cũng không tìm cách thuyết phục bất cứ ai cả)*, trong đó kể cả các Thiên nhân (deva), Ma vương (Māra), Phạm thiên (Brahma), cùng các vị trầm tư *(những người suy tư, những người tu hành nói chung)*, các giáo sĩ, vua chúa, tầng lớp quý phái thuộc dòng dõi đế vương, và cả những người bình dị, mà [giáo lý đó] chỉ là cách khiến các sự nhận thức ô nhiễm không còn ngự trị nơi người bà-la-môn *(nói chung là những người tu tập theo các giáo phái Bà-la-môn)*, khi người này tách ra khỏi các sự thích thú tính dục, vượt lên trên các sự phức tạp, làm tan biến mọi sự hoang mang, loại bỏ được sự đam mê 'được trở thành' *(becoming / bhava / được hiện hữu)* và cả 'không trở thành' *(non becoming / abhāva / phi hiện hữu)* [dù là] dưới bất cứ một hình thức hiện hữu nào khác cũng vậy. Đấy là giáo lý của ta, đấy là những gì mà ta chủ xướng *(toàn bộ giáo lý Phật giáo nằm trong câu phát biểu trên đây của Đấng Thế Tôn: không tranh cãi với bất cứ ai, chỉ chủ trương sự tinh khiết hóa tâm thức giúp một chúng sinh đạt được một sự dừng lại tuyệt đối, một sự giải thoát tối thượng)* ».

Sau khi nghe những lời nói ấy của Đấng Thế Tôn thì người dân Sakya, [biệt danh] là Daṇḍapāni *(Người cầm gậy)*, lắc đầu, tặc lưỡi, lông mày xếch ngược khiến hằn lên ba lớp nhăn trên trán *(tỏ vẻ khinh thường và miệt thị)* và quay đi, chống tay lên chiếc gậy *(một cử chỉ hách dịch)*.

Sau đó, khi chiều vừa xuống, Đấng Thế Tôn rời chốn ẩn cư đơn độc, quay trở lại khu rừng thưa Nigrodha. Khi đến nơi thì Đấng thế Tôn ngồi vào chiếc ghế đặt sẵn cho mình, sau khi ngồi vào ghế thì Ngài thuật lại [với các tỳ-kheo câu chuyện xảy ra lúc ban sáng] *(bản gốc bằng tiếng Pali lặp lại toàn bộ câu chuyện và cả các câu đối thoại giữa Đức Phật và Người cầm gậy Daṇḍapāni, thế nhưng hầu hết các bản dịch sang tiếng Anh và tiếng Pháp đều tóm lược bằng câu rút ngắn trên đây, nhằm tránh bớt sự dài dòng)*. Sau khi được nghe câu chuyện ấy thì có một người tỳ kheo cất lời hỏi Đấng Thế Tôn như sau: «Thưa Thế Tôn, vậy thì thể loại giáo lý nào không nhằm mục đích tranh cãi với bất cứ ai trong vũ trụ *(loka / thế giới)* này *(chữ vũ trụ sở dĩ được dùng thay vì chữ thế giới là có ý bao gồm trong đó các vị Phạm thiên là các vị Trời trong Ấn giáo)*, trong đó gồm các Thiên nhân, Ma vương, Phạm thiên, các vị trầm tư *(những người tu hành nói chung)* và các vị bà-la-môn *(brahman / những người theo Ấn giáo, thuộc giai cấp thượng lưu trong xã hội)*, cùng tầng lớp quý phái thuộc dòng dõi đế vương, và cả những người bình dị, mà chỉ là nhằm mục đích giúp một người bà-la-môn tách ra khỏi sự thích thú tính dục, vượt lên trên mọi sự phức tạp và hoang mang, loại bỏ được mọi đam mê 'được trở thành' và cả 'không trở thành' [dù là] dưới bất cứ một sự hiện hữu nào khác. Đấy là giáo lý của ta, đấy là những gì mà ta chủ xướng».

«Này các tỳ-kheo , khi nào không còn bất cứ một thứ gì lôi cuốn *(thu hút)*, không còn bất cứ một thứ gì để nắm bắt *(tất cả chỉ toàn là ảo giác)*, không còn có bất cứ một thứ gì để chiếm hữu *(tất cả đều hư ảo, vô giá trị)*, khiến tạo ra nguyên nhân đưa đến các sự nhận thức ô nhiễm làm cho con người bị tràn ngập, thì đấy sẽ là sự chấm dứt của mọi xu hướng bám víu, sự chấm dứt của mọi xu hướng ghét bỏ, sự chấm dứt của mọi xu hướng tạo ra sự tin tưởng *(tin vào một điều gì đó, một quan điểm nào đó)*, sự chấm dứt của mọi xu hướng hoang mang, sự chấm dứt của mọi xu hướng tự mãn *(kiêu hãnh, tự tôn)*, sự chấm dứt của mọi xu hướng bám víu vào sự hiện hữu, sự chấm dứt của mọi xu hướng khiến mình mù quáng, sự chấm dứt của mọi sự mong muốn vớ lấy chiếc gậy, tuốt thanh kiếm ra khỏi vỏ, sự chấm dứt của mọi sự tranh cãi, sự chấm dứt của mọi sự kình chống, cãi vã, tố giác, phỉ báng và mỉa mai. Đấy chính là sự chấm dứt hoàn toàn của tất cả mọi thứ tồi tệ và độc hại, không còn lưu lại bất cứ một chút tàn dư nào ». Đấy là những lời mà Đấng Thế Tôn nói lên.

Sau khi nói lên những lời ấy thì Đấng Thế Tôn đứng lên, bước vào bên trong gian lều *(gian lều ở đây có nghĩa là nơi tạm trú của người tu hành khất thực. Cử chỉ bước vào gian lều nói lên uy lực, lòng cương quyết và thái độ yên lặng mênh mông của vị Giác ngộ: không bênh vực giáo lý của mình, không tranh cãi cũng không tìm cách thuyết phục bất cứ ai, kể cả các vị tỳ kheo đang ngồi nghe giảng. Thế nhưng dường như cử chỉ đó cũng ẩn chứa một thông điệp nào đó, một cách giảng dạy nào đó. Vậy chúng ta hãy tiếp tục theo dõi câu chuyện)*.

Sau khi Đấng Thế Tôn vừa bước vào bên trong gian lều thì các tỳ-kheo bàn thảo với nhau: «Đấng Thế Tôn nêu lên những lời phát biểu mang tính cách bao quát ấy, nhưng không giải thích chi tiết, và sau đó thì bước vào bên trong gian lều, câu ấy là: 'Khi nào không còn có bất cứ một thứ gì lôi cuốn..., nắm bắt... *(ba chấm liên tiếp là cách cắt bớt câu tuyên bố trên đây của Đức Phật nhằm tránh sự dài dòng. Xin độc giả lưu ý trong phần còn lại dưới đây cũng vậy, khi thấy ba chấm liên tiếp thì đấy là cách cắt bớt không lặp đi lặp lại các câu đã nêu lên trước đó)* thì đấy sẽ là sự chấm dứt hoàn toàn của tất cả những điều tồi tệ và độc hại, không còn lưu lại một chút tàn dư nào'. Vậy có ai [trong số chúng ta đang ngồi đây] có thể giải thích chi tiết về ý nghĩa trong những lời phát biểu ấy của Đấng Thế Tôn hay không?». Các tỳ-kheo cùng đồng tình với ý kiến sau đây:

«Ngài Mahā Kaccāna *(Lộc túc vương / Ca-ma-sa-bà-đà)* là người [tỳ-kheo] từng được Vị Thầy ngợi khen và các vị đồng tu trọng vọng trong cuộc sống thánh thiện, nhất định sẽ có đủ khả năng giải thích chi tiết về ý nghĩa trong những lời phát biểu bao quát của Đấng Thế Tôn mà Ngài không giải thích chi tiết. Vậy thì tất cả chúng ta nên tìm Ngài Mahā Kaccāna để nhờ vị ấy giải thích về những lời phát biểu ấy».

Sau khi nêu lên sáng kiến ấy thì các vị tỳ-kheo cùng nhau đến gặp Ngài Mahā Kaccāna. Khi đến nơi thì họ trao đổi với vị này vài lời chào hỏi thân thiện và sau đó thì ngồi sang một bên. Sau khi an tọa thì họ [thuật lại những gì xảy ra và] nói với vị này như sau: «Thưa Ngài Mahā Kaccāna, xin Ngài hãy giải thích cho chúng tôi ý nghĩa trong những lời phát biểu ấy [của Đấng Thế Tôn]».

Ngài Mahā Kaccāna trả lời họ như sau: «Này các bạn, chẳng hạn như có một người cần đến một lõi cây, tìm kiếm một lõi cây, đi khắp nơi để tìm một lõi cây, thế nhưng không nhìn vào gốc cây và thân cây nơi có lõi cây, mà cứ nghĩ rằng lõi cây là ở trong cành lá. Các bạn cũng chẳng khác gì với người ấy. Trong khi đối diện với Đấng Thế Tôn, vị Thầy của các bạn, thì các bạn tránh né, thay vì phải nêu lên vấn đề đó với Đấng Thế Tôn. Đấng Thế Tôn là bậc hiểu biết, là bậc trông thấy và đã trông thấy [những gì phải trông thấy]. Ngài là Mắt, Ngài là sự Hiểu biết, Ngài là Dhamma, Ngài là Brahmā *(Phạm thiên / vị Trời trong Ấn giáo)*, Ngài là một vị nói và làm *(thực thi, ứng dụng những gì mình nói)*, Ngài là vị hướng dẫn đưa đến Mục đích tối thượng, Ngài là vị thầy của mọi dhamma *(hiểu biết được mọi hiện tượng trong thế giới)*, Ngài là Ṭathagata *(Như lai)*. [Vì vậy], đúng vào lúc đó, các bạn phải hỏi ngay Thế Tôn về ý nghĩa [của câu phát biểu ấy]. Dù Ngài trả lời như thế nào thì các bạn cũng phải ghi nhớ đúng theo như vậy».

«Thế nhưng, thưa bạn Kaccāna, Thế Tôn đứng lên và sau đó thì bước ngay vào gian lều nhưng không giải thích chi tiết về ý nghĩa của câu phát biểu mà Ngài nêu lên một cách ngắn gọn: 'Khi nào không còn bất cứ một thứ gì lôi cuốn..., nắm bắt,..., tất cả những gì tồi tệ và độc ác đều tan biến hết', [và sau đó thì bước vào lều]. Sau khi Thế Tôn vừa đi khỏi thì chúng tôi tự hỏi: 'Thế Tôn rời ghế nhưng không giải thích chi tiết ý nghĩa trong câu phát biểu ấy. Vậy có ai trong số chúng ta có thể giải thích chi tiết được câu phát biểu ấy hay không ? Ai có thể nêu lên ý nghĩa chi tiết [ẩn chứa] trong câu phát biểu ấy ? Chúng tôi vụt nghĩ đến vị Mahā Kaccāna..., vậy chúng ta hãy nhờ vị này giải thích cho chúng ta về cẩu phát biểu ấy'. Vì vậy, xin Ngài Mahā Kaccāna hãy vui lòng giải thích cho chúng tôi về câu phát biểu ấy, nếu không làm phiền đến Ngài».

«Này các tỳ-kheo và cũng là các bạn của ta, các bạn hành xử tương tự như những người mong cầu tìm thấy cốt lõi của một cội cây – thế nhưng các bạn lại không nghĩ đến là cốt lõi ấy nằm ở rễ và ở thân cây – mà cứ loanh quanh đi tìm cốt lõi ấy trong cành lá của cội cây. Khi vị Thầy còn đang trước mặt các bạn thì các bạn lại cứ để Ngài rút lui, sau đó thì mới nghĩ đến là nên tìm tôi để hỏi».

«Thật vậy, thưa Ngài [Mahā Kaccāna], đối với sự hiểu biết thì Thế Tôn là người hiểu biết, đối với những gì trông thấy thì Thế Tôn là người trông thấy, Ngài là Mắt, Ngài là sự Hiểu biết, Ngài là Dhamma *(Đạo Pháp)*, Ngài là Brahmā *(Phạm Thiên / một vị Trời cao nhất trong Ấn giáo)*, Ngài là vị Thầy, Ngài là vị Tuyên cáo, Ngài là Vị làm sáng tỏ mọi ý nghĩa, Ngài là Vị nêu lên chủ đích tối thượng đưa đến sự Bất tử, Ngài là Đế vương của Đạo Pháp, Ngài là Như Lai. Thế nhưng chính bạn là người được Vị Thầy ngợi khen và được các vị đồng tu trọng vọng trong cuộc sống thánh thiện. Do vậy, thiết nghĩ Ngài là người hội đủ khả năng giải thích những gì chưa được giải thích chi tiết trong những lời phát biểu khái quát [của Đấng Thế Tôn]. Vì thế, xin Ngài Mahā Kaccāna hãy vui lòng giải thích thêm cho chúng tôi, nếu điều đó không làm phiền đến Ngài».

«Nếu thế thì các bạn hãy chú tâm lắng nghe, tôi sẽ giải thích».

Các tỳ-kheo đáp lại: «Vâng, thưa bạn».

Ngài Mahā Kaccāna nói lên như sau:

«Này các bạn, theo tôi hiểu thì những lời phát biểu khái quát không giải thích chi tiết của Đấng Thế Tôn – và sau đó thì Ngài bước vào lều – mang ý nghĩa như sau: 'Khi nào nguyên nhân đưa đến sự nhận thức thuộc các cấp bậc phức tạp khác nhau nhằm chủ đích phản kháng *(assail / tấn công, chống đối, kháng cự)* kẻ khác, không có gì là đáng khen, đáng cổ vũ, cũng không hề là một thứ gì đáng để bám víu, dù là vì bất cứ một lý do nào cũng vậy, mà đúng hơn đấy là sự chấm dứt của mọi ám ảnh tạo ra bởi sự đam mê, mọi ám ảnh tạo ra bởi sự phản kháng *(chống đối, kháng cự)*, mọi ám ảnh tạo ra bởi các quan điểm khác nhau *(chẳng hạn như tin vào một cái gì đó, một sự suy nghĩ nào đó)*, mọi ám ảnh tạo ra bởi sự hoang mang, mọi ám ảnh tạo ra bởi sự kiêu căng, mọi ám ảnh tạo ra bởi sự đam mê được trở thành (becoming) và mọi ám ảnh tạo ra bởi sự u mê [tâm thần] *(vô minh, lầm lẫn)*. Và đấy cũng là sự chấm dứt tình trạng vớ lấy chiếc gậy, tuốt thanh kiếm ra khỏi vỏ, cãi lý, đấu khẩu, tố cáo, bêu xấu, đưa đến mọi sự bất hòa và vu khống. Và đấy cũng chính là sự chấm dứt hoàn toàn của những điều tồi tệ và độc ác, không còn lưu lại một chút tàn dư nào nữa».

Sau đó Ngài Mahā Kaccāna lại nói tiếp:

«Này các bạn, và sau đây là cách mà tôi nhận thức được ý nghĩa chi tiết về lời phát biểu do Đấng Thế Tôn nêu lên nhưng không giải thích chi tiết: «Tri thức thị giác *(eye-consciouness / trí năng thị giác, chức năng nhận biết của mắt)* phát sinh *(hiển hiện)* tùy thuộc vào mắt và hình tướng. Sự gặp gỡ *(sự nối kết)* giữa ba thứ ấy *(1- mắt, với tư cách là cơ quan thị giác, 2- hình tướng là đối tượng của mắt, 3- tri thức thị giác là chức năng tâm thần nhận biết đối tượng của mắt)* gọi là sự tiếp xúc *(contact / sự nối kết)*. Sự tiếp xúc tạo điều kiện cần thiết đưa đến sự cảm nhận *(feeling / sự cảm nhận có thể là thích thú, khó chịu hay trung hòa)*. Những gì cảm nhận được sẽ đưa đến sự nhận thức *(perception / có nghĩa là dán vào tâm thức mình một nhãn hiệu, một cách đánh giá, một sự liên tưởng)*. Một người nào đó khi nhận thức được một sự cảm nhận sẽ khiến người ấy suy nghĩ *(có nghĩa là cụ thể hóa / objectify / prolificate / phát tán, liên tưởng, khuếch đại hay hạ thấp)* sự kiện cảm nhận ấy của mình. Khi suy nghĩ về sự kiện cảm nhận ấy của mình thì người ấy sẽ tự tạo ra cho mình mọi thứ rắc rối *(mọi thứ ô nhiễm, phức tạp, phiền phức qua các sự liên tưởng và diễn đạt đủ loại, tạo ra cho mình mọi thứ khó khăn).* Những gì phát sinh từ những sự nhận thức rắc rối đó thuộc các cấp bậc phức tạp khác nhau của chúng *(các cung cách đánh giá, diễn đạt khác nhau qua các cấp bậc cụ thể hóa và chủ quan hóa khác nhau của chúng / categories of objectification)*, sẽ khiến người ấy phải đương đầu *(assail / liên lụy, đối đầu)* với các cảm nghĩ *(các quan điểm, ý nghĩ, các sự quán thấy)* của mình từng xảy ra với mình trong quá khứ, trong hiện tại và cả sau này trong tương lai *(nói một cách đơn giản và vắn tắt hơn là sự tiếp xúc của mắt trước một đối tượng từ bên ngoài sẽ đưa đến sự diễn đạt và phát tán bên trong tâm thức của một cá thể, tạo ra cho cá thể ấy đủ mọi thứ tư duy và xúc cảm thuộc các thể loại khác nhau ở các mức độ khác nhau, liên quan đến quá khứ, hiện tại và cả tương lai sau này trong cuộc sống của cá thể ấy. Điều đó sẽ tạo ra mọi thứ phức tạp và rắc rối cho cá thể ấy từ tâm thần đến thân xác. Nói một cách khác là khi một cá thể nhìn vào một đối tượng bên ngoài thì sẽ gây ra một phản ứng trong nội tâm của cá thể ấy qua các cung cách diễn đạt chủ quan, ảnh hưởng bởi quá khứ, gây ra các tác động trong cuộc sống hiện tại, tạo ra các 'tàn dư' ảnh hưởng đến cả tương lai sau này của cá thể ấy).*

(Câu trên đây liên quan đến cơ quan giác cảm là thị giác, cùng các tác động của nó trong tâm thần, sẽ được lặp lại với các cơ quan giác cảm khác là thính giác, khứu giác, vị giác và xúc giác, nhưng các câu lặp lại này sẽ được thu gọn nhằm tránh sự dài dòng)

«Tri thức thính giác phát sinh, tùy thuộc vào tai và âm thanh...

«Tri thức khứu giác phát sinh, tùy thuộc vào mũi và mùi...

«Tri thức vị giác phát sinh, tùy thuộc vào lưỡi và vị...

«Tri thức xúc giác phát sinh, tùy thuộc vào thân thể và các cảm giác trên da thịt...

«Tri thức tâm thần *(intellect-conciousness / khả năng nhận thức của tâm thần) phát sinh, tùy thuộc vào trí năng (intellect / chức năng nhận biết / nhận thức của tâm thần)* và tư duy *(ideas / ý nghĩ)*. Sự gặp gỡ *(sự kết nối, sự giao tiếp)* giữa ba thứ ấy *(1- tri thức tâm thần, 2- khả năng nhận thức của tâm thần, và 3- ý nghĩ)* gọi là sự tiếp xúc (contact). Sự tiếp xúc đó sẽ tạo điều kiện cần thiết đưa đến sự cảm nhận (feeling). Những gì cảm nhận được sẽ đưa đến sự nhận thức (perception). Một người nào đó khi nhận thức được sự cảm nhận sẽ khiến người ấy suy nghĩ về sự kiện cảm nhận ấy của mình. Khi suy nghĩ về sự kiện cảm nhận ấy của mình thì người ấy sẽ tự làm phát sinh ra cho mình mọi thứ rắc rối *(đưa đến các sự liên tưởng, các xúc cảm, các tác ý đủ loại..., và các thứ này có thể hiện ra bên ngoài qua ngôn từ, cử chỉ và hành động trên thân thể)*. Những gì phát sinh từ sự nhận thức rắc rối đó thuộc các cấp bậc phức tạp khác nhau của chúng, sẽ khiến người ấy phải đương đầu với các cảm nghĩ ấy của mình, từng xảy ra với mình trong quá, trong hiện tại và cả sau này trong tương lai *(tức là các tàn dư cùng các tác động do chúng gây ra cho mình về sau này trong tương lai của mình).*

(Trước hết bài giảng trên đây nêu lên trường hợp liên quan đến các tác động gây ra bởi thị giác, sau đó là các tác động liên quan đến năm cơ quan giác cảm khác là: thính giác, khứu giác, vị giác, xúc giác và tâm thần. Riêng đối với trường hợp thứ nhất là thị giác, thì sự tiếp xúc giữa mắt, hình tướng và tri thức thị giác cũng đã đủ gây ra mọi thứ rắc rối trong cuộc sống của một cá thể, tương quan và liên kết với quá khứ của cá thể ấy, ảnh hưởng đến cuộc sống của cá thể ấy trong hiện tại và sẽ còn tiếp tục gây ra các tác động khác cho cuộc sống của cá thể ấy trong tương lai.

Vậy chúng ta hãy mở rộng thêm sự phát tán rắc rối đó của cơ quan thị giác đối với các cơ quan giác cảm khác. Nếu tất cả sáu cơ quan giác cảm – thị giác, thính giác, khứu giác, vị giác, xúc giác và tâm thần – cùng hoạt động, cùng tạo ra các sự rắc rối và phức tạp cho tâm thức, thì tâm thức sẽ trở thành cả một mớ bòng bong, một cuộn chỉ rối, một đống hỗn tạp, bài giảng trên đây gọi đó là 'những sự rắc rối thuộc các cấp bậc phức tạp khác nhau của sự cảm nhận'. Tinh khiết hóa sự ô nhiễm đó, loại bỏ sự rắc rối đó, tháo gỡ sự phức tạp đó, tẩy xóa sự phát tán đó trong tâm thức là vai trò và chủ đích của phép luyện tập thiền định. Chặt ngón tay của chú tiểu, tự chặt cánh tay của mình để dâng lên vị thầy của mình, kiến tánh thành Phật, niệm Phật thành Phật, v.v... chỉ là các cách phỉ báng Như Lai, vu khống Như Lai, miệt thị Như Lai. Các sự sáng chế đủ loại chỉ đưa đến sự bế tắc mà thôi. Tiếp theo dưới đây bài giảng sẽ giải thích chi tiết hơn quá trình diễn tiến đó, có nghĩa là từ sự cảm nhận của lục giác đưa đến các sự rắc rối trong tâm thần).

«Vì vậy, khi nào có mắt, khi nào có hình tướng [đối tượng nhận biết của mắt] và khi nào có tri thức thị giác *(tức là hội đủ cả ba thành phần: mắt, đối tượng của mắt, khả năng nhận biết của tri thức thị giác)*, thì một người nào đó sẽ có thể hình dung ra *(delineate / phác họa ra, thiết lập ra, tạo dựng ra)* một sự hình dung *(a delineation / một sơ đồ, một sự tạo dựng, một sự phác họa nào đó)* liên quan đến sự tiếp xúc (contact) [giữa ba thứ ấy]. Khi nào có một sự hình dung liên quan với sự tiếp xúc [giữa ba thứ ấy] xảy ra, thì một người nào đó sẽ có thể hình dung ra *(thiết lập ra)* một sự hình dung *(delineate of delineation / tạo dựng ra một sự tạo dựng)* liên quan đến sự cảm nhận (feeling). Khi nào có một sự hình dung *(delineation / tạo dựng, phác họa)* liên quan với sự cảm nhận xảy ra, thì một người nào đó sẽ có thể hình dung ra một sự hình dung liên quan đến sự nhận thức (perception). Khi nào có một sự hình dung liên quan đến sự nhận thức xảy ra, thì một người nào đó sẽ có thể hình dung ra một sự hình dung liên quan đến sự suy nghĩ *(thingking / ý nghĩ, ý định, tác ý, xúc cảm)*. Khi nào có sự hình dung liên quan đến sự suy nghĩ xảy ra, thì một người nào đó sẽ có thể hình dung ra một sự hình dung liên quan đến một sự tấn công dồn dập *(being assailed / một hình thức tác động và xâm chiến liên tục)* của các sự nhận thức thuộc các thể loại *(các mức độ)* cụ thể hóa khác nhau ở các mức độ phức tạp khác nhau (the perceptions & categories of objectification).

(Câu trên đây được lặp lại với các cơ quan giác cảm khác)

«Khi nào có tai, khi nào có âm thanh và khi nào có tri thức thính giác...

«Khi nào có mũi, khi nào có mùi mùi và khi nào có tri thức khứu giác...

«Khi nào có lưỡi, khi nào có vị và khi nào có tri thức vị giác...

«Khi nào có thân thể, khi nào có cảm giác trên da thịt và khi nào có tri thức xúc giác...

«Khi nào có trí năng *(khả năng nhận thức của tâm thần)*, khi nào có ý nghĩ và khi nào có tri thức tâm thần, thì một người nào đó sẽ có thể hình dung ra một sự hình dung *(delineate of the delineation / tạo dựng ra một sự tạo dựng)* liên quan đến sự tiếp xúc [giữa ba thứ ấy]. Khi nào có một sự hình dung liên quan đến sự tiếp xúc [giữa ba thứ ấy] xảy ra, thì một người nào đó sẽ có thể hình dung ra một sự hình dung *(tạo dựng ra một sự tạo dựng)* liên quan đến sự cảm nhận. Khi nào có một sự hình dung liên quan đến sự cảm nhận xảy ra, thì một người nào đó sẽ có thể hình dung ra một sự hình dung liên quan đến sự nhận thức. Khi nào có một sự hình dung liên quan đến sự nhận thức xảy ra, thì một người nào đó sẽ có thể hình dung ra một sự suy nghĩ *(các ý nghĩ và xúc cảm đủ loại)*. Khi nào có một sự hình dung liên quan đến sự suy nghĩ xảy ra, thì một người nào sẽ có thể hình dung ra một sự hình dung liên quan đến một sự tấn công dồn dập của các sự nhận thức thuộc các thể loại cụ thể hóa khác nhau ở các mức độ phức tạp khác nhau.

(Một cách vắn tắt: Khi nào có sự vận hành của sáu cơ quan giác cảm xảy ra – xuyên qua sự tiếp xúc của chúng và các đối tượng nhận biết của chúng – đưa đến các sự tạo dựng, các sự hình dung và phát tán trong tâm thần, thì một người nào đó sẽ có thể hình dung ra một sự hình dung, và từ sự tạo dựng và hình dung đó người ấy sẽ tạo ra mọi thứ rắc rối trong tâm thức mình. Thí dụ: nhìn vào bầu trời tối đen, sấm nổ, sét đánh, thì một người nào đó trong các thời kỳ cổ đại có thể sẽ hình dung ra một vị thần linh hung tợn gây ra các chuyện đó. Hoặc trong một trường hợp khác khi nhìn vào bầu trời sâu thẳm, quang đãng, chan hòa ánh sáng, trăng sao chuyển động trong đêm tối , thì một người nào đó trong các thời kỳ cổ đại cũng có thể hình dung ra một Đấng tối cao chỉ huy sự vận hành đó trên bầu trời và nắm giữ số phận nhỏ nhoi của con người trên mặt đất. Các sự hình dung đó cùng các sự phát tán của chúng là nguyên nhân đưa đến các sự rắc rối trong tâm thức và cả trong cuộc sống của một cá thể. Thế nhưng các tác động xa hơn khiến chúng ta phải suy nghĩ là các sự rắc rối đó sẽ tạo ra các sự kình chống trong mọi lãnh vực quan điểm và chính kiến, đưa đến các sự tranh cãi và các sự xung đột vũ trang triền miên trong thế giới. Đó là sự 'rắc rối' phát sinh từ sự vận hành của lục giác con người, tạo ra một sự tấn công dồn dập trong tâm thức con người, hiện ra bên ngoài qua các sự xung đột đủ loại).

«Thế nhưng ngược lại, này các bạn, khi nào không có mắt, khi nào không có hình tướng, khi nào không có tri-thức-thị-giác, thì một người nào đó không thể nào hình dung *(thiết lập, tạo dựng)* được một sự hình dung liên quan đến sự tiếp xúc (contact) [giữa ba thứ ấy]. Khi nào không có một sự hình dung *(một sự tạo dựng)* nào liên quan đến sự tiếp xúc xảy ra, thì một người nào đó sẽ không thể nào hình dung được một sự hình dung liên quan đến sự cảm nhận (feeling). Khi nào không có một sự hình dung nào liên quan đến sự cảm nhận xảy ra, thì một người nào đó sẽ không thể nào hình dung được một sự hình dung liên quan đến sự nhận thức (perception). Khi nào không có một sự hình dung nào liên quan đến sự nhận thức xảy ra, thì một người nào đó sẽ không thể nào hình dung được một sự hình dung liên quan đến sự suy nghĩ *(thinking / các tư duy, các ý định...)*. Khi nào không có một sự hình dung nào xảy ra liên quan đến sự suy nghĩ, thì một người nào đó sẽ không thể nào hình dung được một sự hình dung nào liên quan đến một sự tấn công dồn dập của các sự nhận thức thuộc các thể loại cụ thể hóa khác nhau ở các mức độ phức tạp khác nhau *(và đấy cũng chính là sự giải thoát trong lãnh vực suy nghĩ)*.

(Câu trên đây được lặp lại với các trường hợp liên quan đến các cơ quan giác cảm khác gồm thính giác, khứu giác, vị giác, xúc giác)

«Khi nào không có tai, khi nào không có âm thanh và khi nào không có tri thức thính-giác,...

«Khi nào không có mũi, khi nào không có mùi và khi nào không có tri thức khứu giác,...

«Khi nào không có lưỡi, khi nào không có vị, khi nào không có tri thức vị-giác,...

«Khi nào không có thân thể, khi nào không có cảm giác trên da thịt, khi nào không có tri thức xúc giác,...

«Khi nào không có trí năng *(intellect / khả năng nhận thức của tâm thần)*, khi nào không có sự suy nghĩ [miên man] *(các ý nghĩ, các tác ý, các sự liên tưởng...)*, và khi nào không có tri thức tâm thần, thì một người nào đó sẽ không thể nào hình dung (thiết lập) được một sự hình dung liên quan đến sự tiếp xúc. Khi nào không có một sự hình dung nào liên quan đến sự tiếp xúc (contact) xảy ra, thì một người nào đó sẽ không thể nào hình dung được sự cảm nhận (feeling). Khi nào không có một sự hình dung nào liên quan đến sự cảm nhận xảy ra, thì một người nào đó không thể nào hình dung được một sự hình dung liên quan đến sự nhận thức (perception). Khi nào không có một sự hình dung nào liên quan đến sự nhận thức xảy ra, thì một người nào đó không thể nào hình dung được một sự hình dung liên quan đến sự suy nghĩ (thinking). Khi nào không có sự suy nghĩ [miên man] xảy ra, thì một người nào đó sẽ không thể nào hình dung được một sự hình dung nào liên quan đến một sự tấn công dồn dập của các sự nhận thức thuộc các thể loại cụ thể hóa khác nhau ở các mức độ phức tạp khác nhau *(và đấy chính là sự giải thoát và đối với phép thiền định thì đấy là cách làm cho thể dạng 'không có' nói đến trên đây hiển hiện trong tâm thức mình)* ».

«Tóm lại, [ý nghĩa trong] những lời phát biểu khái quát do Đấng Thế Tôn nêu lên, nhưng không giải thích chi tiết, và sau đó thì bước vào nơi trú ngụ, là như thế này: 'Dù là vì nguyên nhân nào tạo ra một sự tấn công dồn dập của các sự nhận thức thuộc các mức độ cụ thể hóa khác nhau ở các mức độ phức tạp khác nhau đối với một người nào đó, thế nhưng người ấy không hề xem đấy *(sự tấn công dồn dập ấy)* như là một sự thích thú, đáng để đón nhận, hoặc đáng để bám víu, thì đấy sẽ là sự chấm dứt của mọi ám ảnh phát sinh từ sự đam mê, sự chấm dứt của mọi ám ảnh phát sinh từ sự kháng cự *(phản kháng, chống đối)*, sự chấm dứt mọi ám ảnh phát sinh từ các quan điểm, sự chấm dứt mọi ám ảnh phát sinh từ sự hoang mang, sự chấm dứt mọi ám ảnh phát sinh từ sự kiêu căng *(tự kiêu, tự phụ)*, sự chấm dứt mọi ám ảnh phát sinh từ sự trở thành *(becoming / bhava / sự mong muốn được tiếp tục hiện hữu)*, sự chấm dứt của mọi ám ảnh phát sinh từ sự u mê *(vô minh)*. Và đấy cũng là sự chấm dứt của ý định vớ lấy chiếc gậy, tuốt thanh kiếm ra khỏi vỏ, và cũng là sự chấm dứt của mọi sự tranh cãi, mọi sự tố giác, cãi vã, bêu xấu, đưa đến mọi sự bất hòa và vu khống. Đấy chính là sự chấm dứt hoàn toàn của mọi thứ tồi tệ và độc hại, không lưu lại một chút tàn dư nào – và đấy là cách mà tôi hiểu ý nghĩa chi tiết [về những lời phát biểu của Đấng Thế Tôn]. Đến đây, và nếu muốn, thì các bạn có thể tìm Đấng Thế Tôn để hỏi lại về vấn đề này. Dù Đấng Thế Tôn giải thích như thế nào đi nữa thì các bạn cũng phải ghi nhớ đúng như vậy».

Các tỳ-kheo rất hài lòng về những lời [giải thích] của Ngài Kaccāna về câu phát biểu của Đấng Thế Tôn. Sau đó thì họ đứng lên tìm lại Đấng Thế Tôn. Khi đến nơi thì họ vái chào Ngài và ngồi xuống thật ngay ngắn. Sau khi an tọa thì họ thuật lại với Ngài những gì xảy ra:

«Thưa Thế Tôn, sau khi Thế Tôn đứng lên và bước vào nơi trú ngụ, nhưng không giải thích chi tiết về những lời phát biểu ấy..., thì chúng tôi tự hỏi... : 'Vậy thì ai có thể giải thích chi tiết cho chúng tôi về những lời phát biểu ấy ?... Ngài Mahā Kaccāna có thể là người hội đủ khả năng giải thích về ý nghĩa...'. Do vậy, chúng tôi tìm gặp Ngài Mahā Kaccāna để hỏi vị ấy về ý nghĩa thì vị ấy giải thích chi tiết bằng các thuật ngữ, các lời và các câu như thế này... ».

[Lời Đức Phật:]

«Này các tỳ -kheo, Mahā Kaccāna là một vị thông thái (wise / sáng suốt). Nếu các tỳ-kheo hỏi ta về vấn đề ấy, thì ta cũng sẽ trả lời đúng theo cách mà vị Mahā Kaccana đã trả lời cho các tỳ-kheo. Đấy là ý nghĩa mà các tỳ-kheo phải ghi nhớ».

Đấy là những lời mà Đấng Thế Tôn nói lên.

Sau khi được nghe những lời nói ấy [của Đấng Thế Tôn] thì Ngài Ānanda nói với Đấng Thế Tôn như sau: «Thưa Thế Tôn, nếu một người nào đó mệt lã vì đói, kiệt lực vì khát, bỗng dưng tìm được một viên mật ngọt *(một số bản dịch khác thì gọi là một 'ổ bánh mật')*, thì người này càng thưởng thức thì càng tận hưởng được sự ngọt ngào và hương vị của viên mật *(ổ bánh)*. Cũng tương tự vậy, thưa Thế Tôn, nếu một người tỳ-kheo hội đủ khả năng sáng suốt càng suy nghĩ và càng hăng say xét đoán ý nghĩa trong những lời phát biểu về Dhamma *(Đạo Pháp / trong trường hợp này là phương thức vận hành của lục giác đối với một cá thể)* thì người ấy càng cảm thấy hài lòng và vững tin. Vậy, thưa Thế Tôn, phương pháp ấy gọi làgì ?».

[Lời Đức Phật:]

«Vậy thì, Ānanda có thể ghi nhớ phương pháp giảng dạy về Dhamma ấy gọi là: 'Viên Mật Ngọt'».

Đấy là những lời mà Đấng Thế Tôn nói lên. Ngài Ānanda rất hài lòng và vui sướng về những lời nói ấy của Đấng Thế Tôn.

Vài lời ghi chú

Bố cục của bài giảng trước hết là một câu chuyện. Và câu chuyện thì bắt đầu vào một buổi sáng sớm khi Đức Phật khoác thêm áo ngoài đi vào thành Sāvatthī khất thực. Sau khi khất thực và ăn xong thì Ngài đi sâu vào khu rừng lớn để nghỉ ngơi và thiền định. Vừa ngồi xuống thì có một người dân Sakya hách dịch, tự kiêu và trịch thượng lúc nào cũng cầm trên tay một chiếc gậy, đứng hỏi Đức Phật về giáo lý của Ngài. Dù Ngài cho biết là mình không tranh biện với bất cứ ai, thế nhưng Ngài vẫn từ tốn giải thích vắn tắt giáo lý của Ngài với người cầm gậy.

Sau đó, khi chiều vừa xuống thì Đức Phật quay lại khu rừng thưa Nigrodha, là nơi dừng chân và tạm trú của những người tu hành khất thực. Ngài ngồi vào chiếc ghế dọn sẵn, các tỳ-kheo thì đang ngồi chung quanh chờ nghe giảng. Đức Phật bắt đầu thuật lại thật chi tiết câu chuyện xảy ra lúc ban sáng cùng thái độ và cử chỉ của người cầm gậy Daṇḍapāṇi. Vậy Đức Phật thuật lại câu chuyện đó là có ý nêu lên điều gì ? Đây chính là điểm tế nhị, sâu sắc đầu tiên trong bài giảng : Đức Phật kín đáo, nhẹ nhàng khuyên các đệ tử của Ngài không nên có thái độ như người cầm gậy Daṇḍapāni, một lời khuyên thật nhẹ nhàng gần như là một sự yên lặng, thế nhưng ẩn chứa thật sâu kín từ bên trong lời khuyên đó cả một tình thương bao la của Ngài.

Điểm tế nhị và sâu sắc thứ hai trong bài giảng là sự yên lặng cụ thể và kín đáo của Đức Phật. Sự yên lặng đó hiện ra một cách thật bất ngờ: Đức Phật nêu lên một câu giảng liên quan đến một ý niệm vô cùng quan trọng và chủ yếu trong Dhamma của Ngài, nhưng Ngài không giải thích gì cả. Ngài đứng lên và lẳng lặng bước vào túp lều tạm trú của Ngài trong khu rừng Nigrohha, bỏ lại đoàn tỳ-kheo ngơ ngác. Cử chỉ ấy của Đức Phật mang ý nghĩa như thế nào ? Đấy là lời khuyên kín đáo thứ hai của Đức Phật: Các tỳ-kheo phải tự mình cố gắng học hỏi và tìm hiểu. Đức Phật không thể mãi mãi thuyết giảng cho họ được. Một ngày nào đó tiếng nói của Ngài, thân xác của Ngài, sẽ chẳng khác gì như túp lều trống vắng trong khu rừng Nigrodha.

Những gì mà chính người tỳ kheo tự mình tìm hiểu và khám phá ra sẽ ăn sâu vào trí nhớ của mình, không như thái độ của người cầm gậy, khinh bỉ và bỏ đi, không đủ sức để tìm hiểu những lời giải thích của Đức Phật về Dhamma của Ngài. Dù sao thì Đức Phật cũng biết trước là các tỳ kheo sẽ rơi vào tình trạng hoang mang trước câu phát biểu của Ngài và Ngài cũng biết trước là người tỳ-kheo Mahā Kaccāna có thể giải thích được câu phát biểu ấy của Ngài. Ngài không trực tiếp giải thích là cách kín đáo khuyên các tỳ-kheo phải tự giúp đỡ nhau, giải thích cho nhau, cùng nhau tìm hiểu và học hỏi. Chẳng phải lời khuyên kín đáo đó đã được thể hiện bởi hơn mười ngàn câu giảng và bài giảng còn lưu lại đến nay hay sao ?

Điểm tế nhị và sâu sắc thứ ba trong bài giảng là Đức Phật đã mượn câu nói của người đệ tử Ānanda để gọi phương pháp xử dụng trong bài giảng này là một Viên Mật Ngọt. Trên con đường tu tập sự cố gắng và kiên nhẫn không phải là một sự hành hạ, một sự thử thách hay một bát thuốc đắng, mà là một Viên Mật Ngọt.

Trên đây là bố cục của bài giảng. Đối với nội dung thì nếu người đọc chưa nắm vững được nội dung sâu sắc của bài giảng này thì xin hãy đọc lại một lần thứ hai. Ngoài ra *Bài giảng cho vị Koṭṭhita / Koṭṭhita Sutta* - AN 4.173 trước đây cũng nêu lên một sự mạch lạc rất chặt chẽ với Bài giảng về Viên Mật Ngọt trên đây, do vậy độc giả cũng có thể xem lại bài giảng này để tìm hiểu và bổ túc thêm ý nghĩa và nội dung nêu lên trong bài giảng trên đây. Hơn nữa tiếp tục dưới đây cũng sẽ có một bài giảng khác vô cùng quan trọng trong Majjhiama Nikāya / Trung Bộ Kinh được trích dẫn, nêu lên một sự mạch lạc với cả hai bài giảng nói đến trên đây.

Sau hết xin trích dẫn bản dịch của Bài giảng về Viên Mật Ngọt trong Tam Tạng Kinh tiếng Việt để độc giả tiện tìm hiểu thêm:

Trung Bộ Kinh
18. Kinh Mật hoàn

Tôi nghe như vầy:

Một thời, Thế Tôn sống giữa các vị dòng họ Sakka (Thích-ca), tại Kapilavatthu (Ca-tỳ-la-vệ), ở vườn Nigrodharama.

Rồi Thế Tôn vào buổi sáng, đắp y, cầm y bát vào thành Kapilavatthu để khất thực. Sau khi khất thực ở Kapilavatthu, khi ăn xong, trên đường khất thực trở về, Thế Tôn đi đến Đại Lâm để nghỉ trưa. Sau khi vào rừng Đại Lâm, Ngài ngồi nghỉ trưa dưới gốc cây beluvalatthika.

Có vị Gậy cầm tay (Dandapani) Sakka (Thích-ca), kéo bộ khắp nơi, ngao du thiên hạ, đến tại rừng Đại Lâm, đi sâu vào ngôi rừng, đến tại Beluvalatthika chỗ Thế Tôn ở, khi đến xong nói lên những lời hỏi thăm xã giao thân hữu, rồi đứng một bên, dựa trên cây gậy, đứng một bên. Gậy cầm tay Sakka nói với Thế Tôn: "Sa-môn có quan điểm thế nào, giảng thuyết những gì?".

"Này Hiền giả, theo lời dạy của Ta, trong thế giới với chư Thiên, Māra và Phạm thiên, với các chúng Sa-môn, Bà-la-môn, chư Thiên và loài Người, không có tranh luận một ai ở đời; các tưởng sẽ không ám ảnh vị Bà-la-môn sống không bị dục triền phược, không có nghi ngờ do dự, với mọi hối quá đoạn diệt, không có tham ái đối với hữu và phi hữu. Này Hiền giả, như vậy là quan điểm của Ta, như vậy là lời Ta giảng dạy".

Khi nghe nói vậy, Gậy cầm tay Sakka lắc đầu, liếm lưỡi, với trán nổi lên ba đường nhăn, chống gậy rồi đi.

Rồi Thế Tôn vào buổi chiều từ Thiền tịnh độc cư đứng dậy, đi đến vườn Nigrodha, khi đến xong, ngồi trên chỗ đã soạn sẵn. Sau khi ngồi, Thế Tôn gọi các Tỷ-kheo

—Chư Tỷ-kheo, ở đây, Ta vào buổi sáng, đắp y, cầm y bát vào thành Kapilavatthu để khất thực. Sau khi khất thực ở Kapilavatthu, ăn xong, trên đường khất thực trở về, Ta đi đến Đại Lâm để nghỉ trưa. Sau khi vào rừng Đại Lâm, Ta ngồi nghỉ trưa dưới gốc cây beluvalatthika. Có vị Gậy cầm tay Sakka kéo bộ khắp nơi, ngao du thiên hạ, đến tại rừng Đại Lâm, đi sâu vào ngôi rừng, đến tại Beluvalatthika chỗ Ta ở, khi đến xong, nói lên những lời hỏi thăm xã giao thân hữu, rồi đứng một bên, dựa trên cây gậy. Đứng một bên, Gậy cầm tay Sakka nói với Ta như sau: "Sa-môn có quan điểm thế nào, giảng thuyết những gì?" Chư Tỷ-kheo, được nói vậy, Ta trả lời Gậy cầm tay Sakka: "Này Hiền giả, theo lời Ta dạy trong thế giới với chư Thiên, Māra, và Phạm thiên, với các chúng Sa-môn, Bà-la-môn, chư Thiên và loài Người, không có tranh luận một ai ở đời. Các tưởng sẽ không ám ảnh vị Bà-la-môn sống không bị dục triền phược, không có nghi ngờ do dự, với mọi hối quá đoạn diệt, không có tham ái đối với hữu và phi hữu. Này Hiền giả, như vậy là quan điểm của Ta, như vậy là lời Ta giảng dạy". Khi nghe nói vậy, Gậy cầm tay Sakka lắc đầu, liếm lưỡi, với trán nổi lên ba đường nhăn, chống gậy rồi đi.

Khi nghe nói vậy, một Tỷ-kheo bạch Thế Tôn:

—Nhưng bạch Thế Tôn, lời dạy ấy là gì mà Thế Tôn, trong thế giới với chư Thiên, Māra và Phạm thiên, với các chúng Sa-môn, Bà-la-môn, chư Thiên và loài Người, không có tranh luận một ai ở đời? Các tưởng sẽ không ám ảnh Thế Tôn, vị đã sống không bị dục triền phược, không có nghi ngờ do dự, với mọi hối quá đoạn diệt, không có tham ái đối với hữu và phi hữu?

—Này Tỷ-kheo, do bất cứ nhân duyên gì, một số hý luận vọng tưởng ám ảnh một người. Nếu ở đây không có gì đáng tùy hỷ, đáng đón mừng, đáng chấp thủ, thời như vậy là sự đoạn tận tham tùy miên, sự đoạn tận sân tùy miên, sự đoạn tận kiến tùy miên, sự đoạn tận nghi tùy miên, sự đoạn tận mạn tùy miên, sự đoạn tận hữu tham tùy miên, sự đoạn tận vô minh tùy miên, sự đoạn tận chấp trượng, chấp kiếm, đấu tranh, tránh tranh, luận tranh, kháng tranh, ly gián ngữ, vọng ngữ. Chính ở đây, những ác, bất thiện pháp này đều được tiêu diệt, không còn dư tàn.

Thế Tôn thuyết giảng như vậy. Sau khi nói vậy, Thiện Thệ từ chỗ ngồi đứng dậy bước vào tịnh xá.

Sau khi Thế Tôn đi chẳng bao lâu, các Tỷ-kheo ấy suy nghĩ: "Chư Hiền, Thế Tôn sau khi nói lên lời dạy tóm tắt này cho chúng ta, không giải thích rộng rãi ý nghĩa, từ chỗ ngồi đứng dậy và đã đi vào tịnh xá: "Này Tỷ-kheo, do bất cứ nhân duyên gì ... không còn dư tàn". Nay ai có thể giải thích rộng rãi ý nghĩa lời giảng được Thế Tôn nói lên một cách vắn tắt, và không giải thích rõ ràng ý nghĩa". Rồi những Tỷ-kheo ấy suy nghĩ: "Nay có Tôn giả Mahākaccāna (Đại Ca-chiên-diên) là vị được Thế Tôn tán dương và được các vị đồng phạm hạnh có trí kính trọng. Tôn giả Mahākaccāna có thể giải thích rộng rãi ý nghĩa lời giảng dạy này được Thế Tôn nói lên một cách vắn tắt, và không giải thích rõ ràng ý nghĩa. Vậy chúng ta hãy đi đến chỗ Tôn giả Mahākaccāna ở, sau khi đến, sẽ hỏi Tôn giả Mahākaccāna ý nghĩa này".

Rồi những Tỷ-kheo ấy đến chỗ Tôn giả Mahākaccāna ở, sau khi đến, nói lên những lời chúc tụng, hỏi thăm xã giao với Tôn giả Mahākaccāna rồi ngồi xuống một bên. Sau khi ngồi xuống một bên, những Tỷ-kheo ấy thưa với Tôn giả Mahākaccāna:

"Này Hiền giả, Thế Tôn sau khi nói lên lời dạy tóm tắt này và không giải thích rõ ràng ý nghĩa, từ chỗ ngồi đứng dậy và đã đi vào tịnh xá: "Này Tỷ-kheo, do bất cứ nhân duyên gì ... không còn dư tàn".

Này Hiền giả Mahākaccāna, khi Thế Tôn đi chưa bao lâu, chúng tôi suy nghĩ: "Chư Hiền, Thế Tôn sau khi nói lên lời dạy vắn tắt này cho chúng ta ... đã đi vào tịnh xá: "Do bất cứ nhân duyên gì ... không còn dư tàn". Ai có thể giải thích rộng rãi ý nghĩa lời giảng dạy mà Thế Tôn nói lên một cách vắn tắt ... không giải thích rõ ràng ý nghĩa?". Này Hiền giả Mahākaccāna, rồi chúng tôi suy nghĩ: "Nay Tôn giả Mahākaccāna được Thế Tôn tán thán và được các vị đồng phạm hạnh có trí kính trọng, Tôn giả Mahākaccāna có thể giải thích rộng rãi ý nghĩa lời giảng dạy được Thế Tôn nói lên một cách vắn tắt và không giải thích rõ ràng ý nghĩa. Vậy chúng ta hãy đi đến chỗ Tôn giả Mahākaccāna ở, sau khi đến, chúng ta hỏi Tôn giả Mahākaccāna ý nghĩa này. Tôn giả Mahākaccāna sẽ giải thích cho".

—Chư Hiền, cũng như một người ưa thích lõi cây, tìm tòi lõi cây, đi khắp mọi nơi tìm lõi cây, đến một cây to lớn, đứng thẳng và có lõi cây. Người này bỏ qua rễ, bỏ qua thân cây, nghĩ rằng phải tìm lõi cây ở nơi cành lá. Cũng vậy là hành động của chư Tôn giả, đứng trước mặt Thế Tôn, quý vị bỏ qua Thế Tôn, nghĩ rằng phải hỏi tôi về ý nghĩa này. Chư Hiền, Thế Tôn biết những gì cần phải biết, thấy những gì cần phải thấy, Ngài đã trở thành vị có mắt, trở thành vị có trí, trở thành Chánh pháp, trở thành Brahmā, vị thuyết giả, vị diễn giả, vị đem lại mục tiêu, vị trao cho bất tử, vị Pháp Chủ, Như Lai. Quý vị phải tùy thời hỏi Thế Tôn ý nghĩa này. Những gì Thế Tôn giải thích cho quý vị, quý vị hãy như vậy thọ trì.

—Hiền giả Mahākaccāna, chắc chắn Thế Tôn biết những gì cần phải biết, thấy những gì cần phải thấy, Ngài đã trở thành vị có mắt, trở thành vị có trí, trở thành Chánh pháp, trở thành Brahmā, vị thuyết giả, vị diễn giả, vị đem lại mục tiêu, vị trao cho bất tử, vị Pháp Chủ, Như Lai. Chúng tôi phải tùy thời hỏi Thế Tôn ý nghĩa này. Những gì Thế Tôn giải thích cho chúng tôi, chúng tôi sẽ như vậy thọ trì. Nhưng Tôn giả Mahākaccāna được Thế Tôn tán thán, được các vị đồng phạm hạnh có trí kính trọng. Tôn giả Mahākaccāna có thể giải thích rộng rãi ý nghĩa lời giảng dạy được Thế Tôn nói lên một cách vắn tắt và không giải thích rõ ràng ý nghĩa. Mong Tôn giả Mahākaccāna hãy giải thích không có sự gì bất kính.

—Vậy chư Hiền hãy nghe và khéo tác ý, tôi sẽ giảng.

—Thưa vâng, Hiền giả.

Các Tỷ-kheo ấy vâng đáp Tôn giả Mahākaccāna. Tôn giả Mahākaccāna giảng như sau:

—Chư Hiền, Thế Tôn nói lên một cách vắn tắt lời dạy này ... và đã đi vào tịnh xá: "Này Tỷ-kheo bất cứ vì nhân duyên gì ... không còn dư tàn". Chư Hiền, với lời dạy được Thế Tôn nói lên một cách vắn tắt, và không giải thích rõ ràng ý nghĩa. Tôi hiểu ý nghĩa một cách đầy đủ như sau:

Chư Hiền, do nhơn con mắt và các sắc pháp, nhãn thức khởi lên. Sự gặp gỡ của ba pháp này là xúc. Do duyên xúc nên có cảm thọ. Những gì có cảm thọ thời có tưởng, những gì có tưởng thời có suy tầm, những gì có suy tầm thì có hý luận. Do hý luận ấy làm nhơn, một số hý luận vọng tưởng ám ảnh một người, đối với các sắc pháp do con mắt nhận thức, quá khứ, tương lai và hiện tại.

Chư Hiền, do nhơn lỗ tai và các tiếng, nhĩ thức khởi lên, do nhơn lỗ mũi và các hương, tỷ thức khởi lên, do nhơn lưỡi và các vị, thiệt thức khởi lên, do nhơn thân và xúc, thân thức khởi lên; do nhơn ý và các pháp, ý thức khởi lên. Sự gặp gỡ của ba pháp này là xúc. Do duyên xúc nên có các cảm thọ. Những gì có cảm thọ thời có tưởng. Những gì có tưởng thời có suy tầm. Những gì có suy tầm thời có hý luận. Do hý luận ấy làm nhơn, một số hý luận vọng tưởng ám ảnh một người, đối với các pháp do ý thức nhận thức, quá khứ, tương lai và hiện tại.

Chư Hiền, sự kiện này xảy ra: khi nào có mắt, khi nào có sắc pháp, khi nào có nhãn thức, thời sự thi thiết của xúc được hiển lộ. Sự kiện này xảy ra: khi nào có sự thi thiết của xúc thời sự thi thiết của thọ được hiển lộ. Sự kiện này xảy ra: khi nào có thi thiết của thọ thời sự thi thiết của tưởng được hiển lộ. Sự kiện này xảy ra: khi nào có sự thi thiết của tưởng, thời sự thi thiết của suy tầm được hiển lộ. Sự kiện này xảy ra: khi nào có sự thi thiết của suy tầm thời sự thi thiết của sự ám ảnh một số hý luận vọng tưởng được hiển lộ.

Sự kiện này xảy ra: khi nào có tai, khi nào có các tiếng, khi nào có nhĩ thức ... Sự kiện này xảy ra: khi nào có lỗ mũi, khi nào có các hương, khi nào có tỷ thức ... Sự kiện này xảy ra, khi nào có lưỡi, khi nào có các vị, khi nào có thiệt thức ... Sự kiện này xảy ra: khi nào có thân, khi nào có các xúc, khi nào có thân thức ... Sự kiện này xảy ra: khi nào có ý, khi nào có các pháp, khi nào có ý thức thời sự thi thiết của xúc được hiển lộ.

Chư Hiền, sự kiện này không xảy ra: khi nào không có mắt, khi nào không có các sắc, khi nào không có nhãn thức, sự thi thiết của xúc được hiển lộ. Sự kiện này không xảy ra: khi nào không có sự thi thiết của xúc, sự thi thiết của thọ được hiển lộ. Sự kiện này không xảy ra: khi nào không có sự thi thiết của thọ, sự thi thiết của tưởng được hiển lộ. Sự kiện này không xảy ra: khi nào không có sự thi thiết của tưởng, sự thi thiết của suy tầm được hiển lộ. Sự kiện này không xảy ra: khi nào không có sự thi thiết của suy tầm, thời sự thi thiết của sự ám ảnh một số hý luận vọng tưởng được hiển lộ.

Chư Hiền, sự kiện này không xảy ra: khi nào không có tai, khi nào không có các tiếng ... khi nào không có mũi, khi nào không có các hương ... khi nào không có lưỡi, khi nào không có các vị ... khi nào không có thân, khi nào không có các xúc ... Sự kiện này không xảy ra: khi nào không có ý, khi nào không có các pháp, khi nào không có ý thức, sự thi thiết của xúc được hiển lộ ...

Chư Hiền, Thế Tôn, sau khi nói lên lời dạy một cách vắn tắt ... đã đi vào tịnh xá: "Này Tỷ-kheo, do bất cứ nhân duyên gì ... không dư tàn". Chư Hiền, đối với lời dạy Thế Tôn nói lên một cách vắn tắt này, và nghĩa lý không được giải thích một cách rộng rãi, tôi đã hiểu ý nghĩa một cách rộng rãi như vậy. Nếu quý vị muốn, hãy đi đến chỗ Thế Tôn ở, sau khi đến, hãy hỏi ý nghĩa này. Thế Tôn giải đáp như thế nào, hãy như vậy thọ trì.

Rồi những Tỷ-kheo ấy, hoan hỷ, tùy hỷ lời Tôn giả Mahākaccāna nói, từ chỗ ngồi đứng dậy, đi đến chỗ Thế Tôn ở, sau khi đến đảnh lễ Ngài và ngồi xuống một bên. Sau khi ngồi xuống một bên, các Tỷ-kheo ấy bạch Thế Tôn:

—Bạch Thế Tôn, Thế Tôn nói lên lời dạy này một cách vắn tắt cho chúng con ... đã vào tịnh xá. "Này Tỷ-kheo, do bất cứ nhân duyên gì ... không còn dư tàn". Khi Thế Tôn đi chẳng bao lâu, chúng con suy nghĩ như sau: "Chư Hiền, Thế Tôn sau khi nói cho chúng ta lời dạy tóm tắt này, không giải thích ý nghĩa một cách rộng rãi, từ chỗ ngồi đứng dậy và đã đi vào tịnh xá: "Này Tỷ-kheo, do bất cứ nhân duyên gì, một số hý luận vọng tưởng ám ảnh một người, nếu ở đây không có gì đáng tùy hỷ, đáng đón mừng, đáng chấp thủ, thời như vậy là sự đoạn tận tham tùy miên, sự đoạn tận sân tùy miên, sự đoạn tận kiến tùy miên, sự đoạn tận nghi tùy miên, sự đoạn tận mạn tùy miên, sự đoạn tận hữu tham tùy miên, sự đoạn tận vô minh tùy miên, sự đoạn tận chấp trượng, chấp kiếm, đấu tranh, tránh tranh, luận tranh, kháng tranh, ly gián ngữ, vọng ngữ. Chính ở đây, những ác, bất thiện pháp này đều được tiêu diệt, không còn dư tàn". Nay ai có thể giải thích rộng rãi ý nghĩa lời giảng dạy này được Thế Tôn nói lên một cách vắn tắt và không giải thích rõ ràng ý nghĩa?". Bạch Thế Tôn, và chúng con suy nghĩ: "Nay có Tôn giả Mahākaccāna là vị được Thế Tôn tán dương và được các vị đồng phạm hạnh có trí kính trọng. Tôn giả Mahākaccāna có thể giải thích rộng rãi ý nghĩa lời giảng dạy này được Thế Tôn nói lên một cách vắn tắt và không giải thích rõ ràng ý nghĩa. Vậy chúng ta hãy đi đến chỗ Tôn giả Mahākaccāna ở, sau khi đến sẽ hỏi Tôn giả Mahākaccāna ý nghĩa này". Bạch Thế Tôn, rồi chúng con đi đến chỗ Tôn giả Mahākaccāna ở, sau khi đến, chúng con hỏi Tôn giả Mahākaccāna ý nghĩa này. Bạch Thế Tôn, Tôn giả Mahākaccāna đã giải thích ý nghĩa ấy cho chúng con với những phương pháp này, với những văn cú này, với những văn tự này.

—Chư Tỷ-kheo, Tôn giả Mahākaccāna là bậc Hiền trí. Chư Tỷ-kheo, Tôn giả Mahākaccāna là bậc Đại tuệ. Chư Tỷ-kheo, nếu các Người hỏi Ta ý nghĩa này, Ta cũng trả lời như Mahākaccāna đã trả lời. Như vậy là chính nghĩa lời dạy ấy, hãy như vậy thọ trì.

Khi nghe nói vậy, Tôn giả Ānanda bạch Thế Tôn:

—Bạch Thế Tôn, như một người bị đói lả và mệt mỏi, tìm được một bánh mật, cứ mỗi miếng vị ấy được nếm, cứ mỗi miếng vị ấy được thưởng thức vị ngọt thuần nhất. Bạch Thế Tôn, cũng vậy, Tỷ-kheo có tri thức biệt tài, cứ mỗi phần suy tư đến ý nghĩa pháp môn này với trí tuệ, cứ mỗi phần vị ấy được thưởng thức sự hoan hỷ, được thưởng thức sự thoải mái tâm trí. Bạch Thế Tôn, pháp môn này tên gọi là gì?

—Do vậy, này Ānanda, pháp môn này được gọi là pháp môn bánh mật (Mật hoàn). Hãy như vậy thọ trì!

Thế Tôn thuyết giảng như vậy. Tôn giả Ānanda hoan hỷ, tín thọ lời dạy của Thế Tôn.

Nguyên văn bản dịch của HT Thích Minh Châu

Tiếp theo dưới đây là một bài giảng trong Majjhima Nikāya / Trung Bộ Kinh, mang tựa:

Bài giảng về cội nguồn của mọi hiện tượng

Mūlapariyāya Sutta - MN 1

(Dựa theo bảy bản dịch tiếng Anh của các dịch giả Thanissaro Bhikkhu, Ñāṇamoli Thera, Bhikkhu Bhodi, Bhikkhu Sujato, Suddhāso Bhikkhu, I.B. Horner, Natalia Tsimler, cùng bốn bản dịch tiếng Pháp của Christian Maës, Jeanne Schut, Môhan Wijayaratna và Rémy Zins?)

Bài giảng này là bài giảng thứ nhất trong số 152 bài giảng trong Majjhima Nikāya / Trung Bộ Kinh, và cũng là một trong số các bài giảng sâu sắc nhất, đồng thời cũng được xem là khó lĩnh hội nhất trong toàn bộ kinh điển Pali. Dầu sao thì bài giảng này cũng là một trong số các bài giảng khúc chiết và tinh tế nhất, nêu lên các ý niệm thật sâu sắc về Tâm lý học và Triết học Phật giáo. Bài giảng không những phân tích sự suy diễn trong quá trình suy nghĩ của chúng ta khi nhìn vào thế giới, mà còn nêu lên sự liên hệ giữa các cảm nhận của tâm thức hiển hiện trên dòng diễn tiến của quá trình suy nghĩ đó. Và dòng diễn tiến này cũng chính là cội nguồn sâu xa nhất mang lại khổ đau cho con người.

Chữ Mūlapariyāya, tựa của bài giảng là một từ ghép (Mūla+pariyāya), tiền ngữ mūla có nghĩa là cội nguồn, gốc rễ, hậu ngữ pariyāya có nghĩa là một sự diễn tiến tuần tự theo từng giai đoạn (order, sequence). Bản dịch của Nhà sư Thanissaro Bhikkhu dịch tựa của bài giảng này là Sự diễn tiến cội rễ (The root Sequence), nhà sư Bhikkhu Sujato dịch là Cội rễ của tất cả Mọi Thứ (The root of All Things), nhà sư Suddhāso Bhikkhu dịch là Bài giảng về Cội rễ (Discourse on the Root), học giả I.B. Horner dịch là Bài giảng về sự tóm lược các thành phần cơ bản (Discourse on the Synopsis of Fundamentals), bản dịch tiếng Hán mang tựa là 根本法門經 (Căn Bản Pháp Môn Kinh), bản dịch của HT Thích Minh Châu trong Đại Tạng Kinh mang tựa là Kinh Pháp Môn Căn Bản, bản dịch của học giả Môhan Wijayaratna mang tựa là Cấu trúc căn bản của sự nhận thức (La base structurelle des conceptions), v.v... Các cách dịch tựa của bài giảng trên đây có thể mang lại cho chúng ta một ý niệm tiên khởi nhất về nội dung của bài giảng này. Tóm lại, Mūlapariyāya Sutta, tựa rút ngắn bằng tiếng Pali của bài giảng có thể hiểu một cách đầy đủ là: 'Nguồn gốc tạo ra sự diễn tiến tuần tự của tư duy theo từng giai đoạn làm phát sinh ra tất cả mọi hiện tượng chủ yếu'. Ngoài ra cũng xin tóm lược thật ngắn gọn nội dung của bài giảng này như sau:

Một người bình dị không được học hỏi khi nhìn vào các hiện tượng chuyển động trong thế giới thì cảm thấy mỗi hiện tượng đều hàm chứa một ý nghĩa, một thực chất, một cốt lõi nào đó, hoặc ít nhất cũng nghĩ rằng hiện tượng ấy mang một giá trị nào đó, một sự thật nào đó. Người ấy mãn nguyện và vui sướng với sự hiểu biết ấy của mình, cho rằng sự hiểu biết ấy là của mình, là chính mình, người ấy áp dụng sự hiểu biết ấy vào cuộc sống của mình trong thế giới. Thế nhưng thật ra thì đấy chỉ là một sự bám víu sâu kín của tâm thức mình vào thế giới xuyên qua một quá trình liên tưởng tạo ra 'cội rễ' của khổ đau. Trái lại một người tu hành thành đạt, thấu hiểu được Dhamma của Đức Phật, sẽ không để mình bị thu hút, quyến rủ, mê hoặc bởi các hiện tượng trong thế giới để bám víu vào chúng. Đối với họ, tất cả các hiện tượng ấy không hàm chứa một thực thể nào cả. Họ không bám víu vào chúng, không thù ghét chúng, cũng không tìm cách chống lại chúng. Đấy là cách giúp họ chặn đứng từ 'cội rễ' của quá trình tư duy đưa đến sự hiển hiện của tất cả mọi hiện tượng trong tâm thần họ.

Sở dĩ giải thích dài dòng về tựa bài giảng và tóm lược ngắn gọn nội dung bài giảng như trên đây là nhằm mục đích giúp một số độc giả không quen tìm hiểu kinh sách có thể theo dõi dễ dàng hơn chăng về bài giảng vô cùng tinh vi và sâu sắc này. Thật vậy một số các học giả và dịch giả Tây phương xem bài giảng này là một trong số các bài giảng siêu việt, khúc chiết và tinh tế nhất, và cũng khó hiểu nhất trong toàn bộ kinh điển Pali.

Ngoài ra cũng xin nêu lên hai điểm thật đặc biệt đáng lưu ý trong bài giảng này. Điểm đáng lưu ý thứ nhất là sau mỗi câu giảng Đức Phật đều nhấn mạnh và khẳng định về ý nghĩa hàm chứa trong lời giảng ấy của Ngài, điểm đáng lưu ý thứ hai là câu cuối cùng của bài giảng cho biết là các tỳ-kheo 'không tỏ ra vui sướng trước những lời thuyết giảng của Đấng Thế Tôn'. Và đây cũng là trường hợp duy nhất trong toàn bộ kinh điển Pali, bởi vì câu kết luận trong các bài giảng là một câu khá công thức nêu lên các tỳ-kheo – hoặc các người được nghe giảng – đều tỏ ra hân hoan và vui sướng. Sự 'yên lặng' bất ngờ đó của các tỳ-kheo phải chăng cho thấy là họ không hiểu hoặc không tán đồng những lời thuyết giảng của Đấng Thế Tôn ?

Nhà sư Thanissaro Bhikkhu, trong phần mở đầu bản dịch của ông về bài giảng này, có đưa ra những lời giải thích rất sâu sắc về sự 'yên lặng' bất ngờ đó của các tỳ-kheo. Bà Jeanne Schut, cư sĩ và học giả lỗi lạc người Pháp, tu tập theo Phật giáo Theravāda, thuộc trường phái Tu trong rừng của Thái Lan, cũng đã mượn lại cách giải thích này của nhà sư Thanissao Bhikkhu để giới thiệu bản dịch sang tiếng Pháp của bà. Ngoài ra nhà sự Bhikkhu Bodhi cũng giải thích về sự kiện tế nhị này bằng cách dựa vào các lời Bình giải (Commentary) (1). Chúng ta sẽ chuyển ngữ toàn bộ những lời giải thích của nhà sư Thannissaro Bhikkhu trong phần ghi chú dưới đây.

(1)- Chúng ta thường thấy Các nhà sư và các học giả Tây phương thường nói đến phần 'Bình giải' / 'Commentary' trong các bài khảo luận hoặc dịch thuật của họ nhằm mục đích dẫn chứng những gì mà họ nêu lên. Vậy phần 'Bình giải' là gì ? Đấy là những lời giải thích giáo lý, nội dung, các khía cạnh tâm lý học và triết học trong các bài thuyết giáo của Đức Phật. Các lời bình giải này chủ yếu được tập trung trong Luận tạng (Abhidhamma Pitaka), tiền ngữ abhi có nghĩa là thượng thặng, là một tập góp nhặt và sưu tập các lời bình giải về giáo lý siêu việt của Đức Phật. Ngoài ra trong Luật tạng (Vinaya pitaka) ngoài các ghi chép về giới luật, cũng thấy nêu lên một số các lời bình giải và sự kiện liên quan đến giới luật. Theo các học giả Tây phương thì Luận tạng có nguồn gốc rất xưa, tuy nhiên trong lần kết tập Dhamma thứ nhất sau khi Đức Phật tịch diệt, cũng như trong các tư liệu xưa nhất trong kinh điển Pali không thấy nói đến các lời bình giải này. Những lời bình giải đầu tiên và cụ thể nhất là do nhà sư Moggaliputta-tissa đưa ra khi ông được đề cử chủ tọa lần kết tập Dhamma dưới triều đại của vua Asoka vào thế kỷ thứ III trước Tây lịch. Dần dần những lời bình giải này được bổ túc thêm từ thế kỷ thứ I trước Tây lịch đến thế kỷ thứ IV và thứ V sau Tây lịch, đặc biệt hơn cả là những lời giải thích thật phong phú của hai vị đại sư Buddhagosa (Phật âm) và Buddhadatta (Phật Thọ) vào thế kỷ thứ V sau Tây lịch. Các học giả Tây phương rất chú trọng đến Luận Tạng và cả Luật Tạng, bởi vì trong hai tập sách này có rất nhiều sự kiện và những lời bình giải giúp tìm hiểu Giáo lý của Đức Phật và Phật giáo nói chung. Tu tập mà không tìm hiểu các bài giảng của Đức Phật, cũng không tìm đọc các lời giải thích trong Luận tạng và cả Luật tạng là cả một sự thiếu sót lớn lao).

Dưới đây là bản chuyển ngữ *Bài giảng về cội nguồn của mọi hiện tượng / Mūlapariyāya Sutta* - MN 1:

Tôi từng được nghe như vầy. Vào dịp khi Đấng Thế Tôn ngụ gần thị trấn Ukkaṭṭhā *(một vùng đô thị nằm trong lãnh thổ của xứ Kosala / Kiêu-tát-la)* trong khu rừng thưa Subbaga *(một nơi dừng chân của những người tu hành khất thực), dưới gốc một cội cây Sāla hùng vĩ (a royal sāla tree / một cội cây sāla to lớn / tên khoa học ngày nay của loại cây này là Shorea robusta. Xin nhắc lại là vào thời đại bấy giờ trong châu thổ sông Hằng, từ làng mạc đến đô thị, nơi nào cũng dành ra một khu đất hoang với cây rừng hoặc cây trồng, làm nơi dừng chân và tạm trú cho những người tu hành khất thực thuộc đủ mọi giáo phái. Các bản dịch sang các ngôn ngữ Tây phương thường gọi là các khu công viên hay các khu rừng thưa hay rừng chồi. Mẹ của Đức Phật cùng đoàn tùy tùng đi thăm cha mẹ ở xa trước khi sanh, thế nhưng bất ngờ trên đường về trước khi đến nhà thì chuyển bụng và hạ sinh Đức Phật trong một 'khu rừng' tạm trú của những người tu hành khất thực như đã được nói đến trên đây)*, Ngài cất lời với các tỳ-kheo: «Này các tỳ-kheo». Các tỳ-kheo đáp lại: «Vâng, thưa Thế Tôn». Đức Phật nói tiếp:

Trường hợp một người bình dị

«Đối với trường hợp một người bình dị, không được học hỏi, không trông thấy *(không noi theo)* những người cao quý, không nhiệt thành, không thấm nhuần Dhamma *(Đạo Pháp)*, không trông thấy *(không noi theo)* những người chân chính *(các vị thông thái)*, cũng không học hỏi Dhamma, thì người ấy nhận thấy đất [đơn giản] là đất. Khi nhận thấy đất [đơn giản] là đất thì người ấy hình dung *(suy nghĩ, liên tưởng)* về [những gì liên quan đến] đất (1), khi hình dung về [những gì liên quan đến] đất thì người ấy hình dung mình là thành phần của đất *(những gì phát sinh từ đất)*, và người ấy hình dung đất là 'của tôi' *(to be mine, / hình dung và liên tưởng đến hình tướng – các thành phần cứng nơi cơ thể của mình – là của mình)*, người ấy vui sướng *(delight / tận hưởng, mãn nguyện)* với [thành phần] đất ấy *(hình tướng ấy)* của mình *(xem các thành phần cứng nơi cơ thể của mình là của mình)*. Tại sao lại như vậy ? Chẳng qua là vì người ấy không hoàn toàn thấu triệt được điều ấy *(thiếu hiểu biết về điều ấy, không hiểu biết đầy đủ về thành phần đất của cơ thể mình, về hình tướng của mình)*. Ta khẳng định về [ý nghĩa trong] lời giảng ấy [của ta].

(1)- Trên phương diện vật lý, thân xác con người được xem là sự kết hợp giữa bốn thành phần - đất, nước, lửa và khí – gọi chung là 'tứ đại'. Đất là thành phần cứng của cơ thể ; nước là các chất lỏng của cơ thể, và cũng là chất liệu kết hợp tất cả các thành phần khác của cơ thể ; lửa là hơi ấm của cơ thể ; khí – còn gọi là 'gió' – là hơi thở, các phần rỗng trong cơ thể và sự cử động của toàn thân)

«Người ấy *(con người bình dị ấy)* nhận thấy nước [đơn giản] là nước. Khi nhận thấy nước [đơn giản] là nước thì người ấy hình dung *(suy nghĩ)* mình là nước *(liên tưởng đến thành phần nước góp phần tạo ra thân thể mình)*, khi hình dung mình là nước thì người ấy hình dung mình thấm nhuần bởi nước *(là thành phần của nước)*, và người ấy nhận thấy nước là 'của tôi' *(là thành phần tạo ra thân thể mình)*, người ấy vui sướng *(delight / tận hưởng, mãn nguyện)* với [thành phần] nước ấy [của mình]. Tại sao lại như vậy ? Chẳng qua là vì người ấy không hoàn toàn thấu triệt được điều ấy *(thiếu hiểu biết về điều ấy, về thành phần ấy của mình)*. Ta khẳng định về lời giảng ấy [của ta].

«Người ấy nhận thấy lửa [đơn giản] là lửa *(hơi ấm của cơ thể)*. Khi nhận thấy lửa [đơn giản] là lửa, thì người ấy hình dung *(suy nghĩ)* mình là lửa *(đồng hóa mình với hơi ấm trong con người mình)*, khi nhận thấy mình là lửa, thì người ấy hình dung mình là thành phần của lửa, người ấy hình dung thành phần lửa là 'của tôi' *(nhận thấy hơi ấm trong cơ thể là của mình, thuộc vào con người của mình)*, người ấy vui sướng *(mãn nguyện)* với [thành phần] lửa ấy của mình. Tại sao lại như vậy ? Chẳng qua là vì người ấy không hoàn toàn thấu triệt được điều ấy *(không hiểu biết thật sâu xa về thành phần lửa nơi cơ thể của mình)*. Ta khẳng định về lời giảng ấy [của ta].

«Người ấy nhận thấy khí [đơn giản] là khí. Khi nhận thấy khí [đơn giản] là khí, thì người ấy hình dung mình là khí *(thành phần tạo ra cơ thể mình)*, người ấy hình dung *(suy nghĩ)* mình là [thành phần] khí, người ấy hình dung [thành phần] khí là 'của tôi' *(hơi thở, các phần rỗng cùng các cử động trên thân thể là của mình)*, người ấy vui sướng với [thành phần] khí ấy [của mình]. Tại sao lại như vậy ? Chẳng qua là vì người ấy không hoàn toàn thấu triệt được điều ấy (2). Ta khẳng định về lời giảng ấy [của ta].

(2)- (đối với phần đông chúng ta thì cũng vậy, chúng ta cảm thấy thích thú và tận hưởng cái thân xác này của mình – gồm đất, nước, lửa và khí – và xem đấy là của mình, là sở hữu bất khả kháng của mình. Chúng ta quý trọng và bám víu vào các thành phần tạo ra con người của mình).

«Người ấy *(con người bình dị ấy)* nhận thấy chúng sinh [đơn giản] là chúng sinh. Khi nhận thấy chúng sinh [đơn giản] là chúng sinh, thì người ấy hình dung *(suy nghĩ)* mình cũng là một chúng sinh, khi hình dung *(suy nghĩ)* mình là một chúng sinh, thì người ấy hình dung mình là thành phần của chúng sinh, người ấy hình dung [thể dạng] chúng sinh là 'của tôi' *(to be mine / chúng sinh là mình, mình là chúng sinh)*, người ấy vui sướng *(mãn nguyện, vừa lòng)* với [tư cách] chúng sinh của mình (3). Tại sao lại như vậy ? Ta bảo rằng là vì người ấy không hoàn toàn thấu triệt được điều ấy *(thiếu hiểu biết về điều ấy)*. Ta khẳng định về lời giảng ấy [của ta].

(3)- (Những gì trên đây nêu lên một quá trình diễn tiến của sự suy nghĩ theo từng giai đoạn khi nhận thấy tính cách cụ thể của từng thành phần cấu tạo ra mình và cả tổng thể của các thứ ấy với tư cách là một chúng sinh. Tiếp theo dưới đây là các sự suy nghĩ liên quan đến các thể dạng trừu tượng và phi hình tướng thuộc lãnh vực tâm thần).

«Người ấy nhận thấy các vị trời [đơn giản] là các vị trời *(devas / một người bình dị khi nghe nói đến các vị trời thì hiểu đấy là các vị trời, nhưng không hề suy xét gì cả)*. Khi nhận thấy các vị trời [đơn giản] là các vị trời, thì người ấy hình dung ra [trong tâm trí mình] các vị trời, người ấy hình dung mình qua thể dạng *(khung cảnh)* của các vị trời *(tự xem mình hàm chứa bên trong chính mình một chút thiêng liêng nào đó liên quan đến các vị trời. Nên hiểu câu này trong khung cảnh Ấn giáo: các vị trời trong Ấn giáo hiển hiện dưới mọi thể dạng khác nhau, qua các hiện thân khác nhau)*, người ấy hình dung mình thuộc thành phần của các vị trời, người ấy hình dung các vị trời là 'của tôi' *(to be mine / con người của mình thừa hưởng và hàm chứa một chút gì đó của các vị trời, thuộc khung cảnh của các vị trời)* người ấy vui sướng *(delight / tận hưởng, hân hoan, mãn nguyện)* trong thể dạng ấy *(trong khung cảnh ấy)* của các vị trời (delight in gods). Tại sao lại như vậy ? Ta bảo rằng là vì người ấy không hoàn toàn thấu triệt được điều ấy. Ta khẳng định về lời giảng ấy [của ta].

«Người ấy *(con người bình dị ấy)* nhận thấy vị trời Pajāpati là vị trời Pajāpati *(vị Trời của các vị Trời, biểu trưng cho một sự 'phát tán' rộng lớn, tạo ra tất cả các vị trời khác, kể cả con người và muôn thú)*. Khi nhận thấy vị trời Pajāpati là vị trời Pajāpati, thì người ấy hình dung ra [trong tâm trí mình] vị trời Pajāpati, người ấy hình dung mình qua thể dạng *(trong khung cảnh)* của vị trời Pajāpati, người ấy hình dung mình thuộc thành phần *(khung cảnh)* của vị trời Pajāpati, người ấy hình dung vị trời Pajāpati là 'của tôi' *(là một thể dạng nào đó, một hình thức hiện thân nào đó của vị trời Pajāpati)*, người ấy vui sướng trong thể dạng ấy *(trong khung cảnh ấy)* của vị trời Pajāpati. Tại sao lại như vậy ? Ta bảo rằng là vì người ấy không hoàn toàn thấu triệt được điều ấy. Ta khẳng định về lời giảng ấy [của ta].

«Người ấy nhận thấy vị trời Brahmā [hiển nhiên] là vị trời Brahmā *(Brahmā / Phạm thiên, Thiên vương / the Creator / vị Trời Sáng tạo và cũng là vị Trời cao nhất 'quản lý' các vị trời khác trong Ấn giáo)*. Khi nhận thấy vị trời Brahmā [hiển nhiên] là vị trời Brahmā, thì người ấy hình dung ra [trong tâm trí mình] vị trời Brahmā, người ấy hình dung mình qua thể dạng của vị trời Brahmā, người ấy hình dung mình thuộc thành phần *(khung cảnh)* của vị trời Brahmā, người ấy hình dung vị trời Brahmā là 'của tôi' *(to be mine / tôi là một thể dạng của vị ấy, thuộc vào bầu không gian của vị ấy)*, người ấy vui sướng trong thể dạng ấy *(trong khung cảnh ấy)* của vị trời Brahmā. Tại sao lại như vậy ? Ta bảo rằng là vì người ấy không hoàn toàn thấu triệt được điều ấy. Ta khẳng định về lời giảng ấy [của ta].

«Người ấy nhận thấy các vị trời Ābhassara [hiển nhiên] là các vị trời Ābhassara *(Ābhassara / Radiant gods / các vị Trời Rạng rỡ)*. Khi nhận thấy các vị trời Ābhassara [hiển nhiên] là các vị trời Ābhissara, thì người ấy hình dung ra [trong tâm trí mình] các vị trời Ābhissara, người ấy hình dung mình qua thể dạng của các vị trời Ābhissara, người ấy hình dung mình thuộc thành phần của các vị trời Ābhissara, người ấy hình dung các vị trời Ābhissara là 'của tôi', người ấy vui sướng trong thể dạng ấy *(trong khung cảnh ấy)* của các vị trời Ābhissara. Tại sao lại như vậy? Ta bảo rằng là vì người ấy không hoàn toàn thấu triệt được điều ấy. Ta khẳng dịnh về lời giảng ấy [của ta] *(tiếp tục dưới đây là các cách hình dung các vị trời dần dần thấp hơn các vị trời Pajāpati, Brahmā và Ābhissara)*.

«Người ấy nhận thấy các vị trời Subhakiṇṇa là các vị trời Subhakiṇṇa *(Subhakiṇṇa / gods of Refulgent Glory / các vị trời Vinh quang và rạng rỡ)*. Khi nhận thấy các vị trời Subhakiṇṇa là các vị trời Subhakiṇṇa, thì người ấy hình dung ra [trong tâm trí mình] các vị trời

Subhakiṇṇa, người ấy hình dung mình qua thể dạng của các vị trời Subhakiṇṇa, người ấy hình dung mình thuộc thành phần của các vị trời Subhakiṇṇa, người ấy hình dung các vị trời Subhakiṇṇa là 'của tôi' *(tôi là một thể dạng của các vị ấy)*, người ấy vui sướng trong thể dạng ấy *(trong khung cảnh ấy)* của các vị trời Subhakiṇṇa. Tại sao lại như vậy ? Ta bảo rằng là vì người ấy không hoàn toàn thấu triệt được điều ấy. Ta khẳng định về lời giảng ấy [của ta].

«Người ấy nhận thấy các vị trời Vehapphala [hiển nhiên] là các vị trời Vehapphala *(Vehapphala / các vị trời trong lãnh vực hình tướng vật chất / Rupaloka)*. Khi nhận thấy các vị trời Vehapphala [hiển nhiên] là các vị trời Vehapphala, thì người ấy hình dung ra [trong tâm trí mình] các vị trời Vehapphala, người ấy hình dung mình qua thể dạng của các vị trời Vehapphala, người ấy hình dung mình thuộc thành phần của các vị trời Vehapphala, người ấy hình dung các vị trời Vehapphana là 'của tôi' *(tôi là một thể dạng của các vị trời Vehapphala)*, người ấy vui sướng trong thể dạng ấy *(trong khung cảnh ấy)* của các vị trời Vehapphala. Tại sao lại như vậy? Ta bảo rằng là vì người ấy không hoàn toàn thấu triệt được điều ấy. Ta khẳng định về lời giảng ấy [của ta].

«Người ấy nhận thấy các vị trời Abhibhu [hiển nhiên] là các vị trời Abhibhu *(Abhibu / các vị trời trong lãnh vực phi hình tướng / Arupaloka)*. Khi nhận thấy các vị trời Abhibhu [hiển nhiên] là các vị trời Abhibhu, thì người ấy hình dung ra [trong tâm trí mình] các vị trời Abhibhu, người ấy hình dung mình qua thể dạng của các vị trời Abhibhu, người ấy hình dung mình thuộc thành phần của các vị trời Abhibhu, người ấy hình dung các vị trời Abhibhu là 'của tôi' *(tôi là một thể dạng của các vị trời Abhibhu)*, người ấy vui sướng trong thể dạng ấy *(trong khung cảnh ấy)* của các vị trời Abhibhu. Tại sao lại như vậy? Ta bảo rằng là vì người ấy không hoàn toàn thấu triệt được điều ấy. Ta khẳng định về lời giảng ấy [của ta](4).

(4)- Các tín ngưỡng Vệ-đà và Ba-la-môn xuất hiện trước Dhamma của Đức Phật rất lâu, các tín ngưỡng này chủ trương một số các vị Trời chủ yếu, và các vị ấy tiếp tục hiển hiện qua vô số các vị trời khác với tư cách là các hiện thân của họ. Các hình thức hiện thân đó của họ tạo

ra các tác động, ảnh hưởng đến cuộc sống của con người và cả các sự sinh hoạt trong xã hội. Đức Phật thuyết giảng Dhamma của Ngài trong khung cảnh tín ngưỡng đa thần đó. Những người bình dị (puthujjana / run of the mill person, ordinary people) cảm thấy vui sướng và mãn nguyện khi hình dung ra các vị trời ấy trong tâm trí mình để cùng hòa mình và cùng sống với các vị trời ấy trong khung cảnh của họ.

Ngày nay các tín ngưỡng đa thần đã mất dần ảnh hưởng, các tín ngưỡng độc thần chiếm ưu thế. Tuy nhiên dòng diễn tiến của tư duy – mūlapariyāya – trong tâm thức con người dường như không có gì thay đổi nhiều. Một số người nhìn lên bầu trời hình dung ra vị Trời thuộc tín ngưỡng của mình, cảm thấy mình thuộc thành phần của vị Trời ấy, vui sướng trong khung cảnh của vị Trời ấy. Thế nhưng vị Trời tuy là duy nhất ấy lại hiện ra qua các tên gọi khác nhau, được hiểu khác nhau, đưa đến các cuộc xung đột tín ngưỡng, và các cuộc xung đột ấy, ngấm ngầm hay lộ liễu, ôn hòa hay đẫm máu, chưa bao giờ chấm dứt trên hành tinh này. Chẳng qua là vì họ 'không hoàn toàn thấu triệt được dòng diễn tiến của tư duy mang tính cách liên tưởng trong tâm thức mình'. Tiếp theo dưới đây là trường hợp của những người bình dị nhưng có một trình độ nhận thức tinh tế hơn)

«Người ấy nhận thấy Bầu không gian vô tận là Bầu không gian vô tận. Khi nhận thấy được Bầu không gian vô tận, thì người ấy hình dung mình tương tự như Bầu không gian vô tận, người ấy hình dung mình thuộc thành phần của Bầu không gian vô tận, người ấy hình dung mình qua thể dạng *(khung cảnh)* của Bầu không gian vô tận, người ấy hình dung Bầu không gian vô tận là 'của tôi' *(hình dung mình thuộc vào Bầu không gian vô tận, là một thể dạng của Bầu không gian vô tận)*, người ấy vui sướng trong Bầu không gian vô tận ấy của [của mình]. Tại sao lại như vậy ? Ta bảo rằng là vì người ấy không hoàn toàn thấu triệt được điều ấy. Ta khẳng định về lời giảng ấy [của ta].

«Người ấy nhận thấy Bầu tri thức vô tận (Sphere of infinite consciousness) là Bầu tri thức vô tận. Khi nhận thấy được Bầu tri thức vô tận, thì người ấy hình dung mình tương tự như Bầu tri thức vô tận, người ấy hình dung mình thuộc thành phần của Bầu tri thức vô tận, người ấy hình dung Bầu tri thức vô tận là 'của tôi' *(tôi là một thể dạng của Bầu tri thức vô tận trong tâm thức tôi)*, người ấy vui sướng trong Bầu tri thức vô tận ấy [của mình]. Tại sao lại như vậy ? Ta bảo rằng là vì người ấy không hoàn toàn thấu triệt được điều ấy. Ta khẳng định về lời giảng ấy [của ta].

«Người ấy nhận thấy Bầu không gian của sự trống không (Sphere of nothingness) là Bầu không gian của sự trống không. Khi nhận thấy Bầu không gian của sự trống không, thì người ấy hình dung mình tương tự như Bầu không gian của sự trống không, người ấy hình dung mình thuộc thành phần của Bầu không gian trống không *(cảm thấy mình 'vô nghĩa' trong thế giới này)*, người ấy hình dung Bầu không gian trống không là 'của tôi', người ấy vui sướng trong Bầu không gian ấy [của mình]. Tại sao lại như vậy ? Ta bảo rằng là vì người ấy không hoàn toàn thấu triệt được điều ấy. Ta khẳng định về lời giảng ấy [của ta].

«Người ấy nhận thấy Bầu không gian [của sự] không-cảm-nhận-nhưng-cũng-không-phải-là-không-cảm-nhận *(neither-perception-nor-non-perception / không cảm nhận nhưng đồng thời cũng cảm nhận và đồng thời cũng đứng ra bên ngoài sự cảm nhận ấy của mình)* là Bầu không gian không-cảm-nhận-nhưng-cũng-không-phải-là-không-cảm-nhận. Khi nhận thấy Bầu không gian không-cảm-nhận-nhưng-cũng-không-phải-là-không-cảm-nhận, thì người ấy hình dung mình tương tự như Bầu không gian không-cảm-nhận-nhưng-cũng-không-phải-là-không cảm-nhận, người ấy hình dung mình thuộc thành phần của Bầu không gian không-cảm-nhận-nhưng-cũng-không-phải-là-không-cảm-nhận, người ấy hình dung Bầu không gian không-cảm-nhận-nhưng-cũng-không-phải-là-không-cảm-nhận là 'của tôi', người ấy vui sướng trong Bầu không gian không-cảm-nhận-nhưng-cũng-không-phải-là-không-cảm-nhận ấy [của mình] (5). Tại sao lại như vậy ? Ta bảo rằng người ấy không hoàn toàn thấu triệt được điều ấy. Ta khẳng định về lời giảng ấy [của ta].

(5)- Trên đây là trường hợp của một người có một trình độ nhận thức cao khi họ hình dung những gì hiển hiện bên trong tâm thức họ qua các sự cảm nhận mang tính cách mở rộng của họ. Tiếp theo dưới đây là những gì hiển hiện trong tâm thức của một người bình dị ấy nhưng có

một trình độ nhận thức sắc bén và thực tế hơn, khi người ấy hướng nhìn vào các hiện tượng bên ngoài, xuyên qua lục giác của mình, và sau đó thì tự đồng hóa mình với các hiện tượng ấy).

«Người ấy nhận thấy những gì được trông thấy (the seen) là những gì được trông thấy *(chẳng hạn như các hình tướng cụ thể)*. Khi nhận thấy những gì được trông thấy là những gì được trông thấy, thì người ấy hình dung mình thuộc những gì được trông thấy, người ấy hình dung mình thuộc thành phần của những gì được trông thấy, người ấy hình dung những gì được trông thấy là 'của tôi' *(chẳng hạn như hình tướng này là của mình, thuộc sở hữu của mình)*, người ấy vui sướng trong thể dạng được trông thấy ấy [của mình] *(thể dạng thân xác vật chất này của mình)*. Tại sao lại như vậy ? Ta bảo rằng là vì người ấy không thấu triệt hoàn toàn được điều ấy. Ta khẳng định về lời giảng ấy [của ta].

«Người ấy nhận thấy những gì được nghe thấy (the heard) là những gì được nghe thấy. Khi nhận thấy những gì được nghe thấy là những gì được nghe thấy, thì người ấy hình dung mình thuộc vào những gì được nghe thấy, người ấy hình dung mình là thành phần của những gì được nghe thấy, người ấy hình dung những gì được nghe thấy là 'của tôi' *(to be mine / những gì được mình nghe thấy bởi chính mình là của mình, thuộc con người của mình)*, người ấy vui sướng với thể dạng được nghe thấy ấy [của mình]. Tại sao lại như vậy ? Ta bảo rằng là vì người ấy không hoàn toàn thấu triệt được điều ấy. Ta khẳng định về lời giảng ấy [của ta].

«Người ấy nhận thấy những gì được cảm thấy (the sensed) [hiển nhiên] là những gì được cảm thấy. Khi nhận thấy những gì được cảm thấy là những gì được cảm thấy, thì người ấy hình dung mình thuộc vào những gì được cảm thấy, người ấy hình dung mình là thành phần của những gì được cảm thấy, người ấy hình dung những gì được cảm thấy là 'của tôi' *(to be mine / những gì được cảm thấy qua trung gian của ngũ giác của mình là của mình, do chính mình cảm thấy)*, người ấy vui sướng với sự cảm thấy ấy [của mình]. Tại sao lại như vậy ? Ta bảo rằng là vì người ấy không hoàn toàn thấu triệt được điều ấy. Ta khẳng định về lời giảng ấy [của ta].

«Người ấy nhận thấy những gì được biết đến *(the cognized, the known, những gì được hiểu biết bởi tâm thức)* [hiển nhiên] là những gì được biết đến. Khi nhận thấy những gì được biết đến là những gì được biết đến, thì người ấy hình dung mình thuộc vào những gì được biết đến *(qua trung gian của ngũ giác và tâm thức mình)*, người ấy hình dung mình là thành phần của những gì được biết đến, người ấy hình dung những gì được biết đến (bên trong tâm thức) là 'của tôi' *(to be mine / những gì được nhận biết bởi trí năng – intellect / chức năng tri thức – của tôi là của tôi)*, người ấy vui sướng với những gì được biết đến ấy [của mình] *(chữ vui sướng trong các trường hợp trên đây và cả dưới đây có thể hiểu như là một sự bám víu)*. Tại sao lại như vậy ? Ta bảo rằng là vì người ấy không hoàn toàn thấu triệt được điều ấy. Ta khẳng định về lời giảng ấy [của ta].

«Người ấy nhận thấy sự Đơn thuần *(Unity / sự thuần nhất, độc nhất, nhất thể)* [hiển nhiên] là sự Đơn thuần. Khi nhận thấy được sự Đơn thuần là sự Đơn thuần, thì người ấy hình dung mình như là một sự Đơn thuần, người ấy hình dung mình thuộc thành phần của sự Đơn thuần, người ấy hình dung sự Đơn thuần là 'của tôi' *(hình dung mình là một sự thuần nhất, một cái gì đó duy nhất)*, người ấy vui sướng với sự Đơn thuần ấy [của mình]. Tại sao lại như vậy ? Ta bảo rằng người ấy không hoàn toàn thấu triệt được điều ấy. Ta khẳng định về lời giảng ấy [của ta].

«Người ấy nhận thấy sự Đa dạng (Diversity) [hiển nhiên] là sự Đa dạng. Khi nhận thấy sự Đa dạng là sự Đa dạng, thì người ấy hình dung mình như là một sự Đa dạng, người ấy hình dung mình thuộc thành phần của sự Đa dạng, người ấy hình dung sự Đa dạng là 'của tôi' *(hình dung con người của mình là một sự phức tạp, gồm nhiều thể dạng)*, người ấy vui sướng với sự Đa dạng ấy [của mình]. Tại sao lại như vậy ? Ta bảo rằng người ấy không hoàn toàn thấu triệt được điều ấy. Ta khẳng định về lời giảng ấy [của ta].

«Người ấy nhận thấy Tổng thể (the All) [hiển nhiên] là Tổng thể. Khi nhận thấy Tổng thể là Tổng thể, thì người ấy hình dung mình như là một Tổng thể *(tạo ra bởi nhiều thành phần khác nhau)*, người ấy hình dung mình thuộc thành phần của sự Tổng thể, người ấy hình dung sự Tổng thể là 'của tôi' *(hình dung con người của mình là một tổng thể, một sự kết hợp)*, người ấy vui sướng với thể dạng Tổng thể ấy [của mình]. Tại sao lại như vậy ? Ta bảo rằng người ấy không hoàn toàn thấu triệt được điều ấy. Ta khẳng định về lời giảng ấy [của ta].

«Người ấy nhận thấy Nibbāna (Niết-bàn) [hiển nhiên] là Nibbāna. Khi nhận thấy Nibbāna là Nibbāna, thì người ấy hình dung mình như là Nibbāna, người ấy hình dung mình thuộc thành phần của Nibbāna, người ấy hình dung Nibbāna là 'của tôi', người ấy vui sướng với Nibbāna ấy [của mình] *(tưởng tượng mình đạt được Nibbāna, mãn nguyện và tận hưởng Nibbāna ấy của mình)*. Tại sao lại như vậy ? Ta bảo rằng người ấy không hoàn toàn thấu triệt được điều ấy. Ta khẳng định về lời giảng ấy [của ta].

Trường hợp một người tu hành

«Tuy nhiên, này các tỳ-kheo, một môn đệ còn đang [trong thời kỳ] tu tập *(chưa thành đạt)*, mong muốn đạt được sự giải thoát [ra khỏi mọi sự trói buộc], thế nhưng vẫn chưa đạt được nguyện vọng ấy, thì sẽ nhận thấy một cách trung thực đất là đất. Khi nhận thấy một cách trung thực đất là đất, thì người ấy cố gắng không hình dung mình như là [ở thể dạng] đất *(không hình dung mình qua thể dạng hình tướng vật chất của mình)*, người ấy cố gắng không hình dung mình thuộc thành phần đất *(các thành phần cứng tạo ra thân thể mình)*, người ấy cố gắng không hình dung *(cho rằng, nghĩ rằng)* đất là 'của tôi' *(hình tướng và các thành phần cứng của cơ thể không phải là 'của tôi')*, người ấy không để mình vui sướng với thành phần đất ấy [của mình]. Tại sao lại như vậy ? Ta bảo rằng là vì người ấy không hoàn toàn thấu triệt được điều ấy. Ta khẳng định về [ý nghĩa trong] lời giảng ấy [của ta].

[...] *(Câu trên đây được lặp lại với các trường hợp liên quan đến nước, lửa..., chúng sinh, các vị trời..., Bầu không gian vô tận, Bầu tri thức vô tận..., những gì trông thấy, nghe thấy..., sự Đơn thuần, sự Đa dạng, Tổng thể, nhưng đã được cắt bớt nhằm tránh sự dài dòng)*

«Người ấy *(người tu hành còn đang trong giai đoạn luyện tập)* nhận thấy một cách trung thực Nibbāna là Nibbāna. Khi nhận thấy một cách trung thực Nibbāna là Nibbāna, thì người ấy cố gắng không hình dung mình như là Nibbāna, người ấy cố gắng không hình dung mình thuộc thành phần của Nibbāna, người ấy cố gắng không hình dung Nibbāna là 'của tôi', người ấy cố gắng không để mình vui sướng với [thể dạng] Nibbāna ấy [của mình]. Tại sao lại như vậy ? Ta bảo rằng là vì người ấy không hoàn toàn thấu triệt được điều ấy. Ta khẳng định về lời giảng ấy [của ta].

Trường hợp một vị Arahant (A-la-hán)

«Tuy nhiên, này các tỳ-kheo, một vị Arahant *(một người tu tập đã thành đạt, đã đạt được cấp bậc tối thượng của trí tuệ và sự giác ngộ)* loại bỏ được mọi chướng ngại, sẽ tạo được [cho mình] một cung cách hành xử tuyệt vời, đã làm xong những gì cần phải làm, đặt được gánh nặng xuống, đạt được mục đích cuối cùng, cắt đứt được các mối dây trói buộc của sự hiện hữu, thực hiện được sự giải thoát bằng cách buông bỏ hoàn toàn [tất cả mọi thứ bám víu]. Vị Arahant ấy nhận thấy được một cách trung thực đất là đất *(hình tướng vật chất là hình tướng vật chất)*. Khi nhận thấy một cách trung thực đất là đất, thì vị ấy không hình dung mình như là đất *(hình tướng vật chất không phải là tôi)*, người ấy không hình dung mình thuộc thành phần đất, người ấy không hình dung thành phần đất là 'của tôi', người ấy không vui sướng với thành phần đất ấy [của mình] *(với hình tướng của mình)*. Tại sao lại như vậy ? Bởi vì đất đã được thấu triệt một cách trung thực *(đúng đắn)* bởi vị ấy. Ta khẳng định về [ý nghĩa trong] lời giảng ấy [của ta].

[...] *(Câu trên đây được lặp lại với các trường hợp liên quan đến nước, lửa..., chúng sinh, các vị trời..., Bầu không gian vô tận, Bầu tri thức vô tận..., những gì trông thấy, những nghe thấy..., sự Đơn thuần, sự Đa dạng, Tổng thể, thế nhưng các câu này đã được cắt bớt nhằm tránh sự dài dòng)*

«Vị Arahant ấy nhận thấy được một cách trung thực Nibbāna là Nibbāna *(sự Giải thoát cũng chỉ là sự Giải thoát)*. Khi nhận thấy được một cách trung thực Nibbāna là Nibbāna, thì vị Arahant ấy không hình dung mình như là Nibbāna, vị ấy không hình dung mình thuộc thành phần của Nibbāna, vị ấy không hình dung thành phần Nibbāna là 'của tôi', người ấy không vui sướng với thành phần Nibbāna ấy [của mình]. Tại sao lại như vậy ? Bởi vì Nibbāna đã được thấu triệt một cách trung thực *(đúng đắn)* bởi vị ấy. Ta khẳng định về lời giảng ấy [của ta].

«Vị Arahant ấy loại bỏ được mọi chướng ngại [...], thực hiện được sự giải thoát bằng cách buông bỏ hoàn toàn tất cả mọi thứ]. Vị Arahant ấy nhận thấy được một cách trung thực đất là đất *(hình tướng cũng chỉ là hình tướng)*. Khi nhận thấy một cách trực tiếp *(bằng trực giác, vượt lên trên sự lý luận, sự hiểu biết công thức và tính cách nhị nguyên giữa chủ thể và đối tượng)* đất là đất, thì vị ấy không hình dung mình như là đất, người ấy không hình dung mình thuộc thành phần đất, người ấy không hình dung thành phần đất là 'của tôi', người ấy không vui sướng với thành phần đất ấy [của mình]. Tại sao lại như vậy ? Bởi vì vị ấy đã thoát ra khỏi mọi sự bám víu bằng cách hủy diệt mọi sự bám víu. Ta khẳng định về lời giảng ấy [của ta].

[...] *(Câu trên đây được lặp lại với các trường hợp liên quan đến nước, lửa..., chúng sinh, các vị trời..., Bầu không gian vô tận, Bầu tri thức vô tận..., những gì trông thấy, những nghe thấy..., sự Đơn thuần, sự Đa dạng, Tổng thể, thế nhưng các câu này đã được cắt bớt nhằm tránh sự dài dòng)*

«Vị Arahant ấy nhận thấy được một cách trung thực Nibbāna là Nibbāna. Khi nhận thấy được một cách trung thực Nibbāna là Nibbāna, thì vị ấy không hình dung mình như là Nibbāna, vị ấy không hình dung mình thuộc thành phần của Nibbāna, vị ấy không hình dung thành phần Nibbāna là 'của tôi', vị ấy không vui sướng với thành phần Nibbāna ấy [của mình]. Tại sao lại như vậy ? Bởi vì vị ấy đã thoát ra khỏi mọi sự bám víu bằng cách hủy diệt mọi sự bám víu *(thực hiện được Niết-bàn nhưng khước từ Niết-bàn, không hòa nhập với Niết-bàn, không đồng hóa mình với Niết-bàn, không bám víu vào Niết-bàn, và đấy mới là Niết-bàn, là sự Giải thoát đích thực)*. Ta khẳng định về lời giảng ấy [của ta].

[Cũng vậy], vị Arahant ấy, sau khi loại bỏ được mọi chướng ngại, [...], đã tạo được [cho mình] sự giải thoát bằng sự thực hiện hoàn hảo. Vị ấy nhận thấy được một cách trung thực đất là đất. Khi nhận thấy một cách trung thực đất là đất, thì vị ấy không hình dung mình như là đất, vị ấy không hình dung mình thuộc thành phần đất, vị ấy không hình dung thành phần đất là 'của tôi', vị ấy không vui sướng với thành phần đất ấy [của mình]. Tại sao lại như vậy ? Bởi vì vị ấy đã thoát ra khỏi sự ghét bỏ bằng cách hủy diệt sự ghét bỏ. Ta khẳng định về lời giảng ấy [của ta].

[...] *(Câu trên đây được lặp lại với các trường hợp liên quan đến nước, lửa..., chúng sinh, các vị trời..., Bầu không gian vô tận, Bầu tri thức vô tận..., những gì trông thấy, những gì nghe thấy..., sự Đơn thuần, sự Đa dạng, Tổng thể, thế nhưng các câu này đã được cắt bớt nhằm tránh sự dài dòng)*

«Vị Arahant ấy nhận thấy được một cách trung thực Nibbāna là Nibbāna. Khi nhận thấy được một cách trung thực Nibbāna là Nibbāna, thì vị ấy không hình dung mình như là Nibbāna, vị ấy không hình dung mình thuộc thành phần của Nibbāna, vị ấy không hình dung thành phần Nibbāna là 'của tôi', vị ấy không vui sướng với thành phần Nibbāna ấy [của mình]. Tại sao lại như vậy ? Bởi vì vị ấy đã thoát ra khỏi sự ghét bỏ bằng cách hủy diệt mọi sự ghét bỏ. Ta khẳng định về lời giảng ấy [của ta].

[Cũng vậy], vị Arahant ấy, sau khi loại bỏ được mọi chướng ngại, [...], tạo được [cho mình] sự giải thoát bằng sự thực hiện *(sự thành đạt)* hoàn hảo. Vị ấy nhận thấy được một cách trung thực đất là đất. Khi nhận thấy được một cách trung thực đất là đất, thì vị ấy không hình dung mình như là đất, vị ấy không hình dung mình thuộc thành phần đất, vị ấy không hình dung thành phần đất là 'của tôi', vị ấy không vui sướng với thành phần đất ấy [của mình]. Tại sao lại như vậy ? Bởi vì vị ấy đã thoát ra khỏi sự hoang mang bằng cách hủy diệt các ảo giác. Ta khẳng định về lời giảng ấy [của ta].

[...] *(Câu trên đây được lặp lại với các trường hợp liên quan đến nước, lửa..., chúng sinh, các vị trời..., Bầu không gian vô tận, Bầu tri thức vô tận..., những gì trông thấy, những gì nghe thấy..., sự Đơn thuần, sự Đa dạng, Tổng thể, thế nhưng các câu này đã được cắt bớt nhằm tránh sự dài dòng)*

«Vị Arahant ấy nhận thấy được một cách trung thực Nibbāna là Nibbāna. Khi nhận thấy được một cách trung thực Nibbāna là Nibbāna, thì vị ấy không hình dung mình như là Nibbāna, vị ấy không hình dung mình thuộc thành phần của Nibbāna, vị ấy không hình dung thành phần Nibbāna là 'của tôi', vị ấy không vui sướng với thành phần Nibbāna ấy [của mình]. Tại sao lại như vậy ? Bởi vì vị ấy đã thoát ra khỏi mọi ảo giác bằng cách hủy diệt mọi sự hoang mang. Ta khẳng định về lời giảng ấy [của ta]

Trường hợp một vị Tathāgata (một vị Phật)

«Này các tỳ-kheo, đối với [trường hợp của] một vị Tathāgata *(Như Lai)*, và cũng là một vị Arahant *(A-la-hán)*, [tức là] một Vị Giác ngộ hoàn hảo, thì vị ấy nhận thấy được một cách trung thực đất [hiển nhiên] là đất. Khi nhận thấy đất [hiển nhiên] là đất, thì vị ấy không hình dung mình như là đất, vị ấy không hình dung mình thuộc thành phần của đất, người ấy không hình dung mình là thành phần đất, vị ấy không hình dung thành phần đất là 'của tôi', vị ấy không vui sướng với thành phần đất ấy [của mình]. Tại sao lại như vậy ? Bởi vì đất được thấu triệt một cách hoàn hảo bởi vị Tathāgata ấy *(bởi vị Phật ấy)*. Ta khẳng định về lời giảng ấy *(lời phát biểu ấy)* [của ta].

[...] *(Câu trên đây được lặp lại với các trường hợp liên quan đến nước, lửa..., chúng sinh, các vị trời..., Bầu không gian vô tận, Bầu tri thức vô tận..., những gì trông thấy, những gì nghe thấy..., sự Đơn thuần, sự Đa dạng, Tổng thể, thế nhưng các câu này đã được cắt bớt nhằm tránh sự dài dòng)*

«Vị Tathāgata ấy nhận thấy được một cách trung thực Nibbāna là Nibbāna. Khi nhận thấy một cách trung thực Nibbāna là Nibbāna, thì vị ấy không hình dung mình như là Nibbāna *(xin nhắc lại: Nibbāna không phải là một cõi nào cả mà là một thể dạng trong đó không có gì hiển hiện cũng không có gì biến mất, một thể dạng tâm linh không thể mô tả được bằng lời, vượt lên trên các sự hình dung của trí năng và sự suy nghĩ, nói lên một sự chấm dứt tuyệt đối của mọi sự giao động của tâm thức)*, vị ấy không hình dung mình thuộc thành phần của Nibbāna, người ấy không hình dung mình là [thể dạng] Nibbāna, vị ấy không hình dung Nibbāna là 'của tôi', vị ấy không vui sướng với [thể dạng] Nibbāna ấy [của mình] *(một tâm thức tĩnh lặng chỉ là một tâm thức tĩnh lặng, tâm thức đó không tự nhận mình là Nibbāna, cũng không đồng hóa mình với Nibbāna, cũng không tự xem mình là an trú trong Nibbāna)*. Tại sao lại như vậy ? Bởi vì vị Tathāgata ấy đã thấu triệt được Nibbāna một cách hoàn hảo. Ta khẳng định về lời giảng ấy *(lời phát biểu ấy)* [của ta].

«Này các tỳ-kheo, vị Tathāgata ấy, vị Arahant ấy, vị Giác ngộ hoàn hảo ấy, nhận thấy được một cách trung thực đất [hiển nhiên] là đất. Khi nhận thấy đất [hiển nhiên] là đất, thì vị ấy không hình dung mình như là đất, vị ấy không hình dung mình thuộc thành phần của đất, vị ấy không hình dung mình là thành phần đất, vị ấy không hình dung thành phần đất là 'của tôi', vị ấy không vui sướng với thành phần đất ấy [của mình]. Tại sao lại như vậy ? Bởi vì vị ấy thấu triệt được: 'Sự bám víu là cội rễ của dukkha *(khổ đau)*, là nguyên nhân của sự trở thành đưa đến sự tái sinh, và đối với bất cứ ai khi đã được sinh ra thì không sao tránh khỏi sự già nua và cái chết'. Vì thế, này các tỳ-kheo, bằng sự hủy diệt mọi dục vọng, bằng sự tháo gỡ, bằng sự tắt nghỉ, bằng sự buông bỏ, bằng sự từ bỏ, vị Tathāgata ấy đã đạt được sự Thức tỉnh hoàn hảo, sự Hiểu biết tối thượng *(Trí tuệ hoàn hảo)*. Ta khẳng định về lời giảng ấy *(lời phát biểu ấy)* [của ta].

[...] (*Câu trên đây được lặp lại với các trường hợp liên quan đến nước, lửa..., chúng sinh, các vị trời..., Bầu không gian vô tận, Bầu tri thức vô tận..., những gì trông thấy, những gì nghe thấy..., sự Đơn thuần, sự Đa dạng, Tổng thể, thế nhưng các câu này đã được cắt bớt nhằm tránh sự dài dòng)*

«Này các tỳ-kheo, vị Tathāgata ấy, vị Arahant ấy, vị Giác ngộ hoàn hảo ấy, nhận thấy được một cách trung thực Nibbāna là Nibbāna. Khi nhận thấy được một cách trung thực Nibbāna là Nibbāna, thì vị ấy không hình dung mình như là Nibbāna, vị ấy không hình dung mình thuộc thành phần của Nibbāna, vị ấy không hình dung mình là [thể dạng] Nibbāna, vị ấy không hình dung [thể dạng] Nibbāna là 'của tôi', vị ấy không vui sướng với [thể dạng] Nibbāna ấy [của mình]. Tại sao lại như vậy ? Bởi vì vị ấy thấu triệt được: 'Sự bám víu là cội rễ của dukkha *(khổ đau)* và cũng là nguyên nhân của sự trở thành đưa đến sự tái sinh, và đối với bất cứ ai khi đã sinh ra thì không sao tránh khỏi sự già nua và cái chết'. Vì thế, này các tỳ-kheo, bằng cách hủy diệt hoàn toàn sự thèm khát, bằng cách không bám víu, bằng sự tắt nghỉ, bằng sự buông bỏ, bằng sự từ bỏ, vị Tathāgata ấy thực hiện được sự Thức tỉnh hoàn hảo, đạt được sự Hiểu biết tối thượng. Ta khẳng định về lời giảng ấy *(lời phát biểu ấy)* [của ta] (6).

(6)- Đức Phật nêu lên sự diễn tiến tuần tự trong sự suy nghĩ, trước hết đối với một người bình dị, sau đó cũng là một người bình dị nhưng có một sự suy nghĩ mở rộng hơn, tiếp theo là trường hợp của một người bình dị nhưng có lòng tin nơi các vị trời trong Ấn giáo, sau đó là trường hợp của một người mới bắt đầu tu tập Dhamma, tiếp theo là trường hợp của một vị Arahant, thấu triệt được Nibbāna một cách hoàn hảo, và sau hết là một vị Phật, thực hiện được sự Tỉnh thức hoàn hảo, đạt được sự Hiểu biết tối thượng, buông bỏ được cả Nibbāna. Quá trình đó là một sự diễn tiến tuần tự, vì vậy nếu nghĩ rằng : 'kiến tánh thành Phật', 'niệm Phật thành Phật', 'đốn ngộ thành Phật'..., thì đấy chỉ là một sự lừa phỉnh, một cách 'vu khống Như Lai'.

Đấng Thế Tôn thuyết giảng như vậy. Thế nhưng, các tỳ-kheo ***không*** tỏ ra vui sướng *(hân hoan)* trước những lời thuyết giảng ấy của Đấng Thế Tôn (7).

(7)- Thông thường trong phần cuối các bài giảng đều nêu lên một câu khá công thức là 'các tỳ-kheo nghe giảng cảm thấy hân hoan và vui sướng trước những lời thuyết giảng của Đấng Thế Tôn', thế nhưng bài giảng này là trường hợp duy nhất trong toàn bộ kinh điển Pali nêu lên các tỳ-kheo không tỏ ra vui sướng trước những lời thuyết giảng của Đấng Thế Tôn'. Trong phần ghi chú dưới đây, chúng ta sẽ tìm hiểu thêm về sự kiện hy hữu và khác thường này).

Vài lời ghi chú

Như đã được nói đến trên đây, bài giảng này là một trong số các bài giảng khúc chiết và khó thấu triệt nhất trong toàn bộ kinh điển Pali. Có hàng chục bản dịch về bài giảng này sang các ngôn ngữ Tây phương, thế nhưng giá trị không đồng đều. Trong số các bản dịch tiếng Anh và tiếng Pháp được tham khảo thì hầu hết nêu lên trong câu kết luận là 'các tỳ-kheo ***không*** vui sướng trước những lời thuyết giảng của Đấng Thế Tôn', ngoại trừ hai bản dịch, một bằng tiếng Anh của I.B. Horner, một bằng tiếng Pháp của Christian Maës là nêu lên 'các tỳ kheo vui sướng trước những lời thuyết giảng của Đấng Thế Tôn', ngoài ra cũng có một bản dịch trong Đại Tạng Kinh tiếng Việt cho biết là 'các tỳ-kheo hoan hỷ tín thọ lời dạy của Thế Tôn'.

Tuy nhiên trong bản dịch của Christian Maës dù cho biết là 'các tỳ-kheo mãn nguyện trước những lời thuyết giảng của Đấng Thế Tôn', thế nhưng dịch giả cũng ghi chú thêm là phần 'Bình giải' (Commentary) [trong Luận tạng] thì lại cho biết là 'các tỳ-kheo không thỏa mãn', và dịch giả này cũng đã trích dẫn các lời giải thích ấy trong bản dịch của ông. Vì vậy cũng xin tóm lược các lời giải thích trong Tạng luận như sau:

Các tỳ-kheo tự nghĩ: 'Những người bình dị nhận thấy đất là đất, trong khi đó thì các người tu tập, các vị Thành đạt và vị Tathāgata nhận thấy đất bằng một sự hiểu biết trực tiếp. Vậy câu ấy có nghĩa là gì ? Chúng ta quả thật không sao hiểu được câu ấy, bởi vì từ trước đến nay mỗi khi Thế Tôn thuyết giảng điều gì thì chúng ta đều hiểu một cách dễ dàng'. Thế nhưng sau đó thì các người tỳ-kheo trước đây là những người Bà-la-môn cảm thấy sự tự phụ của mình đã lắng xuống. [...] Và sau đó thì Đấng Thế Tôn đi đến vùng kinh đô Vesāli, và tại nơi này Ngài nhận thấy các-tỳ kheo đã trở nên già dặn hơn, bèn giảng cho họ về *Bài giảng tại ngôi đền Gotamaka / Gotamaka-cetiya Sutta*.

Bài giảng này cũng không kém phần kín đáo và tế nhị, và sẽ được chuyển ngữ dưới đây. Trong khi đó thì nhà sư Thanissaro Bhikkhu trong phần giới thiệu của ông về bài giảng này lại đưa ra một cách giải thích khác hơn qua một góc nhìn khác hơn về sự kiện này. Bà Jeanne Schut, cư sĩ và học giả lỗi lạc của Pháp, từng luyện tập thiền định với các vị đại sư Thái Lan, trong bản dịch về bài giảng này của bà, cũng đã mượn lại toàn bộ những lời giải thích của nhà sư Thanissaro Bhikkhu trên đây. Vậy cũng xin chuyển ngữ những lời giải thích này nhằm góp phần tìm hiểu thêm về bài giảng rất khúc chiết trên đây của Đức Phật. Các lời giải thích này của nhà sư Thanissaro Bhikkhu như sau:

Đức Phật cho biết là hành vi bám víu vào các quan điểm là một trong số bốn hành vi trói chặt tâm thức [con người] vào quá trình đưa đến khổ đau. Do vậy Đức Phật khuyên bảo các môn đệ của mình phải từ bỏ hành vi đó, không những đối với các quan điểm ở thể dạng đã được triển khai đầy đủ và được xác định theo một đường hướng rõ rệt, mà còn phải buông bỏ xa hơn, ngược về các thể dạng sơ khởi nhất của chúng qua các thể loại (cấp bậc) khác nhau cùng các sự liên hệ (categories & relationships) giữa chúng với những gì mà tâm thức cảm nhận được (nói một cách khác là không những buông bỏ các quan điểm đã được thiết lập rõ rệt mà còn phải buông bỏ các quan điểm đó từ cội rễ của chúng qua các thể dạng sơ khởi và thô thiển nhất của chúng). Thật ra thì đấy cũng là những gì mà Đức Phật muốn nêu lên trong bài giảng này, và dường như các điều ấy cũng là những gì chủ trương bởi một học phái triết học Bà-la-môn vào thời đại bấy giờ là học phái Sāṅkhya, và học phái này còn được gọi là 'Học phái Phân loại' (Classification School) (chữ Sāṅkhya là tiếng Phạn cổ, còn viết là Samkhya sau khi được chuyển sang tiếng Pali, là một học phái triết học chủ trương một hệ thống phân loại hiện thực, nêu lên một loạt các thành phần tạo ra thế giới hình tướng và phi hình tướng, và cấp bậc cao nhất trong số các thành phần đó là sự Giác ngộ).

Học phái này được khởi xướng từ thế kỷ thứ IX trước Tây lịch bởi triết gia Uddālaka, khi vị này nêu lên một ý niệm gọi là 'cội rễ' (root) : một nguyên lý trừu tượng (an abstract principle), và từ nguyên lý cội rễ này sẽ làm phát tán ra tất cả mọi thứ và sau đó sẽ vẫn còn tiếp tục tiềm ẩn trong tất cả mọi thứ (mọi sự vật, mọi hiện tượng). Các triết gia bước theo đường hướng tư tưởng đó, qua các các sự suy luận hợp lý (logic) và các kinh nghiệm cảm nhận (meditative experience) thực hiện bằng các phép thiền định riêng của mình, đã đưa ra thêm nhiều giả thuyết đủ loại về bản chất của 'cội rễ' tiên khởi nhất, cùng các cấp bậc của sự phát tán [làm bùng lên tất cả mọi hiện tượng]. Một số lớn các giả thuyết này sau đó đã được khai triển thêm và đã được đưa vào các kinh điển Upanisad (là các kinh điển của tín ngưỡng Bà-la-môn, và cũng là tín ngưỡng cải tiến từ tín ngưỡng Vệ-đà) vào thời đại của Đức Phật.

Dù rằng bài giảng này (*Mūlapariyāya Sutta / Bài giảng về cội nguồn của mọi hiện tượng*) không đề cập gì đến trình độ hiểu biết (background) của các các tỳ-kheo ngồi nghe, thế nhưng trong phần Bình giải (Commentary) [trong Luận tạng] cho biết là trước khi được thụ phong thì các tỳ-kheo này từng là những người bà-la-môn (những người theo đạo Bà-la-môn), vì vậy họ vẫn còn diễn giải (tìm hiểu) giáo huấn của Đức Phật xuyên qua các sự hiểu biết mà họ đã được học hỏi từ trước – trong số này có thể là cả giáo lý của học thuyết cổ xưa là Sāṅkhya (proto-Sāṅkhya). Nếu đúng là như vậy thì chúng ta sẽ có thể hiểu được là tại sao Đức Phật lại mở đầu bài giảng này bằng câu phát biểu – 'Ta sẽ giảng cho các tỳ-kheo sự diễn tiến [và phát triển] tuần tự về cội nguồn của mọi hiện tượng' (ý niệm căn bản trong học thuyết Sāṅkhya) – nhằm nêu lên một đường hướng [hiểu biết] khiến những người tỳ-kheo ngồi nghe có thể nghĩ rằng Đức Phật thuyết giảng cho họ dựa vào ý nghĩa (ý niệm) đó (trong khung cảnh của các sự hiểu biết từ trước của họ về cội nguồn của mọi hiện tượng nêu lên trong học thuyết Sāṅkhya, nhưng thật ra thì Đức Phật chỉ mượn ý niệm'cội rễ' trong học thuyết này để nêu lên một thứ cội rễ khác hẳn : sự diễn tiến và phát tán của tư duy chỉ đưa đến sự bám víu, là 'cội rễ' làm phát sinh ra khổ đau). Thật ra, trên thực tế thì cũng đúng như vậy, danh sách lược kê 24 thành phần (1), bắt đầu là các thành phần vật lý trong thế giới, đó là bốn thành phần vật chất (tứ đại: đất, nước, lửa và khí, và Đức Phật thì cũng đã nêu lên các thành phần này khi bắt đầu bài giảng), hoàn toàn đúng theo thứ tự phân loại hiện thực do các triết gia [trong học phái] Sāṅkhya nêu lên. Điểm tột đỉnh trong danh sách này [của học phái Sāṅkhya] là sự Giải thoát – và cũng có nghĩa là Nibbāna – và theo đường hướng tư tưởng của học thuyết Sāṅkhya thì sự Giải thoát chính là điểm tối thượng [trong danh sách], và cũng là 'cội rễ' (root) hay nền tảng của sự hiện hữu (being / sự trở thành) tiềm ẩn một cách tự tại bên trong tất cả mọi thứ (mọi hiện tượng), và cũng là điểm phát tán của tất cả mọi thứ (mọi hiện tượng).

(1)- 24 thành phần (24 items) là danh sách nền tảng chủ xướng bởi học thuyết triết học Sāṅkhya, nêu lên 24 yếu tố căn bản của hiện thực, chẳng hạn như các thành phần vật chất tạo ra vũ trụ, các thành phần của tâm thức tạo ra tư duy, các thành phần mang tính cách hòa hợp (trí tuệ, sự tinh khiết...), các thành phần mang tính cách đối nghịch (bóng tối, sự u mê...), các thành phần năng động (sinh lực, dục vọng, các sự chuyển động), v.v., và thành phần cao nhất trong danh sách này là sự Giải thoát. Các ý niệm này ăn sâu vào nền tư tưởng triết học của nước Ấn nói chung, và trong trường hợp này là sự suy nghĩ của các tỳ-kheo đang ngồi nghe Đức Phật thuyết giảng. Trong khi đó thì Đức Phật đưa

ra một thứ 'cội rễ' khác hơn đó là sự 'bám víu' đưa đến khổ đau. Điều đó đã khiến các tỳ-kheo không hiểu gì cả. Bởi vì đồng hóa mình với sự diễn tiến của các thành phần trong danh sách đó không phải là một sự 'vui sướng', một sự 'giải thoát' mà chỉ là một sự 'bám víu' đưa đến 'khổ đau'.

Thế nhưng thay vì bước theo đường hướng đó thì Đức Phật đả kích (attack / tấn công, công kích, đả phá) ngay từ gốc rễ của đường hướng tư tưởng đó, tức là nguyên tắc mang tính cách trừu tượng: sự tiềm ẩn ('in' / immanence) và sự phát tán ('out off' / emanation) áp đặt (superimposed) cho sự cảm nhận. Đức Phật cho biết chỉ có những người bình dị, không được học hỏi [Dhamma], thì mới diễn giải các cảm nhận của mình theo cung cách đó. Ngược lại đối với những người bắt đầu học hỏi (bắt đầu bước vào con đường tu tập) thì phải nhìn vào một thứ 'cội rễ' khác hơn (a different kind of 'root') – đó là cội rễ của khổ đau (the root of suffering) mà họ đang cảm nhận được trong hiện tại này – để ý thức được cội rễ đó bắt nguồn từ sự bám víu vào các sự thích thú (delight / vui sướng, mãn nguyện) [qua những gì mà mình cảm nhận được]. Cách luyện tập không còn tha thiết với các sự thích thú (các sự vui sướng, mãn nguyện) để nhận thấy quá trình của sự hình-thành-đưa-đến-sự-hiện-hữu (tạo ra khổ đau cho mình), và đấy cũng là cách giúp mình không còn hăng say tham gia vào sự hình thành hầu mang lại cho mình sự Giác ngộ đích thật (2).

(2)- Tóm lại, Đức Phật mượn giáo lý của học thuyết Sāṅkhya từng ăn sâu vào sự suy nghĩ của các vị tỳ- kheo trước đây từng là những người bà-la-môn, là nhằm gián tiếp và kín đáo đả phá nguyên lý căn bản và trừu tượng của học phái này nêu lên 'cội nguồn' của mọi hiện tượng, và thay vào đó Đức Phật nêu lên nguyên lý căn bản trong Dhamma của Ngài chủ xướng một 'cội rễ' khác hơn, đó là sự 'hình thành' (bhava), là 'cội nguồn' làm phát sinh ra mọi thứ khổ đau mà tất cả chúng sinh đang phải gánh chịu một cách cụ thể và rất thật trong hiện tại này, trong thế giới này. Thế nhưng Đức Phật không trực tiếp nêu lên sự bất đồng chính kiến của mình đối với giáo lý Sāṅkhya, vì thế nên các tỳ-kheo không theo kịp những lời giải thích của Đức Phật về sự diễn tiến của tư duy tạo ra 'cội rễ' đưa đến khổ đau).

Nếu các tỳ-kheo ngồi nghe giảng vào ngày hôm đó, mong muốn

những lời thuyết giảng của Đức Phật sẽ phải rập khuôn với giáo lý nêu lên trong học thuyết Sāṅkhya, thì tất họ sẽ không sao tránh khỏi thất vọng, và sự thất vọng đó được nêu lên trong phần cuối của bài giảng *('Các tỳ-kheo không cảm thấy sung sướng và hân hoan trước những lời thuyết giảng của Đấng Thế Tôn').* Thế nhưng phần Bình giải [trong Luận Tạng] cũng cho biết thêm là sau đó thì các vị tỳ-kheo này cũng đã giải tỏa được sự thất vọng của mình và đạt được giác ngộ, sự kiện này được nêu lên trong bài giảng AN 3.126 *(bài giảng này mang tựa là Gotamaka-cetiya Sutta / Bài thuyết giảng tại ngôi đền Gotamaka. Bài giảng này sẽ được chuyển ngữ dưới đây).*

Tuy rằng ngày nay không mấy khi chúng ta suy nghĩ theo đường hướng của các triết gia trong học phái Sāṅkhya xa xưa, thế nhưng cũng đã từng có – và sẽ còn tiếp tục xảy ra – một xu hướng chung nhằm chủ đích tạo dựng ra một nền triết học Phật giáo siêu hình ('Buddhist' metaphysics) nêu lên các sự cảm nhận (các khái niệm) về sự trống không (emptiness / 'tánh' không'), [thể dạng] Phi điều kiện (Unconditioned), Pháp thân (Dharma-body), Bản thể của Phật (Buddha-nature / Phật tính), rigpa (một khái niệm trong Phật giáo Tây-tạng nêu lên một sự hiểu biết tối thượng vượt lên trên tính cách đối ngẫu – giữa chủ thể và đối tượng – của tư duy), v.v... (theo nhà sư Thanissaro Bhikkhu thì các khái niệm này đều là các sự thêm thắt. Câu phát biểu này cho thấy thật rõ ràng là nhà sư Thanissaro Bhikkhu không thừa nhận các sự diễn đạt mang tính cách 'thêm thắt' của Phật giáo 'Đại thừa'), các sự cảm nhận ấy chỉ là cơ sở (ground / nền tảng) của sự hiện hữu (being / sự hình thành) làm hiển hiện ra 'Tổng thể' (the 'All') – tức là một sự 'tổng hợp' gồm các sự cảm nhận phát sinh từ ngũ giác và tâm thần – và đấy là những gì hiện lên [trong tâm thức] khiến chúng ta chú tâm vào chúng trong những lúc thiền định. Một số người cho rằng các giả thuyết ấy (sự trống không, thể dạng Phi điều kiện, Pháp thân, Phật tính...) chỉ [đơn thuần] là các sự sáng tạo của các học giả không có một chút kinh nghiệm thiền định trực tiếp (direct meditative experience) nào cả, thế nhưng thật ra thì các giả thuyết ấy cũng chỉ thường hiện lên với các thiền giả khi họ cảm nhận được (perceive / nhận thấy được, nhận thức được) một thể dạng thiền định (một sự cảm nhận) cá biệt nào đó và dán cho nó một nhãn hiệu, và cứ thế mà nghĩ rằng là mình đã đạt được mục đích tối thượng, và [sau đó thì] tự đồng hóa mình một cách thật tinh tế (kín đáo, khéo léo) với sự cảm nhận ấy của mình – điều đó cũng chẳng khác gì như khi chúng ta nêu lên: 'Con người của tôi là sự hiểu biết' (we are the knowing / tôi là sự hiểu biết, nói một cách khác là tự đồng hóa mình với sự hiểu biết của mình, tự mình hóa thành sự hiểu biết) và xem cấp bậc cảm nhận ấy là cơ sở (nền tảng) làm hiển hiện ra tất cả mọi sự cảm nhận khác (nói một cách tóm tắt là một người hành thiền cảm nhận được Pháp thân, Phật tính, v.v..., thì đấy cũng chỉ là các sự cảm nhận tương tự như các sự cảm khác phát sinh từ lục giác mà thôi).

Tất cả mọi giáo huấn căn cứ theo đường hướng tư tưởng trên đây chỉ là các chủ đề mà Đức Phật bác bỏ khi Ngài thuyết giảng lần đầu tiên về bài giảng này cho các tỳ-kheo (vì vậy các tỳ-kheo trước đây từng chịu ảnh hưởng nặng nề bởi học thuyết Sāṅkhya không nhận thấy được sự sâu sắc và tế nhị trong bài giảng của Đấng Thế Tôn. Sau đó trong một dịp khác, Đức Phật thuyết giảng cho họ một bài giảng khác, như đã được nói đến trên đây. Và sau khi được nghe bài giảng này thì 'các tỳ-kheo mới cảm thấy vui sướng trước những lời thuyết giảng của Đấng Thế Tôn. Bài giảng này như sau). Bài giảng này như sau:

Bài giảng tại ngôi đền Gotamaka

Gotamaka-cetiya Sutta - AN 3.126

(Dựa theo các bản dịch tiếng Anh của Thanissaro Bhikkhu, Bhikkhu Sujato, Piya Tan. Xin lưu ý là nhà sư Thanissaro Bhikkhu đánh số bài giảng này là AN 3.126, trong khi đó thì nhà sư Bhikkhu Sujato đánh số là AN 3.125, và cư sĩ học giả Piya Tan là AN 3.123)

Vào dịp khi Đấng Thế Tôn ngụ tại một nơi gần thị trấn Vesāli *(Tỳ-xá-ly / kinh đô của bộ tộc Licchavī)* trong ngôi đền Gotamaka, Ngài gọi các tỳ-kheo: «Này các tỳ-kheo!». Các tỳ-kheo đáp lại: «Vâng, thưa Thế Tôn».

Đấng Thế Tôn thuyết giảng như sau: «Này các-tỳ kheo, ta thuyết giảng Dhamma *(Đạo Pháp)* căn cứ vào một sự hiểu biết trực tiếp *(trực giác, phi lý luận)*, nhưng không phải là không căn cứ vào một sự hiểu biết trực tiếp nào cả. Ta thuyết giảng Dhamma vì một nguyên nhân *(lý do)* [rõ rệt], nhưng không phải là không vì một nguyên nhân nào cả. Ta thuyết giảng Dhamma với tất cả sự tuyệt vời *(marvel / mới lạ, khác thường)*, nhưng không phải là không tuyệt vời. Chính vì lý do ta giảng Dhamma căn cứ vào một sự hiểu biết trực tiếp, nhưng không phải là không căn cứ vào một sự hiểu biết trực tiếp; chính vì lý do ta thuyết giảng Dhamma vì một nguyên nhân [rõ rệt], nhưng không phải là không vì một nguyên nhân nào cả; chính vì lý do ta giảng Dhamma với tất cả sự tuyệt vời, nhưng không phải là không tuyệt vời, [do vậy] giáo huấn *(instruction / sự giảng dạy)* của ta có một lý do chính đáng, những lời khuyên bảo *(admonition / cảnh giác)* của ta có một lý do chính đáng. [Nói lên] như thế [thiết nghĩ] cũng thừa đủ để các tỳ-kheo cảm thấy mãn nguyện, cũng thừa đủ để các tỳ-kheo cảm thấy hài lòng, cũng thừa đủ để các tỳ-kheo cảm thấy hân hoan; và các tỳ-kheo thì nhận thấy: 'Thế Tôn đã đạt được sự Thức tỉnh đích thực, Dhamma đã được Thế Tôn giảng dạy một cách hoàn hảo và Tăng đoàn tu tập một cách đúng đắn'.

Đấy là những lời do Đấng Thế Tôn nêu lên. Các tỳ-kheo cảm thấy vui sướng trước những lời giảng ấy của Đấng Thế Tôn. Trong khi những lời giảng dạy ấy được nêu lên thì mười-ngàn-phương-trời trong vũ trụ đều rúng động.

Vài lời ghi chú

Bài giảng về cội nguồn của mọi hiện tượng (Mūlapariyaya Sutta), rất khúc chiết, kín đáo và tế nhị, khiến các tỳ-kheo nghe giảng bàng hoàng và yên lặng, thế nhưng sau khi được nghe Bài giảng tại ngôi đền Gotamaka (Gotamaka-cetiya Sutta) nêu lên sự khẳng định của Đức Phật về lý do và chủ đích của mình khi nêu lên Bài giảng về cội nguồn của mọi hiện tượng, đã đánh thức các tỳ-kheo trước các tàn dư của học thuyết Sāṅkhya từng bám sâu trong tâm thức họ. Các tàn dư đó là sự bám víu vào 24 thành phần của hiện thực, trong đó điểm cao nhất là sự Giải thoát. Trong khi đó thì Đức Phật cho biết là dòng diễn tiến và phát tán của tư duy sẽ tạo ra sự bám víu, và sự bám víu là 'cội rễ' của khổ đau.

Thế nhưng Đức Phật không phủ nhận và bác bỏ quan điểm đó của học thuyết Sāṅkhya mà chỉ cho biết là sự giảng dạy của Ngài được căn cứ vào một sự hiểu biết trực tiếp, vì một lý do rõ rệt, được dựa vào một phương cách giảng dạy khéo léo. Điều đó có nghĩa là Ngài không vay mượn căn bản giáo lý của một học thuyết nào khác, cũng không tranh biện với một vị Thầy nào cả. Thật vậy vào thời đại của Đức Phật trong châu thổ sông Hằng xuất hiện rất nhiều đường hướng tín ngưỡng khác nhau, đánh dấu một giai đoạn vô cùng phong phú về triết học và tâm linh. Thế nhưng trong rất nhiều bài giảng Đức Phật nêu lên là Giáo huấn của Ngài không mang chủ đích tranh cãi, bài bác, phủ nhận hay chống đối bất cứ một đường hướng tu tập nào cả. Hai bài giảng trên đây là một bằng chứng cụ thể và tế nhị về quan điểm đó của Đức Phật.

Dưới đây xin trích dẫn bản dịch Bài giảng tại ngôi đền Gotamaka (Gotamaka-cetiya Sutta) trong Đại Tạng Kinh :

Aṅguttara Nikāya
XIII. Phẩm Kusinàra
3.125. Điện Thờ Gotama

Một thời, Thế Tôn trú ở Vesàli, tại điện thờ Gotama. Tại đấy, Thế Tôn gọi các Tỷ-kheo:

—Này các Tỷ-kheo.

—Thưa vâng, bạch Thế Tôn.

Các Tỷ-kheo ấy vâng đáp Thế Tôn, Thế Tôn nói như sau:

—Này các Tỷ-kheo, Ta thuyết pháp với thắng trí, không phải với không thắng trí. Này các Tỷ-kheo, Ta thuyết pháp với nhân duyên, không phải với không nhân duyên. Này các Tỷ-kheo, Ta thuyết pháp với thần thông, không phải với không thần thông. Này các Tỷ-kheo, do vì Ta thuyết pháp có thắng trí, không phải với không thắng trí; do vì Ta thuyết pháp có nhân duyên, không phải không có nhân duyên; do vì Ta thuyết pháp có thần thông, không phải không có thần thông, nên giáo giới cần phải làm, giảng dạy cần phải làm.

Thật là vừa đủ, này các Tỷ-kheo, để các Thầy bằng lòng. Thật là vừa đủ để các Thầy hân hoan. Thật là vừa đủ để các Thầy hoan hỷ, Chánh Đẳng Giác là Thế Tôn! Pháp được Thế Tôn khéo thuyết, khéo hành trì là chúng Tăng!

Thế Tôn thuyết giảng như vậy. Các Tỷ-kheo ấy hoan hỷ lời Thế Tôn giảng. Trong khi lời thuyết giảng này được nói lên, một ngàn thế giới đều rung động.

Nguyên văn bản dịch của HT Thích Minh Châu

Tiếp theo dưới đây cũng xin trích dẫn bản dịch Bài giảng về cội nguồn của mọi hiện tượng (Mūlapariyāya Sutta MN-1) trong Đại Tạng Kinh tiếng Việt:

Trung Bộ Kinh
1. Kinh Pháp Môn Căn Bản

Như vầy tôi nghe.

Một thời Thế Tôn trú tại (tụ lạc) Ukkaṭṭḥa, trong rừng Subhaga (rừng Hạnh phúc), dưới gốc cây Sa-la vương. Tại chỗ ấy, Thế Tôn gọi các Tỷ-kheo: "Này các Tỷ-kheo!". "Bạch Thế Tôn", những Tỷ-kheo ấy vâng đáp Thế Tôn. Thế Tôn nói: "Này các Tỷ-kheo. Ta sẽ giảng cho các Người "Pháp môn căn bản tất cả pháp". Hãy nghe và khéo tác ý, Ta sẽ nói". "Thưa vâng, bạch Thế Tôn", những Tỷ-kheo ấy vâng đáp Thế Tôn. Thế Tôn nói như sau:

(Phàm phu)

—Này các Tỷ-kheo, ở đây, có kẻ phàm phu ít nghe, không được thấy các bậc Thánh, không thuần thục pháp các bậc Thánh, không tu tập pháp các bậc Thánh, không được thấy các bậc Chơn nhân, không thuần thục pháp các bậc Chơn nhân, không tu tập pháp các bậc Chơn nhân, tưởng tri địa đại là địa đại. Vì tưởng tri địa đại là địa đại, người ấy nghĩ đến địa đại, nghĩ đến (tự ngã) đối chiếu với địa đại, nghĩ đến (tự ngã) như là địa đại, người ấy nghĩ: "Địa đại là của ta" —dục hỷ địa đại. Vì sao vậy? Ta nói người ấy không liễu tri địa đại.

Người ấy tưởng tri thủy đại là thủy đại. Vì tưởng tri thủy đại là thủy đại, người ấy nghĩ đến thủy đại, nghĩ đến (tự ngã) đối chiếu với thủy đại, nghĩ đến (tự ngã) như là thủy đại, người ấy nghĩ: "Thủy đại là của ta" —dục hỷ thủy đại. Vì sao vậy? Ta nói người ấy không liễu tri thủy đại.

Người ấy tưởng tri hỏa đại là hỏa đại. Vì tưởng tri hỏa đại là hỏa đại, người ấy nghĩ đến hỏa đại, nghĩ đến (tự ngã) đối chiếu với hỏa đại, nghĩ đến (tự ngã) như là hỏa đại, người ấy nghĩ: "Hỏa đại là của ta"—dục hỷ hỏa đại. Vì sao vậy? Ta nói người ấy không liễu tri hỏa đại.

Người ấy tưởng tri phong đại là phong đại. Vì tưởng tri phong đại là phong đại, người ấy nghĩ đến (tự ngã) đối chiếu với phong đại, nghĩ đến (tự ngã) như là phong đại, người ấy nghĩ: "Phong đại là của ta"—dục hỷ phong đại. Vì sao vậy? Ta nói người ấy không liễu tri phong đại.

Người ấy tưởng tri Sanh vật là Sanh vật ... Người ấy tưởng tri chư Thiên là chư Thiên ... Người ấy tưởng tri Sanh chủ là Sanh chủ ... Người ấy tưởng tri Phạm thiên là Phạm thiên ... Người ấy tưởng tri Quang âm thiên là Quang âm thiên ... Người ấy tưởng tri Biến tịnh thiên là Biến tịnh thiên ... Người ấy tưởng tri Quảng quả thiên là Quảng quả thiên ... Người ấy tưởng tri Abhibhù (Thắng Giả) là Abhibhù ...

Người ấy tưởng tri Không vô biên xứ là Không vô biên xứ ... Người ấy tưởng tri Thức vô biên xứ là Thức vô biên xứ ... Người ấy tưởng tri Vô sở hữu xứ là Vô sở hữu xứ ... Người ấy tưởng tri Phi tưởng phi phi tưởng xứ là Phi tưởng phi phi tưởng xứ ...

Người ấy tưởng tri sở kiến là sở kiến ... Người ấy tưởng tri sở văn là sở văn ... Người ấy tưởng tri sở tư niệm là sở tư niệm ... Người ấy tưởng tri sở tri là sở tri ...

Người ấy tưởng tri đồng nhất là đồng nhất ... Người ấy tưởng tri sai biệt là sai biệt ... Người ấy tưởng tri tất cả là tất cả ...

Người ấy tưởng tri Niết-bàn là Niết-bàn. Vì tưởng tri Niết-bàn là Niết-bàn, người ấy nghĩ đến Niết-bàn, nghĩ đến (tự ngã) đối chiếu với Niết-bàn. Nghĩ đến (tự ngã) như là Niết-bàn, người ấy nghĩ: "Niết-bàn là của ta" —dục hỷ Niết-bàn. Vì sao vậy? Ta nói: Người ấy không liễu tri Niết-bàn.

(Vị hữu học)

Này các Tỷ-kheo, có Tỷ-kheo, hữu học tâm chưa thành tựu, đang sống cần cầu vô thượng an ổn khỏi khổ ách. Vị ấy thắng tri địa đại là địa đại. Vì thắng tri địa đại là địa đại, vị ấy đã không nghĩ đến địa đại, đã không nghĩ (tự ngã) đối chiếu với địa đại, đã không nghĩ (tự ngã) như là địa đại, đã không nghĩ: "Địa đại là của ta",—không dục hỷ địa đại. Vì sao vậy? Ta nói vị ấy có thể liễu tri địa đại.

Vị ấy thắng tri thủy đại ... hỏa đại ... phong đại ... Sanh vật ... chư Thiên ... Sanh chủ ... Phạm thiên ... Quang âm thiên ... Biến tịnh thiên ... Quảng quả thiên ... Abhibhù (Thắng Giả) ... Không vô biên xứ ... Thức vô biên xứ ... Vô sở hữu xứ ... Phi tưởng phi phi tưởng xứ ... sở kiến ... sở văn ... sở tư niệm ... sở tri ... đồng nhất ... sai biệt ... tất cả ...

Vị ấy thắng tri Niết-bàn là Niết-bàn; vì thắng tri Niết-bàn là Niết-bàn, vị ấy đã không nghĩ đến Niết-bàn, đã không nghĩ (tự ngã) đối chiếu với Niết-bàn, đã không nghĩ (tự ngã) như là Niết-bàn, đã không nghĩ: "Niết-bàn là của ta" —không dục hỷ Niết-bàn. Vì sao vậy? Ta nói vị ấy có thể liễu tri Niết-bàn.

(Bậc A-la-hán—I)

Lại nữa, này các Tỷ-kheo, có Tỷ-kheo là bậc A-la-hán, các lậu hoặc đã tận, tu hành thành mãn, các việc nên làm đã làm, đã đặt gánh nặng xuống, đã thành đạt lý tưởng, đã tận trừ hữu kiết sử, chánh trí giải thoát. Vị ấy thắng tri địa đại là địa đại. Vì thắng tri địa đại là địa đại, vị ấy không nghĩ đến địa đại, không nghĩ (tự ngã) đối chiếu với địa đại, không nghĩ đến (tự ngã) như là địa đại, không nghĩ: "Địa đại là của ta" —không dục hỷ địa đại. Vì sao vậy? Ta nói vị ấy đã liễu tri địa đại.

Vị ấy thắng tri thủy đại ... hỏa đại ... phong đại ... sanh vật ... chư Thiên ... Sanh chủ ... Phạm thiên ... Quang âm thiên ... Biến tịnh thiên ... Quảng quả thiên ... Abhibhù (Thắng Giả) ... Không vô biên xứ ... Thức vô biên xứ ... Vô sở hữu xứ ... Phi tưởng phi phi tưởng xứ ... sở kiến ... sở văn ... sở tư niệm ... sở tri ... đồng nhất ... sai biệt ... tất cả ... Vị ấy thắng tri Niết-bàn là Niết-bàn. Vì thắng tri Niết-bàn là Niết-bàn, vị ấy không nghĩ đến Niết-bàn, vị ấy không nghĩ đến (tự ngã) đối chiếu với Niết-bàn, không nghĩ đến (tự ngã) như là Niết-bàn, không nghĩ: "Niết-bàn là của ta" —không dục hỷ Niết-bàn. Vì sao vậy? Ta nói vị ấy đã liễu tri Niết-bàn".

(Bậc A-la-hán—II)

Lại nữa, này các Tỷ-kheo, có Tỷ-kheo là bậc A-la-hán, các lậu hoặc đã tận, tu hành thành mãn, các việc nên làm đã làm, đã đặt gánh nặng xuống, đã thành đạt lý tưởng, đã tận trừ hữu kiết sử, chánh trí giải thoát. Vị ấy thắng tri địa đại là địa đại. Vì thắng trí địa đại là địa đại, vị ấy không nghĩ đến địa đại, không nghĩ đến (tự ngã) đối chiếu với địa đại, không nghĩ đến (tự ngã) như là địa đại, không nghĩ: "Địa đại là của ta" —không dục hỷ địa đại. Vì sao vậy? Vì vị ấy không có tham dục, nhờ tham dục đã được đoạn trừ.

Vị ấy thắng tri thủy đại ... hỏa đại ... Vị ấy thắng tri Niết-bàn là Niết-bàn. Vì thắng tri Niết-bàn là Niết-bàn, vị ấy không nghĩ đến Niết-bàn, không nghĩ đến (tự ngã) đối chiếu với Niết-bàn, không nghĩ đến (tự ngã) như là Niết-bàn, không nghĩ: "Niết-bàn là của ta" —không dục hỷ Niết-bàn. Vì sao vậy? Vì vị ấy không có tham dục, nhờ tham dục đã được đoạn trừ.

(Bậc A-la-hán—III)

Lại nữa, này các Tỷ-kheo, có Tỷ-kheo là bậc A-la-hán, các lậu hoặc đã tận, tu hành thành mãn, các việc nên làm đã làm, đã đặt gánh nặng xuống, đã thành đạt lý tưởng, đã tận trừ hữu kiết sử, chánh trí giải thoát. Vị ấy thắng tri địa đại là địa đại. Vì thắng tri địa đại là địa đại, vị ấy không nghĩ đến địa đại, không nghĩ đến (tự ngã) đối chiếu với địa đại, không nghĩ đến (tự ngã) như là địa đại, không nghĩ: "Địa đại là của ta" —không dục hỷ địa đại. Vì sao vậy? Vì vị ấy không có sân hận, nhờ sân hận đã được đoạn trừ.

Vị ấy thắng tri thủy đại ... hỏa đại ... Vị ấy thắng tri Niết-bàn là Niết-bàn. Vì thắng tri Niết-bàn là Niết-bàn, vị ấy không nghĩ đến Niết-bàn, không nghĩ đến (tự ngã) đối chiếu với Niết-bàn, không nghĩ đến (tự ngã) như là Niết-bàn, không nghĩ: "Niết-bàn là của ta" —không dục hỷ Niết-bàn. Vì sao vậy? Vì vị ấy không có sân hận, nhờ sân hận đã được đoạn trừ.

(Bậc A-la-hán—IV)

Lại nữa, này các Tỷ-kheo, có Tỷ-kheo là bậc A-la-hán, các lậu hoặc đã tận, tu hành thành mãn, các việc nên làm đã làm, đã đặt gánh nặng xuống, đã thành đạt lý tưởng, đã tận trừ hữu kiết sử, chánh trí giải thoát. Vị ấy thắng tri địa đại là địa đại. Vì thắng trí địa đại là địa đại, vị ấy không nghĩ đến địa đại, không nghĩ đến (tự ngã) đối chiếu với địa đại, không nghĩ đến (tự ngã) như là địa đại, không nghĩ: "Địa đại là của ta" —không dục hỷ địa đại. Vì sao vậy? Vì vị ấy không có si mê, nhờ si mê đã được đoạn trừ.

Vị ấy thắng tri thủy đại ... hỏa đại ... Vị ấy thắng tri Niết-bàn là Niết-bàn. Vì thắng tri Niết-bàn là Niết-bàn, vị ấy không nghĩ đến Niết-bàn, không nghĩ đến (tự ngã) đối chiếu với Niết-bàn, không nghĩ đến (tự ngã) như là Niết-bàn, không nghĩ: "Niết-bàn là của ta" —không dục hỷ Niết-bàn. Vì sao vậy? Vì vị ấy không có si mê, nhờ si mê đã được đoạn trừ.

(Đấng Như Lai—I)

Này các Tỷ-kheo, Như Lai là bậc A-la-hán, Chánh Đẳng Giác, thắng tri địa đại là địa đại. Vì thắng tri địa đại là địa đại, Ngài không nghĩ đến địa đại, không nghĩ đến (tự ngã) đối chiếu với địa đại, không nghĩ đến (tự ngã) như là địa đại, không nghĩ: "Địa đại là của ta" —không dục hỷ địa đại. Vì sao vậy? Ta nói vì Như Lai đã liễu tri địa đại.

Như Lai thắng tri thủy đại ... hỏa đại ... Như Lai thắng tri Niết-bàn là Niết-bàn. Vì thắng tri Niết-bàn là Niết-bàn, Như Lai không nghĩ đến Niết-bàn, không nghĩ đến (tự ngã) đối chiếu với Niết-bàn, không nghĩ đến (tự ngã) như là Niết-bàn, không nghĩ đến (tự ngã) như là Niết-bàn, không nghĩ: "Niết-bàn là của ta" —không dục hỷ Niết-bàn. Vì sao vậy? Ta nói vì Như Lai đã liễu tri Niết-bàn.

(Đấng Như Lai—II)

Này các Tỷ-kheo, Như Lai là bậc A-la-hán, Chánh Đẳng Giác, thắng tri địa đại là địa đại. Vì thắng tri địa đại là địa đại, Như Lai không nghĩ đến địa đại, không nghĩ đến (tự ngã) đối chiếu với địa đại, không nghĩ đến (tự ngã) như là địa đại, không nghĩ: "Địa đại là của ta" —không dục hỷ địa đại. Vì sao vậy? Vì Như Lai biết rằng: "Dục hỷ là căn bản của đau khổ, từ hữu, sanh khởi lên, và già và chết đến với loài sinh vật". Do vậy, này các Tỷ-kheo, Ta nói vì Như Lai, với sự diệt trừ hoàn toàn các ái, sự ly tham, sự đoạn diệt, sự xả ly, sự từ bỏ hoàn toàn các ái, đã chơn chánh giác ngộ vô thượng chánh đẳng chánh giác.

Như Lai thắng tri thủy đại ... hỏa đại ... Như Lai thắng tri Niết-bàn là Niết-bàn. Vì thắng tri Niết-bàn là Niết-bàn, Như Lai không nghĩ đến Niết-bàn, không nghĩ đến (tự ngã) đối chiếu với Niết-bàn, không nghĩ đến (tự ngã) như là Niết-bàn, không nghĩ: "Niết-bàn là của Ta" —không dục hỷ Niết-bàn. Vì sao vậy? Vì Như Lai biết rằng: "Dục hỷ là căn bản của đau khổ, từ hữu, sanh khởi lên, và già chết đến với loài sinh vật". Do vậy, này các Tỳ-kheo, Ta nói vì Như Lai, với sự diệt trừ hoàn toàn các ái, sự ly tham, sự đoạn diệt, sự xả ly, sự trừ bỏ hoàn toàn các ái, đã chơn chánh giác ngộ vô thượng chánh đẳng chánh giác."

Như vậy, Thế Tôn thuyết giảng. Các Tỳ-kheo ấy hoan hỷ tín thọ lời dạy của Thế Tôn. [*]

Nguyên văn bản dịch của HT Thích Minh Châu

Tiếp theo dưới đây là một bài giảng trong Majjhima Nikāya / Trung Bộ Kinh, mang tựa:

Bài giảng về sáu lần sáu thành phần

Chachakka Sutta - MN 148

(Dựa theo các bản dịch tiếng Anh của Thanissaro Bhikkhu, Bhikkhu Bodhi,Bikkhu Sujato, Piya Tan và bản dịch tiếng Pháp của Môhan Wijayaratna)

Chachakka tựa của bài giảng là một từ ghép (Cha+chakka), 'cha' có nghĩa là 'sáu', 'chakka' có nghĩa là 'sáu lần'. Sáu ở đây có nghĩa là sáu cơ quan giác cảm: thị giác, thính giác, khứu giác, vị giác, xúc giác và tâm thần, sáu lần sáu có nghĩa là mỗi cơ quan giác cảm sẽ gồm có sáu yếu tố vận hành. Khái niệm về sáu cơ quan giác cảm (lục giác) rất quan trọng trong Phật giáo, ngoài năm cơ quan là mắt, tai, mũi, lưỡi, thân thể còn có thêm một cơ quan khác rất quan trọng đó là não bộ. Não bộ là một cơ quan giác cảm như tất cả các cơ quan giác cảm khác. Nếu đối tượng cảm nhận của mắt là hình tướng, màu sắc, sự chuyển động..., thì đối tượng cảm nhận của não bộ là ý nghĩ, xúc cảm, ý định, sự suy nghĩ... Nếu nghĩ rằng nào bộ là nơi cất chứa cá tính của mình, cái Tôi của mình, linh hồn của mình, thì đấy là một sự hiểu biết sai lầm, bởi vì đấy chỉ là một sự cảm nhận, tương tự như tất cả các cảm nhận khác, tạo ra bởi sự vận hành của cơ quan giác cảm tâm thần mà thôi.

Sự vận hành của lục giác nói chung đòi hỏi phải hội đủ ba yếu tố cần thiết. Chẳng hạn như mắt phải tinh tường, nếu mù lòa thì không trông thấy gì cả, đối tượng của mắt là hình tướng thì phải có ánh sáng phản chiếu từ đối tượng đưa vào mắt. Nếu hình tướng ở chỗ tối thì mắt không trông thấy gì cả, tóm lại giữa mắt và hình tướng phải có sự tiếp xúc qua trung gian của ánh sáng thì mới tạo ra được các cảm nhận thị giác. Đối với não bộ cũng vậy, phải nhờ vào các tín hiệu của ngũ giác đưa lên não bộ, tiếp xúc với não bộ, thì mới tạo ra được các cảm nhận tâm thần, đưa đến các ý nghĩ, các sự hình dung, tưởng tượng, nói chung là các sự tạo dựng trong tâm thần. Ngũ giác chỉ đưa vào não bộ các tín hiệu mà nó nhận biết được, nhưng không diễn đạt gì cả. Chính não bộ là cơ quan giác cảm thứ sáu, tiếp nhận các tín hiệu đó để diễn đạt và để tạo ra các ý nghĩ, xúc cảm, tác ý, các sự hình dung, v.v...

Tóm lại sự vận hành của mỗi cơ quan giác cảm gồm có ba thành phần: cơ quan giác cảm, đối tượng cảm nhận của chúng và sự tiếp xúc giữa hai thứ ấy, chẳng hạn như đối với thị giác thì ba thành phần là: mắt, hình tướng (đối tượng của mắt), sự tiếp xúc giữa mắt và hình tướng ; đối với cơ quan tâm thần thì ba thành phần là: tri thức, ý nghĩ và sự tiếp xúc giữa tri thức và ý nghĩ.

'Ngũ giác' qua sự 'tiếp xúc' tạo ra các tín hiệu đưa lên não bộ. Não bộ ghi nhận các tín hiệu đó của lục giác, đồng thời diễn đạt các tín hiệu đó bằng cách liên kết và tương tác với các tín hiệu tồn lưu từ trước, đưa đến sự nhận biết các cảm nhận của lục giác. Khả năng nhận biết các cảm nhận ấy gọi là trí năng (intellect), và sự nhận thức, sự ý thức và sự ghi nhận của trí năng thì gọi là tri thức (consciousness). Tóm lại đối với tri thức cũng có sáu thể loại: tri-thức-thị-giác, tri-thức-thính-giác, tri-thức-khứu-giác, tri-thức-vị-giác, tri-thức-xúc-giác, tri-thức-tâm-thần.

Sáu thể loại tri thức đó hướng vào môi trường chung quanh làm hiện ra cho từng mỗi cá thể một thế giới riêng, liên quan đến các yếu tố vật lý bên ngoài, đồng thời cũng hướng vào bên trong, phối hợp và tác động với các cảm nhận tồn lưu trong tâm thần, tạo ra một thế giới nội tâm cả cho cá thể ấy. Khả năng phối hợp và tương tác giữa sáu thể loại tri thức tạo ra hai thế giới bên ngoài và bên trong đó, biểu trưng cho trí thông minh của một cá thể. Dù trí thông minh đó thuộc cấp bậc sáng suốt và minh bạch nào thì nhất thiết cũng đều làm hiển hiện ra ba thể loại xúc cảm: thích thú, đớn đau, không-thích-thú cũng không-đớn-đau.

Các xúc cảm đó 'ám ảnh' và 'thúc đẩy' một cá thể bám víu vào các cảm nhận thích thú , tạo ra sự đề kháng đối với các cảm nhận đớn đau, hoặc dửng dưng, không hay biết gì cả đối với các cảm nhận không-thích-thú cũng không-đớn-đau. Thoát ra khỏi cả ba thể loại cảm nhận ấy là sự Giải thoát, một sự bình lặng thật sâu xa, một sự thanh thản tuyệt đối của tâm thức. Đấy là nội dung của bài giảng rất sâu sắc này của Đức Phật. Bài giảng này như sau:

Tôi từng được nghe như vầy. Lúc đó Đấng thế Tôn đang ngụ gần thị trấn Sāvatthi nơi khu rừng thưa Jeta *(Kỳ Thọ)* trong tịnh xá của vị Anāthapiṇḍika *(Cấp-cô-độc, biệt danh của một vị phú hộ rất hào hiệp 'cấp dưỡng cho những người đơn chiếc')*. Ngài gọi các tỳ-kheo: «Này các tỳ-kheo !». Các tỳ-kheo đáp lại: «Vâng, thưa Thế Tôn !»

Đấng Thế Tôn nói tiếp: «Này các tỳ-kheo, ta sẽ giảng cho các tỳ-kheo Dhamma, tuyệt vời từ đoạn đầu, tuyệt vời nơi đoạn giữa, tuyệt vời trong đoạn cuối. Ta sẽ nêu lên một cuộc sống thánh thiện qua các khía cạnh cá biệt và cả phần tinh anh trong cuộc sống đó, một cuộc sống trọn vẹn, tinh khiết một cách khác thường – nói một cách khác thì đấy là [cuộc sống khắc phục được] sáu-lần-sáu [thành phần]. Vậy các tỳ-kheo hãy chăm chú lắng nghe. Ta sẽ giảng».

Các tỳ-kheo đáp lại: «Vâng, thưa Thế Tôn».

Đấng Thế Tôn nói tiếp: «Phải thấu triệt được sáu lãnh vực giác cảm bên trong. Phải thấu triệt được sáu lãnh vực giác cảm bên ngoài. Phải thấu triệt được sáu thể loại tri thức (six classes of conciouness). Phải thấu triệt được sáu thể loại tiếp xúc (six classes of contact). Phải thấu triệt được sáu thể loại cảm nhận (six classes of feeling). Phải thấu triệt được sáu thể loại bám víu (six classes of craving).

«Ta bảo rằng: 'Phải thấu triệt được sáu lãnh vực giác cảm bên trong. Vậy sáu lãnh vực [bên trong] ấy là gì ? Đấy là lãnh vực của mắt *(eye-medium / thị giác)*, đấy là lãnh vực của tai *(ear-medium / thính giác)* ; đấy là lãnh vực của mũi *(nose-medium / khứu giác)*; đấy là lãnh vực của lưỡi *(tongue-medium / vị giác)* ; đấy là lãnh vực của thân thể *(body-medium / xúc giác)*; đấy là lãnh vực tâm thần *(intellect-medium / trí năng)*. Khi ta nói lên: 'Phải thấu triệt được sáu lãnh vực giác cảm bên trong', thì đấy là những gì mà ta vừa nêu lên *(có nghĩa là phải hiểu thế nào là sáu thứ cảm nhận của lục giác nơi con người của mình)*. Và đấy là sáu thứ thuộc tổng hợp thứ nhất (the first sextet).

«Ta bảo rằng: 'Phải thấu triệt được sáu lãnh vực giác cảm bên ngoài. Vậy sáu lãnh vực [bên ngoài] ấy là gì ? Đấy là lãnh vực hình tướng *(form-medium / những gì trông thấy)*; đấy là lãnh vực âm thanh *(sound-medium / những gì nghe thấy)* ; đấy là lãnh vực của mùi *(aroma-medium / những gì ngửi thấy)*, đấy là lãnh vực của vị *(flavor-medium / các vị nhận biết bởi lưỡi)*; đấy là lãnh vực của các cảm giác trên thân thể *(tactile-medium / các cảm nhận trên da thịt, xúc giác)* ; đấy là lãnh vực của ý nghĩ *(idea-medium / các cảm nhận trong tâm thần)*. Khi ta nói lên: 'Phải thấu triệt được sáu lãnh vực giác cảm bên ngoài', thì đấy là những gì mà ta vừa nêu lên *(các đối tượng cảm nhận của lục giác liên quan đến các đối tượng của chúng trong môi trường bên ngoài)*. Đấy là sáu thứ thuộc tổng hợp thứ hai (second sextet).

«Ta bảo rằng: 'Phải thấu triệt được sáu thể loại tri thức' (conciousness). Vậy sáu thể loại tri thức ấy là gì ? Đấy là tri thức thị giác, hiển hiện lệ thuộc vào mắt và hình tướng; đấy là tri thức thính giác, hiển hiện lệ thuộc vào tai và âm thanh; đấy là tri thức khứu giác, hiển hiện lệ thuộc vào mũi và mùi; đấy là tri thức vị giác, hiển hiện lệ thuộc vào lưỡi và vị; đấy là tri thức xúc giác, hiển hiện lệ thuộc vào thân thể và sự đụng chạm (tactile sensation); đấy là tri thức tâm thần, hiển hiện lệ thuộc vào trí năng *(intellect / khả năng nhận biết của tâm thần)* và ý nghĩ (idea). Khi ta nói lên: 'Phải thấu triệt được sáu thể loại tri thức', thì đấy là những gì mà ta vừa nêu lên. Đấy là sáu thứ thuộc tổng hợp thứ ba (third sextet).

«Ta bảo rằng: 'Phải thấu triệt được sáu thể loại tiếp xúc' (contact). Vậy sáu thể loại tiếp xúc là gì ? Tri thức thị giác hiển hiện lệ thuộc vào mắt và hình tướng, sự gặp gỡ *(meeting / giao tiếp)* giữa ba thứ ấy *(mắt, hình tướng và tri thức thị giác)* gọi là sự tiếp xúc (contact); tri thức thính giác hiển hiện lệ thuộc vào tai và âm thanh, sự gặp gỡ giữa ba thứ ấy *(tai, âm thanh và tri thức thính giác)* gọi là sự tiếp xúc; tri thức khứu giác hiển hiện lệ thuộc vào mũi và mùi, sự gặp gỡ giữa ba thứ ấy gọi là sự tiếp xúc; tri thức vị giác hiển hiện lệ thuộc vào lưỡi và vị, sự gặp gỡ giữa ba thứ ấy gọi là sự tiếp xúc; tri thức xúc giác hiển hiện lệ thuộc vào thân thể và sự đụng chạm, sự gặp gỡ giữa ba thứ ấy gọi là sự tiếp xúc; tri thức tâm thần hiển hiện lệ thuộc vào trí năng (intellect) và ý nghĩ (idea), sự gặp gỡ giữa ba thứ ấy gọi là sự tiếp xúc. Khi ta nói lên: 'Phải thấu triệt được sáu thể loại tiếp xúc', thì đấy là những gì mà ta vừa nêu lên. Đấy là sáu thứ thuộc tổng hợp thứ tư (fourth sextet).

«Ta bảo rằng: 'Phải thấu triệt được sáu thể loại cảm nhận (feeling). Vậy sáu thể loại cảm nhận là gì ? Tri thức thị giác hiển hiện lệ thuộc vào mắt và hình tướng, sự gặp gỡ *(giao tiếp)* giữa ba thứ ấy gọi là sự tiếp xúc, từ sự tiếp xúc ấy hiện ra sự cảm nhận. Tri thức thính giác hiển hiện lệ thuộc vào tai và âm thanh, sự gặp gỡ giữa ba thứ ấy gọi là sự tiếp xúc, từ sự tiếp xúc ấy hiện ra sự cảm nhận. Tri thức khứu giác hiển hiện lệ thuộc vào mũi và mùi. Sự gặp gỡ giữa ba thứ ấy gọi là sự tiếp xúc, từ sự tiếp xúc ấy hiện ra sự cảm nhận. Tri thức vị giác hiển hiện lệ thuộc vào lưỡi và vị, sự gặp gỡ giữa ba thứ ấy gọi là sự tiếp xúc, từ sự tiếp xúc ấy hiện ra sự cảm nhận. Tri thức xúc giác hiển hiện lệ thuộc vào thân thể và sự đụng chạm, sự gặp gỡ giữa ba thứ ấy gọi là sự tiếp xúc, từ sự tiếp xúc ấy hiện ra sự cảm nhận. Tri thức trí năng hiển hiện lệ thuộc vào trí năng và ý nghĩ ? Sự gặp gỡ giữa ba thứ ấy gọi là sự tiếp xúc, từ sự tiếp xúc ấy hiện ra sự cảm nhận. Khi ta nói lên: 'Phải thấu triệt được sáu thể loại cảm nhận', thì đấy là những gì mà ta vừa nêu lên. Đấy là sáu thứ thuộc tổng hợp thứ năm (fifth sextet).

«Ta bảo rằng: 'Phải thấu triệt được sáu thể loại bám víu *(craving / thèm khát)*. Vậy sáu thể loại bám víu là gì? Tri thức thị giác hiển hiện lệ thuộc vào mắt và hình tướng, sự gặp gỡ giữa ba thứ ấy gọi là sự tiếp xúc, từ sự tiếp xúc ấy hiện ra sự cảm nhận, từ sự cảm nhận hiện ra sự bám víu *(thèm khát, đam mê, ám ảnh)*. Tri thức thính giác hiển hiện lệ thuộc vào tai và âm thanh, sự gặp gỡ giữa ba thứ ấy gọi là sự tiếp xúc, từ sự tiếp xúc hiện ra sự cảm nhận, từ sự cảm nhận hiện ra sự bám víu. Tri thức khứu giác hiển hiện lệ thuộc vào mũi và mùi, sự gặp gỡ giữa ba thứ ấy gọi là sự tiếp xúc, từ sự tiếp xúc hiện ra sự cảm nhận, từ sự cảm nhận hiện ra sự bám víu. Tri thức vị giác hiển hiện lệ thuộc vào lưỡi và vị, sự gặp gỡ giữa ba thứ ấy gọi là sự tiếp xúc, từ sự tiếp xúc ấy hiện ra sự cảm nhận, từ sự cảm nhận hiện ra sự bám víu. Tri thức xúc giác hiển hiện lệ thuộc vào thân thể và sự đụng chạm, sự gặp gỡ giữa ba thứ ấy gọi là sự tiếp xúc, từ sự tiếp xúc hiện ra sự cảm nhận, từ sự cảm nhận hiện ra sự bám víu. Tri-thức-trí-năng hiển hiện lệ thuộc vào trí năng và ý nghĩ, sự gặp gỡ giữa ba thứ ấy gọi là sự tiếp xúc, từ sự tiếp xúc hiện ra sự cảm nhận, từ sự cảm nhận hiện ra sự bám víu *(thèm khát, đam mê, ám ảnh)*. Khi ta nói lên: 'Phải thấu triệt được sáu thể loại bám víu', thì đấy là những gì mà ta vừa nêu lên. Đấy là sáu thứ thuộc tổng hợp thứ sáu (sixth sextet).

«Nếu một người nào đó nói lên: 'Mắt là cái Tôi' *(cái Ngã, cái Tôi của tôi)* thì điều ấy không thể đứng vững được. Sự hiển hiện *(sự tinh tường)* hoặc tan biến của mắt có thể nhận biết được *(có thể xảy ra được, chẳng hạn như một người có mắt giúp mình trông thấy nhưng cũng có thể bị khiếm thị, hoàn toàn mù lòa, không trông thấy gì cả, và trong trường hợp đó thì hình tướng, màu sắc, sự chuyển động... không mang một ý nghĩa nào cả đối với người ấy)*. Nếu mắt có thể hiển hiện *(tinh tường)* hay tan biến *(mù lòa)* thì cũng có thể nghĩ rằng 'Cái tôi của Tôi cũng có thể hiển hiện hay tan biến' *(cái Tôi, 'cái ngã' của mình hay sự nhận diện chính mình cũng chỉ là các sự cảm nhận của lục giác, các cảm nhận ấy chỉ có thể hiện ra với một người tạo được cho mình sự vận hành bình thường của lục giác, trái lại đối với những người mất trí, điên loạn hay hôn mê thì các cảm nhận về cái Tôi không hề hiện ra với họ)*. Vì vậy, nếu một người nào đó nói lên 'Mắt *(thị giác)* là cái Tôi' *(cái ngã)* thì điều đó không thể đứng vững được. Vì thế mắt *(thị giác)* không phải là cái Tôi (not-self). Nếu một người nào đó nói lên 'Hình tướng là cái Tôi' thì điều đó không thể đứng vững được... Do vậy, [không những] mắt không phải là cái Tôi mà hình tướng cũng không phải là cái Tôi,... Nếu một người nào đó nói lên 'Tri thức của mắt *(conciousness at the eye / tri thức thị giác)* là cái Tôi, thì điều đó không đứng vững được... Do vậy mắt không phải là cái Tôi, hình tướng không phải là cái Tôi, [mà cả] tri thức thị giác cũng không phải là cái Tôi *(đấy chỉ là sự nhận biết của mắt. Nhìn vào một tấm gương trông thấy bóng dáng của mình thì đấy chỉ là kết quả tạo ra bởi sự cảm nhận của mắt. Dù có tấm gương, thế nhưng nếu mù lòa, thì sẽ không trông thấy hình tướng của mình.*

Hình tướng không phải là cái Tôi là như vậy).

Nếu một người nào đó nói lên 'Sự tiếp xúc của mắt là cái Tôi *(cái ngã)*, thì điều ấy không đứng vững được... [lặp lại như trên đây]... Do vậy, [không những] mắt không phải là cái Tôi, hình tướng không phải là cái Tôi, tri thức thị giác không phải là cái Tôi, [mà cả] sự tiếp xúc của mắt cũng không phải là cái Tôi. Nếu một người nào đó nói lên 'Sự tiếp xúc là cái Tôi', thì điều ấy không thể đứng vững được... Do vậy, [không những] mắt không phải là cái Tôi', hình tướng không phải là cái Tôi, tri thức thị giác không phải là cái Tôi, sự tiếp xúc không phải là cái Tôi, [mà cả] sự cảm nhận cũng không phải là cái Tôi. Nếu một người nào đó nói lên 'Sự bám víu là cái Tôi', thì điều ấy không thể đứng vững được. Sự hiển hiện hoặc tan biến của sự bám víu có thể nhận biết được. Do vậy, [không những] mắt (eye) không phải là cái Tôi', hình tướng (form) không phải là cái Tôi, tri thức thị giác (conciousness at the eye) không phải là cái Tôi, sự tiếp xúc (contact) không phải là cái Tôi, sự cảm nhận (feeling) không phải là cái Tôi [mà cả] sự bám víu (craving) cũng không phải là cái Tôi.

(Các câu trên đây được lặp lại với các trường hợp của tai, mũi, lưỡi..., nhưng đã được cắt bớt nhằm tránh sự dài dòng)

«Nếu một người nào đó nói lên, 'Tai *(thính giác)* là cái Tôi' *(cái Ngã)*, thì điều ấy không đứng vững được...

«Nếu một người nào đó nói lên, 'Mũi *(khứu giác)* là cái Tôi' *(cái Ngã)*, thì điều ấy không đứng vững được...

«Nếu một người nào đó nói lên, 'Lưỡi *(vị giác)* là cái Tôi' *(cái Ngã)*, thì điều ấy không đứng vững được...

«Nếu một người nào đó nói lên, 'Thân thể *(xúc giác)* là cái Tôi' *(cái Ngã)*, thì điều ấy không đứng vững được...

Nếu một người nào đó nói lên 'Trí năng' *(Intellect / khả năng nhận biết của tâm thức)* là cái Tôi' *(cái Ngã)*, thì điều ấy không đứng vững được. Sự hiển hiện hoặc tan biến của trí năng có thể nhận biết được *(có thể xảy ra được, chẳng hạn như một người nào đó tỉnh táo nhận biết được mọi sự vật và nhận diện được chính mình, thế nhưng người ấy cũng có thể rơi vào tình trạng hôn mê và hoang mang không nhận biết được bối cảnh chung quanh, cũng không nhận diện được chính mình).* Nếu trí năng có thể hiển hiện *(tỉnh táo)* hoặc tan biến *(hôn mê, bất tỉnh)* thì cũng có thể nghĩ rằng 'Cái tôi của Tôi cũng có thể hiển hiện hay tan biến'. Do vậy, trí năng không phải là cái Tôi *(not-self / vô ngã).*

Nếu một người nào đó nói lên 'Tri thức của trí năng *(conciousness at intellect / tri thức hiển hiện từ trí năng, tức là từ khả năng nhận biết của tâm thần)* là cái Tôi', thì điều đó không đứng vững được... Do vậy, [không những] trí năng không phải là cái Tôi, ý nghĩ không phải là cái Tôi, [mà cả] tri thức [của] trí năng cũng không phải là cái Tôi.

Nếu một người nào đó nói lên 'Sự tiếp xúc của trí năng *(của khả năng nhận biết)* là cái Tôi' thì điều ấy không đứng vững được... Do vậy, [không những] trí năng (intellect) không phải là cái Tôi, ý nghĩ không phải là cái Tôi, tri thức [của] trí năng không phải là cái Tôi, [mà cả] sự tiếp xúc cũng không phải là cái Tôi.

Nếu một người nào đó nói lên 'Sự cảm nhận (feeling) là cái Tôi' thì điều ấy không đứng vững được... Do vậy, [không những] trí năng không phải là cái Tôi, ý nghĩ không phải là cái Tôi, tri thức [của] trí năng không phải là cái Tôi, sự tiếp xúc không phải là cái Tôi, [mà cả] sự cảm nhận cũng không phải là cái Tôi.

Nếu một người nào đó nói lên 'Sự bám víu (craving) là cái Tôi' thì điều ấy không đứng vững được... Do vậy, [không những] trí năng không phải là cái Tôi, ý nghĩ không phải là cái Tôi, tri thức [của] trí năng không phải là cái Tôi, sự tiếp xúc không phải là cái Tôi, sự cảm nhận không phải là cái Tôi, [mà cả] sự bám víu cũng không phải là cái 'Tôi' *(tóm lại Đức Phật cho biết là đối với tất cả mọi hình thức hay thể dạng vận hành của lúc giác thì không có một thể dạng nào có thể gọi là tôi, là cái Tôi, là cái 'Ngã' của tôi cả, bởi vì sự cảm nhận về cái Tôi cũng tương tự như các cảm nhận khác, tất cả đều có thể hiển hiện hay tan biến. Đức Phật tách rời và phá tan các thành phần – từ thân xác đến tâm thần – tạo ra một cá thể, nhằm chủ đích nêu lên cho chúng ta trông thấy trong số tất cả các thành phần đó (sáu lần sáu) không có thành phần nào là tôi là cái Tôi cả).*

«Này các tỳ-kheo, dưới đây là con đường *(là phương cách)* đưa đến sự nhận-định-cái-Tôi *(self-identification / sự xác định về cái Tôi)*. Đối với mắt *(khả năng thị giác)*, thì một người nào đó [có thể] cho rằng 'Đấy là tôi, đấy là cái Tôi của tôi, đấy là những gì là tôi'. Đối với hình tướng *(thân thể)*, thì người ấy cho rằng 'Đấy là tôi, đấy là cái Tôi của tôi, đấy là những gì là tôi'. Đối với tri thức thị giác, thì người ấy cho rằng 'Đấy là tôi, đấy là cái Tôi của tôi, đấy là những gì là tôi'... Đối với sự tiếp xúc của mắt, thì người ấy cho rằng 'Đấy là tôi, đấy là cái Tôi của tôi, đấy là những gì là tôi'. Đối với sự cảm nhận, thì người ấy cho rằng 'Đấy là tôi, đấy là cái Tôi của tôi, đấy là những gì là tôi'. Đối với sự bám víu, thì người ấy cho rằng 'Đấy là tôi, đấy là cái Tôi của tôi, đấy là những gì là tôi' *(tóm lại đấy là cách tự nhận diện chính mình xuyên qua các sự cảm nhận của lục giác và cho đấy là cái Tôi của mình, cái 'Ngã' của mình, là chính mình)*.

(Câu trên đây được lặp lại với các trường hợp của tai, mũi, lưỡi, thân thể, nhưng đã được cắt bớt nhằm tránh sự dài dòng)

«Đối với tai, thì người ấy cho rằng...

«Đối với mũi, thì người ấy cho rằng...

«Đối với lưỡi, thì người ấy cho rằng...

«Đối với thân thể, thì người ấy cho rằng...

Đối với trí năng *(khả năng nhận biết của tri thức)*, thì một người nào đó cho rằng 'Đấy là tôi, đấy là cái Tôi của tôi, đấy là những gì là tôi'. Đối với ý nghĩ, thì một người nào đó cho rằng... Đối với tri thức trí năng (consciousness at intellect), thì một người nào đó cho rằng... Đối với sự tiếp xúc của trí năng, thì một người nào đó cho rằng... Đối với sự cảm nhận, thì một người nào đó cho rằng... Đối với sự bám víu, thì một người nào đó cho rằng 'Đấy là tôi, đấy là cái Tôi của tôi, đấy là những gì là tôi *(tôi là như thế, là như vậy)*'.

«Và [tiếp theo dưới] đây là con đường *(phương pháp)* luyện tập làm chấm dứt sự nhận-định-cái-Tôi *(self-identification / tự nhận diện về con người của mình, về cái Tôi của mình)*.

«Đối với mắt *(khả năng thị giác)*, thì một người nào đó nghĩ rằng

'Đấy không phải là tôi, đấy không phải là cái Tôi của tôi, tôi không phải là như thế'. Đối với hình tướng, thì một người nào đó nghĩ rằng 'Đấy không phải là tôi, đấy không phải là cái Tôi của tôi, tôi không phải là như thế'. Đối với tri thức thị giác, thì một người nào đó nghĩ rằng 'Đấy không phải là tôi, đấy không phải là cái Tôi của tôi, tôi không phải là như thế'. Đối với sự tiếp xúc của mắt, thì một người nào đó nghĩ rằng 'Đấy không phải là tôi, đấy không phải là cái Tôi của tôi, tôi không phải là như thế'. Đối với sự cảm nhận, thì một người nào đó nghĩ rằng 'Đấy không phải là tôi, đấy không phải là cái Tôi của tôi, tôi không phải là như thế'. Đối với sự bám víu, thì một người nào đó nghĩ rằng 'Đấy không phải là tôi, đấy không phải là cái Tôi của tôi, tôi không phải là như thế'.

(Câu trên đây được lặp lại với các trường hợp của tai, mũi, lưỡi, thân thể, nhưng đã được cắt bớt nhằm tránh sự dài dòng)

«Đối với tai, thì một người nào đó nghĩ rằng...

«Đối với mũi, thì một người nào đó nghĩ rằng...

«Đối với lưỡi, thì một người nào đó nghĩ rằng...

«Đối với thân thể, thì một người nào đó nghĩ rằng...

«Đối với tri thức, thì một người nào đó nghĩ rằng 'Đấy không phải là tôi, đấy không phải là cái Tôi của tôi, tôi không phải là như thế'. Đối với ý nghĩ, thì một người nào đó nghĩ rằng... Đối với tri thức trí năng *(intellect / khả năng nhận biết của tâm thần)*, thì một người nào đó nghĩ rằng... Đối với sự tiếp xúc, thì một người nào đó nghĩ rằng... Đối với sự cảm nhận, thì môt người nào đó nghĩ rằng... Đối với sự bám víu thì một người nào đó nghĩ rằng 'Đấy không phải là tôi, đấy không phải là cái Tôi của tôi, tôi không phải là như thế'.

«Tri-thức-thị-giác *(cơ quan tâm thần ghi nhận khả năng nhận biết các tín hiệu của mắt)* hiển hiện lệ thuộc vào mắt và hình tướng. Sự gặp gỡ giữa ba thứ ấy *(mắt, hình tướng, tri thức thị giác)* gọi là sự tiếp xúc. Sự tiếp xúc tạo điều kiện cần thiết làm hiển hiện các sự thích thú, đớn đau, hoặc không-thích-thú cũng không-đớn-đau *(trung hòa)*. [Trong trường hợp] nếu sự cảm nhận mang tính cách thích thú thì một người nào đó sẽ tận hưởng *(vui sướng với)* sự thích thú đó, đón nhận nó và bám víu vào nó, và sự ám-ảnh-say-mê *(passion-obsession / sự ám ảnh mang tính cách đam mê, ao ước đạt được sự vui thích)* [sâu kín] nơi người ấy sẽ trở thành một sự ám-ảnh [cụ thể] *(sự ám ảnh mang tính cách thích thú mà mình vừa cảm nhận được)*. [Trong trường hợp] nếu sự cảm nhận mang tính cách đớn đau, thì một người nào đó sẽ lo buồn, đấm ngực, tuyệt vọng, và sự ám-ảnh-đề-kháng *(resistance-obsession / sự ám ảnh chống lại sự đớn đau)* [sâu kín] nơi người ấy sẽ trở thành một sự ám-ảnh [cụ thể]. Nếu là một sự cảm nhận không-thích-thú cũng không-đớn-đau, thì người ấy sẽ không tìm cách xác định nó, không tìm hiểu xem nó hiển hiện như thế nào, bắt nguồn từ đâu, tan biến như thế nào, hấp dẫn *(lôi cuốn mình)* như thế nào, [cũng không nghĩ đến] sự bất lợi của nó, hoặc phải làm như thế nào để thoát ra khỏi sự cảm nhận [không-thích-thú cũng không-đớn-đau] đó, và sự ám-ảnh-phi-cảm-nhận *(ignorance-obsession / sự ám ảnh không cảm nhận, tạo ra bởi sự thản nhiên, không quan tâm)* [sâu kín] nơi người ấy sẽ trở thành một sự ám-ảnh [cụ thể] *(ước ao 'không cảm nhận' gì cả, hầu mang lại cho mình sự thanh thản)*. Người ấy – không cần buông bỏ sự ám-ảnh-say-mê-đối với các sự cảm nhận thích thú, không cần hủy diệt sự ám-ảnh-đề-kháng (resistance-obsession) đối với các sự cảm nhận khổ đau, không cần làm bật rễ sự ám-ảnh-phi-cảm-nhận đối với các sự cảm nhận không-thích-thú cũng không-đớn-đau, mang lại cho mình một sự hiểu biết trong sáng – làm chấm dứt khổ đau và lo buồn tại nơi này và ngay trong lúc này. Điều ấy có thể thực hiện được.

(Câu trên đây được lặp lại với các trường hợp của tai, mũi, lưỡi, thân thể, nhưng đã được cắt bớt nhằm tránh sự dài dòng)

«Tri-thức-thính-giác hiển hiện lệ thuộc vào tai và âm thanh...

«Tri-thức-khứu-giác hiển hiện lệ thuộc vào mũi và mùi...

«Tri-thức-vị-giác hiển hiện lệ thuộc vào lưỡi và vị...

«Tri-thức-xúc-giác hiển hiện lệ thuộc vào thân thể và các sự đụng chạm...

«Tri-thức-trí-năng *(conciousness at the intellect / tri thức tâm thần ghi nhận các sự nhận biết tạo ra bởi trí năng)* hiển hiện lệ thuộc vào tri thức (consciousness) và ý nghĩ (idea). Sự gặp gỡ giữa ba thứ ấy (*ý nghĩ, trí năng và tri thức)* gọi là sự tiếp xúc (contact). Sự tiếp xúc tạo điều kiện cần thiết làm hiển hiện sự thích thú, đớn đau, hoặc không-thích-thú cũng không-đớn-đau *(trung hòa)*. [Trong trường hợp] nếu sự cảm nhận mang tính cách thích thú thì một người nào đó sẽ tận hưởng *(vui sướng với)* sự thích thú đó, đón nhận nó và bám víu vào nó, và sự ám-ảnh-say-mê (passion-obsession) [sâu kín] nơi người ấy sẽ trở thành một sự ám ảnh [cụ thể] *(sự ám ảnh về sự thích thú mà mình vừa cảm nhận được)*. [Trong trường hợp] nếu sự cảm nhận mang mang tính cách đớn đau, thì một người nào đó sẽ lo buồn, đấm ngực, tuyệt vọng, và sự ám-ảnh-đề-kháng (resistance-obsession) [sâu kín] nơi người ấy sẽ trở thành một sự ám-ảnh [cụ thể nhằm chống lại khổ đau]. Nếu là một sự cảm nhận không-thích-thú cũng không-đớn-đau, thì người ấy sẽ không tìm cách xác định nó, không tìm hiểu xem nó hiển hiện như thế nào, bắt nguồn từ đâu, tan biến như thế nào, hấp dẫn *(lôi cuốn mình)* như thế nào, [cũng không nghĩ đến] sự bất lợi của nó, hoặc phải làm như thế nào để thoát ra khỏi sự cảm nhận [không-thích-thú cũng không-đớn-đau] đó, và sự ám-ảnh-phi-cảm-nhận (*ignorance-obsession / thản nhiên)* [sâu kín] nơi người ấy sẽ trở thành một sự ám ảnh [cụ thể]. Người ấy – không cần phải buông bỏ sự say-mê-ám-ảnh đối với các cảm nhận thích thú, không cần phải hủy diệt sự ám-ảnh-[mang tính cách]-đề-kháng đối với các cảm nhận khổ đau, không cần phải làm bật rễ sự ám-ảnh-phi-cảm-nhận đối với các cảm nhận không-thích-thú cũng không-đớn-đau, mang lại cho mình một sự hiểu biết trong sáng – làm chấm dứt được khổ đau và lo buồn tại nơi này và ngay trong lúc này *(thực hiện được sự giải thoát tại nơi này và ngay trong lúc này, không cần phải chờ đợi rồi đây sẽ được tiếp dẫn vào cõi cực lạc hay thiên đường...)*. Điều ấy có thể thực hiện được.

«Tri thức thị giác *(conciousness at the eye / tri thức liên quan đến sự nhận biết của mắt)* hiển hiện lệ thuộc vào mắt (eye) hình tướng (forms). Sự gặp gỡ giữa ba thứ ấy *(mắt, hình tướng, tri thức thị giác)* gọi là sự tiếp xúc (contact). Sự tiếp xúc tạo điều kiện cần thiết làm hiển hiện sự thích thú, đớn đau, hoặc không-thích-thú cũng không-đớn-đau *(trung hòa)*. [Trong trường hợp] nếu sự cảm nhận mang tính cách thích thú thì một người nào đó sẽ không tận hưởng *(vui sướng với)* sự thích thú đó, không đón nhận nó và bám víu vào nó, và sự ám-ảnh-say-mê *(passion-obsession / sự ám-ảnh mang tính cách đam mê các sự thích thú)* [sâu kín] nơi người ấy sẽ không trở thành một sự ám-ảnh [say mê sự thích thú] *(sự thích thú mà mình vừa cảm nhận được)*. [Trong trường hợp] nếu sự cảm nhận mang tính cách đớn đau, thì một người nào đó sẽ không lo buồn, không đấm ngực, không tuyệt vọng, và sự ám-ảnh-[mang tính cách]-đề-kháng (resistance-obsession) [sâu kín] nơi người ấy sẽ không trở thành một sự ám-ảnh [chống lại khổ đau]. Trong trường hợp] nếu sự cảm nhận mang tính cách không-thích-thú cũng không-đớn-đau, thì người ấy sẽ không tìm cách xác định nó, không tìm hiểu xem nó hiển hiện như thế nào, bắt nguồn từ đâu, tan biến như thế nào, hấp dẫn *(lôi cuốn mình)* như thế nào, [cũng không nghĩ đến] sự bất lợi của nó, hoặc phải làm như thế nào để thoát ra khỏi sự cảm nhận [không-thích-thú cũng không-đớn-đau], và sự ám-ảnh-phi-cảm-nhận *(ignorance-obsession / tự tại, thản nhiên, không-hay-biết-gì-cả)* [sâu kín] nơi người ấy sẽ tạo được một sự ám-ảnh-phi-cảm-nhận [mang tính cách tự tại, không-hay-biết gì cả]. Người ấy – không cần phải buông bỏ sự ám-ảnh-say-mê đối với các sự cảm nhận thích thú, không cần phải hủy diệt sự ám-ảnh-đề-kháng đối với các sự cảm nhận khổ đau, không cần phải làm bật rễ sự ám-ảnh-phi-cảm-nhận đối với các cảm nhận không-thích-thú cũng không-đớn-đau mang lại cho mình một sự hiểu biết trong sáng – có thể làm chấm dứt được khổ đau và lo buồn tại nơi này và ngay trong lúc này. Điều ấy có thể thực hiện được.

(Câu trên đây được lặp lại với các trường hợp của tai, mũi, lưỡi, thân thể, nhưng đã được cắt bớt nhằm tránh sự dài dòng)

«Tri thức thính giác hiển hiện lệ thuộc vào tai và âm thanh...

«Tri thức khứu giác hiển hiện lệ thuộc vào mũi và mùi...

«Tri thức vị giác hiển hiện lệ thuộc vào lưỡi và vị...

«Tri thức xúc giác hiển hiện lệ thuộc vào thân thể và sự đụng chạm...

«Tri-thức-trí-năng *(Tri thức tâm thần)* hiển hiện lệ thuộc vào tri thức (conciousness) và ý nghĩ (idea). Sự gặp gỡ giữa ba thứ ấy *(ý nghĩ, trí năng và tri thức)* gọi là sự tiếp xúc. Sự tiếp xúc tạo điều kiện cần thiết làm hiển hiện sự thích thú, đớn đau, hoặc không-thích-thú cũng không-đớn-đau. [Trong trường hợp] nếu sự cảm nhận mang tính cách thích thú thì một người nào đó sẽ không tận hưởng *(vui sướng với)* sự thích thú đó, không đón nhận nó và bám víu vào nó, và sự ám-ảnh-say-mê *(passion-obsession / sự ám-ảnh mang tính cách say-mê)* nơi người ấy sẽ không trở thành một sự ám-ảnh [say mê sự thích thú] *(sự thích thú mà mình vừa cảm nhận được)*. [Trong trường hợp] nếu sự cảm nhận mang tính cách đớn đau, thì một người nào đó sẽ không lo buồn, không đấm ngực, không tuyệt vọng, và sự ám-ảnh-[mang tính cách]-đề-kháng (resistance-obsession) [sâu kín] nơi người ấy sẽ không trở thành một sự ám-ảnh [chống lại khổ đau]. [Trong trường hợp] nếu sự cảm nhận mang tính cách không-thích-thú cũng không-đớn-đau, thì người ấy sẽ không tìm cách xác định nó, không tìm hiểu xem nó hiển hiện như thế nào, bắt nguồn từ đâu, tan biến như thế nào, hấp dẫn *(lôi cuốn mình)* như thế nào, [cũng không nghĩ đến] sự bất lợi của nó, hoặc phải làm như thế nào để thoát ra khỏi cảm nhận [không-thích-thú cũng không-đớn-đau], và sự ám-ảnh-phi-cảm-nhận *(ignorance-obsession / tự tại, thản nhiên không-hay-biết-gì-cả)* [sâu kín] nơi người ấy sẽ tạo được một sự ám ảnh [mang tính cách tự tại, thư thái, thản nhiên]. Người ấy – không cần phải buông bỏ sự ám-ảnh [mang tính cách] say-mê đối với sự cảm nhận thích thú, không cần phải hủy diệt sự ám-ảnh [mang tính cách] đề-kháng đối với các sự cảm nhận khổ đau, không cần phải làm bật rễ sự ám-ảnh-phi-cảm-nhận [không-hay-biết-gì-cả] đối với cảm nhận không-thích-thú cũng không-đớn-đau, mang lại cho mình một sự hiểu biết trong sáng – làm chấm dứt được khổ đau và lo buồn tại nơi này và ngay trong lúc này. Điều ấy có thể thực hiện được.

«Khi trông thấy *(thấu hiểu)* được điều đó thì một môn đệ cao quý được học hỏi sẽ không còn đam mê đối với mắt *(các cảm nhận tạo ra bởi mắt)*, không còn đam mê đối với hình tướng, không còn đam mê đối với tri thức thị giác, không còn đam mê đối với sự tiếp xúc của mắt, không còn đam mê đối với sự cảm nhận, không còn đam mê đối với sự bám víu.

(Câu trên đây được lặp lại với các trường hợp của tai, mũi, lưỡi, thân thể, nhưng đã được cắt bớt nhằm tránh sự dài dòng)

«Người ấy không còn đam mê đối với tai *(những gì nghe thấy)*...

«Người ấy không còn đam mê đối với mũi *(những gì ngửi thấy)*...

«Người ấy không còn đam mê đối với lưỡi *(những gì nếm thấy)*...

«Người ấy không còn đam mê đối với thân thể *(các cảm nhận xúc giác)*...

«Người ấy không còn đam mê đối với trí năng, không còn đam mê đối với ý nghĩ, không còn đam mê đối với tri thức trí năng, không còn đam mê đối với sự tiếp xúc, không còn đam mê đối với sự cảm nhận, không còn đam mê đối với sự bám víu. Khi đã không có đam mê thì người ấy sẽ trở thành một người không đam mê. Không đam mê, người ấy đạt được sự giải thoát. Khi đã đạt được giải thoát, thì người ấy sẽ hiểu được sự Giải thoát là gì: 'Sự sinh đã chấm dứt [với mình], cuộc sống thánh thiện đã tròn đầy, những gì phải làm đã hoàn tất, không còn bất cứ một thứ gì để mà hiển hiện trở lại trong thế giới này'».

Đấy là những lời Đấng Thế Tôn nói lên. Các tỳ-kheo cảm thấy mãn nguyện và hân hoan trước những lời thuyết giảng của Đấng Thế Tôn. Trong khi những lời thuyết giảng ấy được nêu lên, thì các sự ô nhiễm nơi con tim của sáu-mươi vị tỳ-kheo đang ngồi nghe đều được tẩy uế.

Vài lời ghi chú

Bài giảng nêu lên sự vận hành của sáu cơ quan giác cảm qua ba yếu tố: thế giới bên ngoài, thế giới nội tâm và sự tiếp xúc giữa hai thế giới ấy. Sự vận hành của ba yếu tố đó đưa đến ba thể loại cảm nhận: thích thú, đớn đau, không-thích-thú cũng không-đớn-đau. Ba thể loại cảm nhận này đưa đến ba thể loại ám ảnh: ám ảnh bởi sự mong cầu sẽ cảm nhận được sự thích thú, ám ảnh bởi sự đề kháng chống lại các cảm nhận đớn đau, ám ảnh bởi sự ước mong tạo được sự thanh thản bằng cách vô cảm trước các cảm nhận nhận không-thích-thú cũng không-đớn-đau. Thoát ra khỏi cả ba sự ám ảnh ấy là sự Giải thoát.

Những gì trên đây không phải là quá khó hiểu, thế nhưng chủ đích của bài giảng không phải là chỉ nêu lên sự vận hành đó của sáu cơ quan giác cảm, làm phát sinh ra ba thứ cảm nhận thích thú, đớn đau, không-thích-thú cũng không-đớn-đau, mà còn đi xa hơn như thế rất nhiều, đó là cách mượn sự vận hành của lục giác để chứng minh sự hiện hữu hay không hiện hữu của những gì được hình dung và tạo dựng bởi lục giác là cái 'Tôi', cái 'Tôi' của tôi.

Tất cả các cảm nhận của lục giác đều có thể hiện ra hay tan biến, nói một cách khác thì các cảm nhận đó của lục giác có thể xảy ra hay không xảy ra, tất cả tùy thuộc vào sự bén nhậy của các cơ quan giác cảm, đối tượng của chúng và sự tiếp xúc giữa chúng và các đối tượng của chúng. Những gì 'là tôi', những gì là 'cái Tôi của tôi' (cái Ngã của tôi) là các sự cảm nhận, tương tự như các sự cảm nhận khác phát sinh từ lục giác, do đó những gì là 'Tôi', những gì là 'cái Tôi của tôi', tất cả có thể xảy ra hay không xảy ra. Lục giác tạo ra sự cảm nhận, nhưng cũng không tạo ra một sự cảm nhận nào cả, dù có tạo ra sự cảm nhận đi nữa thì nó cũng sẽ tan biến sau đó. Điều đó cho thấy không có một thứ cảm nhận nào trường tồn và bất biến để có thể gọi đấy là 'Tôi', là 'cái Tôi của tôi'. Đấy chỉ là các hình thức ám ảnh sâu kín hiện lên hoặc không hiện lên trong tâm thức của một cá thể. Thế nhưng bài giảng không dừng lại ở đó mà còn nêu lên một chủ đích thiết thực và cụ thể đối với việc tu tập: đó là cách loại bỏ tất cả các thứ ám ảnh đó để tạo ra cho mình một tâm thức tinh khiết, sáng suốt hầu mang lại cho mình sự Giải thoát.

Dưới đây, xin trích dẫn bài giảng này trong Đại Tạng Kinh giúp các độc giả quen thuộc với các thuật ngữ tiếng Hán tìm hiểu thêm nếu cần.

Trung Bộ Kinh
148. Kinh Sáu sáu

Như vầy tôi nghe.

Một thời, Thế Tôn trú ở Sāvatthi (Xá-vệ), Jetavana (Kỳ-đà lâm) tại tinh xá ông Anāthapiṇḍika (Cấp Cô Độc).

Tại đấy, Thế Tôn gọi các Tỷ-kheo: "Này các Tỷ-kheo".

"Thưa vâng, Bạch Thế Tôn". Các Tỷ-kheo ấy vâng đáp Thế Tôn.

Thế Tôn nói như sau:

—Này các Tỷ-kheo, Ta sẽ giảng pháp cho các Ông, sơ thiện, trung thiện, hậu thiện, có nghĩa, có văn. Ta sẽ nói lên Phạm hạnh hoàn toàn viên mãn, thanh tịnh, tức là sáu sáu. Hãy nghe và suy nghiệm kỹ, Ta sẽ giảng.

—Thưa vâng, bạch Thế Tôn.

(Tóm lược)

Các vị Tỷ-kheo ấy vâng đáp Thế Tôn. Thế Tôn nói như sau:

—Sáu nội xứ cần phải được biết. Sáu ngoại xứ cần phải được biết. Sáu thức thân cần phải được biết. Sáu xúc thân cần phải được biết. Sáu thọ thân cần phải được biết. Sáu ái thân cần phải được biết.

(Liệt kê)

Khi được nói đến: "Sáu nội xứ cần phải được biết", do duyên gì được nói đến như vậy? Nhãn xứ, nhĩ xứ, tỷ xứ, thiệt xứ, thân xứ, ý xứ. Khi được nói đến: "Sáu nội xứ cần phải được biết ", chính do duyên này được nói đến như vậy. Đây là sáu sáu thứ nhất.

Khi được nói đến: "Sáu ngoại xứ cần phải được biết", do duyên gì được nói đến như vậy? Sắc xứ, thanh xứ, hương xứ, vị xứ, xúc xứ, pháp xứ. Khi được nói đến: "Sáu ngoại xứ cần phải được biết", chính do duyên này được nói đến như vậy. Đây là sáu sáu thứ hai.

Khi được nói đến: "Sáu thức thân cần phải được biết", do duyên gì được nói đến như vậy? Do duyên mắt và do duyên các sắc, khởi lên nhãn thức. Do duyên tai và do duyên các tiếng, khởi lên nhĩ thức. Do duyên mũi và do duyên các hương, khởi lên tỷ thức. Do duyên lưỡi và do duyên các vị, khởi lên thiệt thức. Do duyên thân và do duyên các xúc, khởi lên thân thức. Do duyên ý và do duyên các pháp, khởi lên ý thức. Khi được nói đến: "Sáu thức thân cần phải được biết", chính do duyên này được nói đến như vậy. Đây là sáu sáu thứ ba.

Khi được nói đến: "Sáu xúc thân cần phải được biết", do duyên gì được nói đến như vậy? Do duyên mắt và do duyên các sắc, khởi lên nhãn thức. Sự gặp gỡ của ba pháp này là xúc. Do duyên tai và do duyên các tiếng, khởi lên nhĩ thức. Sự gặp gỡ của ba pháp này là xúc. Do duyên mũi và do duyên các hương, khởi lên tỷ thức. Sự gặp gỡ của ba pháp này là xúc. Do duyên lưỡi và do duyên các vị, khởi lên thiệt thức. Sự gặp gỡ của ba pháp này là xúc. Do duyên thân và do duyên các xúc, khởi lên thân thức. Sự gặp gỡ của ba pháp này là xúc. Do duyên ý và do duyên các pháp, khởi lên ý thức. Sự gặp gỡ của ba pháp này là xúc. Khi được nói đến: "Sáu xúc thân cần phải được biết", chính do duyên này được nói đến như vậy. Đây là sáu sáu thứ tư.

Khi được nói đến: "Sáu thọ thân cần phải được biết", do duyên gì được nói đến như vậy? Do duyên mắt và do duyên các sắc, khởi lên nhãn thức. Sự gặp gỡ của ba pháp này là xúc. Do duyên xúc là thọ. Do duyên tai và do duyên các tiếng, khởi lên nhĩ thức ... Do duyên mũi và do duyên các hương, khởi lên tỷ thức ... Do duyên lưỡi và do duyên các vị, khởi lên thiệt thức ... Do duyên thân và do duyên các xúc, khởi lên thân thức ... Do duyên ý và do duyên các pháp, khởi lên ý thức. Sự gặp gỡ của ba pháp này là xúc. Do duyên xúc là thọ. Khi được nói đến: "Sáu thọ thân cần phải được biết", chính do duyên này được nói đến như vậy. Đây là sáu sáu thứ năm.

Khi được nói đến: "Sáu ái thân cần phải được biết", do duyên gì được nói đến như vậy? Do duyên mắt và duyên các sắc, khởi lên nhãn thức. Sự gặp gỡ của ba pháp này là xúc. Do duyên xúc là thọ. Do duyên thọ là ái. Do duyên tai và do duyên các tiếng, khởi lên nhĩ thức ... Do duyên mũi và do duyên các hương, khởi lên tỷ thức ... Do duyên lưỡi và do duyên các vị, khởi lên thiệt thức ... Do duyên thân và do duyên các xúc, khởi lên thân thức ... Do duyên ý và do duyên các pháp, khởi lên ý thức. Sự gặp gỡ của ba pháp này là xúc. Do duyên xúc là thọ. Do duyên thọ là ái. Khi được nói đến: "Sáu ái thân cần phải được biết", chính do duyên này được nói đến như vậy. Đây là sáu sáu thứ sáu.

(Giảng về vô ngã)

Nếu ai nói rằng: "Mắt là tự ngã", như vậy là không hợp lý. Sự sanh và sự diệt của mắt đã được thấy. Vì rằng sự sanh và sự diệt củ mắt đã được thấy, nên phải đưa đến kết luận: "Tự ngã sanh và diệt ở nơi tôi". Do vậy, nếu ai nói rằng: "Mắt là tự ngã", như vậy là không hợp lý. Như vậy, con mắt là vô ngã.

Nếu ai nói rằng: "Các sắc là tự ngã", như vậy là không hợp lý. Sự sanh và sự diệt của các sắc đã được thấy. Vì rằng sự sanh và sự diệt của các sắc đã được thấy, nên phải đưa đến kết luận: "Tự ngã sanh và diệt ở nơi tôi". Do vậy, nếu ai nói rằng: "Các sắc là tự ngã", như vậy là không hợp lý. Như vậy, con mắt là vô ngã, các sắc là vô ngã.

Nếu ai nói rằng: "Nhãn thức là tự ngã", như vậy là không hợp lý. Sự sanh và sự diệt của nhãn thức đã được thấy. Vì rằng sự sanh và sự diệt của nhãn thức đã được thấy, nên phải đưa đến kết luận: "Tự ngã sanh và diệt ở nơi tôi". Do vậy, nếu ai nói rằng: "Nhãn thức là tự ngã", như vậy là không hợp lý. Như vậy, con mắt là vô ngã, các sắc là vô ngã, nhãn thức là vô ngã.

Nếu có ai nói rằng: "Nhãn xúc là tự ngã", như vậy là không hợp lý. Sự sanh và sự diệt của nhãn xúc đã được thấy. Vì rằng sự sanh và sự diệt của nhãn xúc đã được thấy, nên phải đưa đến kết luận: "Tự ngã sanh và diệt ở nơi tôi". Do vậy, nếu ai nói rằng: "Nhãn xúc là tự ngã", như vậy là không hợp lý. Như vậy, con mắt là vô ngã, các sắc là vô ngã, nhãn thức là vô ngã, nhãn xúc là vô ngã.

Nếu có ai nói rằng: "Thọ là tự ngã", như vậy là không hợp lý. Sự sanh và sự diệt của thọ đã được thấy. Vì rằng sự sanh và sự diệt của thọ đã được thấy, nên phải đưa đến kết luận: "Tự ngã sanh và diệt ở nơi tôi". Do vậy, nếu ai nói rằng: "Thọ là tự ngã", như vậy là không hợp lý. Như vậy, con mắt là vô ngã, các sắc là vô ngã, nhãn thức là vô ngã, nhãn xúc là vô ngã, thọ là vô ngã.

Nếu có ai nói rằng: "Ái là tự ngã", như vậy là không hợp lý. Sự sanh và sự diệt của ái đã được thấy. Vì rằng sự sanh và sự diệt của ái đã được thấy, nên phải đưa đến kết luận: "Tự ngã sanh và diệt ở nơi tôi". Do vậy, nếu ai nói rằng: "Ái là tự ngã", như vậy là không hợp lý. Như vậy, con mắt là vô ngã, các sắc là vô ngã, nhãn thức là vô ngã, nhãn xúc là vô ngã, thọ là vô ngã, ái là vô ngã.

Nếu có ai nói rằng: "Tai là tự ngã" ...; nếu có ai nói rằng: "" Mũi là tự ngã" ...; nếu có ai nói rằng: "Lưỡi là tự ngã" ...; nếu có ai nói rằng: "Thân là tự ngã" ...; nếu có ai nói rằng: "Ý là tự ngã", như vậy là không hợp lý. Sự sanh và sự diệt của ý đã được thấy. Vì rằng sự sanh và sự diệt của ý đã được thấy, nên phải đưa đến kết luận: "Tự ngã sanh và diệt ở nơi tôi". Do vậy, nếu ai nói rằng: "Ý là tự ngã", như vậy là không hợp lý. Như vậy, ý là vô ngã.

Nếu có ai nói rằng: "Các pháp là tự ngã", như vậy, là không hợp lý. Sự sanh và sự diệt của các pháp đã được thấy. Vì rằng sự sanh và sự diệt của các pháp đã được thấy, nên phải đưa đến kết luận: "Tự ngã sanh và diệt ở nơi tôi". Do vậy, nếu ai nói rằng: "Các pháp là tự ngã", như vậy là không hợp lý. Như vậy, ý là vô ngã, các pháp là vô ngã. Nếu có ai nói rằng: "Ý thức là tự ngã", như vậy là không hợp lý. Sự sanh và sự diệt của ý thức đã được thấy. Vì rằng sự sanh và sự diệt của ý thức đã được thấy, nên phải đưa đến kết luận: "Tự ngã sanh và diệt ở nơi tôi". Do vậy, nếu ai nói rằng: "Ý thức là tự ngã", như vậy là không hợp lý. Như vậy, ý là vô ngã, các pháp là vô ngã, ý thức là vô ngã.

Nếu có ai nói rằng: "Ý xúc là tự ngã ", như vậy là không hợp lý. Sự sanh và sự diệt của ý xúc đã được thấy. Vì rằng sự sanh và sự diệt của ý xúc đã được thấy, nên phải đưa đến kết luận: "Tự ngã sanh và diệt ở nơi tôi". Do vậy, nếu có ai nói rằng: "Ý xúc là tự ngã", như vậy là không hợp lý. Như vậy, ý là vô ngã, các pháp là vô ngã, ý thức là vô ngã, ý xúc là vô ngã.

Nếu có ai nói rằng: "Thọ là tự ngã", như vậy là không hợp lý. Sự sanh và sự diệt của thọ đã được thấy. Vì rằng sự sanh và sự diệt của thọ đã được thấy, nên đưa phải đưa đến kết luận: "Tự ngã sanh và diệt ở nơi tôi". Do vậy, nếu có ai nói rằng: "Thọ là tự ngã", như vậy là không hợp lý. Như vậy, ý là vô ngã, các pháp là vô ngã, ý thức là vô ngã, ý xúc là vô ngã, thọ là vô ngã.

Nếu có ai nói rằng: "Ái là tự ngã", như vậy là không hợp lý. Sự sanh và sự diệt của ái đã được thấy. Vì rằng sự sanh và sự diệt của ái đã được thấy, nên phải đưa đến kết luận: "Tự ngã sanh và diệt ở nơi tôi". Do vậy, nếu có ai nói rằng: "Ái là tự ngã", như vậy là không hợp lý. Như vậy, ý là vô ngã, các pháp là vô ngã, ý thức là vô ngã, ý xúc là vô ngã, thọ là vô ngã, ái là vô ngã.

(Nguồn gốc và đoạn diệt thân kiến)

Này các Tỷ-kheo, nhưng đây là con đường đưa đến sự tập khởi của thân kiến. Ai quán mắt là: "Cái này là của tôi, cái này là tôi, cái này là tự ngã của tôi". Ai quán các sắc ... Ai quán nhãn thức ... Ai quán nhãn xúc ... Ai quán thọ ... Ai quán ái ... Ai quán tai ... Ai quán mũi ... Ai quán lưỡi ... Ai quán thân ... Ai quán ý ... Ai quán các pháp ... Ai quán ý thức ... Ai quán ý xúc ... Ai quán ái: "Cái này là của tôi, cái này là tôi, cái này là tự ngã của tôi".

Nhưng này các Tỷ-kheo, đây là con đường đưa đến sự đoạn diệt của thân kiến. Ai quán mắt: "Cái này không phải là của tôi, cái này không phải là tôi, cái này không phải là tự ngã của tôi". Ai quán sắc ... Ai quán nhãn thức ... Ai quán nhãn xúc ... Ai quán thọ ... Ai quán ái ... Ai quán tai ... Ai quán mũi ... Ai quán lưỡi ... Ai quán thân ... Ai quán ý ... Ai quán các pháp ... Ai quán ý thức ... Ai quán ý xúc ... Ai quán thọ ... Ai quán ái: "Cái này không phải của tôi, cái này không phải là tôi, cái này không phải tự ngã của tôi".

(Ba độc tùy miên)

Này các Tỷ-kheo, do duyên mắt và do duyên các sắc, khởi lên nhãn thức. Sự gặp gỡ của ba pháp này là xúc. Do duyên xúc, khởi lên lạc thọ, khổ thọ hay bất khổ bất lạc thọ. Vị ấy do cảm xúc lạc thọ, mà hoan hỷ, tán thán, trú ở ái trước; tham tùy miên của vị ấy tùy tăng. Vị ấy do cảm xúc khổ thọ, mà sầu muộn, than van, than khóc, đập ngực, rơi vào bất tỉnh; sân tùy miên của vị ấy tùy tăng. Vị ấy do cảm xúc bất khổ bất lạc thọ, mà không như thật biết sự tập khởi, sự đoạn diệt, vị ngọt, sự nguy hiểm và sự xuất ly khỏi cảm thọ ấy; vô minh tùy miên của vị ấy tùy tăng. Này các Tỷ-kheo, vị ấy chính do không đoạn tận tham tùy miên đối với lạc thọ, do không tẩy trừ sân tùy miên đối với khổ thọ, do không nhổ lên vô minh tùy miên đối với bất khổ bất lạc thọ, không đoạn tận vô minh, không làm cho minh khởi lên, có thể ngay trong hiện tại là người chấm dứt đau khổ, sự kiện như vậy không xảy ra.

Này các Tỷ-kheo, do duyên tai và do duyên các tiếng, khởi lên nhĩ thức ... Này các Tỷ-kheo, do duyên mũi và do duyên các hương, khởi lên tỷ thức ... Này các Tỷ-kheo, do duyên lưỡi và do duyên các vị, khởi lên thiệt thức ... Này các Tỷ-kheo, do duyên thân và do duyên các xúc, khởi lên thân thức ... Này các Tỷ-kheo, do duyên ý và do duyên các pháp, khởi lên ý thức. Sự gặp gỡ của ba pháp này là xúc. Do duyên xúc, khởi lên lạc thọ, khổ thọ, hay bất khổ bất lạc thọ. Vị ấy do cảm xúc lạc thọ, mà hoan hỷ, tán thán, trú ở ái trước; tham tùy miên của vị ấy tùy tăng. Vị ấy do cảm xúc khổ thọ mà sầu muộn, than van, than khóc, đập ngực, rơi vào bất tỉnh; sân tùy miên của vị ấy tùy tăng. Vị ấy do cảm xúc bất khổ bất lạc thọ, mà không như thật biết sự tập khởi, sự đoạn diệt, vị ngọt, sự nguy hiểm và sự xuất ly khỏi cảm thọ ấy; vô minh tùy miên của vị ấy tùy tăng. Này các Tỷ-kheo, vị ấy chính do không đoạn tận tham tùy miên đối với lạc thọ, do không tẩy trừ sân tùy miên đối với khổ thọ, do không nhổ lên vô minh tùy miên đối với bất khổ bất lạc thọ, không đoạn tận vô minh, không làm cho minh khởi lên, có thể ngay trong hiện tại là người chấm dứt đau khổ, sự kiện như vậy không xảy ra.

(Đoạn tận ba độc)

Này các Tỷ-kheo, do duyên mắt và do duyên các sắc, khởi lên nhãn thức. Sự gặp gỡ của ba pháp này là xúc. Do duyên xúc, khởi lên lạc thọ, khổ thọ hay bất khổ bất lạc thọ. Vị ấy cảm xúc lạc thọ, mà không hoan hỷ, tán thán, trú ở ái trước; tham tùy miên của vị ấy không tùy tăng. Vị ấy cảm xúc khổ thọ, mà không sầu muộn, than van, than khóc, đập ngực, rơi vào bất tỉnh; sân tùy miên của vị ấy không tùy tăng. Vị ấy cảm xúc bất khổ bất lạc thọ, mà như thật biết sự tập khởi, sự đoạn diệt, vị ngọt, sự nguy hiểm và sự xuất ly khỏi cảm thọ ấy; vô minh tùy miên của vị ấy không tùy tăng. Này các Tỷ-kheo, vị ấy chính do đoạn tận tham tùy miên đối với lạc thọ, do tẩy trừ sân tùy miên đối với khổ thọ, do nhổ lên vô minh tùy miên đối với bất khổ bất lạc thọ, đoạn tận vô minh, làm cho minh khởi lên, có thể ngay trong hiện tại là người chấm dứt đau khổ, sự kiện như vậy xảy ra.

Này các Tỷ-kheo, do duyên tai và do duyên các tiếng, khởi lên nhĩ thức ... Này các Tỷ-kheo, do duyên mũi và do duyên các hương, khởi lên tỷ thức ... Này các Tỷ-kheo, do duyên lưỡi và do duyên các vị, khởi lên thiệt thức ... Này các Tỷ-kheo, do duyên thân và do duyên các xúc, khởi lên thân thức ... Này các Tỷ-kheo, do duyên ý và do duyên các pháp, khởi lên ý thức. Sự gặp gỡ của ba pháp này là xúc. Do duyên cảm xúc, khởi lên lạc thọ, khổ thọ hay bất khổ bất lạc thọ. Vị ấy cảm xúc lạc thọ mà không hoan hỷ, tán thán, trú ở ái trước; tham tùy miên của vị ấy không tùy tăng. Vị ấy cảm xúc khổ thọ mà không sầu muộn, than van, than khóc, đập ngực, rơi vào bất tỉnh; sân tùy miên của vị ấy không tùy tăng. Vị ấy cảm xúc bất khổ bất lạc thọ mà như thật biết sự tập khởi, sự đoạn diệt, vị ngọt, sự nguy hiểm và sự xuất ly khỏi cảm thọ ấy; vô minh tùy miên của vị ấy không tùy tăng. Này các Tỷ-kheo, vị ấy chính do đoạn tận tham tùy miên đối với lạc thọ, do tẩy trừ sân tùy miên đối với khổ thọ, do nhổ lên vô minh tùy miên đối với bất khổ bất lạc thọ, đoạn tận vô minh, làm cho minh khởi lên, có thể ngay trong hiện tại là người chấm dứt đau khổ, sự kiện như vậy xảy ra.

(Giải thoát)

Này các Tỷ-kheo, do thấy vậy, vị Đa văn Thánh đệ tử yếm ly mắt, yếm ly các sắc, yếm ly nhãn thức; yếm ly nhãn xúc, yếm ly thọ, yếm ly ái. Vị ấy yếm ly tai, yếm ly các tiếng...; yếm ly mũi, yếm ly các hương...; yếm ly lưỡi, yếm ly các vị...; yếm ly thân, yếm ly các xúc...; yếm ly ý, yếm ly các pháp; yếm ly ý thức, yếm ly ý xúc, yếm ly thọ, yếm ly ái.

Do yếm ly, vị ấy ly tham. Do ly tham, vị ấy giải thoát. Trong sự giải thoát là sự hiểu biết: "Ta đã được giải thoát". Và vị ấy tuệ tri: "Sanh đã tận, Phạm hạnh đã thành, các việc nên làm đã làm, không còn trở lui trạng thái này nữa".

Thế Tôn thuyết giảng như vậy. Các Tỷ-kheo ấy hoan hỷ tín thọ lời Thế Tôn dạy. Trong khi sự thuyết giảng này được nói lên, tâm của sáu mươi Tỷ-kheo ấy được giải thoát khỏi các lậu hoặc, không có chấp thủ.

Nguyên văn bản dịch của HT Thích Minh Châu

Bốn bài giảng liên tiếp được trích dẫn trên đây thuộc vào nhóm các bài giảng có chiều dài trung bình gọi là Majjhima Nikaya / Trung Bộ Kinh. Bài thứ nhất là Bài thuyết giảng về sự buông bỏ / Salekha Sutta - MN 8, bài thứ hai là Bài giảng về viên mật ngọt / Madhupindica sutta - MN 18, bài thứ ba là Bài giảng về cội nguồn của mọi hiện tượng / Mūlapariyāya Sutta - MN 1, bài thứ tư là Bài giảng về sáu lần sáu thành phần / Chachakka Sutta - MN 148, là bài giảng trên đây. Các bài giảng này khá khúc chiết nêu lên nền tảng chung của giáo lý Phật giáo, đòi hỏi một sự chú tâm cao độ trong việc tìm hiểu. Tiếp theo dưới đây chúng ta sẽ trích dẫn các bài giảng ngắn hơn trong nhóm Samyutta Nikaya / Tương Ưng Bộ Kinh, mở ra một khung cảnh khác lạ hơn đôi chút và cũng có thể là dễ theo dõi hơn chăng ? Dưới đây là bài thứ nhất:

Bài giảng về cách vượt ngang dòng nước lũ

Ogha-taraṇa Sutta - SN 1.1

(Dựa theo các bản dịch tiếng Anh của Thanissaro Bhikkhu, Bhikkhu Sujato, Bhikkhu Bodhi, Bhikkhu Anīgha, Piya Tan và bản tiếng Pháp của Rémy)

Trong bài giảng này Đức Phật sẽ giảng cách vượt thoát dòng nước lũ của sự thèm khát. Bài giảng này như sau:

Tôi từng được nghe như vầy. Vào dịp khi Đấng Thế Tôn ngụ gần thị trấn Sāvatthi *(Xá Vệ)*, nơi khu rừng của vị Jeta *(vị Kỳ Thọ, một vị hoàng thân giàu có, vì vậy nơi này còn được gọi là Jetavana / Khu rừng Kỳ thọ hay Kỳ viên)*, trong tịnh xá của vị Anāthapiṇḍika *(Cấp Cô Độc, một vị phú hộ rất hào phóng thường chu cấp cho những người nghèo đơn chiếc. Cấp Cô Độc là biệt danh, dịch nghĩa từ chữ Anāthapiṇḍika trong tiếng Pali sang tiếng Hán, và sau đó là từ tiếng Hán sang tiếng Việt. Tên thật của vị này là Sudatta / Tô-đạt-đa. Vị này đứng ra mua lại khu rừng của vị hoàng thân Jeta và xây dựng một tịnh xá to lớn để hiến dâng Đức Phật và Tăng đoàn. Sự kiện này đánh dấu giai đoạn bắt đầu định cư của Phật giáo)*. Giữa đêm khuya thanh vắng hiện ra một nữ thiên nhân *(devatā là nữ thiên nhân, có thể hiểu là một vị tiên nữ, deva là nam thiên nhân, các vị thiên nhân đó là các chúng sinh như tất cả các chúng sinh khác, thế nhưng thuộc một cấp bậc tinh tế hơn con người về một số khía cạnh tâm thần và thể xác nào đó. Trong kinh điển Pali có nhiều bài giảng dành cho họ)* tỏa ánh hào quang chiếu sáng cả khu rừng của vị Jeta. Vị tiên nữ (devatā) tìm gặp Đấng Thế Tôn, khi gặp được Ngài thì vái chào và đứng sang một bên. Sau khi đứng sang một bên thì cất lời với Đấng Thế Tôn như sau: «Kính thưa Ngài *(trong nguyên bản là chữ Mārisa và chữ này có thể tạm dịch là 'Ngài' / Dear Sir. Trong kinh điển Pali, các vị thiên nhân và vua chúa thường sử dụng cách gọi này để thưa gởi với Đấng Thế Tôn)*, xin Ngài giải thích cho tôi phải làm thế nào để vượt ngang dòng nước lũ».

«Ta vượt ngang dòng nước lũ nhưng không cần vượt lên phía trước, nhưng cũng không đứng yên tại chỗ».

«Thưa Ngài, vậy là thế nào, không cần vượt lên phía trước, nhưng cũng không đứng yên tại chỗ, mà Ngài lại vượt ngang được dòng nước lũ?».

«Nếu ta vượt lên phía trước thì ta sẽ bị cuốn trôi. Nếu ta đứng yên tại chỗ thì ta sẽ bị chìm. Đấy là cách mà ta vượt ngang được dòng nước lũ không cần phải vượt lên phía trước, nhưng cũng không đứng yên tại chỗ».

Lời của vị tiên nữ:

«Từ lâu tôi mới được trông thấy một vị hiền nhân đã hoàn toàn đạt được sự giải thoát.

Không cần vượt lên phía trước,

Cũng không đứng yên tại chỗ,

Thế nhưng vị ấy đã vượt khỏi được mọi sự vướng mắc trong thế giới này».

Trên đây là những lời nói của vị tiên nữ. Vị Thầy *(tức là Đức Phật)* chấp thuận những lời nói ấy *(Thật ra thì Đức Phật giữ yên lặng, và sự yên lặng ấy là một cách gián tiếp nêu lên một sự chấp nhận nào đó của mình thế thôi. Đức không hề tìm cách tranh biện với ai cả).* Sau khi hiểu được 'Vị Thầy chấp nhận những lời nói ấy của tôi', thì vị tiên nữ gập người vái lạy Đấng Thế Tôn, sau đó thì đi một vòng, luôn giữ vị trí của Đấng Thế Tôn về phía bên phải của mình, và sau đó thì biến mất.

Vài lời ghi chú

Một nàng tiên yết kiến Đức Phật trong một khu rừng, giữa một đêm khuya thanh vắng, tạo ra một khung cảnh huyền bí, êm ả và thiêng liêng. Đức Phật giải đáp thắc mắc của vị tiên nữ bằng một câu giảng ngắn, nêu lên một sự nghịch lý thật bất ngờ: vượt ngang dòng được nước lũ không cần phải vượt lên, cũng không đứng yên tại chỗ. Vậy cách hành xử ấy mang ý nghĩa như thế nào?

Trong Phật giáo dòng nước lũ (ogha / flood, current / dòng nước lũ, dòng thác lũ) biểu trưng cho sự cuốn trôi trong thế giới. Sự cuốn trôi đó gồm có bốn thứ: 1- sự thèm khát dục tính (kāma / sự say mê các thú vui dục tính qua các thể dạng hình tướng, âm thanh, mùi, vị, sự đụng chạm trên thân thể và các sự ám ảnh tính dục trong tâm thần), 2- sự mong ước được trở thành (bhava / mong muốn được tiếp tục hình thành và hiện hữu, dù là dưới thể dạng nào), 3- sự bám víu vào các quan điểm (diṭṭhi / bám víu vào lòng tin, đức tin, các giáo điều, các quan điểm của mình), 4- sự u mê (avijjā / tình trạng tâm thần lầm lẫn, thiếu sáng suốt, vô minh).

Không vượt lên có nghĩa là dừng lại, không để cho bốn sự bám víu và thèm khát cuốn trôi và nhận chìm mình trong dòng nước lũ của sự trở thành và sự hiện hữu trong thế giới. Khi đã bị dòng nước cuồn cuộn của thế giới cuốn trôi thì dù có vùng vẫy cách mấy đi nữa thì sớm muộn cũng sẽ bị nhận chìm mà thôi. Dhamma của Đấng Thế Tôn không hướng con người vào một sự mong cầu nào hay một niềm hy vọng nào cả, mà chỉ giúp con người nhìn vào chính mình để biến cải tâm thức mình từ bên trong chính mình. Vì vậy, sự biến cải đó không hề là một sự đứng yên mà là một sự nỗ lực phi thường, biến dòng thác lũ trong tâm thức mình trở thành một đại dương mênh mông, một bầu không gian vô tận, không có một sự ngăn cách nào để vượt qua, cũng không có vị thế cố định nào để đứng yên tại chỗ. Đấy là ý nghĩa hàm chứa trong lời khuyên của Đức Phật cho vị tiên nữ. Hiểu được lời khuyên đó, vị tiên nữ gập người vái lạy Đấng Thế Tôn, đứng dịch sang phía tay phải của Đấng Thế Tôn, đi một vòng chung quanh Ngài để tỏ lòng kính phục của mình đối với Ngài, sau đó thì biến mất. Vị tiên nữ trả lại cho Đấng Giác Ngộ sự êm ả của đêm thâu trong một khu rừng vắng lặng.

Dưới đây chúng ta sẽ tiếp tục trích dẫn một bài giảng khác nêu lên một cuộc gặp gỡ khác, và lần này là giữa một nhà sư trẻ tuổi và một cô tiên nữ. Bài giảng này như sau:

Bài thuyết giảng cho Samiddhi

Samiddhi sutta - SN 1.20

(Dựa theo các bản dịch tiếng Anh của Maurice O'Connel Walse, Thanissaro Bhikkhu, Bhikkhu Bodhi, Bhikkhu Sujato, Bhikkhu Anīgha và Piya Tan)

Tôi từng được nghe như vầy. Lúc đó Đấng Thế Tôn đang ngụ gần kinh thành Rājagaha *(Vương Xá)* nơi tịnh xá Tapodā *(Tapodā cũng là tên gọi của một chiếc hồ nước giá buốt nằm dưới chân núi Vebhara, nơi ngoại thành Rājagaha, đổ vào hồ là một con suối nước nóng)*. Lúc đêm vừa tàn thì Ngài Samiddhi thức giấc, tìm đến con Suối Nước Nóng Tapodā để rửa ráy chân tay *(nhưng cũng có thể hiểu là để 'tắm', thế nhưng kinh sách thường tránh dùng chữ này, có lẽ là vì chữ này có thể gợi lên sự trau chuốt thân thể chăng?)*. Sau khi rửa ráy chân tay thì vị Samiddhi bước ra khỏi con suối, nhưng vẫn còn đứng đó chờ cho chân tay khô ráo, trên người vẫn còn mặc quần áo bên trong.

Cũng vào lúc đó, khi đêm vừa tàn, hiện ra một vị tiên nữ *(devatā / nữ thiên nhân, nam thiên nhân thì gọi là deva. Chữ devatā có thể hiểu là một nàng tiên, một tiên nữ, thế nhưng trong bản dịch của HT. Thích Minh Châu thì vị tiên nữ này lại được gọi là một vị 'Thiên', một vị 'Hiền giả' 'với dung sắc thù thắng'. Dường như chữ 'hiền giả' trong Hán ngữ là dùng để chỉ nam giới ?)* với ánh hào quang rạng rỡ tỏa sáng toàn vùng con suối nước nóng Tapodā, vị tiên nữ tiến về phía Ngài Samiddhi. Sau khi đến gần, nhưng vẫn còn đứng lơ lửng giữa không trung, thì vị tiên nữ cất lời với Ngài Samiddhi bằng một tiết thơ như sau:

«Này bạn tỳ-kheo, sao không thụ hưởng thú vui [dục tính],

Mà lại đi khất thực như thế.

Không nên khất thực *(bước vào con đường tu hành)* trước khi thụ hưởng

thú vui [dục tính].

Này bạn tỳ kheo, hãy thụ hưởng thú vui [dục tính],

Sau đó thì mới nên bước theo con đường khất thực.

Chớ nên đánh mất thời gian *(của tuổi thanh xuân)*.

(Qua các câu trên đây vị tiên nữ khuyên người tỳ-kheo hãy thụ hưởng thú vui [dục tính] trước khi bước vào con đường tu tập, không nên đánh mất khoảng thời gian quý báu của tuổi thanh xuân)

Lời của người tỳ-kheo Samiddhi:

«Tôi nào có biết được thời gian *(ngày tháng còn lại)* của tôi *đâu (ý nói tôi không sao biết trước được là tôi sẽ chết lúc nào)*

Thời gian [còn lại] của tôi thật mù mờ,

Nào có ai trông thấy được nó *(không biết trước lúc nào thì mình sẽ chết)*.

Chính vì vậy, tôi không thụ hưởng [thú vui dục tính],

Mà bước vào con đường khất thực,

Tôi nào có để thời gian trôi đi *(không lãng phí thời gian tuổi trẻ của mình*

trong hiện tại) ».

(Trên đây là cách đối đáp giữa một nàng tiên và một nhà sư, nêu lên một cách chơi chữ thật thú vị về hai ý nghĩa của chữ thời gian: 'thời gian đang tiêu hao' và 'thời gian còn lại của kiếp người')

Vị tiên nữ sau đó bèn đáp xuống đất và cất lời với Ngài Samiddhi như sau:

«Này bạn tỳ-kheo, bạn ra đi [khất thực] từ những ngày còn trẻ – tóc còn xanh, vào giữa tuổi thanh xuân trong kiếp sống – không biết thụ hưởng các thú vui dục tính. Này bạn tỳ kheo, hãy cứ thụ hưởng các thú vui dục tính của con người. Chớ đánh mất *(phí phạm)* những gì 'trông thấy được tại nơi này và trong lúc này' để đuổi bắt những gì lệ thuộc với thời gian *(những gì lệ thuộc với thời gian là sự già nua và cái chết. Vị tiên nữ chê trách người tu hành trẻ tuổi không biết hưởng thụ những gì cụ thể trong hiện tại mà lại nghĩ đến những gì còn chờ đợi mình trong tương lai. Câu này cho thấy cô tiên nữ hiểu 'những gì trông thấy được tại nơi này và trong lúc này' là các thú vui dục tính. Trái lại trong câu dưới đây thì vị tỳ-kheo trẻ tuổi cho biết là 'những gì trông thấy tại nơi này và trong lúc này' là Dhamma của Đấng Thế Tôn, giúp mình thoát ra khỏi các thú vui dục tính trong hiện tại)* ».

«Này cô bạn tiên nữ, nào tôi nào có đánh mất những gì 'trông thấy được tại nơi này và trong lúc này' để đuổi bắt những gì lệ thuộc với thời gian đâu. [Sở dĩ] tôi đang đánh mất những gì 'lệ thuộc vào thời gian' *(tính dục)* là để mong cầu những gì 'trông thấy được tại nơi này và trong lúc này' *(tức là Dhamma của Đức Phật, đó là những gì có thể trông thấy được trong lúc này và tại nơi này)*. Đấng Thế Tôn bảo rằng dục tính lệ thuộc với thời gian *(không kéo dài)*, mang lại thật nhiều âu lo *(stress / lo buồn, sợ hãi, 'bất toại nguyện')*, thật nhiều tuyệt vọng và tai hại ; trong khi đó thì Dhamma *(Đạo Pháp)* do Đấng Thế Tôn thuyết giảng lại [là những gì] 'trông thấy được tại nơi này và trong lúc này', nhưng không hề mang tính cách thời gian *(vượt thoát khỏi thời gian)*, có thể xác nhận được, hoàn toàn thích đáng, và người tu tập có thể chứng nghiệm được bởi chính mình *(đây lại thêm một cách chơi chữ khác về ý nghĩa của chữ thời gian : Dhamma là những gì có thể 'trông thấy được tại nơi này và trong lúc này', do đó không nên đánh mất nó mà phải ra đi khất thực để mong cầu tìm thấy nó, trước khi những gì liên hệ với thời gian – tức là sự già nua và cái chết – sẽ xảy đến với mình một lúc nào đó trong bóng tối mù mịt của tương lai. Nàng tiên nữ tuyệt đẹp, vị tu hành trẻ tuổi thật quyết tâm, khung cảnh một con suối nước nóng vào lúc rạng đông khi đêm vừa tàn thật thơ mộng, các câu đối đáp giữa một nàng tiên và một nhà sư trẻ tuổi thật tuyệt vời, tương tự như một bài thơ, nêu lên hai ý niệm tương phản về ý nghĩa của chữ thời gian, phản ảnh hai quan điểm đối nghịch trong cuộc sống của con người nói chung, và trong trường hợp này là giữa một 'nàng tiên' rất thế tục và một 'chàng tỳ-kheo' rất can trường và lý tưởng)* ».

«Thế nhưng, này bạn tỳ kheo, Đấng Thế Tôn cho biết là dục tính lệ thuộc với thời gian, mang lại thật nhiều âu lo, thật nhiều tuyệt vọng và những điều tai hại, vậy điều ấy mang ý nghĩa như thế nào ? Và tại sao Dhamma thì cũng được trông thấy tại nơi này và trong lúc này, [thế nhưng] không hề mang tính cách thời gian (timeless), có thể kiểm chứng được, hoàn toàn thích đáng, và người tu tập có thể tự mình thực hiện được cho mình?».

«Này cô bạn tiên nữ, tôi chỉ là một người ra đi không lâu *(mới bắt đầu bước vào con đường tu tập)*, chỉ mới khởi sự học hỏi Dhamma và Giới luật. Tôi không đủ sức giải thích các thắc mắc ấy một cách chi tiết được. Thế nhưng Đấng Thế Tôn, một Vị Giác ngộ đáng kính và đích thật, đang ngụ không xa kinh thành Rājagaha, tại tịnh xá Tapodā. Vậy cô bạn hãy cứ đến đấy để hỏi Đấng Thế Tôn chi tiết hơn về các thắc mắc ấy. Dù Ngài giải thích như thế nào thì cô bạn cũng nên ghi nhớ đúng như vậy».

«[Thế nhưng], này bạn tỳ-kheo, yết kiến Đấng Thế Tôn không phải là chuyện dễ, bởi vì Ngài rất đa đoan với các bậc thiên nhân *(các vị thánh nhân)* mang tầm ảnh hưởng rộng lớn hơn tôi nhiều *(thuộc các cấp bậc cao hơn tôi)*. Vì vậy, nếu bạn tỳ-kheo có thể tìm gặp Đấng Thế Tôn để hỏi về các thắc mắc ấy thì tôi sẽ xin đi theo để được nghe giảng Dhamma».

Ngài Samiddhi đáp lại vị tiên nữ: «Này cô bạn tiên nữ, tôi sẽ làm theo ý của cô bạn». Ngài Samiddhi bèn tìm gặp Đấng Thế Tôn. Khi gặp được Ngài thì cúi đầu vái chào và ngồi sang một bên. Sau khi an tọa thì Ngài Samiddhi [thuật lại với Đấng Thế Tôn từ đầu đến cuối cuộc gặp gỡ và đối thoại vừa rồi giữa vị tiên nữ và mình]...*(đoạn này được cắt bớt nhằm tránh sự dài dòng)*. «Thưa Thế Tôn, nếu những lời do vị tiên nữ nói lên là đúng, thì vị ấy cũng không phải là ở quá xa nơi này» *(câu này cho thấy trước mặt Đấng Thế Tôn vị tiên nữ dường như tỏ vẻ khép nép, nấp sau lưng người tỳ-kheo trẻ tuổi Samiddhi?)* ».

Sau khi nghe nói thế thì vị tiên nữ bèn nói với Ngài Samiddhi: «Này bạn tỳ-kheo, cứ hỏi đi! Cứ hỏi Đấng Thế Tôn đi! Tôi đang ở bên cạnh bạn đây này». Đấng Thế Tôn bèn nói với vị tiên nữ bằng các tiết thơ như sau:

[Lời Đức Phật:]

«Chúng sinh chỉ nhận thấy được những gì diễn đạt bằng các ký hiệu (signs / các cách biểu trưng, các hình thức biểu thị, có nghĩa là những gì có thể hình dung được, hiểu được bằng cách dựa vào một ký hiệu, một hình thức biểu trưng, một sự diễn đạt cụ thể),

Và tự đặt mình vào khung cảnh của các ký hiệu ấy *(chẳng hạn như thời gian, tính dục, tuổi thanh xuân, sự thích thú, sự thụ hưởng... là các ký hiệu)*.

Khi nào chưa hoàn toàn thấu triệt được thật sâu xa [ý nghĩa] của các ký hiệu ấy *(các sự diễn đạt, các sự hình dung ấy)*,

Thì chúng sinh sẽ không sao tránh khỏi rơi vào gông cùm của cái chết *(cách nhìn qua trung gian của các ký hiệu tự nó là một sự bám víu, sự bám víu sẽ đưa đến sự trở thành, và sự trở thành sẽ đưa đến sự sinh, sự già nua và cái chết)*.

Thế nhưng một chúng sinh khi đã hoàn toàn thấu triệt được các ký hiệu ấy *(tuổi trẻ, thời gian, các thú vui dục tính...)* [thật sự] là gì,

Thì chúng sinh ấy sẽ không còn căn cứ vào các ký hiệu để hình dung *(suppose/ tạo dựng, thiết đặt, tưởng tượng)* ra bất cứ một sự diễn đạt *(signifier / ý nghĩa, sự xác định, sự tạo dựng)* nào khác cả *(chẳng hạn như đối với 'tuổi thanh xuân' thì 'ký hiệu' của nó là sự 'thụ hưởng tính dục')*.

Khi nào không có bất cứ một thứ gì hiện hữu [trong tâm thức của] một chúng sinh,

Thì người ta có thể bảo rằng:

Trong tâm thức của chúng sinh ấy sẽ không có bất cứ một tư duy *(ý nghĩ, sự liên tưởng) nào hiển hiện (không có một ký hiệu nào được tạo dựng)*:

Này vị thánh linh *(spirit / thần linh, vị thiêng liêng, trong trường hợp này là vị tiên nữ. Đây là cách mà Đức Phật gọi vị tiên nữ. Trong bản dịch của HT. Thích Minh Châu thì vị tiên nữ này được xem là một nam giới, và được gọi là 'Ông', 'Hiền giả' hoặc 'Dạ-xoa'. Chữ 'Hiền giả' dường như chỉ dùng để chỉ một nhân vật nam giới. Chữ 'Dạ-xoa' (夜叉) là một từ tiếng Hán, dịch âm từ chữ Yakkha trong tiếng Pali)*, nếu hiểu được điều ấy *(những lời giải thích ấy)* thì hãy nói lên *(là mình đã hiểu)* (1)».

(1)- Lời giải thích trên đây của Đức Phật rất khúc chiết và sâu sắc. Thông thường chúng ta chỉ hiểu một hiện tượng hay một sự kiện nào đó bằng cách dựa vào một ký hiệu, một biểu thị, một sự diễn đạt cụ thể, chẳng hạn như vị tiên nữ nhìn vào người tỳ-kheo thì nhận ra tuổi thanh xuân của người tỳ-kheo và sau đó thì liên tưởng đến sự thụ hưởng dục tính của người tỳ kheo này. Thế nhưng nếu người tỳ kheo không hình dung, tạo dựng, diễn đạt hay tưởng tượng ra một hình thức biểu thị

(signifier) nào cả, thì đấy sẽ là một sự dừng lại, và sau đó sẽ không có bất cứ một thứ gì xảy ra với mình. Ngược lại nếu một biểu thị, một ký hiệu, được tạo dựng và liên tưởng thì tự nó sẽ trở thành một sự bám víu, và sự bám víu thì sẽ đưa đến sự hình thành, từ sự hình thành sẽ đưa đến khổ đau, sự già nua và cái chết. Lời giải thích ngắn gọn của Đức Phật rất sâu sắc, do vậy Ngài đã hỏi lại vị tiên nữ xem có hiểu hay không. Đúng như sự tiên đoán của Ngài, vị tiên nữ không hiểu và xin Dức Phật giải thích cho mình bằng một cách khác).

[Lời tiên nữ:]

«Thưa Ngài *(xin nhắc lại: trong kinh điển Pali, các thiên nhân và vua chúa gọi Đức Phật là Ngài / Dear Sir)*, tôi không hiểu được chi tiết ý nghĩa trong những lời phát biểu ngắn gọn của Thế Tôn. Tốt hơn hết, xin Thế Tôn giải thích thêm bằng một cách khác, hầu giúp tôi có thể hiểu được chi tiết về ý nghĩa trong những lời phát biểu ngắn gọn của Thế Tôn».

[Lời Đức Phật:]

«Khi nào còn hình dung ra các [ý niệm] 'ngang hàng', 'cao hơn' hay 'thấp hơn' (nói chung là một sự phân biệt nào đó, chẳng hạn như trong trường hợp này, thì sự phân biệt là người tỳ kheo còn trẻ hay đã già, là người thế tục hay người tu hành, thụ hưởng tình dục hay ôm bình bát khất thực, v.v... Đó là sự nhận định và diễn đạt trong tâm trí mình khi nhìn vào một sự kiện hay một hiện tượng nào đó),

Thì tất sẽ sinh ra sự tranh luận *(tranh cãi, bất đồng chính kiến)*.

Thế nhưng đối với một chúng sinh không còn bị chi phối bởi ba thứ ấy: các sự 'ngang hàng', 'cao hơn' hay 'thấp hơn',

Thì sẽ không còn bất cứ một thứ gì xảy ra với chúng sinh ấy nữa.

Này vị thánh linh *(vị tiên nữ)*, nếu hiểu được điều ấy thì hãy nói lên *(cho biết là mình đã hiểu)* ».

[Lời tiên nữ:]

«Thưa Thế Tôn, tôi không hiểu được chi tiết trong những lời phát biểu ngắn gọn của Thế Tôn. Xin Thế Tôn hãy giải thích cho tôi bằng cách khác, hầu giúp tôi có thể hiểu được chi tiết về ý nghĩa trong những lời phát biểu ngắn gọn của Thế Tôn».

[Lời Đức Phật:]

«Khi nào thoát ra khỏi sự phân loại *(sự xác định)* ***vô tích sự*** *(shed classifications / sự đánh giá vô nghĩa, vô ích, không cần thiết)*, ***[giúp mình] vượt lên trên sự tự kiêu*** *(conceit / sự tự phụ, tự mãn, cho rằng các quan điểm, các ý niệm, các biểu thị, các sự suy diễn của mình là đúng)*,

Thì chúng sinh ấy sẽ cắt đứt được sự thèm khát các thứ danh xưng và hình tướng *(có nghĩa là chận đứng được từ gốc rễ của những gì được tạo dựng bằng ngôn từ và hình tướng, là những gì mang tính cách cụ thể / name and form)*.

Đối với chúng sinh ấy khi đã cắt đứt được các mối dây trói buộc, giúp mình thoát ra khỏi mọi sự thèm khát,

Thì sẽ không có bất cứ ai – dù họ là con người hay thiên nhân – có thể tìm thấy được chúng sinh ấy.

Tại nơi này hay nơi khác, trong cõi thiên đường hoặc trong bất cứ một cảnh giới nào khác.

Này vị thánh linh, nếu hiểu được điều ấy thì hãy nói lên *(là mình đã hiểu)* ».

[Lời tiên nữ:]

«Thưa Ngài, sau đây là cách mà tôi hiểu chi tiết ý nghĩa trong những lời phát biểu ngắn gọn của Thế Tôn:

Trong toàn thể thế giới *(trong mọi lãnh vực)*, dù là thế giới nào *(lãnh vực nào)* cũng vậy,

Bạn không được phép gây ra những điều tồi tệ *(xấu xa, tai hại)*,

Trên phương diện ngôn từ, thân thể và tâm thần.

Buông bỏ [sự đam mê] tính dục,

Tạo được cho mình sự tỉnh thức và cảnh giác,

Không làm bất cứ một điều gì mang lại khổ đau và lo buồn,

Và cả những gì không phương hại đến mục đích [mang lại sự Giải thoát](2) ».

(2)- Đức Phật ba lần thuyết giảng cho vị tiên nữ về sự hiểu biết của con người luôn bị ảnh hưởng bởi các sự tạo dựng, các ký hiệu, các sự liên tưởng mang tính cách công thức: lần thứ nhất trừu tượng, sâu sắc và bao quát, có thể hiểu là cấp bậc hiểu biết sâu xa nhất về sự vận hành của tâm thức con người nói chung; lần thứ hai đơn giản và trực tiếp hơn, thế nhưng vị tiên nữ vẫn không hiểu; lần thứ ba Đức Phật giải thích cụ thể hơn nữa, thế nhưng vị tiên nữ cũng vẫn không hiểu. Sau đó thì vị tiên nữ đành phải cố gắng diễn đạt sự hiểu biết thực dụng của mình bằng cách nêu lên các cung cách hành xử đạo đức nói đến trong khái niệm về 'Con đường gồm tám yếu tố cao quý' / 'Bát chánh đạo', do đó cấp bậc hiểu biết này của vị tiên nữ có thể xem là cấp bậc hiểu biết thứ tư. Sau những lời giải thích với ít nhiều gượng ép đó của vị tiên nữ, thì bài giảng chấm dứt bằng sự yên lặng của Đức Phật, một sự yên lặng mang thật nhiều ý nghĩa.

Vài lời ghi chú

Bài giảng thật tuyệt vời, 'từ đoạn đầu đến đoạn giữa và cả đoạn cuối'. Câu chuyện gặp gỡ giữa một nàng tiên và một người tu hành trẻ tuổi, vào lúc trời mờ sáng, bên bờ một con suối nước nóng, thật hết sức lý tưởng, thế nhưng cuộc đàm thoại giữa họ với nhau thì lại rất thiết thực và hữu ích. Trong cuộc sống nói chung, biết đâu trong số chúng ta cũng có nhiều người từng gặp gỡ nhau trong một bối cảnh tương tự như vậy, thế nhưng giữa chúng ta thì chúng ta cùng bàn thảo với nhau về các chủ đề như thế nào ? Chúng ta cùng nhau tìm hiểu những gì 'trông thấy tại nơi này và trong lúc này' hoặc giải thích cho nhau những gì 'vượt thoát khỏi thời gian' và 'những gì lệ thuộc vào thời gian' ? Hoặc chúng ta nhìn nhau với ánh mắt của sự thèm khát và bám víu, thúc đẩy bởi 'những gì lệ thuộc với thời gian' ? Bài giảng kết thúc bằng những lời giải thích mở rộng của Đức Phật và sự yên lặng mênh mông của Ngài.

Nhà sư Thanissaro Bhikkhu, trong phần giới thiệu bản dịch của ông về bài giảng này, có nêu lên các lời giải thích và nhận xét rất sắc bén. Người chuyển ngữ không có gì để nêu thêm, do vậy xin mạn phép chuyển ngữ toàn bộ các lời giải thích và nhận xét của nhà sư Thanissaro Bhikkhu dưới đây, hầu độc giả có thể tìm hiểu thêm về bài giảng rất đẹp và sâu sắc này. Các lời giới giải thích và nhận xét của nhà sư Thanissaro Bhikkhu như sau:

[Trong số tất cả các kinh điển tín ngưỡng] duy nhất chỉ có kinh điển Pali [của Phật giáo] là đề cập đến thế giới linh thiêng (spirit world / thế giới của các thần linh, các thánh nhân, các thiên nhân. Trong kinh điển Pali có rất nhiều bài giảng dành cho các chúng sinh cao hơn và tinh tế hơn con người. Trên dòng tiến hóa của sự sống, theo các nhà sinh học thì các sinh vật xuất hiện trước nhất là các sinh vật thô sơ, đưa đến các sinh vật ngày càng phức tạp hơn, là con người. Thế nhưng con người không nhất thiết là các chúng sinh tiến hóa nhất trên một vài khía cạnh và các khả năng nào đó. Ngay trong số họ cũng có các thành phần mang các đặc tính, các xu hướng khác biệt nhau, ở các cấp bậc khác nhau, từ thể xác đến tâm thần và cả tâm linh). Dù công nhận sự hiện hữu của các chúng sinh linh thiêng cùng một số các chúng sinh tinh tế khác [khác hơn với con người chúng ta], thế nhưng kinh điển Pali cũng cho biết thêm là không phải vì thế mà các chúng sinh [linh thiêng] ấy đáng được tôn thờ (kinh điển Pali không những nêu lên các vị thiên nhân, các chúng sinh cao quý, mà còn nói đến các quỷ đói, ma vương..., thuộc vào các cấp bậc hiện hữu thấp hơn con người, ít nhất là qua một số khía cạnh nào đó. Trong cấp bậc con người cũng có các nhà lãnh đạo, các chính trị gia biển lận và hung bạo, nhưng cũng có những người tu hành từ tâm, hy sinh đời mình vì hạnh phúc của tất cả chúng sinh và con người). Đức Phật dầu sao thì cũng là vị Thầy không những đối với con người mà cả các thiên nhân (heavenly beings), và phần đông trong số họ, dù được thừa hưởng một thể dạng [hiện hữu] tinh tế, nhưng không nhất thiết là họ được học hỏi, hoặc có một trình độ thật cao trong lãnh vực tâm linh. Đối với họ, thì kinh điển Pali nêu lên không thiếu các câu chuyện mỉa mai và dí dỏm (gentle satires), chẳng hạn như trong bài giảng nổi tiếng là *Kevaṭṭa Sutta* (*Bài giảng cho Kevaṭṭa* / *Kevaṭṭa Sutta* - DN 11) nêu lên sự châm biếm (lampoon) đối với sự đần độn (ignorance) và bản tính phô trương (pomposity) của một vị sáng tạo được xem là toàn năng (all-knowing creator).

Bài giảng trên đây (*Bài thuyết giảng cho Samiddhi / Samiddhi Sutta* - SN 1.20) cũng còn nêu lên một sự dí dỏm khác cùng một thể loại trên đây, đó là sự khó khăn khi phải giảng dạy Dhamma ở các cấp bậc cao cho một chúng sinh – dù là con người hay một thánh nhân cũng vậy – khi chúng sinh này vẫn còn bị ám ảnh bởi các thú vui dục tính (Đức Phật thuyết giảng Dhamma liên quan đến dục tính ba lần ở ba cấp bậc khác nhau, qua các khía cạnh khác nhau, thế nhưng vị tiên nữ vẫn không hiểu). Dù được nghe các tiết thơ có thể đánh thức tâm thức mình trước những gì 'không lệ thuộc vào thời gian nhưng có thể nhận thấy được tại nơi này và trong lúc này' (tức là Dhamma), thế nhưng vị tiên nữ không hiểu được các điều ấy, mà chỉ đủ sức nắm bắt các nguyên tắc tu tập sơ đẳng nhất trong việc học hỏi Dhamma (tức là Con đường gồm tám yếu tố cao quý / Bát chánh đạo). Đây là một trường hợp ngoại lệ (hiếm hoi) cho thấy Đức Phật cố ý nêu lên những lời [thuyết giảng] cao hơn đầu (head / tâm trí) người nghe. Và đấy cũng có thể là cách – chẳng hạn như bài giảng SN 1.1 (*Ogha-taraṇa Sutta / Bài giảng về cách vượt ngang dòng nước lũ*) – mà Đức Phật dìm bớt (subdue / dằn xuống bớt) sự kiêu căng của một vị tiên nữ (giảng Dhamma thật cao khiến vị tiên nữ không hiểu để phải tự mình đè nén sự tự kiêu của mình). Dầu sao đi nữa thì điều đó cũng cho thấy vị tiên nữ cũng đã tạo được cho mình một niềm hy vọng: theo những lời Bình giải (Commentary) (trong Luận tạng) thì dù khả năng hiểu biết của mình chỉ loanh quanh ở cấp bậc sơ đẳng trên Con đường gồm tám yếu tố cao quý (Noble eightfold path / Bát chánh đạo), thế nhưng nếu cố gắng tiếp tục tìm hiểu thêm, thì một ngày nào đó vị tiên nữ cũng sẽ đạt được các cấp bậc thực hiện cao hơn.

Ngoài ra bài giảng còn nêu lên một cách chơi chữ [thứ hai], đó là các chữ 'thời gian' (kāla) và sự 'lệ thuộc vào thời gian' (kālika). 'Thời gian' không chỉ có nghĩa là thời gian qua 'ý nghĩa tổng quát' của nó, mà còn có nghĩa là 'thời gian còn lại của một kiếp người' – người ta thường nói một người chết là một người 'đã làm chấm dứt thời gian của mình' (done his / her time / hoàn tất thời gian của mình). Hai ý nghĩa này [của chữ thời gian] là chủ đề thứ nhất nêu lên trong cuộc đối thoại giữa Ngài Samidhi và vị tiên nữ. [Trái lại khi nói lên] 'lệ thuộc vào thời gian' thì đấy có nghĩa là [những gì] 'chỉ có thể đạt được (thực hiện được) trong một khoảng thời gian [nhất định] nào đó' hoặc 'chỉ có thể kéo dài trong một khoảng thời gian [giới hạn] nào đó' mà thôi, và cách hiểu này [là chủ đề] thứ hai trong cuộc đối thoại giữa hai vị ấy. Ngoài ra cũng còn có thêm một cách chơi chữ khác nữa về ý nghĩa trong câu phát biểu 'trông thấy được (đạt được) tại nơi này và trong lúc này'. Vị tiên nữ cho rằng Ngài Samiddhi sở dĩ chối bỏ [thú vui] dục tính của con người để mong cầu đạt được một phần thưởng xứng đáng (cao quý) hơn sau khi chết, do đó đã sử dụng ý nghĩa trong câu phát biểu trên đây ('đạt được tại nơi này và trong lúc này) để chỉ các thú vui dục tính của con người (vị tiên nữ hiểu các thú vui dục tính là những gì thiết thực và cụ thể 'tại nơi này và trong lúc này'). [Thế nhưng] Ngài Samiddhi, từng tận hưởng hương vị của sự bất tử, thì lại sử dụng ý nghĩa trong câu phát biểu ấy ('đạt được tại nơi này và trong lúc này') để nói lên chủ đích chính đáng của mình là sự giải thoát (tức là Dhamma, trong khi đó thì vị tiên nữ lại hiểu 'những gì đạt được tại nơi này và trong lúc này' là các thú vui dục tính). Vị tiên nữ không đủ sức hiểu được ý nghĩa mà Ngài Samiddhi muốn nói lên. Những lời phát biểu của Ngài Samiddhi nêu lên thật rõ ràng: dù được sinh ra trong thể dạng của một chúng sinh nhiều phúc hạnh (một thiên nhân), thế nhưng vẫn còn có nhiều điều khác cần phải học hỏi thêm.

Dưới đây là bản dịch của bài giảng Samiddhi Sutta trong Đại Tạng Kinh tiếng Việt:

Chương 1: Tương Ưng Chư Thiên
II: Phẩm Vườn Hoan Hỷ
1.20. Samiddhi

Như vầy tôi nghe.

Một thời Thế Tôn ở Vương Xá tại Tapodārāma (Tịnh xá Suối nước nóng).

Tôn giả Samiddhi, khi đêm đã gần tàn, thức dậy và đi đến suối nước nóng để tắm rửa tay chân. Sau khi tắm rửa tay chân, ra khỏi suối nước nóng, Tôn giả đứng, đắp một tấm y để phơi tay chân cho khô.

Rồi một vị Thiên, khi đêm đã gần tàn, với dung sắc thù thắng, chói sáng toàn vùng suối nước nóng, đi đến Tôn giả Samiddhi, sau khi đến, đứng giữa hư không, nói lên bài kệ với Tôn giả Samiddhi:

Không hưởng, Ông khất thực,

Nay khất thực, không hưởng,

Hãy hưởng rồi khất thực,

Chớ uổng phí thời gian.

(Samiddhi):

Thời Ông, ta không biết.

Thời ta, ẩn không hiện.

Không hưởng, ta khất thực,

Không uổng thời gian ta.

Rồi vị Thiên ấy đứng xuống đất và thưa với Tôn giả Samiddhi:

—Này Tỷ-kheo, Ông còn trẻ tuổi mà đã xuất gia, niên thiếu, tóc còn đen nhánh trong tuổi thanh xuân. Trong thời trẻ thơ của tuổi đời, Ông không thọ hưởng các ái dục. Này Tỷ-kheo, hãy thọ hưởng các ái dục của người đời. Chớ có bỏ hiện tại mà chạy theo những gì bị thời gian chi phối.

—Này Hiền giả, ta không bỏ hiện tại và chạy theo những gì bị thời gian chi phối. Và này Hiền giả, chính ta bỏ những gì bị thời gian chi phối để chạy theo hiện tại. Này Hiền giả, Thế Tôn đã nói, các dục bị thời gian chi phối, nhiều khổ đau, nhiều phiền não (Upàyàsà); nguy hiểm ở đấy càng nhiều hơn. Còn pháp này thuộc về hiện tại, không bị thời gian chi phối, đến để mà thấy, có khả năng hướng thượng, chỉ người trí mới tự mình giác hiểu.

—Và này Tỷ-kheo, như thế nào mà Thế Tôn đã nói các dục bị thời gian chi phối, nhiều khổ đau, nhiều phiền não, nguy hiểm ở đấy càng nhiều hơn? Như thế nào thuộc về hiện tại là pháp này, không bị thời gian chi phối, đến để mà thấy, có khả năng hướng thượng, chỉ người trí mới tự mình giác hiểu?

—Này Hiền giả, tôi là người mới xuất gia, mới đến đây không bao lâu. Tôi không thể giải thích rộng rãi cho Ông pháp và luật này. Nhưng Thế Tôn, bậc A-la-hán, Chánh Đẳng Giác nay ở Rājagaha (Vương Xá) tại tịnh xá Tapoda (Suối nước nóng). Hãy đi đến Thế Tôn và hỏi ý nghĩa này. Thế Tôn trả lời cho Ông như thế nào, hãy như vậy thọ trì.

—Này Tỷ-kheo, không dễ gì cho chúng tôi được đến gặp bậc Thế Tôn ấy, một bậc được chư Thiên khác, có đại uy lực đoanh vây. Này Tỷ-kheo, nếu Ngài đi đến bậc Thế Tôn ấy và hỏi ý nghĩa này, chúng tôi có thể đến để nghe pháp.

—Thưa vâng, Hiền giả.

Tôn giả Samiddhi vâng đáp vị Thiên ấy, đi đến Thế Tôn, sau khi đến, đảnh lễ Thế Tôn rồi ngồi xuống một bên. Ngồi xuống một bên, Tôn giả Samiddhi bạch Thế Tôn:

—Ở đây, bạch Thế Tôn, sau khi đêm đã gần tàn, con thức dậy và đi đến suối nước nóng để tắm rửa tay chân. Sau khi tắm rửa tay chân, ra khỏi suối nước nóng, con đứng đắp một tấm y để phơi tay chân cho khô. Bạch Thế Tôn, rồi một vị Thiên, sau khi đêm vừa mãn, với dung sắc thù thắng, chói sáng toàn vùng nước nóng, đi đến con, sau khi đến, đứng giữa hư không và nói lên bài kệ này:

“Không hưởng, Ông khất thực,
Nay khất thực, không hưởng,
Hãy hưởng rồi khất thực,
Chớ uổng phí thời gian”.

Khi nghe nói vậy, bạch Thế Tôn, con trả lời với vị Thiên ấy bằng bài kệ:

“Thời Ông, ta không biết,
Thời ta, ẩn không hiện,
Không hưởng, ta khất thực,
Không uổng thời gian ta”.

Bạch Thế Tôn, rồi vị Thiên ấy đứng xuống đất và thưa với con:

"—Này Tỷ-kheo, Ông còn trẻ tuổi mà đã xuất gia, niên thiếu, tóc đen nhánh, trong tuổi thanh xuân. Trong thời trẻ thơ của tuổi đời, Ông không thọ hưởng các dục. Này Tỷ-kheo, hãy thọ hưởng các dục lạc của người đời. Chớ có bỏ hiện tại để chạy theo những gì bị thời gian chi phối".

Khi được nói vậy, bạch Thế Tôn, con nói với vị Thiên ấy:

"—Này Hiền giả, ta không bỏ hiện tại để chạy theo những gì bị thời gian chi phối. Và này Hiền giả, chính ta bỏ những gì bị thời gian chi phối để chạy theo hiện tại. Những gì thuộc thời gian, này Hiền giả, là các dục, được nói đến là nhiều khổ đau, nhiều phiền não (upàyàsa), nguy hiểm ở đấy lại nhiều hơn. Còn pháp này thuộc hiện tại, không bị thời gian chi phối, đến để mà thấy, có khả năng hướng thượng, chỉ người trí mới tự mình giác hiểu".

Khi được nói vậy, bạch Thế Tôn, vị Thiên ấy nói với con:

"—Và này Tỷ-kheo, như thế nào mà Thế Tôn đã nói các dục bị thời gian chi phối, nhiều khổ đau, nhiều phiền não, nguy hiểm ở đây càng nhiều hơn? Như thế nào thuộc về hiện tại là pháp này không bị thời gian chi phối, đến để mà thấy, có khả năng hướng thượng, chỉ người trí mới tự mình giác hiểu?".

Khi được nói vậy, bạch Thế Tôn, con nói với vị Thiên ấy:

"—Này Hiền giả, tôi là người mới xuất gia, mới đến đây không bao lâu. Tôi không thể giải thích rộng rãi cho Ông về pháp và luật này. Nhưng Thế Tôn, bậc A-la-hán, Chánh Đẳng Giác nay ở Rājagaha (Vương Xá), tại tịnh xá Tapoda (Suối nước nóng). Hãy đi đến Thế Tôn và hỏi ý nghĩa này. Thế Tôn trả lời cho Ông như thế nào, hãy như vậy thọ trì".

Khi được nói vậy, bạch Thế Tôn, vị Thiên ấy nói với con:

"—Này Tỷ-kheo, không dễ gì cho chúng tôi được đến gặp bậc Thế Tôn ấy, một bậc được các chư Thiên khác có đại uy lực đoanh vây. Này Tỷ-kheo, nếu Ngài đi đến bậc Thế Tôn và hỏi ý nghĩa ấy, chúng tôi cũng sẽ đến và nghe pháp".

—Bạch Thế Tôn, nếu vị Thiên ấy nói sự thật, thời vị ấy ở đây, không xa bao nhiêu.

Khi được nói vậy, vị Thiên ấy nói với Tôn giả Samiddhi như sau:

—Hãy hỏi đi, Tỷ-kheo! Hãy hỏi đi, Tỷ-kheo! Tôi đã đến rồi.

Rồi Thế Tôn nói lên bài kệ với vị Thiên ấy:

Chúng sanh được hiểu biết,
Những điều được nói lên,
Và chấp trước thái độ,
Trên những điều được nói.
Nếu họ không liễu tri
Những điều được nói lên,
Họ đi đến trói buộc.
Do thần chết chi phối,
Nếu họ liễu tri được
Những điều được nói lên,
Họ không có tưởng tri,
Những điều được nói ra.
Đối với vị như vậy,
Lỗi lầm nhất định không.
Nếu các Ông có biết,
Hãy nói lên Dạ-xoa.

—Bạch Thế Tôn, con không có hiểu ý nghĩa một cách rộng rãi những điều Thế Tôn nói lên một cách vắn tắt. Lành thay, nếu Thế Tôn nói lên cho con để con có thể hiểu một cách rộng rãi những điều Thế Tôn nói lên một cách vắn tắt.

(Thế Tôn):

Bằng, thắng hay thua Ta,
Nghĩ vậy đấu tranh khởi;
Cả ba không dao động,
Bằng, thắng không khởi lên.
Nếu như Ông có biết,
Hãy nói lên, Dạ-xoa.

—Bạch Thế Tôn, con không có hiểu ý nghĩa một cách rộng rãi những điều Thế Tôn nói lên một cách vắn tắt. Lành thay, nếu Thế Tôn nói lên cho con để con có thể hiểu một cách rộng rãi những điều Thế Tôn nói lên một cách vắn tắt.

(Thế Tôn):

Hãy từ bỏ tính toán,
Không chạy theo hư tưởng,
Từ bỏ mọi tham ái,
Đối danh sắc ở đời,
Vị ấy đoạn triền phược,
Không lo âu, không ái.
Chư Thiên và loài Người,
Đời này hay đời sau,
Ở cảnh giới chư Thiên,
Hay tại mọi trú xứ,
Tìm cầu nhưng không gặp,
Vết tích của vị ấy.
Nếu Ông biết người ấy
Hãy nói lên, Dạ-xoa.

—Bạch Thế Tôn, lời nói vắn tắt của Thế Tôn, con hiểu ý nghĩa rộng rãi như sau:

Khắp thế giới chớ làm,
Điều ác thân, miệng, ý,
Từ bỏ mọi ái dục,
Chánh niệm, tâm tỉnh giác,
Không khổ hạnh ép xác,
Vô bổ, không lợi ích.

Nguyên văn bản dịch của HT Thích Minh Châu

Điểm lưu ý sau hết là trong những lời giới thiệu về bài giảng trên đây của nhà sư Thanissaro Bhikkhu có nêu lên một bài giảng khác mang tựa là *Bài giảng cho Kavaṭṭa / Kevaṭṭa-Sutta* - DN.11. Bài giảng này rất nổi tiếng, mang tính cách dí dỏm cùng một thể loại với Bài giảng cho Samiddhi - SN 1.20 trên đây. Độc giả có thể xem bài giảng này bằng cách gõ vào một công cụ tìm kiếm trên mạng các chữ: '*Bài kinh giảng cho Kevaṭṭa* - Hoang Phong'.

Tiếp theo dưới đây là một bài giảng của Đức Phật nêu lên nguồn gốc của thế giới và sự chấm dứt của thế giới:

Bài giảng về thế giới

Loka Sutta - SN 12.44

(Dựa theo các bản dịch tiếng Anh của Thanissaro Bhikhu, Bhikkhu Bodhi và Piya Tan)

Tại một nơi gần thị trấn Sāvatthī *(Xá-vệ)*... Đấng Thế Tôn nói với các tỳ-kheo: «Ta sẽ giảng cho các tỳ-kheo về nguồn gốc của thế giới và sự chấm dứt của thế giới. Vậy hãy chăm chú lắng nghe. Ta sẽ giảng».

Các tỳ-kheo đáp lại: «Vâng, thưa Thế Tôn».

Đấng Thế Tôn giảng như sau: «Vậy nguồn gốc của thế giới là gì? Tri-thức-thị-giác *(eye-consciousness / sự nhận thức của mắt)* phát sinh lệ thuộc vào mắt và hình tướng. Sự gặp nhau giữa ba thứ ấy *(tri-thức-thị-giác, mắt, hình tướng)* gọi là sự tiếp xúc (contact). Sự tiếp xúc tạo điều kiện cần thiết làm phát sinh ra sự cảm nhận (feeling). Sự cảm nhận tạo điều kiện cần thiết làm phát sinh ra sự thèm khát (craving). Sự thèm khát tạo điều kiện cần thiết làm phát sinh ra sự bám víu (clinging). Sự bám víu tạo điều kiện cần thiết làm phát sinh ra sự trở thành *(becoming / sự hình thành)*. Sự trở thành tạo điều kiện cần thiết làm phát sinh ra sự sinh (birth). Sự sinh tạo điều kiện cần thiết làm phát sinh ra sự già nua và cái chết, cùng các thứ lo buồn, ta thán, đớn đau, khốn quẫn và tuyệt vọng. Đấy là cội nguồn của thế giới *(không những chúng ta tạo ra một thế giới riêng cho mình xuyên qua lục giác của mình mà còn tham gia vào sự vận hành của thế giới đưa mình vào một chuỗi dài níu kéo của sự hình thành đưa đến sự già nua và cái chết)*.

«Tri-thức-thính-giác *(ear-consciousness / khả năng nhận thức của thính giác)* phát sinh lệ thuộc vào tai và âm thanh. Sự gặp nhau giữa ba thứ ấy gọi là sự tiếp xúc... *(phần tiếp theo lặp lại như trên đây, thế nhưng đã được cắt bớt nhằm tránh sự dài dòng)*. Tri-thức-khứu-giác phát sinh lệ thuộc vào mũi và mùi. Sự gặp nhau giữa ba thứ gọi là sự tiếp xúc... Tri-thức-vị-giác phát sinh lệ thuộc vào lưỡi và vị. Sự gặp nhau giữa ba thứ ấy gọi là sự tiếp xúc... Tri-thức-xúc-giác phát sinh lệ thuộc và các cảm nhận của thân thể và các sự đụng chạm trên thân thể. Sự gặp nhau giữa ba thứ ấy gọi là sự tiếp xúc... Tri-thức-trí-năng *(intellect-consciouness / sự nhận thức / ý thức về chức năng nhận biết)* phát sinh lệ thuộc vào trí năng *(intellect / khả năng nhận biết)* và các đặc tính tâm thần *(mental qualities / các 'thể tính' hay các 'thể dạng' tâm thần, chẳng hạn như ý nghĩ, xúc cảm, ý định...)*. Sự gặp nhau giữa ba thứ ấy (*tri-thức-trí-năng, trí-năng, ý nghĩ)* gọi là sự tiếp xúc... *(thí dụ trong trường hợp một người bị bệnh alzheimer thì sự tiếp xúc giữa ba thứ ấy sẽ bị rối loạn, không tạo ra được tri-thức-trí-năng, tức là sự nhận thức)*. Sự tiếp xúc tạo điều kiện cần thiết làm phát sinh ra sự cảm nhận. Sự cảm nhận tạo điều kiện cần thiết làm phát sinh ra sự thèm khát. Sự thèm khát tạo điều kiện cần thiết tạo ra sự bám víu. Sự bám víu tạo điều kiện cần thiết làm phát sinh ra sự trở thành. Sự trở thành tạo điều kiện cần thiết làm phát sinh ra sự sinh. Sự sinh tạo điều kiện cần thiết làm phát sinh ra sự già nua và cái chết, cùng các thứ lo buồn, ta thán, đớn đau, khốn quẫn và tuyệt vọng. Đấy là cội nguồn của thế giới.

"Vậy, sự chấm dứt của thế giới là gì? Tri-thức-thị-giác phát sinh tùy thuộc vào mắt và hình tướng. Sự gặp nhau giữa ba thứ ấy gọi là sự tiếp xúc. Sự tiếp xúc tạo điều kiện cần thiết làm phát sinh ra sự cảm nhận. Sự cảm nhận tạo điều kiện cần thiết làm phát sinh ra sự thèm khát. Đến đây [trên dòng diễn tiến đó], nếu chận đứng và làm tan biến được sự thèm khát, thì sẽ tạo được sự chấm dứt bám víu. Sự chấm dứt bám víu sẽ đưa đến sự chấm dứt trở thành. Sự chấm dứt trở thành sẽ đưa đến sự chấm dứt sự sinh. Sự chấm dứt sự sinh sẽ đưa đến sự chấm dứt sự già-nua-và-cái-chết, cùng các thứ lo buồn, ta thán, đớn đau, khốn quẫn và tuyệt vọng. Đấy là sự chấm dứt của toàn bộ cái khối khốn quẫn và khổ đau. Và đấy cũng là sự chấm dứt của thế giới *(cái thế giới tạo ra bởi lục giác của chính mình)*.

«Tri-thức-thính-giác phát sinh tùy thuộc vào tai và âm thanh. Sự gặp nhau giữa ba thứ ấy gọi là sự tiếp xúc... *(đoạn cuối của câu này được cắt bớt để tránh sự dài dòng)*. Tri-thức-khứu-giác phát sinh tùy thuộc vào mũi và mùi. Sự gặp nhau giữa ba thứ ấy gọi là sự tiếp xúc...

Tri-thức-vị-giác phát sinh tùy thuộc vào lưỡi và vị. Sự gặp nhau giữa ba thứ ấy gọi là sự tiếp xúc... Tri-thức-xúc-giác phát sinh tùy thuộc vào thân thể và các sự đụng chạm trên thân thể. Sự gặp nhau giữa ba thứ ấy gọi là sự tiếp xúc... Tri-thức-trí-năng phát sinh tùy thuộc vào trí năng và các đặc tính tâm thần *(các 'thể tính tâm thần' hay các 'thể dạng tâm thần' là các ý nghĩ, tác ý, xúc cảm... hiện lên trong tâm thức)*. Sự gặp nhau ba giữa thứ ấy gọi là sự tiếp xúc. Sự tiếp xúc sẽ đưa đến sự cảm nhận. Sự cảm nhận sẽ đưa đến sự thèm khát. Đến đây [trên dòng diễn tiến đó] nếu chận đứng và làm tan biến được sự thèm khát thì sẽ tạo được sự chấm dứt bám víu. Sự chấm dứt bám víu sẽ đưa đến sự chấm dứt trở thành. Sự chấm dứt trở thành sẽ đưa đến sự chấm dứt sự sinh. Sự chấm dứt sự sinh sẽ đưa đến sự chấm dứt già nua và cái chết, cùng các thứ lo buồn, ta thán, đớn đau và tuyệt vọng. Đấy là sự chấm dứt toàn bộ cái khối khốn quẫn và khổ đau. Và đấy cũng là sự chấm dứt của thế giới.

Vài lời ghi chú

Các cảm nhận của lục giác tạo ra sự diễn tiến của các thể dạng tâm thần, đưa đến các sự thèm khát và bám víu. Sự bám víu sẽ đưa đến sự sinh và cái chết, cùng các thứ khổ đau khác. Sự nối kết và diễn tiến này rất chủ yếu, được nêu lên trong rất nhiều bài giảng. Bản dịch của bài giảng này trong Đại Tạng Kinh tiếng Việt như sau:

Chương 12: Tương Ưng Nhân Duyên
V: Phẩm Gia Chủ: Gahapativagga
12.44. Thế Giới: Loka

Trú ở Sāvatthī.

—Này các Tỷ-kheo, Ta sẽ giảng về sự tập khởi và sự đoạn diệt của thế giới. Hãy nghe...

Và này các Tỷ-kheo, thế nào là thế giới tập khởi?

Do duyên con mắt và các sắc, nhãn thức khởi lên. Do ba cái tụ họp, nên có xúc. Do duyên xúc nên có thọ. Do duyên thọ nên có ái. Do duyên ái nên có thủ. Do duyên thủ nên có hữu. Do duyên hữu nên có sanh. Do duyên sanh, nên có già chết, sầu, bi, khổ, ưu, não sanh khởi.

Đây là thế giới tập khởi.

Do duyên lỗ tai và các tiếng...

Do duyên lỗ mũi và các hương...

Do duyên lưỡi và các vị...

Do duyên thân và các xúc...

Do duyên ý với các pháp, ý thức khởi lên. Do ba cái tụ họp nên có xúc. Do duyên xúc nên có thọ... Do duyên sanh nên già chết, sầu, bi, khổ, ưu, não, sanh khởi. Này các Tỷ-kheo, đây là sự tập khởi của thế giới.

Và này các Tỷ-kheo, thế nào là thế giới đoạn diệt?

Do duyên con mắt và các sắc, nhãn thức khởi lên. Do ba cái tụ họp nên có xúc. Do duyên xúc nên có thọ. Do duyên thọ nên có ái. Do sự ly tham, đoạn diệt ái ấy một cách hoàn toàn nên thủ diệt. Do thủ diệt nên hữu diệt... Đây là sự đoạn diệt của toàn bộ khổ uẩn này. Đây là thế giới đoạn diệt.

Do duyên lỗ tai và các tiếng...

Do duyên lỗ mũi và các hương...

Do duyên lưỡi và các vị...

Do duyên thân và các xúc...

Do duyên ý và các pháp, ý thức sanh khởi. Do ba cái tụ họp nên có xúc. Do duyên xúc nên có thọ. Do duyên thọ nên có ái. Do sự ly tham, đoạn diệt ái ấy một cách hoàn toàn nên thủ diệt. Do thủ diệt nên hữu diệt... Đây là sự đoạn diệt của toàn bộ khổ uẩn này.

Này các Tỷ-kheo, đây là thế giới đoạn diệt.

Nguyên văn bản dịch của HT Thích Minh Châu

Tiếp theo dưới đây là một bài giảng khác trong Saṃyutta nikāya / Tương Ưng Bộ Kinh, nêu lên ba khía cạnh đặc thù của thế giới. Xin nhắc lại, thế giới trong trường hợp này là thế giới nội tâm của mỗi cá thể do mỗi cá thể tự tạo ra cho mình. Bài giảng này như sau:

Bài giảng về ba đặc tính trong thế giới

Loka Sutta - SN 3.23

(Dựa theo hai bản dịch tiếng Anh của Thanissaro Bhikkhu và Bhikkhu Sujato)

Tại một nơi gần thị trấn Sāvatthī... Vua Pasenadi của nước Kosala ngồi sang một bên và cất lời hỏi Đấng Thế Tôn như sau:

«Thưa Ngài, có bao nhiêu đặc tính của thế giới khi dấy lên sẽ gây ra những điều tồi tệ (harm), khổ đau (suffering) và bất an (discomfort) cho con người?».

«Này Đại Vương, có ba thứ đặc tính của thế giới, khi dấy lên sẽ gây ra những điều tồi tệ, khổ đau và bất an cho con người. Vậy ba thứ ấy là gì? Này Đại Vương, đấy là tham lam *(greed / thèm khát)* hận thù *(aversion / thù ghét, ác cảm)*, ảo giác *(delusion / ảo tưởng, mê lầm)*. Khi ba thứ ấy dấy lên thì sẽ gây ra mọi thứ tai hại, khổ đau và bất an cho con người».

Đấy là những lời mà Đấng Thế Tôn đã nói. Sau khi nói lên những lời ấy thì Đấng Thế Tôn còn giảng thêm:

«Tham lam, hận thù, ảo tưởng,

Khi dấy lên với một người nào đó,

Thì sẽ tàn phá người ấy,

Từ bên trong tâm thức mình,

Tương tự như một cội cây,

Tự làm hư thối hoa quả của chính nó».

Sau đây là bản dịch của bài giảng này trong Đại Tạng Kinh tiếng Việt:

Chương 3: Tương Ưng Kosala

III: Phẩm Thứ Ba

3.23. Thế Gian

Ở tại Sāvatthī.

Ngồi xuống một bên, vua Pasenadi nước Kosala bạch Thế Tôn:

—Bạch Thế Tôn, có bao nhiêu pháp ở đời, khi khởi lên đưa lại bất lợi, đau khổ, bất an trú?

—Thưa Đại vương, có ba pháp ở đời, khi khởi lên đưa lại bất lợi, đau khổ, bất an trú.

Thế nào là ba? Thưa Đại vương, tham là pháp ở đời, khi khởi lên đưa lại bất lợi, đau khổ, bất an trú. Thưa Đại vương, sân là pháp ở đời, khi khởi lên đưa lại bất lợi, đau khổ, bất an trú. Thưa Đại vương, si là pháp ở đời, khi khởi lên đưa lại bất lợi, đau khổ, bất an trú.

Thưa Đại vương, ba pháp này ở đời, khi khởi lên đem lại bất lợi, đau khổ, bất an trú.

Tham, sân, si ba pháp,

Là ác tâm cho người,

Chúng di hại tự ngã,

Chúng tác thành tự ngã,

Như vỏ và lõi cây,

Tự tác thành trái cây.

Tiếp theo dưới đây là một bài giảng khác về thế giới trong Saṃyutta Nikāya / Tương Ưng Bộ Kinh, nêu lên tính cách cực đoan của hai quan điểm 'hiện hữu và 'phi hiện hữu':

Bài giảng dành cho một nhà vũ trụ học

Lokāyatika Sutta - SN 12.48

(Dựa theo các bản dịch tiếng Anh của Thanissaro Bhikkhu, Bhikkhu Bodhi, Bhikkhu Sujato và Piya Tan)

Tại một nơi gần kinh thành Sāvatthī... Một hôm có một vị vũ trụ học Bà-la-môn tìm gặp Đấng Thế Tôn. Khi gặp Ngài thì trao đổi với Ngài vài lời chúc tụng xã giao. Sau khi trao đổi với Đấng thế Tôn vài lời chúc tụng thân thiện và xã giao thì vị này ngồi sang một bên, sau đó cất lời tham vấn Đấng Thế Tôn như sau:

«Vậy, thưa Thầy Gotama *(Cồ-đàm / tức là Đức Phật)*, có phải tất cả mọi thứ *(chữ này trong tiếng Pali là sabba, và chữ này có nghĩa là 'tất cả mọi thứ', 'tất cả mọi hiện tượng' / everything, nhưng cũng có nghĩa là một tổng thể / the all)* đều [nhất loạt] hiện hữu hay chăng?».

«Này bạn Bà-la-môn, 'Tất cả mọi thứ đều 'hiện-hữu' là [quan điểm] vũ trụ học của người xưa *(senior / các vị tiền bối, thủ cựu, lỗi thời)* ».

«Vậy thì, thưa Thầy Gotama, có phải tất cả mọi thứ *(mọi hiện tượng)* đều [nhất loạt] 'không-hiện-hữu' hay chăng?».

«Này bạn Bà-la-môn, 'Tất cả mọi thứ không-hiện-hữu' là [quan điểm] thứ hai của khoa vũ trụ học».

«Vậy thì có phải tất cả mọi thứ đều thuộc chung trong một Tổng thể *(Oneness / Unity / một sự đơn thuần, duy nhất và độc nhất)* hay chăng?».

«Tất cả mọi thứ đều thuộc chung trong một Tổng thể' là [quan điểm] thứ ba của khoa vũ trụ học».

«Vậy thì có phải tất cả mọi thứ đều mang tính cách đa dạng *(plurality / khác biệt với nhau)* hay chăng?

«Này bạn Bà-la-môn, 'Tất cả mọi thứ đều mang tính cách đa dạng' là [quan điểm] thứ tư của khoa vũ trụ học. Thoát ra khỏi cả hai thái cực đó *(hiện-hữu / không-hiện-hữu, tổng thể / đa dạng...)* Tathāgata *(Như Lai)* thuyết giảng Dhamma *(Đạo Pháp)* bằng con đường Trung đạo:

[Con đường đó như sau:]

«Sự u mê (vô minh, lầm lẫn, thiếu sáng suốt) tạo điều kiện cần thiết đưa đến sự tạo tác *(fabrication / tạo dựng, hình dung, tưởng tượng. Vì thiếu sáng suốt nên tâm thức tạo dựng ra đủ mọi thứ chuyện)*.

«Sự tạo tác tạo điều kiện cần thiết làm phát sinh ra tri thức (consciousness).

«Tri thức tạo điều kiện cần thiết làm phát sinh ra danh xưng và hình tướng.

«Danh xưng và hình tướng tạo điều kiện cần thiết làm phát sinh ra sáu lãnh vực giác cảm *(ngũ giác và tâm thần)*.

«Sáu lãnh vực giác cảm tạo điều kiện cần thiết làm phát sinh ra sự tiếp xúc *(contact / sự tiếp xúc giữa lục giác và các đối tượng cảm nhận của chúng)*.

«Sự tiếp xúc tạo điều kiện cần thiết làm phát sinh ra sự cảm nhận (feeling).

«Sự cảm nhận tạo điều kiện cần thiết làm phát sinh ra sự thèm khát (craving).

«Sự thèm khát tạo điều kiện cần thiết làm phát sinh ra sự bám víu (clinging)

«Sự bám víu tạo điều kiện cần thiết làm phát sinh ra sự trở thành (becoming)

«Sự trở thành tạo điều kiện cần thiết làm phát sinh ra sự sinh.

«Sự sinh tạo điều kiện cần thiết làm phát sinh ra sự già nua và cái chết, cùng các thứ lo buồn, ta thán, đớn đau, khốn quẫn và tuyệt vọng. Đấy là nguyên nhân làm phát sinh ra toàn thể cái khối lo buồn và khổ đau này *(mở rộng hơn thì cái khối khổ đau của từng mỗi cá thể đều dự phần tạo ra cái khối khổ đau của toàn thể nhân loại, mở rộng hơn nữa là của sự sống nói chung)*.

«Thế nhưng, sự tan biến và chấm dứt hoàn toàn của sự u mê *(vô minh)* sẽ đưa đến sự chấm dứt của mọi sự tạo tác *(mọi sự tạo dựng, mọi sự hình dung trong tâm thức)*.

«Sự chấm dứt tạo tác sẽ đưa đến sự chấm dứt tri thức.

«Sự chấm dứt tri thức sẽ đưa đến sự chấm dứt danh xưng và hình tướng.

«Sự chấm dứt danh xưng và hình tướng sẽ đưa đến sự chấm dứt

sáu lãnh vực giác cảm.

«Sự chấm dứt sáu lãnh vực giác cảm sẽ đưa đến sự chấm dứt tiếp xúc.

«Sự chấm dứt tiếp xúc sẽ đưa đến sự chấm dứt cảm nhận.

«Sự chấm dứt cảm nhận sẽ đưa đến sự chấm dứt thèm khát.

«Sự chấm dứt thèm khát sẽ đưa đến sự chấm dứt bám víu.

«Sự chấm dứt bám víu sẽ đưa đến sự chấm dứt trở thành.

«Sự chấm dứt trở thành sẽ đưa đến sự chấm dứt sự sinh.

«Sự chấm dứt sự sinh sẽ đưa đến sự chấm dứt của sự già nua và cái chết, cùng các thứ lo buồn, ta thán, khổ đau, khốn quẫn và tuyệt vọng.

«Đấy cũng là sự chấm dứt của toàn thể cái khối lo buồn và khổ đau này».

«Tuyệt vời thay, thưa Thầy Gotama ! Tuyệt vời thay ! Tương tự như một vật bị đổ xuống được dựng lên, khám phá ra một vật bị giấu kín, chỉ đường cho một người đi lạc, thắp lên một ngọn đèn trong tối giúp những ai có mắt trông thấy được các vật thể [chung quanh mình]. Cũng tương tự như vậy, Thầy Gotama – qua nhiều phương cách lý luận – đã giúp cho Dhamma trở nên sáng tỏ. Tôi xin được bước theo Thầy Gotama để nương tựa nơi Thầy *(quy y với Thầy)*, kể từ hôm nay cho đến hết cuộc đời tôi».

Vài lời ghi chú

Theo sự giải thích của nhà sư Thanissaro thì khoa vũ trụ học vào các thời kỳ cổ đại chỉ đơn giản là cách quan sát thiên nhiên qua sự vận hành ở các cấp bậc sơ đẳng và căn bản nhất, và từ đó thiết đặt ra các nguyên tắc áp dụng cho sự sống nói chung. Nhận xét này thật hết sức đúng với trường hợp của triết gia Lão Tử, khi vị này nhìn vào vũ trụ và nhận thấy mọi hiện tượng trong thiên nhiên không ai tác động đến chúng mà tự chúng hình thành và hiển hiện. Lão Tử dựa vào sự quan sát đó để hình dung ra cả một nguyên lý triết học gọi là Vô vi (無為), có nghĩa là không cần làm gì cả. Ý niệm này được rút tỉa từ một câu phát biểu rất nổi tiếng của Ông là: 'Vô vi nhi vô bất vi' (無為而、無不為), câu này có nghĩa là 'Không cần làm gì cả nhưng không có gì là không [tự nó] làm được [cho nó]', chữ 'vi' (為) có nghĩa là tạo ra, làm ra. Vì vậy, Lão Tử chủ trương thái độ 'chẳng làm gì cả' (vô vi), chỉ nên sống nhàn nhã, bất động và ẩn dật, mọi sự sẽ tự nó tạo ra cho nó.

Trái lại xã hội và nền khoa học ngày nay thì lại chủ trương một sự phấn đấu thật hăng say, nhằm khắc phục và chủ động các hiện tượng trong thiên nhiên. Đối với sự sống thì các nhà khoa học hình dung và phân tích các nguyên tắc tiến hóa sinh học để tìm hiểu vị trí của con người trong sự sống trên hành tinh này. Đối với không gian thì họ chế tạo các viễn vọng kính thật lớn, đưa các vệ tinh thật xa, sử dụng toán học và vật lý học để tìm hiểu sự vận hành của vũ trụ. Vậy tầm nhìn của Đức Phật về thế giới và vũ trụ là gì?

Đức Phật đứng ra ngoài – nhưng cũng có thể nói là đứng lên trên – tất cả các quan điểm, cùng các đường hướng trên đây. Tầm nhìn và cung cách hành xử của Đức Phật gọi là 'Con đường Trung đạo'. Con đường đó không nhằm mục đích khẳng định vũ trụ và các hiện tượng trong vũ trụ 'hiện-hữu' hay 'không-hiện-hữu', mang tính cách 'tổng-thể' hay 'đa-dạng', cũng không tìm hiểu vũ trụ và các hiện tượng trong vũ trụ bằng các con số, bằng cách đo đạt, bằng các sự hiểu biết về vật lý học, v.v... Bởi vì tất cả các nỗ lực đó dù đưa đến bất cứ một sự hiểu biết nào, một giả thuyết nào, một quan điểm nào thì tất cả đều mang tính cách cực đoan và giai đoạn. Các sự hiểu biết đó, các giả thuyết đó, các quan điểm đó, sớm muộn sẽ bị đánh đổ bởi các sự hiểu biết khác, các giả thuyết khác, các quan điểm khác.

Con đường Trung đạo của Đức Phật không chủ trương thái độ vô vi của Lão Tử, cũng không chủ trương sự hăng say của khoa học ngày nay, mà hướng vào một sự tập trung tâm thần thật mạnh, thật thăng bằng, tạo ra cho mình một sự quán thấy minh bạch về sự liên hệ và tương tác giữa thế giới vật lý bên ngoài và thế giới nội tâm của mỗi cá thể. Sự quán thấy đó sẽ giúp cho mỗi cá thể chủ động và biến cải tâm thức mình, giúp mình đứng ra ngoài sự vận hành của cả hai thế giới đó, và đấy gọi là sự giải thoát.

Tóm lại con đường Trung đạo không có nghĩa là nửa này nửa

kia, mà là thái độ không đòi hỏi và đánh giá mọi sự phải là như thế này, hoặc là như thế kia. Con đường đó đứng lên trên tất cả mọi quan điểm, hướng thẳng vào bên trong tâm thức, xóa bỏ sự u mê và lầm lẫn của tâm thức, biến tâm thức trở thành một bầu không gian thật trong sáng, tinh khiết, an vui và vô tận.

Đức Phật mô tả và thuyết giảng về con đường đó, về sự vận hành của vũ trụ bên ngoài và thế giới bên trong nội tâm của của mỗi cá thể, dựa vào một nguyên lý toàn cầu vô cùng rộng lớn, do chính Ngài khám phá ra. Nguyên lý đó gọi là 'Nguyên lý tương liên, tương tác và tương tạo giữa mọi hiện tượng' (Paṭiccasamuppāda), kinh sách Hán ngữ gọi là 'Lý duyên khởi'. Nguyên lý đó chi phối sự vận hành của tất cả mọi hiện tượng trong vũ trụ, không có một ngoại lệ nào cả. Các triết gia và khoa học gia ngày nay trong tất cả mọi ngành đều khâm phục sự khám phá đó của Đức Phật. Nguyên lý này sẽ là chủ đề của quyển sách thứ hai trong loạt năm quyển sách này.

Các bài giảng của Đức Phật luôn cụ thể, trực tiếp và thiết thực, nhất là có thể mang ra ứng dụng và thực hiện được, do vậy không nên chỉ biết 'tìm hiểu' hay 'nghiên cứu' giáo huấn của Đức Phật, ít nhất là trên phương diện lý thuyết, mà phải đặt nặng việc thực hành. Sau khi giải thích cho vị vũ trụ học Bà-la-môn là các thắc mắc của vị ấy cũng chỉ đơn thuần là các quan điểm mà thôi, thì Đức Phật nêu lên một chuỗi níu kéo khởi đầu là sự u mê đưa đến sự già nua và cái chết, và sau đó là một chuỗi níu kéo theo chiều ngược lại, nhằm cắt đứt và tháo gỡ chuỗi níu kéo thường thấy – bắt đầu bằng sự u mê – để mang lại sự giải thoát cho một cá thể. Đấy là nội dung của bài giảng. Thế nhưng dường như một số dịch giả không nhận thấy được sự liên hệ giữa các thắc mắc mang tính cách lý thuyết và cực đoan của vị vũ trụ học và các chuỗi níu kéo trong tâm thức mang tính cách thực hành nêu lên trong bài giảng của Đức Phật, do đó các dịch giả này đã cắt bớt phân đoạn nói đến các chuỗi níu kéo trên đây, khiến bài giảng của Đức Phật không được đầy đủ.

Dưới đây là bản dịch của bài giảng này trong Đại Tạng Kinh tiếng Việt:

Chương 12: Tương Ưng Nhân Duyên

V: Phẩm Gia Chủ: Gahapativagga
12.48. Thuận Thế Phái: Lokāyatika

Trú ở Sāvatthī.

Rồi một Bà-la-môn thuộc phái Thuận Thế đi đến Thế Tôn...

Ngồi xuống một bên, vị Bà-la-môn thuộc phái Thuận Thế bạch Thế Tôn:

—Thưa Tôn giả Gotama, có phải tất cả đều có?

—Này Bà-la-môn, tất cả đều có, là chấp kiến thứ nhất của thế gian.

—Thưa Tôn giả Gotama, có phải tất cả đều không có?

—Tất cả đều không có, này Bà-la-môn, là chấp kiến thứ hai của thế gian.

—Thưa Tôn giả Gotama, có phải tất cả đều là một?

—Tất cả đều là một, này Bà-la-môn, là chấp kiến thứ ba của thế gian.

—Thưa Tôn giả Gotama, có phải tất cả đều là nhiều?

—Tất cả đều là nhiều, này Bà-la-môn, là chấp kiến thứ tư của thế gian.

Này Bà-la-môn, từ bỏ hai cực đoan ấy, Như Lai thuyết pháp theo con đường trung đạo.

Do duyên vô minh nên có hành. Do duyên hành nên có thức... Như vậy là sự tập khởi của toàn bộ khổ uẩn này.

Do sự ly tham, đoạn diệt vô minh một cách hoàn toàn nên hành diệt. Do hành diệt nên thức diệt... Như vậy là sự đoạn diệt của toàn bộ khổ uẩn này.

Khi nghe nói vậy, vị Bà-la-môn thuộc phái Thuận Thế bạch Thế Tôn:

—Thật là vi diệu, thưa Tôn giả Gotama!... con xin trọn đời

quy ngưỡng.

Nguyên văn bản dịch của HT Thích Minh Châu

Tiếp tục dưới đây chúng sẽ trích dẫn một bài giảng khác trong Saṃyutta Nikāya / Tương Ưng Bộ Kinh:

Bài giảng cho vị Kaccāna Gotta

Kaccānagotta Sutta - SN 12.5

(Dựa theo các bản dịch tiếng Anh của Thanissaro Bhikkhu, Bhikkhu Bodhi, Bhikkhu Sujato, Suddhāso Bhikkhu, Maurice O'Connell Walshe, David J. Kalupahana, Piya Tan, và bản dịch tiếng Pháp của Rémy)

Bài giảng nêu lên một vài ý niệm khá gần với Bài giảng cho một vị vũ trụ học bà-la-môn trên đây, thế nhưng chi tiết và khúc chiết hơn. Hơn nữa bài giảng này là dành cho một trong các vị đệ tử uyên bác nhất của Đức Phật là Kaccāna Gotta. Chữ Kaccāna là tên gọi của một gia tộc quyền quý, chữ Gotta có nghĩa là Gia tộc hay Dòng dõi.

Bài giảng giải thích thế nào là một quan điểm đúng đắn (sammādiṭṭhi / chữ này là một từ ghép: sammā+diṭṭhi, chữ sammā có nghĩa là đúng đắn, chữ diṭṭhi có nghĩa là quan điểm). Trong phần giới thiệu bản dịch bài giảng này, nhà sư Thanissaro Bhikkhu cho biết là 'quan điểm đúng đắn' mang một ý nghĩa rất rộng, vượt lên trên cả Bốn Sự Thật Cao Quý (Tứ Diệu Đế). Bốn Sự Thật Cao Quý là những gì phải thấu triệt một cách minh bạch, trong khi đó 'quan điểm đúng đắn' là một sự hiểu biết vượt lên trên tất cả những gì hiển hiện và cả những gì tan biến, kể cả sự hiển hiện và sự biến mất của 'Con đường'. Sự hiểu biết đúng đắn phải tạo được cho mình một sự thanh thản, bình lặng và thăng bằng tuyệt đối, hầu giúp mình buông bỏ tất cả mọi sự hình dung và tạo dựng, mang lại cho mình sự giải thoát tối thượng. Bài giảng này như sau:

Trong dịp khi Đấng Thế Tôn đang ngụ tại một nơi gần kinh thành Sāvatthī..., Ngài Kaccāna Gotta tìm gặp Ngài, khi gặp được Ngài thì gặp người vái chào và ngồi sang một bên. Sau khi an tọa thì vị Kaccāna cất lời hỏi Đấng Thế Tôn như sau: «Thưa Thế Tôn, người ta thường nói: 'Quan điểm đúng, quan điểm đúng'. Vậy, thưa Thế Tôn, thế nào gọi là quan điểm đúng?».

"Này Kaccāna, phần lớn những gì trong thế giới này nhất thiết xoay quanh một sự nghịch lý mang tính cách lưỡng cực phân tách hai ý niệm: hiện-hữu (existence) và phi-hiện-hữu (non-existence). Thế nhưng đối với một người khi trông thấy được *(chữ 'trông thấy được' trong tiếng Pali cũng có nghĩa là 'hiểu biết được', thấu triệt được)* sự hiển hiện của thế giới cũng chỉ là như thế *(nhà sư Thanissaro Bhikkhu giải thích thêm là chữ hiển hiện trong kinh điển Pali cũng có nghĩa là 'nguyên nhân hiển hiện' / cause of arising),* thì sẽ không có một ý niệm nào [gọi là] phi-hiện-hữu liên quan đến thế giới, hiện lên với người ấy cả. [Cũng vậy], đối với một người trông thấy được sự chấm dứt của thế giới cũng chỉ là như thế, thì sẽ không có một ý niệm nào [gọi là] hiện-hữu liên quan đến thế giới, hiện lên với người ấy cả *(ý nghĩa của các câu trên đây là đối với một người có một sự hiểu biết đúng đắn thì sẽ nhận thấy sự hiển hiện và tan biết của thế giới cũng 'chỉ là như thế', không có một quyền lực siêu nhiên nào quyết định việc đó, các hiện tượng liên kết với nhau, cùng tác động và cùng chuyển động với nhau, người ấy không thắc mắc gì cả về sự hiện-hữu hay không-hiện-hữu của thế giới và cả sự vận hành của các hiện tượng trong thế giới).*

«Này Kaccāna, hầu hết những gì trong thế giới đều bị đóng khung *(bondage / trói chặt)* trong một hệ thống [tư duy] gồm các sự nối kết, bám víu, và thành kiến *(biaises / các định kiến, các giáo điều / dogmas).* Thế nhưng nếu một người nào đó [tạo được cho mình một sự hiểu biết đúng đắn] thì sẽ không tham gia, cũng không bám chặt vào hệ thống [tư duy] và các thành kiến mang tính cách giáo điều đó, và người ấy sẽ không nói lên: 'Cái này là tôi'. Người ấy khẳng định một cách chắc chắn – không một chút nghi ngờ, không một chút do dự – là tất cả những gì hiển hiện đều là khổ đau (dukkha), và tất cả những gì chấm dứt (tan biến) đều là khổ đau. Sự hiểu biết đó là của cá nhân mình *(do mình tự chứng nghiệm được, tự thực hiện được cho mình).* Này Kaccāna, các điều ấy cho thấy như thế nào là một quan điểm đúng đắn.

«[Nếu: cho rằng] 'Mọi sự đều hiện-hữu': [Thì đấy] là một hình thức cực đoan. '[Nếu cho rằng] 'Mọi sự không-hiện-hữu': [Thì đấy] là một hình thức cực đoan thứ hai. Nhằm tránh cả hai thái cực đó, Tathāgata *(Như Lai)* thuyết giảng Dhamma *(Đạo Pháp)* bằng Con đường ở giữa *(Trung đạo)* (1):

(1)- (Thế giới và mọi hiện tượng trong thế giới chuyển động là như vậy: hiện-hữu, không-hiện-hữu, không-hiện-hữu nhưng cũng không-phải-là-không-hiện-hữu. Các hiện tượng liên kết với nhau, cùng biến dạng và cùng chuyển động với nhau. Tầm nhìn vượt lên trên mọi sự khẳng định đó phản ảnh con đường Trung đạo)

1- U mê *(vô minh)* tạo điều kiện cần thiết phát sinh ra sự tạo tác *(các sự tạo dựng và hình dung trong tâm thần)*.

2- Sự tạo tác tạo điều kiện cần thiết làm phát sinh ra tri thức.

3- Tri thức tạo điều kiện cần thiết làm phát sinh ra danh xưng và hình tướng.

4- Danh xưng và hình tướng tạo điều kiện cần thiết làm phát sinh ra sáu lãnh vực giác cảm.

5- Sáu lãnh vực giác cảm tạo điều kiện cần thiết làm phát sinh ra sự tiếp xúc.

6- Sự tiếp xúc tạo điều kiện cần thiết làm phát sinh ra sự cảm nhận.

7- Sự cảm nhận tạo điều kiện cần thiết làm phát sinh ra sự thèm khát.

8- Sự thèm khát tạo điều kiện cần thiết làm phát sinh ra sự bám víu.

9- Sự bám víu tạo điều kiện cần thiết làm phát sinh ra sự trở thành *(bhava / becoming / hình thành)*.

10- Sự trở thành tạo điều kiện cần thiết làm phát sinh ra sự sinh.

11- Sự sinh tạo điều kiện cần thiết làm phát sinh ra sự già nua và cái chết, cùng các sự lo buồn, ta thán, đớn đau, cùng quẫn và tuyệt vọng.

12- Đấy là nguyên nhân làm phát sinh ra toàn thể cái khối cùng quẫn và khổ đau này [của mình].

1- Đến đây, sự tan biến và chấm dứt u mê sẽ đưa đến sự chấm dứt tạo tác *(các sự tạo dựng trong tâm thần)*.

2- Sự chấm dứt tạo tác sẽ đưa đến sự chấm dứt tri thức.

3- Sự chấm dứt tri thức sẽ đưa đến sự chấm dứt danh xưng và hình tướng.

4- Sự chấm dứt danh xưng và hình tướng sẽ đưa đến sự chấm dứt sáu lãnh vực giác cảm.

5- Sự chấm dứt sáu lãnh vực giác cảm sẽ đưa đến sự chấm dứt tiếp xúc.

6- Sự chấm dứt tiếp xúc sẽ đưa đến sự chấm dứt cảm nhận.

7- Sự chấm dứt cảm nhận sẽ đưa đến sự chấm dứt thèm khát.

8- Sự chấm dứt thèm khát sẽ đưa đến sự chấm dứt bám víu.

9- Sự chấm dứt bám víu sẽ đưa đến sự chấm dứt trở thành.

10- Sự chấm dứt trở thành sẽ đưa đến sự chấm dứt sự sinh.

11- Sự chấm dứt sự sinh sẽ đưa đến sự chấm dứt già nua và cái chết, cùng các thứ lo buồn, ta thán, đớn đau, khốn quẫn và tuyệt vọng.

12- Và đấy cũng là sự chấm dứt của toàn bộ cái khối khốn quẫn và khổ đau này [của mình].

Vài lời ghi chú

Bài giảng thật minh bạch, không những nêu lên sự hiển hiện của các hiện tượng mà còn nêu lên các nguyên nhân làm phát sinh và làm tan biến các hiện tượng đó. Trong trường hợp trên đây thì các hiện tượng và các nguyên nhân làm phát sinh ra chúng, tất cả đều nằm bên trong tâm thức của một cá thể. Sự quán thấy đúng đắn và sâu sắc đó tiếng Pali gọi là Pariñña (comprehension, discernment, insight, exact knowledge), chữ này, qua một khía cạnh nào đó, cũng có thể hiểu như là chữ 'trí tuệ' trong kinh sách Hán ngữ. Có một bài giảng rất ngắn của Đức Phật giải thích về sự hiểu biết này. Vậy xin chuyển ngữ bài giảng này để bổ túc cho Bài giảng cho vị Kaccãna Gotta trên đây. Bài giảng này như sau:

Bài giảng về sự quán thấy

Pariñña Sutta - SN 22.23

(Dựa theo hai bản dịch tiếng Anh của Thanissaro Bhikkhu và Bhikkhu Bodhi)

Tại một nơi gần thị trấn Sāvatthī... «Này các tỳ-kheo, ta sẽ giảng cho các tỳ-kheo về các hiện tượng cần phải hiểu biết, và cả sự hiểu biết [là gì]. Vậy hãy chú tâm lắng nghe. Ta sẽ giảng».

Các tỳ kheo đáp lại: «Vâng, thưa Thế Tôn».

Thế Tôn thuyết giảng như sau: «Vậy, các hiện tượng nào cần phải hiểu biết ? Hình tướng (form) là hiện tượng cần phải hiểu biết. Sự cảm nhận (feeling) là hiện tượng cần phải hiểu biết. Sự tạo tác (fabrication) là hiện tượng cần phải hiểu biết. Tri thức (consciousness) là hiện tượng cần phải hiểu biết *(câu này đã được rút ngắn, không kê ra đầy đủ các thể dạng vận hành của tâm thức)*. Đấy là các hiện tượng cần phải hiểu biết.

«Vậy sự hiểu biết là gì ? [Đấy là] sự chấm dứt của đam mê, sự chấm dứt của hận thù, sự chấm dứt của ảo giác: Đấy là những gì gọi là sự hiểu biết *(sự hiểu biết trong Phật giáo không phải chỉ đơn giản là một sự 'hiểu biết' mà là một sự 'quán thấy' sâu xa, ý thức được sự hiển hiện của một hiện tượng, tác động của nó và cả sự biến mất của nó. Sự hiểu biết trong lãnh vực tu tập là một sự hiểu biết tích cực, thiết thực và ích lợi. Xin nhắc lại các chư 'hiểu biết' và 'trông thấy' trong các bài giảng mang ý nghĩa rất rộng)* ».

Tiếp theo dưới đây chúng ta sẽ trích dẫn một bài giảng khá thú vị trong Samyutta Nikāya / Tương Ưng Bộ Kinh:

Bài giảng về cuộc du hành đến chốn tận cùng của Thế giới

Lokantagamana Sutta - SN 35.116

(Dựa theo các bản dịch tiếng Anh của Thanissaro Bhikkhu, Bhikkhu Bodhi, Bikkhu Sujato và Piya Tan)

Lokantagamana tựa bài giảng là một từ ghép (Lokanta + gamana), chữ lokanta có nghĩa là chốn tận cùng của thế giới, chữ gamana có nghĩa là du hành. Bài giảng mang cùng một cấu trúc với *Bài giảng về viên mật ngọt / Madhupindika* - MN 18 đã được trích dẫn trên đây, thế nhưng nội dung thì khác hẳn. Bài giảng này như sau:

«Này các tỳ kheo, ta bảo rằng không thể nào hiểu biết được, trông thấy được, hoặc [thân hành] đến được chốn tận cùng của thế giới *(của vũ trụ)*, bằng phương cách du hành *(bằng các phương tiện di chuyển)*. Thế nhưng, ta cũng bảo rằng không thể nào làm cho khổ đau phải chấm dứt khi chưa đạt đến chốn tận cùng của thế giới *(thế giới ở đây là thế giới bên trong nội tâm của mỗi cá thể, đó là cái thế giới khổ đau do mỗi cá thể tự tạo ra cho mình. Đối với thế giới nội tâm đó thì không thể thoát ra khỏi nó đó bằng các phương pháp hướng ra bên ngoài)* ».

Sau khi nói lên câu ấy thì Đấng Thế Tôn rời khỏi ghế và bước vào nơi trú ngụ. Lúc Đấng Thế Tôn vừa vắng mặt, thì các tỳ-kheo bàn bạc với nhau: 'Này các bạn, Đấng Thế Tôn nói lên một câu thật ngắn gọn nhưng không giải thích chi tiết, sau đó thì rời khỏi ghế và bước vào nơi trú ngụ. Vậy có ai [trong số chúng ta] có thể giải thích chi tiết ý nghĩa trong câu phát biểu ngắn gọn mà Đấng Thế Tôn vừa mới nêu lên hay chăng?'. Họ đưa ra ý kiến: 'Ngài Ānanda, là người được Đấng Thế Tôn khen ngợi và được các bạn đồng tu uyên bác trọng vọng trong cuộc sống thánh thiện, vì vậy Ngài Ānanda là người có đủ khả năng bình giải chi tiết về câu phát biểu ngắn gọn mà Đấng Thế Tôn vừa nêu lên, nhưng không giải thích chi tiết về ý nghĩa. Vậy chúng ta hãy tìm Ngài Ānanda để nhờ vị này giải thích cho chúng ta ý nghĩa trong câu phát biểu ấy'.

Các tỳ-kheo bèn tìm Ngài Ānanda, khi gặp Ngài thì cùng trao đổi với Ngài vài câu chào hỏi và sau đó thì ngồi sang một bên và thuật lại những gì vừa xảy ra và nói thêm: 'Xin Ngài Ānanda hãy giải thích cho chúng tôi về câu phát biểu đó [của Đấng Thế Tôn]'.

Ngài Ānanda đáp lại như sau:

«Này các bạn, điều đó chẳng khác gì như một người cần đến một lõi cây, tìm kiếm lõi cây, nhưng không nghĩ rằng lõi cây là ở nơi gốc và nơi thân của một cội cây to lớn, mà cứ đi tìm lõi cây nơi cành lá. Đối với các bạn cũng vậy, lúc vị Thầy còn đang trước mặt mình thì các bạn lại không nghĩ đến việc đó, không nghĩ rằng là mình phải nêu lên thắc mắc của mình với Đấng Thế Tôn. Các bạn nên hiểu rằng Ngài là vị Giác Ngộ; Ngài trông thấy [tất cả], Ngài là Vị trông thấy; Ngài hiểu biết [tất cả], Ngài là Vị hiểu biết; Ngài là Dhamma *(Đạo Pháp, Giáo lý)* ; Ngài là Vị Thánh thiện. Ngài là vị Thầy; Ngài là Vị diễn giải; Ngài là Vị tuyên cáo, Ngài là Vị thuyết giảng; Ngài là Vị nêu lên con đường Bất tử, Ngài là Vị đế vương Dhamma, Ngài là Tathāgata *(Như Lai)*. Trước đây khi Ngài còn đang ở đó thì đấy chính là lúc thích nghi nhất để các bạn nêu lên các thắc mắc của mình với Đấng Thế Tôn, và Ngài giải thích như thế nào thì các bạn cũng phải ghi nhớ đúng như thế».

«Thưa bạn Ānanda, quả là như vậy, Thế Tôn trông thấy tất cả, Ngài là Vị trông thấy; Thế Tôn hiểu biết tất cả, Ngài là Vị hiểu biết; [...] *(lặp lại như trên đây)*; Ngài là Tathāgata *(Như Lai)*. Thật vậy, trước đây là lúc thích nghi nhất để chúng tôi nêu các thắc mắc của chúng tôi với Đấng Thế Tôn, và Ngài giải thích như thế nào thì chúng tôi sẽ phải ghi nhớ đúng là như vậy. Thế nhưng, Ngài Ānanda là người được vị Thầy khen ngợi, được các vị đồng tu trọng vọng trong cuộc sống thánh thiện, vì thế Ngài Ānanda tất có đủ khả năng để diễn giải ý nghĩa trong những lời phát biểu ngắn gọn của Đấng Thế Tôn. Vì vậy, nếu không làm phiền đến Ngài, thì xin Ngài hãy giải thích cho chúng tôi về lời phát biểu ngắn gọn ấy của Đấng Thế Tôn.

«Vậy, các bạn hãy lắng nghe, tôi sẽ giảng».

Các tỳ-kheo đáp lại: «Vâng, thưa bạn Ānanda».

«Này các bạn, Đấng Thế Tôn nêu lên câu tuyên bố ngắn gọn ấy nhưng không giải thích chi tiết, sau đó thì rời khỏi ghế và bước vào nơi trú ngụ. Câu tuyên bố ấy như sau: 'Này các tỳ-kheo, ta bảo rằng chốn tận cùng của vũ trụ *(loka / thế giới)* không thể biết được, không trông thấy được, cũng không đạt đến được bằng phương tiện du hành. Tuy nhiên, này các tỳ-kheo, ta cũng bảo rằng nếu không đạt được chốn tận cùng của vũ trụ *(thế giới)* thì sẽ không thể nào làm cho khổ đau chấm dứt được'. Theo tôi thì câu phát biểu khái quát ấy có nghĩa là: 'Đối với thế giới thì chúng ta là người [đứng ra] nhận biết (percever) thế giới, là người hình dung (conceiver) ra thế giới – và đấy là thế giới được gọi là thế giới của những người Đệ tử Cao quý *(thế giới hiểu biết bởi những người tu tập được học hỏi và thấu triệt được Dhamma. Cái thế giới đó là cái thế giới mà họ cảm nhận được xuyên qua lục giác của mình)*. Này các bạn, vậy thì cái thế giới mà chúng ta đang cảm nhận được nó, hình dung được nó là gì ? Đối với thế giới đó, thì mắt giúp cho một người nào đó cảm nhận *(nhận biết)* được thế giới, hình dung ra thế giới. Đối với thế giới, thì tai..., mũi..., lưỡi..., thân thể..., tâm thần... *(các câu này đã được cắt bớt nhằm tránh sự dài dòng)*, giúp một người nào đó cảm nhận *(nhận biết)* được thế giới, hình dung ra thế giới. Đấy là thế giới được gọi là thế giới của những người Đệ tử Cao quý *(đối với những người tu hành thì thế giới / vũ trụ là kết quả phát sinh từ các sự cảm nhận của lục giác và sự hình dung của tâm thần là cơ quan giác cảm thứ sáu. Do vậy, cái thế giới ấy, hay cái vũ trụ ấy, là sản phẩm tạo ra bởi mỗi cá thể, và cũng là nguồn gốc mang lại khổ đau cho từng mỗi cá thể ấy. Chúng ta không thể du hành bằng cách hướng vào không gian bên ngoài để vượt thoát cái thế giới nằm bên trong tâm thức mình do mình tạo dựng ra nó. Cái vũ trụ nội tâm cũng như cái vũ trụ trong không gian bên ngoài, cả hai cùng vô tận như nhau, không thể đạt đến được chốn tận cùng của cả hai vũ trụ ấy bằng phương tiện du hành, có nghĩa là bằng sự chuyển động)*.

«Này các bạn, Đấng Thế Tôn trước khi rời khỏi ghế quay vào nơi trú ngụ có nêu lên một câu ngắn gọn nhưng không giải thích chi tiết về ý nghĩa. Câu này như sau: 'Này các tỳ-kheo, ta bảo rằng chốn tận cùng của thế giới không thể biết được, không trông thấy được, cũng không đạt đến được, bằng phương tiện du hành. Tuy nhiên ta, cũng bảo rằng nếu không đạt được chốn tận cùng của thế giới thì không thể nào làm cho khổ đau chấm dứt được'. Theo ý tôi thì ý nghĩa chi tiết trong câu phát biểu ngắn gọn của Đấng Thế Tôn là như trên đây *(vừa được giải thích trên đây)*. Vậy, nếu muốn thì các bạn nên tìm Đấng Thế Tôn để hỏi lại về cách giải thích ấy [của tôi]. Dù Đấng Thế Tôn giải thích như thế nào thì các bạn cũng phải ghi nhớ đúng như thế».

Các tỳ-kheo đáp lại: «Vâng, thưa bạn», sau đó thì họ cùng nhau rời khỏi ghế, tìm Đấng Thế Tôn. Sau khi vái chào Đấng Thế Tôn thì họ ngồi sang một bên và thuật lại với Đấng Thế Tôn những gì xảy ra sau khi Ngài vừa bước vào nơi trú ngụ. Sau đó họ nói thêm: «Thưa Thế Tôn, chúng tôi tìm Ngài Ānanda để nhờ giải thích ý nghĩa trong câu phát biểu đó của Thế Tôn. Ngài Ānanda giải thích cho chúng tôi về ý nghĩa đó bằng cách như thế này, bằng các thuật ngữ như thế này, bằng các câu như thế này».

«Này các tỳ-kheo, Ānanda là một vị thông thái, có một trí tuệ rộng lớn. Nếu các tỳ kheo hỏi ta về ý nghĩa trong câu phát biểu ấy, thì ta cũng sẽ giải thích đúng với cách mà Ānanda giải thích. Ý nghĩa trong câu phát biểu của ta cũng đúng là như vậy, các tỳ-kheo hãy ghi nhớ đúng là như vậy».

Vài lời ghi chú

Như đã được ghi chú trên đây, thế giới và kể cả vũ trụ là sản phẩm của mình, do mình tạo ra xuyên qua các sự cảm nhận của sáu cơ quan giác cảm của mình. Cái vũ trụ đó, cái thế giới đó nằm bên trong tâm thức mình, khuấy động tâm thức mình, tạo ra những chuỗi dài níu kéo từ sự u mê tâm thần đưa đến sự sinh, sự già nua và cái chết. Chúng ta không thể thoát ra khỏi cái thế giới đang chuyển động đó trong tâm thức mình bằng cách du hành đến chốn tận cùng của thế giới đó. Đối với vũ trụ bên ngoài thì cũng vậy, chúng ta không thể đạt được chốn tận cùng của nó bằng phương tiện du hành. Nói một cách khác là chúng ta không thể làm dừng lại sự chuyển động bằng sự chuyển động. Chúng ta chỉ có thể làm dừng lại một sự chuyển động bằng sự yên lặng, bằng sự tắt nghỉ, bằng sự tĩnh lặng mà thôi. Sự yên lặng đó, sự tắt nghỉ đó, sự tĩnh lặng đó tùy thuộc vào khả năng và sức mạnh của tâm thức của từng mỗi cá thể, nhưng cũng là những gì có thể thực hiện được. Và sự thực hiện đó cũng là chủ đích của phép luyện tập thiền định.

Ngoài ra bài giảng còn kín đáo nêu một chi tiết khác, tuy là chi tiết thế nhưng đáng cho chúng ta lưu ý. Đó là sự cố gắng tìm hiểu giáo lý của các vị tỳ-kheo: không hiểu một lời giảng nào đó của Đấng Thế Tôn thì phải cùng nhau bàn thảo, hoặc tìm một người uyên bác hơn mình để giải thích cho mình. Đồng thời bài giảng cũng cho biết là trong Tăng đoàn cũng có những người uyên bác – trong trường hợp này là vị Ānanda – thấu triệt được giáo lý của Đức Phật để giảng lại cho những người đồng tu với mình. Đấy là cách mà Đức Phật cố tình giữ sự yên lặng để các tỳ-kheo phải tự cố gắng học hỏi. Sự yên lặng đó đồng thời cũng là cách kín đáo đào tạo các vị tỳ-kheo uyên bác sẵn sàng giảng dạy cho những người đồng tu với mình và để tiếp tục quảng bá Giáo huấn của Ngài sau này.

Qua một góc nhìn khác nữa thì Giáo huấn của Đức Phật không phải chỉ là một mớ lý thuyết không tưởng mà là một cái gì đó rất sinh động, thực dụng và có thể thực hiện được. Thiết nghĩ đấy cũng là một bài học cho chúng ta ngày nay, ngoài các việc tụng niệm, lễ lạc và các cung cách giữ gìn đạo đức thông thường, đôi khi chúng ta cũng nên tìm hiểu Giáo huấn sâu sắc của Đức Phật một cách thiết thực và nghiêm chỉnh hơn.

Tiếp tục dưới dây chúng ta sẽ trích dẫn các bài giảng khác. Chúng ta có thể nghĩ rằng bài giảng *Dhammacakkappavattana Sutta / Kinh Chuyển Pháp Luân* dành cho năm vị đồng tu với mình trước kia, là bài giảng đầu tiên mở màn cho toàn bộ Giáo huấn của Đức Phật sau khi Ngài vừa đạt được Giác ngộ. Thế nhưng thật ra cũng có một số bài giảng khác – ít nhất thì cũng là các bài giảng nêu lên các cảm nghĩ đầu tiên của Ngài – khi Ngài vừa đạt được Giác ngộ dưới cội Bồ-đề nơi khu rừng Uruvelā, trước cả bài giảng *Dhammacakkappavattana Sutta / Kinh Chuyển Pháp Luân* nói đến trên đây. Do đó xin mạn phép trích dẫn hai bài giảng trong số các bài giảng này. Dưới đây là bài thứ nhất:

Bài giảng về sự quán thấy thế giới

Loka Sutta - Ud 3.10

(Dựa theo các bản dịch tiếng Anh của Thanissaro Bhikkhu, Bhikkhu Sujato, Bhikkhu Ānandajoti, và bản dịch tiếng Pháp của Rémy)

Bài giảng này được trích dẫn từ tập Udāna / Tự thuyết kinh, trong Khudhaka Nikāya / Tiểu Bộ Kinh. Bài giảng nêu lên sự quán thấy của Đức Phật về bản chất của thế giới:

Tôi từng được nghe như vầy. Lúc đó Đấng Thế Tôn còn đang ngụ nơi [khu rừng] Uruvelā *(Âu-lâu-tần-loa)* bên bờ sông Nerañjarā *(Ni-liên-thiền)*, dưới bóng râm của một cội cây Bồ-đề. Ngài ngồi liên tiếp suốt bảy ngày liền dưới gốc cội cây này và đạt được niềm phúc hạnh của sự giải thoát. Sau bảy ngày đó, và sau khi xuất khỏi thể dạng tập trung tâm thần *(xuất thiền)* thì Ngài quán nhìn vào thế giới qua đôi mắt của một Đấng Giác Ngộ. Ngài trông thấy vô số chúng sinh đang bị thiêu đốt bởi các các ngọn lửa bùng lên từ các cơn sốt của đam mê (rāga), hận thù (dosa) và ảo giác (moha).

Lúc vừa quán thấy được sự nóng bỏng đó [trong thế giới] Ngài thốt lên:

«Thế giới này đang bốc cháy!

Các ngọn lửa bốc lên từ sự tiếp xúc, *(sự tiếp xúc giữa lục giác và các đối tượng cảm nhận của chúng trong thế giới, đưa đến các sự diễn đạt và tạo dựng trong tâm thần của một cá thể)*

[Thế nhưng] thế giới vẫn cứ gọi cơn bệnh ấy *(các cơn sốt ấy, các ngọn lửa nóng bỏng ấy)* là 'Tôi'.

Dù cho rằng mình là gì *(được tạo dựng trên căn bản nào)*,

Thì thế giới cũng sẽ không sao tránh khỏi đổi thay *(vô thường)*,

[Thế nhưng] đổi thay thì tự nó cũng là một hình thức trở thành.

Thế giới luôn vướng mắc vào sự trở thành,

Khốn khổ vì sự trở thành,

Thế nhưng thế giới vẫn cứ cảm thấy vui sướng trong sự trở thành.

Bất cứ nơi nào có sự vui sướng thì nơi ấy [sớm muộn] cũng sẽ xảy ra sự sợ hãi.

Và sợ hãi thì [tự nó] cũng là khổ đau.

Sống cuộc sống thánh thiện,

Là cách buông bỏ sự trở thành.

Nếu bất cứ một vị tu hành nào hay một vị Bà-la-môn nào,

Bảo rằng sự vượt thoát khỏi sự trở-thành là nhờ vào sự trở-thành,

Thì tất cả các vị ấy sẽ không sao thoát ra khỏi sự trở thành.

Ta khẳng định về lời nói ấy [của ta].

Bất cứ một vị tu hành nào hay một vị Bà-la-môn nào,

Bảo rằng vượt thoát khỏi sự trở-thành là nhờ vào sự không-trở-thành,

Thì tất cả các vị ấy sẽ không sao thoát khỏi sự trở-thành *(cố gắng 'không-trở-thành' tự nó và bởi chính nó cũng là một sự 'trở thành')*

Sở dĩ xảy ra khổ đau,

Là vì sự chiếm hữu.

Chỉ khi nào mọi sự bám víu *(chiếm hữu)* đều thật sự chấm dứt,

Thì sẽ không còn xảy ra bất cứ một sự khổ đau nào.

Hãy nhìn vào thế giới này [thì sẽ thấy]:

Chúng sinh khổ đau vì u mê dầy đặc,

Khiến mình không sao thoát ra khỏi sự đam mê về những gì đang trở thành.

Tất cả mọi cấp bậc của sự trở thành,

Dù trong bối cảnh nào hay bằng phương cách nào,

Thì tất cả [các sự trở thành đó] đều là khổ đau vì sự đổi thay [của chúng].

Khi trông thấy được điều đó – sự trở thành là [khổ đau] như thế nào –

Thì một người nào đó, với một sự nhận định đúng đắn,

Sẽ buông bỏ sự thèm khát được trở thành,

Người ấy cũng không vui sướng với sự không-trở-thành.

Sự chấm dứt hoàn toàn của sự thèm khát,

Sẽ đưa đến sự suy giảm và chấm dứt [của sự trở thành],

Không lưu lại một chút tàn dư nào:

Đấy chính là sự Giải thoát.

Đối với một người tu hành khi đã vượt thoát được mọi sự bám víu,

Thì sẽ không còn một sự trở thành nào khác [xảy ra với mình] trong tương lai.

Khắc phục được Ma vương (Māra),

Đạt được sự chiến thắng,

Kết thúc được trận chiến,

Vị tu hành ấy vượt lên trên sự trở thành.

Tất cả cũng chỉ là như vậy.

Vài lời ghi chú

Tuyệt vời thay những lời nhận định về thế giới này của một vị Phật sau khi vừa đạt được Giác ngộ. Đối với chúng ta cũng vậy, chúng ta cất tiếng khóc khi lọt lòng mẹ, phản ảnh sự khổ đau của sự trở thành. Thế nhưng khi lớn lên thì chúng ta lại bám víu vào sự trở thành, ăn mừng ngày 'sinh nhật' đánh dấu ngày trở thành của mình, xem sự trở thành đó là 'Tôi', là cái 'Tôi' của tôi. Những người chung quanh cũng thường xem sự trở thành đó của mình khi lọt lòng mẹ là một niềm phúc hạnh, nhưng không hề ý thức được sự trở thành của họ, sự hiện hữu của chính họ, và cả cái thế giới trong tâm thức họ cũng đang bốc cháy.

Tầm nhìn đó của một Đấng Giác Ngộ về sự bốc cháy của thế giới cách nay đã hơn hai-mươi-lăm thế kỷ, thế nhưng ngày nay, dường như thế giới vẫn còn đang bốc cháy. Ngọn lửa của đam mê, hận thù và ảo giác vẫn còn tiếp tục bùng cháy trên khắp hành tinh nhỏ bé này trong vũ trụ, vẫn còn hừng hực trong tâm thức của từng mỗi cá thể trong chúng ta.

Bản dịch bài giảng này của HT Thích Minh Châu dù được đưa lên mạng thế nhưng khá khó tìm, bởi vì cách đánh số khác hơn với các cách thường thấy. Do vậy xin trích dẫn bản dịch này dưới đây hầu độc giả có thể xem thêm nếu cần:

Tiểu Bộ - Khuddhaka Nikaya
Hòa thượng Thích Minh Châu dịch Việt
Kinh Phật Tự Thuyết (Cảm Hứng Ngữ)
Udàna
Chương 1-3
chương Một - Phẩm Bồ Đề

(X) (Ud 32)

Như vầy tôi nghe:

Một thời Thế Tôn trú ở Uruvelà, trên bờ sông Neranjara, dưới gốc cây Bồ-đề, khi mới thành Chánh giác. Lúc bấy giờ Thế Tôn trong bảy ngày ngồi một thế ngồi kiết già, hưởng thọ giải thoát lạc. Rồi Thế Tôn, sau bảy ngày ấy, từ định ấy xuất khởi, nhìn đời với Phật nhãn, thấy các chúng sanh bị thiêu đốt với nhiều loại thiêu đốt, bị nhiệt não bởi nhiều loại nhiệt não, bởi tham, bởi sân, bởi si.

Rồi Thế Tôn, sau khi biết ý nghĩa này, ngay trong lúc ấy, nói lên lời cảm hứng này:

10. Đời này bị thiêu đốt,
Chi phần bởi cảm xúc,
Tự mình nói rõ lên,
Chứng bệnh của chính mình,
Bởi vì nó nghĩ đến,
Do đó bị đổi khác,
Bị đổi khác vì hữu,
Bị lệ thuộc vì hữu,
Đời này hữu chi phối,
Lại hoan hỷ với hữu,
Khi nào có hoan hỷ,
Ở đấy có sợ hãi,
Với ai có sợ hãi,
Đấy tức là đau khổ,
Chính do đoạn diệt hữu,
Phạm hạnh này được sống.

Những Sa-môn hay Bà-la-môn nào đã tuyên bố rằng sự giải thoát khỏi hữu là do hữu. Ta nói rằng tất cả những vị ấy không giải thoát khỏi hữu.

Những Sa môn hay những Bà-la-môn nào đã tuyên bố rằng sự xuất ly khỏi hữu là do phi hữu, tất cả những vị ấy, Ta tuyên bố rằng chúng không nương tựa nơi hữu.

Do duyên sanh y, khổ này được sanh khởi. Chính do đoạn diệt tất cả sanh y, khổ không có hiện hữu.

11. Hãy xem đời rộng này,
Bị vô minh chi phối,
Các sanh loại được sanh,
Ưa thích được sanh khởi,
Không thoát được sanh hữu.
Với ai đốt sanh hữu,
Tất cả mọi thời, xứ,
Tất cả sanh hữu này,
Vô thường khổ biến hoại,
Như vậy, thấy như thật,
Với chơn chánh trí tuệ,
Hữu ái được đoạn tận,
Phi hữu ái hoan hỷ
Đoạn diệt ái hoàn toàn,
Ly tham, diệt, hoàn toàn,
Như vậy là Niết Bàn,
Tỷ-kheo ấy mát lạnh,
Không chấp thủ tái sanh,
Nhiếp phục được ma vương,
Trận chiến đã chiến thắng,
Vị Tỷ-kheo như vậy,
Vượt qua mọi sanh hữu.

Tiếp theo dưới đây là bài giảng thứ hai nêu lên các cảm nghĩ của Đức Phật sau khi vừa đạt được Giác ngộ:

Bài giảng về sự tôn kính

Garava Sutta - SN 6.2

(Dựa theo các bản dịch tiếng Anh của Thanissaro Bhikkhu, Bhikkhu Sujato, Piya Tan, và bản dịch tiếng Pháp của Rémy)

Tôi từng được nghe như vầy. Lúc đó Đấng Thế Tôn vừa đạt được Giác ngộ, Ngài còn đang ngụ tại [khu rừng] Uruvelā, bên bờ sông Narañjarā, dưới bóng râm của một cội cây đa *(cội Bồ-đề)*. Ngài sống một mình, lẻ loi và ẩn dật, và ý nghĩ sau đây hiện lên trong tâm trí Ngài: 'Con người sẽ cảm thấy khổ đau nếu không có ai để mình tôn vinh và trọng vọng. Hiện nay, tôi nào có thấy một kẻ tu hành nào, một vị Bà-la-môn nào để tôi bước theo, tôn vinh và trọng vọng?'.

Và ý nghĩ sau đây đã hiện lên với Ngài: 'Tôi mong tìm thấy một vị tu hành hay một vị bà-la-môn nào khác để tôi tôn vinh, trọng vọng và bước theo, hầu giúp tôi hoàn thiện đạo đức cho cấu hợp *(khandha / kinh sách Hán ngữ gọi là 'uẩn', là một khái niệm quan trọng trong Phật giáo: con người là một sự cấu hợp gồm năm thành phần / 'ngũ uẩn' : thân xác / rūpa, sự cảm nhận / vedanā, sự nhận thức / sañña, các tạo tác tâm thần / sankhāra và tri thức / viññāna)* đạo đức chưa được hoàn hảo này của tôi. Thế nhưng trong thế giới này, gồm các Thiên nhân, Ma vương, Phạm thiên và cả toàn thể thế hệ con người đang hiện hữu, trong đó gồm có các vị Bà-la-môn, vua chúa và cả những con người bình dị, tôi không thấy có vị tu hành nào hay vị Bà-la-môn nào hoàn hảo hơn tôi về đạo đức để tôi bước theo, tôn vinh và trọng vọng.

«Tôi mong tìm thấy một vị tu hành hay một vị Bà-la-môn nào khác để tôn vinh, trọng vọng và bước theo, hầu giúp tôi cải thiện cấu hợp của khả năng nhận định chưa được hoàn hảo này của tôi. Thế nhưng trong thế giới này, gồm các Thiên nhân, Ma vương, Phạm thiên và cả thế hệ con người đang hiện hữu, trong đó gồm có các vị Bà-la-môn, vua chúa và cả những con người bình dị, tôi không thấy có vị tu hành nào hay vị Bà-la-môn nào hoàn hảo hơn tôi về khả năng nhận định *(discernment / khả năng nhận xét chính xác và sáng suốt)* để tôi bước theo, tôn vinh và trọng vọng.

«Tôi mong tìm thấy một vị tu hành hay một vị bà-la-môn nào khác để tôn vinh, trọng vọng và bước theo, hầu giúp tôi cải thiện cấu hợp của sự giải thoát chưa được hoàn hảo này của tôi. Thế nhưng trong thế giới này, gồm các Thiên nhân, Ma vương, Phạm thiên và cả thế hệ con người đang hiện hữu, trong đó gồm có các vị bà-la-môn, vua chúa và cả những con người bình dị, tôi không thấy có vị tu hành nào hay vị bà-la-môn nào hoàn hảo hơn tôi trên phương diện giải thoát để tôi bước theo, tôn vinh và trọng vọng.

«Tôi mong tìm thấy một vị tu hành hay một vị Bà-la-môn nào khác để tôn vinh, trọng vọng và bước theo, hầu giúp tôi cải thiện cấu hợp về khả năng hiểu biết và quán thấy chưa được hoàn hảo này của tôi. Thế nhưng trong thế giới này, gồm các Thiên nhân, Ma vương, Phạm thiên và cả thế hệ con người đang hiện hữu, trong đó gồm có các vị Bà-la-môn, vua chúa và cả những con người bình dị, tôi không thấy có vị tu hành nào hay vị Bà-la-môn nào hoàn hảo hơn tôi về khả năng hiểu biết và quán thấy để tôi bước theo, tôn vinh và trọng vọng.

«Vì vậy, tại sao tôi lại không bước theo chính con đường Dhamma đã từng giúp tôi đạt được sự tỉnh thức hoàn hảo để tôn vinh và trọng vọng?».

Khi Đấng Thế Tôn vừa ý thức được đường hướng nhận thức tâm thần đó bên trong tâm thức mình – tương tự như một người khỏe mạnh duỗi ra hay gập lại cánh tay của mình – thì vị Phạm thiên Sahampathi *(Brahmā Sahampati, một vị Trời trên cõi Trời)* vụt biến mất trên cõi Phạm thiên *(cõi của các vị Trời)* và tức khắc hiện ra sau đó trước mặt Đấng Thế Tôn. Vị Phạm thiên Sahampathi kéo áo khoác ngoài ngay ngắn trên vai, chắp hai tay trước ngực, vái chào Đấng Thế Tôn và nói với Đấng Thế Tôn như sau: 'Quả đúng là như vậy, thưa Thế Tôn! Quả đúng là như vậy, thưa vị Thành đạt! *(vị Phạm thiên Sahampathi nhận thấy ý định của Đấng Thế Tôn hướng vào Dhamma, tôn vinh và trọng vọng Dhamma là chính đáng)*. Những ai từng là các vị Arahant *(các vị Phật)* trong quá khứ, từng tự mình đạt được sự Giác ngộ đích thật trong quá khứ – tất cả đều bước theo, tôn vinh và trọng vọng Dhamma. Những ai [sau này] sẽ là các vị Arahant, tự mình đạt được sự Giác ngộ đích thật trong tương lai – tất cả sẽ đều bước theo, tôn vinh và trọng vọng Dhamma. Và Đấng Thế Tôn là vị Arahant trong hiện tại, là một Vị tự mình đạt được sự Giác ngộ đích thật – đang tự mình bước theo, tôn vinh và trọng vọng Dhamma».

Trên đến là những lời do vị Brahmā Sahampathi nêu lên, và sau đó thì vị này nói thêm:

Các vị Phật trong quá khứ, các vị Phật trong tương lai,
Và cả vị Phật trong hiện tại,
Tất cả đều là các vị làm vơi bớt nỗi lo buồn của bao khẻ khác,
Các vị ấy từng bước theo, sẽ bước theo,
Và cả vị Phật trong hiện tại cũng đang bước theo Dhamma đích thật,
Để cùng nhau tôn vinh Dhamma đích thật.
Điều đó, đối với toàn thể các vị Phật, là một quy luật tự nhiên.
Bất cứ ai mong cầu tạo được những điều tốt đẹp cho mình,
Ước vọng thực hiện được sự cao quý cho mình,
Thì phải kính trọng Dhamma đích thật,
Phải ghi nhớ những lời 'Giáo huấn' của chư Phật.

Vài lời ghi chú

Bài giảng nêu lên sự khiêm tốn của Đức Phật và cả sự do dự của Ngài trước khi quyết định quảng bá Dhamma đích thật. Quyết định đó đã được một vị Trời cổ vũ. Dhamma đích thật vượt lên trên tất cả các vị Phật trong quá khứ và cả trong tương lai. Vị Gotama *(Cồ Đàm)* chỉ là một vị Phật trong hiện tại, một vị Phật lịch sử.

'Bất cứ ai mong cầu tạo được những điều tốt đẹp cho mình, thực hiện được sự cao quý cho mình thì phải kính trọng Dhamma đích thật, phải ghi nhớ những lời Giáo huấn của chư Phật'. Thế nhưng trong quá khứ và cả trong hiện tại dường như chúng ta thường bày vẽ ra thêm quá nhiều điều có thể là trái ngược lại với Dhamma đích thật.

Tiếp theo dưới đây là một loạt bốn bài giảng liên tiếp trích dẫn từ Majjhima Nikāya / Trung Bộ Kinh. Cả bốn bài giảng cùng nêu lên một chủ đề chung, thế nhưng bối cảnh và nhân vật thì khác. Một số trang mạng uy tín và một vài dịch giả quen thuộc không dịch cũng không đưa lên mạng toàn bộ bốn bài giảng này. Hơn nữa nội dung của các bài giảng rất khúc chiết và có một thuật ngữ khá khó hiểu, thậm chí một vài dịch giả còn cho rằng là một điều bí ẩn, và một vài trang mạng quan trọng không đưa lên một bài nào cả trong số bốn bài giảng này. Thế nhưng sự lặp đi lặp lại cùng một chủ đề trong cả bốn bài giảng phải chăng là cách nhấn mạnh đến tầm quan trọng về giáo lý trong chủ đề này, đồng thời cũng cho thấy sự chuyên cần, sức kiên nhẫn và cả sự sinh hoạt của Tăng đoàn đầu tiên trong giai đoạn tu tập bằng cách truyền khẩu vào thời đại của Đức Phật. Bốn bài giảng này như sau:

- Bài giảng thứ nhất: *Bhaddekaratta Sutta* (MN 131),

- Bài giảng thứ hai: *Ānanda-Bhaddekaratta-Sutta* (MN 132)

- Bài giảng thứ ba: *Mahā-Kaccāna-Bhaddekaratta-Sutta* (MN 133)

- Bài giảng thứ tư: *Lōmasakaṅgiya-Bhaddekaratta-Sutta* (MN 134)

Tựa của cả bốn bài giảng cùng mang một chữ giống nhau, đó là chữ 'bhaddekaratta'. Chữ này là một từ ghép mang ý nghĩa rất khúc chiết và khó hiểu, kể cả là một điều bí ẩn (mystery, enigma), khiến một vài dịch giả cho rằng các bài giảng này là một trường hợp khá đặc biệt trong toàn bộ kinh điển Pali. Nhiều chục bản dịch sang tiếng Anh và tiếng Pháp về bốn bài giảng này đã được tham khảo và đối chiếu, thế nhưng chữ 'bhaddekaratta' trên đây được dịch khác nhau tùy theo từng dịch giả, đôi khi ý nghĩa của các từ dịch thuật này không những không có gì liên hệ đến nội dung của bài giảng, mà còn nghịch nghĩa với nhau. Chúng ta sẽ trở lại với vấn đề khá tế nhị và phức tạp này trong phần ghi chú. Trong các bản chuyển ngữ đề nghị dưới đây, chúng ta sẽ tạm dịch – với tất cả sự dè dặt – chữ 'bhaddekaratta' là 'nếp sống ẩn dật (đơn độc, cách ly) mang đầy thuận lợi', và cách dịch này cũng chỉ là một cố gắng nêu lên một sự mạch lạc nào đó với nội dung của bốn bài giảng. Dưới đây là bài giảng thứ nhất:

Bài giảng về sự trân quý nếp sống ẩn dật

Bhaddekaratta Sutta – MN 131

(Dựa theo các bản dịch tiếng Anh của Thanissaro Bhikkhu, Bhikkhu Sujato, Bhikkhu Ñanananda, Ñanamoli Thera..., và các bản dịch tiếng Pháp của Môhan Wijayaratna, Claude Le Ninan & Chandhana Le Ninan)

Tôi từng được nghe như vầy. Lúc đó Đấng Thế Tôn đang ngụ tại tịnh xá Anāthapiṇḍika, nơi khu rừng thưa Jeta, gần kinh thành Sāvatthi, Ngài gọi các tỳ kheo: «Này các tỳ-kheo».

Các tỳ-kheo đáp lại: «Vâng, thưa Thế Tôn».

«Này các tỳ-kheo, ta sẽ nhắc lại bài giảng *(bài kệ, bài thơ)* nói lên: 'Sự trân quý nếp sống ẩn dật đầy thuận lợi'(Bhaddekaratta). Vậy hãy lắng nghe, ta sẽ giảng».

Các tỳ-kheo đáp lại: «Vâng, thưa Thế Tôn».

Đấng Thế Tôn bắt đầu giảng như sau:

«Không đuổi bắt quá khứ,

Không tơ tưởng tương lai,

[Bởi vì] tương lai chưa kịp đến,

Và quá khứ thì không còn.

Hãy nhìn vào hiện tại khi nó hiện ra ,

Hãy nhìn vào nó bằng trí tuệ *(sự sáng suốt)*,

Hãy quán thấy nó hầu mang lại [cho mình] sự vững tin,

Bất khuất và không hề lay chuyển.

Sức cố gắng là để phát huy trong ngày hôm nay,

Ngày mai, cái chết có thể sẽ xảy ra – nào có ai biết được?

Thần chết và đám lâu la,

Nào có phải là [các con buôn] nơi phố chợ [để mà thương thảo].

Phải thật nhiệt tâm và cố gắng,

Không ngưng nghỉ, ngày cũng như đêm.

Trước một người như thế thì vị Sáng suốt sẽ thốt lên:

'Đây là một người biết 'trân quý nếp sống ẩn dật đầy thuận lợi'.

Này các tỳ-kheo, thế nào là một người ***đuổi bắt quá khứ***? Người ấy tự nhủ: 'Trong quá khứ tôi từng mang một hình tướng là như thế', và đấy là cách mà người ấy thường xuyên tìm thấy sự thích thú qua ý nghĩ ấy *(xem hình tướng là 'Tôi', xem hình tướng từng hiện hữu trước đây của mình đại diện cho cái 'Tôi' của mình trong quá khứ)*. Người ấy tự nhủ: 'Trong quá khứ, tôi từng tạo được [cho tôi] các cảm nhận *(các sự nhận biết phát sinh từ ngũ giác)* là như thế', và đấy là cách mà người ấy thường xuyên tìm thấy sự thích thú qua ý nghĩ ấy'. Người ấy tự nhủ: 'Trong quá khứ, tôi từng tạo được các sự nhận thức *(trong tâm thần)* là như thế', và đấy là cách mà người ấy thường xuyên tìm thấy sự thích thú qua ý nghĩ ấy. Người ấy tự nhủ: 'Trong quá khứ, tôi từng phát động các tác ý *(các ý định, các sự chủ tâm, các hoạch định...)* là như thế', và đấy là cách mà người ấy thường xuyên tìm thấy sự thích thú qua ý nghĩ ấy'. Người ấy tự nhủ: 'Trong quá khứ, tôi từng mang một tri thức *(consciousness / tâm thức, tâm thần)* là như thế, và đấy là cách mà người ấy thường xuyên tìm thấy sự thích thú qua ý nghĩ ấy'. Này các tỳ-kheo, đấy là một người đuổi bắt quá khứ *(nói một cách khác thì người ấy đuổi bắt cái 'Tôi' của mình trong quá khứ, mãn nguyện và chấp nhận cái 'Tôi' ấy là mình, là con người của mình)*.

Này các tỳ kheo, thế nào là một người ***không đuổi bắt quá khứ?*** Người ấy tự nhủ: 'Trong quá khứ, tôi từng mang một hình tướng là như thế', nhưng người ấy không xem đấy là một sự thích thú. Người ấy tự nhủ: 'Trong quá khứ, tôi từng tạo được các cảm nhận là như thế, nhưng người ấy không xem đấy là một sự thích thú. Người ấy tự nhủ: 'Trong quá khứ, tôi từng tạo được các sự nhận thức là như thế, nhưng người ấy không xem đấy là một sự thích thú. Người ấy tự nhủ: 'Trong quá khứ, tôi từng phát động được các tác ý là như thế, nhưng người ấy không xem đấy là một sự thích thú. Người ấy tự nhủ: 'Trong quá khứ, tôi từng mang một tri thức là như thế, nhưng người ấy không xem đấy là một sự thích thú.

Này các tỳ-kheo, thế nào là một người ***tơ tưởng tương lai*** ? Người ấy tự nhủ: 'Tôi ước mong rồi đây tôi sẽ mang một hình tướng như thế trong tương lai', và người ấy thường xuyên tìm thấy sự thích thú qua ý nghĩ ấy. Người ấy tự nhủ: 'Tôi ước mong rồi đây tôi sẽ tạo được các cảm nhận như thế trong tương lai', và người ấy thường xuyên tìm thấy sự thích thú qua ý nghĩ ấy. Người ấy tự nhủ: 'Tôi ước mong rồi đây tôi sẽ tạo được các sự nhận thức như thế trong tương lai', và người ấy thường xuyên tìm thấy sự thích thú qua ý nghĩ ấy. Người ấy tự nhủ: 'Tôi ước mong rồi đây tôi sẽ phát động được các tác ý như thế trong tương lai', và người ấy thường xuyên tìm thấy sự thích thú qua ý nghĩ ấy. Người ấy tự nhủ: 'Tôi ước mong rồi đây tôi sẽ tạo được một tri thức như thế trong tương lai', và người ấy thường xuyên tìm thấy sự thích thú qua ý nghĩ ấy. Này các tỳ kheo, đấy là một người tơ tưởng tương lai.

Này các tỳ-kheo, thế nào là một người ***không tơ tưởng tương lai*** ? Người ấy tự nhủ: 'Tôi ước mong rồi đây tôi sẽ mang một hình tướng như thế trong tương lai', nhưng người ấy không xem đấy là một sự thích thú *(mong sẽ được như thế, nhưng không vui sướng và thích thú với sự mong muốn ấy của mình)*. Người ấy tự nhủ: 'Tôi ước mong rồi đây tôi sẽ tạo được các cảm nhận như thế trong tương lai', nhưng người ấy không xem đấy là một sự thích thú. Người ấy tự nhủ: 'Tôi ước mong rồi đây tôi sẽ tạo được các nhận thức như thế trong tương lai', nhưng người ấy không xem đấy là một sự thích thú. Người ấy tự nhủ: 'Tôi ước mong rồi đây tôi sẽ phát động được các tác ý như thế' trong tương lai, nhưng người ấy không xem đấy là một sự thích thú. Người ấy tự nhủ: 'Tôi ước mong rồi đây tôi sẽ tạo được một tri thức như thế trong tương lai', nhưng người ấy không xem đấy là một sự thích thú.

Này các tỳ-kheo, thế nào là một người ***không đánh mất những gì trong hiện tại*** ? Trong trường hợp đó, này các tỳ kheo, một người bình dị *(puthujjana / một người không được học hỏi. Đối với Phật giáo tất cả chúng sinh đều ngang hàng nhau, nhưng được chia ra làm hai thể loại: trước hết là những người 'bình dị' / puthujjana, tức là những người không trông thấy hiện thực đúng với nó, và sau đó là những người cao quý / arya, là những người được 'học hỏi', nhận thấy được hiện thực qua bản chất và sự vận hành của nó)* – không được học hỏi, không quý trọng những người cao quý, không đủ khả năng tìm hiểu giáo huấn của những người cao quý, không được luyện tập theo đường hướng giáo huấn của những người cao quý, không quý trọng các bậc hiền triết *(các bậc đạo đức, sáng suốt)*, không đủ khả năng tìm hiểu giáo huấn của các bậc hiền triết, không được luyện tập theo đường hướng của các bậc hiền triết – sẽ xem hình tướng vật chất là 'Tôi', hoặc xem

'Tôi' mang hình tướng vật chất, hoặc xem 'Tôi' như là hình tướng vật chất, hoặc xem 'Tôi' hàm chứa bên trong hình tướng vật chất.

Hơn thế nữa, một người bình dị không được học hỏi, không quý trọng những người cao quý, [...], xem các cảm nhận là 'Tôi', hoặc xem 'Tôi' hàm chứa các cảm nhận *(tôi là chủ thể tạo ra các cảm nhận cho tôi)*, hoặc xem các cảm nhận hàm chứa trong 'Tôi', hoặc xem 'Tôi' hàm chứa trong các cảm nhận. Hơn thế nữa, một người bình dị không được học hỏi, không tôn trọng các bậc hiền triết, [...], xem các cảm nhận là 'Tôi', hoặc xem 'Tôi' hàm chứa các cảm nhận, hoặc xem các cảm nhận hàm chứa trong 'Tôi', hoặc xem 'Tôi' hàm chứa bên trong các cảm nhận *(nói chung là một sự lẫn lộn và đồng hóa giữa 'khả năng cảm nhận' của mình và cái 'Tôi' của mình)*.

Hơn thế nữa, một người bình dị không được học hỏi, không quý trọng những người cao quý, [...], xem các tác ý *(các ý định, các sự chủ tâm, các hoạch định...)* là 'Tôi', hoặc xem 'Tôi' hàm chứa các tác ý *(tôi là chủ thể tạo ra các tác ý)*, hoặc xem các tác ý hàm chứa bên trong 'Tôi', hoặc xem 'Tôi' hàm chứa bên trong các tác ý.

Hơn thế nữa, một người bình dị không được học hỏi, không quý trọng những người cao quý, [...], xem tri thức là 'Tôi', hoặc xem 'Tôi' hàm chứa tri thức *(xem 'Tôi' là chủ thể tạo ra các ý nghĩ, các sự nhận thức...)*, hoặc tri thức hàm chứa trong 'Tôi', hoặc xem 'Tôi' hàm chứa bên trong tri thức. Này các tỳ kheo, đấy là cách cho thấy một người đánh mất sự tương quan giữa mình và các sự vật *(các hiện tượng)* trong hiện tại *(câu này rất quan trọng: sự hiện hữu của mình tương quan và liên kết với sự chuyển động của hiện thực xuyên qua các sự cảm nhận của lục giác của mình. Sự liên kết và tương quan đó tạo ra cái 'Tôi'. Vì thế, nếu tạo ra cái 'Tôi' như là một thực thể độc lập, với tư cách là một 'chủ thể', tách ra khỏi sự vận hành của lục giác qua các sự tiếp xúc giữa chúng với hiện thực chung quanh là một sự sai lầm)*.

Đến đây, này các tỳ-kheo, một người nào đó phải làm thế nào để không đánh mất sự tương quan giữa mình và các sự vật trong hiện tại ? Trong trường hợp này thì đấy là một người nghe giảng cao quý – được học hỏi, biết quý trọng những người cao quý, bước theo giáo huấn của những người cao quý, được luyện tập theo giáo huấn của những người cao quý, biết tôn trọng các bậc hiền triết, bước theo giáo huấn của các bậc hiền triết, được luyện tập theo giáo huấn của các bậc hiền triết – không xem hình tướng vật chất là 'Tôi', hoặc không xem 'Tôi' hàm chứa hình tướng vật chất, hoặc không xem 'Tôi' là hình tướng vật chất, hoặc không xem 'Tôi' hàm chứa bên trong hình tướng vật chất *(phủ nhận hoàn toàn sự liên hệ giữa 'Tôi' và 'hình tướng vật chất' của mình)*.

Hơn thế nữa, này các tỳ kheo, người nghe giảng cao quý được học hỏi ấy, biết tôn trọng các vị cao quý, [...], không xem các cảm nhận là 'Tôi', hoặc không xem 'Tôi' hàm chứa các cảm nhận *(tức là chủ thể tạo ra các cảm nhận)*, không xem 'Tôi' là các cảm nhận, hoặc không xem 'Tôi' hàm chứa bên trong các cảm nhận.

Hơn thế nữa, này các tỳ-kheo, người nghe giảng cao quý được học hỏi ấy, biết tôn trong các vị cao quý [...], không xem các sự nhận thức là 'Tôi', hoặc không xem 'Tôi' hàm chứa các sự nhận thức, hoặc xem 'Tôi' là các sự nhận thức, hoặc không xem 'Tôi' hàm chứa bên trong các sự nhận thức.

Hơn thế nữa, này các tỳ-kheo, người nghe giảng cao quý được học hỏi ấy, biết tôn trọng các vị cao quý,[...], không xem các tác ý *(các ý định)* là 'Tôi', hoặc không xem 'Tôi' hàm chứa các tác ý, hoặc không xem 'Tôi' là các tác ý, hoặc không xem 'Tôi' hàm chứa bên trong các tác ý.

Hơn thế nữa, này các tỳ-kheo, người nghe giảng cao quý được học hỏi ấy, biết tôn trọng các vị cao quý, [...], không xem tri thức là 'Tôi', hoặc không xem 'Tôi' hàm chứa tri thức, hoặc không xem 'Tôi' là tri thức, hoặc không xem 'Tôi' hàm chứa bên trong tri thức. Này các tỳ-kheo, đấy là một người không đánh mất sự tương quan giữa mình và các sự vật *(các hiện tượng)* trong hiện tại.

«Không đuổi bắt quá khứ,
Không tơ tưởng tương lai,
[Bởi vì] tương lai chưa kịp đến,
Và quá khứ thì không còn.

Hãy nhìn vào hiện tại khi nó hiện ra ,

Hãy nhìn vào nó bằng trí tuệ *(sự sáng suốt)*,
Hãy quán thấy nó hầu mang lại [cho mình] sự vững tin,
Bất khuất và không hề lay chuyển.

Sức cố gắng là để phát huy trong ngày hôm nay,
Ngày mai, cái chết có thể sẽ xảy ra – nào có ai biết được?
Thần chết và đám lâu la,
Nào có phải là [các con buôn] nơi phố chợ [để mà thương thảo].

Phải thật nhiệt tâm và cố gắng,
Không ngưng nghỉ, ngày cũng như đêm.
Trước một người như thế thì vị Sáng suốt sẽ thốt lên:
'Đây là một người biết 'trân quý nếp sống ẩn dật đầy thuận lợi'.

Này các tỳ-kheo, đấy là bài [kệ] tóm lược nêu lên 'Sự trân quý nếp sống ẩn dật đầy thuận lợi».

Đấng Thế Tôn thuyết giảng như vậy. Các tỳ-kheo cảm thấy hân hoan và vui sướng trước những lời thuyết giảng ấy của Đấng Thế Tôn».

Sau đây là bản dịch bài giảng này trong Đại Tạng Kinh tiếng Việt:

Trung Bộ Kinh
131. Kinh Nhất dạ hiền giả

Như vầy tôi nghe.

Một thời, Thế Tôn ở Sāvatthi (Xá-vệ), Jetavana (Kỳ-đà lâm), tại tịnh xá ông Anāthapiṇḍika (Cấp Cô Độc). Ở đấy, Thế Tôn gọi các Tỷ-kheo: "Này các Tỷ-kheo": "Thưa vâng, bạch Thế Tôn". Các vị Tỷ-kheo ấy vâng đáp Thế Tôn. Thế Tôn nói như sau:

—Này các Tỷ-kheo, Ta sẽ thuyết giảng cho các Ông: 'Nhứt Dạ Hiền Giả' (Bhaddekaratta), tổng thuyết và biệt thuyết. Hãy nghe và suy nghiệm kỹ, Ta sẽ thuyết giảng.

—Thưa vâng, bạch Thế Tôn.

Các Tỷ-kheo ấy vâng đáp Thế Tôn. Thế Tôn giảng như sau:

Quá khứ không truy tìm

Tương lai không ước vọng.
Quá khứ đã đoạn tận,
Tương lai lại chưa đến,
Chỉ có pháp hiện tại
Tuệ quán chính ở đây.
Không động, không rung chuyển
Biết vậy, nên tu tập,
Hôm nay nhiệt tâm làm,
Ai biết chết ngày mai?
Không ai điều đình được,
Với đại quân thần chết,
Trú như vậy nhiệt tâm,
Đêm ngày không mệt mỏi,
Xứng gọi Nhứt dạ Hiền,
Bậc an tịnh, trầm lặng.

Và này các Tỷ-kheo, thế nào là truy tìm quá khứ? Vị ấy nghĩ: "Như vậy là sắc của tôi trong quá khứ", và truy tìm sự hân hoan trong ấy; "Như vậy là thọ của tôi trong quá khứ", và truy tìm sự hân hoan trong ấy; "Như vậy là tưởng của tôi trong quá khứ", và truy tìm sự hân hoan trong ấy; "Như vậy là hành của tôi trong quá khứ", và truy tìm sự hân hoan trong ấy, "Như vậy, là thức của tôi trong quá khứ", và truy tìm sự hân hoan trong ấy. Như vậy, này các Tỷ-kheo, là truy tìm quá khứ.

Và này các Tỷ-kheo, thế nào là không truy tìm quá khứ? Vị ấy nghĩ: "Như vậy là sắc của tôi trong quá khứ", và không truy tìm sự hân hoan trong ấy; "Như vậy là thọ của tôi trong quá khứ", và không truy tìm sự hân hoan trong ấy; "Như vậy là tưởng của tôi ... Như vậy là hành của tôi ... Như vậy là thức của tôi trong quá khứ"; và không truy tìm sự hân hoan trong ấy. Như vậy, này các Tỷ-kheo, là không truy tìm quá khứ.

Và này các Tỷ-kheo, thế nào ước vọng trong tương lai? Vị ấy nghĩ: "Mong rằng như vậy sẽ là sắc của tôi trong tương lai", và truy tìm sự hân hoan trong ấy; "Mong rằng như vậy sẽ là thọ của tôi trong tương lai", và truy tìm sự hân hoan trong ấy; "Mong rằng như vậy là tưởng của tôi ... là hành của tôi ... là thức của tôi trong tương lai", và truy tìm sự hân hoan trong ấy. Như vậy, này các Tỷ-kheo, là ước vọng trong tương lai.

Và này các Tỷ-kheo, thế nào là không ước vọng trong tương lai? Vị ấy nghĩ: "Mong rằng như vậy sẽ là sắc của tôi trong tương lai", và không truy tìm sự hân hoan trong ấy; "Mong rằng như vậy sẽ là thọ của tôi trong tương lai", và không truy tìm sự hân hoan trong ấy; "Mong rằng như vậy sẽ là tưởng ... sẽ là hành ... sẽ là thức của tôi trong tương lai", và không truy tìm sự hân hoan trong ấy. Như vậy, này các Tỷ-kheo, là không ước vọng trong tương lai.

Và này các Tỷ-kheo, như thế nào là bị lôi cuốn trong các pháp hiện tại? Ở đây, này các Tỷ-kheo, có kẻ vô văn phàm phu không đi đến các bậc Thánh, không thuần thục pháp các bậc Thánh, không tu tập pháp các bậc Thánh; không đi đến các bậc Chân nhân, không thuần thục pháp các bậc Chân nhân, không tu tập pháp các bậc Chân nhân; quán sắc là tự ngã, hay quán tự ngã là có sắc, hay quán sắc là trong tự ngã, hay quán tự ngã là trong sắc; hay vị ấy quán thọ là tự ngã, hay quán tự ngã là có thọ, hay quán thọ là trong tự ngã, hay quán tự ngã là trong thọ; hay vị ấy quán tưởng là tự ngã, hay quán tự ngã là có tưởng, hay vị ấy quán tưởng là trong tự ngã, hay quán tự ngã là trong tưởng; hay vị ấy quán hành là tự ngã, hay vị ấy quán tự ngã là có hành, hay vị ấy quán hành là trong tự ngã, hay vị ấy quán tự ngã là trong hành; hay vị ấy quán thức là tự ngã, hay quán tự ngã là có thức, hay quán thức là trong tự ngã, hay quán tự ngã là trong thức. Như vậy, này các Tỷ-kheo, là bị lôi cuốn trong các pháp hiện tại.

Và này các Tỷ-kheo, thế nào là không bị lôi cuốn trong các pháp hiện tại? Ở đây, này các Tỷ-kheo, có vị Đa văn Thánh đệ tử đi đến các bậc Thánh, thuần thục pháp các bậc Thánh, tu tập pháp các bậc Thánh, đi đến các bậc Chân nhân, thuần thục pháp các bậc Chân nhân, tu tập pháp các bậc Chân nhân. Vị này không quán sắc là tự ngã, không quán tự ngã là có sắc, không quán sắc là trong tự ngã, không quán tự ngã trong sắc; không quán thọ ... không quán tưởng ... không quán hành ... không quán thức là tự ngã, không quán tự ngã là có thức, không quán thức trong tự ngã, không quán tự ngã trong thức. Như vậy, này các Tỷ-kheo, là không bị lôi cuốn trong các pháp hiện tại.

Quá khứ không truy tìm
Tương lai không ước vọng.
Quá khứ đã đoạn tận,
Tương lai lại chưa đến,
Chỉ có pháp hiện tại
Tuệ quán chính ở đây.
Không động, không rung chuyển
Biết vậy, nên tu tập,
Hôm nay nhiệt tâm làm,
Ai biết chết ngày mai?
Không ai điều đình được,
Với đại quân thần chết,
Trú như vậy nhiệt tâm,
Đêm ngày không mệt mỏi,
Xứng gọi Nhứt dạ Hiền,
Bậc an tịnh, trầm lặng.

Khi ta nói: "Này các Tỷ-kheo, Ta sẽ giảng cho các Ông: 'Nhứt Dạ Hiền Giả', tổng thuyết và biệt thuyết", chính duyên ở đây mà nói vậy.

Thế Tôn thuyết giảng như vậy. Các Tỷ-kheo ấy hoan hỷ, tín thọ lời dạy của Thế Tôn.

Nguyên văn bản dịch của HT Thích Minh Châu

Tiếp theo dưới đây là bài giảng thứ hai:

Bài giảng cho Ānanda về nếp sống ẩn dật đầy thuận lợi

Ānanda-Bhaddekaratta Sutta - MN 132

(Dựa theo các bản dịch tiếng Anh của Thanissaro Bhikkhu, Bhikkhu Sujato, I.B. Horner, Lord Chalmers, G.C.B., Bhikkhu Chandana..., và bản dịch tiếng Pháp của Môhan Wijayaratna)

Tôi từng được nghe như vầy. Lúc đó Đấng Thế Tôn đang ngụ gần thị trấn Sāvatthi, nơi tịnh xá của vị Anāthapiṇḍika *(Cấp Cô Độc)* trong khu rừng Jeta. [Vào một hôm], nơi gian phòng họp của tịnh xá, Ngài Āyasmanta Ānanda thuyết giảng Dhamma cho các tỳ-kheo. Ngài chỉ dạy họ, cổ vũ họ, khơi động sự nhiệt tâm của họ, mang lại niềm hân hoan cho họ và nhân dịp này nhắc lại với họ về bài [kệ] tóm lược [của Đấng Thế Tôn] nêu lên 'sự trân quý nếp sống ẩn dật đầy thuận lợi' *(tức là bài giảng thứ nhất đã được trích dẫn trên đây)*.

Lúc đó, vào cuối buổi trưa, sau khi chấm dứt giấc nghỉ trưa một mình, Đấng Thế Tôn thân hành tìm đến gian phòng họp trong tịnh xá. Sau khi bước vào gian phòng thì Ngài ngồi vào chiếc ghế dành riêng cho mình. Sau khi ngồi vào ghế thì Đấng Thế Tôn cất lời với các tỳ-kheo như sau: «Này các tỳ-kheo, các tỳ-kheo đang họp với nhau và bàn thảo với nhau về chủ đề nào thế ? [Khi ta bước vào thì] các tỳ-kheo ngưng thảo luận ở điểm nào?».

Các tỳ-kheo đáp lại: «Thưa Thế Tôn, Ngài Ānanda thuyết giảng Dhamma cho các tỳ-kheo, chỉ dạy họ, cổ vũ họ, khơi động sự nhiệt tâm của họ, mang lại niềm hân hoan cho họ, đồng thời mượn dịp để nhắc lại bài [kệ] tóm lược nêu lên 'sự trân quý nếp sống ẩn dật đầy thuận lợi'».

Đấng Thế Tôn quay sang Ngài Ānanda và nói như sau: «Này Ānanda, Ānanda thuyết giảng Dhamma cho các tỳ-kheo bằng cách nào để chỉ dạy họ, cổ vũ họ, khơi động sự nhiệt tâm của họ và mang lại cho họ niềm hân hoan như thế ? Và Ānanda có nhắc lại với họ về bài [kệ] tóm lược nêu lên 'sự trân quý nếp sống ẩn dật đầy thuận lợi' hay không?».

Ngài Ānanda đáp lại: «Thưa Thế Tôn, quả đúng là như vậy. Tôi thuyết giảng Dhamma cho các tỳ kheo, chỉ dạy họ, cổ vũ họ, khơi động sự nhiệt tâm của họ, mang lại cho họ niềm hân hoan, đồng thời cũng nhắc lại với họ về 'sự trân quý nếp sống ẩn dật đầy thuận lợi':

«Không đuổi bắt quá khứ,
Không tơ tưởng tương lai,
[Bởi vì] tương lai chưa kịp đến,
Và quá khứ thì không còn.

Hãy nhìn vào hiện tại khi nó hiện ra ,
Hãy nhìn vào nó bằng trí tuệ *(sự sáng suốt)*,
Hãy quán thấy nó hầu mang lại [cho mình] sự vững tin,

Bất khuất và không hề lay chuyển.

Sức cố gắng là để phát huy trong ngày hôm nay,
Ngày mai, cái chết có thể sẽ xảy ra – nào có ai biết được?
Thần chết và đám lâu la,
Nào có phải là [các con buôn] nơi phố chợ [để mà thương thảo].

Phải thật nhiệt tâm và cố gắng,
Không ngưng nghỉ, ngày cũng như đêm.
Trước một người như thế thì vị Sáng suốt sẽ thốt lên:
'Đây là một người biết 'trân quý nếp sống ẩn dật đầy thuận lợi'.

Này các tỳ-kheo, một người đuổi bắt quá khứ là như thế nào? Người ấy tự nhủ: 'Trong quá khứ, tôi từng mang hình tướng là như thế, và tôi thường xuyên tìm thấy sự thích thú qua ý nghĩ ấy *(có nghĩa là vừa lòng, thỏa mãn, hãnh diện hay an phận với quá khứ của mình, tùy theo từng trường hợp)*. Người ấy tự nhủ: 'Trong quá khứ, tôi từng có các cảm nhận là như thế, và tôi thường xuyên tìm thấy sự thích thú qua ý nghĩ ấy. Người ấy tự nhủ: 'Trong quá khứ, tôi từng tạo được các nhận thức là như thế, và tôi thường xuyên tìm thấy sự thích thú qua ý nghĩ ấy. Người ấy tự nhủ: 'Trong quá khứ, tôi từng phát động các tác ý *(các ý định, các sự chủ tâm...)* là như thế, và tôi thường xuyên tìm thấy sự thích thú qua ý nghĩ ấy. Người ấy tự nhủ: 'Trong quá khứ, tôi từng mang một tri thức là như thế , và tôi thường xuyên tìm thấy sự thích thú qua ý nghĩ ấy ? Này các bạn, đấy là trường hợp của một người đuổi bắt quá khứ' *(xin nhắc lại bài này là những lời giảng của Ngài Ānanda, bằng cách lặp lại trung thực từng chữ một những lời giảng của chính Đức Phật mà mình đã từng được nghe trước đây. Lần này Đức Phật chỉ là người chứng kiến và xác nhận những lời thuyết giảng của người đệ tử Ānanda)*.

Hơn thế nữa, này các bạn, người lắng nghe giảng cao quý được học hỏi ấy, biết tôn trọng những người cao quý, [...], không xem tri thức là 'Tôi', hoặc không xem 'Tôi' hàm chứa tri thức, hoặc không xem 'Tôi' là tri thức, hoặc 'Tôi' hàm chứa bên trong tri thức. Này các bạn, đấy là trường hợp của một người không đánh mất sự tương quan giữa mình và các sự vật trong hiện tại».

«Không đuổi bắt quá khứ,
Không tơ tưởng tương lai,
[Bởi vì] tương lai chưa kịp đến,
Và quá khứ thì không còn.

Hãy nhìn vào hiện tại khi nó hiện ra ,
Hãy nhìn vào nó bằng trí tuệ *(sự sáng suốt)*,
Hãy quán thấy nó hầu mang lại [cho mình] sự vững tin,
Bất khuất và không hề lay chuyển.

Sức cố gắng là để phát huy trong ngày hôm nay,
Ngày mai, cái chết có thể sẽ xảy ra – nào có ai biết được?
Thần chết và đám lâu la,
Nào có phải là [các con buôn] nơi phố chợ [để mà thương thảo].

Phải thật nhiệt tâm và cố gắng,
Không ngưng nghỉ, ngày cũng như đêm.
Trước một người như thế thì vị Sáng suốt sẽ thốt lên :
'Đây là một người biết 'trân quý nếp sống ẩn dật đầy thuận lợi'.

«Thưa Thế Tôn, đấy là cách mà tôi thuyết giảng Dhamma cho các tỳ-kheo, chỉ dạy họ, cổ vũ họ, khơi động sự nhiệt tâm của họ, mang lại cho họ niềm hân hoan, và đồng thời nhắc lại với họ về bài [kệ] tóm lược nêu lên 'sự trân quý nếp sống ẩn dật đầy thuận lợi'».

Sau khi nghe những lời nói ấy, thì Đấng Thế Tôn thốt lên: «Này Ānanda, quả hết sức tốt cách mà Ānanda thuyết giảng Dhamma cho các tỳ-kheo, chỉ dạy họ, cổ vũ họ, khơi động sự nhiệt tâm của họ, mang lại cho họ niềm hân hoan, đồng thời nhắc lại với họ về bài [kệ] tóm lược nêu lên 'sự trân quý nếp sống ẩn dật đầy thuận lợi':

«Không đuổi bắt quá khứ
Không tơ tưởng tương lai,
[Bởi vì] tương lai chưa kịp đến,
Và quá khứ thì không còn.

Hãy nhìn vào hiện tại khi nó hiện ra
Hãy nhìn vào nó bằng trí tuệ *(sự sáng suốt)*,
Hãy quán thấy nó hầu mang lại [cho mình] sự vững tin,

Bất khuất và không hề lay chuyển.

Sức cố gắng là để phát huy trong ngày hôm nay,
Ngày mai, cái chết có thể sẽ xảy ra – nào có ai biết được?
Thần chết và đám lâu la,
Nào có phải là [các con buôn] nơi phố chợ [để mà thương thảo].

Phải thật nhiệt tâm và cố gắng,
Không ngưng nghỉ, ngày cũng như đêm.
Trước một người như thế thì vị Sáng suốt sẽ thốt lên:
'Đây là một người biết 'trân quý nếp sống ẩn dật đầy thuận lợi'

«Này Ānanda, vậy một người đuổi bắt quá khứ là như thế nào? Người ấy tự nhủ: 'Trong quá khứ, tôi từng mang hình tướng là như thế, và người ấy thường xuyên tìm thấy sự thích thú qua ý nghĩ ấy. Người ấy tự nhủ: 'Trong quá khứ tôi từng có cảm nhận là thư thế, và người ấy thường xuyên tìm thấy sự thích thú qua ý nghĩ ấy. Người ấy tự nhủ: 'Trong quá khứ tôi từng có các nhận thức là như thế, và người ấy thường xuyên tìm thấy sự thích thú qua ý nghĩ ấy. Người ấy tự nhủ: 'Trong quá khứ tôi từng có các tác ý là như thế, và người ấy thường xuyên tìm thấy sự thích thú qua ý nghĩ ấy. Người ấy tự nhủ: 'Trong quá khứ tôi từng mang tri thức là như thế, và người ấy thường xuyên tìm thấy sự thích thú qua ý nghĩ ấy. Này các tỳ-kheo, đấy là một người đuổi bắt quá khứ *(trước hết Đức Phật lặp lại lời giảng của Ngài Ānanda, sau đó thì quay sang các tỳ-kheo để giải thích với họ là một người đuổi bắt quá khứ là như thế. Đấy là cách mà Đức Phật gián tiếp xác nhận lời giảng của người đệ tử Ānanda là đúng. Sau đó Đức Phật lặp lại bài kệ / gāthā)*.

«Không đuổi bắt quá khứ,
Không tơ tưởng tương lai,
[Bởi vì] tương lai chưa kịp đến,
Và quá khứ thì không còn.

Hãy nhìn vào hiện tại khi nó hiện ra ,
Hãy nhìn vào nó bằng trí tuệ *(sự sáng suốt)*,
Hãy quán thấy nó hầu mang lại [cho mình] sự vững tin,
Bất khuất và không hề lay chuyển.

Sức cố gắng là để phát huy trong ngày hôm nay,
Ngày mai, cái chết có thể sẽ xảy ra – nào có ai biết được?
Thần chết và đám lâu la,
Nào có phải là [các con buôn] nơi phố chợ [để mà thương thảo].

Phải thật nhiệt tâm và cố gắng,
Không ngưng nghỉ, ngày cũng như đêm.
Trước một người như thế thì vị Sáng suốt sẽ thốt lên :
'Đây là một người biết 'trân quý nếp sống ẩn dật đầy thuận lợi'.

Trên đây là các lời giảng của Đấng Thế Tôn. Ngài Ānanda cảm thấy vui sướng trước các lời nói ấy của Đấng Thế Tôn».

Trong bài giảng thứ hai trên đây Đức Phật là người chứng kiến và kiểm chứng những lời thuyết giảng của Ngài Ānanda. Bài giảng này trong Đại Tạng Kinh tiếng Việt như sau :

Trung Bộ Kinh
132. Kinh A-nan Nhất dạ hiền giả

Như vầy tôi nghe.

Một thời, Thế Tôn ở Sāvatthi (Xá-vệ), Jetavana (Kỳ-đà lâm), tại tịnh xá ông Anāthapiṇḍika (Cấp Cô Độc).

Lúc bấy giờ, Tôn giả Ānanda (A-nan) tại hội trường thuyết thị, khích lệ, làm cho phấn khởi, làm cho hoan hỷ các Tỷ-kheo với bài thuyết pháp. Tôn giả giảng Nhứt Dạ Hiền Giả, tổng thuyết và biệt thuyết. Rồi Thế Tôn vào buổi chiều, từ Thiền tịnh độc cư đứng dậy đi đến hội trường, sau khi đến, ngồi trên chỗ đã soạn sẵn. Sau khi ngồi, Thế Tôn gọi các Tỷ-kheo

—Này các Tỷ-kheo, ai tại hội trường đã thuyết thị, khích lệ, làm cho phấn khởi, làm cho hoan hỷ các Tỷ-kheo với bài thuyết pháp. Ai đã giảng Nhứt Dạ Hiền Giả, tổng thuyết và biệt thuyết?

—Bạch Thế Tôn, Tôn giả Ānanda tại hội trường đã thuyết thị, khích lệ, làm cho thích thú, làm cho hoan hỷ các Tỷ-kheo với bài thuyết pháp. Tôn giả đã giảng Nhứt Dạ Hiền Giả, tổng thuyết và biệt thuyết.

Rồi Thế Tôn bảo Tôn giả Ānanda

—Nhưng như thế nào, này Ānanda, Ông đã thuyết thị, khích lệ, làm cho phấn khởi, làm cho hoan hỷ các Tỷ-kheo với bài thuyết pháp? Ông có phải đã giảng Nhứt Dạ Hiền Giả, tổng thuyết và biệt thuyết?

—Đúng vậy, bạch Thế Tôn, con đã thuyết thị, khích lệ, làm cho phấn khởi, làm cho hoan hỷ các Tỷ-kheo với bài thuyết pháp. Con đã giảng Nhứt Dạ Hiền Giả, tổng thuyết và biệt thuyết:

Quá khứ không truy tìm
Tương lai không ước vọng.
Quá khứ đã đoạn tận,
Tương lai lại chưa đến,
Chỉ có pháp hiện tại
Tuệ quán chính ở đây.
Không động, không rung chuyển
Biết vậy, nên tu tập,
Hôm nay nhiệt tâm làm,
Ai biết chết ngày mai?
Không ai điều đình được,
Với đại quân thần chết,
Trú như vậy nhiệt tâm,
Đêm ngày không mệt mỏi,
Xứng gọi Nhứt dạ Hiền,
Bậc an tịnh, trầm lặng.

Và này các Hiền giả, thế nào là truy tìm quá khứ? Vị ấy nghĩ: "Như vậy là sắc của tôi trong quá khứ", và truy tìm sự hân hoan trong ấy; "Như vậy là thọ của tôi trong quá khứ", và truy tìm sự hân hoan trong ấy; "Như vậy là tưởng của tôi trong quá khứ", và truy tìm sự hân hoan trong ấy; "Như vậy là hành của tôi trong quá khứ", và truy tìm sự hân hoan trong ấy, "Như vậy, là thức của tôi trong quá khứ", và truy tìm sự hân hoan trong ấy. Như vậy, này các Hiền giả, là truy tìm quá khứ.

Và này các Hiền giả, thế nào là không truy tìm quá khứ? Vị ấy nghĩ: "Như vậy là sắc của tôi trong quá khứ", và không truy tìm sự hân hoan trong ấy; "Như vậy là thọ của tôi trong quá khứ", và không truy tìm sự hân hoan trong ấy; "Như vậy là tưởng của tôi ... Như vậy là hành của tôi ... Như vậy là thức của tôi trong quá khứ", và không truy tìm sự hân hoan trong ấy. Như vậy, này các Hiền giả, là không truy tìm quá khứ.

Và này các Hiền giả, thế nào ước vọng trong tương lai? Vị ấy nghĩ: "Mong rằng như vậy sẽ là sắc của tôi trong tương lai", và truy tìm sự hân hoan trong ấy; "Mong rằng như vậy sẽ là thọ của tôi trong tương lai", và truy tìm sự hân hoan trong ấy; "Mong rằng như vậy là tưởng của tôi ... là hành của tôi ... là thức của tôi trong tương lai", và truy tìm sự hân hoan trong ấy. Như vậy, này các Hiền giả, là ước vọng trong tương lai.

Và này các Hiền giả, thế nào là không ước vọng trong tương lai? Vị ấy nghĩ: "Mong rằng như vậy sẽ là sắc của tôi trong tương lai", và không truy tìm sự hân hoan trong ấy; "Mong rằng như vậy sẽ là thọ của tôi trong tương lai", và không truy tìm sự hân hoan trong ấy; "Mong rằng như vậy sẽ là tưởng ... sẽ là hành ... sẽ là thức của tôi trong tương lai, "và không truy tìm sự hân hoan trong ấy. Như vậy, này các Hiền giả, là không ước vọng trong tương lai.

Và này các Hiền giả, như thế nào là bị lôi cuốn trong các pháp hiện tại? Ở đây, này các Hiền giả, có kẻ vô văn phàm phu không đi đến các bậc Thánh, không thuần thục pháp các bậc Thánh, không tu tập pháp các bậc Thánh; không đi đến các bậc Chân nhân, không thuần thục pháp các bậc Chân nhân, không tu tập pháp các bậc Chân nhân; quán sắc là tự ngã, hay quán tự ngã là có sắc, hay quán sắc là trong tự ngã, hay quán tự ngã là trong sắc, hay vị ấy quán thọ là tự ngã, hay quán tự ngã là có thọ; hay quán thọ là trong tự ngã, hay quán tự ngã là trong thọ, hay vị ấy quán tưởng là trong tự ngã, hay quán tự ngã là có tưởng, hay vị ấy quán tưởng là tự ngã, hay quán tự ngã là có tưởng, hay vị ấy quán hành là tự ngã, hay vị ấy quán tự ngã là có hành, hay vị ấy quán hành là trong tự ngã, hay vị ấy quán tự ngã là trong hành; hay vị ấy quán thức là tự ngã, hay quán tự ngã là có thức, hay quán thức là trong tự ngã, hay quán tự ngã là trong thức. Như vậy, này các Hiền giả, là bị lôi cuốn trong các pháp hiện tại.

Và này các Hiền giả, thế nào là không bị lôi cuốn trong các pháp hiện tại? Ở đây, này các Hiền giả, có vị Đa văn Thánh đệ tử đi đến các bậc Thánh, thuần thục pháp các bậc Thánh, tu tập pháp các bậc Thánh, đi đến các bậc Chân nhân, thuần thục pháp các bậc Chân nhân, tu tập pháp các bậc Chân nhân. Vị này không quán sắc là tự ngã, không quán tự ngã là có sắc, không quán sắc là trong tự ngã, không quán tự ngã trong sắc; không quán thọ ... không quán tưởng ... không quán hành ... không quán thức là tự ngã, không quán tự ngã là có thức, không quán thức trong tự ngã, không quán tự ngã trong thức. Như vậy, này các Hiền giả, là không bị lôi cuốn trong các pháp hiện tại.

Quá khứ không truy tìm
Tương lai không ước vọng.
Quá khứ đã đoạn tận,
Tương lai lại chưa đến,
Chỉ có pháp hiện tại
Tuệ quán chính ở đây.
Không động, không rung chuyển
Biết vậy, nên tu tập,
Hôm nay nhiệt tâm làm,
Ai biết chết ngày mai?
Không ai điều đình được,
Với đại quân thần chết,
Trú như vậy nhiệt tâm,
Đêm ngày không mệt mỏi,
Xứng gọi Nhứt dạ Hiền,
Bậc an tịnh, trầm lặng.

Như vậy, bạch Thế Tôn, con đã thuyết thị, khích lệ, làm cho phấn khởi, làm cho hoan hỷ các Tỷ-kheo. Con đã giảng Nhứt Dạ Hiền Giả, tổng thuyết và biệt thuyết.

—Lành thay, lành thay, này Ānanda! Lành thay, này Ānanda! Ông đã thuyết thị, khích lệ, làm cho phấn khởi, làm cho hoan hỷ các Tỷ-kheo với bài thuyết pháp. Ông đã giảng Nhứt Dạ Hiền Giả, tổng thuyết và biệt thuyết.

Quá khứ không truy tìm
Tương lai không ước vọng.

Quá khứ đã đoạn tận,
Tương lai lại chưa đến,
Chỉ có pháp hiện tại
Tuệ quán chính ở đây.
Không động, không rung chuyển
Biết vậy, nên tu tập,
Hôm nay nhiệt tâm làm,
Ai biết chết ngày mai?
Không ai điều đình được,
Với đại quân thần chết,
Trú như vậy nhiệt tâm,
Đêm ngày không mệt mỏi,
Xứng gọi Nhứt dạ Hiền,
Bậc an tịnh, trầm lặng.

—Và này Ānanda, thế nào là truy tìm quá khứ? Vị ấy nghĩ: "Như vậy là sắc của tôi trong quá khứ", và truy tìm sự hân hoan trong ấy; "Như vậy là thọ của tôi trong quá khứ", và truy tìm sự hân hoan trong ấy; "Như vậy là tưởng của tôi trong quá khứ", và truy tìm sự hân hoan trong ấy; "Như vậy là hành của tôi trong quá khứ", và truy tìm sự hân hoan trong ấy, "Như vậy là thức của tôi trong quá khứ", và truy tìm sự hân hoan trong ấy. Như vậy, này Ānanda, là truy tìm quá khứ.

Và này Ānanda, thế nào là không truy tìm quá khứ? Vị ấy nghĩ: "Như vậy là sắc của tôi trong quá khứ", và không truy tìm sự hân hoan trong ấy; "Như vậy là thọ của tôi trong quá khứ", và không truy tìm sự hân hoan trong ấy; "Như vậy là tưởng của tôi ... Như vậy là hành của tôi ... Như vậy là thức của tôi trong quá khứ", và không truy tìm sự hân hoan trong ấy. Như vậy, này Ānanda, là không truy tìm quá khứ.

Và này Ānanda, thế nào ước vọng trong tương lai? Vị ấy nghĩ: "Mong rằng như vậy sẽ là sắc của tôi trong tương lai", và truy tìm sự hân hoan trong ấy; "Mong rằng như vậy sẽ là thọ của tôi trong tương lai", và truy tìm sự hân hoan trong ấy; "Mong rằng như vậy là tưởng của tôi ... là hành của tôi ... là thức của tôi trong tương lai", và truy tìm sự hân hoan trong ấy. Như vậy, này Ānanda, là ước vọng trong tương lai.

Và này Ānanda, thế nào là không ước vọng trong tương lai? Vị ấy nghĩ: "Mong rằng như vậy sẽ là sắc của tôi trong tương lai", và không truy tìm sự hân hoan trong ấy; "Mong rằng như vậy sẽ là thọ của tôi trong tương lai", và không truy tìm sự hân hoan trong ấy; "Mong rằng như vậy sẽ là tưởng ... sẽ là hành ... sẽ là thức của tôi trong tương lai, "và không truy tìm sự hân hoan trong ấy. Như vậy, này Ānanda, là không ước vọng trong tương lai.

Và này Ānanda, như thế nào là bị lôi cuốn trong các pháp hiện tại? Ở đây, này Ānanda, có kẻ vô văn phàm phu không đi đến các bậc Thánh, không thuần thục pháp các bậc Thánh, không tu tập pháp các bậc Thánh; không đi đến các bậc Chân nhân, không thuần thục pháp các bậc Chân nhân, không tu tập pháp các bậc Chân nhân; quán sắc là tự ngã, hay quán tự ngã là có sắc, hay quán sắc là trong tự ngã, hay quán tự ngã là trong sắc; hay vị ấy quán thọ là tự ngã, hay quán tự ngã là có thọ, hay quán thọ là trong tự ngã, hay quán tự ngã là trong thọ; hay vị ấy quán tưởng là trong tự ngã, hay quán tự ngã là có tưởng, hay vị ấy quán tưởng là tự ngã, hay quán tự ngã là có tưởng; hay vị ấy quán hành là tự ngã, hay vị ấy quán tự ngã là có hành, hay vị ấy quán hành là trong tự ngã, hay vị ấy quán tự ngã là trong hành; hay vị ấy quán thức là tự ngã, hay quán tự ngã là có thức, hay quán thức là trong tự ngã, hay quán tự ngã là trong thức. Như vậy, này Ānanda, là bị lôi cuốn trong các pháp hiện tại.

Và này Ānanda, thế nào là không bị lôi cuốn trong các pháp hiện tại? Ở đây, này Ānanda, có vị Đa văn Thánh đệ tử đi đến các bậc Thánh, thuần thục pháp các bậc Thánh, tu tập pháp các bậc Thánh, đi đến các bậc Chân nhân, thuần thục pháp các bậc Chân nhân, tu tập pháp các bậc Chân nhân. Vị này không quán sắc là tự ngã, không quán tự ngã là có sắc, không quán sắc là trong tự ngã, không quán tự ngã trong sắc; không quán thọ ... không quán tưởng ... không quán hành ... không quán thức là tự ngã, không quán tự ngã là có thức, không quán thức trong tự ngã, không quán tự ngã trong thức. Như vậy, này Ānanda, là không bị lôi cuốn trong các pháp hiện tại.

Quá khứ không truy tìm
Tương lai không ước vọng.

Quá khứ đã đoạn tận,
Tương lai lại chưa đến,
Chỉ có pháp hiện tại
Tuệ quán chính ở đây.
Không động, không rung chuyển
Biết vậy, nên tu tập,
Hôm nay nhiệt tâm làm,
Ai biết chết ngày mai?
Không ai điều đình được,
Với đại quân thần chết,
Trú như vậy nhiệt tâm,
Đêm ngày không mệt mỏi,
Xứng gọi Nhứt dạ Hiền,
Bậc an tịnh, trầm lặng.

Thế Tôn thuyết giảng như vậy. Tôn giả Ānanda hoan hỷ tín thọ lời Thế Tôn dạy.

Nguyên văn bản dịch của HT Thích Minh Châu

Sau đây là bài giảng thứ ba nêu lên ý niệm về thời gian đối với một người tu hành:

Bài giảng cho Mahā-Kaccāna về nếp sống ẩn dật đầy thuận lợi

Mahā-Kaccāna-Bhaddekaratta Sutta - MN 133

(Dựa theo các bản dịch tiếng Anh của Thanissaro Bhikkhu, Bhikkhu Sujato, I.B. Horner, Lord Chalmers, G.C.B., Bhikkhu Chandana..., và hai bản dịch tiếng Pháp của Christian Maës và Môhan Wijayaratna)

Tôi từng được nghe như vầy. Lúc đó Đấng Thế Tôn đang ngụ tại tịnh xá Tapodā *(Tapodā cũng là tên gọi của một khu rừng dùng làm nơi dừng chân hoặc tạm trú cho những người tu hành khất thực thuộc các giáo phái khác nhau vào thời bấy giờ. Tại nơi này cũng có một con suối nước nóng mang cùng tên gọi là Tapodā)* gần thị trấn Rājagaha (Vương Xá). Trong dịp này, vào một hôm khi đêm vừa tàn, Ngài *(Āyasmanta / Venerable / Vị trưởng lão, Vị Tôn kính)* Samiddi *(một vị tỳ-kheo uyên bác)*, đi đến con suối nước nóng Tapodā để rửa ráy chân tay, sau đó thì lên bờ đứng chờ chân tay khô ráo, trên người còn mặc áo bên trong *(tiếng Pali gọi áo này là cīvara, là áo cà-sa mặc lót bên trong người)*.

Vào lúc đó có một vị tiên nữ (devatā) tuyệt đẹp, ánh hào quang tỏa sáng cả vùng con suối nước nóng Tapodā, tiến đến nơi Ngài Samiddhi đang đứng và nói với vị này như sau: «Này bạn tỳ-kheo, bạn có thuộc lòng bài [kệ] tóm lược nêu lên 'sự trân quý nếp sống ẩn dật đầy thuận lợi' hay không? *(trước hết trong bài thứ nhất, Đức Phật thuyết giảng bài kệ tóm lược này chung cho tất cả các tỳ-kheo (bài 1 / MN-131). Sau đó trong bài 2, Ngài Ānanda lặp lại những lời của Đức Phật trong bài giảng này cho các tỳ-kheo khác dưới sự chứng kiến và kiểm chứng của Đức Phật (bài 2 / MN-132), trong bài thứ 3 này, thì có một vị tiên nữ hỏi vị tỳ-kheo Samiddhi xem có thuộc lòng các câu kệ trong bài giảng của Đức Phật hay không? (bài 3 / MN-133). Các chi tiết trên đây cho thấy cách truyền khẩu và học thuộc lòng các bài giảng đã bắt đầu phổ biến ngay từ lúc Đức Phật còn đang tại thế. Nói chung là việc 'tụng niệm' và cách 'học thuộc lòng' có thể đã bắt đầu rất sớm trong việc tu tập của Phật giáo, tương tự như trong các tín ngưỡng Vệ-đà và Bà-la-môn vào thời bấy giờ)*».

«Không, này cô tiên nữ, tôi không thuộc lòng được bài tóm lược nêu lên 'sự trân quý nếp sống ẩn dật đầy thuận lợi'. Này cô tiên nữ, vậy thì cô có thuộc lòng được các câu tóm lược nêu lên 'sự trân quý nếp sống ẩn dật đầy thuận lợi' hay không?».

«Không, này bạn tỳ-kheo, đối với tôi cũng vậy, tôi không thuộc lòng được các câu [kệ] tóm lược nêu lên 'sự trân quý nếp sống ẩn dật đầy thuận lợi'. Thế nhưng, [là người tu hành thì] bắt buộc bạn phải thuộc lòng bài tụng gāthā *(gāthā là các bài giảng hay các câu giảng ở thể văn vần, còn gọi là các bài 'kệ', dùng để tụng niệm và học thuộc lòng, các bài 'kệ' cũng thường là các bài tóm lược ý nghĩa trong các bài giảng dài và khúc chiết hơn)* liên quan đến 'sự trân quý nếp sống ẩn dật đầy thuận lợi'».

«Không, này cô tiên nữ, tôi không thuộc lòng được bài tụng gāthā liên quan đến 'sự trân quý nếp sống ẩn dật đầy thuận lợi'. Thế nhưng, này cô tiên nữ, [vậy thì] cô có thuộc lòng được bài tụng gāthā liên quan đến 'sự trân quý nếp sống ẩn dật' hay không?».

«Này bạn tỳ-kheo, đối với tôi cũng vậy, tôi không thuộc lòng được bài tụng gāthā liên quan đến 'sự trân quý nếp sống ẩn dật đầy thuận lợi'. Thế nhưng, này bạn tỳ-kheo, [là người tu hành thì] bắt buộc bạn phải thuộc lòng bài tụng gāthā liên quan đến 'sự trân quý nếp sống ẩn dật đầy thuận lợi'. Dầu sao đi nữa, này bạn tỳ-kheo, [là người tu hành thì] bạn phải chủ động được bài [tụng] tóm lược nêu lên 'sự trân quý nếp sống ẩn dật đầy thuận lợi'. Bạn bắt buộc phải học thuộc lòng bài [tụng] tóm lược nêu lên 'sự trân quý nếp sống ẩn dật đầy thuận lợi'. Này bạn tỳ-kheo, bài [tụng] tóm lược nêu lên 'sự trân quý nếp sống ẩn dật đầy thuận lợi' thật hữu ích, và cũng là thành phần căn bản nhất mang lại một cung cách hành xử thật tuyệt vời *(nói chung người tỳ-kheo, trên nguyên tắc, phải thuộc lòng ít nhất 152 bài giảng trong Majjhimā Nikāya / Trung Bộ Kinh).*

Trên đây là những lời do cô tiên nữ nói lên. Sau khi nói lên những lời ấy thì cô tiên nữ vụt biến mất.

Sau đó, khi đêm vừa tàn, và trời bắt đầu sáng, thì Ngài Samiddhi lên đường tìm nơi Đấng Thế Tôn đang trú ngụ. Khi đến nơi thì vái chào Đấng Thế Tôn và ngồi sang một bên. Sau khi an tọa thì Ngài Simiddhi cất lời với Đấng Thế Tôn như sau: 'Thưa Thế Tôn, khi đêm vừa tàn, tôi tìm đến con suối Tapodā để rửa ráy chân tay. Sau khi rửa ráy chân tay trong con suối, tôi bước lên bờ, đứng chờ cho chân tay khô ráo, lúc đó vẫn còn mặc quần áo bên trong. Đúng vào lúc đó, có một cô tiên nữ [...] tiến đến gần nơi tôi đang đứng. Sau khi đến gần thì đứng sang một bên và nói với tôi như sau: 'Này tỳ-kheo, tỳ kheo có thuộc lòng bài [kệ] tóm lược nêu lên 'sự trân quý nếp sống ẩn dật đầy thuận lợi' hay không?'.

(Ngài Samiddhi thuật lại với Đấng Thế Tôn từ đầu đến cuối cuộc gặp gỡ và đối thoại giữa mình và cô tiên nữ. Thế nhưng đoạn này đã được cắt bớt để tránh sự dài dòng)

«Thưa Thế Tôn, quả là một niềm vui sướng cho tôi nếu Thế Tôn có thể giảng lại cho tôi bài [kệ] tóm lược nêu lên 'sự trân quý nếp sống ẩn dật đầy thuận lợi'».

Đấng thế Tôn nói lên như sau: «Nếu thế, thì hãy chăm chú lắng nghe, ta sẽ giảng».

Ngài Samiddhi đáp lại: 'Vâng, thưa Thế Tôn'

Đấng Thế Tôn thuyết giảng như sau:

«Không đuổi bắt quá khứ,
Không tơ tưởng tương lai,
[Bởi vì] tương lai chưa kịp đến,
Và quá khứ thì không còn.

Hãy nhìn vào hiện tại khi nó hiện ra ,
Hãy nhìn vào nó bằng trí tuệ *(sự sáng suốt)*,
Hãy quán thấy nó hầu mang lại [cho mình] sự vững tin,
Bất khuất và không hề lay chuyển.

Sức cố gắng là để phát huy trong ngày hôm nay,
Ngày mai, cái chết có thể sẽ xảy ra – nào có ai biết được?
Thần chết và đám lâu la,
Nào có phải là [các con buôn] nơi phố chợ [để mà thương thảo].

Phải thật nhiệt tâm và cố gắng,
Không ngưng nghỉ, ngày cũng như đêm.
Trước một người như thế thì vị Sáng suốt sẽ thốt lên:
'Đây là một người biết 'trân quý nếp sống ẩn dật đầy thuận lợi'.

Trên đây là những lời do Đấng Thế Tôn nêu lên. Sau khi nêu lên những lời ấy thì Vị Thành Đạt (Sugata / vị Phúc hạnh, vi 'Thiện thệ' và cũng là một trong các danh hiệu của Đức Phật) đứng lên, rời khỏi ghế, bước vào nơi trú ngụ. Ngay sau khi Đấng Thế Tôn vừa đi khỏi thì các tỳ-kheo bàn thảo với nhau: 'Này các bạn, Đấng Thế Tôn nêu lên bài [kệ] tóm lược nhưng không giải thích chi tiết về ý nghĩa, sau đó thì bước vào nơi trú ngụ. Vậy có ai trong số chúng ta có thể giải thích chi tiết về ý nghĩa trong các câu do Đấng Thế Tôn nêu lên dưới hình thức một bài [kệ] tóm lược.

Sau đó thì các tỳ-kheo cùng đồng tình cho rằng: 'Ngài Mahā-Kaccāna là vị [tỳ-kheo] được Đấng Thế Tôn ngợi khen và được các vị đồng tu kính nể, do vậy vị ấy sẽ có thể giải thích chi tiết về ý nghĩa mà

Đấng Thế Tôn không giải thích chi tiết, mà chỉ nêu lên các câu vắn tắt. Vì vậy, tốt hơn hết, chúng ta nên tìm vị Mahā-Kaccāna để hỏi ý nghĩa trong các câu phát biểu ấy.

Các tỳ-kheo bèn kéo nhau tìm Ngài Mahā-Kaccāna, khi gặp Ngài thì hai bên cùng trao đổi với nhau vài lời kính cẩn và lễ phép, sau đó thì ngồi sang một bên. Sau khi an tọa thì các tỳ-kheo nói với Ngài Mahā-Kaccāna như sau:

«Không đuổi bắt quá khứ,
Không tơ tưởng tương lai,
[Bởi vì] tương lai chưa kịp đến,
Và quá khứ thì không còn.

Hãy nhìn vào hiện tại khi nó hiện ra ,
Hãy nhìn vào nó bằng trí tuệ *(sự sáng suốt)*,
Hãy quán thấy nó hầu mang lại [cho mình] sự vững tin,
Bất khuất và không hề lay chuyển.

Sức cố gắng là để phát huy trong ngày hôm nay,
Ngày mai, cái chết có thể sẽ xảy ra – nào có ai biết được?
Thần chết và đám lâu la,
Nào có phải là [các con buôn] nơi phố chợ [để mà thương thảo].

Phải thật nhiệt tâm và cố gắng,
Không ngưng nghỉ, ngày cũng như đêm.
Trước một người như thế thì vị Sáng suốt sẽ thốt lên:
'Đây là một người biết 'trân quý nếp sống ẩn dật đầy thuận lợi'.

[Sau đó thì] Đấng Thế Tôn rời khỏi ghế và bước vào nơi trú ngụ. Khi Đấng Thế Tôn vừa đi khỏi, thì chúng tôi bàn với nhau: 'Đấng Thế Tôn không giải thích chi tiết mà chỉ nêu lên các câu vắn tắt như sau:

«Không đuổi bắt quá khứ,
Không tơ tưởng tương lai,
[Bởi vì] tương lai chưa kịp đến,
Và quá khứ thì không còn.

Hãy nhìn vào hiện tại khi nó hiện ra ,
Hãy nhìn vào nó bằng trí tuệ *(sự sáng suốt)*,

Hãy quán thấy nó hầu mang lại [cho mình] sự vững tin,
Bất khuất và không hề lay chuyển.

Sức cố gắng là để phát huy trong ngày hôm nay,
Ngày mai, cái chết có thể sẽ xảy ra – nào có ai biết được?
Thần chết và đám lâu la,
Nào có phải là [các con buôn] nơi phố chợ [để mà thương thảo].

Phải thật nhiệt tâm và cố gắng,
Không ngưng nghỉ, ngày cũng như đêm.
Trước một người như thế thì vị Sáng suốt sẽ thốt lên:
'Đây là một người biết 'trân quý nếp sống ẩn dật đầy thuận lợi'.

[Sau khi nói lên như thế thì] Đấng Thế Tôn đứng lên, rời khỏi ghế, bước vào nơi trú ngụ. Sau đó thì các tỳ-kheo cùng đồng tình cho rằng: 'Ngài Mahā-Kaccāna là người [tỳ-kheo] được Đấng Thế Tôn ngợi khen và được các vị đồng tu kính nể, do vậy vị ấy sẽ có thể giải thích chi tiết ý nghĩa mà Đấng Thế Tôn không giải thích chi tiết, mà chỉ nêu lên các câu [kệ] vắn tắt. Tốt hơn hết chúng ta nên tìm vị ấy để hỏi ý nghĩa trong các câu phát biểu ấy.

[Sau khi nghe các tỳ-kheo thuật lại câu chuyện thì] Ngài Mahā-Kaccāna bèn nói lên như sau: «Này các bạn, điều đó chẳng khác gì như một người tìm kiếm lõi cây và tìm được một cội cây cao sừng sững, thế nhưng không hề nghĩ rằng lõi cây là ở thân cây, mà chỉ đi tìm lõi cây trong cành lá *(Ngài Mahā-Kaccāna nói lên sự khiêm tốn của mình bằng cách ví mình với các cành lá, trong khi Đức Phật là cội cây với gốc rễ, lõi cây và thân cây to lớn)*. Cũng vậy, này các bạn [đồng tu] đáng kính, các bạn không nêu lên các thắc mắc của mình với Đấng Thế Tôn khi Ngài còn đang trước mặt các bạn, mà nghĩ rằng ý nghĩa chi tiết trong các lời phát biểu của Ngài là phải hỏi tôi. Trong khi đó, này các bạn, Đấng Thế Tôn là vị hiểu biết tất cả, Ngài là Vị hiểu biết; Ngài là vị trông thấy tất cả những gì cần phải trông thấy, Ngài là Vị Quán thấy; Ngài là Vị Trí tuệ, Ngài là Dhamma; Ngài là Brahmā *(Phạm thiên / vị Trời trong Ấn giáo)*; Ngài là Vị khởi động Bánh xe Dhamma, làm chuyển động Bánh xe Dhamma, và Bánh xe Dhamma vẫn còn tiếp tục lăn đều; Ngài là Vị nêu lên ý nghĩa; Ngài là Vị mang lại sự bất tử; Ngài là Vị thầy thuyết giảng Dhamma; Ngài là Tathāgata (Như Lai).

Này các bạn, các bạn từng đối diện với Đấng Thế Tôn, đấy là dịp mà các bạn phải nêu lên các thắc mắc của mình với Đấng Thế Tôn, và Ngài giải thích như thế nào thì các bạn phải ghi nhớ đúng như vậy».

«Thưa bạn Kaccāna, quả đúng là như vậy, Đấng Thế Tôn là Vị hiểu biết tất cả, Ngài là Vị hiểu biết; Ngài là Vị trông thấy tất cả những gì cần phải trông thấy, Ngài là Vị Quán thấy; Ngài là Vị Trí tuệ, Ngài là Dhamma; Ngài là Brahmā; Ngài là Vị khởi động Bánh xe Dhamma, làm chuyển động Bánh xe Dhamma, và Bánh xe Dhamma vẫn còn tiếp tục lăn đều; Ngài là Vị nêu lên ý nghĩa; Ngài là Vị mang lại sự bất tử; Ngài là Vị thầy thuyết giảng Dhamma; Ngài là Tathāgata. [Vì thế] khi đối diện với Đấng Thế Tôn thì đấy là dịp mà chúng tôi phải nêu lên thắc mắc của chúng tôi về ý nghĩa trong những lời phát biểu của Đấng Thế Tôn, và Ngài giải thích như thế nào thì chúng tôi phải ghi nhớ đúng như vậy. Thế nhưng chúng tôi cũng nghĩ rằng: Ngài Mahā-Kaccāna là người hội đủ khả năng giải thích chi tiết ý nghĩa trong câu phát biểu của Đấng Thế Tôn, nhưng Ngài không giải thích chi tiết về ý nghĩa, mà chỉ nêu lên các câu [kệ] tóm lược. Chúng tôi xin Ngài Mahā-Kaccāna hãy giải thích cho chúng tôi, nếu điều đó không làm phiền đến Ngài».

Ngài Mahā-Kaccāna nói lên như sau: «Vậy thì, này các bạn, các bạn hãy chăm chú lắng nghe, tôi sẽ giảng».

Các tỳ-kheo đáp lại: «Vâng, thưa bạn».

«Không đuổi bắt quá khứ,
Không tơ tưởng tương lai,
[Bởi vì] tương lai chưa kịp đến,
Và quá khứ thì không còn.

Hãy nhìn vào hiện tại khi nó hiện ra ,
Hãy nhìn vào nó bằng trí tuệ *(sự sáng suốt)*,
Hãy quán thấy nó hầu mang lại [cho mình] sự vững tin,
Bất khuất và không hề lay chuyển.

Sức cố gắng là để phát huy trong ngày hôm nay,
Ngày mai, cái chết có thể sẽ xảy ra – nào có ai biết được?
Thần chết và đám lâu la,

Nào có phải là [các con buôn] nơi phố chợ [để mà thương thảo].

Phải thật nhiệt tâm và cố gắng,
Không ngưng nghỉ, ngày cũng như đêm.
Trước một người như thế thì vị Sáng suốt sẽ thốt lên:
'Đây là một người biết 'trân quý nếp sống ẩn dật đầy thuận lợi'.

«Trên đây là những lời mà Đấng Thế Tôn nêu lên, và sau đó thì Ngài đứng lên, rời khỏi ghế và bước vào nơi trú ngụ. Và đây là cách mà tôi hiểu ý nghĩa chi tiết về những lời phát biểu do Đấng Thế Tôn nêu lên một cách vắn tắt nhưng không giải thích chi tiết. Này các bạn, vậy một người đuổi bắt quá khứ là như thế nào?

Người ấy tự nhủ: 'Mắt của tôi trong quá khứ là như thế, và đây là các hình tướng [mà tôi từng trông thấy trong quá khứ], tri thức của người ấy bám chặt vào các sự thèm khát, và bám víu vào những gì mà mình trông thấy. Vì nguyên nhân bám chặt đó của tri thức nên người ấy [cảm thấy] thích thú và vui sướng với sự bám chặt ấy [của mình]. Đấy là cách mà người ấy vui sướng với sự đuổi bắt quá khứ.

Người ấy tự nhủ: 'Tai của tôi trong quá khứ là như thế, và đây là các âm thanh [mà tôi nghe thấy trong quá khứ]', tri thức của người ấy bám chặt vào các sự thèm khát, và bám víu vào những gì mà mình nghe thấy. Vì nguyên nhân bám chặt đó của tri thức nên người ấy [cảm thấy] thích thú và vui sướng với sự bám chặt ấy [của mình]. Đấy là cách mà người ấy vui sướng với sự đuổi bắt quá khứ.

Người ấy tự nhủ: 'Mũi của tôi trong quá khứ là như thế, và đây là các mùi [mà tôi ngửi thấy trong quá khứ]', tri thức của người ấy bám chặt vào các sự thèm khát, và bám víu vào những gì mà mình ngửi thấy. Vì nguyên nhân bám chặt đó của tri thức nên người ấy [cảm thấy] thích thú và vui sướng với sự bám chặt ấy [của mình]. Đấy là cách mà người ấy vui sướng với sự đuổi bắt quá khứ.

Người ấy tự nhủ: 'Lưỡi của tôi trong quá khứ là như thế, và đây là các vị [mà tôi nếm thấy trong quá khứ]', tri thức của người ấy bám chặt vào các sự thèm khát, và bám víu vào những gì mà mình nếm thấy. Vì nguyên nhân bám chặt đó của tri thức nên người ấy [cảm thấy] thích thú và vui sướng với sự bám chặt ấy [của mình]. Đấy là cách mà người ấy vui sướng với sự đuổi bắt quá khứ.

Người ấy tự nhủ: 'Thân thể của tôi trong quá khứ là như thế, và đây là các sự đụng chạm với thân thể tôi [mà tôi cảm thấy trong quá khứ]', tri thức của người ấy bám chặt vào các sự thèm khát, và bám víu vào những gì mà mình cảm thấy [qua các sự đụng chạm với thân thể mình trong quá khứ]. Vì nguyên nhân bám chặt đó của tri thức nên người ấy [cảm thấy] thích thú và vui sướng với sự bám chặt ấy [của mình]. Đấy là cách mà người ấy vui sướng với sự đuổi bắt quá khứ.

Người ấy tự nhủ: 'Tâm thần của tôi trong quá khứ là như thế, và đây là các đối tượng tâm thần *(các ý nghĩ, các xúc cảm, các sự hình dung, tưởng tượng...)* [mà tôi ý thức được, cảm nhận được trong quá khứ]', tri thức của người ấy bám chặt vào các sự thèm khát, và bám víu vào những gì mà mình ý thức được. Vì nguyên nhân bám chặt đó của tri thức nên người ấy [cảm thấy] thích thú và vui sướng với sự bám chặt ấy [của mình]. Đấy là cách mà người ấy vui sướng với sự đuổi bắt quá khứ.

Đến đây, này các bạn, một người không đuổi bắt quá khứ là như thế nào? Người ấy tự nhủ: 'Mắt của tôi trong quá khứ là như thế, và đây là các hình tướng [mà tôi trông thấy trong quá khứ]', tri thức của người ấy không bám chặt vào các sự thèm khát, cũng không bám víu vào những gì mà mình trông thấy. Vì nguyên nhân không bám chặt đó của tri thức nên người ấy không [cảm thấy] thích thú và vui sướng với sự bám chặt ấy [của mình]. Đấy là cách mà người ấy không vui sướng với sự đuổi bắt quá khứ của mình.

(Câu trên đây được lặp lại với các trường hợp của tai và âm thanh, của mũi và mùi, của lưỡi và vị, của thân thể và các sự đụng chạm trên thân thể, thế nhưng đã được cắt bớt để tránh sự dài dòng)

Người ấy tự nhủ: 'Tâm thần tôi trong quá khứ là như thế, và đây là các đối tượng tâm thần *(các ý nghĩ, xúc cảm, tác ý...)* [mà tôi ý thức được trong quá khứ]', tri thức của người ấy không bám chặt vào các sự thèm khát, cũng không bám víu vào những gì mà mình ý thức được. Vì nguyên nhân không bám chặt đó của tri thức nên người ấy không [cảm thấy] thích thú và vui sướng với sự bám víu ấy [của mình]. Đấy là cách mà người ấy không vui sướng với sự đuổi bắt quá khứ của mình.

Đến đây, này các bạn, một người tơ tưởng đến tương lai là như thế nào? Người ấy ước mong: 'Mắt tôi sẽ phải được là như thế trong tương lai; hình tướng vật chất của tôi sẽ phải được là như thế trong tương lai. Người ấy hướng tâm thức mình vào việc chiếm hữu những gì mà mình chưa đạt được. Vì nguyên nhân hướng vào tương lai nên người ấy [cảm thấy] vui sướng với tương lai. Với sự vui sướng đó, người ấy tơ tưởng đến tương lai.

(Câu trên đây được lặp lại với các trường hợp của tai và âm thanh, của mũi và mùi, của lưỡi và vị, của thân thể và các sự đụng chạm trên thân thể, thế nhưng đã được cắt bớt để tránh sự dài dòng)

Người ấy ước mong: 'Tâm thần tôi sẽ phải được là như thế trong tương lai; các đối tượng tâm thần *(các ý nghĩ, các xúc cảm, các sự hình dung...)* sẽ phải được là như thế trong tương lai. Người ấy hướng tâm thần mình vào việc chiếm hữu những gì mà mình chưa đạt được. Vì nguyên nhân hướng vào tương lai nên người ấy [cảm thấy] vui sướng với tương lai. Với sự vui sướng đó, người ấy tơ tưởng đến tương lai.

«Đến đây, này các bạn, một người không tơ tưởng tương lai là như thế nào ? Người ấy ước mong: 'Mắt tôi sẽ phải được là như thế trong tương lai; các hình tướng vật chất sẽ phải được là như thế trong tương lai. [Thế nhưng] người ấy không hướng tâm thần mình vào việc chiếm hữu những gì mà mình chưa đạt được. Vì nguyên nhân không hướng vào tương lai nên người ấy không [cảm thấy] vui sướng với tương lai. Với sự không vui sướng đó, người ấy không tơ tưởng đến tương lai.

(Câu trên đây được lặp lại với các trường hợp của tai và âm thanh, của mũi và mùi, của lưỡi và vị, của thân thể và các sự đụng chạm trên thân thể, thế nhưng đã được cắt bớt để tránh sự dài dòng)

Người ấy ước mong: 'Tâm thần tôi sẽ phải được là như thế trong tương lai; các đối tượng tâm thần sẽ phải được là như thế trong tương lai. [Thế nhưng] người ấy không hướng tâm thần mình vào việc chiếm hữu những gì mà mình chưa đạt được. Vì nguyên nhân không hướng vào tương lai nên người ấy không [cảm thấy] vui sướng với tương lai. Với sự không vui sướng đó, người ấy không tơ tưởng đến tương lai.

Đến đây, này các tỳ-kheo, một người nào đó hướng mình vào hiện tại là như thế nào? Đối với những gì liên quan đến mắt và hình tướng vật chất, là hai thứ [đang hiện ra] trong hiện tại, thì tri thức của người ấy bám chặt vào sự thích thú và bám víu vào những gì mà người ấy [đang] trông thấy trong hiện tại. Vì nguyên nhân bám chặt đó của tri thức, nên người ấy [cảm thấy] vui sướng với sự bám chặt ấy [của mình]. Với sự vui thích đó, người ấy hướng mình vào hiện tại.

(Câu trên đây được lặp lại với các trường hợp của tai và âm thanh, của mũi và mùi, của lưỡi và vị, của thân thể và các sự đụng chạm trên thân thể, thế nhưng đã được cắt bớt để tránh sự dài dòng)

Đối với những gì liên quan đến tâm thần và các đối tượng tâm thần *(ý nghĩ, xúc cảm...)*, là hai thứ [đang hiện ra] trong hiện tại, thì tri thức của người ấy bám chặt vào sự thích thú và bám víu vào những gì mà mình đang ý thức được *(nhận thức được)* trong hiện tại. Vì nguyên nhân bám chặt đó của tri thức, nên người ấy [cảm thấy] vui thích với sự bám víu ấy [của mình]. Với sự vui thích đó, này các bạn, người ấy hướng mình vào hiện tại.

Đến đây, này các bạn, một người không hướng mình vào hiện tại là như thế nào? Đối với những gì liên quan đến mắt và hình tướng vật chất, là hai thứ [đang hiện ra] trong hiện tại, thì tri thức của người ấy không bám chặt vào sự thích thú, cũng không bám víu vào những gì mà người ấy đang trông thấy trong hiện tại. Vì nguyên nhân không bám chặt đó của tri thức, nên người ấy không [cảm thấy] vui thích với sự bám chặt ấy [của mình]. Với sự không vui thích đó, người ấy không hướng mình vào hiện tại *(đây là điểm tột đỉnh của ý niệm về thời gian đối với một người tu tập. Không những không đuổi bắt quá khứ, không tơ tưởng đến tương lai, mà người tu tập cũng không hướng mình vào hiện tại, không bám chặt vào hiện tại. Tuyệt vời thay phong thái của một người tu hành thoát ra khỏi thời gian, dù thời gian là quá khứ, tương lai hay hiện tại)*.

(Câu trên đây được lặp lại với các trường hợp của tai và âm thanh, của mũi và mùi, của lưỡi và vị, của thân thể và các sự đụng chạm trên thân thể, thế nhưng đã được cắt bớt để tránh sự dài dòng)

Đối với những gì liên quan đến tâm thần và các đối tượng tâm thần, là hai thứ [đang hiện ra] trong hiện tại, thì tri thức của người ấy không bám chặt vào sự thích thú cũng không bám víu vào những gì mà người ấy đang trông thấy trong hiện tại. Vì nguyên nhân không bám chặt ấy của tri thức, nên người ấy không [cảm thấy] vui thích với sự không bám chặt ấy [của mình]. Với sự không vui thích đó, người ấy không hướng mình vào hiện tại.

Này các bạn, câu phát biểu của Đấng Thế Tôn nêu lên nhưng không giải thích chi tiết, là như thế này:

«Không đuổi bắt quá khứ
Không tơ tưởng tương lai,
[Bởi vì] tương lai chưa kịp đến,
Và quá khứ thì không còn.

Hãy nhìn vào hiện tại khi nó hiện ra ,
Hãy nhìn vào nó bằng trí tuệ *(sự sáng suốt)*,
Hãy quán thấy nó hầu mang lại [cho mình] sự vững tin,
Bất khuất và không hề lay chuyển.

Sức cố gắng là để phát huy trong ngày hôm nay,
Ngày mai, cái chết có thể sẽ xảy ra – nào có ai biết được?
Thần chết và đám lâu la,
Nào có phải là [các con buôn] nơi phố chợ [để mà thương thảo].

Phải thật nhiệt tâm và cố gắng,
Không ngưng nghỉ, ngày cũng như đêm.
Trước một người như thế thì vị Sáng suốt sẽ thốt lên:
'Đây là một người biết 'trân quý nếp sống ẩn dật đầy thuận lợi'.

Theo tôi hiểu thì ý nghĩa chi tiết trong câu phát biểu ngắn gọn nhưng không giải thích chi tiết của của Đấng Thế Tôn là như tôi vừa trình bày trên đây. [Tuy nhiên], đối với các bạn, thì các bạn nên tìm Đấng Thế Tôn để nhờ Ngài giải thích chi tiết về câu phát biểu đó của Ngài. Sau đó thì các bạn nên ghi nhớ những lời giải thích ấy của Ngài.

Các tỳ-kheo rất vui mừng về những lời giải thích của Ngài Mahā-Kaccāna. Họ rất hài lòng về những lời giải thích ấy, họ đứng lên và rời khỏi ghế, sau đó thì cùng nhau quay lại nơi Đáng Thế Tôn đang trú ngụ. Khi gặp được Đấng Thế Tôn thì vái chào Ngài và ngồi sang một bên. Sau khi an tọa, các tỳ-kheo nói lên với Đấng Thế Tôn như sau: 'Thế Tôn nêu lên các lời như sau nhưng không giải thích:

«Không đuổi bắt quá khứ,
Không tơ tưởng tương lai,
[Bởi vì] tương lai chưa kịp đến,
Và quá khứ thì không còn.

Hãy nhìn vào hiện tại khi nó hiện ra ,
Hãy nhìn vào nó bằng trí tuệ *(sự sáng suốt)*,
Hãy quán thấy nó hầu mang lại [cho mình] sự vững tin,
Bất khuất và không hề lay chuyển.

Sức cố gắng là để phát huy trong ngày hôm nay,
Ngày mai, cái chết có thể sẽ xảy ra – nào có ai biết được?
Thần chết và đám lâu la,
Nào có phải là [các con buôn] nơi phố chợ [để mà thương thảo].

Phải thật nhiệt tâm và cố gắng,
Không ngưng nghỉ, ngày cũng như đêm.
Trước một người như thế thì vị Sáng suốt sẽ thốt lên:
'Đây là một người biết 'trân quý nếp sống ẩn dật đầy thuận lợi'.

[Và sau đó thì] Thế Tôn rời khỏi ghế và bước vào nơi trú ngụ. [Chúng tôi tự hỏi] có ai trong số chúng tôi có thể giải thích chi tiết về ý nghĩa trong các câu phát biểu đó của Thế Tôn nhưng Thế Tôn không giải thích ý nghĩa chi tiết mà chỉ nêu lên một cách vắn tắt? [Sau đó] chúng tôi cùng bàn thảo với nhau: 'Ngài Mahā-Kaccāna từng được Thế Tôn ngợi khen, và cũng từng được các vị đồng tu uyên bác kính nể, tất là người có đủ khả năng giải thích chi tiết những lời phát biểu của Thế Tôn, nhưng Thế Tôn không giải thích chi tiết mà chỉ nêu lên một cách vắn tắt.

Sau đó, chúng tôi bèn tìm đến nơi mà Ngài Mahā-Kaccāna đang trú ngụ. Khi gặp được Ngài thì chúng tôi xin Ngài giải thích cho chúng tôi về ý nghĩa chi tiết [trong câu phát biểu của Thế Tôn]. Ngài Mahā-Kaccāna giải thích cho chúng tôi về ý nghĩa [trong câu phát biểu của

Thế Tôn] là như thế.

Đấng Thế Tôn đáp lại như sau: « Này các tỳ-kheo, Mahā-Kaccāna là một vị uyên bác, Mahā-Kaccāna là một học giả rất cao thâm. Nếu các tỳ-kheo hỏi ta về ý nghĩa chi tiết [trong các lời phát biểu ấy] thì ta cũng sẽ trả lời đúng với cách giải thích của Mahā-Kaccāna. Ý nghĩa trong những lời phát biểu ấy đúng là như thế. Các tỳ-kheo hãy ghi nhớ những gì mà Mahā-Kaccāna nêu lên với các tỳ-kheo *(mẩu chuyện trên đây cho thấy cách Đức Phật gián tiếp và kín đáo đào tạo các đệ tử uyên bác để sau này quảng bá Dhamma. Đức Phật chuẩn bị một Tăng đoàn đầy đủ khả năng ngay trong lúc Ngài còn tại thế. Vị Mahā-Kaccāna được xem là vị đệ tử chuyên gia về lý thuyết của Đức Phật)*.

Đấng Thế Tôn nói lên như thế. Các tỳ-kheo rất vui sướng và hân hoan trước những lời nói ấy của Đấng Thế Tôn.

Sau đây là bài giảng này trong Đại Tạng Kinh tiếng Việt:

Trung Bộ Kinh
133. Kinh Đại Ca-chiên-diên Nhất dạ hiền giả

Như vầy tôi nghe.

Một thời, Thế Tôn trú ở Rājagaha (Vương Xá), tại Tinh / Tịnh xá Tapodā.

Lúc bấy giờ, Tôn giả Samiddhi, thức dậy vừa lúc bình minh đi đến Tapodā để tắm rửa tay chân. Tắm rửa tay chân ở Tapodā xong, sau khi lên khỏi nước, vị ấy đứng mặc một y để tay chân cho khô. Rồi sau khi đêm vừa mãn, một Thiên thần, chói sáng với dung sắc thù thắng cả vùng Tapodā, đi đến Tôn giả Samiddhi, sau khi đến, liền đứng một bên. Đứng một bên, Thiên Thần ấy thưa Tôn giả Samiddhi

—Này Tỷ-kheo, Ngài có thọ trì tổng thuyết và biệt thuyết về Nhứt Dạ Hiền Giả không?

—Này Hiền giả, tôi không có thọ trì tổng thuyết và biệt thuyết về Nhứt Dạ Hiền Giả. Nhưng này Hiền giả, Hiền giả có thọ trì tổng thuyết và biệt thuyết về Nhứt Dạ Hiền Giả không?

—Này Tỷ-kheo, tôi cũng không có thọ trì tổng thuyết và biệt thuyết về Nhứt Dạ Hiền Giả. Nhưng này Tỷ-kheo, Ngài có thọ trì bài kệ về Nhứt Dạ Hiền Giả không?

—Này Hiền giả, tôi không có thọ trì bài kệ về Nhứt Dạ Hiền Giả. Nhưng này Hiền giả, Hiền giả có thọ trì bài kệ về Nhứt Dạ Hiền Giả không?

—Này Tỷ-kheo, tôi không có thọ trì bài kệ về Nhứt Dạ Hiền Giả. Này Tỷ-kheo, hãy học tổng thuyết và biệt thuyết về Nhứt Dạ Hiền Giả. Này Tỷ-kheo, hãy học cho thuần thục tổng thuyết và biệt thuyết về Nhứt Dạ Hiền Giả. Này Tỷ-kheo, hãy thọ trì tổng thuyết và biệt thuyết về Nhứt Dạ Hiền Giả. Vì rằng, này Tỷ-kheo, tổng thuyết và biệt thuyết về Nhứt Dạ Hiền Giả là liên hệ đến mục đích và căn bản của Phạm hạnh.

Thiên thần ấy nói như vậy. Sau khi nói vậy, vị ấy biến mất ở đấy. Rồi Tôn giả Samiddhi sau khi đêm ấy đã mãn, liền đi đến Thế Tôn, sau khi đến, đảnh lễ Thế Tôn rồi ngồi xuống một bên. Ngồi xuống một bên, Tôn giả Samiddhi bạch Thế Tôn:

—Ở đây, bạch Thế Tôn, con thức dậy vừa lúc bình minh đi đến Tapodā để tắm rửa tay chân. Tắm rửa tay chân ở Tapodā xong, sau khi lên khỏi nước, con đứng mặc một y để tay chân cho khô. Rồi bạch Thế Tôn, sau khi đêm vừa mãn, một Thiên thần, chói sáng với dung sắc thù thắng cả vùng Tapodā, ... và là căn bản Phạm hạnh". Thiên thần ấy nói như vậy. Sau khi nói như vậy, vị ấy biến mất ở đấy. Lành thay, bạch Thế Tôn, nếu Thế Tôn thuyết giảng cho tổng thuyết và biệt thuyết về Nhứt Dạ Hiền Giả!

—Vậy này Tỷ-kheo, hãy nghe và suy nghiệm kỹ, Ta sẽ nói.

—Thưa vâng, bạch Thế Tôn.

Tôn giả Samiddhi vâng đáp Thế Tôn. Thế Tôn nói như sau:

Quá khứ không truy tìm
Tương lai không ước vọng,
Quá khứ đã đoạn tận,
Tương lai lại chưa đến,

Chỉ có pháp hiện tại,
Tuệ quán chính ở đây.
Không động, không rung chuyển,
Biết vậy nên tu tập
Hôm nay nhiệt tâm làm
Ai biết chết ngày mai?
Không ai điều đình được
Với đại quân thần chết,
Trú như vậy nhiệt tâm
Đêm ngày không mệt mỏi,
Xứng gọi Nhứt dạ Hiền,
Bậc an tịnh, trầm lặng.

Thế Tôn nói như vậy. Sau khi nói như vậy, Thiện Thệ từ chỗ ngồi đứng dậy và đi vào tinh xá,

Rồi các Tỷ-kheo ấy, sau khi Thế Tôn đi không bao lâu, liền suy nghĩ: "Này chư Hiền, Thế Tôn sau khi thuyết giảng phần tổng thuyết một cách vắn tắt cho chúng ta, không giải nghĩa một cách rộng rãi, từ chỗ ngồi đứng dậy và đi vào tịnh xá:

Quá khứ đã đoạn tận,
Tương lai lại chưa đến,
Chỉ có pháp hiện tại,
Tuệ quán chính ở đây.
Không động, không rung chuyển,
Biết vậy nên tu tập
Hôm nay nhiệt tâm làm
Ai biết chết ngày mai?
Không ai điều đình được
Với đại quân thần chết,
Trú như vậy nhiệt tâm
Đêm ngày không mệt mỏi,
Xứng gọi Nhứt dạ Hiền,
Bậc an tịnh, trầm lặng.

Nay không biết ai có thể giải nghĩa một cách rộng rãi tổng thuyết này, phần này chỉ được Thế Tôn nói lên một cách vắn tắt, không được giải nghĩa một cách rộng rãi".

Rồi các Tỷ-kheo ấy suy nghĩ như sau: "Tôn giả Mahākaccāna (Đại Ca-chiên-diên) này đã được Thế Tôn tán thán và được các đồng Phạm hạnh có trí kính trọng; Tôn giả Mahākaccāna có thể giải nghĩa một cách rộng rãi tổng thuyết này, phần này chỉ được Thế Tôn nói lên một cách vắn tắt, không giải nghĩa một cách rộng rãi. Vậy chúng ta hãy đến Tôn giả Mahākaccāna, sau khi đến chúng ta hãy hỏi Tôn giả Mahākaccāna về ý nghĩa này".

Rồi các Tỷ-kheo ấy đi đến Tôn giả Mahākaccāna, sau khi đến nói lên với Tôn giả Mahākaccāna những lời chào đón hỏi thăm; sau khi nói lên những lời chào đón hỏi thăm thân hữu, rồi ngồi xuống một bên. Ngồi xuống một bên, các Tỷ-kheo ấy thưa với Tôn giả Mahākaccāna:

—Thưa Hiền giả Kaccāna, Thế Tôn sau khi đọc tổng thuyết này, không giải nghĩa một cách rộng rãi, từ chỗ ngồi đứng dậy và đi vào tịnh xá:

Quá khứ không truy tìm
Tương lai không ước vọng,
Quá khứ đã đoạn tận,
Tương lai lại chưa đến,
Chỉ có pháp hiện tại,
Tuệ quán chính ở đây.
Không động, không rung chuyển,
Biết vậy nên tu tập
Hôm nay nhiệt tâm làm
Ai biết chết ngày mai?
Không ai điều đình được
Với đại quân thần chết,
Trú như vậy nhiệt tâm
Đêm ngày không mệt mỏi,
Xứng gọi Nhứt dạ Hiền,
Bậc an tịnh, trầm lặng.

Nay không biết ai có thể giải nghĩa một cách rộng rãi tổng thuyết này, phần này chỉ được Thế Tôn nói lên một cách vắn tắt, không được giải nghĩa một cách rộng rãi. Rồi này Hiền giả Kaccāna, chúng tôi suy nghĩ như sau: "Tôn giả Mahākaccāna này đã được Thế Tôn tán thán ... chúng ta hãy hỏi Tôn giả Mahākaccāna về ý nghĩa này". Tôn giả Mahākaccāna hãy giải thích cho.

—Này chư Hiền, ví như một người cần thiết lõi cây, tìm cầu lõi cây, đang đi tìm cầu lõi cây, đứng trước một cây lớn có lõi cây. Người ấy bỏ rễ, bỏ thân cây, nghĩ rằng lõi cây cần phải tìm trong các nhánh cây, lá cây. Cũng vậy, là việc làm của chư Tôn giả ... Chư Tôn giả đứng trước mặt Thế Tôn, chư Tôn giả lại vượt qua Thế Tôn, và nghĩ rằng cần phải hỏi tôi về ý nghĩa này. Nhưng này chư Hiền, Thế Tôn biết những gì cần biết, thấy những gì cần thấy, bậc có mắt, bậc Trí giả, bậc Pháp giả, bậc Phạm thiên, bậc Thuyết giả, bậc Tuyên thuyết giả, bậc dẫn đến mục đích, bậc đem cho bất tử, bậc Pháp chủ, bậc Như Lai. Nay đã đến thời, chư Hiền hãy đến hỏi Thế Tôn về ý nghĩa này. Thế Tôn giải thích cho chư Hiền như thế nào, chư Hiền hãy như vậy thọ trì.

—Thưa Hiền giả Kaccāna, chắc chắn Thế Tôn biết những gì cần biết, thấy những gì cần thấy, bậc có mắt, bậc Trí giả, bậc Pháp giả, bậc Phạm thiên, bậc Thuyết giả, bậc Tuyên thuyết giả, bậc dẫn đến mục đích, bậc đem cho bất tử, bậc Pháp chủ, bậc Như Lai. Nay đã đến thời chúng tôi đến hỏi Thế Tôn về ý nghĩa này. Thế Tôn giải thích cho chúng tôi như thế nào, chúng tôi sẽ như vậy thọ trì. Nhưng Tôn giả Mahākaccāna được Thế Tôn tán thán, được các vị đồng Phạm hạnh kính trọng. Tôn giả Mahākaccāna có thể giải thích một cách rộng rãi tổng thuyết này, phần này chỉ được Thế Tôn nói lên một cách vắn tắt, không được giải nghĩa một cách rộng rãi. Mong Tôn giả Mahākaccāna giải thích cho nếu Tôn giả không cảm thấy phiền phức.

—Vậy chư hiền, hãy nghe và suy nghiệm kỹ, tôi sẽ nói.

—Thưa vâng, Hiền giả.

Các Tỷ-kheo ấy vâng đáp Tôn giả Mahākaccāna. Tôn giả Mahākaccāna nói như sau:

—Này Hiền giả, phần tổng thuyết Thế Tôn đọc lên một cách vắn tắt, không giải nghĩa một cách rộng rãi, từ chỗ ngồi đứng dậy và đã đi vào trong tịnh xá:

Quá khứ không truy tìm
Tương lai không ước vọng,
Quá khứ đã đoạn tận,
Tương lai lại chưa đến,
Chỉ có pháp hiện tại,
Tuệ quán chính ở đây.
Không động, không rung chuyển,
Biết vậy nên tu tập
Hôm nay nhiệt tâm làm
Ai biết chết ngày mai?
Không ai điều đình được
Với đại quân thần chết,
Trú như vậy nhiệt tâm
Đêm ngày không mệt mỏi,
Xứng gọi Nhứt dạ Hiền,
Bậc an tịnh, trầm lặng.

Về phần tổng thuyết này chỉ được Thế Tôn đọc lên một cách vắn tắt, không được giải nghĩa một cách rộng rãi, này chư Hiền, tôi hiểu ý nghĩa một cách rộng rãi như sau:

Này chư Hiền, thế nào là truy tìm quá khứ? "Mắt của tôi trong thời quá khứ là như vậy, các sắc pháp là như vậy", và thức ở đây bị dục và ái trói chặt. Vì thức bị dục và ái trói chặt, vị ấy hân hoan trong ấy. Vì hân hoan trong ấy, vị ấy truy tìm quá khứ. "Tai của tôi trong quá khứ là như vậy, các tiếng là như vậy" ... "Mũi của tôi trong quá khứ là như vậy, các hương là như vậy" ... "Lưỡi của tôi trong quá khứ là như vậy, các vị là như vậy" ... "Thân của tôi trong quá khứ là như vậy, các xúc là như vậy" ... "Ý của tôi trong quá khứ là như vậy, các pháp là như vậy", và thức ở đây, bị dục và ái trói chặt. Vì rằng thức bị dục và ái trói chặt, vị ấy hân hoan trong ấy. Vì hân hoan trong ấy, vị ấy truy tìm quá khứ.

Và này chư Hiền, thế nào là không truy tìm quá khứ? "Mắt của tôi trong thời quá khứ là như vậy, các sắc pháp là như vậy", và thức ở đây không bị dục và ái trói chặt. Vì thức không bị dục và ái trói chặt, vị ấy không hân hoan trong ấy. Vì không hân hoan trong ấy, vị ấy không truy tìm quá khứ. "Tai của tôi trong quá khứ là như vậy, các tiếng là như vậy", ... "Mũi của tôi trong quá khứ là như vậy, các hương là như vậy", ... "Lưỡi của tôi trong quá khứ là như vậy, các vị là như vậy", ... "Thân của tôi trong quá khứ là như vậy, các xúc là như vậy", ... "Ý của tôi trong quá khứ là như vậy, các pháp là như vậy", và thức ở đây không bị dục và ái trói chặt. Vì thức không bị dục và ái trói chặt, vị ấy không hân hoan trong ấy. Vì không hân hoan trong ấy, vị ấy không truy tìm quá khứ. Như vậy, này chư Hiền, là không truy tìm quá khứ.

Và này chư Hiền, thế nào là ước vọng tương lai? "Mong rằng mắt của tôi trong tương lai sẽ là như vậy, các sắc pháp là như vậy", và vị ấy hướng tâm lấy cho được cái gì chưa được. Vì duyên hướng tâm như vậy, vị ấy hân hoan trong ấy. Do hân hoan trong ấy, vị ấy ước vọng tương lai. "Mong rằng tai của tôi trong tương lai sẽ là như vậy, các tiếng là như vậy", ... "Mong rằng mũi của tôi trong tương lai sẽ là như vậy, các hương là như vậy", ... "Mong rằng lưỡi của tôi trong tương lai sẽ là như vậy, các vị là như vậy", ... "Mong rằng thân của tôi trong tương lai sẽ là như vậy, các xúc là như vậy", ... "Mong rằng ý của tôi trong tương lai sẽ là như vậy, các pháp là như vậy", và vị ấy hướng tâm lấy cho được cái gì chưa được. Vì duyên hướng tâm như vậy, vị ấy hân hoan trong ấy. Do hân hoan trong ấy, vị ấy ước vọng tương lai. Như vậy, này chư Hiền, là ước vọng tương lai.

Và này chư Hiền, thế nào là không ước vọng tương lai? "Mong rằng mắt của tôi trong tương lai sẽ là như vậy, các sắc pháp là như vậy", vị ấy không hướng tâm lấy cho được cái gì chưa được. Do duyên không hướng tâm, vị ấy không hân hoan trong ấy, vị ấy không có ước vọng tương lai. "Mong rằng tai của tôi trong tương lai sẽ là như vậy, các tiếng là như vậy", ... "Mong rằng mũi của tôi trong tương lai sẽ là như vậy, các hương là như vậy", ... "Mong rằng lưỡi của tôi trong tương lai sẽ là như vậy, các vị là như vậy", ... "Mong rằng thân của tôi trong tương lai sẽ là như vậy, các xúc là như vậy", ... "Mong rằng ý của tôi trong tương lai sẽ là như vậy, các pháp là như vậy", vị ấy không hướng tâm lấy cho được cái gì chưa được. Do duyên không hướng tâm, vị ấy không hân hoan trong ấy. Do không hân hoan trong ấy, vị ấy không có ước vọng tương lai. Như vậy, này chư Hiền, là không ước vọng tương lai.

Và này chư Hiền, thế nào là bị lôi cuốn trong các pháp hiện tại? Này chư Hiền, nếu mắt và các sắc pháp, cả hai đều có mặt trong hiện tại này, và thức của vị ấy bị dục và ái trói chặt cũng trong hiện tại này. Vì thức của vị ấy bị dục và ái trói chặt, vị ấy hân hoan trong ấy. Do hân hoan trong ấy, vị ấy bị lôi cuốn trong các pháp hiện tại. Này chư Hiền, nếu tai và các tiếng ... nếu mũi và các hương ... nếu lưỡi và các vị ... nếu thân và các xúc ... Này chư Hiền nếu ý và các pháp, cả hai đều có mặt trong hiện tại này, và thức của vị ấy bị dục và ái trói chặt cũng trong hiện tại này. Vì thức của vị ấy bị dục và ái trói chặt, vị ấy hân hoan trong ấy. Do hân hoan trong ấy, vị ấy bị lôi cuốn trong các pháp hiện tại. Như vậy, này chư Hiền, là bị lôi cuốn trong các pháp hiện tại.

Và này chư Hiền, thế nào là không bị lôi cuốn trong các pháp hiện tại? Này chư Hiền, nếu mắt và các sắc pháp, cả hai đều có mặt trong hiện tại này, và thức của vị ấy không bị dục và ái trói chặt cũng trong hiện tại này. Vì thức của vị ấy không bị dục và ái trói chặt, vị ấy không hân hoan trong ấy. Do không hân hoan trong ấy, vị ấy không bị lôi cuốn trong các pháp hiện tại. Này chư Hiền, nếu tai và các tiếng ... Này chư Hiền, nếu mũi và các hương ... Này chư Hiền, nếu lưỡi và các vị ... Này chư Hiền, nếu thân và các xúc ... Này chư Hiền, nếu ý và các pháp, cả hai đều có mặt trong hiện tại này, và thức của vị ấy không bị dục và ái trói chặt cũng trong hiện tại này. Vì thức của vị ấy không bị dục và ái trói chặt, vị ấy không hân hoan trong ấy. Do không hân hoan trong ấy, vị ấy không bị lôi cuốn trong các pháp hiện tại. Như vậy, này chư Hiền là không bị lôi cuốn trong các pháp hiện tại.

Này chư Hiền, phần tổng thuyết Thế Tôn đọc lên một cách vắn tắt, không giải nghĩa một cách rộng rãi, từ chỗ ngồi đứng dậy và đã đi vào trong tịnh xá:

Quá khứ không truy tìm
Tương lai không ước vọng,
Quá khứ đã đoạn tận,
Tương lai lại chưa đến,
Chỉ có pháp hiện tại,
Tuệ quán chính ở đây.
Không động, không rung chuyển,

Biết vậy nên tu tập
Hôm nay nhiệt tâm làm
Ai biết chết ngày mai?
Không ai điều đình được
Với đại quân thần chết,
Trú như vậy nhiệt tâm
Đêm ngày không mệt mỏi,
Xứng gọi Nhứt dạ Hiền,
Bậc an tịnh, trầm lặng.

Phần tổng thuyết này, này chư Hiền, được Thế Tôn đọc lên một cách vắn tắt, không được giải nghĩa một cách rộng rãi; này chư Hiền, tôi hiểu ý nghĩa một cách rộng rãi như vậy. Và nếu chư Tôn giả muốn, hãy đi đến Thế Tôn và hỏi ý nghĩa này. Thế Tôn giải thích các Tôn giả như thế nào, hãy như vậy thọ trì.

Rồi các Tỷ-kheo ấy, sau khi hoan hỷ tín thọ lời Tôn giả Mahākaccāna giảng, từ chỗ ngồi đứng dậy đi đến Thế Tôn; sau khi đến đảnh lễ Thế Tôn rồi ngồi xuống một bên. Ngồi xuống một bên, các Tỷ-kheo ấy bạch Thế Tôn:

—Bạch Thế Tôn, Thế Tôn sau khi đọc phần tổng thuyết một cách vắn tắt cho chúng con, không giải nghĩa một cách rộng rãi, từ chỗ ngồi đứng dậy, và đi vào tịnh xá:

Quá khứ không truy tìm
Tương lai không ước vọng,
Quá khứ đã đoạn tận,
Tương lai lại chưa đến,
Chỉ có pháp hiện tại,
Tuệ quán chính ở đây.
Không động, không rung chuyển,
Biết vậy nên tu tập
Hôm nay nhiệt tâm làm
Ai biết chết ngày mai?
Không ai điều đình được
Với đại quân thần chết,
Trú như vậy nhiệt tâm

Đêm ngày không mệt mỏi,
Xứng gọi Nhứt dạ Hiền,
Bậc an tịnh, trầm lặng.

Bạch Thế Tôn, sau khi Thế Tôn đi không bao lâu, chúng con suy nghĩ như sau: "Thế Tôn sau khi đọc phần tổng thuyết một cách vắn tắt cho chúng con, không giải nghĩa một cách rộng rãi, và đã đi vào tịnh xá:

Quá khứ không truy tìm
Tương lai không ước vọng,
Quá khứ đã đoạn tận,
Tương lai lại chưa đến,
Chỉ có pháp hiện tại,
Tuệ quán chính ở đây.
Không động, không rung chuyển,
Biết vậy nên tu tập
Hôm nay nhiệt tâm làm
Ai biết chết ngày mai?
Không ai điều đình được
Với đại quân thần chết,
Trú như vậy nhiệt tâm
Đêm ngày không mệt mỏi,
Xứng gọi Nhứt dạ Hiền,
Bậc an tịnh, trầm lặng.

Nay không biết ai có thể giải nghĩa một cách rộng rãi tổng thuyết này, phần này chỉ được Thế Tôn đọc lên một cách vắn tắt, không được giải nghĩa một cách rộng rãi".

Rồi bạch Thế Tôn, chúng con suy nghĩ như sau: "Tôn giả Mahākaccāna (Đại Ca chiên diên) này ... chúng ta hãy hỏi Tôn giả Mahākaccāna về ý nghĩa này. "Rồi bạch Thế Tôn, chúng con đi đến Tôn giả Mahākaccāna, sau khi đến chúng con hỏi Tôn giả Mahākaccāna về ý nghĩa này. Ý nghĩa của những chữ ấy đã được Tôn giả Mahākaccāna giải thích cho chúng con với những phương pháp này, các những câu này, với những chữ này.

—Này các Tỷ-kheo, Mahākaccāna là bậc Hiền trí. Này các Tỷ-kheo, Mahākaccāna là bậc Đại trí tuệ. Này các Tỷ-kheo, nếu các Ông hỏi Ta về ý nghĩa này, Ta cũng giải thích cho các Ông như vậy, như Mahākaccāna đã giải thích. Thật sự ý nghĩa ấy là vậy, và các Ông hãy thọ trì như vậy.

Thế Tôn thuyết giảng như vậy. Các Tỷ-kheo hoan hỷ tín thọ lời Thế Tôn dạy.

Tiếp tục dưới đây là bài giảng thứ tư nêu lên ý niệm thời gian đối với một người tu hành:

Bài giảng cho Lōmasakaṅgiya về sự trân quý nếp sống ẩn dật

Lōmasakaṅgiya Sutta - MN 134

(Dựa theo các bản dịch tiếng Anh của Bhikkhu Sujato, Bhikkhu Ñāṇamoli, Bhikkhu Sujato, Lord Chamers, G.C.B., I.B. Horner, sister Upalavanna..., và bản dịch tiếng Pháp của Môhan Wijayarattna)

Tôi từng được nghe như vầy. Lúc đó, Đấng Thế Tôn đang ngụ tại tịnh xá của vị Anāthapiṇḍika, trong khu rừng Jeta, gần thị trấn Sāvatthi. Đồng thời, nơi khu rừng Nigrōdha, gần kinh thành Kapilavatthu, thì Ngài (Āyasmanta) Lōmasakaṅgiya *(một vị tỳ-kheo uyên bác)* cũng đang cùng sinh hoạt với các người dân Sākya.

Vào dịp đó, có một vị nam thiên nhân *(devā / một vị thần linh, thánh linh, thiên nhân)* tên là Candana tiến về phía Ngài Lōmasakaṅgiya, khi đến gần thì đứng sang một bên và nói lên như sau: «Này bạn tỳ-kheo, bạn có thuộc lòng bài tóm lược nêu lên 'sự trân quý nếp sống ẩn dật đầy thuận lợi' hay không ?».

«Không, thưa bạn, tôi không thuộc lòng được bài tóm lược nêu lên 'sự trân quý nếp sống ẩn dật đầy thuận lợi'. Về phần bạn thì thế nào? Bạn có thuộc lòng được bài tóm lược nêu lên 'sự trân quý nếp sống ẩn dật đầy thuận lợi' hay không?».

«Không, thưa bạn tỳ-kheo, đối với tôi cũng vậy, tôi không thuộc lòng được bài tóm lược nêu lên 'sự trân quý nếp sống ẩn dật đầy thuận lợi’. Tuy nhiên, này bạn tỳ-kheo, [là người tu hành thì] bạn phải thuộc lòng các câu tụng gāthā *(gāthā là một bài kệ, một bài tụng ở thể văn vần, giúp dễ học thuộc lòng)* nêu lên ‘sự trân quý nếp sống ẩn dật đầy thuận lợi!».

«Không, thưa bạn thiên nhân, tôi không thuộc lòng các câu tụng gāthā *(các câu kệ)* nêu lên ‘sự trân quý nếp sống ẩn dật đầy thuận lợi. Vậy đối với bạn thì thế nào, bạn có thuộc lòng các câu tụng gāthā nêu lên ‘sự trân quý nếp sống ẩn dật đầy thuận lợi’ hay không?».

«Có chứ, này bạn tỳ-kheo, tôi thuộc lòng các câu tụng gāthā nêu lên ‘sự trân quý nếp sống ẩn dật đầy thuận lợi’».

«Vậy, này bạn thiên nhân, làm thế nào mà bạn lại có dịp học thuộc lòng được các câu tụng gāthā nêu lên ‘sự trân quý nếp sống ẩn dật’?».

«Này bạn tỳ-kheo, trước đây, khi còn ngụ trên cõi trời Tāvatiṃsa cùng với các vị thiên nhân khác, Đấng Thế Tôn từng thuyết giảng [cho họ] về bài [kệ] tóm lược nêu lên ‘sự trân quý nếp sống ẩn dật đầy thuận lợi’ như sau:

«Không đuổi bắt quá khứ,
Không tơ tưởng tương lai,
[Bởi vì] tương lai chưa kịp đến,
Và quá khứ thì không còn.

Hãy nhìn vào hiện tại khi nó hiện ra ,
Hãy nhìn vào nó bằng trí tuệ *(sự sáng suốt)*,
Hãy quán thấy nó hầu mang lại [cho mình] sự vững tin,
Bất khuất và không hề lay chuyển.

Sức cố gắng là để phát huy trong ngày hôm nay,
Ngày mai, cái chết có thể sẽ xảy ra – nào có ai biết được?
Thần chết và đám lâu la,
Nào có phải là [các con buôn] nơi phố chợ [để mà thương thảo].

Phải thật nhiệt tâm và cố gắng,
Không ngưng nghỉ, ngày cũng như đêm.
Trước một người như thế thì vị Sáng suốt sẽ thốt lên:
‘Đây là một người biết ‘trân quý nếp sống ẩn dật đầy thuận lợi’.

«Này bạn tỳ-kheo, đấy là dịp giúp tôi thuộc nằm lòng bài tụng gāthā nêu lên 'sự trân quý nếp sống ẩn dật đầy thuận lợi'. Này bạn tỳ-kheo, [là người tu hành thì] bạn phải học thuộc lòng bài tóm lược nêu lên 'sự trân quý nếp sống ẩn dật đầy thuận lợi'. Tuy nhiên, này bạn tỳ-kheo, bạn phải chủ động được *(thực hiện được, áp dụng được)* bài tóm lược nêu lên 'sự trân quý nếp sống ẩn dật đầy thuận lợi'. Bạn phải thuộc nằm lòng bài tóm lược nêu lên nếp sống ẩn dật đầy thuận lợi'. Này bạn tỳ-kheo, bài tóm lược nêu lên 'sự trân quý nếp sống ẩn dật đầy thuận lợi', thật hữu ích và cũng là thành phần căn bản tạo cho mình cung cách hành xử thật tuyệt vời».

Sau khi nói lên như thế thì vị thiên nhân Candana vụt biến mất tại chỗ.

Đêm hôm đó vừa tàn *(trời vừa hừng đông)*, Ngài Lōmasakaṅgiya dọn dẹp nơi trú ngụ, khoác áo cà-sa, ôm bình bát lên đường đi đến kinh thành Sāvatthi. Vượt qua nhiều chặng đường, Ngài Lōmasakaṅgiya tìm đến tận nơi Đấng Thế Tôn đang trú ngụ trong khu rừng *(nơi tịnh xá)* của vị Anāthapiṇḍika *(Cấp Cô Độc)*. Ngài Lōmasakaṅgiya tìm đến bên cạnh Đấng Thế Tôn, vái chào Ngài và ngồi sang một bên. Sau khi an tọa thì Ngài Lōmasakaṅgiya cất lời với Đấng Thế Tôn như sau: 'Thưa Thế Tôn, trước đây trong khi tôi cùng sinh hoạt với các người dân Sākya trong khu rừng Nigrōdha, gần nơi kinh thành Kapilavatthu, thì một hôm bỗng nhiên có một vị thiên nhân tiến đến bên cạnh tôi, đứng sang một bên, và nói với tôi: 'Này bạn tỳ-kheo, bạn có thuộc lòng được bài tóm lược, nêu lên 'sự trân quý nếp sống ẩn dật đầy thuận lợi hay không ?' Thưa Thế Tôn, sau khi nghe những lời hỏi ấy thì tôi trả lời như sau:

[...] *(Ngài Lōmasakaṅgiya thuật lại với Đấng Thế Tôn từ đầu đến cuối câu chuyện về sự gặp gỡ trên đây, thế nhưng đoạn này đã được cắt bớt để tránh sự dài dòng)*

«Thưa Thế Tôn, vị thiên nhân ấy sau khi nói lên như thế thì vụt biến mất tại chỗ. Vậy nếu có thể thì xin Thế Tôn thuyết giảng cho tôi về bài [kệ] tóm lược nêu lên 'sự trân quý nếp sống ẩn dật đầy thuận lợi'».

Sau khi nghe các lời [thỉnh cầu] ấy thì Đấng Thế Tôn nói lên như sau: «Này tỳ-kheo, tỳ-kheo có biết vị thiên nhân ấy là ai không?».

«Thưa Thế Tôn, tôi không được biết vị thiên nhân ấy là ai cả».

«Này tỳ-kheo, vị thiên nhân ấy là Candana, một vị thiên nhân từng lắng nghe Dhamma, chăm chú và chuyên cần, tâm trí của vị ấy hoàn toàn tập trung. Vậy, này tỳ-kheo, hãy lắng nghe ta thuyết giảng » *(câu này cho thấy nếp sống cách ly và ẩn dật đã từng được Đức Phật giảng cho các thiên nhân trên cõi trời)*.

Ngài Lōmasakaṅgiya đáp lại: «Vâng, thưa Thế Tôn».

Đức Phật bèn thuyết giảng:

«Không đuổi bắt quá khứ,
Không tơ tưởng tương lai,
[Bởi vì] tương lai chưa kịp đến,
Và quá khứ thì không còn.

Hãy nhìn vào hiện tại khi nó hiện ra,
Hãy nhìn vào nó bằng trí tuệ *(sự sáng suốt)*,
Hãy quán thấy nó hầu mang lại [cho mình] sự vững tin,
Bất khuất và không hề lay chuyển.

Sức cố gắng là để phát huy trong ngày hôm nay,
Ngày mai, cái chết có thể sẽ xảy ra – nào có ai biết được?
Thần chết và đám lâu la,
Nào có phải là [các con buôn] nơi phố chợ [để mà thương thảo].

Phải thật nhiệt tâm và cố gắng,
Không ngưng nghỉ, ngày cũng như đêm.
Trước một người như thế thì vị Sáng suốt sẽ thốt lên:
'Đây là một người biết 'trân quý nếp sống ẩn dật đầy thuận lợi'.

«Vậy, này tỳ-kheo, một người đuổi bắt quá khứ là như thế nào? Người ấy tự nhủ: 'Trong quá khứ tôi từng mang hình tướng là như thế', và người ấy thường xuyên [cảm thấy] vui sướng qua ý nghĩ ấy của mình *(cảm thấy hình tướng vật chất trước đây là chính mình, là con người của mình, là cái 'Tôi' của mình)*. Người ấy tự nhủ: 'Trong quá khứ, tôi từng tạo được các sự cảm nhận là như thế', và người ấy thường xuyên [cảm thấy] vui sướng qua ý nghĩ ấy của mình. Người ấy tự nhủ: 'Trong quá khứ, tôi từng tạo được các sự nhận thức là như thế', và người ấy thường xuyên [cảm thấy] vui sướng qua ý nghĩ ấy của mình. Người ấy tự nhủ: 'Trong quá khứ, tôi từng tạo được các tác ý là như thế', và người ấy thường xuyên [cảm thấy] vui sướng qua ý nghĩ ấy của mình. Người ấy tự nhủ: 'Trong quá khứ, tôi từng tạo được một tri thức là như thế', và người ấy thường xuyên [cảm thấy] vui sướng qua ý nghĩ ấy của mình. Này tỳ-kheo, đấy là cách một người đuổi bắt quá khứ [của mình].

(Bài giảng tiếp tục nêu lên trường hợp của những người tơ tưởng tương lai và bám víu vào hiện tại, tương tự như đã được nêu lên trong các bài giảng trước đây, thế nhưng các phân đoạn này đã được cắt bớt để tránh sự dài dòng)

Thế nhưng, này tỳ-kheo, một người nghe giảng cao quý, được học hỏi, biết tôn kính những người cao quý, [...], không cho rằng tri thức là 'Tôi', không cho rằng 'Tôi' hàm chứa tri thức, không cho rằng 'Tôi' là tri thức, cũng không cho rằng 'Tôi' nằm bên trong tri thức. Này tỳ-kheo, đấy là cách một người không đánh mất sự tương quan giữa mình và mọi sự vật trong hiện tại, [đấy là một người]:

«Không đuổi bắt quá khứ,
Không tơ tưởng tương lai,
[Bởi vì] tương lai chưa kịp đến,
Và quá khứ thì không còn.

Hãy nhìn vào hiện tại khi nó hiện ra,
Hãy nhìn vào nó bằng trí tuệ *(sự sáng suốt)*,
Hãy quán thấy nó hầu mang lại [cho mình] sự vững tin,
Bất khuất và không hề lay chuyển.

Sức cố gắng là để phát huy trong ngày hôm nay,
Ngày mai, cái chết có thể sẽ xảy ra – nào có ai biết được?
Thần chết và đám lâu la,
Nào có phải là [các con buôn] nơi phố chợ [để mà thương thảo].

Phải thật nhiệt tâm và cố gắng,
Không ngưng nghỉ, ngày cũng như đêm.

Trước một người như thế thì vị Sáng suốt sẽ thốt lên:
'Đây là một người biết 'trân quý nếp sống ẩn dật đầy thuận lợi'.

Với các câu phát biểu đó, này tỳ-kheo, ta có thể bảo rằng: 'Ta vừa nhắc lại cho tỳ-kheo về bài [kệ] tóm lược nêu lên sự trân quý nếp sống ẩn dật đầy thuận lợi'».

Đấy là những lời do Đấng Thế Tôn nêu lên. Ngài Lōmasakaṅgiya cảm thấy vui sướng và hân hoan trước những lời nói ấy của Đấng Thế Tôn.

Sau đây là bài giảng này trong Đại Tạng Kinh tiếng Việt:

134. Kinh Lomasakangiya Nhất dạ hiền giả

Như vầy tôi nghe.

Một thời, Thế Tôn trú ở Sāvatthi (Xá-vệ), Jetavana (Kỳ-đà Lâm), tại tịnh xá ông Anāthapiṇḍika (Cấp Cô Độc).

Lúc bấy giờ, Tôn giả Lomasakangiya trú ở giữa dòng họ Sakya (Thích-ca), tại Kapilavatthu (Ca-tỳ-la-vệ), ở tịnh xá Nigrodha (Ni Câu Luật). Rồi Thiên tử Candana sau khi đêm vừa mãn, với dung sắc thù thắng chói sáng cả vùng tịnh xá Nigrodha, đi đến Tôn giả Lomasakangiya, sau khi đến liền đứng một bên. Đứng một bên, Thiên tử Candana thưa với Tôn giả Lomasakangiya

—Này Tỷ-kheo, Ngài có thọ trì tổng thuyết và biệt thuyết về Nhứt Dạ Hiền Giả không?

—Này Hiền giả, tôi không thọ trì tổng thuyết và biệt thuyết về Nhứt Dạ Hiền Giả. Này Hiền giả, Hiền giả có thọ trì tổng thuyết và biệt thuyết về Nhứt Dạ Hiền Giả không?

—Này Tỷ-kheo, tôi cũng không thọ trì tổng thuyết và biệt thuyết về Nhứt Dạ Hiền Giả. Nhưng này Tỷ-kheo, Ngài có thọ trì bài kệ về Nhứt Dạ Hiền Giả không?

—Này Hiền giả, tôi không thọ trì bài kệ về Nhứt Dạ Hiền Giả. Này Hiền giả, Hiền giả có thọ trì bài kệ về Nhứt Dạ Hiền Giả không?

—Này Tỷ-kheo, tôi có thọ trì bài kệ về Nhứt Dạ Hiền Giả.

—Này Hiền giả, Hiền giả thọ trì như thế nào bài kệ về Nhứt Dạ Hiền Giả?

—Một thời, này Tỷ-kheo, Thế Tôn trú giữa chư Thiên Tam thập tam thiên, dưới cây Pārichattaka (Trú độ thọ), trên hòn đá Paṇḍukambala (Vô cấu bạch thạch). Tại đấy, Thế Tôn đọc lên tổng thuyết và biệt thuyết về Nhứt Dạ Hiền Giả cho chư Thiên ở Tam thập tam thiên:

Quá khứ không truy tìm
Tương lai không ước vọng,
Quá khứ đã đoạn tận,
Tương lai lại chưa đến,
Chỉ có pháp hiện tại,
Tuệ quán chính ở đây.
Không động, không rung chuyển,
Biết vậy nên tu tập
Hôm nay nhiệt tâm làm
Ai biết chết ngày mai?
Không ai điều đình được
Với đại quân thần chết,
Trú như vậy nhiệt tâm
Đêm ngày không mệt mỏi,
Xứng gọi Nhứt Dạ Hiền,
Bậc an tịnh, trầm lặng.

Này Tỷ-kheo, tôi thọ trì về bài kệ Nhứt Dạ Hiền Giả như vậy. Này Tỷ-kheo, hãy học tổng thuyết và biệt thuyết về Nhứt Dạ Hiền Giả. Này Tỷ-kheo, hãy học cho thuần thục tổng thuyết và biệt thuyết về Nhứt Dạ Hiền Giả. Này Tỷ-kheo, hãy thọ trì tổng thuyết và biệt thuyết về Nhứt Dạ Hiền Giả. Vì rằng này Tỷ-kheo, tổng thuyết và biệt thuyết về Nhứt Dạ Hiền Giả liên hệ đến mục đích, là căn bản của Phạm hạnh.

Rồi Tôn giả Lomasakangiya, sau khi đêm ấy đã mãn, dọn dẹp sàng tọa, lấy y áo và lên đường đi đến Sāvatthi. Tuần tự du hành, Tôn giả đi đến Sāvatthi, Jetavana, tịnh xá ông Anāthapiṇḍika, đi đến Thế Tôn, sau khi đến đảnh lễ Thế Tôn rồi ngồi xuống một bên. Ngồi xuống một bên, Tôn giả Lomasakangiya bạch Thế Tôn:

—Bạch Thế Tôn, một thời con trú giữa dòng họ Sakya, tại Kapilavatthu, tịnh xá ông Anāthapiṇḍika. Rồi bạch Thế Tôn, một Thiên tử, sau khi đêm vừa mãn, với dung sắc thù thắng chói sáng cả vùng tịnh xá Nigrodha, đến con và đứng một bên. Đứng một bên, bạch Thế Tôn, Thiên tử ấy thưa với con: “Này Tỷ-kheo, Ngài có thọ trì tổng thuyết và biệt thuyết về Nhứt Dạ Hiền Giả không?”. Được hỏi vậy, bạch Thế Tôn, con nói với Thiên tử ấy: “Này Hiền Giả, tôi không thọ trì tổng thuyết và biệt thuyết về Nhứt Dạ Hiền Giả”.

—Này Hiền giả, Hiền giả có thọ trì ... là căn bản của Phạm hạnh.

Bạch Thế Tôn, Thiên tử ấy nói như vậy. Nói như vậy xong, vị ấy biến mất tại đấy. Lành thay, bạch Thế Tôn, nếu Thế Tôn giảng cho con tổng thuyết và biệt thuyết về bài kệ Nhứt Dạ Hiền Giả.

—Này Tỷ-kheo, Ông có biết Thiên tử ấy không? Bạch Thế Tôn, con không biết Thiên tử ấy.

—Này Tỷ-kheo, Thiên tử ấy tên là Candana. Này Tỷ-kheo, Candana là Thiên tử, sau khi chú tâm, sau khi tác ý, sau khi tập trung nội tâm, lóng tai nghe pháp. Vậy này Tỷ-kheo, hãy nghe và suy nghiệm kỹ, Ta sẽ nói.

—Thưa vâng, bạch Thế Tôn, Tôn giả Lomasakangiya vâng đáp Thế Tôn. Thế Tôn nói như sau:

Quá khứ không truy tìm
Tương lai không ước vọng,
Quá khứ đã đoạn tận,
Tương lai lại chưa đến,
Chỉ có pháp hiện tại,
Tuệ quán chính ở đây.
Không động, không rung chuyển,
Biết vậy nên tu tập
Hôm nay nhiệt tâm làm
Ai biết chết ngày mai?
Không ai điều đình được

Với đại quân thần chết,
Trú như vậy nhiệt tâm
Đêm ngày không mệt mỏi,
Xứng gọi Nhứt dạ Hiền,
Bậc an tịnh, trầm lặng.

Và này Tỷ-kheo, thế nào là truy tìm quá khứ? Vị ấy nghĩ: "Như vậy là sắc của tôi trong quá khứ", và truy tìm sự hân hoan trong ấy; "Như vậy là thọ của tôi trong quá khứ", và truy tìm sự hân hoan trong ấy; "Như vậy là tưởng của tôi trong quá khứ", và truy tìm sự hân hoan trong ấy; "Như vậy là hành của tôi trong quá khứ", và truy tìm sự hân hoan trong ấy, "Như vậy, là thức của tôi trong quá khứ", và truy tìm sự hân hoan trong ấy. Như vậy, này Tỷ-kheo, là truy tìm quá khứ.

Và này Tỷ-kheo, thế nào là không truy tìm quá khứ? Vị ấy nghĩ: "Như vậy là sắc của tôi trong quá khứ", và không truy tìm sự hân hoan trong ấy; "Như vậy là thọ của tôi trong quá khứ", và không truy tìm sự hân hoan trong ấy; "Như vậy là tưởng của tôi ... Như vậy là hành của tôi ... Như vậy là thức của tôi trong quá khứ"; và không truy tìm sự hân hoan trong ấy. Như vậy, này Tỷ-kheo, là không truy tìm quá khứ.

Và này Tỷ-kheo, thế nào ước vọng trong tương lai? Vị ấy nghĩ: "Mong rằng như vậy sẽ là sắc của tôi trong tương lai", và truy tìm sự hân hoan trong ấy; "Mong rằng như vậy sẽ là thọ của tôi trong tương lai", và truy tìm sự hân hoan trong ấy; "Mong rằng như vậy là tưởng của tôi ... là hành của tôi ... là thức của tôi trong tương lai", và truy tìm sự hân hoan trong ấy. Như vậy, này Tỷ-kheo, là ước vọng trong tương lai.

Và này Tỷ-kheo, thế nào là không ước vọng trong tương lai? Vị ấy nghĩ: "Mong rằng như vậy sẽ là sắc của tôi trong tương lai", và không truy tìm sự hân hoan trong ấy; "Mong rằng như vậy sẽ là thọ của tôi trong tương lai", và không truy tìm sự hân hoan trong ấy; "Mong rằng như vậy sẽ là tưởng ... sẽ là hành ... sẽ là thức của tôi trong tương lai, "và không truy tìm sự hân hoan trong ấy. Như vậy, này Tỷ-kheo, là không ước vọng trong tương lai.

Và này Tỷ-kheo, như thế nào là bị lôi cuốn trong các pháp hiện tại? Ở đây, này Tỷ-kheo, có kẻ vô văn phàm phu không đi đến các bậc Thánh, không thuần thục pháp các bậc Thánh, không tu tập pháp các bậc Thánh; không đi đến các bậc Chân nhân, không thuần thục pháp các bậc Chân nhân, không tu tập pháp các bậc Chân nhân; quán sắc là tự ngã, hay quán tự ngã là có sắc, hay quán sắc là trong tự ngã, hay quán tự ngã là trong sắc; hay vị ấy quán thọ là tự ngã, hay quán tự ngã là có thọ, hay quán thọ là trong tự ngã, hay quán tự ngã là trong thọ; hay vị ấy quán tưởng là tự ngã, hay quán tự ngã là có tưởng, hay vị ấy quán tưởng là trong tự ngã, hay quán tự ngã là trong tưởng; hay vị ấy quán hành là tự ngã, hay vị ấy quán tự ngã là có hành, hay vị ấy quán hành là trong tự ngã, hay vị ấy quán tự ngã là trong hành; hay vị ấy quán thức là tự ngã, hay quán tự ngã là có thức, hay quán thức là trong tự ngã, hay quán tự ngã là trong thức. Như vậy, này Tỷ-kheo, là bị lôi cuốn trong các pháp hiện tại.

Và này Tỷ-kheo, thế nào là không bị lôi cuốn trong các pháp hiện tại? Ở đây, này Tỷ-kheo, có vị Đa văn Thánh đệ tử đi đến các bậc Thánh, thuần thục pháp các bậc Thánh, tu tập pháp các bậc Thánh, đi đến các bậc Chân nhân, thuần thục pháp các bậc Chân nhân, tu tập pháp các bậc Chân nhân. Vị này không quán sắc là tự ngã, không quán tự ngã là có sắc, không quán sắc là trong tự ngã, không quán tự ngã trong sắc; không quán thọ ... không quán tưởng ... không quán hành ... không quán thức là tự ngã, không quán tự ngã là có thức, không quán thức trong tự ngã, không quán tự ngã trong thức. Như vậy, này Tỷ-kheo, là không bị lôi cuốn trong các pháp hiện tại.

Quá khứ không truy tìm
Tương lai không ước vọng,
Quá khứ đã đoạn tận,
Tương lai lại chưa đến,
Chỉ có pháp hiện tại,
Tuệ quán chính ở đây.
Không động, không rung chuyển,
Biết vậy nên tu tập
Hôm nay nhiệt tâm làm
Ai biết chết ngày mai?
Không ai điều đình được

Với đại quân thần chết,
Trú như vậy nhiệt tâm
Đêm ngày không mệt mỏi,
Xứng gọi Nhứt dạ Hiền,
Bậc an tịnh, trầm lặng.

Thế Tôn thuyết giảng như vậy. Tôn giả Lomasakangiya hoan hỷ tín thọ lời Thế Tôn dạy.

Vài lời ghi chú

(chung cho bốn bài giảng)

Như đã được nói đến trong phần mở đầu, chữ 'bhaddekaratta' nơi tựa của bốn bài giảng là một từ bí ẩn, hầu hết các dịch giả không có cùng một cách hiểu đối với chữ này. Chẳng hạn như nhà sư Thanissaro Bhikkhu thì dịch chữ này là 'Một ngày thuận lợi' (An Auspicious Day); nhà sư Bhikkhu Sujato dịch là 'Một đêm tinh tế' (One Fine Night'); nhà sư Ajahn Brahmavamso dịch là 'Một đêm tuyệt vời' (One Exellent Night); HT Thích Minh Châu dịch là 'Nhất Dạ Hiền giả', v.v... ; nếu kê ra hết các cách dịch của tất cả các dịch giả khác thì sẽ quá dài dòng và sẽ không giải quyết được gì cả. Dịch giả Môhan Wijayaratna không tìm cách dịch nghĩa từ chương của chữ này mà thay vào đó bằng một cách hiểu khác hơn là: 'Sự quý trọng [phép tu tập] đơn độc nhiều thuận lợi' (L'estime pour une solitude propice).

Trong số các bản dịch tham khảo thì chỉ có bản dịch của nhà sư Bhikkhu Ñananananda là giải thích chữ này cặn kẽ hơn cả. Trong một bài khảo luận về cả bốn bài giảng này, nhà sư Bhikkhu Ñanananda tìm cách phân tích ý nghĩa chi tiết của chữ bhaddekaratta. Theo sự giải thích của nhà sư Ñanananda thì chữ bhaddekaratta là một từ lắp ghép (a puzzle) mang ý nghĩa rất khúc chiết, mang ít nhiều bí ẩn. Chữ bhaddekaratta được ghép từ các chữ bhadda / sự may mắn, eka / một, ratta hay ratti / sự bám víu (attachment). Chữ ratta (tĩnh từ), ratti (danh từ) có nguồn gốc từ chữ raj trong chữ rajjati, có nghĩa là 'tìm thấy sự thích thú' (sự thuận lợi) (to take pleasure in). Thế nhưng chữ ratti trong tiếng Pali cũng mang một ý nghĩa thông dụng hơn nhiều, đó là đêm tối (night). Theo thiển ý của người viết các dòng này thì ý nghĩa thông dụng trên đây có thể đã khiến nhiều dịch giả hiểu sai về ý nghĩa kín đáo hơn của chữ bhaddkaratta. Sau khi phân tích ý nghĩa của chữ baddekaratta như trên đây thì nhà sư Bhikkhu Ñanananda đề nghị nên dịch tựa của các bài giảng này là 'Sự đơn độc lý tưởng' (Ideal Solitude). Dầu sao thì nhà sư Thanissaro Bhikkhu cũng đã đưa bài khảo luận này của nhà sư Bhikkhu Ñanananda vào trang mạng của ông.

Sở dĩ mạn phép dài dòng là để thấy rằng ngữ pháp và ngôn từ giữ một vai trò rất phức tạp và tế nhị trong việc dịch thuật. Kinh điển tiếng Việt lệ thuộc vào Hán ngữ tượng hình thật hết sức xa lạ so với kinh điển gốc bằng cổ ngữ Pali, mang các đặc tính triết học, khúc chiết và trừu tượng hơn. Xin mạn phép nhắc lại tựa bản dịch của bài giảng này trong Đại Tạng Kinh là: Kinh nhất dạ hiền giả, gần với và tựa của bản dịch tiếng Hán là: 賢 善 一 夜 者 經 / Hiền-thiện-nhất-giả-kinh.

Lời kết

Trong kinh điển Pali chúng ta thường thấy nêu lên chữ 'trông thấy', chữ này mang ý nghĩa rất rộng, không những có nghĩa là sự trông thấy bằng cơ quan thị giác, mà còn có nghĩa là sự 'hiểu biết' hiện lên từ sự trông thấy đó. Nói một cách khác thì sự 'trông thấy' đối với một người Phật giáo còn phải là một sự 'hiểu biết' sâu xa, một sự hiểu biết về bản chất của hiện thực, tiếng Pali là paññā, tiếng Phạn là prajñā. Sự hiểu biết đó còn được gọi là trí tuệ (wisdom).

Một người Phật giáo khi trông thấy một hình tướng hay nhận thấy một sự kiện hoặc một hiện tượng, thì không phải chỉ trông thấy hình tướng đó, nhận biết được sự kiện hay hiện tượng đó, khác biệt và tách rời với các hình tướng khác, các sự kiện khác, các hiện tượng khác, mà còn trông thấy cả nguồn gốc và nguyên nhân làm phát sinh ra chúng, cùng các tác động của chúng gây ra trong hiện tại và cả các hậu quả mà chúng sẽ tạo ra trong tương lai.

Các bài giảng trích dẫn trong Quyển I này là nhằm chủ đích nêu lên sự quán thấy sâu xa và siêu việt đó của Đức Phật về thế giới. Các khoa học gia cũng nhìn vào thế giới nhưng chỉ trông thấy thế giới qua các đặc tính vật lý của nó: không gian, thời gian, năng lượng, ánh sáng, hành tinh, thiên hà, vũ trụ... Họ tìm cách quan sát, mô tả, đo đạt thế giới bằng máy móc, bằng các con số toán học, bằng các giả thuyết cầu kỳ.... Chúng ta, những con người bình dị, cũng nhìn vào thế giới, thế nhưng chúng ta trông thấy thế giới đó như thế nào? Chúng ta trông thấy mưa, nắng, cỏ cây, muôn thú, con người, quốc gia, chủng tộc, nghèo đói, giàu có, tai ương, hỏa hoạn, chiến tranh, tín ngưỡng, hận thù, lường gạt, các chủ nghĩa chính trị, các thể chế xã hội, v.v... Và đấy cũng là cách trông thấy thế giới của con người nói chung, trong đó gồm các khoa học gia, các triết gia, các sử gia, các vị sáng tạo tín ngưỡng và cả những con người bình dị như tất cả chúng ta. Đặc tính chủ yếu nhất của cách nhìn đó là hướng ra bên ngoài chính mình.

Tuy nhiên trong cộng đồng xã hội cũng có một số người quan tâm đến cách nhìn hướng ít nhiều vào bên trong chính họ. Đấy là những người phát động được một niềm tin tín ngưỡng nào đó, thế nhưng trên thực tế thì họ lại thường hướng niềm tin đó của họ vào một sức mạnh bên ngoài chính họ. Họ nhìn lên bầu trời bao la, hình dung ra một vị Trời hay thật nhiều các vị trời. Các vị ấy trông thấy họ và họ cũng trông thấy các vị ấy đang cùng hiện hữu với họ trong thế giới này. Họ cảm thấy mình thuộc thành phần của các vị ấy, lệ thuộc vào quyền uy của các vị ấy, vui sướng và mãn nguyện với các vị ấy, hoặc cũng có thể là để đặt hy vọng của mình vào các vị ấy, hoặc cảm thấy sợ hãi trước các vị ấy.

Đối với những người Phật giáo thì thế nào? Những người Phật giáo cũng tạo được một niềm tin nào đó. Họ cũng nhận biết được một số các khía cạnh vật lý của thế giới, tương tự như các nhà khoa học. Họ cũng nhìn thấy mưa nắng, vạn vật chung quanh họ, các sự sinh hoạt trong xã hội, các sự chuyển động trong thế giới, tương tự như những con người bình dị khác. Thế nhưng sự khác biệt là họ không quan tâm đến những thứ ấy, mà nhất thiết tập trung sự quán thấy của mình vào cái thế giới đang hiện lên trong tâm thần mình, xuyên qua sự tiếp xúc giữa các cơ quan giác cảm của mình và thế giới bên ngoài, nói một cách khác là thì đấy là cái thế giới nội tâm mà họ tự tạo ra bên trong tâm thức họ qua sự vận hành của lục giác họ.

Đối với Phật giáo, ngoài ngũ giác: mắt, tai, mũi, lưỡi, thân thể, thì con người còn có thêm một cơ quan giác cảm thứ sáu, đó là não bộ. Các cảm nhận của não bộ là ý nghĩ, xúc cảm, các ý định, các sự hình dung và tưởng tượng. Vậy, các cảm nhận ấy phát sinh từ đâu? Các cảm nhận ấy phát sinh và hiển hiện trong tâm thức họ qua trung gian của sự tiếp xúc giữa ngũ giác và cơ quan giác cảm thứ sáu là tâm thần. Đồng thời các cảm nhận ấy cũng tương tác với các cảm nhận khác đã có từ trước tồn lưu trong tâm thần họ, tạo ra các ý nghĩ, xúc cảm, ý định, các sự hình dung đủ loại.

Sự vận hành khá phức tạp đó tạo ra một thế giới cá biệt cho mỗi cá thể, thích nghi và phù hợp với từng mỗi cá thể. Thế giới nội tâm đó luôn ở thể dạng biến động và chuyển đổi, tạo ra một sự liên kết giữa quá khứ và hiện tại của các cá thể ấy và tiếp tục ảnh hưởng đến tương lai của họ. Thế giới đó lệ thuộc vào khả năng nhận biết và sự bén nhạy của lục giác cùng với các tác động và các ảnh hưởng tạo ra bởi các cảm nhận tồn lưu từ trước trong tâm thần của các cá thể ấy. Sự vận hành mang tính cách lôi cuốn khá phức tạp đó phản ảnh sự mong muốn được tiếp tục hình thành. Sự mong muốn đó hiện ra như là một sự bám víu và thèm khát mang tính cách bản năng, là nguyên nhân và nguồn gốc làm phát sinh ra khổ đau cho từng mỗi cá thể, trong hiện tại và cả trong tương lai.

Mục đích của Phật giáo không phải là giúp con người chấp nhận và gánh chịu hậu quả tạo ra bởi các sự bám víu và thèm khát của họ vào cái thế giới do họ tự tạo ra cho mình, mà đúng hơn là giúp họ vượt lên thế giới đó, thoát ra khỏi thế giới đó, cái thế giới mà mỗi cá thể tự tạo ra cho mình, bên trong tâm thức mình.

Một cách vắn tắt, sự tu tập của Phật giáo bắt đầu trước hết là phải 'trông thấy' thế giới, 'trông thấy' nguyên nhân tạo ra thế giới, các tác động gây ra bởi thế giới, các hậu quả phát sinh từ thế giới – xin nhắc lại cái thế giới đó là cái thế giới mà mỗi cá thể tự tạo ra cho mình xuyên qua lục giác của mình. Sự 'trông thấy' hay 'hiểu biết' đó gọi là sự Giác ngộ. Sau khi 'trông thấy' và 'hiểu biết' về thế giới đó thì phải đứng ra bên ngoài thế giới đó, và đấy gọi là sự Giải thoát.

Dhamma do Đức Phật thuyết giảng rất khúc chiết, nhưng vô cùng trực tiếp, thiết thực và chính xác. Trong một bài giảng ngắn Đức Phật nêu lên một câu ẩn dụ thật đơn giản nhưng mang thật nhiều ý nghĩa: 'Những gì mà ta hiểu biết nhiều như cành lá trong khắp khu rừng, thế nhưng những gì mà ta thuyết giảng, chỉ như nắm lá trong lòng bàn tay'. Bài giảng này như sau:

Bài giảng trong khu rừng Sīsapā

Sīsapāvana Sutta - SN 56.31

(Dựa theo các bản dịch tiếng Anh của Thanissaro Bhikkhu, Bhikkhu Sujato, Bhikkhu Bodhi và bản dịch tiếng Pháp của Bhikkhu Sekha)

Trong một dịp khi đang ngụ tại thị trấn Kosambī *(kinh đô của xứ Vatsa)*, trong khu rừng sīsapā *(tên khoa học ngày nay của loại cây này là Dalbergia sissoo / rosewood tree, gỗ của loại cây này thường dùng để đóng bàn ghế)*, Đấng Thế Tôn nhặt một nắm lá sīsapā và nói với các tỳ-kheo như sau: «Này các tỳ-kheo, các tỳ-kheo nghĩ sao? Số lá trong bàn tay ta nhiều hơn hay ít hơn so với số lá trên các tàng cây trong khắp khu rừng này?».

Các tỳ-kheo đáp lại: «Thưa Thế Tôn, lá trong lòng bàn tay của Thế Tôn thật ít ỏi, số lá trên các tàng cây trong khắp khu rừng nhiều hơn gấp bội».

«Cũng vậy, này các tỳ-kheo, những gì mà ta hiểu biết qua sự quán thấy trực tiếp của ta thì nhiều gấp bội, so với những gì mà ta thuyết giảng. Vậy, tại sao ta lại không nêu lên [tất cả] những sự hiểu biết ấy? Chẳng qua là vì các sự hiểu biết ấy không liên hệ gì đến mục đích [tu tập], không phải là thành phần trong cuộc sống thánh thiện, không mang lại sự tỉnh ngộ, sự chấm dứt đam mê, sự dừng lại, sự thanh thản, sự hiểu biết trực tiếp, sự Giác ngộ *(Nibbāna / Niết-bàn)* và sự Giải thoát. Đấy là lý do tại sao ta không nêu lên [tất cả] các sự hiểu biết ấy.

«Vậy, ta nêu lên những gì? 'Đây là khổ đau', là những gì mà ta thuyết giảng. 'Đây là nguồn gốc của khổ đau', là những gì mà ta thuyết giảng. 'Đây là sự chấm dứt của khổ đau', là những gì mà ta thuyết giảng. 'Đây là con đường đưa đến sự chấm dứt của khổ đau', là những gì mà ta thuyết giảng. Và tại sao ta lại chỉ thuyết giảng các thứ ấy? Bởi vì các thứ ấy liên hệ đến mục đích, là thành phần của cuộc sống thánh thiện, mang lại sự tỉnh ngộ, sự chấm dứt đam mê, sự dừng lại, sự thanh thản, sự hiểu biết trực tiếp, sự Giác ngộ và sự Giải Thoát. Đấy là lý do tại sao ta lại chỉ thuyết giảng các thứ ấy.

Vì vậy, này các tỳ-kheo, phải luôn canh cánh trong lòng: 'Đây là khổ đau... Đây là nguồn gốc của khổ đau... Đây là sự chấm dứt của khổ đau, và [nhất là] phải luôn canh cánh trong lòng: Đây là Con đường đưa đến sự chấm dứt của khổ đau».

Vài lời ghi chú:

Số lá trong lòng bàn tay của Đức Phật cách nay hai-mươi-lăm thế kỷ thật ít ỏi, thế nhưng ngày nay đã trở thành cả một khu rừng, cành lá đơm hoa, kết trái, và khu rừng cũng đã trở nên âm u hơn. Dominique Trottignon là một cư sĩ người Pháp và cũng là một học giả lỗi lạc về Phật giáo Theravāda, có đưa lên trang mạng của 'Viện Nghiên cứu Phật học' (IEB / Institut d' Études Bouddhiques / một cơ quan Tư thục giảng dạy Phật giáo) một bài khảo luận rất giá trị về kinh điển Pali. Xin chuyển ngữ bài khảo luận này trong phần Phụ lục dưới đây, hầu độc giả có một ý niệm mang tính cách duy lý, khách quan và khoa học của người Tây phương về nguồn gốc đưa đến sự hình thành của nền Giáo huấn của Phật giáo Theravāda và của cả Phật giáo nói chung.

Phụ Lục

Kinh điển Pali là cả một thiên lịch sử...

(Le canon Pali, tout une histoire...)

TROTTIGNON Dominique

Kinh điển Pali đại diện cho toàn bộ kinh sách thiêng liêng của học phái Phật giáo Theravāda. Và đó cũng là bộ kinh điển xưa nhất và đầy đủ nhất được bảo toàn đến nay, một tập kinh sách thật đồ sộ, làm nền tảng chung cho tất cả các học phái Phật giáo Ấn Độ. Hơn nữa, theo truyền thống, thì tập kinh điển Pali cũng là tập kinh điển đầu tiên nhất được ghi chép bằng chữ viết trên đảo Tích Lan vào khoảng thế kỷ thứ nhất trong kỷ nguyên của chúng ta (theo thiển ý của người viết các dòng này thì cũng có thể là kinh điển Pali đã được ghi chép bằng chữ viết dưới triều đại của vua Asoka vào thế kỷ thứ III trước Tây lịch, vào dịp đại hội kết tập Đạo Pháp do vị vua này tổ chức. Triều đại của vua Azoka cũng là triều đại đánh dấu nền văn minh đầu tiên của nước Ấn, và dưới triều đại này, chữ viết cũng đã bắt đầu được phổ biến, bằng chứng là các trụ đá ghi khắc các chỉ dụ của hoàng triều tìm thấy khắp nơi. Hơn nữa, chỉ có chữ viết mới có thể là các tư liệu hữu hiệu và trung thực giúp chín phái đoàn truyền giáo, thành lập dưới triều đại của vị vua này, đưa giáo huấn của Đức Phật ra khỏi châu thổ sông Hằng. Dầu sao thì quan điểm này cũng chỉ là một sự gợi ý và phỏng đoán đơn thuần).

Tuy nhiên, ấn bản đầu tiên [trên giấy] chỉ thấy xuất hiện vào năm 1900, sau hơn 2000 năm lưu giữ bằng cách chép tay trên các mảnh là bối (lá bối còn gọi là lá buông, tên khoa học của cây lá buông là *Corypha umbraculifera*), các di tích xưa nhất của các tờ lá bối được xác định là vào thế kỷ XV (gần đây hơn có một học giả Nhật Bản tìm được di tích của các tờ lá bối ghi chép kinh điển vào thế kỷ thứ VII trong vùng sa mạc Tây vực, một nơi có khí hậu khô cằn tránh được sự mục nát vì ẩm ướt và sâu bọ) – các di tích ghi chép này cũng đã được dựa vào những gì lưu truyền từ trước đó bằng phương pháp truyền khẩu, ngược xa hơn về những lời giáo huấn [nguyên thủy] của vị Phật lịch sử Gotama (Thích Ca).

Dầu sao, qua góc nhìn hoàn toàn khoa học, thì người ta cũng không thể nào có thể bảo rằng toàn bộ tập kinh điển đó ghi chép lại một cách trung thực Giáo huấn của vị Phật lịch sử, dù rằng các kinh điển đó là các bằng chứng lâu đời nhất (điều này thật hết sức hiển nhiên, đối với Phật giáo, tất cả mọi hiện tượng đều chuyển động và biến đổi với thời gian. Thế nhưng vấn đề không phải là sự trung thực trên phương diện từ chương, mà đúng hơn là sự thử thách của cốt lõi của giáo huấn đó của Đức Phật trước sự biến động của thời gian. Kể cả trong thế giới ngày nay, sự trong sáng và siêu việt của nền tư tưởng đó vẫn còn là cả một sự thách đố trước các sự thêm thắt và tưởng tượng của một số học giả và những người tu tập thiếu thận trọng ngày nay).

Nhiều khảo cứu triết học – chẳng hạn như các ngành nghiên cứu dựa vào sự đối chiếu về lịch sử ngôn ngữ và từ nguyên học – cho thấy kinh điển Pali là một tổng hợp gộp chung một số văn bản thuộc các thời đại và các nguồn gốc khác nhau. Điều này thường đưa đến xu hướng xác định xem thành phần nào trong kinh điển là xưa nhất và thành phần nào mới hơn, thế nhưng các sự xác định này thường không tạo được sự đồng thuận giữa các chuyên gia với nhau!

Nhiều lắm thì người ta cũng chỉ có thể xác định được – thật ra thì chuyện này cũng không phải là dễ – một cốt lõi chung cho tất cả các học phái xưa nhất của Phật giáo trên đất Ấn, đúng theo những gì đã được lưu truyền bằng phương pháp truyền khẩu do Tăng đoàn nguyên thủy đảm đang, trước khi xảy ra tình trạng phân tán giáo lý đưa đến sự hình thành của các trào lưu khác nhau (sau khi Đức Phật tịch diệt, thì rất sớm sau đó Giáo huấn của Ngài được diễn đạt với ít nhiều khác biệt, đưa đến sự hình thành của 18 học phái khác nhau, con số thống kê này có thể là độc đoán, trên thực tế có thể là ít hơn hay nhiều hơn). Các cuộc tranh luận xảy ra giữa các học phái xưa chủ yếu xoay quanh một số các khái niệm nêu lên trong các văn bản được xem là xưa nhất trong kinh điển Pali. Thế nhưng toàn bộ văn bản bằng tiếng Pali, theo như chúng ta được biết ngày nay, chỉ là gia tài của một học phái chuyên biệt, đó là học phái Theravāda trên đảo Tích Lan.

Tiếng Pali là ngôn ngữ hay chỉ là một thể loại văn bản?

Ngay cả thuật ngữ 'Pali' dùng để chỉ định thể loại kinh điển đó cũng đã gây ra một số rắc rối... Ngày nay, chữ Pali thường được xem như là một thứ ngôn ngữ dùng để ghi chép kinh điển của những người Phật giáo Theravāda. Ngôn ngữ này được xem là thuộc nhóm ngôn ngữ 'Prakrit', một trong số rất nhiều thứ ngôn ngữ thông dụng khác trên đất Ấn (khoảng chừng một trăm ngôn ngữ tất cả...), cách gọi [nhóm ngôn ngữ 'Prakrit'] này là để phân biệt với một nhóm ngôn ngữ khác gọi là 'Sanskrit' (tiếng Phạn), một nhóm ngôn ngữ mang các đặc tính văn chương, thiêng liêng, mang nhiều khía cạnh tín ngưỡng hơn [so với nhóm ngôn ngữ Prakrit'], và được xem là ngôn ngữ của những người Bà-la-môn. Dù thuộc vào nhóm ngôn ngữ 'Prakrit' (kém quý phái, và thiêng liêng hơn so với ngôn ngữ 'Sanskrit' / Phạn ngữ), thế nhưng tiếng Pali lại biểu trưng cho một thể loại 'văn bản thiêng liêng' (tức là kinh điển Pali)..., nói một các khác là một thể loại 'kinh điển' [mang tính cách tín ngưỡng] (canon law, ecclesiastical law). Do vậy, khi nói lên 'kinh điển Pali' (canon Pali) thì đấy là cách nêu lên cùng một thứ bằng cách ghép hai thuật ngữ mang cùng một ý nghĩa: một của 'Tây phương' (canon / kinh điển) và một của 'Ấn Độ' (Pali / ngôn ngữ Pali). Tóm lại chỉ cần nêu lên chữ 'Pali' thì cũng đủ [để hiểu đó là 'kinh điển' Pali], và cũng đủ để phân biệt với các thể loại văn bản khác được ghi chép bằng các ngôn ngữ khác trên đất Ấn, dù là thuộc lãnh vực dân gian hay văn chương cũng vậy (ngôn ngữ Pali là một ngôn ngữ đặc thù của một tín ngưỡng).

Những người Phật giáo Theravāda cho rằng tiếng Pali là một thứ ngôn ngữ thuộc nhóm ngôn ngữ 'magadhi' (Ma-kiệt-đà): một thứ ngôn ngữ thông dụng [của người dân] trong vùng Magadha (Ma-kiệt-đà), nơi mà Đức Phật thường lưu ngụ hơn cả, và ngôn ngữ này cũng là ngôn ngữ của chính Ngài. Thế nhưng theo các chuyên gia [về ngôn ngữ học], thì tiếng Pali thật ra là một ngôn ngữ lắp ghép gồm nhiều ngôn ngữ và thổ ngữ khác nhau..., sự kiện này dường như mang chủ đích hòa đồng nhiều thứ ngôn ngữ 'Prakrit' khác nhau (gộp chung và hòa đồng nhiều thổ ngữ 'Prakrit' để tạo ra một ngôn ngữ chung). Mặc dù ngôn ngữ 'magadhi' (ngôn ngữ Ma-kiệt-đà của Đức Phật) cũng được nhận thấy trong đó, thế nhưng thật ra thì đấy cũng chỉ là các dấu tích lưu lại từ lâu đời! Trên thực tế, người ta nhận thấy các nét đặc thù của một thứ ngôn ngữ 'Prakrit' cá biệt, được xử dụng trong vùng phía Tây của nước Ấn, nhất là trong vùng lãnh thổ của xứ Avanti, nơi xuất phát của các nhà truyền giáo trước đây từng đưa Phật giáo vào hòn đảo Tích Lan.

Kinh điển Pali, như chúng ta được biết ngày nay, thật ra là một sự kết hợp gồm nhiều văn bản mang nhiều nguồn gốc và thuộc nhiều thời đại khác nhau: một số có thể rất lâu đời, bắt nguồn từ giai đoạn truyền khẩu bằng ngôn ngữ 'magadhi' (ngôn ngữ của đế quốc Magadha, và quê hương của Đức Phật là một bộ tộc trong đế quốc này); một số khác cho thấy có những phần được bổ khuyết thêm, hoặc được hiệu đính trong vùng Avanti (một vương quốc lớn nằm giữa hai đế quốc Magadha và Kosala / Kiêu-tát-la); một số khác mới hơn, được xem là các thêm thắt muộn, kể cả sau này trên đảo Tích Lan, tất cả tạo ra một thể loại ngôn ngữ 'thiêng liêng' (tiếng Pali), tương tự như 'tiếng La-tinh đối với Ki-tô giáo' vào thời trung cổ trong thế giới Tây phương.

Một số văn bản (một số bài giảng) trong kinh điển Pali, dù được xem là xưa nhất, và dù được xác định là thuộc vào thời kỳ Tăng đoàn đầu tiên đi nữa – tức là vào thế kỷ thứ IV trước Tây lịch – thế nhưng trong số này cũng có một số văn bản (bài giảng) tương đối mới hơn... Và người ta cũng hiểu rằng một số hiệu đính cũng đã được thực hiện trên dòng thời gian xuyên qua nhiều thế kỷ, trên lãnh thổ nước Ấn cũng như trên hòn đảo Tích Lan. Kinh điển Pali, dưới hình thức cuối cùng như chúng ta thấy ngày nay, thật ra đã được xác định qua suốt một thời gian dài, gần một ngàn năm..., trước khi được 'hiệu đính' [lần sau cùng] vào dịp kết tập Đạo Pháp trên đảo Tích Lan, vào thế kỷ thứ IV thuộc niên đại của chúng ta.

Kinh điển Pali có đúng là phương tiện chuyển tải Giáo huấn của Đức Phật lịch sử hay không?

Đối với sự trung thực giữa kinh điển Pali và Giáo huấn của Đức Phật, thì có một sự khác biệt rõ nét giữa truyền thống Phật giáo Theravāda và các khảo cứu khoa học Tây phương... Theo học phái Theravāda thì kinh điển [Pali] ghi chép trung thực Giáo huấn của Đức Phật, đúng theo những gì đã từng được thuật lại trong đại hội kết tập Đạo Pháp lần thứ nhất của Tăng đoàn, được tổ chức vài tháng sau khi vị Thầy tịch diệt. Trong đại hội này, gồm vài trăm đệ tử, tất cả đều đạt được Giải thoát – có nghĩa là đã trở thành các vị Arahant / A-la-hán – và tất cả đều nhất loạt công nhận những lời thuật lại của hai vị đệ tử có trí nhớ tốt nhất được đề cử. Vị [thứ nhất] là Ānanda thuật lại phần Giáo huấn liên quan đến lãnh vực giáo lý, và vị [thứ hai] là Upali (Ưu-bà-li) thuật lại phần Giáo huấn liên quan đến lãnh vực giới luật. Các lời thuật lại này đưa đến sự hình thành của hai tập kinh điển đầu tiên: Sutta-pitaka / Kinh tạng, tức là 'Bộ sưu tập về Giáo huấn', và Vinaya-pitaka là 'Bộ sưu tập về Giới luật'. Bộ sưu tập thứ ba gọi là Abhidhamma-pitaka, có nghĩa là 'Bộ sưu tập thượng thặng về Dhamma' (Luận tạng) chỉ được thực hiện nhiều thế kỷ sau đó, dưới triều đại của vua Azoka (A-dục) trong một đại hội kết tập Đạo Pháp, tạo điều kiện cho một cuộc bàn thảo nội bộ bên trong Tăng đoàn: và đây cũng là công trình của vị tỳ-kheo Moggallana-Tissa. Thế nhưng thật ra thì vị này cũng chỉ thuật lại Giáo huấn chính thống được lưu truyền trong giai đoạn truyền khẩu đầu tiên, và gần như trung thực từng chữ một từ những gì nguyên thủy, bởi vì các văn bản đầu tiên (các lời bình giải đầu tiên) trong tập Abhidhamma / Luận tạng là công trình của vị [tỳ-kheo] Sariputta (Xá-lợi-phất), một trong số các đệ tử trực tiếp và uyên bác nhất của Đức Phật (các lời bình giải ghi chép trong Tạng Luận vào dịp kết tập Đạo Pháp dưới triều đại của vua Azoka vào thế kỷ thứ III trước Tây lịch, lặp lại một cách trung thực những lời bình giải của người đệ tử trực tiếp của Đức Phật là Sariputta).

Quan điểm của các khoa học gia tất nhiên là khác hẳn... Không có một thành viên nào trong tập thể các khoa học gia ngày nay tin vào tính cách lịch sử của lần kết tập Đạo Pháp thứ nhất – ít nhất là qua công trình quy định toàn bộ hai tập Kinh điển đầu tiên (Kinh tạng và Luật tạng)! Các đệ tử trực tiếp của Đức Phật [lúc đó] có thể cảm thấy cần phải hội họp để cùng bàn thảo với nhau về những gì chủ yếu trong Giáo huấn của vị Thầy thế thôi, chuyện này thì có thể... hiểu được. Các câu chuyện thuật lại trong lần kết tập [thứ nhất] này có quá nhiều phiên bản khác nhau, tùy theo các học phái khác nhau, hơn thế nữa lại còn hàm chứa nhiều quan điểm quá cách biệt nhau, kể cả đối với các chủ đề căn bản nhất, khiến khó có thể tin rằng các điều ấy là những điều ghi nhớ mang tính cách lịch sử đích thật! Thực tế cho thấy mỗi học phái đưa ra một phiên bản khác nhau về đại hội, thậm chí một vài học phái còn cho rằng bộ Sưu tập thứ ba, tức là tập Abhidhamma (Luận tạng), cũng đã được hoàn toàn thuật lại trong dịp kết tập Đạo Pháp lần thứ nhất trên đây!

Theo kết quả mang lại từ các nghiên cứu dựa vào phương pháp đối chiếu (comparatives studies) và triết học ngôn ngữ (philology / khoa nghiên cứu về ngôn ngữ liên quan đến lịch sử và văn hóa) cho thấy nhất định là phải có một nền tảng chung tiên khởi nhất về giáo huấn [của Đức Phật] – trong cả hai lãnh vục giáo lý và giới luật (gọi chung là Dhamma-Vinaya) – trong đó gồm các cách lập luận có thể [trực tiếp] phát xuất từ miệng của chính Đức Phật – Ngài thuyết giảng trong nhiều thập niên liên tiếp, do vậy thật hết sức hiển nhiên để có thể nghĩ rằng chính Đức Phật là người xác định một số các phương pháp lập luận và diễn đạt tiêu biểu nhất – nếu không thì cũng là các đệ tử trực tiếp của Ngài... Thế nhưng rất sớm sau đó, tức là sau khi Tăng đoàn bành trướng nhanh chóng, đưa giáo huấn của Đức Phật ra xa hơn trung bộ châu thổ sông Hằng – nơi mà Đức Phật thường lưu trú – thì các sự dị biệt cũng bắt đầu hiện ra giữa các trào lưu, phản ảnh một sự tách biệt rõ nét giữa các nhà sư có cuộc sống 'cố định' (resident / 'địa phương') và các nhà sư 'lưu động' (itinerant / du thực) trong các vùng đất mới, được chinh phục xa hơn về hướng Tây [trong châu thổ sông Hằng]. Một đầu cầu mới được thiết lập chung quanh thị trấn Kosambi (Kiều-thưởng-di, kinh đô của đế quốc Vatsa) (một nơi mà Đức Phật chưa bao giờ có dịp đặt chân) với sự bùng dậy và khởi sắc của một trào lưu mới. Trào lưu này cũng đã sớm tạo được cho mình một sự độc lập bằng cách phát huy một nền tảng triết học đặc thù, mà một số người sau này cho rằng đấy chỉ là các hình thức không chính thống (heterodox / dị giáo)... Rất có thể đây là thời kỳ mà các bài giảng trường thiên đã được triển khai và thiết đặt, cùng với các lời bình giải tiên khởi nhất trong Abhidhamma / Luận tạng. Bởi vì các văn bản nổi tiếng, được [chính thức] công nhận, chẳng hạn như hai bài thuyết giảng về giáo lý tại Benares (Ba-la-nại / Vārānasī) – nêu lên Bốn Sự Thật Cao Quý (Tứ Diệu Đế) và giáo lý về sự trống không của cái Tôi (vô Ngã) – theo những gì mà chúng ta thấy ngày nay – chỉ có thể được xác định xưa nhất là một thế kỷ sau khi vị Thầy đã tịch diệt (theo quan điểm của nhà sư Thanissaro Bhikkhu thì bài giảng về Sự khởi động bánh xe Đạo Pháp là do chính Đức Phật thuyết giảng)!

Vào giữa thế kỷ thứ III trước Tây lịch, dưới triều đại của vua Azoka (khoảng 150 năm sau khi Đức Phật tịch diệt), người ta đã thấy xuất hiện trong Tăng đoàn bốn trào lưu lớn. Mỗi trào lưu có một tập kinh điển riêng, có nghĩa là ngoài phần cốt lõi chủ yếu chung – đảm bảo cho nền giáo huấn [căn bản] là Dhamma-Vinaya [của Đức Phật] – còn có thêm một số văn bản riêng cho mỗi trào lưu, nêu lên các quan điểm cá biệt nhằm mục đích chống đỡ cho các quan điểm [cá biệt] của mình, và sau đó thì được đưa vào Abhidhamma (Tạng Luận) thuộc vào trào lưu của mình...

Các đặc tính cá biệt đó, vừa mang địa phương tính vừa mang tính cách lý tưởng, không những liên quan đến lãnh vực giáo lý mà cả giới luật. Ngoài ra, không như người ta thường nghĩ, các nhà sư 'lưu động' (sống rày đây mai đó / itinerant, các vị tu hành khất thực) mong muốn gia tăng thêm con số giới luật trong Vinaya (Luật tạng), do vậy theo truyền thống (ít nhất cũng là truyền thống của họ) thì họ là những người đứng ra trách cứ kẻ khác (các vị tu hành có cuộc sống cố định / resident, tu tập theo các trào lưu khác) có ý giảm bớt con số giới luật! [Thế nhưng] truyền thống Theravāda, chủ trương thể chế quy định bởi kinh điển Pali, cũng chỉ đại diện cho một học phái duy nhất là Theravāda. [Trong khi đó thì] các học phái khác chủ trương các truyền thống khác, tách biệt, đa dạng, kể cả đối nghịch..., thế nhưng không phải vì thế mà kém tín cẩn hơn – hoặc kém nghi ngờ hơn!

Kinh điển Pali bắt nguồn từ đâu?

Kinh điển Pali do vậy không phải là bằng chứng độc nhất và vững chắc nhất của nền Phật giáo sơ khai (nguyên thủy)..., mà chỉ là kinh điển của nền Phật giáo cổ xưa, tương tự như các tập kinh điển khác – dù đấy là tập kinh điển duy nhất được bảo toàn thật nguyên vẹn cho đến ngày nay! Vậy thì bộ kinh điển Pali đó do đâu mà có? Do học phái Theravāda trên đảo Tích Lan mà có. Thế nhưng đến đây, chúng ta cũng nên tìm hiểu xem học phái này từ đâu mà có nó... và [nhất là] học phái này đã cư xử như thế nào đối với nó!

Theo truyền thống – của [học phái] Theravāda... – thì Phật giáo được một trong các người con trai của vua Azoka là Mahinda, đưa vào tích Lan, khoảng năm 250 trước Tây lịch. [Vị này] là con trai hay em trai [của vua Azoka]... thì không có gì là chắc chắn cả; thế nhưng vị này được biết là sinh ra tại Sañchi, một vùng mang nhiều di tích khảo cổ Phật giáo trên đất Ấn, nằm về hướng Đông-bắc thành phố Bombay, trong lãnh thổ Avanti thuộc vùng bờ biển phía Tây của bán lục địa [Ấn Độ], và dường như nơi này cũng là nơi đón nhận Giáo huấn của Đức Phật rất sớm trong lịch sử. Ngoài ra một số bài giảng trong kinh điển Pali cũng thấy nêu lên một vị đệ tử trực tiếp khác của Đức Phật là Mahā-Kaccāna từng 'truyền giáo' tại vùng này, ngay khi Đức Phật còn tại thế! [Vì vậy], thật hết sức chắc chắn là tiếng Pali hàm chứa một số các đặc tính cá biệt về ngôn ngữ trong vùng này, sự kiện này thật ra cũng đã được các nhà ngôn ngữ học xác nhận...

Trước khi lan truyền sang bờ biển phía Tây của nước Ấn, thì trước đó Phật giáo, từng bước nhỏ, qua dòng thời gian gồm nhiều thế kỷ, cũng đã phát triển từ thung lũng sông Hằng hướng về phía ngược lại trên bán lục địa Ấn-độ, tức là về phía Đông-bắc của châu thổ sông Hằng. Theo hệ thống các trục lộ vào thời bấy giờ, thì Phật giáo trên đường quảng bá đã phải xuyên ngang một vùng gọi là Kosambi (Kiều-thưởng-di, tiếng Phạn là Kauśāmbī) mà chúng ta đã có dịp nói đến trên đây... Trong số các đặc tính (các sự kiện) nổi bật nhất trong kinh điển Pali mà chúng ta có thể chứng minh được một cách chắc chắn [và cụ thể], là trường hợp của một nhân vật mang tên là Sariputta (Xá-lợi-phất). Nhân vật này dường như là vị đầu tiên nêu lên những lời bình giải tiên khởi nhất, mở màn cho sự hình thành [sau này] của tập Abhidhamma (Luận tạng)... Trong số tất cả các tư liệu xưa mà chúng ta có, thì duy nhất chỉ có kinh điển Pali là đặc biệt nêu lên nhân vật

Sariputta và nhấn mạnh đến vai trò vô cùng quan trọng của vị này (Xá-lợi-phất là vị tỳ-kheo đầu tiên nêu lên những lời bình giải trong Luận Tạng).

Trong khi đó thì học phái Kosambi, và theo sự hiểu biết của chúng ta thì học phái này được hình thành từ trào lưu của các nhà sự 'lưu động' (itinerant, các nhà sư du thực, tu tập theo truyền thống trong rừng), thừa hưởng xu hướng của Tăng đoàn nguyên thủy trước kia trong thung lũng sông Hằng. Nhiều tư liệu cho thấy sự giữ gìn thật khắc nghiệt của các nhà sư này trong lãnh vực giới luật, thế nhưng trên phương diện giáo lý thì ngược lại không có gì gọi là các sáng tạo mới lạ – [việc tu tập] gần như là một hình thức dị giáo (heterodoxy)! Đứng trên quan điểm của Phật giáo Theravāda thì [đúng hơn] họ là những người bảo toàn đường hướng chính thống (orthodox), không những về giáo lý mà cả giới luật – chính các vị khác mới đúng là các vị 'cải tiến', làm phương hại đến sự trung thực trong Giáo huấn của Đức Phật... Thế nhưng theo một số sử gia thì trái lại, chính họ (các vị chính thống) là các vị phản động trên phương diện giáo lý – không chấp nhận [phong trào] mở rộng của đa số những người Phật giáo trong châu thổ sông Hằng [trên miền Bắc Ấn] (ảnh hưởng bởi khuynh hướng Đại thừa) – hơn nữa họ là những người siêu bảo thủ trên phương diện giới luật, bởi vì chính họ là những người mong muốn thiết đặt thêm các giới luật mới... Nói một cách khác, thì chúng ta sẽ chẳng bao giờ có thể khẳng định dứt khoát được về vấn đề này. Nói lên như thế để hiểu rằng kinh điển Pali [của học phái Theravāda] – so với các [kinh điển] của các truyền thống lâu đời khác – cho thấy thật rõ ràng: một mặt chủ trương giữ gìn giới luật thật khắt khe, và một mặt chủ trương bảo toàn truyền thống giáo lý lâu đời.

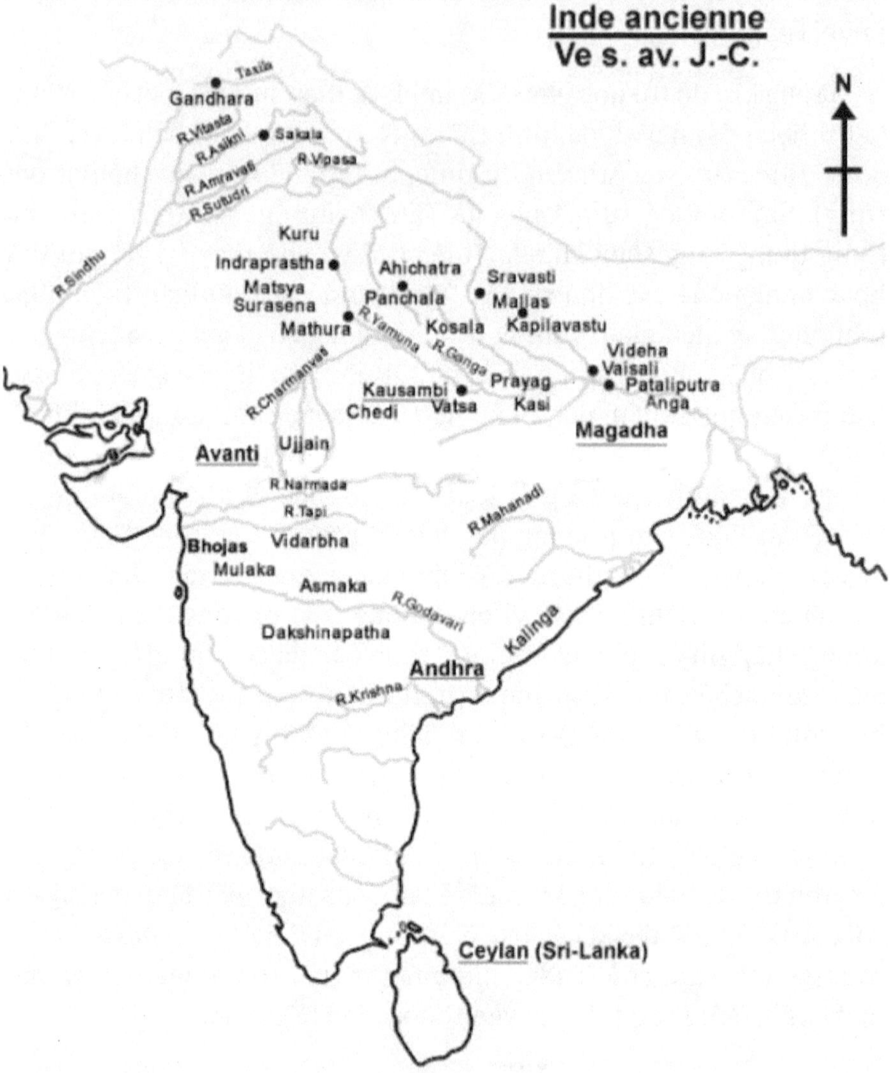

Bản đồ của nước Ấn cổ đại Thế kỷ thứ V trước Tây lịch

Kinh điển Pali đã trở thành như thế nào trên hòn đảo Tích Lan?

[Trước hết] kinh điển Pali nêu lên giáo huấn của một trào lưu cá biệt trong nền Phật giáo cổ xưa, do vị Mahinda đưa vào Tích Lan...

Thật vậy, kinh điển Pali hàm chứa một số lớn các đường hướng giáo huấn chung cho toàn thể các tăng đoàn [Phật giáo] trên đất Ấn, kể cả một số đường nét đặc thù mà những người [Phật giáo] Sinhala (Sinhalese) [trên đảo Tích Lan] khuếch đại thêm (làm nổi bật thêm, nhấn mạnh thêm) qua dòng thời gian gồm nhiều thế kỷ.

Sự 'đỡ đầu' của vị Sariputta (Xá-lợi-phất) – một vị vô địch về trí tuệ và khả năng học hỏi – đã mở màn cho xu hướng hướng trên đây. Xu hướng này ngày càng được nhận thấy rõ ràng hơn khi kinh điển [Pali] bắt đầu được ghi chép bằng chữ viết. Sau nhiều thập niên chiến tranh chống lại các dân tộc Draviduan tại miền Nam nước Ấn (các nhóm dân tộc Tamil sinh sống trong vùng cực Nam của bán lục địa Ấn-độ) đã làm cho vương quốc Tích Lan suy yếu trầm trọng. Tăng đoàn trở nên thưa thớt, đến độ khiến truyền thống truyền khẩu bằng ngôn ngữ Pali có thể bị mai một, lý do là vì số người có bổn phận học thuộc lòng và bình giải kinh điển ngày càng hiếm hoi. Nhằm giải quyết khó khăn này, việc ghi chép kinh điển bằng chữ viết đã được quyết định... Thế nhưng [thật lạ lùng], việc nghiên cứu kinh điển vụt trở thành chủ đích ưu tiên, thay vì là việc thực hành (sự tu tập)! Bắt đầu từ thế kỷ thứ I thuộc kỷ nguyên hiện tại, phần đông những người Phật giáo Sinhala (những người Phật giáo địa phương trên đảo) lơ là với phép luyện tập thiền định, đồng thời phát động một phong trào chủ trương một quá trình tu tập lâu dài, xoay quanh việc học hỏi (nghiên cứu) và chú giải [kinh điển]. Tuy nhiên không phải tất cả đều chấp nhận khuynh hướng này, một phong trào khác gồm 'các nhà sư trong rừng' tiếp tục tập trung vào việc luyện tập thiền định, dù gặp phải các khó khăn nào, và dầu sao đi nữa thì họ cũng chỉ là thiểu số! Trên đảo Tích Lan, sự đối nghịch từ lâu đời giữa các nhà sư 'cố định' và các nhà sư 'lưu động' đã bị biến thể và đã trở thành một sự đối nghịch mới giữa các vị 'thành thị' và các vị 'trong rừng', giữa các vị 'xả thân vào việc học hỏi' và các vị 'chuyên cần luyện tập thiền định'...

Một số các nhà sư 'thành thị' quan tâm đến các [đường hướng] giáo huấn mới đang được lưu truyền trên lục địa Ấn. Các đường hướng này tự nhận mình là 'Cỗ xe lớn' (Đại thừa), cao siêu hơn cỗ xe của các vị Arahant (A-la-hán), chỉ nhằm mục đích mang lại sự Giác ngộ tối thượng cho các vị Phật thành đạt. Phật giáo Đại thừa (Mahāyāna) rất có thể bắt đầu khởi xướng trong vùng miền Nam nước Ấn, tại một nơi gọi là Andhāra - ngày nay là tiểu bang Andhra Pradesh, nằm trên bờ biển phía Đông, không xa hòn đảo Tích Lan – và nơi này cũng từng là nơi phát sinh một vài học phái 'anh em' với Phật giáo của những người [địa phương] Shinhala trên đảo, cả hai cùng tôn trọng kinh điển Pali. Nhiều tư liệu cho biết Phật giáo Đại thừa cũng đã từng tạo được một số đệ tử quan trọng trên đảo Tích Lan, hầu hết [trong số họ] tập trung trong các tu viện lớn trên đảo. Tình trạng này không khác gì với tình trạng trên lục địa Ấn-độ: một số tu viện chủ trương bảo toàn kinh điển xưa tìm cách 'cưỡng lại' [phong trào Đại thừa], một số tu viện khác tiếp nhận các kinh điển mới (các kinh điển sūtra của Đại thừa) ghép thêm vào kinh điển của họ... Sự tranh đua [giữa hai xu hướng này] đưa đến sự hình thành của các trào lưu mới, các học phái mới – mỗi trào lưu, mỗi học phái tự ghép thêm vào kinh điển của mình các văn bản được xem là 'giáo huấn của chính Đức Phật' (kinh sách Đại thừa) nhằm mục đích củng cố vị trí của mình trong lãnh vực giáo lý.

Kinh điển Pali không phải là một ngoại lệ. Một vài bài giảng (sutta) – dù chỉ ít ỏi, và dù phải công nhận như vậy – thế nhưng cũng đủ cho thấy thật rõ ràng 'con đường của người bodhisatta' (bồ-tát) cũng đã từng là con đường của vị Phật Gotama (vị Phật lịch sử): trong cuộc hành trình xuyên qua các sự hiện hữu trong quá khứ của mình, vị Phật Gotama cũng đã từng tu tập 'pāramitā' (ba-la-mật), tức là phép luyện tập các 'đức tính siêu nhiên' (tác giả có ý nói đến tập Jātaka / Tiền thân Đức Phật) nhằm biến mình trở thành một vị Phật Giác ngộ tối thượng. Các văn bản này (tập Jātaka / Tiền thân Đức Phật) cho thấy thật rõ ràng một sự chuyển biến từ một nền tảng lâu đời (các câu chuyện nêu lên trong tập Jātaka / Tiền thân Đức Phật thường là các câu chuyện cổ tích dân gian)... và [nhất là] khá khác biệt với các tập kinh sách tương đương trong Mahāyāna (Đại thừa). Hãy nêu lên một thí dụ cụ thể: chữ 'bodhisatta' là một thuật ngữ đặc thù trong tiếng Pali, và tiếng Pali thì thuộc vào nhóm ngôn ngữ 'Prakrit', chữ 'bodhisatta' không hoàn toàn mang cùng một ý nghĩa với chữ 'bodhisattva' trong tiếng Phạn 'Sanskrit' (chữ 'bodhisatta' trong tiếng Pali dịch sang tiếng Phạn / Sanskrit là 'bodhikta', nếu dịch là bodhisattva' thì không đúng..., điều này cho thấy người dân Shinhala (các người Phật giáo địa phương trên đảo Tích Lan) từng hình dung một ý niệm thật độc đáo về Con đường của người bodhisatta (con đường của người bồ-tát Theravāda), hoàn toàn khác hẳn với với Con đường của người bodhisattva (con đường của người bồ-tát Đại thừa) nói đến trong kinh sách Đại thừa (Mahāyāna). Những người Phật giáo Shinhala (những người Phật giáo trên đảo Tích Lan) trong các cách chú giải về Con đường của người bodhisatta (người bồ-tát theo quan điểm của học phái Theravāda) đều thấy nhắc đến những gì được nêu lên trong kinh điển Mahāyāna – và điều này, thêm một lần nữa, cho thấy một sự khác biệt thật hiển nhiên [giữa ý niệm về người bồ-tát trong Phật giáo Theravāda và ý niệm về người bồ-tát trong Đại thừa] (Vị Gotama từ lúc rời bỏ gia đình, đạt được Giác ngộ, cho đến khi nằm xuống bên lề một con đường mòn trong một khu rừng, luôn thuyết giảng vì tất cả chúng sinh. Đấy là con đường âm thầm và yên lặng của vị bồ-tát Gotama).

Đối với tập Abhidhamma (Luận tạng) thì cũng vậy, cũng có những điều thêm thắt về sau này, thế nhưng dễ nhận biết hơn: các lời bàn thảo mỗi khi đưa vào Luận tạng đều ghi rõ là thuộc học phái nào, nhờ đó người ta có thể biết được, với ít nhiều chính xác, về lịch sử, thời điểm xuất phát, giáo lý cá biệt và cả sự bành trướng [của các sự thêm thắt ấy]...

Tóm lại, toàn bộ kinh điển Pali – trong đó gồm các bài giảng đúng nghĩa của nó và cả các lời bình giải kèm thêm – tất cả đã được xác định định dứt khoát vào khoảng thế kỷ thứ V trong kỷ nguyên của chúng ta, và đấy cũng là công trình của một nhân vật thần tượng (uyên bác và phi thường): đó là vị Buddhaghoṣa (Phật Âm). Theo truyền thống [lưu lại] thì chính vị này đã đứng ra sưu tập – thế nhưng sau đó thì hủy bỏ – tất cả các lời bình giải đã có từ trước, dù là mang nguồn gốc Ấn-độ (lâu đời) hay Shinhala (trên đảo Tích Lan), và sau đó đã hoàn toàn viết lại bằng tiếng Pali, tạo ra uy thế cho [toàn bộ] học phái Theravāda.

Nhiều tu viện đồ sộ được xây dựng trong vùng thủ đô Anurādhapura [của xứ Tích Lan]: tu viện xưa nhất là Mahā-Vihāra (Đại Tự Viện) được xây cất từ thế kỷ thứ III trước Tây lịch (vào dịp người con trai – hay em trai – của vua Azoka là Mahinda mang Phật giáo vào đảo Tích Lan), và cũng là trụ sở của những người bảo toàn truyền thống cổ xưa và sáng lập ra học phái Theravāda; sau đó vào thế kỷ thứ I thuộc kỷ nguyên của chúng ta, một ngôi tự viện khác được xây dựng mang tên là Abhayagiri-Vihāra, và các nhà sư tại tự viện này thì sẵn sàng đón nhận kinh điển của Mahāyāna (Đại thừa); sau hết là tu viện Jetavana-Vihāra, được xây dựng vào thế kỷ thứ V sau Tây lịch, là trụ sở của học phái Tantra (Kim cương thừa)...

Như chúng ta thấy, lịch sử Phật giáo cổ xưa của nước Ấn không kém phức tạp so với Ki-tô giáo nguyên thủy: các trào lưu khác biệt nhau được hình thành, tạo ra các xu hướng đối nghịch nhau, đưa đến vô số các truyền thống khác nhau. Thế nhưng nhà thờ Ki-tô giáo thì sớm tập trung được quyền lực và tạo được một bộ thánh kinh duy nhất – đẩy lùi vào quên lãng các ngụy tác (các văn bản sáng tạo và mạo nhận...) kéo dài đến cuối thế kỷ thứ XX ! [Trong khi đó] thì các học phái Phật giáo tiếp tục nhân lên, các truyền thống ngày càng tách xa nhau hơn..., kể cả kinh điển cũng vậy, ngoài các chứng tích nêu lên sự thành đạt của Tăng đoàn trong quá khứ, còn hàm chứa dẫy đầy các ngụy tác được 'chính thức hóa' (đây cũng là tình trạng đầy 'sáng tạo' của Phật giáo Hán ngữ với vô số các ngụy tác và mạo tác, kể cả các 'huyền thoại' đủ loại).

Thật vậy, kinh điển Pali là một tư liệu không thể thay thế, giúp chúng ta thiết đặt một nền móng chung [cho toàn bộ Phật giáo] (một di cảo duy nhất và đầy đủ nhất còn lưu lại cho chúng ta ngày nay), thế nhưng điều đó không cho phép chúng ta quên rằng di cảo đó cũng chỉ là kinh điển của một trào lưu cá biệt (Phật giáo Theravāda), và trào lưu này tự nó cũng tách ra thành nhiều học phái khác nhau. Nền giáo huấn do học phái này lưu lại, dù tất cả được rút tỉa từ một cội nguồn nguyên thủy, thế nhưng cũng cho thấy các thể dạng tiến hóa đa dạng, các đường hướng giáo lý khác biệt nhau và cả các phương pháp luyện tập khác nhau, [kể cả] các âm vang đối nghịch – một số rất xa xưa, và một số mới mẻ hơn.

Nói lên như thế thiết nghĩ cũng đủ giúp các độc giả Tây phương ngày nay, mỗi khi đắm mình vào việc tìm hiểu một vài 'bài thuyết giảng chọn lọc nào đó' trong kinh điển Pali, có thể tránh được các sự nghịch lý (trái ngược, khó hiểu) hoặc các cách tổng thể hóa (vơ đũa cả nắm) lệch lạc (đối với chúng ta, những người Phật giáo Theravāda tại phương Đông thì cũng vậy, bài khảo luận của học giả cư sĩ Dominique Trottignon trên đây có thể mang lại cho chúng ta một tầm nhìn chính xác và 'khoa học' hơn về Con đường Phật giáo Theravāda. Đối với những người Phật giáo Đại thừa thì sự ý thức về những gì diễn tiến trước khi Con đường Đại thừa hiện ra với mình cũng hết sức quan trọng giúp mình nhận thấy vị trí của mình trên con đường tu tập của mình). Trong lãnh vực này thì sự thận trọng phải thật nghiệt ngã... và sự nghiệt ngã cũng thật hết sức cần thiết!

Bản liệt kê tựa Pali-Việt các bài giảng trích dẫn

SN 3.23	*Loka Sutta*	*Bài giảng về ba đặc tính trong thế giới*	444
SN 12.48	*Lokāyatica Sutta*	*Bài giảng dành cho một nhà vũ trụ học*	445
SN 12.5	*Kaccānagotta Sutta*	*Bài giảng cho vị Kaccanagotta*	452
SN 22.23	*Pariññā Sutta*	*Bài giảng về sự quán thấy*	456
SN 35.116	*Lokantagamana Sutta*	*Bài giảng về cuộc du hành đến chốn tận cùng của thế giới*	456
Ud 3.10	*Loka Sutta*	*Bài giảng về sự quán thấy thế giới*	461
SN 6.2	*Garava Sutta*	*Bài giảng về sự tôn kính*	467
MN 131	*Bhaddekaratta Sutta*	*Bài giảng về sự trân quý nếp sống ẩn dật*	470
MN 132	*Ānanda-Bhaddekaratta Sutta*	*Bài giảng cho Ānanda về nếp sống đầy thuận lợi*	479
MN 133	*Mahā-Kaccāna-Bhaddekaratta Sutta*	*Bài giảng cho Mahā-Kaccāna về nếp sống ẩn dật đầy thuận lợi*	490
MN 134	*Lōmasakaṅgioya-Bhaddekaratta Sutta*	*Bài giảng cho Lomasakangiya về sự trân quý nếp sống ẩn dật*	513
SN 56.31	*Sīsapāvana Sutta*	*Bài giảng trong khu rừng Sīsapā*	528

Vài lời cuối sách

Trước khi chấm dứt Quyển I nêu lên 'Sự quán thấy của Đức Phật về thế giới', người viết các dòng này xin có vài lời cảm tạ một người bạn thân thiết là anh Võ Tá Hân, đã đọc lại và hiệu đính quyển sách này và các bài viết và dịch thuật khác từ lâu nay. Sau hết cũng xin mạn phép nhắc lại là người viết không giữ bản quyền quyển sách này cũng như tất cả các trước tác và dịch thuật từ trước đến nay. Tất cả mọi người đều có thể ấn hành, phổ biến bằng bất cứ phương tiện nào, với điều kiện duy nhất là không xem đó như là môt phương tiện thủ lợi.

Bures-Sur-Yvette, 28.04.25
Hoang Phong

ISBN 979-8-3493-1943-3

www.ingramcontent.com/pod-product-compliance
Lightning Source LLC
LaVergne TN
LVHW090210051026
849517LV00001B/31